സുഹേൽദേവ്

1974-ൽ ജനിച്ച്, ഐ.ഐ.എം. (കൊൽക്കത്ത)യിൽ പഠിച്ച്, വിരസമായ ബാങ്ക്ജോലിയിൽ നിന്ന് ആഹ്ലാദജനകമായ സാഹിത്യജീവിതത്തിലേക്കു തിരിഞ്ഞയാളാണ് അമീഷ്. പതിനാലു വർഷം നീണ്ട ഫിനാൻഷ്യൽ സർവീസ് കൈവെടിയാനും എഴുത്തിൽ ശ്രദ്ധകേന്ദ്രീകരിക്കാനും *മെലൂഹയിലെ ചിരഞ്ജീവികൾ* (ശിവത്രയത്തിലെ ആദ്യപുസ്തകം) എന്ന കന്നിപ്പുസ്തകം അദ്ദേഹത്തിനു പ്രോത്സാഹനമായി മാറി. ചരിത്രത്തിലും ഐതിഹ്യവിജ്ഞാനീയത്തിലും ദർശനത്തിലും അഭിനിവേശവും ലോകത്തിലെ എല്ലാ മതങ്ങളിലും സൗന്ദര്യം കണ്ടെത്തുന്ന മനോഭാവവുമുള്ള വ്യക്തിയാണ് അമീഷ്. അമീഷിന്റെ പുസ്തകങ്ങൾ 55 ലക്ഷത്തിലധികം പ്രതികൾ വിറ്റഴിക്കപ്പെട്ടുകയും 19 ഭാഷകളിൽ അവയുടെ വിവർത്തനങ്ങൾ പുറത്തുവരികയും ചെയ്തിട്ടുണ്ട്. ഭാര്യയായ പ്രീതിയോടും പുത്രനായ നീലിനോടുമൊപ്പം മുംബൈയിൽ താമസിക്കുകയാണ് അമീഷ്.

www.authoramish.com
www.facebook.com/authoramish
www.instagram.com/authoramish
www.twitter.com/authoramish

മണികണ്ഠൻ: പത്രപ്രവർത്തകൻ, പത്തിലധികം പുസ്തകങ്ങൾ മലയാളത്തിലേക്ക് വിവർത്തനം ചെയ്തിട്ടുണ്ട്. എറണാകുളത്തു താമസം.

അമീഷിന്റെ മറ്റ പുസ്തകങ്ങൾ

ശിവത്രയം

ഇന്ത്യൻ പ്രസാധന ചരിത്രത്തിൽ ഏറ്റവും വേഗം വിൽക്കപ്പെടുന്ന പുസ്തകപരമ്പര

മെലൂഹയിലെ ചിരഞ്ജീവികൾ (ശിവത്രയത്തിന്റെ ആദ്യഭാഗം)

നാഗന്മാരുടെ രഹസ്യം (ശിവത്രയത്തിന്റെ രണ്ടാം ഭാഗം)

വായുപുത്രന്മാരുടെ ശപഥം (ശിവത്രയത്തിന്റെ മൂന്നാം ഭാഗം)

രാമചന്ദ്രപരമ്പര

ഇന്ത്യൻ പ്രസാധന ചരിത്രത്തിൽ രണ്ടാമതായി ഏറ്റവും വേഗം
വിൽക്കപ്പെടുന്ന പുസ്തക പരമ്പര

രാമൻ-ഇക്ഷ്വാകു വംശത്തിന്റെ യുവരാജാവ് (പരമ്പരയിലെ ഒന്നാം പുസ്തകം)

സീത-മിഥിലയിലെ വീരനായിക (പരമ്പരയിലെ രണ്ടാം പുസ്തകം)

രാവണൻ-ആര്യാവർത്തത്തിന്റെ ശത്രു (പരമ്പരയിലെ മൂന്നാം പുസ്തകം)

ലേഖനം

അനശ്വരഭാരതം: യുവരാഷ്ട്രം, സനാതന സംസ്കാരം

"അമീഷിന്റെ രചനകൾ ഇന്ത്യയുടെ സമ്പന്നമായ ഭൂതകാലത്തെയും സംസ്കാരത്തെയും കുറിച്ച് അത്യധികമായ ജിജ്ഞാസ ഉളവാക്കിയിട്ടുണ്ട്."

— നരേന്ദ്ര മോദി
(ഇന്ത്യയുടെ ബഹുമാനപ്പെട്ട പ്രധാനമന്ത്രി)

"അമീഷിന്റെ രചനകൾ ചെറുപ്പക്കാർക്കു പ്രാചീന മൂല്യവ്യവസ്ഥകളെ പരിചയപ്പെടുത്തുകയും അവരുടെ കൗതുകത്തെ പ്രോത്സാഹിപ്പിക്കുകയും തൃപ്തിപ്പെടുത്തുകയും ചെയ്യുന്നു..."

— ശ്രീ ശ്രീ രവിശങ്കർ
(ആത്മീയ നേതാവ്, ആർട് ഓഫ് ലിവിങ് ഫൗണ്ടേഷൻ സ്ഥാപകൻ)

"അമീഷിന്റെ പുസ്തകങ്ങൾ ശ്രദ്ധയാകർഷിക്കുന്നതും ആകർഷകവും വിജ്ഞാനപ്രദവുമാണ്."

— അമിതാഭ് ബച്ചൻ
(നടൻ, ജീവിച്ചിരിക്കുന്ന ഇതിഹാസം)

"അമീഷ് ഇന്ത്യയിലെ ഏറ്റവും വലിയ സാഹിത്യ റോക്ക് സ്റ്റാർ ആണ്."

— ശേഖർ കപൂർ
(പ്രശസ്ത സിനിമാ സംവിധായകൻ)

"അമീഷ് വർണ്ണനകളിൽ സൂക്ഷ്മതയുള്ള എഴുത്തുകാരനാണ്. ശ്രദ്ധ പിടിച്ചുപറ്റുന്ന ആഖ്യാനചാതുരി അദ്ദേഹത്തിനുണ്ട്."

— ശശി തരൂർ
(എം പി, എഴുത്തുകാരൻ)

"അമീഷ് അദ്ദേഹത്തിന്റെ തലമുറയിലെ ഏറ്റവും മൗലികതയുള്ള ചിന്തകരിൽ ഒരാളാണ്."

— അർണബ് ഗോസ്വാമി
(മുതിർന്ന പത്രപ്രവർത്തകൻ, എംഡി –റിപ്പബ്ലിക് ടിവി)

“പൗരാണിക കാലത്തെക്കുറിച്ച് അസാധാരണവും മൗലികവും ഭ്രമിപ്പിക്കുന്നതുമായ ദർശനമുള്ള, അഗാധമായ ചിന്താശീലമുള്ള മനസ്സിനുടമയാണ് അമീഷ്.”

— ശേഖർ ഗുപ്ത
(മുതിർന്ന പത്രപ്രവർത്തകൻ & എഴുത്തുകാരൻ)

“പുത്തൻ ഇന്ത്യയെ മനസ്സിലാക്കാൻ നിങ്ങൾ അമീഷിനെ വായിക്കേണ്ടതുണ്ട്.”

— സ്വപൻ ദാസ്ഗുപ്ത
(എംപി & മുതിർന്ന പത്രപ്രവർത്തകൻ)

“ഇന്ത്യയിലെ ഏറ്റവും മികച്ച കഥയെഴുത്തുകാരിൽ ഒരാൾ.”

— വീർ സാംഘ്വി
(മുതിർന്ന പത്രപ്രവർത്തകൻ & എഴുത്തുകാരൻ)

“ലിംഗം, ജാതി തുടങ്ങി എല്ലാത്തരം വേർതിരിവുകളെക്കുറിച്ചുമുള്ള വിശാലവും പുരോഗമനപരവുമായ തത്വസംഹിതയുടെ ഒരു പ്രവാഹം അമീഷിന്റെ എല്ലാ പുസ്തകങ്ങളിലുമുണ്ട്. യഥാർത്ഥ തത്വചിന്താ ഗാംഭീര്യമുള്ള ഏക ഇന്ത്യൻ ബെസ്റ്റ് സെല്ലിങ് എഴുത്തുകാരനാണ് അദ്ദേഹം. ആഴത്തിലുള്ള ഗവേഷണത്തിന്റെയും അഗാധമായ ചിന്തയുടെയും പിൻബലമുള്ളവയാണ് അദ്ദേഹത്തിന്റെ എല്ലാ കൃതികളും.”

— സന്ദിപൻ ദേബ്
(മുതിർന്ന പത്രപ്രവർത്തകൻ & എഡിറ്റോറിയൽ ഡയറക്ടർ, സ്വരാജ്യ)

“അമീഷിന്റെ സ്വാധീനം അദ്ദേഹത്തിന്റെ പുസ്തകങ്ങൾക്കും അപ്പുറമാണ്, അദ്ദേഹത്തിന്റെ പുസ്തകങ്ങൾ സാഹിത്യത്തിനും അതീതമാണ്, അദ്ദേഹത്തിന്റെ സാഹിത്യം *ഭക്തി*യിൽ അടിത്തറയിട്ട തത്വചിന്തയിൽ മുഴുകിയിരിക്കുന്നു. അത് അദ്ദേഹത്തിന്റെ ഇന്ത്യയോടുള്ള സ്നേഹത്തിനു ശക്തിപകരുന്നു.”

— ഗൗതം ചിക്കർമാനെ
(മുതിർന്ന പത്രപ്രവർത്തകൻ & എഴുത്തുകാരൻ)

“അമീഷ് സാഹിത്യ പ്രതിഭാസമാണ്.”

— അനിൽ ധാർകർ
(മുതിർന്ന പത്രപ്രവർത്തകൻ & എഴുത്തുകാരൻ)

സുഹേൽദേവ്

ഇന്ത്യയെ രക്ഷിച്ച രാജാവിന്റെ ഇതിഹാസം

അമീഷ്

&

ഇമ്മോർട്ടൽ റൈറ്റേഴ്സ് സെന്റർ

വിവർത്തനം:

മണികണ്ഠൻ

eka

eka

First published in English as *Legend of Suheldev* in 2020 by Westland Publications Private Limited

First published in Malayalam as *Suheldev–Indiaye Rakshicha Rajavinte Ithihasam* in 2025 by Eka, an imprint of Westland Books, a division of Nasadiya Technologies Private Limited

No. 269/2B, First Floor, 'Irai Arul', Vimalraj Street, Nethaji Nagar, Alapakkam Main Road, Maduravoyal, Chennai 600095

Westland, the Westland logo, Eka and the Eka logo are the trademarks of Nasadiya Technologies Private Limited, or its affiliates.

ISBN: 9789360456528

10 9 8 7 6 5 4 3 2 1

Typeset by V.K. Haris, Calicut

Printed at Thomson Press (India) Ltd

ഓം നമ:ശിവായ

പ്രപഞ്ചം ശിവഭഗവാനു മുമ്പിൽ കുമ്പിടുന്നു

ഞാൻ ശിവഭഗവാനു മുമ്പിൽ കുമ്പിടുന്നു

ജാതിയല്ല മതമല്ല,
ഭാഷയല്ല രാജ്യമല്ല,
എനിക്കൊരു വ്യക്തിത്വമേയുള്ളൂ,
ഞാൻ ഭാരതമാതാവിന്റെ മകനാണ്.
എന്റെ ജീവിതം, എന്റെ ആത്മാവ്,
എന്റെ തൊഴിൽ, എന്റെ വിശ്വാസം,
എല്ലാം ഭാരതമാതാവിനു വേണ്ടിയുള്ളത്.
എനിക്കു മോക്ഷം കിട്ടിയാലും,
അന്ത്യന്യായവിധി ദിവസത്തിൽ നിൽക്കുകയാണെങ്കിലും,
ഞാനാരാണെന്നു ചോദിക്കുമ്പോൾ,
ഏറ്റവും ഉന്നതങ്ങളിൽ നിന്നും,
ഒരേയൊരു ഉത്തരമേയുണ്ടാകുകയുള്ളൂ:
ഞാൻ ഭാരതമാതാവിന്റെ കുഞ്ഞാണ്.
എനിക്കൊരു വ്യക്തിത്വമേയുള്ളൂ,
ഞാൻ ഭാരതമാതാവിന്റെ മകനാണ്.

അന്തരിച്ച ഹിമാംശു റോയ്ക്ക്,
എന്റെ അളിയൻ.

ഞാൻ അതിനേക്കാൾ കൂടുതൽ ആദരിക്കുന്ന മറ്റൊരാളില്ല. ഒരിക്കലും.
എന്നെ സംരക്ഷിച്ച നിർത്തിയ തണലായിരുന്നു നീ.
എന്നെ വഴിനയിച്ച വെളിച്ചം.
നിനക്കു വേണ്ടി മറുവശത്തുനിന്നും, എന്റെ സഹോദരാ.
ഞാൻ ശ്വസിച്ചുകൊണ്ടിരിക്കും. ഞാൻ നടന്നുകൊണ്ടിരിക്കും.
നീ എന്നിൽ നിന്നും പ്രതീക്ഷിക്കുന്നത്, എന്റെ സഹോദരാ,
പക്ഷേ കാലുകൾ ഒരുദിവസം നിലയ്ക്കും...
അതൊരു നല്ല ദിവസമായിരിക്കും.
നിനക്കു വേണ്ടി മറുവശത്തു നിന്നും...
നമ്മൾ വീണ്ടും കാണുന്നതുവരെ, എന്റെ സഹോദരാ.

കൃതജ്ഞത

തൊഴിൽപരമായി കഴിഞ്ഞ കുറച്ചു വർഷങ്ങൾ വിസ്മയകരമായിരുന്നു. വ്യക്തിപരമായി, അവ ഭാവനയ്ക്കതീതമായി ഭീകരമായിരുന്നു. വിധിയുടെ ആവർത്തിച്ചുള്ള താഡനങ്ങൾ കൊണ്ടു ഞാൻ വളരെ തളർന്നുപോയ സമയമുണ്ടായിരുന്നു, ഒരു പ്രഭാതപ്രാർഥനയ്ക്കിടയിൽ, ഞാൻ മുകളിലേയ്ക്കു നോക്കി ശിവഭഗവാനോട് എന്നെ ഇനിയും പരീക്ഷിക്കുന്നതു നിർത്തണേയെന്ന് അലറി. എന്റെ ജീവിതത്തിലെ ഈ ഘട്ടം എങ്ങിനെ അവസാനിക്കും എന്നെനിക്കറിയില്ല. നമ്മുടെ പൂർവ്വികർ പറഞ്ഞിട്ടുണ്ട്, വിഷാദം വ്യക്തിവളർച്ചയിലേയ്ക്കുള്ള പാതയാണെന്ന്. അവർ ശരിയായിരിക്കുമെന്നു ഞാൻ പ്രതീക്ഷിക്കുന്നു... പക്ഷേ ഈ കഴിഞ്ഞ കുറച്ചു വർഷങ്ങളിൽ എന്നെ മുന്നോട്ടു ചലിപ്പിച്ചത് എന്താണെന്നെനിക്കറിയാം: എന്റെ എഴുത്ത്. അതെന്റെ അഭയമായിരുന്നു. അതെന്നെ ഉപേക്ഷിച്ചു കളയുന്നതിൽ നിന്നും തടയുന്നു. എന്നെ ജീവിച്ചിരിക്കാൻ സഹായിച്ച, എഴുതാൻ സഹായിച്ച എല്ലാവരോടും നന്ദി.

എന്റെ അമ്മായിയച്ഛൻ അന്തരിച്ച മനോജ് വ്യാസ് എന്റെ അളിയൻ അന്തരിച്ച ഹിമാംശു റോയ്. ഞാൻ ആഴത്തിൽ ആദരിക്കുന്ന രണ്ടുപേർ. അവരുടെ ആദരവ്, പ്രസാദം, അന്തസ്സ് എന്നിവ എന്നെ പ്രചോദിപ്പിക്കുന്നതു തുടരുന്നു.

നീൽ, എന്റെ ഇളയ മകൻ, എന്റെ ജീവൻ, എന്റെ ആത്മാവിന്റെ ഉദ്ദേശ്യം. ലോകത്തിലെ ഏറ്റവും ശുദ്ധമായ ആഹ്ലാദം അവൻ എന്റെ കൈകളിലേയ്ക്ക് “ഡാഡ്!” എന്നു വിളിച്ചുകൊണ്ട് ഓടിവരുന്നതാണ്.

ഭവൻ, അനീഷ്, മീത്ത, ആശിഷ് എന്നീ എന്റെ സഹോദരങ്ങളും നാത്തൂനും, അവർ ചെയ്തതിനെല്ലാം. അവർ ആദ്യ കരടുപ്രതി വായിക്കും, സാധാരണയായി ഓരോ അദ്ധ്യായവും എഴുതിക്കഴിഞ്ഞ്. ഏറ്റവും പ്രധാ

നമായും, ഞാൻ തളരുമ്പോൾ അവർ എന്നെ പിടിച്ചുയർത്തും. ഈ ജീവിതത്തിൽ ഞാൻ കൂടെ ജനിക്കാൻ തെരഞ്ഞെടുത്ത ആത്മാക്കളാണവർ. എന്റെ ആത്മാവിന്റെ തെരഞ്ഞെടുപ്പ് നല്ലതായിരിക്കും.

ബാക്കിയുള്ള എന്റെ കുടുംബാംഗങ്ങൾ: ഉഷ, വിനയ്, ഷെർനാസ്, പ്രീതി, ഡൊനേറ്റ, സ്മിത, അനുജ്, റൂത്ത, മിതാൻഷ്, ഡാനിയേൽ, ഐഡൻ, കേയ, അനിക, അഷ്ണ. അവരുടെ തുടർച്ചയായ വിശ്വാസത്തിനും സ്നേഹത്തിനും.

ഗൗതം, എന്റെ പ്രസാധകരായ വെസ്റ്റ്ലാന്റിന്റെ സി ഇ ഓ, കാർത്തിക, ശിഖ, ദീപ്തി, സംഘമിത്ര, എന്റെ എഡിറ്റർമാർ. ഈ പ്രൊജക്റ്റിൽ കുടുംബത്തിനു പുറത്തുള്ള ആരെങ്കിലും ഉണ്ടെങ്കിൽ, ഈ സംഘമാണത്. സുഹൃത്തുക്കളേക്കാളുപരി, അവർ എന്റെ കുടുംബം പോലെയാണിപ്പോൾ. തീർച്ചയായും ദീപ്തിയ്ക്കു പ്രത്യേക നന്ദി, റൈറ്റേഴ്സ് സെന്ററിന്റെ ചമതലക്കാരി. അവർക്കൊപ്പം റൈറ്റേഴ്സ് സെന്ററിൽ ഒരുപാട് പുസ്തകങ്ങൾ ചെയ്യാൻ കഴിയുമെന്നു പ്രതീക്ഷിക്കുന്നു. വെസ്റ്റ്ലാന്റിലെ ബാക്കിയുള്ള അത്ഭുതകരമായ ടീം: അരുണിമ, ക്രിസ്റ്റീന, ദിവ്യ, ജയ്ശങ്കർ, കൃഷ്ണകുമാർ, മധു, മുസ്തഫ, നവീൻ, നേഹ, നിധി, രാജു, സന്യോഗ്, സതീഷ്, ശത്രുഘ്നൻ, ശ്രീവത്സ്, സുധ, വിപിൻ പിന്നെ ഒരുപാടു പേർ. അവർ പ്രസാധക രംഗത്തെ മികച്ച ടീം ആണ്.

അമൻ, വിജയ്, ഷർവിക, ശുഭാംഗി, പദ്മ, സീമ, പിന്നെ എന്റെ ഓഫീസിലെ മറ്റുള്ളവർ. അവർ എന്റെ ബിസിനസ്സ് ജോലികളെ ശ്രദ്ധിക്കുന്നതുകൊണ്ട് എനിക്ക് എഴുതാൻ ആവശ്യമായ ഒഴിവുസമയം ലഭിക്കുന്നു.

ഹേമൽ, നേഹ, ഹിതേഷ്, ഹർഷ്, പുനീത്, ബെവെർലി, ഗീതിക, പ്രകാശ്, ഹർഷദ, ടീം ഓക്ടോബസ്. അവരാണു പുസ്തകത്തിനായുള്ള ഭൂരിഭാഗം മാർക്കറ്റിംഗ് സാമഗ്രികളും ഒരുക്കിയത്, ഒന്നാന്തരം കവറും എല്ലാ ഡിജിറ്റൽ കാര്യങ്ങളും ഉൾപ്പടെ. ഞാൻ അവർക്കൊപ്പം കുറേ വർഷങ്ങളായി ജോലി ചെയ്യുന്നു. നല്ല വീഞ്ഞു പോലെ, അവർക്കും പ്രായമാകുന്തോറും മെച്ചമേറുന്നു.

മായാങ്ക്, ദീപിക, സ്നേഹ, നരേഷ്, വിശാൽ, സരോജിനി, കീർത്തി, പിന്നെ മോ"സ് ആർട്ട് ടീം, പുസ്തകത്തിനായുള്ള മീഡിയ റിലേഷൻസും മാർക്കറ്റിംഗ് പങ്കാളിത്തങ്ങളും നോക്കിനടത്തി. മീഡിയ റിലേഷൻസിൽ ശാന്തവും വിവേകപൂർവ്വവുമായിത്തന്നെ; അവർ ഞാൻ കണ്ടിട്ടുള്ളതിൽ വച്ച് ഏറ്റവും മികച്ച മീഡിയ മാനേജർമാരാണ്.

ആശിഷ് മങ്കട്, ബുദ്ധിമാനായ ഡിസൈനർ, ഏറ്റവും പ്രധാനമായി, ഒരു ചിന്തകൻ, എന്റെ പുസ്തകങ്ങളുടെ കലാപരമായ നിർദ്ദേശങ്ങൾ നൽകി മുന്നോട്ടുപോകാൻ സഹായിച്ചു.

സത്യയും ടീമും ഈ പുസ്തകത്തിന്റെ അകം ചട്ടയിൽ ഉപയോഗിച്ചിരിക്കുന്ന രചയിതാവിന്റെ പുതിയ ഫോട്ടോകൾ എടുത്തു. അദ്ദേഹം സാധാരണ ഒരു വിഷയത്തിനെ മികച്ചതാക്കുന്നു.

പ്രീതി, പ്രസാധന മേഖലയിലെ ഒരു മാന്ത്രിക, എന്റെ പുസ്തകങ്ങളുടെ അന്താരാഷ്ട്ര വ്യവഹാരങ്ങൾ നോക്കുന്നു.

കലേബ്, ക്ഷിതിജ്, സന്ദീപ്, രോഹിണി, ധാരവ്, ഹീന, മോഹൻ പിന്നെ അവരുടെ ടീമുകൾ, എന്റെ എഴുത്തിനെ അവരുടെ ബിസിനസ്സായ നിയമ, വിപണന ഉപദേശങ്ങളുമായി പിന്തുണയ്ക്കുന്നു.

മൃണാളിനി, ഒരു സംസ്കൃത പണ്ഡിത, എന്നോടൊപ്പം ഗവേഷണത്തിൽ ഏർപ്പെടുന്നു.

ആദിത്യ, എന്റെ പുസ്തകങ്ങളുടെ ആവേശമുള്ള വായനക്കാരൻ, ഇപ്പോൾ സുഹൃത്തും വസ്തുതാപരിശോധകനുമാണ്.

ബ്രിജ്, നാരായൺ, അർച്ചന, നവീൻ, സന്ദീപ്, രവിചന്ദ്രൻ നെഹ്റു സെന്റർ, ലണ്ടനിലെ എന്റെ ടീം, അവരുടെ സ്നേഹത്തിനും പിന്തുണയ്ക്കും.

സൂര്യയിലെ രജീന്ദർ ഗൻജു, ഈ പുസ്തകം ടൈപ്പ്സെറ്റ് ചെയ്തതിന്.

അവസാനമായി, വായനക്കാർക്ക്. നിങ്ങളുടെ തുടർച്ചയായുള്ള സ്നേഹം, മനസ്സിലാക്കൽ, പ്രോത്സാഹനം എന്നിവയാണു ഞാൻ ആഴത്തിൽ താലോലിക്കുന്നത്.

വളരെ നന്ദി. ശിവഭഗവാൻ നിങ്ങളെയെല്ലാം അനുഗ്രഹിക്കട്ടെ.

ആമുഖം

ഞാൻ എപ്പോഴും പറയാറുണ്ട് എന്റെ കഥകളെല്ലാം ശിവഭഗവാന്റെ അനുഗ്രഹമാണെന്ന്.. അവ എന്നിലേയ്ക്കു വരുന്നത്, എന്റെ ഭാവനയിൽ വികസിക്കുന്നത്, ഞാൻ അവയെ കാണുന്നത്, എല്ലാം, അദ്ദേഹത്തിന്റെ അനുഗ്രഹമാണ്. എന്നാൽ അദ്ദേഹം എന്റെ കഴിവിനുമപ്പുറം അനുഗ്രഹിച്ചിട്ടുണ്ട്. എനിക്ക് ഒന്നര-രണ്ട് വർഷത്തിൽ ഒരു പുസ്തകം എന്നതിനേക്കാൾ വേഗത്തിൽ എഴുതാൻ കഴിയില്ല. ആ വേഗതയിൽ, അദ്ദേഹം എനിക്ക് അനുഗ്രഹിച്ചു തന്നിരിക്കുന്ന കഥാതന്തുക്കൾ എല്ലാം എഴുതിവരുമ്പോഴേയ്ക്കും ഞാൻ മരിച്ചുപോകും. എനിക്ക് ഈ കഥകളെ എന്റെ പട്ടടയിലേയ്ക്കു കൊണ്ടുപോകാനാവില്ല.

അതുകൊണ്ടാണു റൈറ്റേഴ്സ് സെന്റർ എന്ന ആശയം വന്നത്. അത് എന്റെ ടീമിന്റെ നിർദ്ദേശമായിരുന്നു, അതെനിക്ക് ഉത്തമമായ യുക്തിയായി തോന്നി. ഞാൻ ഒരു സംഘം എഴുത്തുകാർക്കൊപ്പം ജോലി ചെയ്യുന്നു, എനിക്ക് പൂർണമായ കഥയുമായും വായിക്കേണ്ട ഗവേഷണ സാമഗ്രികളുമായും ബന്ധിപ്പിക്കാൻ കഴിയുന്നവർ. എന്നിട്ടവർ ആദ്യപ്രതി എഴുതും, ഞാനതിൽ പിന്നെ പണിയെടുക്കും. അങ്ങിനെ, കഥയുടേയും അവസാന എഴുത്തിന്റേയും ഉത്പത്തി ഞാനാണു ചെയ്യുക, ഒരു ടീം അപ്പോൾ ആദ്യത്തെ കരടുപ്രതി എഴുതുകയായിരിക്കും. ഞങ്ങൾ റൈറ്റേഴ്സ് സെന്ററിൽ നിന്നുമുള്ള പുസ്തകങ്ങളെല്ലാം എന്റെ മറ്റേതു പുസ്തകവും പോലെ ആയിരിക്കുമെന്ന് ഉറപ്പിക്കാനായി പരമാവധി ശ്രമിക്കാറുണ്ട്. പക്ഷേ ഞങ്ങൾക്ക് സത്യസന്ധമായി പറയണമെന്നുണ്ട്, ആദ്യം തന്നെ, ഈ പുസ്തകങ്ങൾ ടീം പരിശ്രമത്തിന്റെ ഫലമാണ്, എന്റെ മാത്രം ജോലിയല്ല. റൈറ്റേഴ്സ് സെന്ററിലെ എഴുത്തുകാർക്കു പ്രതിഫലമുണ്ട്, പുസ്തകത്തിന്റെ വിധി എന്തായാലും. അവരുടെ പേരുകൾ പുറം ചട്ടയിൽ അവർ

ക്ക് താല്പര്യമുണ്ടെങ്കിൽ കൊടുക്കാറുണ്ട്. അവർക്ക് അജ്ഞാതരായിരിക്കാനാണ് ആഗ്രഹമെങ്കിൽ, എന്തു കാരണം കൊണ്ടായാലും, കീർത്തി ഒരുമിച്ച റൈറ്റേഴ്സ് സെന്ററിനു കൊടുക്കും.

ഇനി, ഈ പുസ്തകം എന്തിനെക്കുറിച്ചാണ്?

കഴിഞ്ഞ 2,000 വർഷത്തെ ചരിത്രത്തിന്റെ ഭീമമായ പ്രവാഹം ഭീതികരമായ ആക്രമണത്തിനെ കുത്തൊഴുക്കിലൂടെയാണ് നിർവചിക്കപ്പെടുന്നത്. അതു ലോകത്തിലെ എല്ലാ പ്രാചീനസംസ്കാരങ്ങളേയും തുടച്ചുമാറ്റി: പേഗൻ റോം, നിഗൂഢമായ ഈജിപ്റ്റും ഗ്രീസും, സൊറോസ്ട്രിയൻ പേർഷ്യ, വിഗ്രഹാരാധകരുടെ മദ്ധ്യ അമേരിക്ക, പിന്നെ മറ്റൊരുപാടെണ്ണവും. പക്ഷേ ഒരു പ്രാചീന സംസ്കാരം വാശിയോടെ മരിക്കാൻ വിസമ്മതിച്ചു. ഒരു അഭിമാനകരമായ സംസ്ക്കാരം തകരാനോ തിരുത്തിയെഴുതപ്പെടാനോ വിസമ്മതിച്ചു. അത് ഇടയ്ക്കു പിൻവാങ്ങുമായിരുന്നു, പക്ഷേ ഇപ്പോഴും ബാക്കിയായുള്ള അപൂർവ്വമായതിൽ ഒന്നാണത്. ആ സംസ്കാരമാണ് ഇന്ത്യ.

കടന്നുകയറ്റക്കാർ നമ്മുടെ നാട്ടിൽ വന്നപ്പോൾ, നമുക്ക് നമ്മളെ നയിക്കാൻ നായകന്മാരേയും നായികമാരേയും ആവശ്യമായിവന്നു. നമ്മളെ പ്രതിരോധിക്കാൻ. നമുക്ക് അങ്ങിനെ ഒരുപാട് ആണുങ്ങളും പെണ്ണുങ്ങളും പൊരുതാനുള്ള ധൈര്യവും നിശ്ചയദാർഢ്യവുമായി ഉണ്ടായിരുന്നു. പക്ഷേ നമ്മുടെ ചരിത്രത്തിനെ വിശദമായി വായിച്ചാൽ, ഈ നായകർന്മാരുടേയും നായികമാരുടേയും ഏറ്റവും വലിയ വെല്ലുവിളി ആ വിദേശികളുമായി യുദ്ധം ചെയ്യാൻ നമ്മുടെ വൈവിദ്ധ്യമാർന്ന സമൂഹത്തിനെ ഒരുമിപ്പിക്കുന്നതായിരുന്നു. നമുക്ക് ഒരു ദേശീയബോധം ഉണ്ടായിരുന്നു, ആയിരക്കണക്കിനു വർഷങ്ങൾ പഴക്കമുള്ള വിഷ്ണുപുരാണം സാക്ഷ്യപ്പെടുത്തുന്നതു പോലെ, പക്ഷേ നമ്മൾ ഇന്ത്യക്കാർക്കുള്ള അടിസ്ഥാനപരമായ പ്രവണത തമ്മിലടിക്കുന്നതാണ്. പരസ്പരം പോരടിക്കുന്നത് നമ്മുടെ പ്രിയപ്പെട്ട വിനോദമാണ്, ശത്രു വാതിൽക്കലെത്തുമ്പോൾ മാത്രമേ നമ്മളതു ചെറുതായി നിർത്തുകയുള്ളൂ. അതുകൊണ്ട് നമ്മുടെ എല്ലാ നായകന്മാരും നായികമാരും നേരിട്ടിരുന്ന വലിയ വെല്ലുവിളിയായിരുന്നു അത് – ഹരിഹരനും ബുക്ക രായനും മഹാറാണ പ്രതാപും ഛത്രപതി ശിവജിയും, ലചിത് ബൊർഫുക്കനും റാണി അബ്ബക്കയും മഹാരാജ രഞ്ജിത് സിംഗും മഹാത്മാ ഗാന്ധിയും നേതാജി സുബാഷ് ചന്ദ്രബോസും തുടങ്ങി എണ്ണമില്ലാത്ത മഹാന്മാരായ ആണുങ്ങളും പെണ്ണുങ്ങളും. വെല്ലുവിളി, എപ്പോഴും നമ്മുടെ തുടർച്ചയായ തമ്മിലടി എങ്ങിനെ അവസാനിപ്പിക്കാം എന്നതായിരുന്നു.

ഈ നേതാക്കൾ മറ്റുള്ളവർ പരാജയപ്പെട്ടിടത്തു വിജയിച്ചു. അവർ നമ്മളെ ഒരുമിച്ചുചേർക്കുന്നതിൽ വിജയിച്ചു.
ദുഃഖകരമായി, ഈ നായകന്മാരിലും നായികമാരിലും അധികവും നമ്മുടെ ചരിത്രപുസ്തകങ്ങളിൽ നിന്നും തുടച്ചുമാറ്റപ്പെട്ടു. ഈ മഹാത്മാരായ ആണുങ്ങളും പെണ്ണുങ്ങളും നമ്മളോട്, അവരുടെ പിൻതലമുറക്കാരോട്, എന്തെങ്കിലും ആവശ്യപ്പെടുന്നുണ്ടെങ്കിൽ, അത് നമ്മൾ അവരുടെ കഥകൾ ഓർക്കണമെന്നാണ്. നമ്മൾ അവരുടെ കഥകൾ പങ്കുവയ്ക്കണമെന്നാണ്. നമ്മൾ അവരെ ആഘോഷിക്കണമെന്നാണ്. അവരിൽ നിന്നും പഠിക്കണമെന്നാണ്.

ഇന്ന്, മുമ്പത്തേക്കാളും, നമ്മൾ ഈ കഥകൾ കേൾക്കേണ്ടതുണ്ട്, നമ്മളെ ഒരുമിപ്പിക്കുകയും, ക്രൂരമായ വിദേശ കടന്നുകയറ്റക്കാരെ നേരിടാൻ നമ്മളെ അവരെ അടിച്ചോടിച്ച് അതിജീവിക്കാൻ സജ്ജമാക്കിക്കൊണ്ടു രക്ഷിച്ചവരുമായ ഈ മഹാന്മാരായ ആളുകളുടെ പുരാവൃത്തങ്ങൾ. ഈ പുസ്തകം അത്തരം ഒരു നായകനെപ്പറ്റിയുള്ളതാണ്, യഥാർഥ സംഭവങ്ങളിൽ നിന്നും പ്രചോദിതമായ ഒരു കെട്ടുകഥ. പതിനൊന്നാം നൂറ്റാണ്ടിലെ പ്രതാപിയായ സുഹേൽദേവ് രാജാവിന്റെ കഥ.

ആധുനിക ഇന്ത്യയിലെ ഭൂരിഭാഗം പേരും ഇന്ത്യയുടെ ഈ മഹാനായ മകന്റെ പേരു കേട്ടിട്ടുപോലും ഉണ്ടാവില്ലെന്നത് നിരാശയുണ്ടാക്കുന്നതാണ്, അദ്ദേഹത്തിന്റെ കഥയും. അതിനെക്കാൾ മോശമായി, ഹൃദയം തകർക്കുന്നവിധം, ഇപ്പോൾ, നമ്മൾ ഭിന്നിച്ചിരിക്കുന്ന ഇന്ത്യയാണ്. അതുകൊണ്ടുതന്നെ, അദ്ദേഹം ഏതു ജാതി അല്ലെങ്കിൽ സമൂഹത്തിലുള്ള ആളായിരുന്നുവെന്നതിനെക്കുറിച്ച് തർക്കമുണ്ട്. ഒരുപാടു സമൂഹങ്ങൾ അദ്ദേഹം അവരിൽ പെട്ടയാളാണെന്ന് അവകാശപ്പെടുന്നു. ബ്രിട്ടീഷ് ഗസറ്റുകൾ, ഈ പ്രധാനപ്പെട്ട പോരാളിയുടെ ജീവിതത്തിനു ശേഷം ഒരുപാടു നൂറ്റാണ്ടുകൾ കഴിഞ്ഞ് എഴുതപ്പെട്ടത്, ധാരാളം മത്സരിക്കുന്ന അവകാശവാദങ്ങളെ പിന്തുണയ്ക്കാനായി ഉപയോഗിക്കാവുന്നതാണ്. സത്യം എന്താണെന്ന് എനിക്കറിയില്ല. എനിക്കറിയാവുന്ന സത്യം അദ്ദേഹം ഇന്ത്യാക്കാരൻ ആയിരുന്നു എന്നതാണ്. ഭാരതമാതാവിന്റെ അഭിമാനമായ മകൻ. അതുകൊണ്ട്, ഞാൻ ഇതിൽ ഒരു നിലപാടെടുക്കുന്നില്ല. അദ്ദേഹം ഏതു ജാതിയിൽ പെട്ടയാളായിരുന്നു എന്ന് ഞാൻ പറയില്ല.

ഈ പുസ്തകത്തിൽ ഞാൻ ആകെ പറയുക സുഹേൽദേവ് രാജാവ് ഒരു അഭിമാനിയായ ഇന്ത്യക്കാരൻ ആയിരുന്നു എന്നാണ്, നമ്മുടെ രാജ്യത്തിനെ ഏറ്റവും ക്രൂരന്മാരായ വിദേശ കടന്നുകയറ്റക്കാർ ഭീഷണിപ്പെടുത്തിയ സമയത്ത് പോരാടിയയാൾ. അദ്ദേഹം എല്ലാവരേയും – എല്ലാ

ജാതികളിലുമുള്ള ഹിന്ദുക്കൾ, ബുദ്ധിസ്റ്റുകൾ, ഇന്ത്യയിലെ മുസ്ലീങ്ങൾ – തന്റെ നേതൃത്വത്തിനു കീഴിൽ ഒരുമിച്ചുചേർത്തു. അവർ തങ്ങളുടെ മാതൃരാജ്യത്തിനു വേണ്ടി പോരാടി. തിളങ്ങുന്ന വിജയം നേടി. ആ ചിന്ത തന്നെ ലഹരി പിടിപ്പിക്കുന്നതാണ്, പക്ഷേ ഇന്ത്യയുടെ ഈ മഹാനായ പുത്രനിൽ നിന്നും ഒരു പാഠവുമുണ്ടായിരുന്നു: നമ്മൾ ഒരുമിക്കുമ്പോൾ, ഇന്ത്യാക്കാർ എന്നനിലയിൽ, നമ്മളെ തോൽപ്പിക്കാനാവില്ല.

ഭാരതമാതാവിനോടുള്ള എന്റെ സ്നേഹവും ദേശഭക്തിയും എന്നെ ഈ കഥ പറയാൻ നിർബന്ധിക്കുന്നു. പക്ഷേ മറ്റൊരു കാരണം കൂടിയുണ്ട്.

സമൂഹങ്ങളുടെ അവകാശവാദങ്ങൾ എന്തായാലും തന്നെ, മിക്കവാറും എല്ലാവരും സമ്മതിക്കുന്ന ഒരു കാര്യം സുഹേൽദേവ് രാജാവ് ഒരു ശിവഭക്തൻ ആയിരുന്നു എന്നതാണ് – ശിവഭഗവാന്റെ ഭക്തൻ. ഞാൻ മുമ്പു പറഞ്ഞതുപോലെ, എന്റെ കഥ പറയാനുള്ള കഴിവ് മഹാദേവന്റെ അനുഗ്രഹമാണ്, ഒരു ദിവസം ഞാൻ ഈ ഭൗതികശരീരം ഉപേക്ഷിക്കും, എന്റെ അടുത്ത ജീവിതത്തിലേയ്ക്കു കടക്കുന്നതിനു മുമ്പ്, എനിക്ക് ഒരുപക്ഷേ ശിവഭഗവാന്റെ മുന്നിൽ നിൽക്കാനുള്ള അവസരം ലഭിക്കുമായിരിക്കും. എന്നിട്ട്, ഭഗവാൻ എന്നിൽ നിന്നും ഒരു ഉത്തരം ആവശ്യപ്പെടുമായിരിക്കും. അദ്ദേഹം എനിക്കു കഴിവ് തന്നു: എനിക്ക് കഥകൾ പറയാൻ കഴിയും; എന്നിട്ട് എന്തുകൊണ്ട് അദ്ദേഹത്തിന്റെ ഏറ്റവും മഹത്തായ ഭക്തരിൽ ഒരാളായ സുഹേൽദേവ് രാജാവിന്റെ കഥ പറഞ്ഞില്ല? എന്റെ ഭഗവാന്റെ മുന്നിൽ ഞാൻ ലജ്ജിച്ചു തല കുനിക്കില്ല. ഞാൻ എഴുതിയേ തീരൂ. ഞാൻ നിങ്ങൾക്ക് ഈ മഹാനായ വീരൻ നയിച്ച ഒരു കാലത്ത് ഇന്ത്യ നിവർന്നു നിന്ന്, ഒരുമിച്ച്, ലോകം കണ്ടതിൽ വച്ച് ഏറ്റവും ഭയാനകവും ക്രൂരവുമായ പോരാളികൾ അടങ്ങിയ സേനയെ, മദ്ധ്യേഷ്യയിൽ നിന്നുമുള്ള തുർക്കിയുടെ പടയെ, തോല്പിച്ച കഥ പറയാം. നമ്മൾ ഒരു യുദ്ധം തിരഞ്ഞെടുത്തില്ല. അവർ വന്നു. കൊള്ളയടിച്ചു. നമ്മൾ യുദ്ധം ചെയ്തു. ജയിച്ചു. നമ്മൾ നമ്മുടെ സംസ്കാരത്തിനെ സംരക്ഷിച്ചു. നമ്മൾ ഇന്ത്യാക്കാർ ഒരുമിച്ചു നിൽക്കുമ്പോൾ, തോളോടുതോൾ ചേർന്നു, നമ്മളെ തോൽപ്പിക്കാനാവില്ല.

നമുക്ക് ഒരുമിക്കാൻ കഴിയുമെങ്കിൽ മാത്രം.

മാത്രം...

ഞാൻ നമ്മളെല്ലാവരും ഒരേ ശബ്ദത്തിൽ പറയുന്ന ദിവസത്തിനെ സ്വപ്നം കാണുന്നു:

ജയ് സുഹേൽദേവ്! ജയ് മാ ഭാരതി!

സുഹേൽദേവ് രാജാവ് നീണാൾ വാഴട്ടെ. ഭാരതമാതാവ് നീണാൾ വാഴട്ടെ.

അദ്ധ്യായം 1

സോംനാഥ്, ഇന്ത്യ, 1025 എഡി

ഇന്ത്യൻ യോദ്ധാവ് മുരണ്ടു, നെറ്റിയിലെ ഞരമ്പുകൾ രൂക്ഷമായി ഉയർന്നുനിന്നു, അദ്ദേഹത്തിന്റെ കരുത്തുറ്റ പേശികൾ അദ്ധ്വാനം കൊണ്ട് ആയാസപ്പെട്ടു, അദ്ദേഹത്തിന്റെ വലിയ തഴമ്പിച്ച കൈകൾ തന്റെ തുർക്കിക്കാരനായ പ്രതിയോഗിയുടെ ജീവൻ പിഴിഞ്ഞെടുക്കുമ്പോൾ. അദ്ദേഹത്തിന്റെ നെഞ്ചിൽ വെറിപിടിച്ച വിരോധി ഇടിച്ചു, എന്നിട്ട് കണ്ണുകളിൽ മാന്തി. പക്ഷേ തുർക്കിക്കാരന്റെ കരുത്ത് അയാളുടെ നിരർഥകമായ പരിശ്രമങ്ങളിൽ ഏതാണ്ടു ചെലവഴിക്കപ്പെട്ടിരുന്നതുകൊണ്ട് ഉഗ്രനായ യോദ്ധാവിൽ കാര്യമായ ആഘാതമൊന്നും ഉണ്ടാക്കിയില്ല. അദ്ദേഹം കാലുകൾ പിണച്ചിരിക്കുന്ന ആ മനുഷ്യനെ നിഷ്കരുണം ശ്വാസം മുട്ടിക്കുന്നത് തുടർന്നു.

തുർക്കിക്കാരന്റെ മുഖം ചുവക്കുകയും കണ്ണുകൾ മുഴയ്ക്കുകയും ചെയ്തു. അയാളുടെ നാക്ക് പുറത്തേയ്ക്കു വരുകയും പിന്നെ ചലനമറ്റ് കിടക്കുകയും ചെയ്തു. ഇന്ത്യൻ യോദ്ധാവ് ശത്രുവിന്റെ കഴുത്ത് കുറച്ചു നേരം കൂടി ഞെക്കുന്നതു തുടർന്നു, എന്നിട്ട് തല ഉയർത്തിയെടുത്തു പാറക്കല്ലുകൾ നിറഞ്ഞ തറയിൽ അടിച്ചു, തലയോട്ടി പൊട്ടിച്ചുകൊണ്ട്. ഒന്ന് ഉറപ്പാക്കാൻ വേണ്ടി. പെട്ടെന്നു തളർച്ച തോന്നിയപ്പോൾ അദ്ദേഹം മരിച്ചയാളെ ഉപേക്ഷിച്ച് എഴുന്നേറ്റു നിന്നു.

യോദ്ധാവ് നിവർന്നു നിന്നു, അദ്ദേഹത്തിന്റെ മെലിഞ്ഞ രൂപത്തിൽ മുറുകിയ പേശികളുടെ തിരമാലകളും, വിശാലമായ തോളുകളും നെഞ്ചും, ഒതുങ്ങിയ അരക്കെട്ടിലേക്കും ബലിഷ്ഠമായ കാലുകളിലേയ്ക്കും ചുരുങ്ങിക്കൊണ്ട്. അദ്ദേഹത്തിന്റെ ഇരുണ്ട ചർമ്മത്തിൽ എണ്ണമില്ലാത്ത വടുക്കൾ

തലങ്ങും വിലങ്ങും ഉണ്ടായിരുന്നു. അദ്ദേഹം തന്റെ കുഴഞ്ഞുമറിഞ്ഞ അവയവങ്ങൾ ജാഗ്രതയോടെ മുരിനിവർത്തി, ശരീരത്തിൽ വ്യാപിച്ചിരിക്കുന്ന തളർച്ചയും വേദനയും ശാന്തമാക്കാൻ ശ്രമിച്ചുകൊണ്ട്.

മുറിവേറ്റ ഒരു തുർക്കിക്കാരൻ, അല്പം അകലെ, അവസരം കണ്ടു. വളരെ പരിശ്രമിച്ച് അയാൾ എഴുന്നേറ്റുനിന്നു, ഒരു വാൾ എടുത്ത് ഇന്ത്യൻ യോദ്ധാവിനു നേരെ വീശി. ക്ഷീണം ഉണ്ടായിട്ടും, യോദ്ധാവിന്റെ സ്വതസിദ്ധമായ ജാഗരൂകതയും യുദ്ധം മൂർച്ചകൂട്ടിയ ക്ഷിപ്രപ്രതികരണശേഷിയും അദ്ദേഹത്തെ രക്ഷിച്ചു. അദ്ദേഹം പിന്നോട്ടു ചാഞ്ഞു, വാൾ കഷ്ടിച്ച് അദ്ദേഹത്തിനെ തൊടാതെപോയി. വീശലിന്റെ ഒരു നിമിഷം വാൾ സുരക്ഷിതമായി യോദ്ധാവിനെ കടന്നു കൊണ്ടുപോകുകയും അദ്ദേഹത്തിനെ ആക്രമിച്ച ആളുടെ വലതുവശം വെളിപ്പെടുത്തുകയും ചെയ്തു. യോദ്ധാവ് അയാളെ താടിയിൽ ആഞ്ഞിടിച്ചു താഴെയിട്ടു. തുർക്കിക്കാരന്റെ കൈയ്യിൽ നിന്നും വാൾ തെറിച്ചുപോയി.

ഞെട്ടിപ്പോയ തുർക്കിക്കാരൻ പതുക്കെ എഴുന്നേൽക്കാൻ ശ്രമിച്ചു. ഒരു തരത്തിൽ അയാൾക്ക് മുട്ടുകുത്തി ഇരിക്കാൻ സാധിച്ചു. യോദ്ധാവ് താഴെ വീണുകിടക്കുന്ന വാൾ എടുത്ത് ഉയർത്തിപ്പിടിച്ച് തുർക്കിക്കാരന്റെ കഴുത്തിന്റെ പിന്നിൽ നെടുകെ വെട്ടി, അയാളുടെ ഹൃദയം വരെ. നിമിഷാർദ്ധത്തിലുള്ള കൊല.

യോദ്ധാവ് വാളിൽ താങ്ങിനിന്നു. തളർന്ന്. ചോരയൊലിപ്പിച്ച്. പക്ഷേ ചെറുവിരാമം പോലും ഉണ്ടാകരുതെന്ന് അദ്ദേഹത്തിന് അറിയാമായിരുന്നു. അദ്ദേഹം ഇന്ത്യയുടെ വടക്കുള്ള ശ്രാവസ്തിയുടെ കിരീടധാരിയായ രാജകുമാരൻ ആയിരുന്നു. അദ്ദേഹത്തിന്റെ സൈനികരും അദ്ദേഹവും ഗുജറാത്തിന്റെ പടിഞ്ഞാറേ തീരത്തുള്ള സോമനാഥിലേയ്ക്കു കുതിച്ചെത്തുകയായിരുന്നു, ഐതിഹാസികമായ ശിവക്ഷേത്രത്തിനെ തുർക്കിക്കാരനായ കടന്നുകയറ്റക്കാരൻ ഘസ്നിയിലെ മഹ്മൂദിൽ നിന്നും സംരക്ഷിക്കാനായി ഒത്തുചേർന്നിരിക്കുന്ന ഇന്ത്യക്കാരോടൊപ്പം ചേരാനായി. അവർ തുർക്കികളുടെ മുന്നേറ്റത്തോടും കലഹത്തോടും ഏറ്റുമുട്ടിയിട്ടേയുണ്ടായിരുന്നുള്ളൂ. പ്രധാന തുർക്കിപ്പട്ടാളം എത്തിച്ചേരാൻ പോകുന്നേയുള്ളുവെന്ന് അവർക്കറിയാമായിരുന്നു. അവർക്ക് ഒരിക്കൽക്കൂടി അണിനിരക്കേണ്ടതുണ്ടായിരുന്നു.

ശ്രാവസ്തിയിൽ നിന്നുമുള്ള ഇന്ത്യൻ യോദ്ധാവ് സ്വയം പറഞ്ഞു. *വേഗമാകട്ടെ മല്ലദേവ്. എഴുന്നേൽക്ക്, പുറപ്പെട്. വീണ്ടും അണിചേര്.*

പക്ഷേ അദ്ദേഹം അവിടെത്തന്നെ നിൽക്കുന്നതു തുടർന്നു. കുനിഞ്ഞിരിക്കുന്ന തുർക്കിയിൽ ആഴ്ന്നിരിക്കുന്ന വാളിൽ ചാഞ്ഞുകൊണ്ട്. കഠിനമായി ശ്വസിച്ചുകൊണ്ട്. ശ്വാസകോശങ്ങളിലേയ്ക്കു പ്രാണവായു

ഒഴുക്കിക്കൊണ്ട്. തന്റെ തളർന്ന ശരീരത്തിനു കുറച്ചുകൂടി സമയം കൊടുത്ത്.

"എന്റെ രാജകുമാരാ..."

മല്ലദേവ് ശബ്ദം കേട്ടിടത്തേയ്ക്കു തിരിഞ്ഞു. അദ്ദേഹം ചുറ്റും തന്റെ വിശ്വസ്തരായ എല്ലാ സഖാക്കളേയും കണ്ടു. എല്ലാവരും തറയിൽ കമിഴ്ന്നു കിടക്കുന്നു. എല്ലാവരും മരിച്ചുകഴിഞ്ഞു. ഒരാളൊഴിച്ച്. ആ മനുഷ്യന്റെ മുറിവുകളിലേയ്ക്ക് ഒന്നു നോക്കിയപ്പോൾ മറ്റുള്ളവർക്കൊപ്പം ചേരുന്നതിനു മുമ്പ് അധികം സമയം വേണ്ടെന്നു മല്ലദേവിനു മനസ്സിലായി. പക്ഷേ അദ്ദേഹം അത് മുഖത്ത് പ്രദർശിപ്പിക്കാതിരിക്കാൻ ശ്രമിച്ചു.

"എഴുന്നേൽക്ക് വാസിം," മല്ലദേവ് പറഞ്ഞു, അദ്ദേഹത്തിന്റെ ശബ്ദം അടഞ്ഞതും ക്ഷീണിച്ചതുമായിരുന്നു. "ഈ ചെറിയ പോറലുകളെ നിന്നെ തളർത്താൻ അനുവദിക്കാൻ പോകുകയാണോ?"

വാസിം ക്ഷീണത്തോടെ പുഞ്ചിരിച്ചു, എന്നിട്ട് ഒരു ചുമയിൽ കുലുങ്ങിപ്പോയ ശരീരത്തിൽ നിന്നും തന്റെ ചുണ്ടുകളിൽ വരുന്ന കഫവും ചോരയുമായി വിഡ്ഢിച്ചിരി ചിരിച്ചു.

ചുമ കുറഞ്ഞപ്പോൾ, വാസിം പതുക്കെ പറഞ്ഞു. "നമ്മൾ ആ തുർക്കി തന്തയില്ലാത്തവന്മാർക്കു കാണിച്ചുകൊടുത്തു...അല്ലേ?"

"തീർച്ചയായും നമ്മൾ ചെയ്തു," മല്ലദേവ് പറഞ്ഞിട്ടു പുഞ്ചിരിച്ചു.

"പക്ഷേ...കൂടുതൽ ആളുകൾ ഉണ്ടാകും..." വാസിം പറഞ്ഞു.

മല്ലദേവ് നിശ്ശബ്ദനായിരുന്നു. വാസിം പറഞ്ഞതു ശരിയാണെന്ന് അദ്ദേഹത്തിന് അറിയാമായിരുന്നു.

"മഹാനായ രാജകുമാരാ...താങ്കൾ ശ്രീകോവിലിലേയ്ക്കു പിൻവലിയണം...അതാണ് പ്രതിരോധത്തിന്റെ....അവസാനത്തെ വരി." വാസിമിന്റെ വാക്കുകൾ വേദനാജനകമായ പിറുപിറുക്കലായി പുറത്തുവന്നു. പിന്നെ അയാളുടെ ശരീരം കോച്ചിപ്പിടിച്ചു, അയാൾ നിശ്ചലനായി കിടന്നു.

മല്ലദേവ് വാസിമിന്റെ ശരീരത്തെ പുണർന്നു, എന്നിട്ടു പതുക്കെ നിലത്തുകിടത്തി. "ഭാരതമാതാവ് നിന്നെ അനുഗ്രഹിക്കട്ടെ, എന്റെ സുഹൃത്തേ. അവൾ എപ്പോഴും നിന്റെ ത്യാഗത്തെ മാനിക്കട്ടെ."

മല്ലദേവ് പതുക്കെ എഴുന്നേറ്റു, അദ്ദേഹത്തിന് എപ്പോഴും കരുത്തു നൽകിയിരുന്ന വാക്കുകൾ പിറുപിറുത്തുകൊണ്ട്. "ഓം നമഃ ശിവായ."

പ്രപഞ്ചം ശിവഭഗവാനെ വണങ്ങുന്നു. ഞാൻ ശിവഭഗവാനെ വണങ്ങുന്നു.

എന്നിട്ടദ്ദേഹം പതുക്കെ മുടന്തിനടന്നു. പ്രധാന ക്ഷേത്രത്തിലേയ്ക്ക്. വാസിം പറഞ്ഞതു ശരിയായിരുന്നു. വിശ്രമിക്കാൻ സമയമില്ലായിരുന്നു. അദ്ദേഹത്തിന്റെ കർത്തവ്യം പൂർത്തിയായിട്ടില്ല. ആദ്ദേഹത്തിന്റെ ജീവിതം പൂർത്തിയായിട്ടില്ല. ആയിട്ടില്ല.

[illegible]

പുറത്ത്, എല്ലാ ദിവസവും ചെയ്യുന്നതുപോലെ തിരമാലകൾ അലസമായി കരയെ കഴുകി, കടൽത്തീരത്ത് നടക്കുന്ന മനുഷ്യദുരന്തത്തിനെ കാണാത്തപോലെ. വെള്ളം സായാഹ്നസൂര്യനെ കൂടുതൽ വിഴുങ്ങാൻ തുടങ്ങിയപ്പോൾ, ഏതാണ്ട് മേഘരഹിതമായ ആകാശം ഉജ്ജ്വലമായ ചുവപ്പിന്റേയും ഓറഞ്ചിന്റേയും ഊതനിറത്തിന്റേയും വർണഭേദങ്ങളിൽ തിളങ്ങി. അത് ഭ്രമാത്മകമായ, മനോഹരമായ ദൃശ്യമായിരുന്നു, മറ്റൊരു അവസരത്തിലായിരുന്നെങ്കിൽ പ്രശംസിക്കാമായിരുന്നത്. പക്ഷേ, ഇപ്പോൾ, ലോകം ക്രൂരമായ കാട്ടാളത്തിനു കീഴടങ്ങുകയാണെന്നു തോന്നിച്ചു. ലോകത്തിലെ തന്നെ അതിജീവിച്ചിരിക്കുന്ന ഏറ്റവും പഴയ മതത്തിന്റെ വിശുദ്ധ സ്ഥലങ്ങളിലൊന്നിൽ, പരിഷ്കൃതരായ ആളുകളുടെ ശരീരങ്ങളും അവരുടെ ദൈവങ്ങളുടെ ക്ഷേത്രങ്ങളും വിദേശികളായ കാടന്മാരാൽ പാഴ്വസ്തുക്കളായി കിടത്തിയിരിക്കുന്നു.

തുർക്കി ശക്തികൾ കൂറ്റൻ ക്ഷേത്രസമുച്ചയത്തിലൂടെ അതിവേഗത്തിൽ പരക്കുകയായിരുന്നു, വിശാലമായ പറമ്പിന്റെ ഹൃദയത്തിലുള്ള പ്രധാന നിർമ്മിതിയ്ക്കു നേരെ, ശിവഭഗവാന്റെ മഹത്തായ ഗർഭഗൃഹത്തിലേയ്ക്ക്, അദ്ദേഹത്തിന്റെ സോംനാഥ് എന്ന ചന്ദ്രന്റെ ദൈവരൂപത്തിലുള്ളത്, മനസ്സിളകാതെ നീങ്ങിക്കൊണ്ട്. ഇന്ത്യാക്കർക്ക്, തുർക്കികളെ കണ്ടാൽ ചൈനാക്കാരാണെന്നു തോന്നിച്ചു, അവരുടെ വട്ടത്തിലുള്ള മുഖങ്ങളും, കുറുകിയ കണ്ണുകളും കൊണ്ട്. പക്ഷേ ശരിക്കും ചൈനാക്കാർക്കറിയാം തുർക്കികൾ മദ്ധ്യേഷ്യയിൽ നിന്നുമുള്ള കാടന്മാരായ ഊരുതെണ്ടികൾ ആണെന്ന്, അവരെ ഭയക്കുന്നതാണു ബുദ്ധിയെന്ന് അവർ പരിഗണിച്ചു. തുർക്കികൾ ഒരു കല മാത്രം പരിശീലിപ്പിക്കപ്പെട്ട ആളുകളായിരുന്നു: കൊല്ലുന്നതിന്റെ കല.

ക്ഷേത്രസമുച്ചയത്തിന്റെ പല കെട്ടിടങ്ങളിൽ നിന്നും പുകച്ചുരുളുകൾ ഉയർന്നു. വെള്ളിയും സ്വർണവും കൊണ്ടുണ്ടാക്കിയ ശില്പങ്ങൾ തറകളിൽ ചിതറിക്കിടക്കുന്നു – തകർന്ന്, കേടുപാടുകൾ പറ്റി, മലിനമായി. ഒരു സംഘം തുർക്കി പട്ടാളക്കാർ ശിവഭഗവാന്റെ കാളയായ നന്ദിയുടെ കൂറ്റൻ ശില്പത്തിലെ സ്വർണക്കൊമ്പുകളിൽ പിടിച്ചുവലിച്ചുകൊണ്ട് പൊട്ടിച്ചിരിച്ചു. കൊമ്പുകൾ അവസാനം അയഞ്ഞുവന്നു, അവർ ആഹ്ലാദത്തോടെ അലറുകയും അസഭ്യങ്ങൾ വിളിച്ചുകൂവുകയും ചെയ്തു.

തുർക്കിക്കാരുടെ വിജയത്തിന്റെ മറ്റൊലികൾ ഉയർന്നപ്പോൾ, ഭൂമിയിലെ തന്നെ ഏറ്റവും മഹത്തായ ക്ഷേത്രങ്ങളിലൊന്നിന്റെ ഗർ

ഭഗൃഹത്തിന്റെ അകത്തെ അഭയസ്ഥാനത്ത് മറഞ്ഞിരിക്കുന്ന മുറിവേറ്റ ഇന്ത്യാക്കാരുടെ ഗതികെട്ട അഭ്യർഥനകളും ഉയർന്നു.

"ഞങ്ങളെ രക്ഷിക്കൂ, മഹാദേവാ..."

"നിന്റെ ശക്തി കാണിക്കൂ..."

ആ മതഭ്രാന്തന്മാരെ അടിച്ചമർത്തൂ..."

"ഞങ്ങളെ എന്തിനാണ് ഇങ്ങനെ പരീക്ഷിക്കുന്നത്?"

ഒരു മറുപടി വന്നു – ഒന്നു മാത്രം.

തഡ്! തഡ്! തഡ്!

ഗർഭഗൃഹത്തിന്റെ വാതിലുകളിൽ ഉച്ചത്തിലുള്ള ഭീഷണമായ മുട്ടൽ. മല്ലദേവ്, അതുവരെ നിശ്ശബ്ദനായിരുന്നയാൾ, അടഞ്ഞ വാതിലിലേയ്ക്ക് തലയുയർത്തി നോക്കി. അദ്ദേഹത്തിന്റെ കണ്ണുനീർത്തുള്ളികൾ മുഖത്ത് ഇറ്റുവീഴുന്ന രക്തത്തിൽ കലർന്നു. പശിമയുള്ള മിശ്രമണം അദ്ദേഹത്തിന്റെ വായയിലേയ്ക്ക് ഊറിയിറങ്ങി.

ചവർപ്പ്.

അദ്ദേഹത്തിന്റെ നാടിന്റെ, വിശ്വാസത്തിന്റെ, ജനങ്ങളുടെ വിധി പോലെ.

അദ്ദേഹം മഹത്തായ ശിവലിംഗത്തിലേയ്ക്ക് നോക്കി, ശിവഭഗവാന്റെ, മഹാദേവന്റെ, ദൈവങ്ങളുടെ ദൈവത്തിന്റെ ചിഹ്നം.

അദ്ദേഹത്തിന്റെ കൂട്ടാളികൾ, ഒരു ഡസൻ മാത്രം, ഒരുമിച്ച് അരികിലേയ്ക്ക് നീങ്ങി ആകാംക്ഷയോടെയുള്ള നോട്ടങ്ങൾ കൈമാറി. ഈ നാനാവർണങ്ങളിലുള്ള, ഛിന്നഭിന്നമായ, പരുക്കുകളേറ്റ, തകർന്ന മനുഷ്യർ –അവരിൽ ഒരുപാട് പേർ ഇന്നേ വരെ ഒരിക്കലും ആയുധമേന്തിയിട്ടില്ലാത്ത ബ്രാഹ്മണർ ആയിരുന്നു – കൽപ്പിതകഥകൾ നിറഞ്ഞ, അതിഗംഭീരമായ സമ്പത്തുള്ള സോംനാഥ് ക്ഷേത്രത്തിനെ സംരക്ഷിക്കാനായി കൂടിച്ചേർന്നിരുന്ന ഏതാണ്ട് അമ്പതിനായിരം ആളുകളുടെ സൈന്യത്തിൽ ബാക്കിവന്നവർ ആയിരുന്നു.

ഒരു തുർക്കി ഉദ്യോഗസ്ഥൻ അവരെ വാതിലിന്റെ മറുവശത്തുനിന്നും ചീത്തവിളിച്ചു. "ഇപ്പോൾ വാതിൽ തുറന്നില്ലെങ്കിൽ കൊന്നുകളയും!"

മല്ലദേവ് ഒരു ദീർഘനിശ്വാസം എടുത്തു. പക്ഷേ അദ്ദേഹം ഒന്നും പറഞ്ഞില്ല. ശിവലിംഗത്തിനെ മുറുകെപ്പിടിച്ച് ആ അത്ഭുതകരമായ വിഗ്രഹത്തിൽ നിന്നും കരുത്ത് ആർജ്ജിച്ചുകൊണ്ടിരുന്നു.

വാതിലിന്റെ മറുവശത്ത്, കൊള്ളയടി തുടരുമ്പോൾ, ഒരു വരി പട്ടാളക്കാർ അച്ചടക്കത്തോടെ ഗർഭഗൃഹത്തിനു നേരെ ദൃഢനിശ്ചയത്തോടെ നടന്നു. അവർ സുൽത്താൻ മഹ്മൂദിന്റെ സുരക്ഷാ ഉദ്യോഗസ്ഥരായിരുന്നു, അദ്ദേഹത്തിനെ യുദ്ധത്തിൽ എല്ലായിടത്തും കൂടെപ്പോകാനായി തിര

ഞ്ഞെടുക്കപ്പെട്ട യോഗ്യരായ യോദ്ധാക്കൾ. ഘസ്നിയുടെ ബാക്കിയുള്ള പച്ച മേലാടയണിഞ്ഞ സൈന്യത്തിനെപ്പോലെ അല്ലാതെ, സുൽത്താന്റെ കാവർൽക്കാർക്ക് അവരുടേതായ യൂണിഫോമുകൾ ഉണ്ടായിരുന്നു. സമാധാനത്തിന്റെ സമയത്ത് അവർ വെള്ളവസ്ത്രങ്ങൾ ധരിച്ചു. പക്ഷേ യുദ്ധത്തിനായി പോകുമ്പോൾ, അവർ കറുത്ത വസ്ത്രങ്ങൾ അണിയും, കൈകളിൽ വെള്ളനൂല് കൊണ്ട് അലറുന്ന സിംഹത്തിന്റെ ചിത്രം തുന്നിപ്പിടിപ്പിച്ചത്.

ദീർഘമായ, തളർത്തിക്കളഞ്ഞ യുദ്ധത്തിന്റെ അടയാളങ്ങൾ അവരിൽ വ്യക്തമായി കാണാമായിരുന്നു, പക്ഷേ ക്ഷേത്രത്തിലെ അവസാനത്തെ പ്രതിരോധികളെക്കാൾ വളരെ മെച്ചപ്പെട്ട രൂപത്തിലായിരുന്നു അവർ.

അവരുടെ തുർക്കി ക്യാപ്റ്റന്റെ സൂചന കിട്ടിയപ്പോൾ, പത്ത് ആളുകൾ ഗർഭഗൃഹത്തിന്റെ കൂറ്റൻ വാതിലുകളിൽ കൊട്ടുകൂടം പ്രയോഗിച്ചു. അത് മുഴങ്ങുന്ന ശബ്ദത്തോടെ വാതിലുകളിൽ ഇടിച്ചെങ്കിലും പ്രത്യേകിച്ച് പുരോഗതിയൊന്നും ഉണ്ടായില്ല. വാതിലുകൾ ദൃഢമായിത്തന്നെ നിന്നു.

തുർക്കികൾ പിന്നോട്ടു പോയി. വീണ്ടും ലക്ഷ്യം നോക്കി പ്രയോഗിച്ചു. ഭാരിച്ച മരത്തടി ഇത്തവണ കൂടിയ ശക്തിയോടെ വാതിലുകളിൽ ഇടിച്ചു. വാതിലുകളിൽ നിന്നും ചെറിയൊരു കിറുകിറുശബ്ദം പുറത്തുവന്നു. കൊട്ടുകൂടം വീണ്ടും തയ്യാറാക്കപ്പെട്ടു. ശരിയായ സ്ഥാനത്ത് വച്ചു. നടുക്കുള്ള സന്ധിയുമായി ഇടിയ്ക്കാനായി. തുർക്കി ഉദ്യോഗസ്ഥൻ ആജ്ഞ നൽകിയപ്പോൾ കൊട്ടുകൂടം ഒരിക്കൽക്കൂടി വാതിലിനെ ആക്രമിച്ചു. വാതിലുകളുടെ ചില ഭീമമായ വിജാഗിരികൾ അവസാനം കീഴടങ്ങി. അതിലൂടെ വെളിച്ചത്തിന്റെ ഒരു കഷ്ണം അരിച്ചുവന്നു, തങ്ങളുടെ ദൈവത്തിനെ അല്ലെങ്കിൽ നാടിന്റെ അഭിമാനത്തിനെ പ്രതിരോധിക്കാമെന്ന വിശ്വാസത്തിൽ അപ്പോഴും അള്ളിപ്പിടിച്ചിരിക്കുന്ന ഇന്ത്യാക്കാരുടെ വിറയ്ക്കുന്ന നിഴലുകളെ വെളിപ്പെടുത്തിക്കൊണ്ട്.

മല്ലദേവ് വിഗ്രഹത്തിന്റെ അടിയിൽ നെറ്റി മുട്ടിച്ചു, അദ്ദേഹത്തിന്റെ കണ്ണുകൾ അടഞ്ഞു. തന്റെ ദൈവത്തിന് അവസാനത്തെ ആരാധന അർപ്പിച്ചുകൊണ്ട്. മറ്റൊരു അവസരം ലഭിക്കില്ലെന്ന് അദ്ദേഹത്തിന് അറിയാമായിരുന്നു.

അദ്ദേഹം ശബ്ദം താഴ്ത്തിപ്പറഞ്ഞു, "നമ്മൾ ഇന്നു മരിച്ചേക്കാം, മഹാനായ ശിവാ... പക്ഷേ നമ്മൾ തിരിച്ചുവരും. നമ്മൾ ദശലക്ഷക്കണക്കായി തിരിച്ചുവരും..." മല്ലദേവ് കുലീനമായ ഇന്ത്യാരാജ്യത്തിന്റെ തന്റെ സഹപോരാളികളുടെ നേരെ തിരിഞ്ഞു, ശബ്ദം ഉയർത്തിക്കൊണ്ട്. "നമ്മൾ തിരിച്ചുവരും! നമ്മൾ വീണ്ടും പണിതുയർത്തും! നമ്മളുടെ ദേവന്റെ യശസ്സ്

തിരിച്ചുവാങ്ങും! ഞാൻ അവരിൽ ഏറ്റവും പരിപാവനമായതിന്റെ പേരിൽ ആണയിടുന്നു, ശിവഭഗവാൻ!"

വാക്കുകൾ അദ്ദേഹത്തിനു ചുറ്റും കൂടിയിരിക്കുന്ന ആളുകളിലേയ്ക്ക് ഭഗവാന്റെ ശക്തി പകർന്നു. അവർ മുതുക് നിർവത്തി. നിശ്ചയദാർഢ്യം ഉറപ്പിച്ചു.

മല്ലദേവ് കൈ ഉയർത്തി, വാതിലിനു നേരെ തന്റെ വാൾ ചൂണ്ടിക്കൊണ്ട്. "മരണം വരെ!"

"മരണം വരെ!" അഭിമാനികളായ ഇന്ത്യാക്കാർ അദ്ദേഹത്തിനൊപ്പം ആക്രോശിച്ചു.

എന്നിട്ട്, അവരിലൊരാൾ അതിശക്തിയുള്ള പ്രാചീനവാക്കുകൾ ചൊല്ലി. സഹസ്രാബ്ദങ്ങളായി ഇന്ത്യാക്കാരെ ഊർജ്ജപ്പെടുത്തിയ വാക്കുകൾ. ഇന്ത്യാക്കാരെ അവർ ദൈവങ്ങളാണെന്ന് ഓർമ്മിപ്പിച്ച വാക്കുകൾ. അവരിൽ ഓരോരുത്തരും മഹാദേവൻ ആണെന്നും.

"ഹര ഹര മഹാദേവാ!"

നമ്മൾ ദേവന്മാരാണ്!

തഡ്. തഡ്. തഡ്.

കൊട്ടുകൂടം അപ്പോഴും യന്ത്രം പോലെ സൂക്ഷ്മതയിലായിരുന്നു. തുർക്കികളുടെ നാശം വിതയ്ക്കുമ്പോഴുള്ള ഉന്മത്തമായ ആഹ്ലാദത്തിന്റെ അലർച്ചകൾക്ക് ഒച്ച കൂട്ടുകയായിരുന്നു.

"ഹര ഹര മഹാദേവ!"

ഞങ്ങൾ ദേവന്മാരെപ്പോലെ മരിക്കും!

ഗർഭഗൃഹത്തിന്റെ കൂറ്റൻ വാതിലുകൾ വലിയൊരു പൊട്ടിത്തെറിയോടെ തുറക്കപ്പെട്ടു.

"ഹര ഹര മഹാദേവ!"

ഞങ്ങൾ ദേവന്മാരെപ്പോലെ തിരിച്ചുവരും!

തുർക്കികൾ ലോകത്തിലെ തന്നെ ഏറ്റവും പവിത്രമായ ക്ഷേത്രങ്ങളിലൊന്നിന്റെ ശൂന്യമായ ഗർഭഗൃഹത്തിലേയ്ക്കു പ്രവേശിച്ചു, പിശാചുക്കളെപ്പോലെ കൂക്കിവിളിച്ചുകൊണ്ട്.

"ഹര ഹര മഹാദേവ!" മല്ലദേവ് അലറി, അദ്ദേഹവും ഒപ്പമുള്ള ഇന്ത്യാക്കാരും തുർക്കി അണികളെ ആക്രമിച്ചുകൊണ്ട്.

പ്രതിരോധിക്കുന്നവരുടെ ക്രോധവും പോർവിളിയും തുർക്കികളുടെ അവരുടെ പാതകളിലൂടെയുള്ള മുന്നേറ്റത്തിനെ തടഞ്ഞു. ആ കാടന്മാർ അത്തരം ഒരു പ്രതിരോധം പ്രതീക്ഷിച്ചിരുന്നില്ല. തുടക്കത്തിലെ തിരക്കിനിടയിൽ ഒരുപാട് തുർക്കികൾ കൊല്ലപ്പെട്ടു. പക്ഷേ അവർ എണ്ണത്തിൽ പ്രതിരോധിക്കുന്ന ഇന്ത്യാക്കാരെക്കാൾ പല മടങ്ങ് അധി

കമായിരുന്നു. അവർ വന്നുകൊണ്ടേയിരുന്നു. വന്നുകൊണ്ടേയിരുന്നു. വന്നുകൊണ്ടേയിരുന്നു.

ഓരോ ഇന്ത്യാക്കാരനും വീഴുന്നതിനുമുമ്പ് കുറഞ്ഞത് അഞ്ച് തുർക്കികളെയെങ്കിലും വീഴ്ത്തി. പക്ഷേ അവരെല്ലാവരും വീണു.

അവരെല്ലാവരും വീണു.

അവസാനം മല്ലദേവ് മാത്രമാകുന്നതുവരെ. അളക്കാനാവാത്ത വിധം ക്ഷീണിച്ച്. മനുഷ്യനു താങ്ങാനാവുന്നതിനേക്കാൾ മുറിവേറ്റ്. അതിയായി ചോരയൊലിപ്പിച്ച്. എപ്പോഴും അലറിക്കൊണ്ട്. അദ്ദേഹം പോരാടിക്കൊണ്ടിരുന്നു. പോരാടിക്കൊണ്ടിരുന്നു.

ഒറ്റയ്ക്ക്.

എണ്ണിയാലൊടുങ്ങാത്തവർക്ക് എതിരെ.

അദ്ദേഹം കീഴടങ്ങിക്കൊണ്ടു വാൾ എറിഞ്ഞുകളഞ്ഞില്ല. അദ്ദേഹം പതറിയില്ല. ദയയ്ക്കായി യാചിച്ചില്ല. പൊരുതിക്കൊണ്ടേയിരുന്നു.

മല്ലദേവ് ഒരു ആക്രമിയുടെ വയറിലേയ്ക്കു വാൾ കുത്തിക്കയറ്റി. ഇര താഴേയ്ക്കു വീണപ്പോൾ, മല്ലദേവിന്റെ രക്തത്തിൽ കുതിർന്ന കൈയ്യിൽ നിന്നും വാൾ വഴുതിപ്പോയി. അദ്ദേഹം അവസാനമായി ഉണ്ടായിരുന്ന കത്തി ക്ഷണത്തിൽ എടുത്തു. തുർക്കിയുടെ തൊണ്ട കീറിക്കൊണ്ടു വീശി. കുറച്ചു ശത്രുക്കൾ അദ്ദേഹത്തിനെ ചുവരിലേയ്ക്ക് ബലമായി തള്ളി. അദ്ദേഹത്തിന്റെ കൈകളിൽ നിന്നും കത്തി വഴുതിപ്പോയി.

ഇപ്പോൾ അദ്ദേഹത്തിനു ചുറ്റും പത്ത് പേരുണ്ടായിരുന്നു. എല്ലാവരും ഒരുമിച്ച് അദ്ദേഹത്തിനെ കുത്തി, വാളുകൾ കൊണ്ടു വെട്ടിക്കൊണ്ട്. വീണ്ടും, വീണ്ടും. വീണ്ടും. ക്രൂരമായി. വിരാമമില്ലാതെ.

എന്നിട്ടും, ആയുധങ്ങൾ ഒന്നുമില്ലാതെ തന്നെ, മല്ലദേവ് യുദ്ധം തുടർന്നു. അദ്ദേഹം യുദ്ധം ചെയ്തുകൊണ്ടേയിരുന്നു. ഒരു എതിരാളിയുടെ കണ്ണുകളിലേയ്ക്ക് നഖങ്ങൾ കൊണ്ട് കീറി, മറ്റൊരാളുടെ തൊണ്ടയിൽ ഇടിച്ച്. എപ്പോഴും കോപത്തിൽ അലറിക്കൊണ്ട്.

അപ്പോൾ ഉറക്കെയുള്ള ഒരു ആജ്ഞാപനം കേട്ടു. "പിന്നോട്ടു മാറ്"

തുർക്കികൾ ഉടൻ തന്നെ അനുസരിച്ചു. അവരുടെ ശിരസ്സുകൾ ബഹുമാനം കൊണ്ടു കുനിഞ്ഞിരുന്നു. ഒരു ഭീമാകാരനായ മനുഷ്യൻ, വൃത്തികെട്ട യുദ്ധം കൊണ്ട് പോറലുകൾ വീണ മുഖവുമായി മുന്നോട്ടു വന്നു.

മല്ലദേവ് ചുവരിൽ ചാരി നിൽക്കുകയായിരുന്നു. ഭയങ്കരമായി കിതച്ച്, രക്തത്തിൽ കുളിച്ച്, തീവ്രമായ വേദനയിൽ മുങ്ങിക്കൊണ്ട്. തന്റെ മുന്നിൽ നിൽക്കുന്ന ഭീമമായ രൂപത്തിനെ വെല്ലുവിളിയോടെ നോക്കിക്കൊണ്ട്.

സുൽത്താൻ. യാമീൻ-ഉദ്-ദവ്‌ല അബുൾ-ഖാസിം മഹ്മൂദ് ഇബ്ന് സെബുക്തെജിൻ. പൊതുവേ ഘസ്നിയിലെ മഹ്മൂദ് എന്നറിയപ്പെടുന്നയാൾ.

മല്ലദേവ് മഹ്മൂദിന്റെ കണ്ണുകളിലേയ്ക്കു ക്രുദ്ധമായ, പരുക്കനായ, ധിക്കാരപൂർവം നോക്കിക്കൊണ്ടിരുന്നു. അദ്ദേഹം മരിക്കുമ്പോൾ ഒപ്പം ഉണ്ടാകണമെന്നുള്ള വാക്കുകൾ പിറുപിറുത്തു, "ഓം നമഃ ശിവായ."

പ്രപഞ്ചം ശിവഭഗവാനെ വണങ്ങുന്നു. ഞാൻ ശിവഭഗവാനെ വണങ്ങുന്നു.

"നരകത്തിലേയ്ക്കു പോ," മഹ്മൂദ് മുരണ്ടു, ഭയത്തോടെയുള്ള, ഭീഷണമായ സ്വരത്തിൽ. എന്നിട്ടദ്ദേഹം തന്റെ വാൾ വീശി. ഒറ്റ വെട്ടുകൊണ്ടു മല്ലദേവിന്റെ തലയറുത്തുകൊണ്ട്.

—— [illegible] ——

"നാശം, ആ കാഫിറിന്റെ തളർന്ന ശരീരത്തിൽ ഒരുപാടു രക്തമുണ്ടായിരുന്നു," മഹ്മൂദ് പരാതിപ്പെട്ടു, ശരീരത്തിലേയ്ക്കു തെറിച്ച മല്ലദേവിന്റെ രക്തത്തിൽ നിന്നും ഒഴിഞ്ഞുമാറാനായി തല തിരിച്ചുകൊണ്ട്.

"സുൽത്താൻ നീണാൾ വാഴട്ടെ!" കാവൽക്കാർ ആഹ്ലാദാരവം മുഴക്കി.

മല്ലദേവിന്റെ കൊലപാതകി അവരുടെ ആഹ്ലാദങ്ങളെ തലയാട്ടിക്കൊണ്ട് അംഗീകരിച്ചു, എന്നിട്ട് ഗർഭഗൃഹത്തിന്റെ ഹൃദയത്തിലുള്ള സ്വർണം പൊതിഞ്ഞ ശിവലിംഗത്തിനു നേരെ തിരിഞ്ഞു.

ഘസ്നിയിലെ മഹ്മൂദിന്റെ വിദ്വേഷം നിറഞ്ഞ കണ്ണുകൾക്കു പോലും, അതൊരു ഗംഭീരമായ കാഴ്ചയായിരുന്നു. അദ്ദേഹം കുറേ നേരം അതിലേയ്ക്കു നോക്കി നിന്നു. മുറിയിൽ ഒരു ശാന്തത നിറഞ്ഞു, പുറത്തു കൂടുതൽ കൂടുതൽ ക്ഷേത്രസമുച്ചയങ്ങൾക്കു തീയിടുമ്പോഴുള്ള കിറുകിറു ശബ്ദം കൊണ്ടു ഭേദിക്കുന്നതൊഴിച്ചാൽ.

അപ്പോൾ ഒരു പതിനഞ്ച് വയസ്സുള്ള ആൺകുട്ടി, അംഗരക്ഷകരാൽ ചുറ്റപ്പെട്ട് അകത്തേയ്ക്കു നടന്നു വന്നു, ചോര കട്ടപിടിച്ചു ഒട്ടിയ വലിയ പാടുകൾ കൊണ്ടു വഴുക്കുന്ന തറയിൽ ശ്രദ്ധയോടെ ചുവടുകൾ വച്ചുകൊണ്ട്.

ആ ആൺകുട്ടി, സലർ മഖ്സൂദ്, മഹ്മൂദിന്റെ അനന്തരവൻ ആയിരുന്നു. അവൻ ബലിഷ്ഠനും ഇടത്തരം ഉയരമുള്ളവനും ആയിരുന്നു, പക്ഷേ അവന്റെ ഇപ്പോൾത്തന്നെ വിശാലമായ തോളുകളും ദൃഢമായ കൈകളും വാളും പരിചയും കൊണ്ടുള്ള മണിക്കൂറുകൾ നീളുന്ന പരിശീലനത്തിനെ സൂചിപ്പിച്ചു. അവൻ വെളുത്ത് ഉയർന്ന കവിളെല്ലുകൾ ഉള്ളവനായിരുന്നു. അവന്റെ വട്ടത്തിലുള്ള മുഖം ഒരു തുർക്കിയ്ക്ക് അസ്വാഭാവികമായ വലിയ കണ്ണുകൾ ഒഴിച്ചാൽ വിശേഷതയില്ലാത്തതായിരുന്നു. അവന്റെ

കണ്ണുകൾക്ക് വെളിച്ചത്തിനനുസരിച്ച് ഇളം പച്ചയോ കടും തവിട്ടുനിറമോ തോന്നിപ്പിക്കുന്ന നിറമായിരുന്നു. അവനെ കണ്ടുമുട്ടുന്ന ഭൂരിഭാഗം ആളുകൾക്കും ആ കണ്ണുകളിൽ സമ്മോഹനപരമായി മുങ്ങിപ്പോകുന്നപോലെ തോന്നുമായിരുന്നു; അവൻ ദേഷ്യത്തിലല്ലെങ്കിൽ, മുതിർന്ന ആളുകൾ പോലും അവന്റെ നോട്ടങ്ങളിൽ ഉടക്കുന്നത് ആലോചിക്കുമ്പോഴേ നടുങ്ങുമായിരുന്നു.

"ഇതു മഹത്തായ നിമിഷമാണ്, പ്രഭോ," സലർ മഖ്സൂദ് പറഞ്ഞു, അമ്മാവനെ വണങ്ങിക്കൊണ്ട്. "എന്റെ ഹൃദയം നിറഞ്ഞ അഭിനന്ദനങ്ങൾ."

മഹ്മൂദിന്റെ മുഖത്ത് ഒരു വലിയ പുഞ്ചിരി വിരിഞ്ഞു. അദ്ദേഹം ഒരിക്കലും പരസ്യമായി ഭാവപ്രകടനം നടത്താറില്ലായിരുന്നു, പക്ഷേ തന്റെ അനന്തരവന്റെ മുടിയിൽ തലോടുമ്പോൾ ആദ്ദേഹത്തിന്റെ കണ്ണുകളിൽ സത്യസന്ധമായ വാത്സല്യം ഉണ്ടായിരുന്നു. "മഖ്സൂദ്, എന്റെ ചെറുക്കാ!" അയാൾ ശിവലിംഗത്തിലേക്കു ആംഗ്യം കാണിച്ചു. വിഗ്രഹം കറുത്തതായിരുന്നു, അതിൽ പതിപ്പിച്ചിരിക്കുന്ന അമൂല്യമായ കല്ലുകൾ കൊണ്ടു വെട്ടിത്തിളങ്ങിക്കൊണ്ട്. ഏറ്റവും ശ്രദ്ധേയമായി, അത് വായുവിൽ തങ്ങിനിൽക്കുകയായിരുന്നു.

"ഇതെന്തു മന്ത്രവാദമാണ്?" മഖ്സൂദ് പിറുപിറുത്തു. "അള്ളാഹു നമ്മളെ സംരക്ഷിക്കട്ടെ."

മഹ്മൂദ് പൊട്ടിച്ചിരിച്ചു. "ഇവിടെ മന്ത്രവാദം ഒന്നുമില്ല. ചില കൗശലക്കാരായ വിഗ്രഹാരാധകരുടെ ബുദ്ധിപരമായ സൂത്രം മാത്രം. ഇതിന്റെ രഹസ്യം എന്താണെന്ന് ആർക്കെങ്കിലും എന്തെങ്കിലും അറിയാമോ?"

"ഒരുപക്ഷേ അദൃശ്യമായ താങ്ങ് ഉണ്ടായിരിക്കുമോ, പ്രഭോ?" ഒരു പട്ടാളക്കാരൻ പറഞ്ഞു.

മഹ്മൂദ് തന്റെ വാൾ ശിവലിംഗത്തിന്റെ അടിയിലൂടെ ഓടിച്ചു. അവിടെ ഒന്നുമുണ്ടായിരുന്നില്ല.

ഖ്വാജ ഹസ്സൻ, ഘസ്നിയിലെ പ്രധാനമന്ത്രി, വരുമാനങ്ങളുടേയും കണക്കുകളുടേയും ഉത്തരവാദിത്തമുള്ളയാൾ, മുന്നോട്ടു വന്നു. "നമ്മൾ ആ മേലാപ്പ് എടുത്തുമാറ്റണം, പ്രഭോ."

ഹസ്സൻ, വിദ്യാഭ്യാസമുള്ള പേർഷ്യക്കാരൻ ആയതിനാൽ, ആ പ്രദേശത്തിനെക്കുറിച്ച് ഒരുപാടു അറിവു നേടിയിട്ടുണ്ടായിരുന്നു. ലിംഗത്തിന്റെ മുകളിലുള്ള മേലാപ്പ് കാന്തക്കല്ലു കൊണ്ടുണ്ടാക്കിയതാണെന്ന് അയാൾക്കറിയാമായിരുന്നു, അത് ലിംഗത്തിൽ ഒരു സ്വാഭാവികമായ കാന്തം പോലെ പ്രവർത്തിക്കുന്നു, അതിൽ കാന്തക്കല്ലിന്റേയും ഏതോ ലോഹത്തിന്റേയും കൂട്ടുണ്ടായിരുന്നു.

മഹ്മൂദ് തലകുലുക്കി. മേലാപ്പിൽ നിന്നും ആദ്യത്തെ കല്ല് നീക്കം ചെയ്തപ്പോൾ വിഗ്രഹം ഒരു വശത്തേയ്ക്ക് തിരിഞ്ഞു. അടുത്ത കല്ല് നീക്കിയപ്പോൾ, വിഗ്രഹം പ്രകടമായും താഴേയ്ക്ക് താണു. കുറച്ച് കുറച്ചായി, വിഗ്രഹം തറയിൽ ഇരിക്കുന്നതു വരെ മേലാപ്പ് അഴിച്ചെടുക്കപ്പെട്ടു.

"കണ്ടോ, മോനേ?" മഹ്മൂദ് മഖ്സൂദിനോടു പറഞ്ഞു. "ഇവിടെ മന്ത്രവാദം ഒന്നുമില്ല. ഒരു കുടിലതന്ത്രം മാത്രമേയുള്ളൂ." അയാൾ ലിംഗത്തിലേയ്ക്ക് ഒരിക്കൽക്കൂടി നോക്കി. "അപ്പോൾ ഇതാണ് ഈ മണ്ടന്മാർ സംരക്ഷിക്കാനായി മരിച്ചത്," മഹ്മൂദ് പരിഹസിച്ചു. "അവർ ഈ ദിവസം പെട്ടെന്നു മറക്കില്ല. പക്ഷേ ഇതിനെ കുറച്ചു കൂടി ഓർമ്മിക്കത്തക്കതാക്കട്ടെ." അയാൾ തന്റെ ആളുകളിൽ ഒരാൾക്കു നേരെ തിരിഞ്ഞു. "ഒരു ചുറ്റിക കൊണ്ടുവാ."

അയാൾ പെട്ടെന്നു ഒരു ചുറ്റിക കൊണ്ടുവന്ന് മുട്ടുകുത്തിയിരുന്നു ബഹുമാനത്തോടെ പണിയായുധം സുൽത്താനു കൊടുത്തു.

മഹ്മൂദ് ചുറ്റിക എടുത്തപ്പോൾ ഹസ്സന്റെ ശബ്ദം അദ്ദേഹത്തിനെ തടസ്സപ്പെടുത്തി. "ആയിരം ക്ഷമാപണങ്ങൾ പ്രഭോ, ഒരു കൂട്ടം കച്ചവടക്കാർ പുറത്തു കൂടിയിട്ടുണ്ട്. അവർ ബഹുമാനത്തോടെ പറയുന്നതു താങ്കൾ ഈ വിഗ്രഹം കൈമാറുകയാണെങ്കിൽ അവർ താങ്കൾ കരുതുന്ന ഏതു പ്രതിഫലവും തരാമെന്നാണ്, എല്ലാ വർഷവും ഖജനാവിലേയ്ക്കു നൽകാമെന്ന്."

മഹ്മൂദ് കളിയാക്കി ചിരിച്ചു, "ഹസ്സൻ, എന്റെ പ്രിയപ്പെട്ട പ്രധാനമന്ത്രി, എപ്പോഴും കണക്കുകൂട്ടലുകളുമായി തയ്യാറാണല്ലോ! ഈ വിഗ്രഹം മാത്രം കൊടുക്കാൻ ഞാൻ എത്ര ചോദിക്കണമെന്നാണു താങ്കൾ കരുതുന്നത്?"

പ്രധാനമന്ത്രി പതിഞ്ഞ ശബ്ദത്തിൽ സംസാരിച്ചു. "ഇവർ താങ്കൾ ആവശ്യപ്പെടുന്ന തുക നൽകും, പ്രഭോ, കേട്ടുപറ്റിയാൽ, ഈ വിഗ്രഹം വിലയില്ലാത്തതാണ്. സൂക്ഷിച്ചുവയ്ക്കുകയാണെങ്കിൽ, വരാനിരിക്കുന്ന വർഷങ്ങളിലേയ്ക്കുള്ള ഒരു ലാഭകരമായ വരുമാനമാർഗമായിരിക്കും. ആ പണം കൊണ്ടു താങ്കൾക്കു ചെയ്യാൻ കഴിയുന്ന കാര്യങ്ങളെക്കുറിച്ച് ആലോചിക്കൂ. താങ്കൾക്കു വർദ്ധിപ്പിക്കാവുന്ന സൈന്യം, താങ്കൾക്ക് നിർമ്മിക്കാവുന്ന മനോഹരമായ കെട്ടിടങ്ങൾ, താങ്കളുടെ സാമ്രാജ്യത്തിലെ ജനങ്ങൾക്കു ചൊരിയാവുന്ന അനുഗ്രഹങ്ങൾ."

മഹ്മൂദ് ചിന്താധീനനായി താടിയിൽ തടവി. "ഹും, പ്രചോദിപ്പിക്കുന്നത്," അദ്ദേഹം സമ്മതിച്ചു. "പ്രത്യേകിച്ചും ഞാനൊരു പണവും ആഡംബരവും മാത്രം നോക്കുന്ന ദുർബലമായ പേർഷ്യക്കാരൻ ആണെങ്കിൽ." അദ്ദേഹത്തിന്റെ നോട്ടം ദൃഢമായി. "പക്ഷേ ഞാനൊരു പേർഷ്യക്കാരൻ അല്ല. ഞാൻ വിശ്വസ്തനായ ഒരു തുർക്കിക്കാരനാണ്. വിധിന്യാ

യത്തിന്റെ ദിവസം, സ്രഷ്ടാവ് എന്നെ തിരയും. ആ ദിവസം അദ്ദേഹം എന്തു പറയും? "മഹത്തരങ്ങളായ വിഗ്രഹങ്ങൾ അവിശ്വാസികൾക്ക് സ്വർണത്തിനു വേണ്ടി വിറ്റ മഹ്മൂദ് എവിടെ?"

ഹസ്സൻ നിശ്ശബ്ദനായി പിന്നോട്ടുമാറി. തല കുനിച്ചു, പശ്ചാത്താപം പ്രകടിപ്പിച്ചുകൊണ്ട്. അയാളുടെ മനസ്സിൽ ആഴത്തിൽ മറഞ്ഞിരിക്കുന്ന ചിന്തകൾ വ്യത്യസ്തങ്ങളായിരുന്നു. *വെട്ടുകിളികളെ തിന്നുന്നവർ...ഈ അറബികളും തുർക്കിക്കാരും...*

മഹ്മൂദ് അനന്തരവൻ സലർ മഖ്സൂദിന്റെ നേരെ തിരിഞ്ഞു. "ശ്രദ്ധിച്ചു നോക്കു, മോനേ. ഒരു ദിവസം, ഈ വിശുദ്ധമായ ദൗത്യം നിന്റെയായിരിക്കും. നിന്റെ എതിരാളിയെ നിർദ്ദയം അടിച്ചമർത്തണം, അതാരാണെങ്കിലും. അവർക്കു പ്രിയപ്പെട്ടതെല്ലാം നശിപ്പിക്കണം."

മഖ്സൂദ് തലകുലുക്കി, അവന്റെ കണ്ണുകൾ വീരാരാധനയുടെ വെളിച്ചത്തിൽ തിളങ്ങി. "സുൽത്താൻ നീണാൾ വാഴട്ടെ!"

മഹ്മൂദ് ഇടതുകാൽ വിഗ്രഹത്തിന്റെ പീഠത്തിൽ വച്ചു. കഴിയാവുന്നത്ര പിന്നോട്ടാഞ്ഞ് ഉറക്കെ അമറിക്കൊണ്ട് എല്ലാ കരുത്തും എടുത്തു ചുറ്റിക താഴേയ്ക്കടിച്ചു.

ഇന്ത്യയുടെ ആത്മാവ് തകർന്നു.

അദ്ധ്യായം 2

ബല്ലാല, ഒരു ഭീമാകാരനായ ഗുസ്തിക്കാരൻ, കൈകൾ വിരിച്ച് മുന്നോട്ട് നീങ്ങുമ്പോൾ ഗർജ്ജിച്ചു. പക്ഷേ അയാളുടെ ആക്രോശം കരുത്തനായ പ്രതിയോഗി അയാളെ വൃത്തിയായി ഒഴിഞ്ഞുമാറിയപ്പോൾ മാഞ്ഞുപോയി, ബല്ലാലയുടെ മാംസളമായ കൈകൾ വായുവിൽ ഏന്തിക്കൊണ്ട്. നിരാശയോടെയുള്ള നോട്ടവുമായി അയാൾ തന്നെ കബളിപ്പിച്ച ചെറുപ്പക്കാരനു നേരെ മുഖം തിരിച്ചു.

ഗുസ്തിക്കാരന്റെ മുഖം തളർച്ചയും ദേഷ്യവും കൊണ്ടു ചുവന്നിരുന്നു, ശരീരത്തിൽ ഗോദയിലെ മണ്ണു മൂടിയിരുന്നു. അയാളുടെ വിരിഞ്ഞ മാറിടം ശ്വാസകോശത്തിലേയ്ക്കു കൂടുതൽ വായു വലിച്ചെടുക്കാനുള്ള ശ്രമത്തിൽ ഉയരുകയും താഴുകയും ചെയ്തു.

അയാളുടെ എതിരാളി, അതിനു വിരുദ്ധമായി, ഗുസ്തിക്കാരനാണെന്നു തോന്നിക്കുകയേ ഇല്ലായിരുന്നു. അയാളുടെ മുടി, അഴിച്ചിട്ടാൽ തോളുകൾ വരെ നീണ്ടുകിടക്കുന്നത്, വൃത്തിയായി കെട്ടിവച്ചിട്ടുണ്ടായിരുന്നു. എതിരാളിയെപ്പോലെ, അയാളും ലങ്കോട്ടി ധരിച്ചിരുന്നു, അത് വളരെ ആരോഗ്യമുള്ള ശരീരത്തിന്റെ ഭൂരിഭാഗവും പ്രദർശിപ്പിച്ചു.

അയാളുടെ തോളുകൾ മെലിഞ്ഞ ശരീരത്തിനു പ്രതീക്ഷിക്കാവുന്നതിനേക്കാൾ വിശാലമായിരുന്നു, ശരീരമാകട്ടെ ഒതുങ്ങിയ അരക്കെട്ടിലേയ്ക്കും ഉറച്ച വയറിലേയ്ക്കും എത്തുമ്പോൾ നാടകീയമായി ഇടുങ്ങിവരുന്നു. അയവില്ലാത്ത പേശികൾ മാറിലും കൈകളിലും അലയടിച്ചു. അയാളുടെ കാലുകൾ മെലിഞ്ഞതും കായബലമുള്ളതുമായിരുന്നു. അയാൾ ഒരു വലിയ പൂച്ചയെപ്പോലെ ചലിച്ചു – പതുക്കെ രസകരമായി, പക്ഷേ അയാൾ പെട്ടെന്ന് ഉത്തേജിതനാകും എന്നു സൂചിപ്പിക്കുന്ന ഊർജ്ജത്തിന്റെ അടിയൊഴുക്കോടെ, കണ്ണിമ ചിമ്മുമ്പോഴേയ്ക്കും ഒരു സ്ഫോടനാത്മകമായ പ്രവൃത്തി.

ചെറുപ്പക്കാരനു കഷ്ടിച്ച് പതിനെട്ടു വയസ്സേ ഉണ്ടാകുമെങ്കിലും, അയാളുടെ ഉടലിൽ അപ്പോഴേയ്ക്കും ഒരുപാടു പോറലുകൾ ഉണ്ടായിരുന്നു. അയാളുടെ കൈപ്പത്തികളിൽ തഴമ്പുണ്ടായിരുന്നു, ഇടതുകൈയ്യിലെ നടുവിരൽ പഴയൊരു പൊട്ടലിൽ വളഞ്ഞിരുന്നു. വലതുവശത്തെ വാരിയെല്ലിന്റെ താഴെ, ഒരു അടയാളം ഉണ്ടായിരുന്നു. പഴയ ഒരു മുറിവുണങ്ങിയതിന്റെ പാടായിരുന്നു അത്.

ചെറുപ്പക്കാരൻ പരിഹാസത്തോടെ പല്ലിളിച്ചു. നെറ്റിയിലെ ഒരു നേർത്ത വിയർപ്പു മാത്രമായിരുന്നു അയാൾ ആയാസപ്പെടുകയാണെന്നതിനെ വെളിപ്പെടുത്തിയത്. പക്ഷേ അയാളുടെ എല്ലാ വ്യക്തമായ ലാഘവതയോടെയും, അയാൾ തുടർച്ചയായി കാലുകൾ ചലിപ്പിച്ചുകൊണ്ടിരുന്നു, എതിരാളിയെ ജാഗ്രതയോടെ നിരീക്ഷിച്ചു പിടികൊടുക്കാനുള്ള ദൂരത്തിൽ നിന്നും അകന്നുനിൽക്കാൻ ശ്രദ്ധിച്ചുകൊണ്ട്.

ഗോദയ്ക്കു ചുറ്റും, പുരുഷാരവം ആഹ്ലാദിക്കുകയും പരിഹസിച്ചു ചിരിക്കുകയും ചെയ്തു, അവർ ആരെയാണു പിന്തുണയ്ക്കുന്നത് എന്നതനുസരിച്ച്.

"ചെല്ല്, ബല്ലാലാ, മണ്ടച്ചാരേ! ഞാൻ നിന്റെ പേരിൽ എന്റെ കുതിരയെ പന്തയം വച്ചിരിക്കുകയാണ്!" ഒരാൾ അലറി.

"ഒരു കഴുതയിൽ നിങ്ങൾ കുതിരയെ പന്തയം വയ്ക്കരുതായിരുന്നു, മണ്ടാ!" മറ്റൊരാൾ വിളിച്ചുപറഞ്ഞു.

"പട്ടിയുടെ ദേഹത്തുനിന്നുമുള്ള ലക്ഷക്കണക്കിനു ചെള്ളുകൾ നിന്റെ കക്ഷങ്ങളിൽ ആക്രമിക്കുമെന്നു കരുതുന്നു!" അദ്യത്തെയാൾ തിരിച്ചു മുരണ്ടു.

"ആ ചെള്ളുകളെ ബല്ലാലയുടെ ലങ്കോട്ടിയിൽ ഇടാൻ നോക്ക്. അതയാളെ കുറച്ചു വേഗത്തിലാക്കുമായിരിക്കും!" ഉത്സാഹത്തോടെയുള്ള പ്രതികരണം വന്നു.

ആൾക്കൂട്ടം ആഹ്ലാദത്തിൽ കൂക്കിവിളിച്ചു.

ബല്ലാലയുടെ ആക്ഷേപങ്ങൾ കേട്ട് ഇരുണ്ടു. അയാൾ എതിരാളിയുടെ നേരെ മുരണ്ടു, "നീ രാവിലെ മുതൽ നൃത്തം ചെയ്യുകയാണ്. ഒരിടത്തു നിന്ന് ആണിനെപ്പോലെ ഗുസ്തി പിടിക്ക്."

"പറ്റുമെങ്കിൽ എന്നെ പിടിക്ക് കിഴവാ," അയാളുടെ ചെറുപ്പക്കാരനായ പീഡകൻ പുഞ്ചിരിച്ചു.

കോപാകുലനായ ഗുസ്തിക്കാരൻ തല താഴ്ത്തി കുപിതനായ കാളയെപ്പോലെ കുതിച്ചു. ചെറുപ്പക്കാരൻ അയാളെ വരാനനുവദിച്ചു, എന്നിട്ട് അവസാനനിമിഷത്തിൽ ചടുലമായി ഒഴിഞ്ഞുമാറി, തറയിലേയ്ക്കു വീണു വലതുകാൽ ഉടക്കി, ഗുസ്തിക്കാരനെ തട്ടിവീഴ്ത്തിയപ്പോൾ അയാൾ ശബ്ദമുഖരിതമായ ഗോദയിൽ മുഴങ്ങിയ തകർച്ചയോടെ നിലത്തുപതിച്ചു.

അയാൾ അവിടെ ഞെട്ടലോടെ കിടക്കുമ്പോൾ, അയാളുടെ എതിരാളി ചാടിവീണ് മറിച്ചിട്ട് മുതുകും തോളുകളും തറയിലേയ്ക്കു പിണച്ചു.

ആൾക്കൂട്ടത്തിൽ ഭൂരിഭാഗവും ആഹ്ലാദാരവം മുഴക്കി, പക്ഷേ ഉറക്കെയുള്ള അലർച്ചകളും ഉണ്ടായി, "നശിച്ചു പോ ബല്ലാല, മണ്ടൻ കൂതിമോറൻ," ഒരു പൊണ്ണത്തടിയൻ ആക്രോശിച്ചു, തോളുകളിൽ ചുറ്റിയിരുന്ന തുണി കൊണ്ടു മുഖത്തെ വിയർപ്പ് തുടച്ചുകൊണ്ട്. ഒരു മെലിഞ്ഞ മനുഷ്യൻ അയാളുടെ തോളിൽ തട്ടിയപ്പോൾ അയാൾ അരിശത്തോടെ തിരിഞ്ഞുനോക്കി.

"ഇനി എന്റെ പണം തന്നേക്ക്," മെലിഞ്ഞയാൾ പറഞ്ഞു, ആകെ മൊത്തം വിജയാഹ്ലാദത്തോടെ.

"ഇതാ, എടുത്തോ. ഏതെങ്കിലും വേശ്യ നിന്റടുത്തുനിന്ന് അത് മോഷ്ടിക്കും എന്നു കരുതുന്നു! നീ തലവേദനയുണ്ടാക്കുന്ന ചീത്ത മദ്യം വാങ്ങുമെന്നു കരുതുന്നു! നിന്റെ വയറിളക്കുന്ന വളിച്ച ആഹാരം കിട്ടുമെന്നു കരുതുന്നു!" പൊണ്ണത്തടിയൻ അലറി. അയാൾ ഒരു കിഴി നാണയങ്ങൾ അയാൾക്കു നേർ എറിഞ്ഞു. "ഇതും കൊണ്ടുപൊയ്ക്കോ," അയാൾ പറഞ്ഞു, തോളിൽ നിന്നും വിയർപ്പിൽ മുങ്ങിയ തുണി എടുത്തു വെറുപ്പോടെ ചുഴറ്റി, അയഞ്ഞു തുങ്ങിയാടുന്ന മുലകൾ പ്രദർശിപ്പിച്ചുകൊണ്ട്.

"വിഷമിക്കണ്ട, ഞാൻ പണം നല്ല കാര്യത്തിന് ഉപയോഗിച്ചോളാം," സന്തോഷത്തോടെയുള്ള മറുപടി വന്നു. "ഞാൻ എല്ലാം ചെലവാക്കി കഴിയുമ്പോൾ, മറ്റൊരു പന്തയത്തിനു വരാം. നിങ്ങൾ ആ തുണി വച്ചോളൂ. നമ്മുടെ പെണ്ണുങ്ങൾക്ക് വിഷമമാകും."

അതേ സമയം, ബല്ലാലയുടെ ചെറുപ്പക്കാരനായ പീഡകൻ സന്തോഷത്തോടെ എഴുന്നേറ്റു നിന്നു. അയാൾ കൈകൾ കൂപ്പി തലയ്ക്കു മുകളിൽ പിടിച്ചു, ആൾക്കൂട്ടത്തിന്റെ എല്ലാ ഭാഗങ്ങൾക്കും കൃതജ്ഞത നൽകിക്കൊണ്ട്. എന്നിട്ടയാൾ ഗോദയുടെ ഒരു വശത്തു നിന്നും പോരാട്ടം കാണുകയായിരുന്ന ഒരു മെലിഞ്ഞ നരച്ച മുടിയുള്ള ആളുടെ കാൽ തൊട്ടു വന്ദിച്ചു.

"നമസ്കാരം ഗുരുദേവാ," ചെറുപ്പക്കാരൻ അവന്റെ ആശാനോടു പറഞ്ഞു.

കിഴവൻ അവന്റെ മുതുകിൽ സ്നേഹത്തോടെ തട്ടി. "നീ നന്നായി ചെയ്തു, സുഹേൽദേവ് കുമാരാ. പക്ഷേ നീ ഒരുപാടു നേരം ബല്ലാലയെ കളിയാക്കി. മുമ്പേ തന്നെ അവസാനിപ്പിക്കണമായിരുന്നു."

സുഹേൽദേവ് ചെരിവോടെയൊന്നു പുഞ്ചിരിച്ചു, ഒരുപാടു സ്ത്രീകളെ തളർത്തിക്കളയുന്ന ചിരി. "ഒരു ചെറുക്കനും കുറച്ചു വിനോദമാകാം, ഗുരുദേവാ!"

ആശാനും ശിഷ്യനും ചിരിക്കുമ്പോൾ, ചില സഹായികൾ മുന്നോട്ടു വന്നു, നനഞ്ഞ തോർത്തുകളും രാജകുമാരന്റെ വസ്ത്രങ്ങളുമായി. സുഹേൽ ദേവ് സുഗന്ധം പൂശിയ ചില തോർത്തുകൾ ഉപയോഗിച്ച് മുഖത്തും ശരീരത്തുമുള്ള മണ്ണ് തുടച്ചു. എന്നിട്ട് പരിചിതമായ ഒഴുക്കുള്ള ചലനങ്ങളിൽ അരക്കെട്ടിൽ ഒരു മുണ്ടു ചുറ്റി, അവിടെ ചുറ്റിപ്പറ്റി നിൽക്കുന്ന ചെറുപ്പക്കാരികളുടെ ആരാധനയോടെയുള്ള, അവരുടെ രാജകുമാരനെ മോഹത്തോടെ നോക്കുന്ന നോട്ടങ്ങൾ അവഗണിച്ചുകൊണ്ട്. സുഹേൽ ദേവിന്റെ ആശാൻ ഒരു ചെറിയ ശിവലിംഗ ലോളകം കൊടുത്തു. അവൻ അതിനെ രണ്ടുകണ്ണുകളിലും ഭക്തിയോടെ തൊട്ടു ചുംബിച്ച് കഴുത്തിലൂടെ അണിഞ്ഞു, പവിത്രമായ വാക്കുകൾ ഉച്ചരിച്ചുകൊണ്ട്.

"ഓം നമഃ ശിവായ."

പ്രപഞ്ചം ശിവഭഗവാനെ വണങ്ങുന്നു. ഞാൻ ശിവഭഗവാനെ വണങ്ങുന്നു.

പെട്ടെന്ന്, വിറളി പിടിച്ചപോലെ, കറുത്ത നിറവും വെള്ള മുടിയുമുള്ള ഒരാൾ സുഹേൽദേവിന്റെ അടുത്തേയ്ക്കു തിക്കിത്തിരക്കി വന്നു,

"എന്റെ രാജകുമാരാ," അയാൾ വിനീതനായി, പക്ഷേ തിടുക്കത്തിൽ പറഞ്ഞു.

"ഇഖ്ബാൽ," സുഹേൽദേവ് പറഞ്ഞു. "എന്തു പറ്റി?"

സുഹേൽദേവിന് എന്തോ കുഴപ്പമുണ്ടെന്നു മനസ്സിലായി. ഇഖ്ബാൽ, അദ്ദേഹത്തിന്റെ പിതാവിന്റെ വിശ്വസ്തനായ സഹായി, ഈ സമയത്ത് ഉച്ചയ്ക്കുള്ള നമാസിൽ ആയിരിക്കേണ്ടതാണ്. അയാളുടെ പ്രാർഥന മുടക്കാൻ ഒരു ദുരന്തത്തിനേ കഴിയൂ.

ഇഖ്ബാൽ തകർന്നു പോയതുപോലെ കാണപ്പെട്ടു. "കൊട്ടാരത്തിൽ താങ്കളുടെ സാമീപ്യം ഉടനെ വേണം, രാജകുമാരാ."

"വരൂ പോകാം," സുഹേൽദേവ് പെട്ടെന്നു തന്നെ പറഞ്ഞു.

"താങ്കൾ മല്ലദേവിന്റെ തടയണമായിരുന്നു ദാദ! ഞാൻ പറഞ്ഞിരുന്നതാണ്!"

സുഹേൽദേവ് മാതാപിതാക്കളെ കുറ്റം ആരോപിക്കുന്നതുപോലെ നോക്കി, മംഗൽധ്വജ് രാജാവും വിജയലക്ഷ്മി രാജ്ഞിയും. അവന്റെ ശരീരത്തിലെ എല്ലാ രോമകൂപങ്ങളിലും കോപവും സങ്കടവും ചിതറി.

മല്ലദേവ്, സുഹേൽദേവിന്റെ മൂത്തജ്യേഷ്ഠൻ, ശ്രാവസ്തി രാജ്യത്തിന്റെ രാജകുമാരൻ, സോംനാഥ് ക്ഷേത്രത്തിനെ പ്രതിരോധിക്കാൻ കൊട്ടാ

രത്തിൽ നിന്നും പുറപ്പെടുകയായിരുന്നു, ഇളയ രാജകുമാരൻ അവനെ തടയുവാൻ ഒരുപാടു ശ്രമിച്ചു. നിരാശയോടെ അപേക്ഷിച്ചുകൊണ്ട്. മല്ലദേവ് വിജയം ഉറപ്പാണെന്നും താൻ യുദ്ധത്തിൽ മരിക്കില്ലെന്നും സുഹേൽദേവിന് ഉറപ്പു നൽകാൻ ശ്രമിച്ചു. വടക്കേ ഇന്ത്യയിൽ നിന്നുമുള്ള രാജാക്കന്മാർ ഘസ്നിയിലെ മഹ്മൂദിന്റെ തടയാൻ ഒത്തുചേരുന്നുണ്ടെന്ന് അദ്ദേഹം പറഞ്ഞു. സുഹേൽദേവ് ആരും വരില്ലെന്നും ഇന്ത്യാക്കാർ ഒരുമിച്ചു ചേരാനാകാത്തവിധം വേർതിരിഞ്ഞിരിക്കുകയാണെന്നും വാദിച്ചു, മഹ്മൂദിനെപ്പോലെയുള്ള കാടനെപ്പോലും. പക്ഷേ മല്ലദേവ് കേട്ടില്ല. സുഹേൽദേവ് തന്റെ മാതാപിതാക്കളോടു മൂത്ത പുത്രനെ പോകുന്നതിൽ നിന്നും തടയുന്നതിനായി വൈകാരികമായി ഭീഷണിപ്പെടുത്തി. പകരം, അവർ അവനെ അഭിമാനത്തോടെ അനുഗ്രഹിക്കുകയും അദ്ദേഹം പോകുകയും ചെയ്തു, രാജ്യത്തിനെ ഏറ്റവും മികച്ച സൈനികരുടെ വിഭാഗവുമായി സോംനാഥിലേയ്ക്ക്.

“മല്ലദേവ് ഒരു വീരനാണ്,” വിജയലക്ഷ്മി രാജ്ഞി ശാന്തമായി പറഞ്ഞു. അവരുടെ മുഖത്ത് വിഷാദം മൂടുന്നുണ്ടായിരുന്നെങ്കിലും, അവർ ശ്രദ്ധേയമാം വിധം ആകർഷകയായ സ്ത്രീ ആയിരുന്നു. അവരുടെ മുടിയിൽ വർദ്ധിച്ചു വരുന്ന നരകളെ മറയ്ക്കാനായി മൈലാഞ്ചി തേച്ചതുകൊണ്ടുള്ള ചുവന്ന വർണമുണ്ടായിരുന്നു. അവരുടെ അരക്കെട്ട്, ധരിച്ചിരിക്കുന്ന രാജകീയമായ പർപ്പിൾ ബ്ലൗസിന്റെ താഴെ കാണാവുന്നത്, ചെറുതായി തടിയ്ക്കുന്നുണ്ടായിരുന്നു. പക്ഷേ അതൊഴിച്ചാൽ, അവർ നാല്പതുകളിലാണെന്നതിന്റെ മറ്റു അടയാളങ്ങളൊന്നും ഇല്ലായിരുന്നു. അവരുടെ കണ്ണുകൾ ദുഃഖം കൊണ്ടു കലങ്ങിയിരുന്നു, പക്ഷേ ഒരു തുള്ളി കണ്ണുനീരിന്റെ സൂചന പോലും കാണിച്ചില്ല; അവരുടെ ശബ്ദം ഉറച്ചതായിരുന്നു.

“ദാദയുടെ മരണം നിങ്ങളുടെ കൈകളിലാണ്!” അവൻ അക്രോശിച്ചു, ഇപ്പോൾ അദ്ദേഹത്തിന്റെ കണ്ണുകളിൽ നിന്നും കണ്ണുനീർ ധാരയായി ഒഴുകി. “നിങ്ങൾ അദ്ദേഹത്തിനെ തടയണമായിരുന്നു! പക്ഷേ ചെയ്തില്ല.”

“അവനു വേണ്ടി കരഞ്ഞു മല്ലദേവിനെ അപമാനിക്കരുത്, സുഹേൽദേവ്. അവനെക്കുറിച്ച് അഭിമാനിക്കു. അവൻ മരിച്ച രീതിയിൽ അഭിമാനിക്കു. അവന്റെ ത്യാഗം ഒരിക്കലും ഈ രാജ്യം മറക്കില്ല.”

“നമ്മളെപ്പോലെ ഉള്ളവരുടെ ത്യാഗം ഈ രാജ്യം ഓർത്തിരിക്കും എന്നാണോ നിങ്ങൾ കരുതുന്നത്? നമ്മുടെ കീഴാളജാതിയുടെ?”

“യഥാർഥ രാജ്യസ്നേഹികൾ ഓർത്തിരിക്കും. ബാക്കിയുള്ളവർ എനിക്കു വിഷയമല്ല. കുലീനമായ ഒരു കാര്യത്തിനായി ഒരു മകനെ നൽകിയതിൽ ഞാൻ അഭിമാനിക്കുന്നു. ആവശ്യമെങ്കിൽ ഞാൻ സന്തോഷത്തോടെ കൂടുതൽ ത്യാഗം ചെയ്യും.”

മംഗൽധ്വജ് രാജാവ് നിശ്ശബ്ദമായി ഈ മറുപടി കേട്ടിരുന്നു. അല്പം കുറുകിയ, സുഹേൽദേവിന്റെ പഴകിയ പതിപ്പായ അവനു കറുത്ത, മോശം കാലാവസ്ഥയിൽ പരുക്കനായ മുഖം, ജ്വലിക്കുന്ന സൂര്യനു താഴെ ഒരുപാടു മണിക്കൂറുകൾ ചെലവഴിച്ചതിന്റെ ഫലമെന്നു വ്യക്തം, ഉണ്ടായിരുന്നു. അവന്റെ ഇടതുകവിളിനു കുറുകേ ഒരു പഴയ മുറിപ്പാട് ഓടിയിരുന്നു, കണ്ണിനു തൊട്ടുതാഴെ നിന്നും തുടങ്ങി താടി വരെ എത്തിനിൽക്കുന്നത്. കൊമ്പൻ മീശ അവന്റെ അപ്പോൾത്തന്നെ പ്രൗഢമായ ആകാരത്തിനെ ഊന്നിക്കാണിച്ചു. പ്രായം കൊണ്ട്, അവന്റെ തോളുകൾ അല്പം വളഞ്ഞിരുന്നു, സ്ഥിരമായി നിരീക്ഷിച്ചില്ലെങ്കിൽ അരക്കെട്ട് വികസിക്കുമെന്നു ഭീഷണിപ്പെടുത്തിയിരുന്നു. പക്ഷേ അവൻ അപ്പോഴും തന്റെ യൗവനത്തിൽ ഉണ്ടായിരുന്ന ഉഗ്രനായ യോദ്ധാവിന്റെ ആകാരം മിക്കവാറും നിലനിർത്തിയിരുന്നു. അവന്റെ കണ്ണുകൾ അഭിനിവേശവും കോപവും കൊണ്ടു തിളങ്ങും, ആ നിമിഷത്തിൽ സുഹേൽദേവിന്റേതു പോലെ. പക്ഷേ അദ്ദേഹം തന്റെ മകനെ ആർദ്രതയും ഉത്കണ്ഠയുമായി നോക്കുകയായിരുന്നു.

മംഗൽധ്വജ് സുഹേൽദേവിന്റെ അടുത്തേയ്ക്കു നടന്ന് അവന്റെ തോളിൽ കൈവച്ചു. "മകനേ, നീ ഒരു രാജകുമാരനാണ്. അതുപോലെ പെരുമാറൂ. നീ കരയാൻ പാടില്ല. മല്ലദേവിന്റെ ധീരതയെ ആഘോഷിക്കൂ. അതിൽ നിന്നും പഠിക്കൂ."

"ഞാനിത് വിശ്വസിക്കില്ല!" സുഹേൽദേവ് കരഞ്ഞു. "ആഘോഷിക്കാനോ? ദാദയുടെ മരണം ആഘോഷിക്കാനോ?"

മറ്റൊരു വാക്കുപോലും പറയാതെ, രാജകുമാരൻ മുറിയിൽ നിന്നും ഇറങ്ങിപ്പോയി.

സുഹേൽദേവ് ചെറിയ തടാകത്തിന്റെ അരികിൽ ഇരിക്കുകയായിരുന്നു. തടാകം എന്നതിനേക്കാൾ അതൊരു കുളമായിരുന്നു. എങ്കിലും, അവനു അതു പ്രത്യേകതയുള്ളതായിരുന്നു. മല്ലദേവ് അദ്ദേഹത്തിനെ നീന്തൽ പഠിപ്പിച്ചത് അവിടെയാണ്. അവർ പതിവായി വരാറുണ്ടായിരുന്ന സ്ഥലമായിരുന്നു അത്. സംസാരിക്കാൻ, ഗുസ്തി പിടിക്കാൻ, കല്ലുകൾ എറിയാൻ, തർക്കിക്കാൻ, പരദൂഷണം പറയാൻ.

ഒന്നും ചെയ്യാതിരിക്കാൻ.

സഹോദരങ്ങളായിരിക്കാൻ.

“കൈക്കുഴയിലാണ കാര്യം, സുഹേൽ,” മല്ലദേവ് പിറുപിറുത്തു.

പത്തു വയസ്സുകാരൻ സുഹേൽദേവ് വെള്ളത്തിലെ ഓളങ്ങളിൽ വിസ്മയം കൊണ്ടിരുന്നു. പരന്ന ഒരു കല്ലിനെ പതിനാറു വയസ്സുള്ള ജ്യേഷ്ഠൻ, മല്ലദേവ്, ജലപ്പരപ്പിലേയ്ക്ക് എറിഞ്ഞപ്പോൾ ആറു തവണ തത്തിത്തത്തിപ്പോയത് കണ്ട് സുഹേൽദേവ് അവന്റെ ഉയരം കൂടിയതും മൂത്തതുമായ സഹോദരനെ നോക്കി, വീരൻ. എന്നിട്ട് തന്റെ കൈയ്യിലെ കല്ലിനെ വിഷമത്തോടെ നോക്കി.

അദ്ദേഹം പിടി ശരിയാക്കി, ചൂണ്ടുവിരൽ ഒരുവശത്ത് അമർത്തി. “ഇങ്ങനെയാണോ ദാദാ?”

“അതെ,” മല്ലദേവ് പറഞ്ഞു. “നിന്നെ നോക്കുന്ന പെൺകുട്ടികളെ ശ്രദ്ധിക്കുന്നതു നിർത്തു.”

കുറച്ചകലെ പത്തുവയസ്സുകാരി പെൺകുട്ടികളുടെ ഒരു കൂട്ടം ഉണ്ടായിരുന്നു, സുഹേൽദേവിനെ കടാക്ഷിച്ചുകൊണ്ട്. ഈ ചെറുപ്രായത്തിലും, സുഹേൽദേവിനു ആകർഷകമായ, കുസൃതി നിറഞ്ഞ പ്രഭാവം ചുറ്റുമുണ്ടായിരുന്നു. അത് ഒരുപാടു പെൺകുട്ടികളെ ആവേശം കൊള്ളിച്ചു. സുഹേൽദേവ് തന്റെ സഹോദരനെ നോക്കി ഇളിച്ചു, എന്നിട്ടു വെള്ളത്തിലേയ്ക്കു നോട്ടം തിരിച്ചു. ശ്രദ്ധയൂന്നിക്കൊണ്ട്.

കല്ല് വെള്ളത്തിൽ വീണ് ഒരു ഗ്ലം ശബ്ദത്തോടെ മുങ്ങിപ്പോയി. ഒരു തവണ പോലും തത്തിയില്ല.

സുഹേൽദേവ് കണ്ണിൽ നിന്നും കണ്ണുനീർ തുടച്ചു. അവന് അതു ശരിയാകുന്നുണ്ടായിരുന്നില്ല. ഒരു കല്ലു പോലും ശരിയായി എറിയാൻ കഴിയുന്നില്ല. പഠിപ്പിക്കാനുള്ള മല്ലദേവിന്റെ എല്ലാ ശ്രമങ്ങളും ഉണ്ടായിട്ടും.

അവൻ മല്ലദേവിനെപ്പോലെ എല്ലാ കാര്യത്തിലും സമർഥനാവാൻ പഠിച്ചിട്ടില്ലായിരുന്നു. യോദ്ധാവായിരിക്കുന്നതിൽ ഇല്ല. അറിവിൽ ഇല്ല. രാജ്യത്തിലെ പൗരന്മാരെ സംരക്ഷിക്കുന്നതിലും ഇല്ല.

സുഹേൽദേവ് ആകാശത്തിലേയ്ക്കു നോക്കി.

എന്തുകൊണ്ട് അവൻ? അവൻ എന്നെക്കാൾ മികച്ചവനാണ്.

ഞാൻ എപ്പോഴും ഉപയോഗമില്ലാത്ത വികടനാണ്.

എന്തുകൊണ്ട് അവൻ?

അതു ഞാനാകേണ്ടതായിരുന്നു ... മരിക്കുന്നതു ഞാനാകേണ്ടതായിരുന്നു.

പെട്ടെന്നൊരു ശബ്ദം അവന്റെ ചിന്തകളുടെ ഒഴുക്കിനെ ഭംഗപ്പെടുത്തി.

സുഹേൽദേവ് തിരിഞ്ഞുനോക്കി. “ഗുരുദേവാ,” അവൻ പറഞ്ഞു, എഴുന്നേറ്റ് ശല്യപ്പെടുത്തിയതിലെ അസന്തുഷ്ടി ഒളിപ്പിക്കാൻ ശ്രമിച്ചുകൊണ്ട്.

“ഇരിക്ക്, ഇരിക്ക്, കാശിനാഥ് പറഞ്ഞു, തന്റെ വിദ്യാർഥിയുടെ അടുത്തിരുന്നുകൊണ്ട്. അയാൾ ദീർഘനിശ്വാസമെടുത്തു.

“ഓഹ്, ഇരിക്കുന്നത് നല്ല സുഖം. വയസ്സാകുന്നത് ഒരു ശാപമാണ്...”

സുഹേൽദേവ് ഒന്നും പറഞ്ഞില്ല.

“എനിക്ക് മല്ലദേവിനേയും ഓർമ്മവരും,” കാശിനാഥ് മൃദുവായി പറഞ്ഞു. അയാൾ സുഹേൽദേവിനെ നോക്കി. “ഇനി നീ ആയിരിക്കും കിരീടമണിഞ്ഞ രാജകുമാരൻ.”

“എനിക്ക് ഒരിക്കലും ദാദയുടെ സ്ഥാനം എടുക്കാനാവില്ല, അവൻ...” സുഹേൽദേവിന്റെ ശബ്ദം ഇടറി.

കാശിനാഥ് അവന്റെ തോളിൽ പതിയെ തട്ടി.

“അവൻ അസാമാന്യനായിരുന്നു...”

കാശിനാഥ് ശാന്തമായി പറഞ്ഞു. “അതായിരുന്നു അവൻ...പക്ഷേ അവൻ ഇവിടെയില്ല. നമ്മൾ അതുമായി പൊരുത്തപ്പെടണം, ശരിയല്ലേ?”

സുഹേൽദേവ് മൗനത്തിലേയ്ക്കു തിരിച്ചുപോയി.

“ജനിക്കുന്ന എല്ലാവരും ഒരു ദിവസം മരിക്കും. അതിനിടയിൽ നമ്മൾ ചെയ്യുന്നതാണ് കാര്യം.”

സുഹേൽദേവ് മൗനത്തിൽത്തന്നെ തുടർന്നു.

“നീ എന്തെങ്കിലും ചർച്ച ചെയ്യാനുള്ള മാനസികാവസ്ഥയിൽ അല്ലെന്ന് എനിക്കറിയാം, പക്ഷേ കുറച്ചു നേരത്തേയ്ക്ക് ഈ കിഴവനുമായി സംസാരിക്കാൻ സമ്മതിക്കാമോ?”

സുഹേൽദേവ് നെടുവീർപ്പിട്ടു ദൂരേയ്ക്കു നോക്കി.

“മല്ലദേവ് എപ്പോഴും എന്റെ ചോദ്യങ്ങൾക്ക് ഉത്തരം പറയുമായിരുന്നു. എപ്പോൾ ചോദിച്ചാലും.”

സുഹേൽദേവ് തിരിഞ്ഞു കാശിനാഥിനെ നോക്കി.

കാശിനാഥ് സൗമ്യമായി പുഞ്ചിരിച്ചു. “നന്ദി, എന്റെ രാജകുമാരാ. ഇനി, എന്റെ ചോദ്യം.... നിന്റെ വംശത്തിലുള്ളവർ മഹാശിവരാത്രി എങ്ങിനെയാണ് ആഘോഷിക്കാറുള്ളത്?”

സുഹേൽദേവ് തന്റെ ഗുരുവിനെ ശൂന്യമായി നോക്കി. ചോദ്യത്തിന്റെ വിഷയം മനസ്സിലാകാതെ. ഉത്തരം പ്രതീക്ഷിക്കാവുന്നതു തന്നെ. വംശത്തിലുള്ള ഓരോ കുട്ടിയ്ക്കും അറിയാവുന്ന ഉത്തരമാണത്.

“ദയവായി, എന്നോട് ദയവുകാണിക്കു”, അവന്റെ ഗുരു പുഞ്ചിരിയോടെ പറഞ്ഞു. “മല്ലദേവിനു വേണ്ടി.”

“ഞങ്ങളുടെ ആളുകൾ ശിവഭഗവാനോടുള്ള ഭക്തി കാണിക്കുക മഹാശിവരാത്രിയുടെ സമയത്തു വലിയ ശിവലിംഗം ചുമലേറ്റിക്കൊണ്ടാണ്,” സുഹേൽദേവ് മറുപടി പറഞ്ഞു, ശിവഭഗവാന്റെ മഹത്തായ രാത്രിയിൽ പിന്തുടർന്നുവരുന്ന പുരാതനമായ ആചാരത്തിനെ സൂചിപ്പിച്ചുകൊണ്ട്.

"അതുതന്നെ," അവന്റെ ഗുരു തലയാട്ടി. "നമ്മൾ ശിവഭഗവാനെ നമ്മുടെ രീതിയിൽ ആരാധിക്കുന്നു, അല്ലേ?"

സുഹേൽദേവ് അതേയെന്നു തലയാട്ടി.

"ഇനി എന്റെ അടുത്ത ചോദ്യം. ഏതു വിഷ്ണുവിനെയാണു നമ്മൾ ഏറ്റവും പൂജനീയനായി പരിഗണിക്കുന്നത്?"

സുഹേൽദേവ് അസ്വസ്ഥതകൊണ്ടു ശ്വാസം അടക്കിപ്പിടിച്ചു, കാശിനാഥ് തനിക്ക് ഉത്തരമറിയാവുന്ന ചോദ്യങ്ങൾ ചോദിക്കുന്നത് എന്തിനാണെന്നു ആലോചിച്ചുകൊണ്ട്. "ആറാമത്തെ വിഷ്ണു, ഭഗവാൻ പരശുരാമൻ," സുഹേൽദേവ് പറഞ്ഞു.

"നമ്മുടെ പൂർവ്വികർ ഒരു യോദ്ധാക്കളുടെ സംഘമായി സേവനം ചെയ്തു ദുഷ്ടന്മാരുമായി പോരാടാൻ സഹായിച്ചിരുന്നു. നമ്മൾ അദ്ദേഹത്തിന്റെ വലം കൈ ആയിരുന്നു."

കാശിനാഥ് അംഗീകാരത്തോടെ പുഞ്ചിരിച്ചു, സുഹേൽദേവിന്റെ ശബ്ദത്തിലെ അസ്വസ്ഥത അവഗണിച്ചുകൊണ്ട്. "ആരെയാണു പരശുരാമൻ ആരാധിച്ചിരുന്നത്?"

"മഹാദേവനെ, തീർച്ചയായും," സുഹേൽദേവ് പ്രതികരിച്ചു.

"നന്ദി. ഇനി, പറയൂ, നമ്മുടെ ആളുകളെ പൂർണമായും ക്ഷത്രിയരായി കണക്കാക്കപ്പെട്ടിട്ടില്ല. അപ്പോൾ നമുക്കു സ്വന്തമായ ഒരു രാജ്യം എങ്ങിനെയുണ്ടായി?" കാശിനാഥ് ചോദിച്ചു.

"കാരണം എന്റെ മുത്തച്ഛൻ നമ്മുടെ ആളുകളെ ഒരുമിച്ചു ചേർക്കുകയും അവരെ രാജ്യം സൃഷ്ടിക്കുന്ന പോരാളികളാക്കി മാറ്റുകയും ചെയ്തു.

"അതെ. അപ്പോൾ നമ്മളെ ഒരുമിച്ചു ചേർത്തത് എന്തായിരുന്നു?" കാശിനാഥ് സൗമ്യമായി ചോദിച്ചു. "നമ്മളെ ഒരു ജനതയാക്കുന്നത് എന്താണ്?"

"ശിവഭഗവാനോടുള്ള ആരാധന," സുഹേൽദേവ് പറഞ്ഞു, തന്റെ ഗുരു എങ്ങോട്ടാണു കൊണ്ടുപോകുന്നതെന്ന് അവസാനം മനസ്സിലാക്കിക്കൊണ്ട്.

കാശിനാഥ് ചെറുതായൊന്നു പുഞ്ചിരിച്ചു. "നമ്മുടെ ആളുകൾ ഒരു കുടുംബമാകുന്നതിന്റെ കാരണം ശിവഭഗവാൻ നമ്മുടെ ദൈവം ആയതുകൊണ്ടാണ്. മല്ലദേവ് നിന്റെ സഹോദരനായിരുന്നു, പക്ഷേ ഈ രാജ്യത്തിലെ എല്ലാ കുടുംബത്തിലേയും എല്ലാവരും അങ്ങിനെയാണ്. മല്ലദേവ് അതു മനസ്സിലാക്കിയിരുന്നു. അയാൾക്കറിയാമായിരുന്നു, ആത്മാവിന്റെ ആഴങ്ങളിൽ, നമ്മുടെ ദേവന്റെ ക്ഷേത്രത്തിനെ പ്രതിരോധിക്കുന്നതു നമ്മുടെ പ്രശ്നമല്ലെന്നു പറയാൻ കഴിയില്ലെന്ന്."

സുഹേൽദേവ് മൗനത്തിൽ തുടർന്നു.

"സോംനാഥ്ജിയുടെ ശിവലിംഗത്തിനെ തകർന്ന കഷ്ണങ്ങൾക്ക് എന്തു സംഭവിച്ചു എന്നു നിനക്കറിയാമോ?"

സുഹേൽദേവ് തലകുലുക്കി. ഇല്ല.

"മഹ്മൂദ് അതിനെ ഘസ്നിയിലേയ്ക്കു തിരിച്ചു കൊണ്ടുപോകുകയാണ്, എന്റെ രാജകുമാരാ. ശിവലിംഗത്തിനെ തകർന്ന കഷ്ണങ്ങൾ അയാൾ പണിയുന്ന പുതിയ പള്ളിയുടെ പടികളിൽ വിരിക്കുമെന്നാണ് ഉദ്ദേശ്യമെന്ന് അയാൾ പ്രഖ്യാപിച്ചിരിക്കുന്നു. എല്ലാ ദിവസവും, നൂറു കണക്കിനു കാലുകൾ അതിൽ ചവിട്ടുകയും മഹാദേവന്റെ വിഗ്രഹത്തിന്റെ ശേഷിപ്പുകളെ അശുദ്ധമാക്കുകയും ചെയ്യും."

സുഹേൽദേവ് ഒന്നും പറഞ്ഞില്ല, പക്ഷേ അവന്റെ താടി മുറുകുകയും വലത്തേ കൈയ്യിൽ മുഷ്ടി ചുരുട്ടുകയും ചെയ്തു.

അവന്റെ ഗുരു കുറച്ചു നേരം നിശ്ശബ്ദനായി അവന്റെ അരികിൽ ഇരുന്നു, എന്നിട്ട് അവന്റെ തോളിൽ തട്ടിയിട്ടു പോയി.

സുഹേൽദേവ് ദൂരേയ്ക്കു നോക്കിക്കൊണ്ടിരുന്നു. തടാകത്തിന്റെ നിശ്ചലമായ വെള്ളത്തിന്റെ ആഴങ്ങളിലേയ്ക്ക്. ഒരു ചെറിയ കുമിള മുകൾ പ്പരപ്പിലെത്തി പൊട്ടിപ്പോയി. അത് തടവിൽ വച്ചിരുന്ന വായുവിനെ മോചിപ്പിച്ചുകൊണ്ട്, വെള്ളത്തിന്റെ ആഴങ്ങളിൽ നിന്നും, തുറന്ന കാറ്റിന്റെ പ്രതാപത്തിലേയ്ക്ക്.

മല്ലദേവ് പോകുന്നതിനു മുമ്പു പറഞ്ഞ വാക്കുകൾ അവനിലേയ്ക്കു തിരിച്ചൊഴുകി.

"തുർക്കികൾ അഫ്ഗാനിസ്ഥാനിലോ ബലൂചിസ്ഥാനിലോ നിർത്തിയില്ല. അതു നമ്മുടെ രാജ്യമായിരുന്നു, ഒരിക്കൽ. അവർ വിശുദ്ധമായ സിന്ധു നദിയിലും നിർത്തിയില്ല. അതും ഒരിക്കൽ നമ്മുടെ നദിയായിരുന്നു. അവർ ഭാരതമാതാവിന്റെ എല്ലാ ഭൂമിയും കൈയ്യേറിയാലും, അവർ നിർത്തില്ല. അവർ പീഡിപ്പിക്കുന്നതു നിർത്തില്ല. അവർ യുദ്ധം നിർത്തില്ല. അവർ കൊല്ലുന്നതു നിർത്തില്ല. നമ്മൾ എത്രത്തോളം പ്രീണിപ്പിക്കുന്നുവോ, അവർ അത്രത്തോളം ആവശ്യപ്പെടും. എത്രത്തോളം നമ്മൾ കീഴടങ്ങുന്നുവോ, അത്രത്തോളം അവർ ആക്രമിക്കും. അവർ ഒരിക്കലും ഒരിക്കലും നിർത്തില്ല. അവർ നിർത്താനുള്ള ഒരേയൊരു വഴി, ഏതെങ്കിലും ഇന്ത്യാക്കാരൻ നിവർന്നു നിന്ന് 'മതി' എന്നു പറയാൻ ധൈര്യം കാണിക്കുന്നതു മാത്രമാണ്."

സുഹേൽദേവിന്റെ കവിളുകളിലൂടെ ഏതാനും കണ്ണുനീർത്തുള്ളികൾ ഒഴുകാൻ തുടങ്ങി. അവൻ കഴുത്തിൽ തൂങ്ങുന്ന ശിവലിംഗ പതക്കത്തിനെ മുറുകെപ്പിടിച്ചു.

അവന് തന്റെ സഹോദരന്റെ കരുണാർദ്രവും പ്രോത്സാഹിപ്പിക്കുന്നതുമായ ശബ്ദം കേൾക്കാമായിരുന്നു.

“നിന്റെയുള്ളിൽ അതുണ്ട് സുഹേൽ. നിനക്ക് സാധിക്കുമെന്ന് എനിക്കറിയാം. എനിക്കു വേണ്ടി പോരാടുക. ശിവഭഗവാനു വേണ്ടി പോരാടുക. നമ്മളെ പോറ്റിവളർത്തുന്ന മഹത്തായ രാജ്യത്തിനായി പോരാടുക. ഭാരതമാതാവിനു വേണ്ടി പോരാടുക.”

അദ്ധ്യായം 3

അജിത്പാൽ, കണ്ണൗജിന്റെ ചക്രവർത്തി, തന്റെ കൈയ്യിൽ കിരീടം കടിച്ചതിൽ ചൊറിഞ്ഞുകൊണ്ടു മുഖം ചുളിച്ചു. ഒരിക്കൽ, അത്രയ്ക്കു ഭൂത കാലത്തിലൊന്നുമല്ല, അദ്ദേഹത്തിന്റെ തലസ്ഥാനം വലിയ സാമ്രാജ്യത്തിന്റെ തിളങ്ങുന്ന രത്നമായിരുന്നു. മഹാനായ മിഹിരാ ഭോജിന്റെ, അജിത്പാലിന്റെ മുൻഗാമി, കീഴിൽ കണ്ണൗജ് വടക്ക് ഹിമാലയത്തിന്റെ താഴ്വാരങ്ങളും തെക്ക് നർമദ നദിയും വടക്കുപടിഞ്ഞാറ് സത്‌ലേജ് നദിയും കിഴക്ക് ബംഗാൾ വരെയും അതിരിട്ടുനിന്നിരുന്നു.

പക്ഷേ ഇപ്പോൾ, രാജ്യം അതിന്റെ പഴയ ഐശ്വര്യത്തിന്റെ നിഴൽ മാത്രമായി ചുരുങ്ങിയിരിക്കുന്നു, അജിത്പാൽ പൂർവ്വികരിൽ നിന്നും അവകാശമായി കിട്ടിയ ചക്രവർത്തി എന്ന സ്ഥാനത്തിൽ കടിച്ചുതൂങ്ങുന്നുണ്ടെങ്കിലും. പക്ഷേ സ്വകാര്യമായി ഒരുപാടുപേർ ഇപ്പോൾത്തന്നെ അദ്ദേഹത്തിന്റെ കുറഞ്ഞ സ്ഥാനത്തായിട്ടാണു പറയാറുള്ളത്: രാജാവ്. കുറച്ചു വർഷങ്ങൾക്കു മുമ്പു പിറുപിറുക്കലുകൾ ഉറക്കെയായി, അദ്ദേഹം ഘസ്നിയുടെ സൈന്യത്തിനെ പ്രതിരോധിക്കാൻ ശ്രമിച്ചു. ലജ്ജാകരമായ തോൽവി അനുഭവിച്ച് മഹ്മൂദിനെ തന്റെ സാമ്രാട്ടായി അംഗീകരിക്കുകയല്ലാതെ മറ്റു വഴിയില്ലാതെ പോയി.

അജിത്പാൽ തന്റെ മന്ത്രിയെ നോക്കി. “ഈ കീഴ്ജാതിക്കാരൻ പുതുപ്പണക്കാരൻ ഞാനുമായി തുല്യനെന്ന പോലെ യോഗം ചേരണമെന്ന് ആവശ്യപ്പെടാൻ ധൈര്യം കാണിക്കുന്നു. താങ്കൾ അതിനെപ്പറ്റി പറയൂ.”

അദ്ദേഹത്തിന്റെ മന്ത്രി, വൃഷഭ്, പുറത്തു വരാനൊരുങ്ങിയ ഒരു നെടുവീർപ്പിനെ തിരിച്ചെടുത്തു. വൃഷഭ് മെലിഞ്ഞ ഒരു വയസ്സൻ ആയിരുന്നു, അസ്വാഭാവികമായവിധം ചെറുപ്പം തോന്നിക്കുന്ന മുഖം മിക്കവാറും നരച്ച

മുടിയെ തെറ്റിദ്ധരിപ്പിക്കുന്ന പോലെ. അയാളുടെ കിരീടത്തിലെ മുടി നീളമുള്ളതായിരുന്നു, ഒരു കെട്ടുകെട്ടി തന്റെ ബ്രാഹ്മണ പശ്ചാത്തലം സൂചിപ്പിച്ചുകൊണ്ട്. അയാളുടെ വൃത്തിയായി വെട്ടിയൊതുക്കിയ താടി കൂട്ടതലും വെള്ളയായിരുന്നു, ഇടയ്ക്കിടെ ചില കറുത്ത ഇഴകളുമായി. അയാൾക്ക് ശ്രദ്ധേയമായ ഭാവമുണ്ടായിരുന്നു, അയാളുടെ തവിട്ടു കണ്ണുകൾ സാധാരണ നർമ്മരസം കൊണ്ട് തിളങ്ങും. ഇപ്പോൾ അയാൾ തന്റ് അസ്വസ്ഥത മറയ്ക്കാൻ കഷ്ടപ്പെടുകയാണ്. വിദൂരമായ ഒരു കാട്ടുപ്രദേശത്ത് ഒരു രഹസ്യ കൂടിക്കാഴ്ചയ്ക്കുള്ള കൂടിയാലോചനയ്ക്കായി ആഴ്ചകൾ എടുത്തിരുന്നു.

കൂടിക്കാഴ്ചയ്ക്കുള്ള സ്ഥലം കണ്ണൗജിന്റെ അതിർത്തിയിൽ ആയൽ രാജ്യമായ ഹരിദ്വയോട് ചേർന്നായിരുന്നു സ്ഥിതി ചെയ്തിരുന്നത്. ആ രാജ്യം ഹരിദ്രോഹി അല്ലെങ്കിൽ ഹരിയുടെ ശത്രു എന്നും അറിയപ്പെടുന്നു, വിഷ്ണുഭഗവാന്റെ ഭക്തനും മഹാനായ വീരൻ പ്രഹ്ലാദന്റെ അച്ഛനുമായ ഹിരണ്യകശിപു ഒരിക്കൽ വാണിരുന്നെന്ന വിശ്വാസം കാരണം. ഹിരണ്യകശിപു തന്റെ മകന്റെ വിഷ്ണുവിലേയ്ക്കുള്ള പാതയോടുള്ള സമർപ്പണത്തിൽ വളരെ ക്രോധം പൂണ്ടിരുന്നു, അയാൾ അവനെ കൊല്ലാനായി ആവർത്തിച്ച് ശ്രമിച്ചുകൊണ്ടിരുന്നു. പകരം, ഹിരണ്യകശിപു നരസിംഹത്താൽ, വിഷ്ണുവിന്റെ നാലാമത്തെ അവതാരം എന്നു കണക്കാക്കുന്നത്, കൊല്ലപ്പെടുകയായിരുന്നു.

അജിത്പാൽ സ്ഥലത്തെത്താനായി വേട്ടയ്ക്കു പോകുകയാണെന്ന ന്യായം ഉപയോഗിച്ച്, മംഗൽധ്വജുമായുള്ള കൂടിക്കാഴ്ച ശ്രദ്ധയോടെ മൂടിവച്ച രഹസ്യമാക്കിക്കൊണ്ട്. പക്ഷേ അതു അദ്ദേഹത്തിനെ അതിനെപ്പറ്റി നിർത്താതെ മുറുമുറുക്കുന്നതിൽ നിന്നും തടഞ്ഞില്ല. വൃഷഭ് അദ്ദേഹത്തിനെ ഒരിക്കൽക്കൂടി സമാധാനിപ്പിക്കാൻ ശ്രമിച്ചു. "പ്രഭോ, സന്ദേശം വ്യക്തമാണ്. മംഗൽധ്വജ് രാജാവ്..."

"അയാളെ കള്ളപ്പദവി വച്ച് പറയരുത്," അജിത്പാൽ പരുഷമായി പറഞ്ഞു.

"ക്ഷമിക്കണം, മഹാനായ ചക്രവർത്തീ. മംഗൽധ്വജ് ഇരുകൂട്ടർക്കും താല്പര്യമുള്ള കാര്യമാണെന്നു പറഞ്ഞാണു കൂടിക്കാഴ്ചയ്ക്ക് അപേക്ഷിച്ചത്. ശ്രദ്ധേയമായ എന്തെങ്കിലും ഇല്ലാതെ ഒരാൾ സാധാരണയായി അങ്ങിനെയൊരു അപേക്ഷ അയയ്ക്കില്ല. അയാൾക്കു പറയാനുള്ളതു കേൾക്കുന്നതിൽ എന്തു ദോഷമാണുള്ളത്?"

"ശരി, ഞാൻ കേൾക്കാം, അയാൾ ശ്വസിക്കുന്ന വായു തന്നെ ഞാനും ശ്വസിക്കുന്നത്, എനിക്കു വയറുവേദന ഉണ്ടാക്കുമെങ്കിലും." അജിത്പാൽ ഒന്നു വിറച്ചു, അദ്ദേഹത്തിന്റെ ആത്മാവ് താൻ പറഞ്ഞതിൽ ലജ്ജി

ക്കുന്നുണ്ടെന്നതു പോലെ. അദ്ദേഹം വീണ്ടും കൈപ്പത്തിയിൽ അടിച്ചു. “ഉഫ്, ഈ കീടങ്ങൾ. അവ എന്നെ ജീവനോടെ തിന്നുകയാണ്. ഈ നാശം പിടിച്ച സ്ഥലത്തേയ്ക്ക് വരാൻ ഞാൻ എന്തിനാണു സമ്മതിച്ചത്?”

വൃഷഭ് മൗനം പാലിച്ചു, പക്ഷേ ചുറ്റും നോക്കാതിരിക്കാൻ കഴിഞ്ഞില്ല. വലിയൊരു കൂടാരം കൊണ്ടു മൂടിയ മതിയായ സ്ഥലത്തിന്റെ ഓരോ ഇഞ്ചും മൃദുവായ കമ്പളം കൊണ്ടു മൂടിയിരുന്നു, അത് വെൽവറ്റ് കൊണ്ടുണ്ടാക്കി സ്വർണനൂൽ കൊണ്ട് ചിത്രപ്പണികൾ ചെയ്തതായിരുന്നു. അജിത്പാൽ ഒരു ഉയർന്ന തട്ടിൽ വച്ചിരിക്കുന്ന സിംഹാസനത്തിൽ സ്വാസ്ഥ്യത്തോടെ ഇരിക്കുകയായിരുന്നു.

ഒരിക്കൽ രാജാവ് ആകാരസൗകുമാര്യമുള്ള, സുന്ദരനായ ചെറുപ്പക്കാരൻ ആയിരുന്നു. പക്ഷേ അദ്ദേഹത്തിന്റെ മികച്ച ആകാരം പണ്ടേ മാഞ്ഞുപോയിരുന്നു, കൂടാരത്തിൽ ഇരിക്കുന്ന വ്യക്തി ജുങ്ങിയ താടിയുള്ള പൊണ്ണത്തടിയിലേയ്ക്കു ചായുന്ന ഒരാളായിരുന്നു. അദ്ദേഹത്തിന്റെ വിളറിയ ചർമ്മവും ചുവന്ന കണ്ണുകളും അജിത്പാലിനെക്കുറിച്ച് പൊതുവേയുള്ള അധോഗതിയുടെ ഭാവത്തിന് ആക്കം കൂട്ടി.

ഒരു പരിചാരകൻ അജിത്പാലിന് ഊർജ്ജസ്വലമായി വീശിക്കൊടുത്തു, മറ്റുള്ളവർ അദ്ദേഹത്തിന്റെ ഓരോ തോന്നലും അനുസരിച്ചു ആഹാരവും വീഞ്ഞും വിളമ്പുന്നതിനായി പരക്കം പാഞ്ഞു. തട്ടിന്റെ താഴെ ആയുധധാരികളായ രണ്ടു കാവൽക്കാർ നിൽക്കുന്നുണ്ടായിരുന്നു, കൂടാരത്തിന്റെ പ്രവേശനത്തിൽ മറ്റു രണ്ടുപേരും. പുറത്ത്, ഇരുപത് പട്ടാളക്കാരുടെ ഒരു സംഘം മൊത്തം കൂടാരത്തിനേയും ചുറ്റിനടന്ന് ഒരിടത്തുനിന്നും കടന്നുകയറ്റക്കാർ പമ്മി നടക്കുന്നില്ലെന്ന് ഉറപ്പാക്കി.

ഒരു കിളിയുടെ ചിലയ്ക്കലോ വന്യമൃഗം ഉണ്ടാക്കുന്ന ശബ്ദമോ കൂടാരത്തിലൂടെ ഒലിച്ചിറങ്ങിയില്ലായിരുന്നെങ്കിൽ അവർ ഒരു കാട്ടിലാണെന്നു പറയാൻ സാധിക്കില്ലായിരുന്നു.

അജിത്പാൽ വൃഷഭിന്റെ നിശ്ശബ്ദമായ ഖണ്ഡനം മനസ്സിലാക്കി. അത് അദ്ദേഹത്തിനെ കൂടുതൽ അസ്വസ്ഥനാക്കിത്തീർത്തു. “ശരി, മുഖം വാട്ടിക്കൊണ്ട് നിൽക്കണ്ട. എപ്പോഴാണു നിന്റെ “ബഹുമാന്യനായ” അതിഥിയെ പ്രതീക്ഷിക്കുന്നത്?”

“അയാൾ ഉടൻ തന്നെയെത്തും, മഹാനായ ചക്രവർത്തീ,” വൃഷഭ് പറഞ്ഞു.

“ശരി, പോയി നോക്ക്. ഈ കസേരകൾ എടുത്തുമാറ്റാൻ ആരെയെങ്കിലും അയയ്ക്ക്. അതൊന്നും ആവശ്യം വരില്ല.”

“പ്രഭോ...” വൃഷഭ് അലട്ടുന്ന സ്വരത്തിൽ തുടങ്ങി, പക്ഷേ അജിത്പാൽ തുറിച്ചു നോക്കിയപ്പോൾ നിശ്ശബ്ദനായി.

അജിത്പാലിന്റെ ചിന്തകൾ ഏതാണ്ടു ദേഷ്യത്തോടെയുള്ള മൗനത്തിൽ കേൾക്കാമായിരുന്നു. *അയാൾ എനിക്കു തുല്യനല്ല. മംഗൽധ്വജ് തറയിൽ ഇരിക്കും, അയാളുടെ സ്ഥാനത്ത്.*

വൃഷഭ്, തന്റെ ആശങ്കകളോടെ, രാജാവിന്റെ ഭൃത്യന്മാരോട് കസേരകൾ നീക്കാൻ ആംഗ്യം കാണിച്ചു, എന്നിട്ടു ചക്രവർത്തിയെ വണങ്ങിയിട്ട് ആർഭാടത്തോടെ സൗകര്യങ്ങൾ ഒരുക്കിയിട്ടുള്ള കൂടാരത്തിൽ നിന്നും ഇറങ്ങിപ്പോയി. അയാൾക്കു ചെയ്യാൻ നിർബന്ധിക്കപ്പെട്ട മറ്റൊരുപാടു രാജകല്പനകളും ഉണ്ടായിരുന്നു, അതയാളെ കൂടുതൽ ലജ്ജാകുലനാക്കി.

അജിത്പാൽ വൃഷഭിന്റെ വന്ദനം സ്വീകരിക്കാൻ പോലും തയ്യാറായില്ല. അദ്ദേഹം ഒരു ഭൃത്യനെ വിളിച്ചു, അയാൾ തിടുക്കത്തിൽ വിശിഷ്ടഭോജ്യങ്ങളുള്ള താലം അദ്ദേഹത്തിന്റെ മുന്നിൽ വച്ചു. അജിത്പാൽ അഭിനന്ദനത്തോടെ മണം പിടിച്ചു, എന്നിട്ടു ഭക്ഷണം വായയിലേയ്ക്കു നിക്ഷേപിക്കാൻ തുടങ്ങി.

സുഹേൽദേവ് മംഗൽധ്വജിനെ കൂടെപ്പോകാമെന്നു സമ്മതിച്ചെങ്കിലും, അവ തന്റെ പിതാവിന്റെ ആശയത്തിൽ സംശയാലുവായിത്തന്നെയിരുന്നു. "ഇതിൽ നിന്നും ഒന്നും ഉണ്ടാവില്ല, ബാബാ."

സുഹേൽദേവും മംഗൽധ്വജും കുറച്ചു ദിവസങ്ങളായി യാത്ര ചെയ്യുകയായിരുന്നു, ഒരു ചെറിയ പടയോടൊപ്പം.

മംഗൽധ്വജ് തന്റെ ഓട്ടം സുഹേൽദേവിന്റെ ഒപ്പമാക്കാനായി കുതിരയുടെ കടിഞ്ഞാൺ നിയന്ത്രിച്ചു. "ഘസ്നിയുടെ സൈന്യങ്ങൾ ഇന്ത്യയിലെ നമ്മുടെ ഭാഗത്തേയ്ക്കു തിരിയുമെന്ന് എനിക്കുറപ്പാണ്. ഒരുപക്ഷേ നമുക്ക് ഒറ്റയ്ക്കു നേരിടാൻ സാധിക്കില്ല. നമുക്ക് സഖ്യങ്ങൾ വേണം. അതെ, അജിത്പാൽ ഘസ്നിയോടു തോറ്റെന്നതു ശരിയാണ്, പക്ഷേ അദ്ദേഹത്തിന് ഇപ്പോഴും ഈ പ്രദേശത്തെ ഏറ്റവും ശക്തമായ സൈന്യങ്ങൾ ഉണ്ട്. നമുക്കൊപ്പം ഒരു സഖ്യമുണ്ടാക്കാൻ ചിലപ്പോൾ അദ്ദേഹത്തിന് താല്പര്യമുണ്ടായിരിക്കും. നമ്മൾ ഇന്ത്യാക്കാർ നമ്മളെത്തന്നെ ഒരുപാടു വിഭജിച്ചിരിക്കുകയാണ്. ഒരുപക്ഷേ നമ്മളെ ഒരുമിച്ചു ചേർക്കാൻ പുറമേ നിന്നുമുള്ള പൊതുവായ ഭീഷണി ആവശ്യമായിരിക്കാം.

"ബാബാ, അദ്ദേഹം നമ്മുടേയും അദ്ദേഹത്തിന്റേയും ജാതിയ്ക്കപ്പുറം ചിന്തിക്കാൻ കഴിയുമെന്നു വിശ്വസിക്കുന്നുണ്ടോ?" സുഹേൽദേവ് ചോദിച്ചു.

മംഗൽധ്വജ് തോൾ കുലുക്കി. "എനിക്കറിയില്ല. പക്ഷേ ചരിത്രത്തിനു

നമ്മുടെ സഖ്യമാകുമായിരിക്കും. ഇന്ത്യയിലെ മഹാന്മാരായ ചക്രവർത്തി മാരെപ്പറ്റി ആലോചിക്കൂ. ചന്ദ്രഗുപ്ത മൗര്യനും ബിന്ദുസാരനും, സമുദ്രഗുപ്തനും വിക്രമാദിത്യനും. അവരിൽ ആരും തന്നെ ക്ഷത്രിയരായി ജനിച്ചവർ ആയിരുന്നില്ല. ഒരാളെ അയാളുടെ ജനനത്തേക്കാൾ കർമ്മം കൊണ്ടു നിർവചിക്കാൻ തുടങ്ങിയിട്ട് അധികമായിട്ടില്ല.

"ബാബ, സുഹേൽദേവ് പറഞ്ഞു, കണ്ണുകൾ ഉരുട്ടിക്കൊണ്ട്, "അത് വളരെ വളരെ വളരെ പണ്ടാണ്..."

"ആയിരിക്കാം. പക്ഷേ നമ്മൾ ആ കാലത്തിനെ സ്വയം ഓർമ്മി പ്പിക്കേണ്ടതുണ്ട്. കടന്നുകയറ്റക്കാർ അപ്പോൾ നമ്മളെ ആക്രമിക്കാൻ ധൈര്യപ്പെടില്ല. നമ്മളെ കീഴ്പ്പെടുത്താനാവില്ല."

"അതെ, കാരണം ആ കാലത്തു നമ്മൾ വിദേശികളുമായി ഒരുമിച്ചു പോരാടിയിരുന്നു. ഇന്ന്, നമുക്ക് പരസ്പരം പോരാടുന്നതിലാണു താല്പര്യം."

"എങ്കിൽ ആ പഴയ കാലത്തിനെ നവീകരിച്ചെടുക്കാൻ നോക്കാം. ആർക്കറിയാം, ചിലപ്പോൾ അജിത്പാൽ നമ്മളെ ഞെട്ടിക്കുമായിരിക്കും."

സുഹേൽദേവ് ചിരിക്കൊണ്ടു തലയാട്ടി, പതിയെ ചിരിച്ചുകൊണ്ട്. മംഗൽധ്വജ് മകനെ നോക്കിയിട്ടു നേരെ തിരിഞ്ഞു. നേരെ ദൂരേക്ക്.

* * *

അജിത്പാൽ മുന്നിൽ വച്ചിരിക്കുന്ന വിശിഷ്ടഭോജ്യങ്ങളിൽ ചാടിച്ചാടി കൊറിച്ചുകൊണ്ടിരുന്നു. ദിവസത്തിന്റെ രണ്ടാമത്തെ യാമം അവസാ നിക്കാറായിരുന്നു. ചുരുക്കത്തിൽ, ഉച്ചയാകാനായിരുന്നു, ഉച്ചയൂണിനു ള്ള സമയം അകലെയല്ല, പക്ഷേ അജിത്പാലിന്റെ വയറ് ഇപ്പോൾ ത്തന്നെ വിശ്രമവും മടുപ്പുമില്ലാതെ തുടർച്ചയായി ആഹാരവും വീഞ്ഞും കഴിച്ച് വീർത്തുപൊട്ടാറായിരുന്നു. അദ്ദേഹം ഏമ്പക്കം വിട്ടു, വായയിൽ അമ്ലരുചി അനുഭവിച്ചു. മുഷിഞ്ഞിരുന്ന മനോനിലയെ അതു മോശമാ ക്കിയതേയുള്ളൂ.

ഞാൻ മഹാനായ മിഹിരാ ഭോജിന്റെ പരമ്പരയിൽ നിന്നുമുള്ളവനാണ്! ഈ നാശം പിടിച്ച എന്റെ പ്രജകൾ ഞാനർഹിക്കുന്ന ബഹുമാനം കാണി ക്കേണ്ടതാണ്!

ആലോചനാനിമഗ്നനായിക്കൊണ്ട്, അദ്ദേഹം ചഷകം എടുത്ത് അതിലെ വീഞ്ഞ് വിഴുങ്ങി. കുറച്ചു ദ്രാവകം അദ്ദേഹത്തിന്റെ താടിയിൽ ചിതറി. അസ്വസ്ഥനായിക്കൊണ്ട്, അദ്ദേഹം പുറംകൈ കൊണ്ട് അത് തുടച്ചു.

"മഹാനായ ചക്രവർത്തീ, താങ്കളുടെ ബഹുമാന്യരായ അതിഥികൾ എത്തിക്കഴിഞ്ഞു," വൃഷഭ് കൂടാരത്തിലേയ്ക്ക് പ്രവേശിച്ചുകൊണ്ടു പറഞ്ഞു, മംഗൽധ്വജിനേയും സുഹേൽദേവിനേയും അതിയായ മര്യാദയോടെ അകത്തേയ്ക്ക് കൂട്ടിക്കൊണ്ട്.

"സ്വാഗതം," അജിത്പാൽ പറഞ്ഞു. അദ്ദേഹം അതിഥികളെ വരവേൽക്കാനായി എഴുന്നേറ്റില്ല. പകരം, താഴേയ്ക്ക് ചൂണ്ടിക്കാണിച്ചു. "ഇരിക്കൂ."

സുഹേൽദേവിന്റെ കണ്ണുകൾ ദേഷ്യം കൊണ്ടു തിളങ്ങി, പക്ഷേ മംഗൽധ്വജ് അവന്റെ തോളിൽ പിടിച്ചു നിയന്ത്രിച്ച് ഒരു നോട്ടം കൊണ്ട് അവനെ നിശ്ശബ്ദനാക്കി.

"നന്ദി, പക്ഷേ ഞങ്ങൾ നിന്നോളാം, പ്രഭോ," മംഗൽധ്വജ് നന്ദിയോടെ പറഞ്ഞു, ക്ഷമാപണത്തോടെ തന്നെ നോക്കുന്ന വൃഷഭിനെ ശ്രദ്ധിച്ചുകൊണ്ട്.

"ഇഷ്ടം പോലെ," അജിതപാൽ തോൾ കുലുക്കി. "നിങ്ങൾക്ക് എന്നെ കാണണം എന്നു പറഞ്ഞു. ഇതാ നമ്മൾ എത്തി. പറയൂ."

മംഗൽധ്വജ് ഒന്നു തയ്യാറെടുത്തിട്ടു തുടങ്ങി. "മഹാനായ ചക്രവർത്തീ, നമ്മുടെ രാജ്യത്തിന്റെ ശാന്തതയ്ക്കും ഒരുമയ്ക്കുമുള്ള ഏറ്റവും വലിയ ഭീഷണിയാണു ഘസ്നിയിലെ മഹ്മൂദ് എന്നു അങ്ങു സമ്മതിക്കുമെന്ന് എനിക്കുറപ്പാണ്. അയാളുടെ കൈകൾ കൊണ്ടു താങ്കൾ കഷ്ടപ്പെട്ടിട്ടുമുണ്ട്. ബാക്കിയുള്ള നമ്മളെ അയാൾ ലക്ഷ്യം വയ്ക്കാൻ അധികം വൈകില്ല. സോംനാഥ്ജിയുടെ ക്ഷേത്രത്തിനെ അയാൾ ചെയ്തത് ഇന്ത്യയെ മുഴുവനായും രോഷാകുലമാക്കിയിരിക്കുന്നു-"

"അതു കുറച്ചു കാലം മുമ്പാണ്," അജിത്പാൽ തടസ്സപ്പെടുത്തി. "അതിനുശേഷം വസന്തകാലം കടന്നുപോകുകയും ഗ്രീഷ്മകാലം അവസാനിക്കാറാകുകയും ചെയ്തിരിക്കുന്നു. അതെല്ലാം പെട്ടെന്നു തന്നെ മറന്നുപോകും. എന്തായാലും, നമുക്ക് ക്ഷേത്രം പിന്നീടു വീണ്ടും പണിയാവുന്നതാണ്..."

അജിത്പാൽ ഇന്ത്യയിലെ ആറ് ഋതുക്കളിലെ രണ്ടെണ്ണമായിരുന്നു സൂചിപ്പിച്ചത്, വസന്തവും വേനലും. അത് ഒരുപാടു കാലമാണെന്ന് അദ്ദേഹം കരുതുന്നുണ്ടെന്നു തോന്നി.

മംഗൽധ്വജ് ഞെട്ടിപ്പോയി. അവരുടെ ദൈവത്തിനെ അപമാനിച്ചത് ഇത്ര വേഗം മറന്നുപോയോ? പക്ഷേ അദ്ദേഹത്തിന് അപ്പോഴും ഒരു സഖ്യമുണ്ടാക്കാനായി പരമാവധി ശ്രമിക്കണം എന്നുണ്ടായിരുന്നു. ശക്തമായ കണ്ണൗജിന്റെ സൈന്യത്തിന്റെ പിന്തുണ വേണമെന്നുണ്ടായിരുന്നു. "പ്രഭോ, അയൽക്കാരന്റെ വീട് കത്തുമ്പോൾ നിശ്ശബ്ദനായി

രിക്കുന്നയാൾ വിഡ്ഢിയാണ്, ആ തീ തീർച്ചയായും അയാളുടെ വീട്ടിലേയ്ക്കും പടരുമെന്നുള്ളപ്പോൾ. മഹ്മൂദ് സോംനാഥിൽ നിർത്തില്ല. അയാൾ ഇന്ത്യയുടെ കൂടുതൽ അകത്തേയ്ക്ക് വന്നുകൊണ്ടിരിക്കും. നമ്മളിലാരും തന്നെ സുരക്ഷിതരായിരിക്കില്ല."

"എന്റെ സുരക്ഷയെപ്പറ്റി നിങ്ങൾ വിഷമിക്കണ്ട," അജിത്പാൽ പറഞ്ഞു, ഇളിച്ചുകൊണ്ട്. "എന്റെ സൈന്യത്തിന് എന്തും നേരിടാൻ സാധിക്കും."

"പ്രഭോ, ഞങ്ങൾക്കു അങ്ങയുമായുള്ള ഒരു സഖ്യം മുന്നോട്ടു വയ്ക്കാൻ ആഗ്രഹമുണ്ട്. അങ്ങയുടെ ഉദ്ദേശ്യം പ്രഖ്യാപിച്ചാൽ, മറ്റു രാജ്യങ്ങളും താല്പര്യപ്പെട്ടു വരും. ഒരു വാക്കു പറയൂ, ഞങ്ങൾ അങ്ങയ്ക്കൊപ്പം തോളോടുതോൾ ചേർന്നു നിൽക്കാം. അപ്പോൾ നമുക്ക് ഏതു തുർക്കിക്കാരനേയും തോൽപ്പിക്കാനാകും."

അജിത്പാൽ പൊട്ടിച്ചിരിച്ചു. "ഗൗരവമായിട്ടാണോ? ഏതാനും തലമുറകൾക്കു മുമ്പ്, നിങ്ങളുടെ പൂർവ്വികർ മൃഗങ്ങളെ വളർത്തുകയും ഞങ്ങൾ ഉയർന്ന ജാതിക്കാർക്കു വേണ്ടി മണ്ണു കിളയ്ക്കുകയുമായിരുന്നു. എന്നിട്ട് ഇന്ന്, ഞാനുമൊത്തു തോളോടുതോൾ ചേർന്നു നിൽക്കുന്നതു സ്വപ്നം കാണുന്നോ, ഒരു ശൂദ്രക്ഷത്രിയനൊപ്പം? ഞാൻ മിഹിരഭോജിന്റെ പിൻഗാമിയാണ്! ഞാൻ മഹാനായ ദൈവം ലക്ഷ്മണപ്രഭുവിന്റെ പിൻമുറക്കാരനാണ്!"

മംഗൽധ്വജ് തന്റെ വിനീതമായ സ്വരം തെറ്റാതെ നിലനിർത്തി. "അതെ, പ്രഭോ. മിഹിര ഭോജൻ ഒരു മഹാനായ ചക്രവർത്തി ആയിരുന്നു, ഇന്നുവരെ എല്ലാ ഇന്ത്യാക്കാരും ബഹുമാനിക്കുന്നയാൾ. പക്ഷേ അദ്ദേഹം എല്ലാ ഇന്ത്യാക്കാരെയും സ്വന്തമായി കരുതിയിരുന്നു എന്നത് ഓർക്കുക. അങ്ങും അങ്ങയുടെ വംശവും ലക്ഷ്മണഭഗവാന്റെ പിൻഗാമികൾ ആണെന്നതു സത്യം തന്നെ. പക്ഷേ ലക്ഷ്മണഭഗവാന്റെ ജ്യേഷ്ഠൻ, രാമഭഗവാൻ, എല്ലാവരേയും, കീഴ്ജാതിയിൽപ്പെട്ടവരെ ഉൾപ്പടെ, ബഹുമാനത്തോടെയേ കരുതിയിട്ടുള്ളൂ എന്നത് മറക്കരുത്."

"അതിന്, ഞാൻ രാമഭഗവാൻ അല്ല!" അജിത്പാൽ മുരണ്ടു. "നിങ്ങളുടെ നിലയനുസരിച്ചു പെരുമാറിയാൻ ഞാൻ ദയ കാണിക്കാം. നിങ്ങൾ പണ്ട് ആരായിരുന്നു എന്നതു മറക്കരുത്."

"ഭൂതകാലത്തിന് ഇതുമായി എന്താണു ബന്ധം?" സുഹേൽദേവ് പൊട്ടിത്തെറിച്ചു. "നമ്മൾ വർത്തമാനത്തിലാണു ജീവിക്കുന്നത്, എന്റെ പിതാവ് ഇവിടെ വന്നിരിക്കുന്നത് ഒരു രാജാവിനോടു മറ്റൊരു രാജാവ് എന്ന നിലയിലാണ്."

അജിത്പാൽ ദേഷ്യത്തോടെ കൈ ഉയർത്തി. “മംഗൽധ്വജ്, നിങ്ങളുടെ ആളുകൾക്കു ശരിയായ വിദ്യാഭ്യാസത്തിന്റെ ഗുണം ഇല്ലെന്നു ഞാൻ തിരിച്ചറിയുന്നു, പക്ഷേ നിങ്ങളുടെ തെമ്മാടിക്കൂട്ടനെ ഏതാനും അടിപിടികൾ ജയിച്ചതുകൊണ്ടോ ഇത്തിരി സ്ഥലം പിടിച്ചെടുത്തതു കൊണ്ടോ രാജാവാകാൻ കഴിയില്ലെന്നു പഠിപ്പിക്കണം. ശരിയായ രാജപദവി പരിഗണിക്കപ്പെടണമെങ്കിൽ ക്ഷത്രിയനായി ജനിക്കണം.”

“ക്ഷത്രിയർ അല്ലാത്ത മഹാന്മാരായ രാജാക്കന്മാരും ചക്രവർത്തിമാരും പണ്ടുണ്ടായിരുന്നു –“മംഗൽധ്വജ് തുടങ്ങി.

“അതു പണ്ടായിരുന്നു,” അജിത്പാൽ ക്രുദ്ധനായി, അദ്ദേഹത്തിനെ തടസ്സപ്പെടുത്തിക്കൊണ്ട്.

“നിങ്ങളുടെ ഈ ധിക്കാരിയായ നായ്ക്കുട്ടി ചൂണ്ടിക്കാണിച്ചതുപോലെ, നമ്മൾ വർത്തമാനത്തിലാണു ജീവിക്കുന്നത്, നിങ്ങൾക്ക് ഞാനുമായിട്ടാണ് ഇടപെടേണ്ടത്. ഈ പരിഹാസ്യമായ കൂടിക്കാഴ്ചയ്ക്ക് സമ്മതിച്ചതിലൂടെ നിങ്ങളെ ഞാൻ പരിഗണിച്ചു, പക്ഷേ നിങ്ങളുടെ അതിരുകൾ കടക്കരുത്. ഇത് എപ്പോഴും അറിഞ്ഞിരിക്കുക: ഞാൻ ഒരിക്കലും എന്റെ വിശിഷ്ടമായ കുടുംബത്തിനെ ഒരു പ്രതാപമുണ്ടെന്ന മിഥ്യാധാരണയുള്ള കീഴ്ത്തട്ടുകാരനായ വിഡ്ഢിയുമായി കൈകോർത്തുകൊണ്ട് അപമാനിക്കില്ല.”

സുഹേൽദേവ് മംഗൽധ്വജിന്റെ തടസ്സപ്പെടുത്തുന്ന കൈ തട്ടിമാറ്റി അലറി, “അതെ, നിങ്ങൾക്കു ഒരു വിദേശിയുടെ മുന്നിൽ തല കുനിക്കുമ്പോൾ വലിയ ബഹുമാനം കിട്ടുമായിരിക്കും, പക്ഷേ ഒപ്പമുള്ള ഒരു ഇന്ത്യാക്കാരനുമായി കൈകോർക്കുമ്പോൾ സ്വയം അപമാനിക്കുന്നതാകുന്നു, ദുരഹങ്കാരമുള്ള വിഡ്ഢീ!”

“മിണ്ടരുത്!” അജിത്പാൽ അലറി, മുന്നിലെ മേശപ്പുറത്തുള്ള ഭോജനവസ്തുക്കളെല്ലാം തട്ടിമാറ്റിക്കൊണ്ട്. “മര്യാദയില്ലാത്ത അധമൻ, നിന്റെ അധികപ്രസംഗത്തിന് ഞാൻ നാവ് പിഴുതെടുക്കേണ്ടതാണ്.”

“പ്രഭോ, അവർ അങ്ങയുടെ അതിഥികളാണ്,” വൃഷഭ് അപേക്ഷിച്ചു. “ദയവായി, ഞാൻ യാചിക്കുകയാണ്.”

അജിത്പാൽ തന്റെ മന്ത്രിയുടെ നേരെ തിരിഞ്ഞു. “ഇതെല്ലാം നിങ്ങളുടെ പിഴവാണ്! നിങ്ങളാണ് എന്നെ ഇതിലേയ്ക്കു കൊണ്ടുവന്നത്! നിങ്ങളെ ഞാൻ പിന്നീടു കൈകാര്യം ചെയ്തോളാം.” എന്നിട്ട് അദ്ദേഹം മംഗൽധ്വജിനേയും സുഹേൽദേവിനേയും നോക്കി പറഞ്ഞു. “നിങ്ങൾ ധർമ്മം മറന്നുകാണും, പക്ഷേ ഞാനില്ല. ആദ്യമായും അവസാനമായും ഞാൻ നിങ്ങളുടെ ധാർഷ്ട്യം പൊറുക്കാം. എന്റെ സാമ്രാജ്യത്തിൽ നിന്നും പൊയ്ക്കോ, ഒരിക്കലും തിരിച്ചു വരരുത്. നിങ്ങളുടെ മുഖങ്ങൾ എപ്പോഴെങ്കിലും കണ്ടാൽ, ഞാൻ അവിടെവച്ചു തന്നെ നിങ്ങളെ കൊല്ലും.”

സുഹേൽദേവ് പ്രതികരിക്കാൻ ഒരുങ്ങിയപ്പോൾ മംഗൽദേവ് അവനെ പിടിച്ച് ഒരുവശത്തേയ്ക്കു മാറ്റി.

നൂറ്റമ്പത് പേരടങ്ങുന്ന ഒരു സംഘം മംഗൽധ്വജിനും സുഹേൽദേവിനും ഒപ്പം നാട്ടിലേയ്ക്കു മടങ്ങി. അവർ എല്ലാവരും ശ്രാവസ്തി സൈന്യത്തിലെ പട്ടാളക്കാർ ആകുമ്പോഴും, അവരിൽ ആരും തന്നെ പട്ടാളവേഷം ധരിച്ചിട്ടുണ്ടായിരുന്നില്ല. അവർക്കു പെട്ടെന്നു തിരിച്ചറിയരുതെന്നായിരുന്നു. ചിലർ വില്ലുകളും ആവനാഴികളും വച്ചിരുന്നു, മറ്റുള്ളവർക്ക് ശൂലങ്ങൾ, കോടാലികൾ, ഗദകൾ എന്നിവയുണ്ടായിരുന്നു. എല്ലാവരും അരയിൽ വാളുകളും കത്തികളും കെട്ടിവച്ചിരുന്നു, മുതുകിൽ പരിചകളും.

സംഘത്തിന്റെ മുഖ്യഭാഗം മദ്ധ്യത്തിലായിരുന്നു, മംഗൽധ്വജും സുഹേൽദേവും അവരുടെ നടുക്ക്, ഇരുപത് പേരുടെ ഒരു സംഘം പിന്നിൽ. രണ്ടു നിരീക്ഷകർ മുന്നിൽ ഓടിച്ചുപോയി, ഇരുപതു പേരുടെ കാവൽപ്പട പിന്നാലെയും.

"ആ മണ്ടൻ അജിത്പാലിനെ മഹാദേവഭഗവാൻ ശപിക്കട്ടെ!" സുഹേൽദേവ് ദേഷ്യപ്പെട്ടു." അയാളെപ്പോലെയുള്ള മരക്കഴുതകൾ നമ്മുടെ രാജ്യത്തിനെ ഭരിക്കുന്നിടത്തോളം കാലം ഇന്ത്യയിൽ നല്ലതൊന്നും സംഭവിക്കില്ല."

മംഗൽധ്വജ് വിഷമത്തോടെ തലകുലുക്കി. "ഇത്തരം ഇന്ത്യാക്കാരുള്ളപ്പോൾ, നമ്മളെ തോൽപ്പിക്കാൻ തുർക്കികൾ വേണ്ട. നമ്മൾ സ്വയം തോൽപ്പിക്കുന്നതിൽ വളരെ മികച്ചവരാണ്. വിഭജിക്കപ്പെട്ട്, നമ്മൾ വീഴ്ച തുടരുന്നു."

അപ്പോൾ, നിരീക്ഷകരിൽ ഒരാൾ തിരിച്ചു വന്നു, സംഘത്തിനെ നിൽക്കാൻ സൂചന നൽകിക്കൊണ്ട്. കുതിരയോടിക്കുന്നവർ നിർത്തി നിരീക്ഷകന് രാജാവിന്റെ അടുത്തെത്താനായി വഴിമാറിക്കൊടുത്തു.

"എന്താണു കാര്യം?" മംഗൽധ്വജ് ചോദിച്ചു.

"തടാകത്തിന്റെ അടുത്തു കുറച്ചു പട്ടാളക്കാരുണ്ട്, പ്രഭോ," നിരീക്ഷകൻ പറഞ്ഞു. "ഏതാണ്ട് അമ്പത് ആളുകളുണ്ടാകും. അവർ ഘസ്നിയുടെ നിറങ്ങളാണു ധരിച്ചിരിക്കുന്നത്."

നിരീക്ഷകൻ പറഞ്ഞ തടാകം ഒരു അനൗപചാരികമായ വിശ്രമസ്ഥലം ആയിരുന്നു, അതിലൂടെ പോകുന്ന എല്ലാ സഞ്ചാരിക്കൂട്ടങ്ങളും കുതിരകൾക്കു വെള്ളം കൊടുക്കാനും അല്പം വിശ്രമിക്കാനുമായി

അവിടെ നിർത്തും. അത് ഏതാനും കിലോമീറ്ററുകൾ അകലെയാണ്, ഒരു കാട്ടുവഴിയിലൂടെ.

മംഗൽധ്വജ് നിരീക്ഷകനെ കടന്നു നോക്കി. "മുതിർന്ന നിരീക്ഷകൻ എവിടെ?"

"അദ്ദേഹം അവരെ നിരീക്ഷിക്കുകയാണ്, രാജൻ. അങ്ങയെ അറിയിക്കാനായി എന്നെ അയച്ചതാണ്."

മംഗൽധ്വജ് അംഗീകരിച്ചുകൊണ്ട് തലയാട്ടി, വ്യവസ്ഥാപിതമായ കീഴ്വഴക്കങ്ങൾ അനുസരിക്കപ്പെടുന്നതിൽ സന്തോഷിച്ചുകൊണ്ട്. "ഒന്നു പോയി നോക്കാം," അദ്ദേഹം പറഞ്ഞു. സുഹേൽദേവിനും രണ്ട് പട്ടാളക്കാർക്കും സൂചന നൽകി. "നിങ്ങൾ ഞങ്ങളുടെ കൂടെ വരുക. ബാക്കിയുള്ളവർ, പിന്നോട്ടു പോകുക. ഞങ്ങളിൽ ഒരു കണ്ണു വേണം, പക്ഷേ മറവിലായിരിക്കണം."

ഒരു ചെറിയ സംഘം തടാകത്തിനു നേരെ ഓടിച്ചുപോയി. മുതിർന്ന നിരീക്ഷകൻ ഒരു മരത്തിന്റെ പിന്നിൽ മറഞ്ഞിരിക്കുകയായിരുന്നു, അയാളുടെ കുതിരയെ കുറച്ചു പിന്നിൽ മറ്റൊരു മരത്തിൽ കെട്ടിയിട്ടിരിക്കുന്നു. ഒരു പട്ടാളക്കാരൻ അടുത്തെത്താനായപ്പോൾ പക്ഷിയുടെ ശബ്ദമുണ്ടാക്കി, നിരീക്ഷകൻ ഭയക്കാതിരിക്കാൻ.

നിരീക്ഷകൻ തിരിഞ്ഞു നോക്കി, വരുന്നവരെ കണ്ടു, നിശ്ശബ്ദമായി സല്യൂട്ട് ചെയ്തു. മംഗൽധ്വജും സുഹേൽദേവും താഴെയിറങ്ങി കുതിരകളുടെ കടിഞ്ഞാണുകൾ ഇളയ പട്ടാളക്കാരനു കൈമാറിയിട്ടു നിരീക്ഷകന്റെ നേർക്കു നടന്നു.

"എന്താണ് അബ്ദുൾ?" മംഗൽധ്വജ് പതിയെ ചോദിച്ചു.

അബ്ദുൾ അറിയില്ലെന്നു തലയാട്ടി തടാകത്തിനു നേരെ ചൂണ്ടി. അതിനരികിൽ ഒരു വലിയ കൂടാരം കെട്ടിയിട്ടുണ്ടായിരുന്നു. ഏതാണ്ട് അമ്പത് ആളുകൾ ഘസ്നിയുടെ പച്ച മേലാടകൾ അണിഞ്ഞ് തീയ്ക്കു ചുറ്റും ഇരിക്കുന്നുണ്ടായിരുന്നു. ഏതാനും ആളുകൾ കാവലിരിക്കുന്നു, അവർ പ്രത്യേകിച്ച് ജാഗ്രതയിൽ ഒന്നുമായിരുന്നില്ലെങ്കിലും.

"അവർ എന്താണു ചെയ്യാൻ പോകുന്നതെന്നു കണ്ടുപിടിക്കാം," മംഗൽധ്വജ് പറഞ്ഞു. അദ്ദേഹം തിരിഞ്ഞുനോക്കി. ബാക്കിയുള്ള പട്ടാളക്കാർ കുറച്ചു ദൂരെയാണ്, പക്ഷേ കാണാനാകും. അദ്ദേഹം ഇളയ നിരീക്ഷകനു നേരെ തിരിഞ്ഞു. "എന്റെ നിർദ്ദേശങ്ങളുമായി അവരുടെ അടുത്തേയ്ക്കു പോകൂ. അവർ അടുത്തു തന്നെ മറവിൽ ഉണ്ടായിരിക്കണം. എന്തെങ്കിലും പ്രശ്നമുണ്ടാകുമെന്ന് എനിക്കു തോന്നുന്നില്ല, പക്ഷേ അവർ അങ്ങിനെയെന്തെങ്കിലും സൂചന കാണുകയാണെങ്കിൽ, നമ്മുടെ സഹായത്തിനായി ഓടിയെത്തണം."

അവർ മറഞ്ഞിരിക്കുമ്പോൾ, മംഗൽധ്വജ്, സുഹേൽദേവ്, അബ്ദുൾ എന്നിവർ, മറ്റൊരു പട്ടാളക്കാരൻ ക്യാമ്പിലേയ്ക്കു പോയി, അവരുടെ കുതിരകൾ പതിഞ്ഞ വേഗത്തിൽ നടക്കുന്നെന്ന് ഉറപ്പാക്കിക്കൊണ്ട്. സന്ധ്യയായിരുന്നു, മന്ദമാരുതൻ വീശുന്നുണ്ടായിരുന്നു.

കാടിന്റെ അതിരു തടാകത്തിൽ നിന്നും ഏതാണ്ട് ഇരുന്നൂറു മീറ്റർ അകലെയായിരുന്നു, പക്ഷേ അവിടേയ്ക്കു പോകാനായി പുല്ലുനിറഞ്ഞ തടസ്സങ്ങളില്ലാത്ത വെളിപ്രദേശമായിരുന്നു.

കുതിരകളെ മേയ്ക്കാൻ പറ്റിയ സ്ഥലം – അല്ലെങ്കിൽ ഒരു കുതിരപ്പടയെ ഒരുക്കാൻ പറ്റിയത്, സുഹേൽദേവ് കരുതി.

"അവിടെ നിൽക്ക്," കുതിരപ്പട്ടാളക്കാർ ക്യാമ്പിന്റെ അടുത്തെത്താനായപ്പോൾ ഒരു കാവൽഭടൻ വിളിച്ചുചോദിച്ചു. "ആരാണ്?"

മംഗൽധ്വജ് കൈകൾ ഉയർത്തി. "ഞങ്ങൾ കുതിരക്കച്ചവടക്കാരാണ്, ബഹ്റായിച്ചിലേയ്ക്കു പോകുന്ന വഴിയാണ്. ഞങ്ങൾക്കു വരാമോ?"

കാവൽഭടൻ മടിച്ചപ്പോൾ, ഒരു പൊണ്ണത്തടിയൻ, സ്വാഭാവികമായും തുർക്കിയെപ്പോലെയുള്ള, നല്ല പട്ടുവസ്ത്രങ്ങൾ ധരിച്ച ഒരാൾ കൂടാരത്തിനു പുറത്തേയ്ക്കു വന്നു. അയാൾ മുഴുവനായും കഷണ്ടിയായിരുന്നു, പക്ഷേ നെഞ്ചു വരെയെത്തി നിൽക്കുന്ന കനത്ത താടിയുണ്ടായിരുന്നു. അയാൾക്കു വട്ടമുഖവും നേർത്ത വര പോലെയുള്ള കണ്ണുകളും, മിക്കവാറും തുർക്കികളേയും പോലെ ഉണ്ടായിരുന്നു. അയാളുടെ വസ്ത്രം കുടവയറിനു മുകളിലൂടെ മുറുക്കിക്കെട്ടി വച്ചിരുന്നു. "എന്താണു സംഭവിക്കുന്നത്?"

തുർക്കിക്കാരൻ അധികാരം പ്രകടിപ്പിച്ചപ്പോൾ പെട്ടെന്നു തന്നെ സുഹേൽദേവ് പല്ലുഞെരിച്ചു.

കാവൽഭടൻ ആംഗ്യം കാണിച്ചു. "ഇവർ കുതിരക്കച്ചവടക്കാരാണ്, പ്രഭോ. അവർ വരാനുള്ള അനുവാദം ചോദിക്കുന്നു."

"കുതിരക്കച്ചവടക്കാരോ, ങ്ഹേ?" അയാൾ ചോദിച്ചു. "എവിടെയാണു നിങ്ങളുടെ കുതിരകൾ?"

മംഗൽധ്വജ് വണങ്ങി. "ദൈവങ്ങളുടെ അനുഗ്രഹം കൊണ്ട്, ഞങ്ങൾക്ക് എല്ലാം കണ്ണൗജിൽ വിൽക്കാൻ സാധിച്ചു. ഞങ്ങൾ കുറച്ചു പുതിയ കുതിരകളെ എടുക്കാൻ നാട്ടിലേയ്ക്കു പോകുകയാണ്. അങ്ങയുടെ അനുവാദത്തോടെ, കുറച്ചു നേരം തടാകത്തിനരികിൽ നിർത്താൻ ആഗ്രഹിക്കുന്നു."

"നിങ്ങൾ അന്ധനാണോ, വിഡ്ഢീ?" തുർക്കിക്കാരൻ പരുഷമായി ചോദിച്ചു. "ഈ സ്ഥലം എടുത്തു കഴിഞ്ഞത് കണ്ടൂടെ? പോ!"

"പക്ഷേ ഞങ്ങൾക്കെല്ലാവർക്കും വെള്ളത്തിനുള്ള സ്ഥലമുണ്ടെന്ന് ഉറപ്പാണ്," മംഗൽധ്വജ് വിനയത്തോടെ പറഞ്ഞു.

"ധിക്കാരിയായ തന്തയില്ലാത്തവനേ, നീ ആരോടാണ സംസാരിക്കു ന്നതെന്ന് അറിയാമോ?" അയാൾ പൊട്ടിത്തെറിച്ചു. "ഞാൻ മഹാനായ സുൽത്താൻ ഘസ്നിയിലെ മഹ്മൂദിന്റെ ദൂതനാണ്. നിന്റെ മുതുകിൽ തൊ ലിയുള്ളപ്പോൾത്തന്നെ പൊയ്ക്കോ, വിലകെട്ട പന്നിക്കാട്ടമേ."

മംഗൽധ്വജ് തിടുക്കത്തിൽ വണങ്ങി. "ക്ഷമിക്കണം, പ്രഭോ. ഇത്തരം ഒരു ഉന്നത വ്യക്തിയോടാണ സംസാരിക്കുന്നതെന്ന് എനിക്കറിയില്ലാ യിരുന്നു. ഞങ്ങൾ ഇപ്പോൾത്തന്നെ പോയേക്കാം. പക്ഷേ, അതിനു മുമ്പ് ഞാൻ ചോദിച്ചോട്ടെ...."

ദൂതൻ ഉറക്കെ അലറി, "നിന്റടുത്തുനിന്നും ഞാനൊന്നും വാങ്ങില്ല, നശിച്ച ഇന്ത്യൻ എലി! പോ! നിന്നെ ഞാൻ ജീവനോടെ വിടുന്നതു നിന്റെ ഭാഗ്യം. ഇല്ലെങ്കിൽ സോംനാഥ് ക്ഷേത്രത്തിൽ ഞങ്ങളുടെ ആളുകൾ ചുട്ടെരിച്ച പന്നികളെപ്പോലെ നീ അലറിക്കരയും."

സുഹേൽദേവ് മൂർച്ചയോടെ ശ്വാസമെടുത്തു. അവൻ കുതിരയെ ആഞ്ഞു ചവിട്ടി സ്ഥാനപതിയ്ക്കു നേരെ ഓടിച്ചു. ഞെട്ടിപ്പോയ തുർക്കിക്കാരൻ ഭയന്ന് നിലവിളിക്കുമ്പോൾ സുഹേൽദേവ് കുതിരപ്പുറത്തു നിന്നും ചാടി അയാളുടെ മുകളിൽ വീണു. ഇരുവരും കെട്ടുപിണഞ്ഞു താഴെവീണു.

മറ്റു കാവൽക്കാർ ഇരുവർക്കും നേരെ പാഞ്ഞു, പക്ഷേ മംഗൽധ്വജും അദ്ദേഹത്തിന്റെ കൂടെയുള്ള പട്ടാളക്കാരും പുതപ്പുകളിൽ ഒളിപ്പിച്ചിരുന്ന വാളുകൾ വലിച്ചെടുത്ത് അവരെ ആക്രമിച്ചു. സെക്കന്റുകൾ കഴിഞ്ഞ പ്പോൾ, ബാക്കിയുള്ള ശ്രാവസ്തി സംഘം അവരെ സഹായിക്കാനായി വരുന്നതിന്റെ കുളമ്പടി ശബ്ദങ്ങൾ അലയടിച്ചു.

സുഹേൽദേവ് ആവർത്തിച്ച് സ്ഥാനപതിയെ ഇടിക്കുകയും തൊ ഴിക്കുകയും ചെയ്തു, അയാൾ ആദ്യം തിരിച്ചടിക്കാൻ ശ്രമിച്ചെങ്കിലും അവസാനം കൈകൾ കൊണ്ടു മുഖം പൊത്തി ചുരുണ്ടുകിടന്നു. കുറച്ചു കഴിഞ്ഞപ്പോൾ, കരുത്തുള്ള കൈകൾ ഇരമ്പിക്കയറുന്ന സുഹേൽദേവി നെ പിടിച്ചുമാറ്റി, പ്രതിരോധമില്ലാത്ത അയാളിൽ നിന്നും. സ്ഥാനപതി കാൽമുട്ടുകളിൽ ചുരുണ്ടു കിടക്കുകയായിരുന്നു.

"കൂടാരങ്ങൾ പരിശോധിക്ക്," മംഗൽധ്വജ് ഒരു പട്ടാളക്കാരനോടു പറഞ്ഞു. എന്നിട്ട് അദ്ദേഹം തുർക്കിക്കാരന്റെ അടുത്തേയ്ക്കു നടന്നു. "നീ മഹ്മൂദിന്റെ ദൂതൻ ആണെന്ന് പറഞ്ഞു. സുൽത്താനിൽ നിന്നും എന്തു സന്ദേശമാണ നീ എത്തിക്കാൻ പോകുന്നത്? ആർക്ക്?"

ദൂതൻ അദ്ദേഹത്തിനു നേരെ തുപ്പി. മംഗൽധ്വജിന്റെ വലത്തേ ഷൂവിൽ തുപ്പൽ വീണു.

"ഞാൻ അവനോടു ചോദിക്കാം," സുഹേൽദേവ് പറഞ്ഞു.

അവൻ അയാളുടെ വലത്തെ കവിളിൽ കൈമലർത്തി ഒന്നുകൊടുത്തു.

ദൂതൻ പിന്നോട്ടു ഞരങ്ങി, എന്നിട്ടു ചുമച്ച് ചോരയും രണ്ടു പല്ലുകളും തുപ്പി.

"ഞാൻ ഒന്നുകൂടി ചോദിക്കട്ടെ?" സുഹേൽദേവ് ചോദിച്ചു. "എനിക്കിത് ദിവസം മുഴുവനും തുടരാൻ പറ്റും."

"പട്ടീ, സുൽത്താൻ ഇതിനായി നിന്റെ തലയെടുക്കും," ദൂതൻ മുരണ്ടു.

സുഹേൽദേവ് പുഞ്ചിരിച്ചു, പക്ഷേ അതു വെറുതേ ചുണ്ടുകൾ മുറുക്കുന്നതേ ഉണ്ടായിരുന്നുള്ളൂ, രസമൊന്നും ഇല്ലാതെ. "തെറ്റുത്തരം," അവൻ പറഞ്ഞു, ദൂതന്റെ മൂക്കിൽ ഇടിച്ചുകൊണ്ട്. തുർക്കിക്കാരന്റെ മൂക്ക് പൊട്ടിയതിന്റെ ശബ്ദം കേട്ടു. അയാളുടെ മൂക്ക് പെട്ടെന്നുതന്നെ വീർത്തു ചോരയൊലിപ്പിക്കാൻ തുടങ്ങി. അയാൾ ശ്വസിക്കാൻ ബുദ്ധിമുട്ടിയപ്പോൾ കുറച്ചു വായു അകത്താക്കാനായി വാ തുറന്നു, വിമ്മിഷ്ടപ്പെട്ടുകൊണ്ട്.

"ഒരു സാധനം കിട്ടിയിട്ടുണ്ട്," അബ്ദുൾ വിളിച്ചുപറഞ്ഞു, അയാൾ ദൂതന്റെ കൂടാരം പരിശോധിക്കുകയായിരുന്നു. അയാൾ കുറേ ചുരുളുകൾ കൊണ്ടുവന്നു. "ഈ പ്രദേശത്തെ പല ഭരണാധികാരികളുടെ വിലാസങ്ങളിലുള്ള മുദ്രചെയ്ത കത്തുകൾ. അങ്ങയ്ക്കും ഒരെണ്ണമുണ്ട്, ശ്രാവസ്തിയിലെ മഹാനായ രാജാവേ."

അബ്ദുൾ ചുരുൾ മംഗൽധ്വജിനു കൈമാറി. ദൂതന്റെ കണ്ണുകൾ പദവി കേട്ടപ്പോൾ വിടർന്നു.

"മംഗൽധ്വജ്!" തുർക്കിക്കാരൻ അമറി, രാജാവിനെ തുറിച്ചു നോക്കിക്കൊണ്ട്. "നിങ്ങളുടെ സ്ത്രീകളേയും കുട്ടികളേയും അടിമകളാക്കി വിൽക്കും. നിങ്ങളും ആളുകളും കൊല്ലപ്പെടും, ആ പേടിത്തൊണ്ടൻ മകനെപ്പോലെ. സുൽത്താൻ അവന്റെ തലയറുക്കുമ്പോൾ എന്ത് അലർച്ചയായിരുന്നു. ഞങ്ങളെല്ലാവരും വയറു വേദനിക്കുന്നതുവരെ ചിരിച്ചു.

സുഹേൽദേവിന്റെ കണ്ണുകളിൽ ഒരു ചുവപ്പുരാശി പടർന്നു. അവൻ തന്റെ വാൾ പുറത്തെടുത്തു. "എനിക്കു വേണ്ടി അലറിക്കരയ്, തേവിടിശ്ശിമോനേ," അവൻ അലറി, തുർക്കിക്കാരന്റെ വയറിൽ വെട്ടിക്കൊണ്ട്.

ദൂതൻ വയറിൽ അമർത്തിപ്പിടിച്ചു വേദനകൊണ്ട് നിലവിളിച്ച് പിടഞ്ഞു വീണു. അയാളുടെ പിളർന്ന വയറിൽ നിന്നും രക്തം ചീറ്റി, വഴുവഴുക്കുന്ന കുടൽമാലകൾ തറയിൽ വീണു.

"ഇത്തവണ അവൻ ശരിക്കും വയറുവേദനിക്കുന്നതു വരെ ചിരിച്ചെന്നു തോന്നുന്നു," സുഹേൽദേവ് വാൾ തുടച്ചുകൊണ്ടു പറഞ്ഞു. അവൻ തന്റെ പിതാവ് തുറിച്ചു നോക്കുന്നതു കണ്ടു. "എന്താ? ദാദയെക്കുറിച്ച് അവൻ പറഞ്ഞതു കേട്ടില്ലേ?"

"ശ്വാസമെടുക്ക്," മംഗൽധ്വജ് പറഞ്ഞു, ശാന്തമായി. "ദേഷ്യത്തിന് അതിന്റെ ഇടമുണ്ട്. പക്ഷേ ശത്രുവിനെക്കുറിച്ചുള്ള വിവരങ്ങൾ പെട്ടെന്നുള്ള പ്രതികാരത്തിനേക്കാൾ വളരെ പ്രധാനമാണ്."

സുഹേൽദേവ് ഒന്നും മിണ്ടിയില്ല. ധാർഷ്ട്യത്തോടെ.

"എന്തായാലും, ചെയ്തതു ചെയ്തു," മംഗൽധ്വജ് പറഞ്ഞു. "കത്തുകൾ എന്താണു പറയുന്നതെന്ന് നോക്കാം."

മംഗൽധ്വജ് ഒരു ചുരുളെടുത്തു വായിച്ചു, എന്നിട്ടു എന്തോ ആലോചിച്ചുകൊണ്ടു മുകളിലേയ്ക്കു നോക്കി. അദ്ദേഹം അബ്ദുളിനു നേരെ തിരിഞ്ഞു. മറ്റു ചുരുളുകളും തുറന്നു ശ്രാവസ്തിയുടെ രാജാവിനു കൈമാറപ്പെട്ടു.

മംഗൽധ്വജ് പെട്ടെന്നു തന്നെ മറ്റു കത്തുകളും വായിച്ചു, എന്നിട്ടു സുഹേൽദേവിനോടു കുറച്ചകലേയ്ക്കു നടക്കാൻ ആംഗ്യം കാണിച്ചു.

മംഗൽധ്വജ് ശാന്തമായി പറഞ്ഞു, "ഈ കത്തുകൾ അടിസ്ഥാനപരമായി പറയുന്നത് എല്ലാ രാജാവും ഘസ്നിയോടുള്ള കൂറ് സത്യം ചെയ്യണമെന്നാണ്, എല്ലാ വർഷവും വരുമാനത്തിന്റെ പകുതി അയാൾക്കു കൊടുത്തും ആവശ്യപ്പെടുമ്പോഴെല്ലാം സൈന്യത്തിനെ അയച്ചും, അല്ലെങ്കിൽ അതിക്രമിച്ചു കടക്കുന്നതിനായി തയ്യാറെടുത്തിരിക്കാനും. ചില ചുരുളുകളിൽ കണ്ട മുദ്രകൾ കണ്ടപ്പോൾ, ചില രാജാക്കന്മാർ കരാറുകൾ സ്വീകരിച്ചെന്നാണു തോന്നുന്നത് – അജിത്പാൽ ഉൾപ്പടെ."

"ആ കാപട്യക്കാരൻ നമ്മളോട് ആദരവിനെപ്പറ്റി നമ്മളെ പഠിപ്പിക്കുകയായിരുന്നു," സുഹേൽദേവ് ചവർപ്പോടെ പറഞ്ഞു. അവന്റെ കണ്ണുകൾ ഒരു ചിന്തയിൽ വിടർന്നു, "അജിത്പാൽ നമ്മളെ കാണുന്നതിനു മുമ്പു തന്നെ ഈ കക്ഷിയെ കണ്ടിട്ടുണ്ടാകും. അയാളുടെ നാണംകെട്ട കീഴടങ്ങൽ അയാളുടെ ആളുകൾ അറിയാതിരിക്കണം എന്ന് ആഗ്രഹമുണ്ടായിക്കാണും."

"അതെ, പക്ഷേ നീ ദേഷ്യത്തിൽ എന്താണു ചെയ്തതെന്നു തിരിച്ചറിയുന്നുണ്ടോ, മകനേ? നീ ഘസ്നിയുടെ ദൂതനെ അയാളുടെ അംഗരക്ഷകർക്കു മുന്നിൽ വച്ച് ആക്രമിച്ചു, ഞങ്ങൾക്കു നിന്നെ സഹായിക്കുക എന്നല്ലാതെ വേറെ വഴിയില്ലായിരുന്നു, അല്ലെങ്കിൽ നീ കൊല്ലപ്പെടുമായിരുന്നു. ഇതു മഹ്മൂദ് അറിഞ്ഞാൽ ഘസ്നിയുടെ മുഴുവൻ പകയും നമ്മുടെ തലയിൽ വീഴും. ഇപ്പോൾ നമ്മൾ അയാളുമായി യുദ്ധം ചെയ്യാനായിട്ടില്ല."

"നമ്മൾ എന്തു ചെയ്യും?"

"നമുക്ക് ഈ ചെറിയ ഏറ്റുമുട്ടൽ സാധിക്കുന്നത്ര കാലം രഹസ്യമാക്കി വയ്ക്കണം." മംഗൽധ്വജ് തമ്പിനു നേരെ തിരിഞ്ഞ് ശ്രാവസ്തിയുടെ കാവൽക്കാരുടെ സേനാപതിയെ വരാൻ ആംഗ്യം കാണിച്ചു. ഘസ്നിയുടെ ഒരുപാടു പട്ടാളക്കാർ മരിച്ചിരുന്നു. അതിജീവിച്ചവരെ തടവുകാരാക്കി. സേനാപതിയോടുള്ള മംഗൽധ്വജിന്റെ ആജ്ഞ വ്യക്തമായിരുന്നു. "ഇവിടെ സംഭവിച്ചതിനു സാക്ഷിയുണ്ടാകാൻ പാടില്ല."

സേനാപതി പെട്ടെന്നു തന്നെ വാളെടുത്തു ഘസ്സി തടവുകാരുടെ നേരെ നടന്നു. അയാളുടെ കാവൽക്കാർക്കു മനസ്സിലാകുകയും അവരുടെ വാളുകൾ എടുക്കുകയും ചെയ്തു. ഘസ്സി തടവുകാർ എന്താണു സംഭവിക്കാൻ പോകുന്നതെന്നു തിരിച്ചറിഞ്ഞപ്പോൾ ഭയം കൊണ്ടു നിലവിളിച്ചു. അവർ യുദ്ധത്തടവുകാരെ ബഹുമാനത്തോടെയും ദയവോടെയും കൈകാര്യം ചെയ്യുന്ന ഇന്ത്യക്കാരുടെ ആശയങ്ങളെപ്പറ്റി കേട്ടിട്ടുണ്ടായിരുന്നു. അവർ ദയാവായ്പിനായി അപേക്ഷിച്ചു, സുൽത്താൻ മഹ്മൂദിന് എതിരാകാമെന്ന വാഗ്ദാനം നൽകിക്കൊണ്ട്. നിരാശയോടെ കരഞ്ഞുകൊണ്ട്. പെട്ടെന്നു തന്നെ അവരെ മുട്ടുകാലിൽ നിർത്തി വധിച്ചതോടെ കരച്ചിൽ ഇല്ലാതായി.

"നമുക്കുണ്ടായ പരിക്കുകൾ എന്തൊക്കെയാണ്?" മംഗൽധ്വജ് ചോദിച്ചു, വധങ്ങൾ പൂർത്തിയായതോടെ.

"കുറച്ചു പേർക്കു മുറിവുണ്ടായി. ഗൗരവമായ ഒന്നുമില്ല," മറുപടി കിട്ടി.

"അവരുടെ മുറിവുകെട്ടി ഇവിടെ നിന്നും പോകാൻ നോക്കാം," മംഗൽധ്വജ് പറഞ്ഞു. "പക്ഷേ ആദ്യം, നമുക്ക് ജഡങ്ങൾ ഒഴിപ്പിക്കണം. അവരെ കാട്ടിലേയ്ക്കു കൊണ്ടുപോയി ആഴത്തിൽ കുഴിച്ചുമൂട്ട, വന്യമൃഗങ്ങൾ എത്തിപ്പെടാത്തവിധം. മറവു ചെയ്യുമ്പോൾ ശരീരങ്ങളിൽ കുറച്ച് ഉപ്പ് നിറയ്ക്കു. അതു ജീർണിക്കുന്ന ശരീരങ്ങളിൽ നിന്നുമുള്ള ഗന്ധം വളരെ സ്വാഭാവികമാക്കും. അവരുടെ അറകളിൽ നിന്നും ഉപ്പ് എടുക്കു. അവിടെ കുറച്ചുണ്ടാകണം. നിങ്ങൾ കുഴിച്ച നിലത്ത് ഇലകളും ചില്ലകളും കൊണ്ടു മൂടണം, അപ്പോൾ മണ്ണ് കിളച്ചതായി ആർക്കും പറയാൻ പറ്റില്ല. പ്രയോജനമുള്ള എല്ലാം എടുത്തു ബാക്കിയുള്ളതു നശിപ്പിച്ചേക്കു. എന്താണു സംഭവിച്ചത് എന്നതിന്റെ ഒരു അടയാളവും വിടരുത്."

മംഗൽധ്വജ് തീക്കുണ്ഡത്തിനരികെ കോട്ടുവായിട്ടും മൂരിനിവർത്തിയും ഇരുന്നു. അസ്തമയമായപ്പോൾ, അദ്ദേഹം അതിനെ വണങ്ങി പെട്ടെന്നൊരു പ്രാർഥന പിറുപിറുത്തു. അദ്ദേഹം സൂര്യനമസ്കാരം ഏതാനും വട്ടം ചെയ്യണമെന്നു കരുതിയെങ്കിലും വേണ്ടെന്നു തീരുമാനിച്ചു. അദ്ദേഹം അപ്പോഴും തലേ ദിവസത്തെ ക്ഷീണത്തിലായിരുന്നു, ഒരുപാടു മണിക്കൂറുകൾ നീളുന്ന കഠിനമായ കുതിരയോട്ടവും ഉണ്ട്.

ഘസ്സിയുടെ ദൂതനേയും സംഘത്തിനേയും മാറ്റി എല്ലാ തെളിവുകളും മാറ്റിയപ്പോഴേയ്ക്കും രാത്രി വൈകിയിരുന്നു. അവർ അതിനുശേഷം വേഗം തന്നെ പുറപ്പെട്ടു, ആ സ്ഥലവും അവരും തമ്മിൽ കഴിയാവുന്നത്ര

ദൂരത്തിലാകാൻ വേണ്ടി. ഇരുട്ട് കാരണം, അവർ വേഗം കുറച്ചു, പക്ഷേ മംഗൽധ്വജ് ക്ഷീണിച്ച ആളുകളേയും മൃഗങ്ങളേയും രാത്രി തമ്പടിക്കുന്നതിനു മുമ്പ് എത്രയും ദൂരത്തിൽ എത്തിക്കാനായി യാത്രയിൽത്തന്നെ നിർത്തി. അവർ സൂര്യൻ വീണ്ടും ഉദിക്കുന്നതിനു മുമ്പ് ഏതാനും മണിക്കൂറുകൾ മാത്രമേ ഉറങ്ങിയുള്ളൂ.

"പ്രണാമം ബാബാ," സുഹേൽദേവ് പറഞ്ഞു, പിതാവിന്റെ അടുത്തേയ്ക്കു വന്നു കാൽ തൊട്ടു വണങ്ങിക്കൊണ്ട്.

മംഗൽധ്വജ് സുഹേൽദേവിനോടു അടുത്തിരിക്കാൻ ആംഗ്യം കാണിച്ചു. "നീ കാര്യമായി ഉറങ്ങിയില്ലെന്നു തോന്നുന്നു."

സുഹേൽദേവ് തല കുലുക്കി. "എന്റെ തലയിൽ ഒരുപാടു ചിന്തകൾ ഓടുകയായിരുന്നു."

"എന്താണു നീ ആലോചിച്ചത്?"

"അജിത്പാലിനു നമ്മൾ അടുത്ത പ്രദേശത്തുണ്ടെന്ന് അറിയാം. ഘസ്നിയുടെ ദൂതൻ നിഗൂഢമായി അപ്രത്യക്ഷമായെന്ന വാർത്ത പുറത്താകുമ്പോൾ, അയാൾക്കു കണ്ണികൾ കൂട്ടിയോജിപ്പിക്കാൻ അധികം സമയമെടുക്കില്ല...അല്ലെങ്കിൽ കുറഞ്ഞതു സംശയമെങ്കിലും...പക്ഷേ മറ്റൊരു കാര്യമുണ്ട്. തലേന്നു രാത്രി അവർ സംസാരിച്ചതു കേട്ടിരുന്നോ? അവർ ആവേശത്തിലായിരുന്നു. ഘസ്നിയുടെ സൈന്യം ഇപ്പോൾ അദൃശ്യമല്ലെന്ന് അവർ ഇപ്പോൾ തിരിച്ചറിഞ്ഞിരിക്കുന്നു. അവരുടെ പട്ടാളക്കാരെ കൊല്ലാൻ സാധിക്കും, നമ്മൾ അവരെ നിനക്കാതെ ആക്രമിക്കുകയാണെങ്കിൽ."

"അപ്പോൾ, എന്താണു നിന്റെ മനസ്സിൽ?" മംഗൽധ്വജ് ചോദിച്ചു. അദ്ദേഹം അതേ വഴിയ്ക്കായിരുന്നു ചിന്തിച്ചിരുന്നത്, പക്ഷേ തന്റെ മകൻ പറയുന്നതും കേൾക്കണമെന്നുണ്ടായിരുന്നു.

സുഹേൽദേവ് ഒരു ദീർഘനിശ്വാസമെടുത്തു, അതു തുറന്നുപറയുന്നത് അവന്റെ അവസാനത്തെ തീരുമാനം ഏതാണ്ട് ഉറപ്പിക്കുമെന്ന പോലെ. "ബാബാ, ഞാൻ അങ്ങയ്ക്കൊപ്പം വീട്ടിലേയ്ക്കു വരുന്നില്ല. അങ്ങു പോയിക്കഴിഞ്ഞാൽ ദൂതന്റെ മരണത്തിനു കാരണം ഞാനാണെന്നു പറഞ്ഞുപരത്തും. ഞാൻ ഒരു കാട്ടുകള്ളനെപ്പോലെ ഈ പ്രദേശത്തുകൂടെ ചുറ്റിത്തിരിയും, അവസരം കിട്ടുമ്പോൾ ഘസ്നിയുടെ ആളുകളെ ആക്രമിച്ചുകൊണ്ട്. കൂടുതൽ ആളുകൾ എന്നോടൊപ്പം ചേരുമെന്ന് എനിക്കുറപ്പാണ്. ഞാൻ അങ്ങയുടെ ആഗ്രഹങ്ങൾക്ക് എതിരേ പ്രവർത്തിക്കുകയാണെന്നും അങ്ങു യാതൊരു തരത്തിലും ഉൾപ്പെട്ടിട്ടില്ലെന്നും പറയാവുന്നതാണ്. നമ്മൾ രഹസ്യമായി ബന്ധപ്പെട്ടുകൊണ്ടിരിക്കും."

"അതു നിനക്കൊരു കഠിനമായ ജീവിതം ആയിരിക്കും, എന്റെ

മോനേ."

"കാഠിന്യം എന്നെ ഭയപ്പെടുത്തില്ല...ഞാൻ ദാദയ്ക്കു വേണ്ടി പ്രതികാരം ചെയ്യുമെന്നു പ്രതിജ്ഞയെടുത്തിട്ടുണ്ട്, ഞാനതു ചെയ്യും, എന്തുതന്നെ വന്നാലും."

"നീ ഘസ്നിയുടെ വലുപ്പത്തിനെ ഒരുപിടി ആളുകളുമായി നേരിടാൻ പോകുന്നു. അത് ഉറുമ്പ് ആനയോടു യുദ്ധം ചെയ്യുന്നതു പോലെയായിരിക്കും."

"എനിക്കറിയാം, പക്ഷേ ഒരു ഉറുമ്പിനു പോലും ആനയെ ബുദ്ധിമുട്ടിക്കാൻ സാധിക്കും." സുഹേൽദേവ് പറഞ്ഞു പുഞ്ചിരിച്ചു. "എവിടെ എപ്പോൾ കടിക്കണമെന്നു മാത്രം അറിഞ്ഞാൽ മതി."

മംഗൽധ്വജ് മകനെ കുറേ നേരം ഉറപ്പിച്ചു നോക്കി. ഒടുക്കം അദ്ദേഹം സംസാരിച്ചപ്പോൾ, അദ്ദേഹത്തിന്റെ ശബ്ദം വികാരം കൊണ്ടു ഇടറിയിരുന്നു. "ഒരു നേതാവ് ആകുക എന്നാൽ യുദ്ധം ചെയ്യുന്നതോ തർക്കിക്കുന്നതോ പ്രഭാഷണം നടത്തുന്നതോ അല്ല. അതു വാസ്തവത്തിൽ വലിയ ഗുണത്തിനായി എന്തു ചെയ്യണമെന്നു തിരിച്ചറിയുന്നതാണ്. അതിനെ വ്യക്തിപരമായ വിലകൊടുക്കൽ എന്തായാലും..."

സുഹേൽദേവ് ശ്വാസമടക്കിപ്പിടിച്ചു, പിതാവിൽ നിന്നും അഭിനന്ദനങ്ങൾ എറ്റു വാങ്ങി ശീലമില്ലായിരുന്നു. ആ അഭിനന്ദനങ്ങൾ സാധാരണ നല്ല പുത്രനു വേണ്ടി മാറ്റിവച്ചിരിക്കുന്നതായിരുന്നു, മല്ലദേവ്.

മംഗൽധ്വജ് തന്റെ ഇളയമകനെ മുറുകെ ആലിംഗനം ചെയ്തു.

"മല്ലദേവ് നിന്നെക്കുറിച്ച് അഭിമാനിക്കും, എന്റെ കുട്ടീ...എന്റെ അഭിമാനമാണു നീ..."

ഇരുവരും കുറേ നേരം ആലിംഗനബദ്ധരായിരുന്നു. എന്നിട്ടു സുഹേൽദേവ് പതിയെ പിതാവിൽ നിന്നും വേർപെട്ടു.

മംഗൽധ്വജ് മകന്റെ മുഖത്തുതൊട്ടു സ്വകാര്യം പിറുപിറുത്തു, "ശിവ ഭഗവാന്റെ ഒപ്പം പോകൂ, മകനേ. ഭാരതമാതാവിനു വേണ്ടി പോരാടൂ."

"ഹരഹര മഹാദേവാ..."

"ഹരഹര മഹാദേവാ..."

സുഹേൽദേവ് ഒരിക്കൽക്കൂടി പിതാവിന്റെ കാൽ തൊട്ടുവണങ്ങി, എന്നിട്ടു നടന്നുനീങ്ങി.

അവൻ തിരിഞ്ഞു നോക്കിയില്ല.

അദ്ധ്യായം 4

“ആ മാൻ ചത്തുകഴിഞ്ഞു, സുഹേൽദേവ്. വീണ്ടും അതിനെ തല്ലിക്കൊല്ലണ്ട. ഞാനതിന്റെ തൊലിയുരിയട്ടെ.”

സുഹേൽദേവ് അബ്ദുളിനെ കനപ്പിച്ച നോക്കി. കൂർത്ത മൂക്കും ചുരുണ്ട മുടിയുമുള്ള സേവകൻ ഏതാനും ആഴ്ചകൾക്കു മുമ്പ് സ്വയം ഏൽപ്പിച്ച നാടുകടത്തലിൽ പിന്തുടർന്ന അമ്പത് ആളുകളിൽ ഒരാളായിരുന്നു. അപ്പോൾ മുതൽ, സംഘം കണ്ണൗജിന്റേയും ഹരിദ്വായുടേയും അതിരുകൾ കവിഞ്ഞുകിടക്കുന്ന കാട്ടുപ്രദേശത്തായിരുന്നു അധികവും തങ്ങിയിരുന്നത്.

നിബിഡമായ സസ്യജാലങ്ങൾ ഉള്ളതിനാൽ, അതിർത്തി വളരെ വിടവുകൾ ഉള്ളതായിരുന്നു. ഏതാനും അവസരങ്ങളിൽ, സുഹേൽദേവും സംഘവും കണ്ണൗജിൽ ചെറിയ തിരച്ചിലുകൾ നടത്തി ഹരിദ്വായിലേയ്ക്കു തിരിച്ച കയറി, അവിടെ കണ്ണൗജിന്റെ പട്ടാളക്കാർക്ക് അവരെ പിന്തുടരാൻ കഴിയില്ലായിരുന്നു. ഈ സമയത്ത് അവർക്ക് മറ്റൊരു അതിർത്തിപ്രദേശത്തിലേയ്ക്കു കടക്കുന്നതിനു മുമ്പ് കണ്ണൗജിലെ ഏതാണ്ട് അവസാനത്തെ മനുഷ്യവാസമുള്ള ഗ്രാമത്തിലെ അന്തേവാസികളെ സഹായിക്കേണ്ടിയും വന്നു.

ആ ഗ്രാമത്തിലെ അന്തേവാസികൾ പാവങ്ങളും പക്ഷേ ഉദാരമതികളും ആയിരുന്നു, സംഘത്തിന് ആവശ്യമുള്ള എല്ലാ സഹായങ്ങളും അവർക്ക് സാധിക്കുന്നപോലെ നൽകി.

“താങ്കൾ എന്റെ ജോലി ഏറ്റെടുക്കാൻ ശ്രമിക്കുകയാണെന്ന് എനിക്കറിയാം അബ്ദുൾ,” സുഹേൽദേവ് പറഞ്ഞു. “പക്ഷേ ഞാൻ മുമ്പും പറഞ്ഞിട്ടുണ്ട്, എനിക്ക് മുൻഗണനയുള്ള പെരുമാറ്റം വേണ്ട. ഇവിടെ നമ്മളെല്ലാവരും തുല്യരാണ്. മറ്റെല്ലാവരും ചെയ്യുന്ന ജോലികൾ ഞാനും ചെയ്യും.”

അബ്ദുൾ പുഞ്ചിരിച്ചുകൊണ്ട് ചെറുതായി തലയാട്ടി. "നിങ്ങൾ ജ്യേഷ്ഠനെപ്പോലെത്തന്നെ."

സുഹേൽദേവിന്റെ നോട്ടം മൃദുവായി. അബ്ദുളിന്റെ പിതാവ്, മംഗൽധ്വജിന്റെ അംഗരക്ഷകൻ ആയി സേവിച്ചിരുന്നയാൾ, രാജാവിനെ സംരക്ഷിക്കുന്നതിനിടയിൽ മരിച്ചതായിരുന്നു. കൃതജ്ഞതയുള്ള മംഗൽധ്വജ് അബ്ദുളിന്റെ അമ്മയ്ക്കു കൊട്ടാരത്തിൽ ജോലി കൊടുക്കുകയും അവരുടെ മകനു തന്റെ മൂത്ത മകനെപ്പോലെ ശരിയായ വിദ്യാഭ്യാസം നൽകുമെന്ന് ഉറപ്പു നൽകുകയും ചെയ്തു.

അബ്ദുളും മല്ലദേവും ഒരേ പ്രായക്കാരായിരുന്നു, അബ്ദുൾ പെട്ടെന്നു തന്നെ മല്ലദേവിന്റെ അടുത്ത ചങ്ങാതിയായി മാറി. അബ്ദുൾ സൈന്യത്തിൽ ചേരാൻ ആഗ്രഹമുണ്ടെന്നു സൂചിപ്പിച്ചപ്പോൾ, മല്ലദേവിനെക്കാൾ കൂടുതൽ ആരും ആഹ്ലാദിച്ചിട്ടില്ലായിരുന്നു.

അബ്ദുൾ മല്ലദേവിനെ ഒരുപാടു യുദ്ധങ്ങളിൽ അനുഗമിച്ചിട്ടുണ്ടായിരുന്നു. ശരീരം കൊണ്ടും വ്യക്തിത്വം കൊണ്ടും കരുത്തനായ അയാൾ വേഗം തന്നെ കടുത്ത ചാതുര്യമുള്ള സൈനികൻ ആണെന്നു തെളിയിച്ചു. അടുത്തിടെയുണ്ടായ ഒരു ഉദ്യമത്തിൽ അയാൾക്കു ഗുരുതരമായ പരുക്കേറ്റിരുന്നു. മല്ലദേവ് സോംനാഥ് ക്ഷേത്രത്തിനെ പ്രതിരോധിക്കാനായി മുന്നിട്ടിറങ്ങിയപ്പോൾ അയാൾ സുഖം പ്രാപിച്ചു വരുന്നതേ ഉണ്ടായിരുന്നുള്ളൂ. അബ്ദുൾ ഒപ്പം പോകാനായി മല്ലദേവിനോടു യാചിച്ചു, ആ പരിക്കേറ്റ അവസ്ഥയിലും. പക്ഷേ മല്ലദേവ് നിരസിച്ചു, ശ്രാവസ്തിയിൽ മല്ലദേവിന്റെ മരണവാർത്ത എത്തിയപ്പോൾ അബ്ദുൾ കഷ്ടിച്ചു സുഖം പ്രാപിച്ചതേ ഉണ്ടായിരുന്നുള്ളൂ. താൻ സോംനാഥിൽ ഉണ്ടായിരുന്നെങ്കിൽ മല്ലദേവ് ഇപ്പോഴും ജീവനോടെ ഉണ്ടാകുമായിരുന്നെന്ന് അയാൾ വിശ്വസിച്ചു.

സുഹേൽദേവ് പതിയെ അബ്ദുളിന്റെ തോളിൽ തൊട്ടു. "ദാദയുമായി താരതമ്യം ചെയ്യുന്നതിനേക്കാൾ വലിയ അഭിനന്ദനം എനിക്കില്ല. പക്ഷേ അദ്ദേഹത്തിനെപ്പോലെ വീരനല്ലെന്നും താങ്കൾക്കറിയാം. അടുത്തുപോലും എത്തില്ല."

അബ്ദുൾ സുഹേൽദേവിനെ നോക്കി, മുഖത്ത് തെളിഞ്ഞ ശോകവുമായി. "സോംനാഥിൽ ഞാൻ അദ്ദേഹത്തിന്റെയൊപ്പം ഉണ്ടാകണമായിരുന്നു."

സുഹേൽദേവ് നെടുവീർപ്പിട്ടു. "എങ്കിൽ താങ്കളും മരിച്ചേനേ."

"എന്റെ സുഹൃത്തുക്കളും സഖാക്കളും മരിച്ചുകിടക്കുമ്പോൾ ജീവിച്ചിരിക്കുന്നതിനേക്കാൾ ഭേദമാണത്."

"അബ്ദുൾ, താങ്കളുടെ പരിക്കു താങ്കളുടെ തെറ്റല്ലായിരുന്നു. എന്തായാലും, നമുക്കു സമയത്തിനെ പിന്നോട്ടു ചലിപ്പിക്കാൻ കഴിയില്ല. താ

ങ്ങളുടെ സുഹൃത്തുക്കളെക്കുറിച്ച് വിലപിക്കുന്നതിനു പകരം, അവർക്കു വേണ്ടി പ്രതികാരം ചെയ്യുന്നതിൽ ശ്രദ്ധിക്കുക."

അബ്ദുൾ തലയാട്ടി, മുഖം തടവിക്കൊണ്ട്, ദുഃഖം വലിച്ചുമാറ്റുന്നതു പോലെ. "ശരിയാണ്...മാനിന്റെ തൊലിയുരിച്ചു തീർത്തുടെ? നമുക്കു കുറച്ചു ഇറച്ചി ഗ്രാമത്തിലെ കൂട്ടുകാർക്കു കൊടുത്ത് പകരം വീട്ടിലുണ്ടാക്കിയ ഭക്ഷണം വാങ്ങിക്കാം.

സുഹേൽദേവ് തലയാട്ടി. "ഞാൻ കാൽ ഭാഗം തരാം. ഒരാളുമായി അതുമെടുത്തു പൊയ്ക്കോളൂ."

"ദയവുചെയ്തു ഏമാനേ, ഞങ്ങളോടു ദയവു കാണിക്കണം," വൃദ്ധനായ ഗ്രാമീണൻ പറഞ്ഞു, കുതിരപ്പുറത്തിരിക്കുന്നയാളുടെ കാലിൽ പിടിച്ച് കവിളിലൂടെ കണ്ണീർ ഒഴുക്കിക്കൊണ്ട്. "ഞങ്ങളുടെ ധാന്യമെല്ലാം എടുത്തുകൊണ്ടു പോയാൽ ഞങ്ങൾ എന്തു കഴിക്കും? ഞങ്ങൾ വിശന്നു ചാകും."

തുർക്കിക്കാരൻ ഉദ്യോഗസ്ഥൻ, സാലിക്ക് ഖാൻ, കാൽ പിൻവലിച്ച് ക്രൂരമായി അയാളുടെ മുഖത്തു ചവിട്ടി, അയാൾ തറയിൽ ഉരുണ്ടുവീണു, മൂക്കിൽ നിന്നും ചോരയൊലിപ്പിച്ചുകൊണ്ട്.

"വായടയ്ക്ക് മണ്ടാ," സാലിക്ക് മുരണ്ടു. "നിങ്ങളുടെ രാജാവിന്റെ ആജ്ഞകൾ വ്യക്തമാണ്. ഞങ്ങളുടെ മഹാനായ ഘസ്നിയുടെ സുൽത്താനു ശരിയായ പ്രതിഫലം കൊടുക്കേണ്ടതുണ്ട്. എല്ലാവരും അവരുടെ പങ്കു നൽകണം."

മഹ്മൂദിന്റെ സൈന്യത്തിലെ ഒരുപാടു തുർക്കിക്കാർ ഘസ്നിയിലെ സുൽത്താന് അധികാരം കീഴടങ്ങിയ ഇന്ത്യയിലെ രാജ്യങ്ങളിൽ തുടരാനായി മുന്നോട്ടുവന്നിരുന്നു. സാങ്കേതികമായി അവർ പ്രാദേശിക ഇന്ത്യയിലെ രാജ്യങ്ങളിലെ ഉദ്യോഗസ്ഥരായിരുന്നു. പക്ഷേ ഫലത്തിൽ, അവർ മഹ്മൂദിന്റെ പ്രതിനിധികളായി ഈ രാജ്യങ്ങളിൽ പ്രവർത്തിച്ചു, അധികാരമുള്ള പട്ടാളക്കാർ, അവർ ഘാസ്സാവിദിന്റെ നിർദ്ദേശങ്ങൾ പാലിക്കുന്നുണ്ടെന്ന് ഉറപ്പാക്കി. പിന്നെ തീർച്ചയായും, ഈ തുർക്കികൾ വ്യക്തിപരമായി കൊള്ളയടികൾ നടത്തുന്നുണ്ടെന്നും ഉറപ്പാക്കിയിരുന്നു. ലോകത്തിലെ ഏറ്റവും ധനികമായ രാജ്യമായ ഇന്ത്യയെ കൊള്ളയടിക്കുന്നത് ഭൂരിഭാഗം തുർക്കികൾക്കും വരാനിരിക്കുന്ന തലമുറകൾക്ക് ആവശ്യമുള്ളത്ര സമ്പാദിക്കുന്നതായിരുന്നു.

കിഴവൻ തപ്പിത്തടഞ്ഞ് എഴുന്നേറ്റു നിന്നു. “ഞങ്ങളെപ്പോലെ രാജാവ് വിശന്നിരിക്കുമോ?”

“ധിക്കാരിയായ മണ്ടാ,” സാലിക്ക് അലറി, വാൾ ഊരിക്കൊണ്ട്. “ഇതിനായി നിന്റെ തല ഞാനെടുക്കും.”

ഒരു ചെറുപ്പക്കാരൻ മുന്നോട്ട് ഓടിവന്ന് സാലിക്കിനെ വണങ്ങി. “ദയവായി പ്രഭോ, അയാളെ വെറുതേ വിടൂ! വെറുതേ വിടൂ! ഞാൻ യാചിക്കുകയാണ്... അയാൾ എന്തായാലും പകുതി ഭ്രാന്തനാണ്...” ചെറുപ്പക്കാരൻ കിഴവൻ കർഷകനെ പിന്നോട്ടു വലിച്ചു. “വരൂ ബാബാ, പോകാം. നമ്മൾ ജീവനോടെയുള്ളതു വരെ നമുക്കു കൂടുതൽ ആഹാരം കണ്ടെത്താനാകും.”

ഉദ്യോഗസ്ഥൻ സമ്മതിച്ചുകൊണ്ടു തലയാട്ടി. “നീ മിടുക്കനാണ്. എന്താ നിന്റെ പേര്?”

“കൃഷ്ണൻ, പ്രഭോ,” ചെറുപ്പക്കാരൻ പറഞ്ഞു, കണ്ണുകൾ താഴ്ത്തിക്കൊണ്ട്.

“ഉം....അപ്പോൾ കൃഷ്ണാ, നീ കിഴവൻ മണ്ടനെ എന്റെ കൺമുന്നിൽ നിന്നും കൊണ്ടുപോ. അവന്റെ നാക്ക് സൂക്ഷിക്കാൻ പറയ്, അല്ലെങ്കിൽ ഞാനത് പിഴുതെടുക്കും.”

കൃഷ്ണൻ തിടുക്കത്തിൽ പോയി, പകുതി സഹായിച്ചും, പകുതി തന്റെ അച്ഛനെ ഒപ്പം വലിച്ചും. സാലിക്ക് അവർ പോകുന്നതു നോക്കുമ്പോൾ, അയാളുടെ കീഴുദ്യോഗസ്ഥനായി സേവിക്കുന്ന ഒരു മുതിർന്ന സൈനികൻ ഓടിവന്നു. “നമ്മൾ അവരുടെ എല്ലാ ധാന്യങ്ങളുമെടുത്തിട്ടും നമുക്ക് ആവശ്യമുള്ളതായില്ല, പ്രഭോ.”

“നാശം! ഈ ദരിദ്രം പിടിച്ച സ്ഥലം എനിക്കു തന്നത് നന്നായി.” അയാൾ ചുറ്റും നോക്കിയപ്പോൾ, ഗ്രാമത്തിലെ ക്ഷേത്രത്തിൽ കണ്ണുകളുടക്കി. “അവിടെ എന്തെങ്കിലും വിലപിടിച്ചതു കാണുമെന്ന് എനിക്കുറപ്പാണ്.”

കീഴുദ്യോഗസ്ഥൻ ഞെട്ടിപ്പോയി. അയാൾ ഇന്ത്യാക്കാരൻ ആയിരുന്നു, എന്തായാലും. “ക്ഷേത്രം കൊള്ളയടിക്കാം എന്നാണോ, പ്രഭോ?”

സാലിക്ക് കീഴുദ്യോഗസ്ഥനെ താല്പര്യമില്ലാത്തതു പോലെ നോക്കി, പക്ഷേ അയാളുടെ ശബ്ദത്തിൽ ഭീഷണിയുണ്ടായിരുന്നു. “നിനക്ക് എന്തെങ്കിലും സംശയമുണ്ടോ?”

“പ്രഭോ... ഞാൻ... പക്ഷേ രാജാവ് സമ്മതിക്കുമോ?”

“രാജ്യത്തിന്റെ മുക്കിലും മൂലയിലും നടക്കുന്നതെല്ലാം രാജാവ് അറിയണമെന്നില്ല. എന്തായാലും, മഹാനായ സുൽത്താൻ ഘസ്നിയിലെ മഹ്മൂദ് ഇന്ത്യയിൽ ക്ഷേത്രങ്ങൾ കൊള്ളയടിക്കുന്ന പാരമ്പര്യം ഉണ്ടാക്കിയിട്ടുണ്ട്. അദ്ദേഹം ഇപ്പോൾ രാജാവിന്റെ പ്രഭുവാണ്, അതുകൊ

ണ്ട് രാജാവിനു പരാതിപ്പെടാൻ കാരണമൊന്നും ഉണ്ടാവില്ല. നമ്മൾ പാരമ്പര്യം തുടർന്നാൽ മാത്രം മതി."

സാലിക്ക് അവസാനവരി പറഞ്ഞപ്പോൾ പൊട്ടിച്ചിരിച്ചു.

കീഴുദ്യോഗസ്ഥൻ വിഷമത്തോടെ കാണപ്പെട്ടെങ്കിലും വണങ്ങി. പതിവുപോലെ തുർക്കിക്കാരനു കീഴടങ്ങിക്കൊണ്ട്.

ഇരുട്ട് കരുത്തുള്ളതുകൊണ്ട് വിജയിക്കില്ല. അതു വിജയിക്കുന്നതു വിളക്കുകൾ പോരാടുന്നതു നിർത്തുമ്പോഴാണ്.

കിഴവൻ ഏതാണ്ട് ഇളകിമറിഞ്ഞു, അയാൾ സഹായത്തിനായി വിളിച്ചു കരയുമ്പോൾ ശബ്ദം വിറച്ചു. "ആ തന്തയില്ലാത്തവന്മാർ ക്ഷേത്രം കൊള്ളയടിക്കാൻ പോകുന്നു. തടയാൻ ആരുമില്ലേ? നിങ്ങൾ വെറുതേ നോക്കിനിൽക്കുമോ? പേടിത്തൊണ്ടന്മാരേ!"

"ബാബാ, നിർത്ത്! നിങ്ങൾ കൊല്ലപ്പെടും. മഹാദേവന്റെ പേരിൽ, ഇവിടെനിന്നും പോകാം." കൃഷ്ണനും വിതുമ്പുകയായിരുന്നു, പക്ഷേ അവൻ തന്റെ അച്ഛനെ ഗ്രാമത്തിലേയ്ക്കുള്ള പ്രധാനപാതയിൽ ബലമായി വലിച്ചുകൊണ്ടു പോകുകയായിരുന്നു.

"എന്താ ഇവിടെ നടക്കുന്നത്?" അബ്ദുൾ ചോദിച്ചു, മൊത്തം ഗ്രാമീണരും ഓടിപ്പോകുന്നതു കണ്ട് അത്ഭുതപ്പെട്ടുകൊണ്ട്. അവരിൽ ചിലർ ചോരയൊലിപ്പിക്കുകയോ മുഖം വീർത്തിരിക്കയോ ചെയ്തിരുന്നു, പക്ഷേ ഭൂരിഭാഗവും ഭയന്നിരിക്കുന്നതായി കണ്ടു, ശാരീരികമായി പരിക്കുകളൊന്നും പറ്റിയിട്ടില്ലെങ്കിലും.

കൃഷ്ണൻ ജാഗ്രതയോടെ തലയുയർത്തി നോക്കി, അബ്ദുളിനെ തിരിച്ചറിഞ്ഞപ്പോൾ ആശ്വാസത്തോടെ ശ്വാസം വിട്ടു. "രാജാവിന്റെ ആളുകളാണ്..." അവൻ പറഞ്ഞു, ഗ്രാമത്തിലേയ്ക്കു തിരിഞ്ഞുനോക്കിക്കൊണ്ട്, വ്യക്തമായ ഭയത്തോടെ. "അവരെ നയിക്കുന്നത് ഒരു തുർക്കിക്കാരൻ വട്ടനാണ്. അവർ ഞങ്ങളുടെ എല്ലാം കൊള്ളയടിച്ചു. ഇപ്പോൾ ക്ഷേത്രവും കൊള്ളയടിക്കാൻ പോകുന്നു."

"രാജകുമാരന്റെ അടുത്തു പോയി സഹായം ചോദിക്കാം," അബ്ദുളിന്റെ കൂട്ടാളി ഉടൻ പറഞ്ഞു.

കൃഷ്ണന്റെ അച്ഛൻ പെട്ടെന്നു മുന്നോട്ടുവന്നു. "അപ്പോഴേയ്ക്കും ഒരുപാടു വൈകും. അവർ ക്ഷേത്രം കൊള്ളയടിക്കുന്നതോടെ നിർത്തുമോയെന്ന്

ആർക്കറിയാം? തുർക്കികൾ അത് നശിപ്പിച്ചാലോ? സോംനാഥിൽ ചെയ്തത് അവർ ഇവിടേയും ചെയ്താലോ?"

അബ്ദുൾ തന്റെ കുതിരയെ തിരിക്കുകയായിരുന്നു. അയാൾ കിഴവന്റെ വാക്കുകൾ കേട്ടപ്പോൾ മരവിച്ചുപോയി.

"വരൂ അബ്ദുൾ," അയാളുടെ കൂട്ടാളി തിടുക്കത്തിൽ പറഞ്ഞു.

അബ്ദുൾ തലകുലുക്കി. "നീ പോയി സഹായം മേടിക്ക്. ഞാൻ ക്ഷേത്രത്തിലേയ്ക്കു പോകുകയാണ്."

അയാളുടെ കൂട്ടാളി വന്ന് അബ്ദുളിന്റെ കൈപിടിച്ചു. "ഞാൻ പറയുന്നതു കേൾക്കൂ...ഇതൊരു മോശം ആശയമാണ്..."

അബ്ദുൾ പതിയെ തടയുന്ന കൈമാറ്റി. "അല്ല, ഇത് മോശം ആശയമല്ല....ഒരു നിലപാടെടുക്കാൻ അള്ളാഹ തന്ന ചെറിയ അവസരമാണ്. ഇനി പോകൂ."

അബ്ദുൾ കുതിരയെ ക്ഷേത്രത്തിലേയ്ക്കു പായിച്ചപ്പോൾ കൂട്ടാളിയും പാഞ്ഞുപോയി. ഏതാനും നിമിഷങ്ങൾക്കകം അബ്ദുൾ ക്ഷേത്രത്തിന്റെ പരിസരത്തെത്തി. ദൂരെ നിന്നും ചില ആളുകളെ അയാൾ കണ്ടു, ക്ഷേത്രത്തിലെ കാണിക്കകൾ വച്ചിരിക്കുന്ന പെട്ടികൾ പുറത്തേയ്ക്കു കൊണ്ടുവരുന്നത്.

കനത്ത കാടിന്റെ പിന്നിൽ മറഞ്ഞുനിന്ന്, അബ്ദുൾ നിശ്ശബ്ദമായി താഴെയിറങ്ങി കുതിരയെ കെട്ടിയിട്ടു. സുരക്ഷിതമായ അകലത്തിൽ. അയാൾ വില്ല് മുന്നോട്ടുപിടിച്ച് പതുക്കെ ക്ഷേത്രത്തിനു നേരെ നടന്നു.

അയാൾ പട്ടാളക്കാരെ കേൾക്കാവുന്നത്ര അടുത്തായിരുന്നു. എങ്കിലും, മരങ്ങളുടെ ഇരുട്ടിൽ നല്ലതുപോലെ മറഞ്ഞിരുന്നു.

"വിഗ്രഹങ്ങളും ആഭരണങ്ങളും എടുക്ക്," സാലിക്ക് ആജ്ഞാപിച്ചു.

അബ്ദുൾ ശബ്ദമുണ്ടാക്കാതെ ഒരു അമ്പ് എടുത്തു, വില്ലിൽ കുലച്ചു, പെട്ടെന്നു ലക്ഷ്യം നോക്കി എയ്തു.

നല്ല ഒരു വില്ലാളിയ്ക്ക് ലക്ഷ്യം പിടിക്കാൻ അധികം സമയം ചെലവഴിക്കേണ്ടതില്ല. അമ്പ് മുന്നോട്ട് കൂർത്ത് ചൂളമടിച്ച് ചെന്ന് ഒരു പട്ടാളക്കാരന്റെ നെഞ്ചിൽ തറച്ചു. പട്ടാളക്കാരൻ ഇടിയുടെ ആഘാതത്തിൽ പിന്നോട്ടുവീണു, ഹൃദയത്തിൽ തുളഞ്ഞുകയറിയ അമ്പുമായി, അയാൾ ചുമക്കുകയായിരുന്ന ആഭരണങ്ങൾ തറയിൽ ചിതറി.

പട്ടാളക്കാരിൽ നിന്നും ആശയക്കുഴപ്പത്തോടെയുള്ള അലറലുകൾ ഉണ്ടായി.

"മറഞ്ഞ് നിൽക്ക്!" സാലിക്ക് അലറി.

അബ്ദുൾ പെട്ടെന്നു മറ്റൊരു സ്ഥാനത്തേയ്ക്കു മാറി. ഏതാനും നിമിഷങ്ങൾക്കു മുമ്പ് ഉണ്ടായിരുന്നിടത്തു നിന്നും വളരെ അകലെ. അയാൾ

പെട്ടെന്നു മറ്റൊരു അമ്പെടുത്ത് എയ്തു. അത് ലക്ഷ്യം കണ്ടു. സാലിക്കിന്റെ മറ്റൊരു പട്ടാളക്കാരൻ താഴെവീണു.

സാലിക്ക് നിലവിളിക്കാൻ തുടങ്ങി. "ഒരുപാട് ശത്രുക്കളുണ്ട്! എന്നോടൊപ്പം ചേർന്നു നിൽക്ക്! പരിചകൾ നിവർത്തിപ്പിടിക്ക്!"

സാലിക്ക് ഒരു ക്രൂരനായിരുന്നു, പക്ഷേ ഒന്നാന്തരം സൈനികനും. അയാൾ തന്റെ പടയെ നന്നായി പരിശീലിപ്പിച്ചുണ്ടായിരുന്നു. അവർ പെട്ടെന്നു തന്നെ ഒരു ശക്തമായ പ്രതിരോധം സൃഷ്ടിച്ചു. അവരുടെ പിന്നിൽ ക്ഷേത്രം. മുന്നിൽ കാട്. കുനിഞ്ഞിരുന്ന് പരിചകൾ കൊണ്ട് സുരക്ഷിതമാക്കിക്കൊണ്ട്.

അബ്ദുൾ കാടിന്റെ അതിർത്തിയുടെ പിന്നിൽ മറ്റു ഭാഗങ്ങളിലേയ്ക്ക് ഓടിക്കൊണ്ടിരുന്നു. വിവിധ ദിശകളിൽ നിന്നും അമ്പുകളെയ്യാൻ ശ്രമിച്ചുകൊണ്ട്. ചിലതു ലക്ഷ്യം കണ്ടു. പട്ടാളക്കാരെ വീഴ്ത്തി. പക്ഷേ ഭൂരിഭാഗവും പരിചകളാൽ തടുക്കപ്പെട്ടു.

സാലിക്ക് എന്തോ കുഴപ്പമുണ്ടെന്നു സംശയിക്കാൻ തുടങ്ങി. അമ്പുകൾക്കിടയിൽ ഒരുപാടു സമയമെടുക്കുന്നുണ്ട്. ഒരുപാടു ശത്രുക്കൾ ഉണ്ടെങ്കിൽ, അമ്പുകൾ വളരെ വേഗത്തിൽ എയ്യണമായിരുന്നു.

ഞാൻ കരുതിയതിനേക്കാൾ കുറച്ചു ശത്രുക്കളേ ഉണ്ടായിരിക്കുകയുള്ളൂ.

സാലിക്ക് തന്റെ പട്ടാളക്കാരോടു അനങ്ങാതെ നിൽക്കാൻ ആജ്ഞാപിച്ചു. എന്നിട്ടു പെട്ടെന്നു പുറകിൽ നിന്നും ഇരുട്ടിന്റെ മറവിലേയ്ക്കു പോയി.

ഏതാനും നിമിഷങ്ങൾക്കകം, അയാൾ കാടിന്റെ അതിർത്തിയുടെ പിന്നിലെത്തി. വാൾ ഊരിശത്രുക്കളായ പട്ടാളക്കാരെ കണ്ടെത്താൻ ശ്രമിച്ചുകൊണ്ട്. അയാൾ ശ്രദ്ധയോടെ വലം വച്ചു, ശത്രുവിന്റെ പിന്നിൽ എത്താൻ ശ്രമിച്ചുകൊണ്ട്.

ഇരയ്ക്കു വേട്ടക്കാരൻ ആകണമായിരുന്നു.

രഹസ്യമായി, സാലിക്ക് മുന്നോട്ടിഴഞ്ഞു, അവസാനത്തെ അമ്പിന്റെ ശബ്ദത്തിനെ പിന്തുടർന്നുകൊണ്ട്. പിന്നെ കാലടികളുടെ പതിഞ്ഞ ശബ്ദവും.

സാലിക്ക് ചലനങ്ങളുടെ ശ്രദ്ധയിലും തന്ത്രത്തിലും ആകൃഷ്ടനായി. *ശത്രുക്കൾ ആരായാലും, അവർ നല്ല പരിശീലനം കിട്ടിയവരാണ്.*

അയാൾ ഒരു പതിഞ്ഞ ശബ്ദം കേട്ടു. അത് തെറ്റിയില്ല. വില്ല് കുലയ്ക്കുന്ന ശബ്ദം. തൊട്ടു മുന്നിൽ. സാലിക്ക് മുന്നോട്ട് അടി വച്ചു. പതുക്കെ. രഹസ്യമായി.

അയാളുടെ കണ്ണുകൾ ഇരുട്ടുമായി പാകപ്പെട്ടിരുന്നു. അയാൾക്ക് ഒരു മനുഷ്യന്റെ അവ്യക്തമായ രൂപം കണ്ടെത്താൻ കഴിഞ്ഞു.

വൃഷണം വിങ്ങിയ കുതിരേ! വെറും ഒരാൾ! വെറും ഒരാൾ എന്റെ മൊത്തം പടയെ കുത്തുന്നു!

സാലിക്ക് തിടുക്കത്തിൽ നീങ്ങി, മറ്റൊരു അമ്പ് എയ്യുതിന്റെ ശബ്ദം കേട്ടപ്പോൾ. അബ്ദുൾ അമ്പലത്തിന്റെ മുന്നിലുള്ള സാലിക്കിന്റെ പട്ടാളക്കാർക്കു നേരെ ഒരു അമ്പ് കൂടി എയ്തു. സാലിക്ക് പിന്നിൽ പതുങ്ങി വരുന്നത് അയാൾ ശ്രദ്ധിച്ചില്ല.

അയാളത് തിരിച്ചറിഞ്ഞപ്പോഴേയ്ക്കും വൈകിപ്പോയിരുന്നു. സാലിക്ക് അബ്ദുളിന്റെ തലയിൽ വാളിന്റെ പിടി കൊണ്ട് അടിച്ചു. അബ്ദുൾ കുഴഞ്ഞുവീണു, ബോധരഹിതനായി.

ചാട്ടവാർ വായുവിൽ ചൂളമടിച്ചു, അബ്ദുളിന്റെ മുതുകിൽ പ്രഹരിച്ചുകൊണ്ട്. തൊലിയുരിഞ്ഞു. ചോരയൊലിച്ചു. അയാൾ കരച്ചിലടക്കാനായി ചുണ്ടുകൾ കടിച്ചമർത്തി, പക്ഷേ അടക്കിയ മുരളൽ തടുക്കാനായില്ല. അയാളുടെ മുട്ടുകൾ തളർന്നു, കൈകൾ ഒരു മരത്തിൽ കെട്ടിത്തൂക്കിയ കയറിൽ മുറുക്കിയിട്ടില്ലായിരുന്നെങ്കിൽ വീണുപോയേനെ.

അബ്ദുളിനെ സാലിക്ക് നിയന്ത്രിക്കുന്ന താൽക്കാലിക തമ്പിലേയ്ക്കു തിരിച്ചുകൊണ്ടുവരപ്പെട്ടു. ഗ്രാമത്തിലെ പത്തായപ്പുര പടയുടെ താവളമായി ഉപയോഗിക്കുകയായിരുന്നു. അടുത്തുള്ള ഗ്രാമത്തലവന്റെ വീട് സാലിക്കിന്റെ വസതിയായും. ഗ്രാമം വിജനമായിരുന്നു, സാലിക്കും രാജാവിന്റെ പട്ടാളക്കാരുമല്ലാതെ. ഗ്രാമീണരെല്ലാം ഏതാനും മണിക്കൂറുകൾക്കു മുമ്പ് രക്ഷപ്പെട്ടോടി. അബ്ദുളിനെ താൽക്കാലിക താവളത്തിന്റെ മുന്നിലെ മുറ്റത്തു പരസ്യമായി പീഡിപ്പിക്കുകയായിരുന്നു.

"ട്സ്ക്, ട്സ്ക്," സാലിക്ക് പരിഹസിച്ചുകൊണ്ടു പറഞ്ഞു. ഒരു ചഷകത്തിൽ വീഞ്ഞുമായി, തുർക്കി ഉദ്യോഗസ്ഥർ അബ്ദുളിനു ചുറ്റും നടന്ന് അയാളുടെ മുതുകിൽ നോക്കി. ചാട്ടവാർ തൊലിയുരിച്ചിടത്ത് വലിയ മുറിവുകളുമായി ചോരയൊലിച്ചിരിക്കുകയായിരുന്നു അവിടം.

"ഓ പൊന്നേ, എന്തു വൃത്തികേടാണത്," സാലിക്ക് കപടദുഃഖത്തോടെ പറഞ്ഞു. അയാൾ വീഞ്ഞ് ഒന്നു മൊത്തി, അബ്ദുളിന്റെ മുതുകിൽ അടുത്തു ചെന്നു പരിശോധിച്ചു കളിയാക്കി ഇളിച്ചുകൊണ്ട്. എന്നിട്ട്, പെട്ടെന്ന് അയാൾ വീഞ്ഞ് അബ്ദുളിന്റെ കീറിയ മുതുകിലേയ്ക്കു തുപ്പി.

ഞെട്ടിപ്പോയ അബ്ദുൾ വേദനകൊണ്ടു മുന്നോട്ടാഞ്ഞു, മുറിവേറ്റ മുതുകിൽ മദ്യത്തിന്റെ പൊള്ളലുമായി. "യാ അള്ളാ!" അയാൾ കരഞ്ഞു.

സാലിക്ക് ഒരു നിമിഷം ഉറഞ്ഞുപോയി. ഞെട്ടിക്കൊണ്ട്. അയാൾ പെട്ടെന്ന് അബ്ദുളിന്റെ മുന്നിലെത്തി മുടിയിൽ പിടിച്ച് തലയുയർത്തി കണ്ണുകളിലേയ്ക്കു നോക്കി. "നീ മുസ്ലീം ആണോ?"

അബ്ദുൾ മറുപടി പറഞ്ഞില്ല. സാലിക്കിനെ നോക്കി ശരീരത്തിന്റെ ഓരോ അണുവിലും ക്രോധവുമായി.

"ക്ഷേത്രത്തിനെ സംരക്ഷിക്കാൻ ശ്രമിക്കുന്നോ? നീ എന്തു തരം മുസ്ലീം ആണ്?"

അബ്ദുൾ മാറ്റമില്ലാത്ത വെറുപ്പോടെ നോക്കി. "നിന്നെക്കാൾ നല്ല ഒന്ന്..."

"എന്നെ എതിർക്കാൻ നിനക്കെന്ത് ധൈര്യം?" സാലിക്ക് അലറി. "നീയൊരു മുസ്ലീം ആണ്!"

"ഞാൻ...ആദ്യം ഒരു ഇന്ത്യാക്കാരൻ ആണ്..."

സാലിക്ക് അബ്ദുളിനെ ശക്തിയായി അടിച്ചു. "നീ എന്നെപ്പോലെയുള്ള മുസ്ലീമിനേക്കാൾ അവിശ്വാസികളായ ഹിന്ദുക്കൾക്കു വേണ്ടി യുദ്ധം ചെയ്യുമോ?!"

"ഞാൻ യുദ്ധം ചെയ്യും...എന്റെ ഇന്ത്യാക്കാരായ സഹോദരന്മാർക്കൊപ്പം...ഒരു തുർക്കി ചെകുത്താനെതിരേ..."

സാലിക്ക് അബ്ദുളിനെ ശക്തിയായി അടിച്ചു, അയാളുടെ മൂക്ക് തകർത്തുകൊണ്ട്. അയാൾ അടി തുടർന്നുകൊണ്ടിരുന്നു. വീണ്ടും. വീണ്ടും. ആവർത്തിച്ച്. തളരുന്നതുവരെ.

എന്നിട്ടയാൾ അബ്ദുളിനെ കുറച്ചുകൂടി അടിച്ചു. അബ്ദുൾ കയറിൽ ബോധരഹിതനായി തൂങ്ങിയാടുന്നതുവരെ.

സാലിക്ക് തന്റെ പട്ടാളക്കാർക്കു നേരെ തിരിഞ്ഞു. "ഈ തന്തയില്ലാത്തവർ രാത്രി മുഴുവനും ഇവിടെ തൂങ്ങിക്കിടക്കട്ടെ. അവനെ എങ്ങിനെ കൊല്ലണമെന്ന് ഞാൻ നാളെ തീരുമാനിക്കാം."

കാവൽക്കാരൻ മൂരിനിവർത്തി കോട്ടുവായിട്ടു, എന്നിട്ട് തന്റെ സഖാക്കളെ നോക്കി, അവർ സ്ഥാനങ്ങൾ ഉപേക്ഷിച്ച് നിലത്തു ചുരുണ്ടുകഴിഞ്ഞിരുന്നു. തൃപ്തിയോടെ കൂർക്കം വലിച്ചുകൊണ്ട്. പടയിലെ ഏറ്റവും ചെറുപ്പക്കാരൻ എന്ന നിലയിൽ, അവനെ രാത്രി മുഴുവനും ഉണർന്നിരുന്നു തടവുകാരനിൽ ഒരു കണ്ണുവയ്ക്കുന്ന ജോലിയായിരുന്നു ഏൽപ്പിച്ചിരുന്നത്.

അബ്ദുൾ അപ്പോഴും അവിടെ തൂങ്ങിക്കിടക്കുകയായിരുന്നു, അനക്കമില്ലാതെ.

അയാൾ മരിച്ചോ?

പട്ടാളക്കാരൻ അയാളുടെ തലയും തോളുകളും കുലുക്കി, സ്വന്തം മനസ്സിലെ ചോദ്യത്തിന് ഉത്തരം നൽകിക്കൊണ്ട്. *ഞാനെന്തിന് അന്വേഷിക്കണം?*

അവൻ അല്പം അകലെയുള്ള താൽക്കാലിക താവളത്തിലേയ്ക്കു നോക്കി, അവിടെയാണു ഭൂരിഭാഗം പട്ടാളക്കാരും ഉള്ളത്.

ഞാനിപ്പോൾ ഉറങ്ങേണ്ടതായിരുന്നു.

ഇതു ശരിക്കും സമയം പാഴാക്കലാണ്. ഒരു പട്ടാളത്തമ്പിനെ ആക്രമിക്കാൻ ആർക്കാണു ധൈര്യമുണ്ടാകുക? സ്വന്തം വീടുകൾ സംരക്ഷിക്കാൻ പോലും കഴിയാത്ത ആ പാവംഗ്രാമീണരോ?

ആരും നിരീക്ഷിക്കുന്നില്ലെന്ന് ഒന്ന് ഓടിച്ചുനോക്കിയശേഷം, അവൻ താഴെയിരുന്നു. ഒരു മരത്തിൽ ചാഞ്ഞിരുന്ന്, കാലുകൾ നിവർത്തി ആശ്വാസത്തോടെ നെടുവീർപ്പിട്ടു. നിമിഷങ്ങൾക്കകം, അവൻ ഉറങ്ങിപ്പോയി. അവൻ തന്റെയടുത്തേയ്ക്കു കത്തിയുമായി പതുങ്ങി വരുന്ന രൂപത്തിനെ ശ്രദ്ധിച്ചില്ല. അവന്റെ വായ മൂടിയപ്പോഴാണ് അവന്റെ ബോധം ഉറക്കത്തിൽ നിന്നും പുറത്തുചാടിയത്. പക്ഷേ അവന്റെ ബോധം വളരെ മന്ദഗതിയിലായിരുന്നു. അവൻ അപ്പോഴും ചാഞ്ചാടുകയായിരുന്നു, കത്തി അവന്റെ തൊണ്ടയിലൂടെ മുറിഞ്ഞിറങ്ങിയപ്പോൾ. ആഴത്തിൽ. അവൻ ഒരിക്കലും പൂർണമായും ഉണർന്നില്ല.

സാലിക്ക് ഉറക്കത്തിൽ മണം പിടിച്ചു. ചാടിയുണരുന്നതിനു മുമ്പ് എന്തോ കത്തുന്ന ഗന്ധം ആയാളുടെ അബോധമനസ്സിൽ എത്തി. അയാൾ സേവകരെ വിളിച്ചു, വാൾ എടുത്ത് പുറത്തേയ്ക്കോടി.

വസതിയിൽ നിന്നും പുറത്തുവന്നപ്പോൾ, അയാൾ ഞെട്ടിപ്പോയി. അയാളുടെ ആളുകൾ ഉറങ്ങുകയായിരുന്ന താൽക്കാലിക താവളങ്ങളുടെ വാതിലുകൾ പൂട്ടി തീവച്ചിരിക്കുന്നു. കെട്ടിടം വാസ്തവത്തിൽ ഒരു പത്തായപ്പുര ആയിരുന്നതിനാൽ, അവിടെ ജനാലകൾ ഉണ്ടായിരുന്നില്ല. അയാൾക്ക് അകത്തു നിന്നും ജീവനോടെ എരിയുന്ന പട്ടാളക്കാരുടെ നിലവിളികൾ കേൾക്കാമായിരുന്നു. അവരിൽ ചിലർ പൂട്ടിയ വാതിലുകളിൽ ഇടിക്കുന്നുണ്ടായിരുന്നു, അവയെ തകർക്കാൻ ശ്രമിച്ചുകൊ

ണ്ട്. പക്ഷേ സാലിക്ക് വാതിലുകൾക്കു മുന്നിൽ ചില ആക്രമികൾ വില്ലു കുലച്ചു നിൽക്കുന്നത് തകരുന്ന ഹൃദയത്തോടെ നിരീക്ഷിച്ചു, അയാളുടെ ആളുകൾ പുറത്തു വന്നാൽ അരിഞ്ഞിടാൻ തയ്യാറായിരുന്നു അവർ.

മുറ്റത്ത് ഏതാണ്ടു നൂറ് ഇന്ത്യാക്കാർ ഉണ്ടായിരുന്നു. രാത്രി കാവലിനായി നിയോഗിച്ചിരുന്ന സ്വന്തം പട്ടാളക്കാരുടെ മൃതശരീരങ്ങൾ അയാൾ കണ്ടു.

ഈ തന്തയില്ലാത്തവന്മാർ എവിടെനിന്നും വന്നു?

മുറ്റത്ത് ആയുധങ്ങളുമായി നിൽക്കുന്ന ഇന്ത്യാക്കാരിൽ ഭൂരിഭാഗവും അയാൾ ഓടിച്ചുവിട്ട ഇന്ത്യാക്കാരാണെന്ന് അയാൾ തിരിച്ചറിഞ്ഞില്ല. അവർ തിരിച്ചെത്തിയിരുന്നു. അവർ പോരാടാൻ പ്രക്ഷുബ്ധരായി നിൽക്കുകയായിരുന്നു. അയാൾ ഒരിക്കലും കേട്ടിട്ടില്ലാത്ത ഒരു നേതാവ് ഇളക്കിവിട്ടവർ.

സാലിക്ക് ചുറ്റും നോക്കി. അയാളുടെ കൂടെ വെറും നാലു പേർ മാത്രമേ ഉണ്ടായിരുന്നുള്ളൂ. അയാൾ താൽക്കാലിക തമ്പിലേയ്ക്കു തിരിഞ്ഞു നോക്കി. രാത്രിയിൽ അയാളുടെ പട്ടാളക്കാരുടെ വേദനാജനകമായ നിലവിളികൾ. അയാൾ കൂടെയുള്ള നാലു പേരോടു പറഞ്ഞു. “ഇത് പ്രതീക്ഷയില്ലാത്തതാണ്. നമുക്കവരെ സഹായിക്കാനാവില്ല. നമുക്ക് ഇവിടെ നിന്നും പോകാം. എന്റെ മുന്നിൽ രണ്ടുപേർ, പിന്നിൽ രണ്ടുപേർ. പോ!”

അവർ ഇടതുവശത്തേയ്ക്കു കുതിച്ചു, ഏതാനും നൂറു മീറ്ററുകൾ അകലെയുള്ള മരങ്ങളുടെ അടുത്തേയ്ക്ക്. അവർ കാടിന്റെ അതിർത്തിയിൽ എത്തിയപ്പോൾ, പെട്ടെന്നു തന്നെ അപ്രത്യക്ഷരാകാൻ സാധിച്ചു. അല്ലെങ്കിൽ അതായിരുന്നു സാലിക്കിന്റെ പദ്ധതി.

ദൗർഭാഗ്യകരമെന്നു പറയട്ടെ, കൂറ്റൻ തീനാളങ്ങൾ എല്ലാ ദിശകളിലേയ്ക്കും വെളിച്ചം വീശുന്നുണ്ടായിരുന്നു. തുറസ്സായ ഒരുപാടു ഭാഗങ്ങളിൽ രാത്രിയുടെ നിഴലുകളെ എടുത്തുമാറ്റിക്കൊണ്ട്.

പിന്നേയും ദൗർഭാഗ്യകരമായി, സാലിക്ക് ദയയില്ലാത്ത എതിരാളിയ്ക്കെതിരേ ആയിരുന്നു നീങ്ങിയിരുന്നത്. ഗറില്ല യുദ്ധം അറിയുന്ന ഒരാളുമായി.

അയാളും പട്ടാളക്കാരും അവരെ കാത്തിരിക്കുന്ന നാല്പത് പേരുടെ നേരെ ഓടിച്ചെന്നു.

സാലിക്കിന് എന്താണു സംഭവിക്കുന്നതെന്ന് അറിയുന്നതിനുമുമ്പ്, അയാളുടെ രണ്ട് മുൻനിര പട്ടാളക്കാർ വെട്ടിവീഴ്ത്തപ്പെട്ടു. അയാൾ ചുറ്റും വാൾ വീശി, ശത്രുക്കളെ അകലെ നിർത്താനായി. അയാൾ പിന്നിൽ വേദനയോടെയുള്ള നിലവിളികൾ കേട്ടു. തന്റെ പിന്നിലുള്ള പട്ടാളക്കാരും കൊല്ലപ്പെട്ടുവെന്നു മനസ്സിലാക്കാൻ അയാൾക്കു തിരിഞ്ഞു നോക്കേണ്ടി വന്നില്ല.

അയാൾ ഒറ്റയ്ക്കായിപ്പോയി. വാൾ വീശുന്നതു തുടർന്നുകൊണ്ടിരുന്നു. ശത്രുപട്ടാളക്കാരെ അകറ്റി നിർത്തിക്കൊണ്ട്. ഉറക്കെ അലറിക്കൊണ്ട്. "ഞാൻ എളുപ്പത്തിലൊന്നും വീഴില്ല! ഞാൻ പോകുന്നതിനു മുമ്പ് കുറഞ്ഞത് പത്തെണ്ണത്തിനെയെങ്കിലും കൊല്ലും! വാ!"

പക്ഷേ അവർ അടുത്തേയ്ക്ക് വന്നില്ല. അകലം പാലിച്ചു നിന്നതേയുള്ളൂ. ആക്രമിക്കുന്നതായി ഭാവിച്ച അവസാനനിമിഷം പിന്നിലേയ്ക്ക് മാറിക്കൊണ്ട്. സാലിക്ക് വാൾ വീശുന്നതു തുടർന്നു. അവരെ അകറ്റി നിർത്തുകയാണെന്നു കരുതിക്കൊണ്ട്. അയാൾ എപ്പോഴും കരുതിയിരുന്നതു പോലെ ഇന്ത്യാക്കാർ പരമഭീരുക്കളെപ്പോലെ പെരുമാറുകയാണെന്നു വിചാരിച്ച്.

കുറച്ചു കഴിഞ്ഞപ്പോൾ യാഥാർത്ഥ്യം അയാൾക്കു നേരെ പതിച്ചു.

അവർ അയാളുമായി കളിക്കുകയായിരുന്നു. കളിക്കോപ്പ് പോലെ. കുടുങ്ങിയ മൃഗത്തിനോടു ദയവില്ലാത്ത വേട്ടക്കാരൻ ചെയ്യുന്നതു പോലെ.

പെട്ടെന്ന്, പിന്നിൽ നിന്നും ആരോ നീളമുള്ള വാൾ കൊണ്ടു ക്രൂരമായി വെട്ടി. അയാളുടെ വലതുതുടയുടെ പിന്നിൽ. വാൾ പിൻതുടയിലെ ഞരമ്പിനെ വൃത്തിയായി വേർപെടുത്തി മുടന്തനാക്കിയപ്പോൾ സാലിക്ക് വേദന കൊണ്ട് ഓളിയിട്ടു. ചോര കുത്തിയൊലിച്ചു. അയാൾ താഴെ മണ്ണിലേയ്ക്കു വീണു.

അയാളു ചുറ്റും ചിരിക്കുന്ന ശബ്ദം കേൾക്കാമായിരുന്നു.

പരിഹസിച്ചുകൊണ്ട്.

അസഭ്യങ്ങൾ അലറിക്കൊണ്ട്.

സാലിക്ക് നിലത്തു കിടന്നുകൊണ്ടു തന്നെ തിരിഞ്ഞു, എല്ലാ ദിശയിലേയ്ക്കും വാൾ ചുറ്റും വീശിക്കൊണ്ട്. പക്ഷേ വീണ്ടും അയാളുടെ ശത്രുക്കൾ അകലം പാലിച്ചുനിന്നു.

സാലിക്ക് കോപം കൊണ്ട് അലറി. "എന്നെ കൊല്ല്, അവിശ്വാസികളായ തന്തയില്ലാത്തവന്മാരെ!!"

അയാൾ വാൾ വീശുന്നതു തുടർന്നു, വായുവിൽ മാത്രം വെട്ടിക്കൊണ്ട്. ദേഷ്യവും നിരാശയും അയാളിൽ നിറയുകയായിരുന്നു. കൃത്യമായ ഉന്നത്തോടെ അയാൾക്കു നേരെ ഒരു കല്ല് എറിയപ്പെട്ടു. വലതു കൈവെള്ളയിൽ കൃത്യം വീണുകൊണ്ട്. അയാളുടെ കൈയ്യിൽ നിന്നും വാൾ തെറിച്ചുപോയി. പെട്ടെന്ന് ഒരു ഇന്ത്യാക്കാരൻ മുന്നോട്ടുകുതിച്ച് സാലിക്കിന്റെ വാളെടുത്ത് പതുക്കെ തിരിച്ചു പോയി, ചിരിച്ചുകൊണ്ട്.

"എന്നെ കൊല്ല്," സാലിക്ക് അലറി. "വൃത്തികെട്ട ഭീരുക്കളേ! എന്നെ കൊല്ല്!"

"എല്ലാം ശരിയായ സമയത്ത്..."

ആ ശബ്ദം ഇന്ത്യാക്കാരുടെ നേതാവിന്റേതാണെന്നു സാലിക്കിനു മനസ്സിലാക്കാമായിരുന്നു. തുർക്കിക്കാരൻ തിരിഞ്ഞു നോക്കിയപ്പോൾ ഉയർന്ന മെലിഞ്ഞ ഒരാൾ നിഴലുകളിൽ നിന്നും പുറത്തുവന്നു. തീനാളങ്ങളുടെ പ്രകാശം കാഴ്ച വ്യക്തമാക്കി. ഇന്ത്യൻ നേതാവിനു കറുത്ത നിറമായിരുന്നു. നീണ്ട മുടി കെട്ടിവച്ചിരുന്നു. ചെറിയ താടി. ശരീരത്തിൽ മുറിപ്പാടുകൾ. ചിലത് ഇപ്പോഴും പുതിയത്. യുദ്ധത്തിന്റെ അഭിമാനകരമായ അലങ്കാരങ്ങൾ. അയാൾക്കു ഒരു പുള്ളിപ്പുലിയുടെ നടപ്പുണ്ടായിരുന്നു. ആകർഷകൻ. പ്രഭാവമുള്ളവൻ. ഭയപ്പെടുത്തുന്നവൻ.

സാലിക്കിനു ഹൃദയത്തിൽ ഭയം പിടിമുറുക്കുന്നത് അറിയാമായിരുന്നു. എളുപ്പത്തിലുള്ള മരണമായിരിക്കില്ലെന്ന് ആരോ അയാളുടെ ഉള്ളിൽ നിന്നും പറഞ്ഞു, ഒരുപാടു വേദന സഹിക്കേണ്ടിവരുമെന്ന്. അവസാനത്തിന്റെ പരമാവധി നിമിഷം വരെ ജീവനോടെ നിലനിർത്തപ്പെടുമെന്ന്. അയാൾ തന്റെ ശത്രുവിനെ എരികേറ്റാൻ ശ്രമിച്ചു. "ഞാൻ നിങ്ങളുടെ ക്ഷേത്രത്തിലെ വിഗ്രഹങ്ങൾ നശിപ്പിച്ചു. ധൈര്യമുണ്ടെങ്കിൽ എന്നെ കൊല്ലു! നിങ്ങളുടെ കഴിവില്ലാത്ത പാവം വിഗ്രഹദൈവങ്ങൾക്കായി പകവീട്ടു!"

സാലിക്ക് ഒരു ചെറിയ ചിരി കേട്ടു. അയാളുടെ ഹൃദയം പിന്നേയും മുങ്ങി. ഇതു സാധാരണ ശത്രുവല്ല. സാലിക്ക് ഇന്നുവരെ കണ്ടിട്ടുള്ള മണ്ടൻ ഇന്ത്യാക്കാരെപ്പോലെയല്ല ഇയാൾ. ഇന്ത്യാക്കാരെ അവരുടെ ദൈവങ്ങളേയും അന്ധവിശ്വാസങ്ങളേയും പരിഹസിച്ച് എരികയറ്റാൻ എളുപ്പമാണ്. അവർക്ക് എടുത്തുചാടിയുള്ള പ്രതികാരമാണു താല്പര്യം, തണുത്ത്, കണക്കുകൂട്ടിയുള്ള പകരം വീട്ടലിനേക്കാൾ.

പക്ഷേ ഇതു വ്യത്യസ്തമായിരുന്നു. ഈ ഇന്ത്യൻ നേതാവ് വ്യത്യസ്തനാണ്.

"ഓ, ഞാൻ നിന്നെ കൊല്ലും. പക്ഷേ ദേഷ്യം കൊണ്ടല്ല. ഞാനതു പതുക്കെ ചെയ്യും. ഞാനത് ആസ്വദിച്ചു ചെയ്യും. നിന്റെ ആത്മാവ് അത് ഓർത്തിരിക്കുമെന്നു ഞാൻ ഉറപ്പാക്കും. അത് പിന്നെ ഇന്ത്യയിലേയ്ക്കു തിരിച്ചുവരാൻ ധൈര്യപ്പെടില്ല."

സാലിക്കിനു തന്നെ കാത്തിരിക്കുന്നതു ഭാവന ചെയ്യാൻ കഴിഞ്ഞു. അയാളുടെ ആത്മാവിനെ കാത്തിരിക്കുന്നതും. അയാൾ മൂത്രമൊഴിച്ചു പോയി. യുദ്ധത്തിൽ ഒരിക്കൽ മാത്രമേ അയാൾക്കങ്ങിനെ സംഭവിച്ചിട്ടുള്ളു.

അയാൾക്കു നാണക്കേടുണ്ടാക്കിക്കൊണ്ട്, അത് ഇന്ത്യൻ നേതാവ് ശ്രദ്ധിച്ചു. അയാൾ പതുക്കെയുള്ള, ഭീഷണമായ ചിരി വീണ്ടും കേട്ടു.

"ഞങ്ങൾ തുടങ്ങിയിട്ടു പോലുമില്ല... നിന്നെ നോക്ക്..."

നേതാവ് തന്റെ പിന്നണികളിലേയ്ക്കു തിരിയുന്നതു സാലിക്ക് കണ്ടു. അയാൾ വ്യക്തമായും ഉറക്കെയും സംസാരിക്കാൻ തുടങ്ങി.

"ഞാനെന്താണു നിങ്ങളോടു പറഞ്ഞത്? ഈ തുർക്കികൾ ഭീരുക്കളാണ്. എല്ലാവിദേശികളെയും പോലെ ഭീരുക്കൾ. അവർ ഇന്ത്യയിലേക്കു നോക്കാനുള്ള തോന്നൽ ഉണ്ടായതിനു പോലും പശ്ചാത്തപിക്കണം. ഇന്ത്യയെ ആക്രമിക്കുന്ന കാര്യം ചിന്തിച്ചാൽ പോലും ഉടുപ്പിൽ മൂത്രമൊഴിക്കണം."

ചുറ്റുമുള്ള ഇന്ത്യാക്കാർ അയാൾക്കു ചുറ്റും ചിരിക്കുന്നതു സാലിക്ക് കണ്ടു. ഒരു തുർക്കിയോട് ഇന്ത്യക്കാരൻ ഈ സ്വരത്തിൽ സംസാരിക്കുന്നത് അയാൾ ഒരിക്കലും കേട്ടിട്ടില്ലായിരുന്നു. അയാൾ നേതാവിനു നേരെ തിരിഞ്ഞു. അയാളുടെ എല്ലുകളിലെ മജ്ജ കണ്ടു ഭയന്ന്.

"എന്റെ പേര് നീ ഓർത്തിരിക്കുമെന്ന് ഉറപ്പിച്ചോ. അത് കേൾക്കുമ്പോഴെല്ലാം പേടിച്ചു ചുരുളണം."

സാലിക്ക് പിന്നിലേക്കു തെന്നിമാറി, തന്റെ ശരീരത്തിനെ ദൂരേക്കു വലിച്ചിഴക്കാൻ ശ്രമിച്ചുകൊണ്ട്. ഇന്ത്യൻ നേതാവ് അയാളുടെ നെഞ്ചിൽ ആഞ്ഞു തൊഴിച്ചു, അയാളുടെ കാറ്റു പറത്തിക്കൊണ്ട്.

"എന്റെ പേര് ഓർത്തോ. ശ്രാവസ്തിയിലെ സുഹേൽദേവിനെ ഓർത്തോ."

അബ്ദുൾ കണ്ണുകൾ തുറന്നു. ശരീരത്തിലെ എല്ലാ ഭാഗങ്ങളും വേദനിക്കുന്നുണ്ടായിരുന്നു. ഓരോ കോശവും കൊടുങ്കാറ്റിലേക്ക് എറിയപ്പെട്ടതു പോലെ, അനന്തകാലത്തേക്കു ചാട്ടവാറടി ഏൽക്കുന്നതു പോലെ, എന്നിട്ട് ഒരു തകർന്ന ശരീരത്തിലേക്കു തിരിച്ചു തുന്നിച്ചേർക്കുന്നു.

അയാൾ വളരെ പരിചിതമായ ഒരു ശബ്ദം കേട്ടു. "നിങ്ങൾ പെട്ടെന്നു തന്നെ സുഖപ്പെടും."

അബ്ദുൾ എഴുന്നേൽക്കാൻ ശ്രമിച്ചു. "സുഹേൽ..."

സുഹേൽദേവ് പതുക്കെ അബ്ദുളിനെ കട്ടിലിലേക്കു തള്ളി. "കിടക്കൂ."

"എത്ര സമയമായി...ഞാൻ..."

"ഏതാണ്ട് ഒരു മുഴുവൻ ദിവസം."

സുഹേൽദേവും ആളുകളും അപ്പോഴും ഗ്രാമത്തിലുണ്ടായിരുന്നു. അബ്ദുളിനു സുഖമാകുന്നതു വരെ അവിടെ തുടരാനായിരുന്നു അവരുടെ ഉദ്ദേശ്യം. ഗ്രാമീണർ യുദ്ധത്തിന്റെ അവശേഷിപ്പുകൾ നീക്കം ചെയ്യുന്ന തിരക്കിലായിരുന്നു. അവരുടെ വീടുകൾ അറ്റകുറ്റപ്പണി ചെയ്ത്, ക്ഷേത്രം പൂർവസ്ഥിതിയിലാക്കി. രാജാവിന്റെ ആളുകളുടെ ശരീരങ്ങളുടെ എല്ലാ

തെളിവുകളും നീക്കം ചെയ്ത്. സാലിക്കും പട്ടാളക്കാരും കൊള്ളമുതലു മായി ഗ്രാമത്തിൽ നിന്നും പോയി എന്നാണവർ ഭാവിക്കുക. ശേഷം സാലിക്ക് എവിടേയ്ക്ക് പോയെന്ന് അറിയില്ലെന്നും.

"ക്ഷേത്രം... സുരക്ഷിതമാണോ?" അബ്ദുൾ ചോദിച്ചു, അപ്പോഴും തലേന്ന രാത്രി സാലിക്കും കൂട്ടരും നൽകിയ ഭീകരമായ അടിയുടെ ക്ഷീണത്തിലായിരുന്നു അയാൾ. പക്ഷേ അയാളുടെ മനസ്സ് ജാഗ്രത യിലായിരുന്നു. ഗ്രാമത്തിലെ വൈദ്യൻ കൊള്ളാം.

സുഹേൽദേവ് ആ ചോദ്യത്തിനെ അവഗണിച്ചു. അവൻ തറപ്പിച്ചു പറഞ്ഞു. "ഇനിയിത് ആവർത്തിക്കരുത്."

"സുഹേൽദേവ്..."

"നിങ്ങൾ എന്താണു ചെയ്യാൻ ശ്രമിച്ചതെന്ന് എനിക്കറിയാം. നിങ്ങൾ ഒന്നും തെളിയിക്കേണ്ട ആവശ്യമില്ല. ഇനിയിത് വീണ്ടും ചെയ്യരുത്."

"പക്ഷേ ആ തുർക്കിക്കാരൻ....ക്ഷേത്രത്തിലെ വിഗ്രഹങ്ങൾ..."

"നമ്മൾ പുതിയ വിഗ്രഹങ്ങൾ ഉണ്ടാക്കും."

അബ്ദുൾ നിശ്ശബ്ദനായിരുന്നു.

സുഹേൽദേവ് തുടർന്നു. "നമ്മുടെ വിശ്വാസമാണു നമ്മുടെ കരുത്ത്. പക്ഷേ തുർക്കികൾ നമ്മുടെ വിശ്വാസത്തിനെ ദൗർബല്യമാക്കി മാറ്റി. നമ്മുടെ ബിംബങ്ങളെ സംരക്ഷിക്കാനായി നമ്മൾ ഏതു വരേയും പോകുമെന്ന് അവർക്കറിയാം, ജീവൻ കൊടുക്കുക പോലും. അവർ അതിനെ സമ്മർദ്ദം ചെലുത്താനുള്ള തന്ത്രമാക്കി ഉപയോഗിക്കുന്നു. നമ്മുടെ ദൃഢനിശ്ചയ ത്തിനെ തകർക്കാനായി. നമ്മളെ എളുപ്പത്തിൽ തോൽപ്പിക്കാനായി."

"പക്ഷേ..."

"ഞാൻ പറയുന്നതു കേൾക്കൂ. ഇതെന്റെ വിശ്വാസമാണ്. എനിക്ക റിയാം... ദൈവം എല്ലായിടത്തും ഉണ്ടെന്ന്. നക്ഷത്രങ്ങളിലും ആകാ ശങ്ങളിലും, മരങ്ങളിലും നദികളിലും കാറ്റിലും, നമ്മളിലെല്ലാവരിലും. നമ്മുടെ വിശ്വാസമാണ് ദൈവത്തിനെ ഒരു ബിംബമാക്കുന്നത്. നമ്മളെ ല്ലാവരും മരിച്ചാൽ, നമ്മുടെ വിശ്വാസവും മരിക്കുന്നു. നമ്മുടെ വിശ്വാസം മരിച്ചാൽ, ആരാണു ബിംബങ്ങളെ ആരാധിക്കുക? ഓർക്കുക, പുതിയ ബിംബങ്ങൾ പ്രാണപ്രതിഷ്ഠ നടത്തി ഉണ്ടാക്കാവുന്നതാണ്. പക്ഷേ നമ്മുടെ വിശ്വാസം മരിക്കുകയാണെങ്കിൽ, എല്ലാം കഴിഞ്ഞു. നമ്മുടെ വിശ്വാസം നിലനിൽക്കുന്നത് നമ്മുടെ മിടിക്കുന്ന ഹൃദയങ്ങളിലാണ്. അതുകൊണ്ട്, ഒരു ബിംബത്തിനെ സംരക്ഷിക്കാനുള്ള തെരഞ്ഞെടുപ്പ് നമുക്കുണ്ടെങ്കിൽ, അതു നമ്മളെ തിരഞ്ഞെടുക്കും."

അബ്ദുൾ ദൂരേയ്ക്കു നോക്കി. അയാളുടെ കവിളിലൂടെ ഒരു കണ്ണീർത്തുള്ളി ഉരുണ്ടു. "നിങ്ങൾക്ക്.... മനസ്സിലാവില്ല."

ഇത്തവണ സുഹേൽദേവ് ആയിരുന്നു നിശ്ശബ്ദനായിരുന്നത്. അയാൾ അബ്ദുളിനെ സംസാരിക്കാൻ അനുവദിച്ചു.

അബ്ദുളിന്റെ കണ്ണുനീരൊഴുക്കിന്റെ വേഗം കൂടി. "എനിക്ക് പശ്ചാത്താപം തോന്നുന്നു...ഞാൻ എന്തെങ്കിലും ചെയ്യണമായിരുന്നു....ഞാൻ പൊരുതണമായിരുന്നു..."

"നിങ്ങൾക്ക് പശ്ചാത്താപം തോന്നാൻ ഒന്നുമില്ല. തുർക്കികളേയും അവർ ചെയ്ത ആക്രമണങ്ങളേയും നിങ്ങൾക്കൊന്നും ചെയ്യാനില്ല."

അബ്ദുൾ സുഹേൽദേവിന്റെ നേരെ തിരിഞ്ഞു.

സുഹേൽദേവിന്റെ ശബ്ദം ചെറുതായി വിറച്ചു, ആയാളുടെ കരുത്തുള്ള വികാരങ്ങൾ പൊട്ടിത്തെറിച്ചു. "നിങ്ങൾ അവരിൽ ഒരാളല്ല. നിങ്ങൾ ഞങ്ങളിൽ ഒരാളാണ്."

അബ്ദുളിന്റെ കണ്ണുനീർ വാർന്നൊഴുകി.

സുഹേൽദേവ് അബ്ദുളിന്റെ കൈയ്യിൽ മൃദുവായി പിടിച്ചു. "നിങ്ങൾ ഞങ്ങളിലൊരാളാണ്. ഞാൻ നിങ്ങളെ വിശ്വസിക്കുന്നു, പൂർണമായും. നിങ്ങൾ എനിക്കൊപ്പം യുദ്ധം ചെയ്യണം. പക്ഷേ യുദ്ധം ജയിക്കുകയാണ് എന്റെ ലക്ഷ്യം, ഒരു രക്തസാക്ഷി ആകാനല്ല."

അബ്ദുൾ നിശ്ശബ്ദനായിരുന്നു.

"ഞാൻ മുമ്പ് നിങ്ങളോടു പറഞ്ഞത് ഓർക്കുക. ഞാൻ ബാബയിൽ നിന്നും പഠിച്ചത്. ഘസ്നിയുടെ ദൂതനെ ആക്രമിച്ച ദിവസം ഞാൻ പഠിച്ചത്. കോപം കൊണ്ടുള്ള പ്രതികാരം പാടില്ല. നമ്മൾ തണുത്ത, ദയവില്ലാത്ത പ്രതികാരമാണ് ചെയ്യുക."

അബ്ദുൾ സുഹേൽദേവിനെ ആദരവോടെ നോക്കി. ഇതു വരെ, അയാൾ രാജകുമാരനെ അയാളുടെ ജനനം കൊണ്ടു മാത്രമായിരുന്നു ആദരിച്ചിരുന്നത്. പക്ഷേ ഇപ്പോൾ, അയാളെ എന്തായിത്തീരുന്നു എന്നതുകൊണ്ട് ബഹുമാനിക്കുന്നു. അയാൾ ഒരു നേതാവായി മാറുകയാണ്.

അബ്ദുൾ പിറുപിറുത്തു, "അതെ, പ്രഭോ."

സുഹേൽദേവ് പുഞ്ചിരിച്ചു കൊണ്ട് അബ്ദുളിന്റെ തോളിൽ തൊട്ടു. "എന്നെ സുഹേൽദേവ് എന്നു വിളിക്കുന്നതു തുടർന്നാൽ മതി."

അബ്ദുൾ തലകുലുക്കി. "ഇല്ല, എന്റെ പ്രഭോ."

അദ്ധ്യായം 5

പെഷവാർ, 1027 എഡി

വില്ലാളി ഇടതുകൈ കൊണ്ടു വില്ലിനെ നേരെ നിർത്തി. വലതുകൈ കൊണ്ട്, അയാൾ പതുക്കെ ഞാൺ വലിച്ചു, ഏതാണ്ട് അയാളുടെ ചുണ്ടുകളിൽ തൊടുന്നതു വരെ. വലതു കൈമുട്ട് ഉയർത്തിപ്പിടിച്ച്, തറയ്ക്കു സമാന്തരമായി, അമ്പു കൊണ്ട് ഒരു നേർ രേഖ വരച്ചു. അയാളുടെ കരുത്തുറ്റ മുതുകും തോൾ പേശികളും താരതമ്യേന ദുർബലമായ കൈമുട്ടിന്റെ സമ്മർദ്ദം ഏറ്റെടുക്കുന്നതു പോലെ. എന്നിട്ടയാൾ ഞാൺ ഒന്നുകൂടി വലിച്ച് അമ്പിനെ സ്വതന്ത്രമാക്കി.

അയാളുടെ ലക്ഷ്യം ഒരു ബുദ്ധിസ്റ്റ് സന്യാസിയുടെ വേഷം ധരിച്ച ഒരു ചെറുപ്പക്കാരൻ ആയിരുന്നു. അയാളുടെ നെഞ്ചിൽ മുള കൊണ്ടുണ്ടാക്കിയ പരിച കൊണ്ടു സംരക്ഷിച്ചിരുന്നു, അത് തെളിച്ചമുള്ള ദിവസങ്ങളിൽ വ്യക്തമായി കാണാമായിരുന്നു. അയാൾ വലതുകൈയ്യിൽ ഒരു ദണ്ഡ് പിടിച്ചിട്ടുണ്ടായിരുന്നു. അയാളുടെ ശരീരം കുറുകിയതും മെലിഞ്ഞതും പക്ഷേ പേശികൾ കൊണ്ടു തിരയടിക്കുന്നതുമായിരുന്നു. എവിടെയും ഒരു ഔൺസ് അധികം കൊഴുപ്പില്ല.

അമ്പ് തനിക്കു നേരെ പായുമ്പോൾ സന്ന്യാസി പ്രതിമ പോലെ അനങ്ങാതെ നിന്നു. എന്നിട്ട്, അവസാനനിമിഷത്തിൽ അയാളുടെ കൈകൾ ഒന്നനങ്ങി. ദണ്ഡ് അമ്പുമായി കൂട്ടിമുട്ടി, അപകടമില്ലാതെ ഒരു വശത്തേയ്ക്കു മാറിയ അത് കല്ലുമതിലിൽ ചെന്നിടിച്ചു.

മുകളിൽ നിന്നും കൈയ്യടികൾ ഉണ്ടായി. ഒരുപാടു പുതിയ സന്ന്യാസികൾ, ഭൂരിഭാഗവും കുട്ടികൾ, ഈ രംഗം സുരക്ഷിതമായ ഒരിടത്തിരുന്നു നോക്കുകയായിരുന്നു, വൃത്താകൃതിയിലുള്ള മണൽക്കുണ്ടിനു ചുറ്റുമുള്ള

ഉയർന്ന കല്ലുകളിൽ ഇരുന്ന്. രണ്ടു യോദ്ധാക്കളായ കുട്ടികൾ മുകളിലേയ്ക്കു നോക്കി പുഞ്ചിരിച്ചു. പക്ഷേ അത് അധികം നീണ്ടില്ല, അവരുടെ പുഞ്ചിരികൾ ഒരു കർക്കശമായ ശബ്ദം കേട്ടപ്പോൾ മാഞ്ഞുപോയി.

"അശ്വഘോഷ്! സംഘമണി! നിങ്ങൾ ഒരു മണിക്കൂർ മുമ്പേ മഠത്തിലെത്തേണ്ടതായിരുന്നു. അശ്വഘോഷ്, മഠാധിപതി നിന്നെ വിളിക്കുന്നുണ്ട്."

രണ്ടു ചെറുപ്പക്കാരും പെട്ടെന്നു വികൃതി പിടിക്കപ്പെട്ട കുട്ടികളെപ്പോലെയായി. അവർ തിടുക്കത്തിൽ ഒരു ചെറിയ സഞ്ചിയിൽ ഉപകരണങ്ങൾ നിക്ഷേപിച്ച് പരിശീലനക്കളരിയിൽ നിന്നും പ്രയാസപ്പെട്ടു പുറത്തിറങ്ങി കുത്തനെയുള്ള മലയിലൂടെ ഓടിക്കയറി. മലയുടെ വശത്ത് പരുക്കൻ പടികളുണ്ടായിരുന്നു, ഏതാണ്ടു നൂറോളം. കയറുന്നത് പ്രയാസമായിരുന്നു, പക്ഷേ ചെറുതായൊന്നു കിതയ്ക്കുന്നതൊഴിച്ചാൽ ഇരുവരും മുകളിലെത്തി മഠത്തിന്റെ പ്രധാനവാതിലിന്റെ മരം കൊണ്ടുള്ള ഗേറ്റുകളിലെത്തിയപ്പോൾ കാര്യമായ തളർച്ചയൊന്നും ഉണ്ടായിരുന്നില്ല.

ഇരുവരും കെട്ടിടത്തിലേയ്ക്കു പാഞ്ഞു, അതവരുടെ കൗമാരകാലം മുഴുവനും വീടും പള്ളിക്കൂടവും ആയിരുന്നു. അശ്വഘോഷ് മിക്കപ്പോഴും മൊത്തം സ്ഥലത്തുകൂടിയും കണ്ണുമൂടി നടക്കാൻ കഴിയുമെന്നും ഓരോ മുറിയും തൊട്ടറിയാമെന്നും കരുതിയിരുന്നു. അവനു മറ്റെവിടെയെങ്കിലും താമസിച്ച ഓർമ്മയില്ലായിരുന്നു.

മഠം ഒരു ചതുരത്തിനുള്ളിൽ മറ്റൊരു ചതുരം എന്നതു പോലെയായിരുന്നു വിന്യസിച്ചിരുന്നത്. വിദ്യാർഥികളുടെ കിടപ്പറകൾ പുറത്തെ ചതുരത്തിലായിരുന്നു, അവിടെ കലവറകളും പത്തായപ്പുരയും സന്ദർശകരായ തീർഥാടകർക്കുള്ള മുറികളും ഉണ്ടായിരുന്നു. നാല് വഴികൾ അകത്തെ ചതുരത്തിലേയ്ക്കു നയിക്കുന്നു, അത് അദ്ധ്യാപകരുടെ മുറികൾ, ക്ലാസ്സ്മുറികൾ, തീൻ മുറി, ഗ്രന്ഥശാല എന്നിവ ഉൾപ്പെടുന്നതാണ്.

സമുച്ചയം വിശാലമായതും വൃത്തിയായി വിന്യസിച്ചിരിക്കുന്നതുമാണ്, പക്ഷേ നിർമ്മിതി ലളിതവും സങ്കീർണതകൾ ഇല്ലാത്തതുമായിരുന്നു. കെട്ടിടങ്ങൾ ഇഷ്ടിക കൊണ്ടു നിർമ്മിച്ചിരിക്കുന്നു, അതിനു കനമുള്ള ആകൃതിയും മണ്ണിന്റെ നിറവുമായിരുന്നു – കെട്ടിടം നിർമ്മിച്ചിർക്കുന്നത് ഭംഗിയേക്കാൾ പ്രയോജനത്തിനു വേണ്ടിയായിരുന്നു. അകത്തെ ചതുരത്തിലെ ഉദ്യാനങ്ങൾ മാത്രമായിരുന്നു വേറിട്ടു നിന്നിരുന്നത്, അതിൽ പ്രാർഥനാ ഹാളും വലിയ സ്തൂപവും വെളുത്ത വ്യതിരിക്തമായ കുംഭഗോപുരവും ഉണ്ടായിരുന്നു. മൊത്തം കെട്ടിടവും ഇരമ്പുന്ന പെഷവാർ അല്ലെങ്കിൽ പുരുഷപുര എന്നു വിളിക്കുന്ന, പട്ടണത്തിൽ നിന്നും അമ്പത് കിലോമീറ്റർ അകലെയായിരുന്നു ഉണ്ടായിരുന്നത്.

"മഠാധിപതി എവിടെ?" അശ്വഘോഷ് ഒരു ചെറുപ്പക്കാരനായ സന്ന്യാസിയോടു ചോദിച്ചു.

"പ്രാർഥനാ ഹാളിൽ," അയാൾ പറഞ്ഞു.

അശ്വഘോഷ് നന്ദി പറഞ്ഞു പ്രാർഥനാ ഹാളിലേയ്ക്ക് ഓടി. അശ്വഘോഷ് മരവാതിലുകളിൽ കഴിയാവുന്നത്ര പതുക്കെ മുട്ടി, മഠാപധിപതി ആഴത്തിലുള്ള പ്രാർഥനയിലായിരിക്കുമെന്നും ശബ്ദം കേൾക്കില്ലെന്നും പ്രതീക്ഷിച്ചുകൊണ്ട്.

"വരൂ," മഠാധിപധി സന്തോഷത്തോടെ വിളിച്ചുപറഞ്ഞു.

അശ്വഘോഷ് ശോചനീയമായി നെടുവീർപ്പിട്ടു ഹാളിലേയ്ക്ക് പ്രവേശിച്ചു. മൂന്ന് നിലകൾ ഉയരത്തിൽ സമുച്ചയത്തിലെ ഏറ്റവും ഉയരമുള്ള കെട്ടിടം ആയിരുന്നു അത്. ഇരിക്കുന്ന ബുദ്ധന്റെ വലിയൊരു പ്രതിമ അതിനെ ഭരിച്ചു, അതിനു മാത്രം രണ്ട് നിലകൾ ഉയരമുണ്ടായിരുന്നു. ഏറ്റവും അകലെയുള്ള അതിരിൽ പ്രതിഷ്ഠിച്ചിരിക്കുന്നു. ചുവരുകൾ ബുദ്ധന്റെ ജീവിതത്തിലെ രംഗങ്ങളെ പ്രതിനിധീകരിക്കുന്ന വിശാലമായ നിറച്ചാർത്തുള്ള ചുവർ ചിത്രങ്ങൾ കൊണ്ടു മൂടിയിരിക്കുന്നു. അവൻ എത്ര തവണ തന്നെ ആ മുറിയിലേയ്ക്ക് പോയിട്ടുണ്ടെങ്കിലും, പ്രതിമയുടെ ഗാംഭീര്യവും ചുവർചിത്രങ്ങളുടെ മനോഹാരിതയും അശ്വഘോഷിനെ സ്തംഭിപ്പിക്കുമായിരുന്നു.

മഠാധിപതി, ചന്ദ്രകീർത്തി എന്നറിയപ്പെടുന്ന ബഹുമാന്യനായ തത്വചിന്തകനും അദ്ധ്യാപകനും, പ്രതിമയ്ക്കു മുന്നിൽ ഒരു കമ്പളത്തിൽ ഇരിക്കുകയായിരുന്നു. അദ്ദേഹം അശ്വഘോഷിനോട് കാത്തിരിക്കാൻ ആംഗ്യം കാണിച്ചു, എന്നിട്ടു പ്രാർഥന തുടർന്നു. അല്പനേരം കഴിഞ്ഞ്, അദ്ദേഹം കൈകൾ മടക്കി പ്രതിമയെ വണങ്ങി. എന്നിട്ട് അശ്വഘോഷിനു നേരെ തിരിഞ്ഞു, അവൻ വാതിലിനരികിൽ ബഹുമാനത്തോടെ നിൽക്കുകയായിരുന്നു.

"ഇവിടെ വരൂ, കുട്ടീ," അദ്ദേഹം പറഞ്ഞു, നിലത്തു തട്ടിക്കൊണ്ട്. "എന്റെയടുത്തിരിക്കൂ."

ചന്ദ്രകീർത്തിയുടെ പ്രായം പറയുക പ്രയാസമായിരുന്നു. അദ്ദേഹത്തിന്റെ തല മുണ്ഡനം ചെയ്തിരുന്നു, രക്തപ്രസാദമുള്ള വട്ട മുഖവും ഉറച്ച ശരീരവും. അദ്ദേഹത്തിന്റെ മുഖത്ത് ചുളിവുകൾ ഇല്ലായിരുന്നു, എന്നാൽ ചിരിക്കുമ്പോൾ ഉണ്ടാകുന്ന ആഴത്തിലുള്ള വരകൾ അദ്ദേഹത്തിന്റെ നർമ്മബോധം നഷ്ടപ്പെട്ടിട്ടില്ലെന്നു കാണിക്കും. പക്ഷേ അശ്വഘോഷിനെ നോക്കുമ്പോൾ അദ്ദേഹം പുഞ്ചിരിക്കുന്നുണ്ടായിരുന്നില്ല.

ചെറുപ്പക്കാരനായ സന്ന്യാസി മഠാധിപതിയുടെ അടുത്തേയ്ക്ക് നടന്ന് വണങ്ങി എതിരിൽ ചമ്രം പടിഞ്ഞിരുന്നു. "എന്നെ കാണണമെന്ന് പറഞ്ഞോ, ഗുരോ?"

“അതെ അശ്വഘോഷ്,” ചന്ദ്രകീർത്തി പറഞ്ഞു. “നിന്റെ ഗുരുക്കന്മാർ നിന്നെക്കുറിച്ച് വ്യാകുലരാണ്. നീ എപ്പോഴും ഞങ്ങളുടെ മികച്ച വിദ്യാർഥികളിൽ ഒരാളായിരുന്നു. പക്ഷേ ഞാൻ കേട്ടു, നിന്റെ മനസ്സ് കൂടുതൽ പുറത്ത് കളരി പരിശീലനകളത്തിലാണെന്ന്, ക്ലാസ്സിൽ ഇരിക്കുമ്പോൾ പോലും.”

“ക്ഷമിക്കണം ഗുരോ. അത്...”

“അത് എന്ത്?”

“അത് അങ്ങിനെയാണ്... നമ്മൾ എപ്പോഴും നമ്മുടെ സ്വധർമ്മം പിന്തുടരണമെന്ന് അങ്ങ് പറയാറില്ലേ? അയോധനകല പഠിക്കുന്നത് എന്റെ വ്യക്തിപരമായ ധർമ്മമല്ലേ? മഠത്തിനെ നല്ലതിനു വേണ്ടി?”

“ഈ കഴിവുകൾ സ്വയം സുരക്ഷയ്ക്കു വേണ്ടി മാത്രമുള്ളതാണ് അശ്വഘോഷ്. നിന്നോടത് ആവർത്തിച്ച പറഞ്ഞിട്ടുണ്ട്.”

“എനിക്കറിയാം ഗുരോ, പക്ഷേ...”

“എന്തു പക്ഷേ?”

“ഈ ചോദ്യത്തിൽ അങ്ങ് വിഷമിക്കരുത്.”

“ഞാനൊരിക്കലും വിഷമിക്കാറില്ല.”

അശ്വഘോഷ് ധൈര്യം സംഭരിച്ചു. അവൻ ഒരിക്കലും പറഞ്ഞിട്ടില്ലാത്ത ഒരു കാര്യം മഠാധിപതിയോടു പറയാനായി. “നമ്മുടെ മാതൃഭൂമിയെ സംരക്ഷിക്കുന്നതും സ്വയം സുരക്ഷയുടെ ഭാഗമല്ലേ? നമ്മൾ ഈ കഴിവുകൾ പരിശീലിക്കുന്നുണ്ട്, പക്ഷേ ഒരിക്കലും ഉപയോഗിക്കാറില്ല, നമ്മുടെ രാജ്യം ക്രൂരന്മാരായ വിദേശകടന്നുകയറ്റക്കാർ പിച്ചിച്ചീന്തുമ്പോഴും.”

ചന്ദ്രകീർത്തി നെടുവീർപ്പിട്ട് തലയാട്ടി. “നീ പുറം ലോകത്തിനെപ്പറ്റി ആലോചിച്ച് ഒരുപാടു സമയം കളയുന്നു. അത് ഒരു സന്ന്യാസിയ്ക്കു നല്ലതല്ല.”

“പക്ഷേ ഗുരോ, നമ്മളെ ലോകത്തു നിന്നും വേർപെടുത്തുന്നത് സ്വാർഥതയല്ലേ, നമുക്കു ചുറ്റും തിന്മകൾ ഉള്ളപ്പോൾ നല്ല ജീവിതം നയിക്കുന്നത്?”

“നീ പറയുന്ന തിന്മയോട് എങ്ങിനെ പോരാടും? ആക്രമം കൊണ്ടോ? കൊന്നുകൊണ്ടോ?”

അശ്വഘോഷ് നിർത്തി. മഠാധിപതിയ്ക്ക് തന്റെ ഉത്തരം ഇഷ്ടമാവില്ലെന്ന് അവനറിയാമായിരുന്നു, പക്ഷേ എന്തായാലും അവൻ തുടർന്നു. “ആവശ്യമെങ്കിൽ.”

“അക്രമം ഒന്നിനും പരിഹാരമല്ല, അശ്വഘോഷ്. അത് എല്ലാവരേയും നശിപ്പിക്കുന്ന ഒരു തുടർ പ്രതികരണം സൃഷ്ടിക്കുകയേയുള്ളൂ. പ്രതികാരത്തിനായുള്ള ആഗ്രഹം ലക്ഷ്യത്തിനേയും അതു തേടുന്നവനേയും തിന്നുന്ന

തീയാണ്. നിനക്ക് വെറുപ്പിനെ കൂടുതൽ വെറുപ്പുകൊണ്ട് നേരിടാനാവില്ല, ദേഷ്യത്തിനെ കൂടുതൽ ദേഷ്യം കൊണ്ടും. നിന്റെ ശത്രുവിനെ നേരിടാനുള്ള ഒരേയൊരു വഴി സ്നേഹവും ക്ഷമിക്കുന്നതുമാണ്. അയാൾ നിന്റെ ഒരു കരണത്തടിക്കുമ്പോൾ മറ്റേ കരണം കാണിച്ചു കൊടുക്കുക."

"ക്ഷമിക്കണം ഗുരോ, പക്ഷേ എനിക്കു തോന്നുന്നത് ആളുകൾ സമാധാനത്തിനോടുള്ള പ്രിയത്തിനെ ദൗർബ്ബല്യമായി തെറ്റിദ്ധരിക്കാറുണ്ട്. അവർ സ്നേഹത്തിനെപ്പറ്റി സംസാരിക്കുന്നവരെ നിന്ദയോടെ കാണുകയും അവരെ തള്ളിക്കളയുകയും ചെയ്യും. ഞാൻ മറ്റേ കരണം കാണിച്ചാൽ അയാൾ വീണ്ടും അടിക്കുകയേയുള്ളൂ, അപ്പോൾ ഞാനെന്താണു ചെയ്യേണ്ടത്?"

ചന്ദ്രകീർത്തി നിശ്ശബ്ദനായിരുന്നു. ശാന്തനായി.

ചന്ദ്രകീർത്തി അശ്വഘോഷിന്റെ തോളിൽ പതുക്കെ തട്ടി. "എന്റെ കുഞ്ഞേ, നിന്നെ ഇവിടെ ഒരു അനാഥനായി ഉപേക്ഷിച്ചപ്പോൾ നീ സംസാരിക്കാൻ പോലും ആകാത്ത ചെറിയ കുട്ടി ആയിരുന്നു. എല്ലാ വർഷവും ഒരുപാടു കുട്ടികൾ വന്നുകൊണ്ടിരുന്നു. അവരിൽ ഭൂരിഭാഗവും ഇവിടത്തെ ജീവിതവുമായി പൊരുത്തപ്പെട്ടു. പക്ഷേ ബുദ്ധന്റെ ആ വഴി നിനക്കുള്ളതല്ലെന്നു ഞാൻ ഭയപ്പെടുന്നു. ഒരുപക്ഷേ നീ പുറംലോകത്തിന്റെ ആയിരിക്കും."

"അങ്ങിനെ പറയരുത് ഗുരോ. എനിക്ക് ആകെ അറിയാവുന്ന ഒരു വീട് ഈ മഠമാണ്. എന്നോട് ദേഷ്യപ്പെടല്ലേ."

വലിയൊരു മണിമുഴക്കം കേട്ടു. സന്ന്യാസിമാരുടെ ദിവസം ഒരു പരിധി വരെ മണിമുഴക്കത്തിന്റെ സമയം അനുസരിച്ചാണു നിയന്ത്രിക്കപ്പെടുന്നത്. മഠാധിപതി പുഞ്ചിരിച്ചു. "എനിക്കെന്റെ ജോലികളിലേയ്ക്കു തിരിച്ചു പോകാനായി." അദ്ദേഹം എഴുന്നേറ്റപ്പോൾ, അശ്വഘോഷിന്റെ തലയിൽ തലോടി. "എനിക്ക് നിന്നോടു ദേഷ്യമില്ല, മോനേ. പക്ഷേ നീ ഒരു കാര്യം ആലോചിക്കണം. നിനക്ക് തിന്മയോടു പൊരുതണമെന്നു ശരിക്കും ആഗ്രഹമുണ്ടോ? അതോ അക്രമത്തിലേയ്ക്കു കടക്കാൻ വിശ്വസനീയമായ കാരണം തേടുകയാണോ? ആ വഴി തിരഞ്ഞെടുക്കുന്നത് എളുപ്പമാണ്, പക്ഷേ തിരിച്ചു വരാൻ വളരെ പ്രയാസമാണ്."

ചന്ദ്രകീർത്തി പുറത്തേയ്ക്കു നടന്നു, അശ്വഘോഷിനെ ആഴത്തിലുള്ള ചിന്തയിൽ വിട്ടുകൊടുത്തുകൊണ്ട്.

മഠാധിപതി പടികളിറങ്ങി ഇടനാഴിയിലെത്തിയപ്പോൾ പുരാതനമായ ഒരു ഓർമ്മ അദ്ദേഹത്തിലേയ്ക്കു തിരിച്ചുവന്നു. അദ്ദേഹം നടത്തം നിർത്തി കണ്ണുകൾ അടച്ചു. അദ്ദേഹത്തിന്റെ ചെവികളിൽ ആ ശബ്ദം വ്യക്തമായി മുഴങ്ങി. ഇന്നും, ഇത്രയും വർഷങ്ങൾ കഴിഞ്ഞിട്ടും.

സംക്ഷുബ്ധയായ ഒരു സ്ത്രീയുടെ ശബ്ദമായിരുന്നു അത്. *ദയവായി, ദയവായി ഗുരുജീ, ഇവനെ അങ്ങയുടെ മഠത്തിലേയ്ക്കു കൊണ്ടുപോകൂ! ഞാൻ യാചിക്കുകയാണ്! അവനു പുറത്ത് ജീവിക്കാനാവില്ല!*

ചന്ദ്രകീർത്തി അശ്വഘോഷിനെ തിരിഞ്ഞു നോക്കി, ദൂരെ നിന്നും, അവൻ അപ്പോഴും ഗൗതമബുദ്ധന്റെ ഉജ്ജ്വലമായ പ്രതിമയുടെ മുന്നിൽ ഇരിക്കുകയായിരുന്നു.

അവൻ ശരിക്കും ആരാണെന്നു ആരോടും പറയരുതേ... അവനോടു പോലും...

ചന്ദ്രകീർത്തി നെടുവീർപ്പിട്ടു. അദ്ദേഹം ഇന്നേ ദിവസം വരെ ആ വാക്കിനെ വിലമതിച്ചിരുന്നു. പക്ഷേ അദ്ദേഹത്തിന്റെ തരളമായ ഹൃദയത്തിൽ ആ രഹസ്യത്തിനു ഭാരം കൂടിക്കൊണ്ടിരുന്നു.

പല്ലക്ക് ചുമക്കുന്നവർ പെട്ടെന്നു നിന്നു, എന്നിട്ടു മര്യാദയില്ലാത്ത വിധത്തിൽ താഴെവച്ചു.

അകത്തുണ്ടായിരുന്ന ശ്രേഷ്ഠവ്യക്തി കടുത്ത തുർക്കി ശൈലിയിൽ വിളിച്ചുചോദിച്ചു, “എന്താ നടക്കുന്നത്?”

ചുമട്ടുകാർ അവരെ അവഗണിച്ചു നിന്നതേയുള്ളു. പല്ലക്കിനകത്ത്, ഹമീദ ആകാംക്ഷയോടെ തന്റെ രണ്ട് കുട്ടികളേയും മാറോടു ചേർത്തു പിടിച്ചു, ഒരു ആറു വയസ്സുകാരനും ഒരു മൂന്നുവയസ്സുകാരിയും. രണ്ടു കുട്ടികൾ ഉണ്ടായിട്ടും – മൂന്നാമത്തേത് ബുദ്ധിമുട്ടേറിയ ഗർഭകാലത്ത് നഷ്ടപ്പെട്ടിരുന്നു – അവർക്കു മെലിഞ്ഞ പ്രകൃതമായിരുന്നു. അവരുടെ മനോഹരമായ പച്ചക്കണ്ണുകളും പാൽനിറവും, നീളമുള്ള മുടിയും കാണുന്നവർക്ക് കണ്ണെടുക്കാൻ കഴിയാത്ത വിധം തിളങ്ങുന്ന സൗന്ദര്യം നൽകി.

“എന്താണു സംഭവിക്കുന്നതെന്നു ഞാൻ നോക്കാം, അമ്മേ,” അവരുടെ മകൻ പറഞ്ഞു, സ്വതന്ത്രനാകാൻ പുളഞ്ഞുകൊണ്ട്. “എന്നെ വിടൂ.”

ഹമീദ അവനെ ഒന്നുകൂടി മുറുകെപ്പിടിച്ചു, അവരുടെ ആകാംക്ഷ ഉയരുന്ന ശബ്ദങ്ങളും വേദനയോടെയുള്ള നിലവിളികളും വാളുകളുടെ കൂട്ടിമുട്ടലുകളും കേട്ടപ്പോൾ വർദ്ധിച്ചു. ഏതാനും നിമിഷങ്ങൾ കഴിഞ്ഞ് നിശ്ശബ്ദതയുണ്ടായി. എന്നിട്ട്, പല്ലക്കിന്റെ തിരശ്ശീലകൾ മാറ്റപ്പെട്ടു.

വളരെ മര്യാദയോടെയുള്ള ശബ്ദം കേട്ടു. “പുറത്തേയ്ക്കു വരൂ, പ്രഭ്വീ.”

ഹമീദ ഭയം കൊണ്ടു നടുങ്ങി, പക്ഷേ അവളുടെ കുട്ടികളെപ്പറ്റി ആലോചിച്ചപ്പോൾ ധൈര്യം സംഭരിച്ചു. “എന്റെ യാത്ര മുടക്കാൻ എങ്ങിനെ

ധൈര്യം വന്നു? ഞാൻ ആരാണെന്നറിയാമോ? എന്റെ ഭർത്താവ് ഇതിനായി നിങ്ങളുടെ തലകളെടുക്കും."

"ദയവായി പുറത്തു വരൂ. നിങ്ങൾക്കും കുട്ടികൾക്കും അപകടമൊന്നും വരില്ലെന്നു ഞങ്ങൾ വാക്കു തരുന്നു."

വേറെ വഴിയില്ലെന്നു ഹമീദയ്ക്കു മനസ്സിലായി. അവൾ പല്ലക്കിൽ നിന്നും പുറത്തിറങ്ങി, കുട്ടികളെ അകത്തിരിക്കാൻ നിർബന്ധിച്ചുകൊണ്ട്. അവളുടെ ഹൃദയം വേഗത്തിൽ മിടിക്കാൻ തുടങ്ങി, പരിഭ്രമം കൊണ്ട്.

അവളെ അനുഗമിച്ചിരുന്ന പട്ടാളക്കാരെല്ലാം ആയുധങ്ങൾ താഴെ വച്ച് കീഴടങ്ങി ചെമ്മരിയാട്ടിൻ കൂട്ടത്തെപ്പോലെ ഒരുമിച്ചു നിൽക്കുന്നുണ്ടായിരുന്നു. അവൾ അവരെ പുച്ഛത്തോടെ നോക്കിയപ്പോൾ, അവർ നോട്ടം മാറ്റി, അവളുടെ കണ്ണുകളിലേയ്ക്കു നോക്കാൻ കഴിയാതെ.

ഹമീദ അവളുമായി സംസാരിച്ച ആളുടെ നേരെ തിരിഞ്ഞു. അയാൾ ഉയർന്ന് മെലിഞ്ഞ ഒരാളായിരുന്നു, കണ്ണുകളിൽ തിളക്കത്തോടെ അവളെ നോക്കിക്കൊണ്ട്.

"എന്താണ് ഇതിന്റെയൊക്കെ അർഥം?" അവൾ ചോദിച്ചു.

അയാൾ ഉത്തരം പറയുന്നതിനു മുമ്പ്, ഹമീദയുടെ മകൻ പല്ലക്കിൽ നിന്നും പുറത്തുചാടി, കളിപ്പാട്ട വാൾ ഉയർത്തിക്കൊണ്ട്. "ആർക്കാണ് എന്നോട് യുദ്ധം ചെയ്യേണ്ടത്? വാ, എല്ലാവരും വാ."

"ആഹാ...അടങ്ങ് പുലിക്കുട്ടീ," അയാൾ പറഞ്ഞു, അവന്റെ കുത്തലുകളിൽ നിന്നും ഒഴിഞ്ഞുമാറിക്കൊണ്ട്. "നീ എന്നെ മുറിപ്പെടുത്തും."

"എന്റെ അമ്മയെ ഉപദ്രവിച്ചാൽ ഞാൻ നിന്നെ കൊല്ലും."

"നിന്റെ അമ്മയെ ഉപദ്രവിക്കാൻ എനിക്കു ഉദ്ദേശ്യമില്ലെന്നത് നല്ല കാര്യം."

പയ്യൻ നിശ്ശബ്ദനായി. എന്നിട്ട് പെട്ടെന്ന് അയാളുടെ മനോഹരമായ കുതിരയെ നോക്കി. കുട്ടിയുടെ യുദ്ധം ചെയ്യാനുള്ള ഉത്സാഹം പെട്ടെന്നു തന്നെ ഇല്ലാതായി.

"കുതിരയെ ഓടിക്കണോ?" ഉയരമുള്ളയാൾ ചോദിച്ചു, ചിരിച്ചുകൊണ്ട്.

"ഓടിച്ചോട്ടെ?" അവൻ ചോദിച്ചു, കണ്ണുകളിൽ തിളക്കവുമായി. "ശരിക്കും?"

അവന്റെ അമ്മയെ നോക്കാതെ, അതിനെ തീർച്ചയായും വിലക്കുമായിരുന്നയാൾ, കുട്ടി അയാളുടെ കൈകളിൽ പിടിച്ചു. അപരിചിതൻ അടക്കിച്ചിരിച്ച് അവനെ ഉയർത്തി കുതിരപ്പുറത്തിരുത്തി. എന്നിട്ട് കടിഞ്ഞാൺ തന്റെ ഉപസേനാപതിയ്ക്കു കൊടുത്തു. "അബ്ദുൾ, ഇവനെ ഒരു സവാരിയ്ക്കു കൊണ്ടുപോകൂ. അവന്റെ അമ്മയുടെ കാഴ്ചയിൽത്തന്നെ വയ്ക്കണം."

"നിങ്ങളെന്തിനാണ് ഞങ്ങളെ തടഞ്ഞത്?" ഹമീദ ചോദിച്ചു. "നിങ്ങൾക്കെന്താണ് വേണ്ടത്?"

അയാൾ അലസമായി ചിരിച്ചപ്പോൾ അയാൾക്ക് ഒരു വിടന്റെ വശീകരണശേഷിയുണ്ടെന്ന് അവൾക്ക് ശ്രദ്ധിക്കാതിരിക്കാനായില്ല. "അത്, പ്രഭ്വീ, സത്യസന്ധമായി പറയുകയാണെങ്കിൽ, എനിക്ക് ഈ ആളുകൾ കണ്ണൗജിലെ ഖജനാവിൽ നിക്ഷേപിക്കാൻ കൊണ്ടുപോകുന്ന പണത്തിലാണ് താല്പര്യം. പക്ഷേ ഒരു കാര്യം പറയട്ടെ, നിങ്ങളുടെ സൗന്ദര്യത്തിനെപ്പറ്റിയുള്ള കഥകൾ ഊതിവീർപ്പിച്ചതല്ല. വാസ്തവത്തിൽ അവയൊന്നും താങ്കൾക്കു നീതി നൽകുന്നില്ല."

"ഞാൻ ആരാണെന്നു നിനക്കറിയാമോ?" ഹമീദ ചോദിച്ചു. "അപ്പോൾ എന്റെ ഭർത്താവിനേയും അറിയാമായിരിക്കുമല്ലോ? നിനക്കെന്തു സംഭവിക്കുമെന്ന്..."

അയാൾ വീണ്ടും പുഞ്ചിരിച്ചു, ഹമീദയെ തടസ്സപ്പെടുത്തിക്കൊണ്ട്. "ഉവ്വ്, നിങ്ങളുടെ ഭർത്താവ് ഖസർ അലി ആണെന്ന് എനിക്കറിയാം, അയാൾ മഹ്മൂദ് ഘസ്നിയുടെ കണ്ണൗജിലെ രാജാവിന്റെ അമ്പാസ്സഡർ ആണെന്നും. നിങ്ങൾ അദ്ദേഹത്തിന്റെ അടുത്തേയ്ക്കാണു പോകുന്നതെന്നും എനിക്കറിയാം. നിങ്ങളുടെ പട്ടാളക്കാർ ചുമക്കുന്ന ഒരുപാട് പണം, അവസാനം ഘസ്നിയിലേയ്ക്ക് അയയ്ക്കപ്പെടുമെന്നും... ഞങ്ങൾക്കത് അനുവദിക്കാൻ പറ്റില്ല. നിങ്ങളുടെ സംഘം വരാനായി ഈ ഇടത്ത് ഞാൻ കഴിഞ്ഞ കുറച്ചുദിവസങ്ങളായി കാത്തിരിക്കുകയായിരുന്നു."

ഹമീദ അയാളെ രൂക്ഷമായി നോക്കി, അമ്പരപ്പോടെ. *പണത്തിനെക്കുറിച്ചുള്ള വിവരം രഹസ്യമായിരിക്കേണ്ടതാണ്. ഇയാൾ എങ്ങിനെ അറിഞ്ഞു?*

"എനിക്ക് അറിവുകിട്ടുന്ന ഒരുപാടു സുഹൃത്തുക്കളുണ്ട്," അയാൾ പറഞ്ഞു, അവളുടെ ചിന്തകൾ വായിച്ചെടുത്ത പോലെ. "പക്ഷേ ഞാൻ നിങ്ങളുടെ മകനോടു പറഞ്ഞതുപോലെ, നിങ്ങളേയും കുട്ടികളേയും ഓർത്തു ഭയക്കേണ്ടതില്ല. ഞങ്ങൾ നിങ്ങളെ വേഗം തന്നെ ഭർത്താവിന്റെ അടുത്തേയ്ക്കു കൈമാറും."

ഹമീദ താഴേയ്ക്കു നോക്കി, പെട്ടെന്നുണ്ടായ ആശ്വാസത്തിൽ തളർന്നുകൊണ്ട്. "നന്ദി," അവൾ പറഞ്ഞു, അവളുടെ ശബ്ദം ഇടറാൻ തുടങ്ങുന്നുണ്ടായിരുന്നു. അപ്പോൾ അവൾക്കൊരു ചിന്തയുണ്ടായി. "നിൽക്ക്... നീ... സുഹേൽദേവ് ആണോ?"

അയാൾ പുഞ്ചിരിച്ചുകൊണ്ട് വണങ്ങി. "ആരോപിച്ചതുപോലെ തെറ്റുകാരൻ! അപ്പോൾ, നിങ്ങൾ എന്നെക്കുറിച്ചു കേട്ടിട്ടുണ്ട്?"

"അതെ, നിന്നെക്കുറിച്ചുള്ള കഥകൾ ഊതിപ്പെരുപ്പിച്ചവയല്ല," ഹമീദ

പറഞ്ഞു, പുഞ്ചിരിച്ചുകൊണ്ട്. "വാസ്തവത്തിൽ, അവർ നിന്നോട് നീതി കാണിച്ചതുമില്ല."

സുഹേൽദേവ് തലയറഞ്ഞു പൊട്ടിച്ചിരിച്ചു. "അതെന്നെ തൊട്ടു, പ്രഭ്വീ. നിങ്ങൾ എന്നെക്കുറിച്ചു കേട്ട കഥകൾ ശരിക്കും എന്തായിരുന്നു?"

ഹമീദ ഒരു നിമിഷം മടിച്ചു. "നീ മുമ്പ് രാജകുമാരൻ ആയിരുന്നെന്ന്...ഒരു കാട്ടുകൊള്ളക്കാരനും. തുർക്കികളെല്ലാം നിന്നിൽ നിന്നും മാറിനിൽക്കണമെന്ന്."

സുഹേൽദേവ് പുഞ്ചിരിച്ചുകൊണ്ട് വണങ്ങി. "ഞങ്ങളെ ഉപദ്രവിക്കുന്ന തുർക്കികൾ മാത്രം...മറ്റുള്ളവർ, നിങ്ങളെപ്പോലെയുള്ളവർ, ഞങ്ങളെ ഉപദ്രവിക്കാത്തവർക്ക്, ഒന്നും ഭയക്കാനില്ല."

ഹമീദ പുഞ്ചിരിച്ചു. വ്യക്തമായും, അവൾ സ്നേഹത്തിൽ മുഴുകിയിരുന്നു.

സുഹേൽദേവ് അയാളുടെ ആളുകളിൽ ഒരാളുടെ നേരെ നോക്കി. "ഹമീദ പ്രഭ്വിയ്ക്കും കുട്ടികൾക്കും അകമ്പടി പോകൂ, എല്ലാ ആദരവോടെയും കൂടി, കണ്ണൗജിന്റെ അതിർത്തി വരെ." ഹമീദയ്ക്കു നേരെ തിരിഞ്ഞു സുഹേൽദേവ് തുടർന്നു. "നിങ്ങളുടെ ഭർത്താവിനും അജിത്പാൽ രാജാവിനും എന്റെ അന്വേഷണങ്ങൾ അറിയിക്കുക."

ഹമീദ പുഞ്ചിരിച്ചു. "കാട്ടുകൊള്ളക്കാരൻ രാജകുമാരൻ അന്വേഷണങ്ങൾ അറിയിച്ചെന്നു ഞാൻ അവരോടു പറയാം."

"നീയിത് ചെയ്യണോ?" അവൾ ചോദിച്ചു.

ഒരുപാടു തവണ സംസാരിച്ചു കഴിഞ്ഞതാണ്. യാചിച്ചതാണ്. അപേക്ഷിച്ചതാണ്. തർക്കിച്ചതാണ്. പക്ഷേ അവളുടെ മകൻ തന്റെ ദൃഢനിശ്ചയം മാറ്റാൻ അനുവദിച്ചില്ല, പ്രത്യേകിച്ചും അവന്റെ മനസ്സ് തയ്യാറായിരുന്നതിനാൽ.

പക്ഷേ അവൾ ഒരു അമ്മയായിരുന്നു. അവൾക്ക് അപ്പോഴും ശ്രമിച്ചേ മതിയാകൂ. അവസാനതവണ കൂടി.

"അമ്മേ, നമ്മൾ അതിനെക്കുറിച്ചു സംസാരിച്ചതാണ്," ചെറുപ്പക്കാരൻ ഉറച്ചു പറഞ്ഞു.

ആ സ്ത്രീ നെടുവീർപ്പിട്ടു. "യാത്ര നീണ്ടതും അപകടകരവുമായിരിക്കും. അള്ളാ നിന്നെ വഴികാട്ടി സംരക്ഷിക്കട്ടെ."

അവൾ തന്റെ മകനെ കെട്ടിപ്പിടിച്ച് കണ്ണുനീരുമായി തിരിഞ്ഞ് തിടുക്കത്തിൽ പോയി.

ഏതാനും മണിക്കൂറുകൾ കഴിഞ്ഞ്, രാത്രി വൈകി, ചെറുപ്പക്കാരൻ നിശ്ശബ്ദമായി വീടുവിട്ടു. അയാൾ ഇതിനായി നന്നായി തയ്യാറെടുത്തിരുന്നു. സുൽത്താന്റെ മനസ്സ് അയാൾക്കറിയാമായിരുന്നു. അയാൾ എന്താണു ചെയ്യാൻ ഉദ്ദേശിക്കുന്നതെന്ന് വിശ്വസ്തരായ വളരെ കുറച്ചു പേർക്കു മാത്രമേ അറിയാമായിരുന്നുള്ളൂ. ആപത്സാധ്യതകൾ ഒരുപാടായിരുന്നു. ഈ ദൗത്യത്തിന്റെ വിജയത്തിന്റെ താക്കോൽ തന്നെ രഹസ്യാത്മകത ആയിരുന്നു. അയാൾ ഒരു ഭിക്ഷക്കാരന്റെ വേഷം ധരിച്ച് പ്രിയപ്പെട്ട കുതിരയെ ഓടിച്ച് മറ്റൊരു സംഘം കുതിരകളെ കടിഞ്ഞാണുകളിൽ നിയന്ത്രിച്ചു.

കാവൽക്കാരോട് അയാളെ പ്രതീക്ഷിക്കാൻ പറഞ്ഞിട്ടുണ്ടായിരുന്നു. അവർ നിശ്ശബ്ദമായി തലയാട്ടുകയും അയാളെ പോകാൻ അനുവദിക്കുകയും ചെയ്തു. അവസാനത്തെ ആളുടെ അടുത്തെത്തിയപ്പോൾ, അയാൾ കൈയ്യെത്തി കുതിരകളുടെ കടിഞ്ഞാണുകൾ വലിച്ചു. അത് വലത്തേ കവിളിൽ കണ്ണീരിന്റെ ആകൃതിയിൽ മറുകുള്ള ഒരു തടിമാടൻ പട്ടാളക്കാരന്റെ ആയിരുന്നു. അയാളുടെ മുഖം ഒരുപാടു മണിക്കൂറുകൾ വെയിലിൽ ചെലവഴിച്ചു പ്രായത്തേക്കാൾ ചുളുങ്ങിയിരുന്നു. പറ്റേ വെട്ടിയ കറുത്ത മുടിയിൽ നരയുടെ ശകലങ്ങളും ഉണ്ടായിരുന്നു.

പട്ടാളക്കാരൻ പതിഞ്ഞ ശബ്ദത്തിൽ സംസാരിച്ചു. “പ്രഭോ, ഞാൻ തന്നെ പോയി ഒരുക്കങ്ങൾ നടത്തിയിട്ടുണ്ട്, പക്ഷേ കാര്യങ്ങൾ എത്ര കൗശലമുള്ളതായിരിക്കുമെന്ന് അറിയാമല്ലോ. സൂക്ഷിക്കുക.”

അയാൾ അതിനെ സൂക്ഷ്മമായ തലയാട്ടൽ കൊണ്ട് അംഗീകരിച്ചു. “ശരി, ഒസ്ഗർ.”

ഒസ്ഗർ കടിഞ്ഞാൺ വിട്ടു. പക്ഷേ കൂട്ടിച്ചേർത്തു, “അങ്ങയുടെ ദൗത്യം വിശുദ്ധമാണ്, പക്ഷേ പ്രയാസമുള്ളതും, പ്രഭോ. ഞാൻ അങ്ങയുടെ വിജയത്തിനായി പ്രാർഥിക്കാം. അള്ളായോടും, വിശുദ്ധരാജ്യത്തിനോടും.”

“അള്ളായോടും, വിശുദ്ധരാജ്യത്തിനോടും.” ഇതു പറഞ്ഞ് ചെറുപ്പക്കാരൻ കുതിരയെ മുന്നോട്ടു ഓടിച്ച് ഇരുട്ടിലേയ്ക്ക് അലിഞ്ഞുപോയി, ഘസ്നിയിൽ നിന്നും നിശ്ശബ്ദമായി തെന്നിമാറിക്കൊണ്ട്.

അദ്ധ്യായം 6

ചന്ദ്രകീർത്തി പാതിമയങ്ങിയ നിലയിലുള്ള അശ്വഘോഷിനെ പെട്ടെന്നു തന്നെ പ്രാർഥനാ ഹാളിൽ നിന്നും വലിച്ചുമാറ്റി. "വാതിലുകൾ അടയ്ക്കൂ." അദ്ദേഹം നിർദ്ദേശിച്ചു. കുറച്ചു സന്ന്യാസിമാർ ഓടിച്ചെന്ന് അതു ചെയ്യാൻ തയ്യാറായി നിൽക്കുന്നുണ്ടായിരുന്നു.

അശ്വഘോഷ് തറയിൽ തളർന്നിരുന്നു, വലത് പുരികത്തിന്റെ മുകളിലെ മുറിവിൽ നിന്നും ചോരയൊലിപ്പിച്ചുകൊണ്ട്.

"അശ്വഘോഷ്," ചന്ദ്രകീർത്തി വിളിച്ചു.

ചെറുപ്പക്കാരൻ നോക്കി.

"എത്ര വിരലുകളുണ്ട്?" ചന്ദ്രകീർത്തി ഒരു വിരൽ ഉയർത്തി ചോദിച്ചു.

അശ്വഘോഷ് കാഴ്ചയെ മറയ്ക്കുന്ന ചോര തുടച്ചു. "ഒന്ന്" അവൻ പറഞ്ഞു.

മഠാധിപതി വിരൽ വലത്തേയ്ക്കും നടുവിലേയ്ക്കു പിന്നെ ഇടത്തേയ്ക്കും നീക്കി. അശ്വഘോഷിന്റെ കണ്ണുകൾ ചലനത്തിനെ പിന്തുടർന്നു.

"നന്ന്," ചന്ദ്രകീർത്തി പറഞ്ഞു. "നിന്റെ കട്ടിയുള്ള തലയോട്ടിയിൽ കാര്യമായ പരിക്കൊന്നുമില്ല."

അദ്ദേഹം ചുറ്റും നോക്കി അവിടെ കൂടിയിട്ടുള്ള സന്ന്യാസിമാരുടെ എണ്ണം കണക്കാക്കി. പത്തു പേരുണ്ടായിരുന്നു, അദ്ദേഹവും അശ്വഘോഷും ഒഴിച്ച്.

"മറ്റുള്ളവർ?" ചന്ദ്രകീർത്തി ചോദിച്ചു.

"അവർക്ക് രക്ഷപ്പെടാനായില്ല, ഗുരോ," ധമ്മജ്യോതി, മഠാധിപതി അല്ലാതെ അശ്വഘോഷിന്റെ മാതാപിതാക്കളെക്കുറിച്ച് അറിയാവുന്ന ഒരേയൊരാൾ പറഞ്ഞു.

ചന്ദ്രകീർത്തി ദുഃഖത്തിന്റെ പിരിമുറുക്കത്തിൽ കണ്ണുകളടച്ചു. ഒരു സംഘം സന്ന്യാസികൾ ദണ്ഡുകൾ മാത്രമായി പുറത്ത് ഘസ്സിയുടെ

പട്ടാളക്കാർക്കെതിരേ നിൽക്കുമ്പോൾ യുദ്ധത്തിന്റെ ശബ്ദങ്ങൾ കേൾക്കാമായിരുന്നു.

പ്രാദേശിക ഭരണാധികാരികൾ, മെസാങ്ക്, ബലവത്ര, പുഷ്കലാവതി, ദയേഷിം എന്നിവിടങ്ങളിലെ രാജാക്കന്മാരെ പിടികൂടി ഇസ്ലാമിലേയ്ക്കു പരിവർത്തനം ചെയ്യപ്പെട്ടിരുന്നു. അവരുടെ ഒരുപാട് പ്രജകളേയും. പക്ഷേ തുർക്കികൾക്ക് തൃപ്തി വന്നിട്ടില്ലായിരുന്നു. അടുത്ത ലക്ഷ്യം മഠങ്ങളായിരുന്നു. തുർക്കികൾ ബുദ്ധിസ്റ്റുകൾക്കെതിരേ ഏറ്റവും ക്രൂരത കാണിക്കുന്നവരായിരുന്നു – തുർക്കികൾ അടുത്തിടെ അതിൽ നിന്നുമായിരുന്നു മതം മാറിയത്. അവർ പിന്തുടർന്നിരുന്ന ബുദ്ധിസം, ഇസ്ലാമിലേയ്ക്കു മാറുന്നതിനുമുമ്പ്, വിഗ്രഹാരാധനയിൽ വിശ്വസിച്ചിരുന്നു. വിഗ്രഹത്തിന്റെ തുർക്കി വാക്കായ "ബട്ട്" ഉരുത്തിരിഞ്ഞത് "ബുദ്ധ" എന്ന വാക്കിൽ നിന്നായിരുന്നു.

പക്ഷേ, ഇപ്പോൾ തുർക്കികൾ പറയുന്നത്, വിഗ്രഹാരാധന മരണശിക്ഷയ്ക്ക് അർഹമായ ദോഷകരമായ കുറ്റമാണെന്നാണ്. തീർച്ചയായും, ഒരുപാട് വിഗ്രഹാരാധകർക്ക്, അതിനെ തള്ളിപ്പറയുന്ന ആരേയും കൊല്ലുകയോ ആക്രമിക്കുകയോ ചെയ്തിട്ടില്ലാത്തവർ, തുർക്കികൾക്ക് ഇത്രയും വെറിയുണ്ടാക്കുന്ന എന്താണ് വിഗ്രഹാരാധനയിൽ ഉള്ളതെന്ന് മനസ്സിലായില്ല.

തീകൊളുത്തപ്പെട്ട മഠത്തിന്റെ അകത്തുള്ള കെട്ടിടങ്ങളിൽ ഓരോന്നായി പുക ഉയരാൻ തുടങ്ങി. അകത്ത് ഒളിച്ചിരിക്കുകയായിരുന്ന സന്ന്യാസിമാർ പുറത്തേയ്ക്കു ചാടി, പുക കൊണ്ട് കാഴ്ച മറഞ്ഞ് ശ്വാസകോശങ്ങൾ തെളിയിക്കാനായി ഭീകരമായി ചുമച്ചുകൊണ്ട്. അവരെ ക്രൂരമായി വെട്ടിവീഴ്ത്തപ്പെട്ടു.

തുർക്കികൾ മഠത്തിന്റെ പ്രധാന ചത്വരത്തിൽ കൂറ്റൻ തീക്കുണ്ഡം ഉണ്ടാക്കി. ആയിരക്കണക്കിനു വർഷങ്ങളായി ശ്രദ്ധയോടെ സൂക്ഷിച്ചിരുന്ന വിശുദ്ധഗ്രന്ഥങ്ങൾ വിവിധ മുറികളിൽ നിന്നും ഗ്രന്ഥശാലയിൽ നിന്നും പുറത്തെടുത്ത് തീയിലെറിയപ്പെട്ടു.

അതിക്രമികൾ അപ്പോഴും പ്രാർഥനാ ഹാളിൽ എത്തിയിരുന്നില്ല.

"അവർ ഉടൻ തന്നെ ഇവിടെയെത്തും, ഒരു സന്ന്യാസി ഭയത്തോടെ പറഞ്ഞു. "ബുദ്ധൻ നമ്മോട് ദയ കാണിക്കട്ടെ."

"ബുദ്ധൻ നമ്മളെ രക്ഷിക്കും കുഞ്ഞേ," ചന്ദ്രകീർത്തി പറഞ്ഞു. അദ്ദേഹം ബുദ്ധന്റെ കൂറ്റൻ പ്രതിമയുടെ അടുത്തേയ്ക്കു നടന്ന് അതിന്റെ കാൽക്കൽ വീണു. സന്ന്യാസിമാർ കണ്ടുകൊണ്ടിരിക്കേ, അദ്ദേഹം ശില്പത്തിന്റെ വലത്തേ കാൽവിരലിൽ ശക്തിയായി അമർത്തി.

സന്ന്യാസിമാർ നോക്കിനിൽക്കേ പ്രതിമയുടെ പിൻഭാഗം തുറക്കപ്പെട്ടു, രണ്ടുപേർക്ക് നിൽക്കാനുള്ള വിശാലമായ ഇടം വെളിപ്പെടുത്തി

ക്കൊണ്ട്. തറയിൽ ഒരു കള്ളവാതിൽ ഉണ്ടായിരുന്നു. ചന്ദ്രകീർത്തി അത് വലിച്ചുതുറന്ന് താഴേയ്ക്കുള്ള പടികളിലേയ്ക്ക് ചൂണ്ടി. "ഈ മഠം പണിത സന്ന്യാസിമാർ വളരെ ശ്രദ്ധയുള്ളവരായിരുന്നു...ആ ഇടനാഴി നിങ്ങളെ ഇവിടെ നിന്നും മൈലുകൾ അകലെയെത്തിക്കും. ധമ്മജ്യോതി, നീയാണ് നയിക്കേണ്ടത്. അവരെ സുരക്ഷിതരാക്കൂ. പെട്ടെന്ന്. പാഴാക്കാൻ സമയമില്ല."

സന്ന്യാസിമാർ പടികളിറങ്ങിപ്പോയി, അശ്വഘോഷും അയാളുടെ സുഹൃത്ത് സംഘമണിയും മഠാധിപതിയും മാത്രം അവശേഷിച്ചു.

"വേഗം," ചന്ദ്രകീർത്തി പറഞ്ഞു, അദ്ദേഹത്തിന്റെ ശബ്ദം ശാന്തമായിരുന്നു, പ്രിയപ്പെട്ടതെല്ലാം നശിപ്പിക്കപ്പെട്ടിട്ടും.

"അങ്ങ് ആദ്യം, ഗുരോ," അശ്വഘോഷ് പറഞ്ഞു.

"രഹസ്യവാതിൽ അടയ്ക്കാൻ ഒരാൾ പിന്നിൽ നിൽക്കണം," മഠാധിപതി പറഞ്ഞു. "ഞാൻ നിങ്ങൾക്ക് കുറച്ചു സമയം ഒരുക്കിത്തരാം. പോകൂ."

അശ്വഘോഷ് വഴങ്ങാതെ തലയാട്ടി. "അങ്ങില്ലാതെ പോവില്ല."

ചന്ദ്രകീർത്തി പതിയെ മുരണ്ടു, എന്നിട്ട് സമ്മതിച്ചതു പോലെ തോൾ കുലുക്കി. "ശരി," അദ്ദേഹം പറഞ്ഞു. എന്നിട്ട് അശ്വഘോഷിന്റെ വലത്തേ തോളിനു മുകളിലൂടെ നോക്കിയപ്പോൾ കണ്ണുകൾ വിടർന്നു. "ഓ..ഇല്ല!"

"എന്താണ്...?" അശ്വഘോഷ് തിരിഞ്ഞു നോക്കാൻ തുടങ്ങി.

ഒരു നിമിഷം കഴിഞ്ഞ്, മഠാധിപതിയുടെ മുഷ്ടി അയാളുടെ താടിയിൽ ഇടിച്ചു, ബോധം കെടുത്തിക്കൊണ്ട്. ചന്ദ്രകീർത്തി പിടിച്ചില്ലായിരുന്നെങ്കിൽ അയാൾ കുഴഞ്ഞ് താഴേയ്ക്കു വീണേനെ.

"ഇതാ, ഇവനെ കൊണ്ടുപോ," ചന്ദ്രകീർത്തി പറഞ്ഞു, ബോധരഹിതനായ അശ്വഘോഷിനെ സംഘമണിയ്ക്കു കൈമാറിക്കൊണ്ട്, "ധമ്മജ്യോതിയോട് അവൻ എങ്ങിനെ മഠത്തിൽ എത്തിയെന്നത് പറയാൻ പറയണം. ഇപ്പോൾ പോകൂ, എന്റെ കുട്ടികളേ. ബുദ്ധൻ നിങ്ങളെ അനുഗ്രഹിക്കട്ടെ."

"വിട, ഗുരോ," സംഘമണി പറഞ്ഞു, ഹൃദയത്തിനൊപ്പം ശബ്ദം ഇടറിക്കൊണ്ട്. അയാൾ അശ്വഘോഷിനെ തോളിൽ കിടത്തി പടികളിറങ്ങി.

മഠാധിപതി തിരിച്ചു നടന്ന് പ്രതിമയുടെ കാൽവിരൽ മുകളിലേയ്ക്കു വലിച്ചു, പഴയ നിലയിലേയ്ക്ക്. വഴി ഒരിക്കൽക്കൂടി അടയ്ക്കപ്പെട്ടു.

ചന്ദ്രകീർത്തി ബുദ്ധശിലയുടെ മുന്നിൽ ഇരുന്നു. "ഞാൻ എന്റെ ജീവിതം സമാധാനത്തിനായി ഉഴിഞ്ഞുവയ്ക്കുകയും ഹിംസാത്മകമായി മരിക്കുകയും ചെയ്യുന്നു. എന്റെ മുൻജന്മത്തിലെ ഏത് കർമ്മമാണ് കാരണമായതെന്നറിയില്ല, പ്രഭോ." അദ്ദേഹം കണ്ണുകളടച്ച് ദീർഘനി

ശ്വാസമെടുത്തു. "സുഖമായി മരിക്കാനുള്ള ധൈര്യം എനിക്കു തരണേ, മഹാനായ ബുദ്ധാ. വെറുപ്പും കോപവുമില്ലാതെ."

വാതിലിൽ ഉറക്കെ മുട്ടുന്നതുകേട്ടു. അദ്ദേഹത്തിന് തുർക്കികൾ വലിയ മരവാതിലുകളിൽ ഇടിയ്ക്കുന്നത് കേൾക്കാമായിരുന്നു. അലർച്ചയോടെയുള്ള ഒരു തുർക്കി ശബ്ദം ചന്ദ്രകീർത്തിയുടെ കാതുകളിലെത്തി.

"അവിടെ തീ വയ്ക്കൂ! അകത്തുള്ള കാഫർ പട്ടികളെ പുകച്ചു പുറത്തു ചാടിക്കാം!"

ചന്ദ്രകീർത്തി പ്രതിമയെ വണങ്ങി എഴുന്നേറ്റു നിന്നു. വിശന്നുവലഞ്ഞ തീനാളങ്ങൾ കെട്ടിടത്തിനെ നക്കാൻ തുടങ്ങി. അദ്ദേഹം ശാന്തമായി നടന്ന് വാതിൽ തുറന്നു. വാതിൽപ്പടിയിലേയ്ക്കു കാൽ വച്ചതും, അദ്ദേഹത്തിന്റെ നീളമുള്ള അംഗവസ്ത്രത്തിൽ തീപിടിച്ചു.

ചന്ദ്രകീർത്തി കുറച്ചു കൂടി നടന്നു, നിലത്ത് പദ്മാസനത്തിൽ ഇരുന്ന് പ്രാർഥിക്കാൻ തുടങ്ങി. അദ്ദേഹത്തിന്റെ കത്തുന്ന അംഗവസ്ത്രം അല്പം പിന്നിലേയ്ക്കു വീണു.

"ബുദ്ധം ശരണം ഗച്ഛാമി."

ഞാൻ മഹാനായ ബുദ്ധന്റെ കാലടികളിലേയ്ക്കു പോകുന്നു.

വീശിയടിക്കുന്ന കാറ്റ് സന്ന്യാസിയുടെ കാവി അംഗവസ്ത്രത്തിലെ തീ വീണ്ടും ആളിക്കത്തിച്ചു. അദ്ദേഹത്തിന്റെ മുണ്ട് വരെ തീപിടിയ്ക്കുന്നത്ര ഉയരെ. തീ മുകളിലേയ്ക്കു കയറി സന്ന്യാസികളുടെ കാലുകളിൽ പിടികൂടി. പക്ഷേ അദ്ദേഹം അനങ്ങാതിരുന്നതേയുള്ളൂ, ശാന്തമായി.

"ബുദ്ധം ശരണം ഗച്ഛാമി..."

ക്രൂരനായ കാറ്റ് അടങ്ങിയില്ല. അത് ഓക്സിജന്റെ പുതിയ ശക്തിപരീക്ഷണത്തിൽ നാളങ്ങൾ വീശിക്കൊണ്ടിരുന്നു. നാളങ്ങൾ തീക്ഷ്ണമായിരുന്നു. ഇറച്ചി വേവുന്ന അസ്വസ്ഥതയുണ്ടാക്കുന്ന ഗന്ധം വായുവിൽ നിറയാൻ തുടങ്ങി.

ചന്ദ്രകീർത്തിയുടെ പ്രാർഥന ഉച്ചത്തിലായി. പക്ഷേ അദ്ദേഹത്തിന്റെ മുഖം ശാന്തമായിത്തന്നെ തുടർന്നു. കണ്ണുകൾ അടഞ്ഞിരുന്നു. അദ്ദേഹം ശരീരത്തിനെ പീഡിപ്പിക്കുന്ന വേദനയിൽ നിന്നും വേർപെട്ടിരുന്നു. അദ്ദേഹത്തിന്റെ ആത്മാവ് ഭഗവാൻ ഗൗതമബുദ്ധനിൽ ശ്രദ്ധകേന്ദ്രീകരിച്ചിരുന്നു, അഹിംസയുടേയും സമാധാനത്തിന്റേയും അനുകമ്പയുടേയും മഹാനായ ഉപജ്ഞാതാവ്.

"ബുദ്ധം ശരണം ഗച്ഛാമി..."

അദ്ദേഹത്തിന്റെ തൊലിയുടെ നേർത്ത പുറം പാളി പൊരിഞ്ഞ് ചിലയിടങ്ങളിലെല്ലാം അടരാൻ തുടങ്ങി. തീ തീവ്രമായപ്പോഴും, മഠാധിപതിയുടെ മുഖം ശാന്തമായിത്തന്നെയിരുന്നു.

"ബുദ്ധം ശരണം..."

ആദ്ദേഹത്തിന്റെ വിറയ്ക്കുന്ന ശബ്ദം ശരീരത്തിന്റെ സ്വാഭാവികമായ ബുദ്ധിമുട്ട് കാണിച്ചു. ശാന്തമായ മുഖം അദ്ദേഹത്തിന്റെ ആത്മാവിന്റെ ഗംഭീരമായ തെളിവ് കാണിച്ചു.

ഗച്ഛാമി...

പട്ടാളക്കാർ അദ്ദേഹത്തിനെ നോക്കി, ആദ്യം ഭയന്നും പിന്നെ കൂടിവരുന്ന ഭ്രമവുമായി. അവരിൽ ചിലർ മുട്ടുകുത്തിയിരുന്നു, ഭീകരമായ മരണത്തിന്റെ നടുക്കം ചന്ദ്രകീർത്തിയുടെ അപാരമായ ധൈര്യത്തിനും അഭിമാനത്തിനും സ്വാഭാവികമായ ആത്മീയശക്തിയ്ക്കും സാക്ഷിയായി അവരുടെ മുഖങ്ങളിൽ കണ്ണുനീർ വഴിഞ്ഞു. ഏതാനും വർഷങ്ങൾക്കു മുമ്പ് ഉപേക്ഷിച്ച മതത്തിനെ അവർ ഓർത്തു. അവർക്ക് ഈ പ്രാർഥന നന്നായി അറിയാമായിരുന്നു. ഈ തുർക്കികളും സമാധാനത്തിന്റേയും സ്നേഹത്തിന്റേയും അതേ വാക്കുകൾ ഉരുവിട്ടവരായിരുന്നു. അവരോട് മറക്കാൻ ആവശ്യപ്പെട്ട വാക്കുകൾ. "തിന്മയുള്ള വിഗ്രഹാരാധകരുടെ വാക്കുകളാണവയെന്ന് അവരോട് പറഞ്ഞിരുന്നു.

ഉറക്കെയുള്ള ഒരു ആജ്ഞയിൽ ഇടവേള മുറിഞ്ഞു. "വില്ലാളികളേ, അയാളെ വെട്ടിയിടൂ."

"ബുദ്ധം..."

ഞൊടികൾ കഴിഞ്ഞ്, ഒരു ശരവർഷം മഠാധിപതിയുടെ ശരീരത്തിലേയ്ക്കു തുളഞ്ഞു കയറി, അദ്ദേഹത്തിനെ പിന്നോട്ടു വീഴ്ത്തിക്കൊണ്ട്.

ശരണം ഗച്ഛാമി...

സന്ന്യാസിയുടെ ശരീരം മരിച്ചു.

പക്ഷേ അദ്ദേഹത്തിന്റെ മരണമില്ലാത്ത ആത്മാവ് ശരീരം അനുഭവിച്ച വേദനയും പീഡനവും ചുമന്നില്ല. ആത്മാവ് സമാധാനത്തോടെ പോയി. അത് അനുകമ്പയോടെ പോയി. അത് സ്നേഹത്തോടെ പോയി.

അത് ബുദ്ധഭഗവാന്റെ പത്മപാദങ്ങളിലേയ്ക്കു പോയി.

അദ്ധ്യായം 7

വർഷങ്ങൾ കഴിഞ്ഞ്, 1029 എഡി

കവ്വാലിയുടെ മനംമയക്കുന്ന അവസാനത്തെ സ്വരങ്ങൾ പതുക്കെ മാഞ്ഞുപോയി. സദസ്സ് നിശ്ശബ്ദമായിരുന്നു, മറ്റൊരു ലോകത്തിലേയ്ക്കു കൊണ്ടുപോകപ്പെട്ടതുപോലെ. സൂഫി സന്ന്യാസിയായ ഷേയ്ക്ക് നൂറുദ്ദീനും അനുഗാമികളും താമസിക്കുന്ന കെട്ടിടത്തിന്റെ ഉദ്യാനത്തിലായിരുന്നു അവർ ഇരുന്നിരുന്നത്. കെട്ടിടം പാഞ്ചാലം നഗരത്തിന്റെ നേരേയും കുറുകേയുമുള്ള ഒരുപാടു വഴികളിൽ ഒന്നിലായിരുന്നു നിലനിന്നിരുന്നത്, ചിലപ്പോൾ അതിനെ ആധുനിക നാമമായ ബറേലി എന്നും വിളിക്കപ്പെടാറുണ്ട്.

സൂഫികൾ താമസിക്കുന്ന കെട്ടിടം ആ പ്രദേശത്ത് താമസിക്കുന്നവരുടെ സാമൂഹികകേന്ദ്രവും തുറന്ന അടുക്കളയും പ്രാഥമിക ആശുപത്രിയുമായി പ്രയോജനപ്പെടാറുണ്ടായിരുന്നു. അതൊരു ഒതുങ്ങിയ മണ്ണു പൂശിയ വീടായിരുന്നു. ചുവരുകൾ തേച്ചിട്ടില്ല, വീട്ടുപകരണങ്ങൾക്കുള്ള സ്ഥലവും കുറവായിരുന്നു. സൂഫികൾ അവിടെ നിലത്ത് പായകൾ വിരിച്ചാണു കിടന്നുറങ്ങുക.

അടുത്തുതന്നെയുള്ള ഹിന്ദുക്കൾ കൂടുതലുള്ള പ്രദേശത്തുള്ളവർ, സൂഫി കേന്ദ്രത്തിനെ ആദ്യമെല്ലാം സംശയത്തോടെ ആയിരുന്നു കണക്കാക്കിയിരുന്നത്, പക്ഷേ പെട്ടെന്നു തന്നെ നൂറുദ്ദീനിന്റേയും ശിഷ്യന്മാരുടേയും ദയവ് കൊണ്ട് അവർ കീഴടക്കപ്പെട്ടു. സൂഫികൾക്ക് വളരെ കുറച്ച് സമ്പത്തേ ഉണ്ടായിരുന്നുള്ളൂ, പക്ഷേ അവർ ഉള്ളതെല്ലാം പങ്കുവയ്ക്കുന്നതിൽ സന്തോഷിച്ചിരുന്നു. ഈ ഉദാരത – സ്നേഹവും സഹനവും അടിസ്ഥാനമാക്കിയുള്ള തത്വ

ചിന്തയും – അവർക്കു പെട്ടെന്നുതന്നെ ഒരുപാടു സുഹൃത്തുക്കളെ ഉണ്ടാക്കിക്കൊടുത്തു.

ഗായകൻ തൊണ്ട ശരിയാക്കി മറ്റൊരു പാട്ട് ആരംഭിച്ചു. പത്തു പേരുടെ ഒരു സംഘം അകത്തേയ്ക്കു ഇരച്ചുകയറിയപ്പോൾ അയാൾ ആദ്യത്തെ വരികൾ ഏതാണ്ടു മറന്നുപോയി.

"ഈ ദൈവനിഷേധമുള്ള അസംബന്ധം നിർത്ത്," അവരുടെ നേതാവ് പറഞ്ഞു, മെലിഞ്ഞ് ഉരയമുള്ള, തലപ്പാവ് ധരിച്ച് കൂർത്ത മൂക്കുമുള്ള അയാളുടെ മുഖത്ത് കത്തുന്ന ദേഷ്യം കാണാമായിരുന്നു. അയാളുടെ ഒരു കൂട്ടാളിയ്ക്കു വാളുണ്ടായിരുന്നു; മറ്റുള്ളവർ കൂർത്ത കുന്തങ്ങളും കോടാലികളും പിടിച്ചിരുന്നു.

ഗായകൻ നിർത്തിയിട്ട് നൂറുദ്ദീനെ നോക്കി. ദൈവദൂതനായ സൂഫി ഗുരു എഴുന്നേറ്റു നിന്നു, സംഗീതത്തിനൊപ്പം തലയാട്ടിയപ്പോൾ ഉലഞ്ഞുപോയ ജടപിടിച്ച മുടി പതുക്കെ വകഞ്ഞുമാറ്റി. "സ്വാഗതം മൗലവി സാഹിബ്. ഞാൻ എന്താണു താങ്കൾക്കു വേണ്ടി ചെയ്യേണ്ടത്?"

മൗലവി, സയാൻ, അദ്ദേഹത്തിന്റെ നിന്ദയോടെയും വെറുപ്പോടെയും നോക്കി. "ഞാൻ നിങ്ങളോട് മുമ്പും പറഞ്ഞിട്ടുണ്ട്, നൂറുദ്ദീൻ, ഈ അസംബന്ധം നിർത്ത്. ഇത് അള്ളാഹുവിനേയും യഥാർഥ വിശ്വാസികളേയും നിന്ദിക്കുകയാണ്."

"അള്ളാഹുവിനു വേണ്ടി സംസാരിക്കുന്ന ഒരാളെ കണ്ടുമുട്ടിയതിൽ സന്തോഷം," നൂറുദ്ദീൻ പരിഹാസ്യമായി പറഞ്ഞു. "പക്ഷേ പറയൂ, എന്താണ് നിന്ദിക്കുന്നതായിട്ടുള്ളത്?"

"നിങ്ങൾ ദ്രൗപദിയെ ബഹുമാനിച്ചുകൊണ്ട് പാട്ടുപാടുന്നു, അത്... അത്..."

നൂറുദ്ദീൻ സയാനെ തടുത്തു, വിനയത്തോടെ. "ദ്രൗപദിയെപ്പറ്റി പറയുന്നത് സൂക്ഷിക്കുക, സയാൻ. അവർ നമ്മുടെ രാജ്യത്തിന്റെ രാജകുമാരി ആയിരുന്നു. അവരെ ഇവിടെ ആദരിക്കപ്പെടുന്നു."

ദ്രൗപദി, ആയിരക്കണക്കിനു വർഷങ്ങൾക്കുമുമ്പ് ജീവിച്ചിരുന്നവർ, പ്രശസ്തരായ പാണ്ഡവന്മാരുടെ, ഇതിഹാസമായ മഹാഭാരതത്തിലെ വീരന്മാർ, പത്നി ആയിരുന്നു, ഈ രാജ്യത്തിന്റെ രാജകുമാരിയും. പാഞ്ചാലത്തിൽ നിന്നുമുള്ളയാൾ. ബറേലിയിലെ എല്ലാവരും, മതം എന്തായാലും, ഈ മഹതിയായ രാജകുമാരിയെ ദേവതയായി ആദരിച്ചുപോന്നു.

"ദ്രൗപദി നമ്മളിൽ ഒരാളായിരുന്നില്ല!" സയാൻ അലറി. "അവൾ.... അവൾ... അവളെ മറന്നേക്കൂ! ഈ അവിശ്വാസികളായ കാടന്മാരുമായി കൂട്ടുകൂടാൻ നിങ്ങൾക്കെങ്ങിനെ ധൈര്യം വന്നു?"

"എന്ത് കാടന്മാർ?" നൂറുദ്ദീൻ ചോദിച്ചു. "ഞാൻ ആകെ കാണുന്ന ത് എന്റെ കൂടെയുള്ള ഇന്ത്യാക്കാരെയാണ്. അവരുടെ മതം എന്തോ ആയിക്കോട്ടെ, അവർ എനിക്കു തുല്യമായി പ്രിയപ്പെട്ടവരാണ്."

"നിങ്ങളുടെ വിശ്വാസങ്ങൾ എവിടെയാണുള്ളതെന്ന് തീരുമാനിക്കു ന്നതാണ് നല്ലത്," സയാൻ അമറി, അയാളുടെ ശബ്ദം ഭീഷണിയോ ടെ താണു. "നിങ്ങൾ ഒരു മുസ്ലീം ആണോ ഇപ്പറയുന്ന ഇന്ത്യാക്കാരൻ ആണോ?"

"എന്ത് മണ്ടൻ ചോദ്യമാണ്."

സയാൻ അരിശം കൊണ്ട് ചീറി. "മണ്ടത്തരമോ? എന്നെ മണ്ടനെന്ന് വിളിക്കാൻ എങ്ങിനെ ധൈര്യം വന്നു?"

"ഞാൻ നിങ്ങളെ മണ്ടനെന്നു വിളിച്ചില്ല. നിങ്ങളുടെ ചോദ്യത്തി നെയാണ് മണ്ടത്തരം എന്നു വിളിച്ചത്. കാരണം നിങ്ങൾ ചോദിച്ചത് ഹൃദയം ശരീരത്തിന്റെയാണോ എന്നാണ്."

"എന്ത്?"

എന്റെ ഹൃദയം അള്ളാഹുവിന്റെ സന്ദേശം കൊണ്ടുനടക്കുന്നു. പക്ഷേ എന്റെ ശരീരത്തിലെ ഓരോ കോശവും ഭാരതമാതാവിന്റെ മണ്ണിനെ കൊണ്ടുനടക്കുന്നു. എന്റെ ശരീരം ഈ നാട്ടിൽ ഉരുത്തിരിഞ്ഞതാണ്. എന്റെ മരണശേഷം, അത് ഈ വിശുദ്ധമണ്ണിലേയ്ക്ക് ഒരിക്കൽക്കൂടി അലിഞ്ഞുചേരും."

"വിശുദ്ധഭൂമിയോ?" സയാൻ പരിഹസിച്ചു, ശബ്ദം ഉയർത്തിക്കൊണ്ട്. "ഈ അവിശ്വാസികളുടെ വീടിനെ വിശുദ്ധഭൂമി എന്നു വിളിക്കാനുള്ള അഹങ്കാരം നിങ്ങൾക്കുണ്ടോ?"

"മൗലവി സാഹിബ്, നിങ്ങൾക്ക് അറിയില്ലായിരിക്കാം, പക്ഷേ ഇസ്ലാമിന് ഈ നാട്ടിൽ തുർക്കികൾ ഏറ്റെടുക്കുന്നതിനേക്കാൾ മുമ്പേത ന്നെ സുഹൃത്തുക്കൾ ഉണ്ടായിരുന്നു," നൂറുദ്ദീൻ പറഞ്ഞു. "ദത്തബ്രാഹ്മ ണന്മാരുടെ വംശം കർബാലയിൽ പ്രവാചകന്റെ പേരമകനായ ഇമാം ഹുസ്സൈനിനൊപ്പം യുദ്ധം ചെയ്തു, ഒരുപാടുപേർ അവിടെ അദ്ദേഹത്തി നൊപ്പം മരിച്ചു. അവരുടെ പിൻതലമുറക്കാർ ഇപ്പോഴും ഇന്ത്യയിൽ ജിവിക്കുന്നുണ്ട്, ഹുസൈനി ബ്രാഹ്മണർ എന്നറിയപ്പെടും. സിന്ധിലെ ഹിന്ദു രാജാവ്, രാജാ ദാഹിർ, ഇമാം ഹുസൈനിനെ കുടുംബത്തിലെ ചിലർക്ക് അഭയം നൽകിയിട്ടുണ്ട്. മൊഹമ്മദ് ബിൻ ഖ്വാസിമുമായു ള്ള യുദ്ധത്തിൽ രാജാ ദാഹിർ മരിച്ചപ്പോൾ, ഇമാം ഹുസൈനിന്റെ കുടുംബവും കൊല്ലപ്പെട്ടു. അപ്പോൾ പറയൂ, ആരാണു ഇസ്ലാമിന്റെ ശരിയായ സുഹൃത്ത് എന്നാണു നിങ്ങൾ കരുതുന്നത്? പ്രവാചകന്റെ കുടുംബത്തിന് അഭയം നൽകിയ ഇന്ത്യാക്കാരനായ ഹിന്ദു രാജാവ്

ദാഹിറിനെ പോലെയുള്ളവരോ, അതോ അറബി കവർച്ചക്കാരൻ മൊഹമ്മദ് ബിൻ ഖാസിമിനെപ്പോലെ ഉള്ളവരോ?"

മൗലവി ഒരു നിമിഷത്തേയ്ക്ക് ആശയക്കുഴപ്പത്തിലായി, എന്നിട്ട് തന്ത്രം മാറ്റി. "ഈ പാട്ടുന്നതോ? ഇസ്ലാമിൽ സംഗീതം വിലക്കപ്പെട്ടിരിക്കുന്നു എന്നറിയില്ലെ?"

"ആണോ?" നൂറുദ്ദീൻ ചോദിച്ചു. "പക്ഷേ വിശുദ്ധ ഖുർ-ആൻ സൂറ അൽ-ഇസ്രയിലെ 55-ാം സൂക്തത്തിൽ തെളിച്ച് പറയുന്നുണ്ട്, അള്ളാഹ ദാവീദിന് കീർത്തനം ഓതിക്കൊടുത്തിട്ടുണ്ടെന്ന്. എന്തുകൊണ്ട് അള്ളാഹ, അദ്ദേഹത്തിന്റെ അറിവിൽ, ദാവീദിനേയും അനുഗാമികളേയും പാട്ട് പാടാൻ അനുവദിച്ചു, സംഗീതം നിഷിദ്ധമാണെങ്കിൽ?"

ഒരുപാട് പണ്ഡിതന്മാർ ഹദീദിനെ ഉദ്ധരിച്ചിട്ടുള്ളത്, പ്രവാചകൻ അംഗീകരിക്കാത്തത് തിന്മയുള്ളതും ഭോഗാസക്തിയുള്ളതുമായ പാട്ടുകൾ മാത്രമാണെന്നാണ്, അദ്ദേഹത്തിന് സംഗീതത്തോട് വിരോധമൊന്നും ഇല്ലായിരുന്നു."

"ഈ അവിശ്വാസികളെ അവരുടെ വ്യാജദൈവങ്ങളിൽ നിന്നും അകറ്റാൻ നിങ്ങൾ ശ്രമിക്കാത്തതെന്ത്?" സയാൻ ചോദിച്ചു, കൂട്ടാളികളുടെ മുന്നിൽ നാണം കെടാൻ ഇഷ്ടമില്ലാത്തതിനാൽ.

നൂറുദ്ദീൻ തലയാട്ടി. "നിങ്ങൾ വിശുദ്ധ ഖുർ-ആൻ വായിച്ചിട്ടില്ലേ. നിങ്ങൾക്ക് നിങ്ങളുടെ മതവും എനിക്ക് എന്റേതും എന്നു പറയുന്നത് മറന്നതെങ്ങിനെ? അത് വായിച്ചിട്ടില്ലേ?"

സയാനെ അനുഗമിച്ച ഒരു ചെറുപ്പക്കാരൻ ഈ വാക്കുതർക്കം കേട്ട് ക്ഷീണിച്ചിരുന്നു. "നിങ്ങൾ രണ്ടുപേരും രാത്രി മുഴുവനും സംസാരിച്ചിരിക്കാൻ പോകുകയാണോ?" അയാൾ സൂഫിയുടെ നേരെ തിരിഞ്ഞുകൊണ്ട് ചീറി, ഭീഷണിയായി ഉറയിൽ നിന്നും വാൾ ഊരിക്കൊണ്ട്. "കേട്ടോ നൂറുദ്ദീൻ, നിങ്ങളുടെ ദൈവനിന്ദ ആവശ്യത്തിനായി. ഞങ്ങൾ വന്നത് ധർമ്മശാസ്ത്രം തർക്കിക്കാനല്ല. ഞങ്ങളുടെ ദൈവത്തിന്റെ വാക്കുകളുടെ ശരിയായ അർഥം ഞങ്ങൾക്കറിയാം. ഇത് അവസാനത്തെ താക്കീതാണ്. എല്ലാം കെട്ടിപ്പൊതിഞ്ഞ് ഇറങ്ങിപ്പൊയ്ക്കോ, ഇല്ലെങ്കിൽ നിങ്ങളേയും ശിഷ്യന്മാരേയും വെട്ടിനുറുക്കും."

നൂറുദ്ദീൻ തെളിച്ചുപറഞ്ഞു. "ഞങ്ങൾ പോകുന്നില്ല ചെറുപ്പക്കാരാ, നിങ്ങളുമായി യുദ്ധം ചെയ്യുന്നുമില്ല."

ചെറുപ്പക്കാരനായ മതഭ്രാന്തന്, വ്യക്തമായും ക്ഷോഭാകുലനായവന്, മതിയായി. അയാൾ ഇടതുകൈ കൊണ്ട് നൂറുദ്ദീനിന്റെ മുഖത്തിടിച്ചു, അത് ഒരു കൈപ്പത്തികൊണ്ട് തടയപ്പെട്ടു. അതിന്റെ ശബ്ദം ഉദ്യാനത്തിൽ മുഴങ്ങി. മതഭ്രാന്തൻ തന്റെ ഇടിയെ തടുത്ത വിശാലമായ തോളുകളും

ഉയർന്ന നെഞ്ചുമുള്ള ചെറുപ്പക്കാരനെ കോപത്തോടെ നോക്കി. അയാൾ നൂറുദ്ദീനിന്റെ ശിഷ്യൻ ആണെന്നു തോന്നി, പക്ഷേ മറ്റു ഭക്തരിൽ നിന്നും വ്യത്യസ്തനായിരുന്നു. അയാൾക്ക് ഉലയുന്ന മുടിയും ഉയർന്ന കവിളെല്ലുകളും, വ്യക്തമായ തുർക്കി ലക്ഷണങ്ങളും ഉണ്ടായിരുന്നു. അയാളുടെ തവിട്ട് നിറമുള്ള കണ്ണുകൾ കോപം കൊണ്ട് തിളങ്ങുന്നുണ്ടായിരുന്നു.

"അസ്‌ലാൻ, അടങ്ങ്," നൂറുദ്ദീൻ ചെറുപ്പക്കാരൻ തുർക്കിയോട് രൂക്ഷമായി പറഞ്ഞു.

അസ്‌ലൻ ഗുരുവിനെ അവഗണിച്ച് മതഭ്രാന്തനിൽ കണ്ണുറപ്പിക്കുന്നത് തുടർന്നു. അയാൾ മുരണ്ടുകൊണ്ട് നോട്ടം മാറ്റി. പതിയെ പിന്നോട്ടു മാറി, കീഴടങ്ങുന്നതുപോലെ. പക്ഷേ ഒരു ഞൊടി കഴിഞ്ഞ്, അയാൾ തിടുക്കത്തിൽ വാളെടുത്ത് അസ്‌ലനെ വെട്ടി.

അസ്‌ലൻ എന്തായാലും പെട്ടെന്നൊരു ആക്രമണം പ്രതീക്ഷിച്ചിരുന്നു. അയാൾ ഒഴിഞ്ഞുമാറി, വാളിന്റെ നെഞ്ചിനരികിലൂടെ അപകടമില്ലാതെ ചൂളമടിച്ചു പോകാൻ അനുവദിച്ചുകൊണ്ട്. ആക്രമിയുടെ വാൾ ഒരു കമാനം പൂർത്തിയാക്കിയപ്പോൾ അസ്‌ലാൻ മുന്നോട്ടു ചെന്ന് അയാളുടെ കൈക്കുഴയിൽ പിടിച്ച് തിരിച്ചു. വാൾ താഴെ വീണു. അയാളുടെ നില തെറ്റി മുന്നോട്ടുകുനിഞ്ഞു. സ്വതന്ത്രമായ കൈകൊണ്ട് അസ്‌ലാൻ അയാളെ ചെവിയുടെ താഴെ ഇടിച്ചു. അയാൾ താഴെവീണു.

അസ്‌ലാൻ വാൾ എടുത്ത് കൈയ്യുടെ ഒരു ഭാഗം മാത്രമാണെന്ന പോലെ നിസ്സാരമായി പിടിച്ചു.

വർഷങ്ങൾക്ക് മുമ്പ് അയാൾക്ക് നൽകപ്പെട്ട നിർദ്ദേശം അപ്പോൾ മനസ്സിലെത്തി.

നിന്റെ ഉച്ഛ്വാസം പരിശോധിക്കുക. അത് വേഗത്തിലാണോ? അത് നിന്റെ ശരീരം സമ്മർദ്ദത്തിനോട് പ്രതികരിക്കുന്നതാണ്. അത് നിന്നെ യുദ്ധത്തിൽ പ്രയോജനമില്ലാത്തവനാക്കും. ദീർഘശ്വാസം എടുക്കുക. പിടിച്ചുനിർത്തുക. എന്നിട്ട് സ്വതന്ത്രമാക്കുക. പതുക്കെ. വീണ്ടും, വീണ്ടും. നിന്റെ ശ്വാസം ശാന്തവും നേരെയുമാകുന്നത് വരെ. ഇനി, കാലുകളെ തോളകലത്തിൽ അകത്തുക, കൂടുതൽ അരുത്, കുറവും അരുത്. നീ വലതുകൈകൊണ്ടാണ് പോരാടുന്നത്, അതുകൊണ്ട് വലതുകാൽ മുന്നോട്ടുവയ്ക്കുക. അത് നിനക്ക് എത്താവുന്ന അകലത്തിനെ വർദ്ധിപ്പിക്കും. പക്ഷേ ഭാരം തുല്യമാണെന്ന് ഉറപ്പാക്കുക. കാൽപ്പാദങ്ങളുടെ കുഴകളിൽ നിൽക്കുക, അപ്പോൾ ഏത് ദിശയിലേയ്ക്കും എളുപ്പത്തിൽ ചലിക്കാൻ സാധിക്കും. മുട്ടുകൾ ചെറുതായി മടക്കിവയ്ക്കുക. ചുരുണ്ട സ്പ്രിംഗ് പോലെയാകണം എന്നാണ് ആശയം. ഒന്നാന്തരം. ഇനി, വാൾ അല്പം അനക്കുക. നിനക്ക് ഇഷ്ടമെങ്കിൽ ഏതാനും തവണ ചുറ്റുക. അതിനെ അനുഭവിക്കുക. ഇനി, സുരക്ഷ

നേടുക. വാൾ അകത്തിപ്പിടിക്കുക. കൈക്കുഴ കൈത്തണ്ടുമായി ചേർന്ന് ശാന്തമായിരിക്കണം. വാളിന്റെ ഭാരം മുതുകിലും തോളിലും ഇടുപ്പിലും ആകുന്നതുപോലെ കൈ നിയന്ത്രിക്കുക. അതെല്ലാം വലിയ പേശികളാണ്. അവയെ ഉപയോഗിക്കുന്നത് നിന്നെ കൂടുതൽ സമയം തളരാതെ യുദ്ധം ചെയ്യാൻ അനുവദിക്കും.

അസ്‌ലാൻ ഏതാനും ഞൊടികൾക്കുള്ളിൽ എല്ലാ പതിവുകളിലൂടെയും കടന്നുപോയി, അയാളുടെ ശരീരം ആയിരക്കണക്കിന് തവണ പരിശീലിച്ച് പേശികളിൽ ഓർമ്മയായി കുത്തിവയ്ക്കപ്പെട്ട പഴയ ക്രമങ്ങൾ സ്വാഭാവികമായിത്തന്നെ പിന്തുടർന്നു. അയാളുടെ കണ്ണുകൾ ഇടത്തേയ്ക്കും വലത്തേയ്ക്കും പിന്നിലേയ്ക്കും ധൃതിയിൽ അനങ്ങി, ഭീഷണിയാകാൻ സാധ്യതയുള്ളവരെ നിരീക്ഷിച്ചുകൊണ്ട്.

ആക്രമികൾ നിന്നു. സയാനു ചുറ്റും ഒരു ആൾക്കൂട്ടമായി നിന്ന് അവർ അപകടമില്ലാത്ത കീഴടങ്ങുന്ന ഭക്തന്മാരെ വെട്ടിനിരത്തുന്നത് പ്രതീക്ഷിച്ചുകൊണ്ട്. താൻ എന്താണ് ചെയ്യുന്നതെന്ന് അറിയാവുന്ന ഒരു യോദ്ധാവിനാൽ എതിർക്കപ്പെട്ടപ്പോൾ അവർ മടിച്ചു.

"വാ," അവരിൽ ഒരാൾ പറഞ്ഞു, ചെറുതായി കൂനുള്ള ഒരു ചെറുപ്പക്കാരൻ. "അവൻ ഒറ്റയ്ക്കാണ്, നമുക്കവനെ ഒതുക്കാം."

"ചിലപ്പോൾ... പക്ഷേ എന്റെ കൂടെ നിങ്ങളിൽ കുറച്ചുപേരെ കൊണ്ടുപോകും," അസ്‌ലാൻ താക്കീത് കൊടുത്തു. "ആർക്കാണ് ആദ്യം മരിക്കേണ്ടത്?"

"അസ്‌ലാൻ, നിർത്ത്," നൂറുദ്ദീൻ പറഞ്ഞു. "എനിക്കു വേണ്ടി ചോരയൊഴുക്കരുത്."

ഒരു നിമിഷത്തേയ്ക്ക് അസ്‌ലാമിന്റെ കണ്ണുകൾ നൂറുദ്ദീൻ നിൽക്കുന്നയിടത്തേയ്ക്ക് തിരിഞ്ഞു. കൂനുള്ളയാൾ ആ അശ്രദ്ധയെ ഉപയോഗിക്കാൻ തീരുമാനിച്ചു. അയാൾ കോടാലിയെടുത്ത് വെട്ടാൻ മുന്നോട്ടാഞ്ഞു.

അസ്‌ലാമിന്റെ പുറംകാഴ്ച രക്ഷിച്ചു. എന്താണ് സംഭവിക്കുന്നതെന്ന് മുഴുവനായും മനസ്സിലാക്കുന്നതിനു മുമ്പ്, അയാളുടെ അബോധമനസ്സ് പ്രതികരിച്ച് കഴിഞ്ഞിരുന്നു. അയാളുടെ കൈ സ്വന്തം ഇച്ഛയോടെ ചലിച്ചു. വാൾ ആക്രമിയുടെ തൊണ്ട കീറിക്കൊണ്ട് വെട്ടി, രക്തധമനികളെ മുറിച്ചുകൊണ്ട്.

ചെറുപ്പക്കാരൻ കോടാലി താഴെയിട്ട് മുട്ടിൽ വീണു. അയാൾ തൊണ്ടയിൽ അമർത്തിപ്പിടിച്ചു, മുറിവിനെ അടയ്ക്കാനെന്നപോലെ. അയാളുടെ വിരലുകൾക്കിടയിലൂടെ ചോര വാർന്ന് താഴെ ഒരു തളം തീർത്തു. അവ്യക്തമായ ഞരക്കത്തോടെ അയാൾ വീണു, ചോര പുരണ്ട തറയിൽ മുഖമടച്ച്.

സയാൻ ദേഷ്യം കൊണ്ട് അലറി. മരിച്ച കിടക്കുന്ന ചെറുപ്പക്കാരൻ അയാളുടെ മരുമകൻ ആയിരുന്നു. "ചുണയില്ലാത്ത ഭീരുക്കളേ, ആ തന്തയില്ലാത്തവനെ വളയ്! കൊല്ലവനെ!"

"ഒരു ദിവസത്തേയ്ക്കുള്ള കൊലപാതകം ആയി," ഉദ്യാനത്തിന്റെ മറുവശത്തു നിന്നും ആധികാരികമായ ഒരു ശബ്ദം കേട്ടു. ആൾക്കൂട്ടത്തിൽ നിന്നും ഉയരമുള്ള ഒരാൾ എഴുന്നേറ്റു. അയാൾ ഒരു ഷാൾ പുതച്ചിരുന്നു, വാൾ കാണിക്കാനായി അയാളത് കുടഞ്ഞുമാറ്റി. അയാൾക്കൊപ്പം ഇരുപത് ആളുകൾ കൂടിയുണ്ടായിരുന്നു, ഒരേ പോലെ ആയുധധാരികളായി.

അയാൾ സയാനിന്റെ നേരെ നടന്നു. "ആ ചെറുക്കന്റെ മരണം നിങ്ങളുടെ പിഴവാണ്. നിങ്ങൾ ജീവനോടെ ഇരിക്കണമെങ്കിൽ, ഈ മൃതദേഹവുമെടുത്ത് പെട്ടെന്ന് തന്നെ പൊയ്ക്കോ. അല്ലെങ്കിൽ അവന്റെ അടുത്ത് ഞാൻ നിന്നെ കിടത്തും." അയാൾ സയാനിന്റെ ഒപ്പമുള്ള മറ്റൊരാളെ ചൂണ്ടിക്കാണിച്ചു. "എല്ലാവർക്കും അതുതന്നെ സംഭവിക്കും."

സയാനിന്റെ ആളുകൾ പെട്ടെന്ന് വീണുകിടക്കുന്ന കൂട്ടാളിയെ എടുത്തു. പേടിച്ച് വെളിവില്ലാതെ. ഓടിപ്പോകാൻ തിടുക്കപ്പെട്ട്. ഒരു സംഘം എപ്പോഴും ഭീരുക്കളെക്കൊണ്ട് ഉണ്ടാക്കിയതായിരിക്കും. അവർക്ക് മനോബലം ഉണ്ടാവില്ല. അവരുടെ ആത്മാക്കളിൽ ധൈര്യം പെട്ടെന്നു കയറും, അവർ നിയന്ത്രണത്തിലാണെന്ന് കരുതുമ്പോൾ. പക്ഷേ അത്രയും പെട്ടെന്നു തന്നെ അത് അവരുടെ ആത്മാവിൽ നിന്നും പോകുകയും ചെയ്യും. വാക്കുകൾ കൊണ്ടുള്ള ഏതാനും പ്രഹരങ്ങൾ മതി. അവർ തിരക്കുപിടിച്ചോടും.

സംഘത്തിൽ ബാക്കിനിൽക്കുന്നവരിൽ സയാൻ മാത്രമായിരുന്നു ഉണ്ടായിരുന്നത്. അയാൾ അസ്‌ലാമിനേയും നൃറ്റദ്ദീനേയും ക്രോധത്തോടെ നോക്കി. "ഇത് അവസാനിച്ചിട്ടില്ല," അയാൾ ചീറി.

അസ്‌ലാൻ സയാനെ നോക്കി. അയാളുടെ കണ്ണുകളിൽ ചോരക്കൊതി വ്യക്തമായും ഉണ്ടായിരുന്നു. "നീ ഇനി തിരിച്ചുവന്നാൽ, സയാൻ, അടുത്ത തവണ നിന്റെ ശവമായിരിക്കും കൊണ്ടുപോകേണ്ടി വരുക."

സയാൻ പെട്ടെന്നു തന്നെ സ്ഥലം വിട്ടു.

ഉയരമുള്ള അപരിചിതൻ അസ്‌ലാമിന്റെ നേരെ നടന്നു. പതിയെ പുഞ്ചിരിച്ചുകൊണ്ട്. "നീയൊരു ധൈര്യശാലിയാണ്."

"നന്ദി," അസ്‌ലാം പറഞ്ഞു. "നിങ്ങൾ എന്നെ ജീവൻ രക്ഷിച്ചതു കൊണ്ട് എന്റെ ഹൃദയം കവർന്നിരിക്കുന്നു. എന്റെ ഹൃദയത്തിന്റെ ഉടമയുടെ പേരെന്താണ്?"

"എന്റെ പേര് സുഹേൽദേവ്," ഉയരമുള്ള അപരിചിതൻ പറഞ്ഞു.

അസ്‌ലാൻ പതിയെ പുഞ്ചിരിച്ചു. *അവസാനം... അവസാനം, ഞങ്ങൾ കണ്ടുമുട്ടി.* പക്ഷേ അയാൾ തന്റെ ചിന്തകൾ മനസ്സിൽത്തന്നെ വച്ചു. “കാട്ടുകൊള്ളക്കാരൻ രാജകുമാരൻ...”

“അപ്പോൾ, നീ എന്നെക്കുറിച്ച് കേട്ടിട്ടുണ്ട്?”

“ആരാണ് കേട്ടിട്ടില്ലാത്തത്?” അസ്‌ലാൻ പറഞ്ഞു. “നിങ്ങളോരു ഇതിഹാസമാണ്.”

അത് സത്യമായിരുന്നു. സുഹേൽദേവ് പിതാവിന്റെ താവളത്തിൽ നിന്നും പുറത്തിറങ്ങിയതു മുതൽ കടന്നുപോയ വർഷങ്ങളിൽ, അയാൾ വടക്കേ ഇന്ത്യ മുഴുവനും പ്രശസ്തനായിരുന്നു. അയാളുടെ ചെറിയ സംഘം യോദ്ധാക്കൾക്കൊപ്പം, ഘസ്നിയെ അംഗീകരിച്ച പ്രദേശങ്ങളിലൂടെ ഇഷ്ടം പോലെ കയറിയും ഇറങ്ങിയും ചുറ്റിക്കറങ്ങിയിരുന്നു. അവിടങ്ങളിൽ തുർക്കികളെ കൊന്നൊടുക്കി. ആ പ്രദേശങ്ങളിലെ ജനങ്ങൾ അവരുടെ ഭീരുക്കളായ ഭരണാധികാരികൾ ചെയ്യണമെന്ന് ആഗ്രഹിച്ചിരുന്നത്.

അയാൾ അവസാനം കാണപ്പെട്ടിരുന്ന സ്ഥലത്തുനിന്നും പെട്ടെന്നു തന്നെ കുറച്ചകലെ പ്രത്യക്ഷപ്പെടുകയും അപ്രതീക്ഷിതമായ ആക്രമണം നടത്തി അപ്രത്യക്ഷനാകുകയും ചെയ്യും, തനിക്ക് കാര്യമായ നഷ്ടങ്ങളൊന്നുമില്ലാതെ വലിയ അത്യാഹിതങ്ങൾ ഏൽപ്പിച്ചുകൊണ്ട്. അയാളുടെ ആളുകൾ യുദ്ധത്തിൽ വീണുപോയാലും ആരേയും പിന്നിലുപേക്ഷിക്കാറില്ലായിരുന്നു.

ഓരോ വിജയകരമായ ആക്രമണത്തോടെയും, സുഹേൽദേവിന്റെ ചുറ്റുമുള്ള പ്രഭാവം കൂടുതൽ കരുത്താർജ്ജിച്ചുപോന്നു, ചിലർ അയാൾക്ക് അതീതശക്തികൾ ഉണ്ടെന്ന് പറയുന്നതുവരെ. പക്ഷേ അയാൾ ഒരിക്കലും നാട്ടുകാരെ ആക്രമിച്ചില്ല, പകരം അവരിൽ നിന്നും സമ്പാദിക്കുന്ന വിവരങ്ങൾക്കും സാധനങ്ങൾക്കും പകരം കൈനിറയെ പണം കൊടുക്കുകയും ചെയ്തു. അതുകൊണ്ടുതന്നെ, പൊതുജനങ്ങൾക്ക് അവരുടെ ഭരണാധികാരികളോടുള്ള വെറുപ്പും ഭയവും പോലെ അയാളോട് സ്നേഹവുമായിരുന്നു.

സുഹേൽദേവിന് അസ്‌ലാമിന്റെ കണ്ണുകളിലെ സ്വാഭാവികമായ ഭയഭക്തി കണ്ട് പുഞ്ചിരിക്കാതിരിക്കാൻ സാധിച്ചില്ല. അയാൾ അസ്‌ലം പിടിച്ചിരുന്ന വാളിലേയ്ക്ക് നോക്കി പറഞ്ഞു, “നിനക്കത് ഉപയോഗിക്കാൻ അറിയാമെന്നു തോന്നുന്നു.”

“ഒരു പട്ടാളക്കാരൻ ആകാനുള്ള പരിശീലനം കിട്ടിയിട്ടുണ്ട്,” അസ്‌ലാം പറഞ്ഞു. “പക്ഷേ ഞാൻ ആ ജീവിതം ഉപേക്ഷിച്ചു. ഇപ്പോൾ, ഞാൻ ഇവിടെ താമസിച്ച് മഹാനായ സൂഫി സന്ന്യാസിയെ സേവിക്കുകയാണ്, നൂറുദ്ദീൻ.”

അസ്‌ലം സയാനിന്റെ മരുമകനെ കൊന്നപ്പോൾ നൂറുദ്ദീൻ ഞെട്ടി നിശ്ശബ്ദനായിരുന്നു. ഇപ്പോൾ അദ്ദേഹം കർക്കശമായി പറഞ്ഞു. “അസ്‌ലാൻ, നിനക്കിനി ഇവിടെ താമസിക്കാനാവില്ല. കൊലപാതകികൾക്ക് ഇവിടെ ഇടമില്ല.”

“പക്ഷേ നൂറുദ്ദീൻ സാഹിബ്, ഞാൻ നിങ്ങളെ സംരക്ഷിക്കാൻ ശ്രമിക്കുകയായിരുന്നു,” അസ്‌ലാൻ പ്രതിഷേധിച്ചു.

“ഞാൻ നിന്റെ സംരക്ഷണം ആവശ്യപ്പെട്ടിട്ടില്ല,” നൂറുദ്ദീൻ പറഞ്ഞു. സൂഫിയുടെ ശബ്ദം ശാന്തവും പക്ഷേ വേദന നിറഞ്ഞതുമായിരുന്നു, അദ്ദേഹത്തിന്റെ കണ്ണുകളിലെ മനോവേദന സ്വാഭാവികമായിരുന്നു. “എനിക്ക് ഒരുതരത്തിലുമുള്ള രക്തച്ചൊരിച്ചിൽ ആവശ്യമില്ലെന്ന് ഞാൻ നിന്നോട് പറഞ്ഞതാണ്. ഒരു പാവം ചെറുക്കന്റെ മരണത്തിന്റെ പശ്ചാത്താപവും തലയിൽ ചുമന്ന് ജീവിക്കുന്നതിനേക്കാൾ ഞാൻ മരിക്കുന്നതായിരുന്നു നല്ലത്. ദയവായി ഇവിടെ നിന്നും പോകൂ.”

നൂറുദ്ദീൻ തിരിഞ്ഞു നടന്നകന്നപ്പോൾ അസ്‌ലാനിന്റെ മുഖം വാടി. അയാൾ തറയിലേക്കു നോക്കി, തകർന്നതുപോലെ. അയാൾ വാൾ താഴെയിട്ടു എന്നിട്ട് കൈയ്യുടെ പിൻവശം കൊണ്ട് കണ്ണുകൾ തുടച്ച് പതിയെ തലയാട്ടി. അയാൾ തലയുയർത്തി നോക്കിയപ്പോൾ സുഹേൽദേവ് തന്നെ നോക്കുന്നത് കണ്ടു, അയാളുടെ കണ്ണുകളിൽ സഹതാപം നിറഞ്ഞിരുന്നു.

“അപ്പോൾ, എന്റെ സുഹൃത്തേ,” സുഹേൽദേവ് മൃദുവായി പറഞ്ഞു, “നീ ആക്രമം കാണിച്ചിട്ടുണ്ടാകാം, പക്ഷേ അതുകൊണ്ട് തീർന്നെന്ന് തോന്നുന്നില്ല. മൗലവി ഉറപ്പായും നിന്നെ കൊലപാതകത്തിന് വിചാരണ ചെയ്യാൻ ശ്രമിക്കും. നിനക്ക് രണ്ട് വഴികളുണ്ട്: കുറ്റവിചാരണയിൽ ഭാഗ്യം പരീക്ഷിക്കാം, അല്ലെങ്കിൽ ജീവനും കൊണ്ടോടാം. നിന്റെ സ്ഥാനത്ത് ഞാനായിരുന്നെങ്കിൽ, രണ്ടാമത്തെ വഴി തെരഞ്ഞെടുത്തേനേ.”

അസ്‌ലാം നിസ്സഹായനായി കൈകൾ വിടർത്തി. “ഞാനെവിടെ പോകും? എന്തുചെയ്യും?”

സുഹേൽദേവ് അവനെ കുറച്ചുനേരം നിശ്ശബ്ദനായി നോക്കിനിന്നു, ഒരു തീരുമാനം എടുക്കാനെന്നപോലെ. “നിനക്ക് എന്റെ കൂടെ വരാം, താല്പര്യമുണ്ടെങ്കിൽ. എനിക്ക് ഉപയോഗിക്കാവുന്ന കഴിവുകൾ നിനക്കുണ്ട്, നിന്നെപ്പോലെ ഒരാൾ കുറച്ച് മതഭ്രാന്തന്മാരായ മണ്ടന്മാർ കാരണം ഒരു മരത്തിൽ തൂങ്ങിയാടുന്നത് നാണക്കേടായിരിക്കും. എന്ത് പറയുന്നു?”

അബ്ദുൾ, സുഹേൽദേവിന്റെ പിന്നിൽ നിൽക്കുമ്പോൾ, ഈ തീരുമാനത്തിൽ വ്യക്തമായും അസന്തുഷ്ടനായിരുന്നു. അയാൾ തുർക്കികളെ വിശ്വസിച്ചിരുന്നില്ല.

അസ്‌ലാൻ തീരുമാനമെടുക്കാൻ വൈകിയില്ല. "നയിക്കൂ, മഹാനായ രാജകുമാരാ."

സുഹേൽദേവ് അസ്‌ലാമിന്റെ വീണു കിടക്കുന്ന വാൾ ചൂണ്ടിക്കാണിച്ചു. "നിനക്കത് ആവശ്യം വരും."

അസ്‌ലാൻ കുനിഞ്ഞ് വാൾ എടുത്തു. ഇനി മുതൽ അത് അവന്റെ ആയുധം ആയിരുന്നു. നിലത്ത് കിടന്ന് ഒരാൾ നോക്കുകയാണെങ്കിൽ അസ്‌ലാമിന്റെ മുഖത്തെ ചെറിയ പുഞ്ചിരി കാണാമായിരുന്നു. അയാൾക്ക് ആവശ്യമുള്ളത് കിട്ടിയതുപോലെ.

അദ്ധ്യായം 8

"പ്രഭോ, ഈ കച്ചവടക്കാരൻ, ഹലീൽ, അയാളുടെ യസീദി പൂർവ്വികരുടെ വിഗ്രഹാരാധന രഹസ്യമായി തുടരുന്നതായി ആരോപിക്കപ്പെടുന്നു, അയാൾ ഇസ്ലാമിലേയ്ക്കു പരിവർത്തനം ചെയ്തതായി അവകാശപ്പെടുന്നുണ്ടെങ്കിലും," ഹസ്സൻ, ഘസ്നിയുടെ പ്രധാനമന്ത്രി, പറഞ്ഞു. "അയാളുടെ വീട്ടിൽ നടത്തിയ ഒരു തിരച്ചിലിൽ അവരുടെ വ്യാജദൈവത്തിന്റെ വിഗ്രഹങ്ങൾ കണ്ടെത്തിയിട്ടുണ്ട്."

മഹ്മൂദ് ചങ്ങലകളാൽ ബന്ധിക്കപ്പെട്ടു നിൽക്കുന്ന വെളുത്ത് പച്ചക്കണ്ണുള്ളയാളെ നെറ്റിചുളിച്ചു നോക്കി. യസീദികളെ അവരുടെ വിശ്വാസമായ ലോകത്തിനെ ഏഴ് മാലാഖമാരുടെ സംരക്ഷണത്തിൽ വച്ചിരിക്കുന്നെന്നും, അവരുടെ തലവൻ മയിൽ മാലാഖയായ മെലെക്ക് താവൂസ് ആണെന്നും വളരെക്കാലമായി വിശ്വസിച്ചുപോരുന്നതിനു പീഡിപ്പിക്കപ്പെട്ടിരുന്നു. യാസിദി വിശ്വാസപ്രകാരം, മെലെക്ക് താവൂസ് ദൈവത്തിനെതിരെ പ്രവർത്തിക്കുകയും നരകത്തിൽ എറിയപ്പെടുകയും ചെയ്തിരുന്നു. അയാൾ നാല്പതിനായിരം വർഷങ്ങൾ കണ്ണുനീർ കൊണ്ട് അധോലോകത്തിലെ തീ കെടുത്തുന്നതുവരെ അവിടെ കഴിഞ്ഞു. ദൈവം പിന്നീട് അയാളോട് ക്ഷമിക്കുകയും പഴയ സ്ഥാനത്തേയ്ക്ക് തിരിച്ചെത്തിക്കുകയും ചെയ്തു. പക്ഷേ എബ്രഹാമിക്ക് വിശ്വാസങ്ങൾ മെലെക്ക് താവൂസിന്റേയും സാത്താന്റേയും, ദൈവം നരകത്തിലടച്ചവൻ, കഥകൾ തമ്മിൽ സാമ്യം കണ്ടെത്തി.

തത്ഫലമായി, യസീദികൾ സാത്താന്റെ ആരാധകരായി കണക്കാക്കപ്പെടുകയും ക്രൂരമായ കൊലകൾക്കും വംശഹത്യകൾക്കും ഇരയാകുകയും ചെയ്തു. അവർ വിഗ്രഹാരാധകർ ആയിരുന്നു എന്ന വാസ്തവം അവരെ കൂടുതൽ ആക്രമണങ്ങൾക്കും പീഡനങ്ങൾക്കും ലക്ഷ്യമാക്കി മാറ്റി.

"ഇതെല്ലാം ഗൗരവമുള്ള കുറ്റാരോപണങ്ങളാണ്," മഹ്മൂദ് പറഞ്ഞു. "അതെല്ലാം സത്യമാണോ, ഹലീൽ?"

ഹലീൽ ഉയർന്ന നികുതി കൊടുക്കുന്ന വിജയിയായ കച്ചവടക്കാരൻ ആണെന്ന് മഹ്മൂദിന് അറിയാമായിരുന്നു. അതുപോലെ, രാജാവിന് ഇതുവരെ അയാളെപ്പറ്റി പരാതികളൊന്നും ഉണ്ടായിട്ടുമില്ലായിരുന്നു.

"ഇല്ല, മഹാനായ സുൽത്താനേ," ഹലീൽ പറഞ്ഞു, ചെറുതായി കുനിഞ്ഞുകൊണ്ട്. "ഇതെല്ലാം നുണകളാണ്, എന്റെ സമ്പത്ത് കണ്ട് അസൂയ പൂണ്ട എതിരാളികൾ പറഞ്ഞുപരത്തിയത്. എന്റെ പിതാവ് യാസിദി പാത പിന്തുടർന്നിരുന്നു എന്നത് ശരിയാണ്, പക്ഷേ ഞാൻ വെളിച്ചം കാണുകയും ഇപ്പോൾ യഥാർഥ വിശ്വാസിയാകുകയും ചെയ്തിരിക്കുന്നു."

"ഹം, അപ്പോൾ വിഗ്രഹമോ?" മഹ്മൂദ് ചോദിച്ചു.

"അത് എന്റെ ശത്രുക്കൾ എന്റെ വീട്ടിൽ കൊണ്ടുവച്ചതായിരിക്കണം."

മഹ്മൂദ് പ്രധാനമന്ത്രിക്കു നേരെ തിരിഞ്ഞു. "ഇയാൾക്കെതിരെ മറ്റെന്തെങ്കിലും തെളിവുണ്ടോ?"

"ഇല്ല, പ്രഭോ," ഹസ്സൻ പറഞ്ഞു.

മഹ്മൂദിന് എന്തെങ്കിലും പറയാൻ സാധിക്കുന്നതിന് മുമ്പ്, അദ്ദേഹത്തിന്റെ അനന്തരവൻ ഇടയിൽ കയറി പറഞ്ഞു.

"പ്രഭോ, അങ്ങയുടെ അനുവാദത്തോടെ, ഞാൻ ഇയാളെ ചോദ്യം ചെയ്തോട്ടെ?"

കോടതിയിലെ എല്ലാ കണ്ണുകളും സലാർ മഖ്സൂദിന്റെ നേരെ തിരിഞ്ഞു. അവൻ ആത്മവിശ്വാസത്തോടെ സുൽത്താനെ നോക്കി.

"ശരി," മഹ്മൂദ് പറഞ്ഞു.

മഖ്സൂദ് കൃതജ്ഞതയോടെ തല താഴ്ത്തിയിട്ട് പ്രധാനമന്ത്രിക്കു നേരെ തിരിഞ്ഞു.

"പിടിച്ചെടുത്ത വിഗ്രഹം എവിടെ?" അവൻ ചോദിച്ചു. "എനിക്കത് കാണാൻ ആഗ്രഹമുണ്ട്. ഒപ്പം ഒരു ചുറ്റികയും ഉളിയും വേണം."

ഒരു സേവകൻ പുറത്തേയ്ക്കോടി അല്പം കഴിഞ്ഞ് തിരിച്ചെത്തി, എല്ലാ സാധനങ്ങളും കൊണ്ട്. വിഗ്രഹം, ഒരു മനോഹരമായ സ്വർണശില്പം, ഏതാണ്ട് മനുഷ്യനെപ്പോലെയുള്ള ഒരു രൂപം കാണിച്ചു. എന്തായാലും, അതിന് ചിറകുകളും മയിലിന്റെ പോലെയുള്ള ഒട്ടിയ പാദങ്ങളും ഉണ്ടായിരുന്നു. അതിന്റെ തലയിൽ, മയിൽപ്പീലി കൊണ്ടുള്ള കിരീടം ഉണ്ടായിരുന്നു, നീല, ഹരിതനീല, പച്ച നിറങ്ങളിലുള്ളത്, ഹിന്ദു ദൈവമായ ശ്രീകൃഷ്ണൻ ധരിക്കുന്ന മയിൽപ്പീലിയിൽ നിന്നും വലിയ വ്യത്യാസമൊന്നുമില്ല. മെലെക്ക് താവൂസിന്റെ വിഗ്രഹത്തിന്റെ വയറിൽ ഒരു കറുത്ത പാമ്പ് അലങ്കരിച്ചിരുന്നു, ഹിന്ദുക്കൾ പറയുന്നതനുസരിച്ച് ഗുപ്തമായ സ്ത്രൈണ ഊർജ്ജത്തിനെ പ്രതിനി

ധീകരിക്കുന്ന ഇതിഹാസസമാനമായ കുണ്ഡലിനി എന്ന പാമ്പുമായി വളരെ സാമ്യമുള്ളത്. രണ്ട് തിളക്കമുള്ള പച്ച മരതകങ്ങൾ മലെക്ക് താവൂസിന്റെ കണ്ണുകളായി വച്ചിരുന്നു.

“നന്ദി,” മഖ്സൂദ് സേവകനോട് പറഞ്ഞു, അമിതമായ വിനയത്തോടെ. എന്നിട്ട് അവൻ ഹലീലിനു നേരെ തിരിഞ്ഞു, “അപ്പോൾ, ഈ വിഗ്രഹം നിങ്ങൾക്ക് ഒന്നുമല്ല അല്ലേ?”

“വെറുപ്പും അപമാനവും മാത്രം,” അയാൾ ഉറപ്പിച്ചു പറഞ്ഞു.

സലാർ മഖ്സൂദിന്റെ തവിട്ട് കണ്ണുകളിൽ കുത്തിത്തുളയ്ക്കുന്ന നോട്ടമുണ്ടായിരുന്നു, അത് ഹലീലിനെ ഞെരിപിരി കൊള്ളിച്ച് ദൂരേക്ക് നോക്കാൻ പ്രേരിപ്പിച്ചു.

ദീർഘനേരം കഴിഞ്ഞ് മഖ്സൂദ് ഒരിക്കൽക്കൂടി സംസാരിച്ചു. “ദയവായി ഈ ചുറ്റിക എടുത്ത് വിഗ്രഹത്തിന്റെ വലത്തേ ചിറക് ഒടിക്കൂ.”

“എന്ത്?” ഹലീൽ ഭയന്നു.

“ഞാൻ പറഞ്ഞത് കേട്ടില്ലേ,” മഖ്സൂദ് പറഞ്ഞു, അവന്റെ ശബ്ദം ഉറച്ചതും ശാന്തവുമായിരുന്നു. “ചെയ്യ്, അല്ലെങ്കിൽ ഞാൻ നിങ്ങളുടെ വലത്തേ കൈ വെട്ടും.”

ഹലീൽ മടിച്ചു, എന്നിട്ട് ഒന്നും മിണ്ടാതെ ചുറ്റിക എടുത്ത് വിഗ്രഹത്തിൽ ആഞ്ഞടിച്ചു. മെലെക്ക് താവൂസിന്റെ വലത്തേ ചിറക് തകർന്നുപോയി.

“ഒന്നാന്തരം,” മഖ്സൂദ് പറഞ്ഞു, പതിയെ കൈയ്യടിച്ചുകൊണ്ട്. “സത്യത്തിന്റെ പാതയോടുള്ള നിങ്ങളുടെ സമർപ്പണത്തിനെ ഞാൻ അഭിനന്ദിക്കുന്നു. ഇനി രണ്ട് കണ്ണുകളും ചൂഴ്ന്നെടുക്കൂ.”

ഹലീലിന്റെ മുഖം വിളറി.

“എന്തെങ്കിലും പുറത്തേക്കു വരും സുഹൃത്തേ,” മഖ്സൂദ് പറഞ്ഞു. അവൻ പതിയെ സംസാരിച്ചു, പക്ഷേ അവന്റെ ശബ്ദം ഭീഷണിയിൽ മുങ്ങിയതായിരുന്നു. “ഒന്നുകിൽ വിഗ്രഹത്തിന്റെ അല്ലെങ്കിൽ നിങ്ങളുടെ കണ്ണ്.”

ഹലീലിന്റെ കൈകൾ വിറച്ചു, പക്ഷേ വിഗ്രഹത്തിൽ നിന്നും ഒരു കണ്ണ് ചൂഴ്ന്നെടുത്തു, എന്നിട്ട് മറ്റേതും. ഉദ്യമം കഴിഞ്ഞപ്പോൾ അയാളുടെ മുഖത്ത് കണ്ണുനീർ ഒഴുകാൻ തുടങ്ങി.

“കാഫിറുമാരുടെ മണ്ടത്തരം നോക്കൂ,” മഖ്സൂദ് ചിരിച്ചു. “അവരുടെ പറയപ്പെടുന്ന ലോകത്തിന്റെ ദൈവത്തിന് സ്വയം സംരക്ഷിക്കാനുള്ള ശക്തി പോലുമില്ല, അയാൾ അവരെ രക്ഷിക്കുമെന്ന് അവർ വിശ്വസിക്കുകയും ചെയ്യുന്നു.” എന്നിട്ട് അവൻ കച്ചവടക്കാരന്റെ നേരെ തിരിഞ്ഞു. “പക്ഷേ നിങ്ങളെന്താണ് വിഷമിച്ചിരിക്കുന്നത്? നിങ്ങൾക്ക് ഈ വിഗ്രഹം അത്രയ്ക്ക് വേണ്ടപ്പെട്ടതാണോ?”

ഹലീൽ വികാരം കൊണ്ട് കലുങ്ങിപ്പോയി, പക്ഷേ എങ്ങിനെയോ സ്വയം

നിയന്ത്രിച്ചു. "ഞാൻ പൊയ്ക്കോട്ടെ?" അവസാനം അയാൾ ചോദിച്ചു, ഇടറിയ ശബ്ദത്തിൽ.

"നിങ്ങൾക്കായി ഒരു ദൗത്യം കൂടിയുണ്ട്," മഖ്സൂദ് പുഞ്ചിരിച്ചു. "ഈ ചവ റെല്ലാം തറയിലിട്ട് അതിൽ തുപ്പണം."

കോപത്തിന്റെ രോധനത്തോടെ ഹലീൽ ഉളി കൊണ്ട് മഖ്സൂദിനെ വെട്ടി. മഖ്സൂദ് പിന്നോട്ട് മാറി പെട്ടെന്ന് തന്നെ ഇടതുകൈ കൊണ്ട് തടുത്തു. ഉളി കൈപ്പത്തിയിൽ മുറിവുണ്ടാക്കി, ഗൗരവമുള്ള അപകടം ഒന്നുമുണ്ടാക്കാതെ, പക്ഷേ കുറച്ചു രക്തം വന്നു.

ഹലീലിന് വീണ്ടും ആക്രമിക്കാൻ സാധിക്കുന്നതിന് മുമ്പ്, ഒരു ഉയരമുള്ള മെലിഞ്ഞ രൂപം പുറകിൽ നിന്നും വന്ന് അയാളെ ശക്തിയായി തള്ളി, അയാൾക്ക് നിലതെറ്റി. ഹലീൽ അമ്പരന്നു, മഖ്സൂദ് അയാളുടെ വലതുകൈപ്പത്തി പിടിച്ചു, അതിൽ അപ്പോഴും ഉളിയുണ്ടായിരുന്നു, എന്നിട്ട് ക്രൂരമായി തിരിച്ചു.

ഹലീൽ വേദന കൊണ്ട് അലറി മുട്ടുകുത്തിയിരുന്നു. ഉളി താഴേക്കു വീണു. "നിർത്ത്, ദയവായി നിർത്ത്!" അയാൾ അപേക്ഷിച്ചു.

പകരം, മഖ്സൂദ് അയാളുടെ കൈ ഒന്നുകൂടി തിരിച്ചു. കോടതിയിൽ എന്തോ പൊട്ടുന്ന ശബ്ദം മുഴങ്ങി, അവിടെ ഉണ്ടായിരുന്നവർ ഹലീലിന്റെ കൈത്തണ്ട ചുള്ളിക്കൊമ്പ് പോലെ ഒടിയുമ്പോൾ ചൂളിപ്പോയി.

കോടതിയിലെ കാവൽക്കാർ അയാളെ പെട്ടെന്നുതന്നെ പിടികൂടി, അയാളപ്പോൾ മരണവേദനയും ഭയവും കൊണ്ട് മോങ്ങുകയായിരുന്നു. അവർ അയാളെ വലിച്ചുകൊണ്ടുപോയി. മഖ്സൂദിന്റെ സഹായത്തിനെത്തിയ ഉയരമുള്ളയാൾ അവന്റെ കൈ പിടിച്ച് പരിശോധിച്ചു.

"എനിക്ക് കുഴപ്പമൊന്നുമില്ല കരീം," മഖ്സൂദ് ശാന്തമായി പറഞ്ഞു, അവന്റെ ശബ്ദം തരളവും മൃദുവുമായിരുന്നു. "ഒരു പോറലേയുള്ളൂ."

"ഒരു വൈദ്യനെ കാണണം," കരീം പറഞ്ഞു, മഖ്സൂദിന്റെ മുറിവേറ്റ കൈയ്യുടെ പിന്നിൽ ശ്രദ്ധയോടെ ശുശ്രൂഷിക്കുമ്പോൾ ആശങ്ക നിറഞ്ഞ ശബ്ദത്തോടെ.

സുൽത്താൻ മഹ്മൂദ് അവരുടെ സംഭാഷണത്തിൽ ഇടപെട്ടു, "മഖ്സൂദ്, എന്റെ കുട്ടിസിംഹമേ," അദ്ദേഹം ആർത്തുവിളിച്ചു, അദ്ദേഹത്തിന്റെ ശബ്ദം കോടതിയിലെങ്ങും മുഴങ്ങി. "നീയൊരു നിധിയാണ്. ഞാനെങ്ങിനെ നിന്നെ പുരസ്കരിക്കും?"

"അങ്ങനെ സേവിക്കാനുള്ള ബഹുമതി തന്നെയാണ് എനിക്കാവശ്യമുള്ള പുരസ്കാരം, പ്രഭോ," മഖ്സൂദ് പറഞ്ഞു.

മഹ്മൂദ് പകരമായി സ്നേഹത്തോടെ പുഞ്ചിരിച്ചു. അദ്ദേഹം കൈയ്യടിച്ചു. "കോടതി പിരിച്ചു വിട്ടിരിക്കുന്നു." എന്നിട്ട് മഖ്സൂദിനെ ആംഗ്യം കാണിച്ച് വിളിച്ചു. "എന്റെ സ്വകാര്യമുറിയിൽ അത്താഴത്തിന് വരൂ. എനിക്ക് നീയുമായി

ചിലത് സംസാരിക്കാനുണ്ട്." അദ്ദേഹം ചുറ്റും നോക്കിയപ്പോൾ മഖ്സൂദിന്റെ പിതാവിനെ കണ്ടു, അയാൾ സുൽത്താന്റെ സഹോദരിയെ ആയിരുന്നു വിവാഹം ചെയ്തിരിക്കുന്നത്. "വാസ്തവത്തിൽ, നിന്റെ കുടുംബവുമായി വാ. ഞാൻ എന്റെ സഹോദരിയെ കണ്ടിട്ട് കുറച്ചുനാളായി, നിങ്ങൾ എല്ലാവരുടേയും കൂടെ കുറച്ച് സമയം ചെലവഴിക്കുന്നത് നല്ലതായിരിക്കും. പക്ഷേ ആദ്യം, നിങ്ങളുടെ ഈ സുന്ദരക്കുട്ടനെ അനുസരിച്ച് കൈ ശുശ്രൂഷിക്കൂ."

വൈകുന്നേരം മഖ്സൂദും കുടുംബവും സുൽത്താന്റെ ആഡംബരത്തോടെയുള്ള സ്വകാര്യമുറികളിലേയ്ക്ക് പ്രവേശിച്ചു. അവരുടെ കാലുകൾ തറയിൽ വിരിച്ചിരിക്കുന്ന മൃദുവായ പേർഷ്യൻ പരവതാനിയിൽ താണുപോയി. ചുവരുകളിൽ യുദ്ധങ്ങളുടേയും വേട്ടകളുടേയും ചിത്രപ്പണികളുള്ള കമ്പളങ്ങൾ കൊണ്ട് മൂടിയിരുന്നു. സുൽത്താൻ ഇരിക്കുന്ന ദിവാൻ ഇന്ത്യയിൽ നിന്നും ഇറക്കുമതി ചെയ്ത മുന്തിയയിനം പട്ടുതുണി കൊണ്ട് പൊതിഞ്ഞിരുന്നു.

മഹ്മൂദ് അദ്ദേഹത്തിന്റെ ചാരനെന്ന് പറയപ്പെടുന്ന വിശ്വസിക്കാൻ കൊള്ളാത്തവനെപ്പോലെയുള്ള ഒരാളുമായി പതിയെ സംസാരിക്കുകയായിരുന്നു. അതിഥികളെ കണ്ടപ്പോൾ, അദ്ദേഹം പെട്ടെന്ന് സംഭാഷണം നിർത്തി ഉദ്യോഗസ്ഥനെ പറഞ്ഞുവിട്ടു. മഹ്മൂദ് മൊത്തം കുടുംബത്തിനേയും ക്ഷണിച്ചിട്ടുണ്ടാകാം, പക്ഷേ തന്റെ പ്രിയപ്പെട്ട അനന്തരവനെ ഒഴിച്ച് സ്വന്തം സഹോദരിയുൾപ്പടെ മറ്റുള്ള എല്ലാവരേയും അവഗണിച്ചു. "വരൂ. അകത്ത് വന്നിരിക്കൂ." അദ്ദേഹം മഖ്സൂദിന്റെ കെട്ടിവച്ച കൈയ്യിൽ നോക്കി, "കുഴപ്പമൊന്നുമില്ലല്ലോ?"

മഖ്സൂദ് വണങ്ങി. "ഇല്ല, പ്രഭോ. വൈദ്യന് നന്നായി പരിശോധിച്ചു."

മഹ്മൂദ് തലയാട്ടി. "നന്നായി. ഇല്ലെങ്കിൽ നിന്റെ ആ അടിമച്ചെറുക്കൻ വൈദ്യനെ കണ്ടില്ലെങ്കിൽ നിനക്ക് സ്വൈര്യം തരില്ലായിരുന്നു. അവൻ നല്ലൊരു സുന്ദരനാണ്. ചിലപ്പോൾ അവനെ എനിക്ക് തരണമെന്ന് ചോദിക്കാൻ തോന്നാറുണ്ട്."

മഖ്സൂദ് നിശ്ശബ്ദനായി നിന്നു, പക്ഷേ മഹ്മൂദ് അവന്റെ മുഖത്തെ ഭാവം ശ്രദ്ധിച്ചു.

"വിഷമിക്കണ്ട," മഹ്മൂദ് ഉറക്കെ ചിരിച്ചുകൊണ്ട് പറഞ്ഞു. "ചെറുപ്പമെന്താണെന്നും പ്രണയമെന്താണെന്നും എനിക്കറിയാം."

ഘസ്നിയുടെ സുൽത്താന്റെ മുഖത്ത് ഒരു ജിജ്ഞാസ ഉണ്ടായി. അദ്ദേഹം അയാസിനെപ്പറ്റി, തന്റെ അടിമയും പ്രണയവും ആവുന്നവരെപ്പറ്റി, ആലോചിക്കുകയാണെന്ന് പെട്ടെന്നു തന്നെ മഖ്സൂദ് മനസ്സിലാക്കി. സുൽത്താൻ വളരെ സ്നേഹിച്ചിരുന്നതും ലാഹോറിന്റെ രാജാവായി കിരീടം ധരിപ്പിച്ചിരുന്നതുമായ ആൾ.

അല്പം പരിശ്രമിച്ച് മഖ്സൂദ് വിഷമത്തിൽ നിന്നും പുറത്തുകടന്നു. "സ്നേ

ഹസംഭാഷണം ഒരുപാടായി.” അദ്ദേഹം മഖ്സൂദിന്റെ അമ്മയുടെ നേരെ തിരിഞ്ഞു. “നിന്റെ ഭർത്താവ് നിന്നെ നന്നായി നോക്കുന്നുണ്ടെന്ന് കരുതുന്നു.”

“വളരെ നന്നായി, ചോദിച്ചതിനു നന്ദി,” അവർ പറഞ്ഞു. “സഹോദരാ, മുമ്പ് വന്ന സന്ദർശകൻ പറഞ്ഞ എന്തോ കാരണം കൊണ്ട് താങ്കൾ അസ്വസ്ഥനായതുപോലെ തോന്നുന്നു. കുഴപ്പമൊന്നും ഇല്ലല്ലോ?”

മഹ്മൂദിന്റെ പുരികം ചുളിഞ്ഞു. “വാസ്തവത്തിൽ, ഒരു ഇന്ത്യാക്കാരൻ രാജകുമാരൻ വളരെ ശല്യമാകുന്നുണ്ട്. അവനെ വേഗം തന്നെ എന്തെങ്കിലും ചെയ്യണം. അവന്റെ പേര് സുഹേൽദേവ് എന്നാണ്.”

“അസ്ലാൻ! എഴുന്നേൽക്ക്!”

അസ്ലാൻ ചാടിയുണർന്നു. സഹജവാസന കൊണ്ട് വാളിലേയ്ക്ക് കൈനീട്ടി. അവൻ കണ്ണുകളിറുമ്മി,. ഒരു നിമിഷത്തേയ്ക്ക് ഒന്നും മനസ്സിലായില്ല.

“ആഹാ, അടങ്ങ്,” സുഹേൽദേവ് പിന്നോട്ടുമാറി. “അതിന്റെ ആവശ്യമില്ല. നീ കൂട്ടുകാരോടൊപ്പമാണ്.”

അസ്ലാൻ അയാളെ കുഴങ്ങിയ മട്ടിൽ നോക്കി, എന്നിട്ട് വാൾ ഉറയിൽ നിന്നും പകുതി പുറത്തെടുത്തതായി തിരിച്ചറിഞ്ഞു. അവന്റെ മുടി വിയർത്ത് കുതിരുകയും നാഡിമിടിപ്പ് ഉയരുകയും ചെയ്തിരുന്നു. അവൻ ഒരു ദീർഘനിശ്വാസമെടുത്ത് വാൾ ഉറയിലിട്ട് എഴുന്നേറ്റ് ഒരു മരത്തിൽ ചാരിനിന്നു. അവൻ കൈയ്യുടെ പിൻവശം കൊണ്ട് നെറ്റിയിലെ വിയർപ്പ് തുടച്ചു.

പതിയെ, അവന്റെ ശ്വാസം സാധാരണനിലയിലെത്തുകയും തലച്ചോറ് യാഥാർഥ്യവുമായി താദാത്മ്യം പ്രാപിക്കുകയും ചെയ്തു. *ഞാൻ ഇപ്പോൾ സുഹേൽദേവിന്റെ സംഘത്തിന്റെ ഭാഗമാണ്. ഞങ്ങൾ രാത്രി ഈ കാട്ടിലാണ് ചെലവഴിച്ചത്.*

സുഹേൽദേവ് അവനെ കൗതുകത്തോടെ നോക്കുകയായിരുന്നു. “നിനക്ക് കുഴപ്പമൊന്നുമില്ലല്ലോ?”

അസ്ലാൻ തലയാട്ടി. “കുഴപ്പമൊന്നുമില്ല. അതൊരു സ്വപ്നമായിരുന്നു.”

“നീ ഇപ്പോൾ ഉണർന്നു കഴിഞ്ഞു. പോകാൻ സമയമായി.”

അദ്ധ്യായം 9

ഇന്ത്യ, 1030 എഡി

മരിച്ചവർക്കും മരിച്ചുകൊണ്ടിരിക്കുന്നവർക്കും മുകളിൽ സൂര്യൻ ഉദിച്ചു. അവരറിയാതെ ആയിരക്കണക്കിന് ആളുകൾ യുദ്ധം ചെയ്തുകൊണ്ടിരുന്നു. അപ്പോൾ, കാഹളങ്ങൾ മുഴങ്ങി, അന്നത്തെ സംഹാരം അവസാനിച്ചതായി സൂചിപ്പിച്ചുകൊണ്ട്. യുദ്ധത്തിന്റെ ഒരു ദിവസം അവസാനിച്ചു. ആയുധങ്ങൾ താഴെവയ്ക്കാനുള്ള നിർദ്ദേശം വന്നു.

ഗോവർദ്ധൻ കാഹളം കേട്ടപ്പോൾ ഒന്നുനിന്നു. അയാൾ ദീർഘമായ ഒരു പോരാട്ടത്തിനു ശേഷം തന്റെ എതിരാളിയെ നിരായുധനാക്കി മുട്ടുകാലിൽ നിർത്തിയതേ ഉണ്ടായിരുന്നുള്ളൂ. ഒരു വധത്തിനു കൂടി സമയമുണ്ട്, അയാൾ തീരുമാനിച്ച് അയാളുടെ തല പൊട്ടിക്കാനായി ഗദ ഉയർത്തി.

"നിർത്ത്, ഗോവർദ്ധൻ," മഹിപാൽ തൊമാർ അലറി, അകലെ നിന്നും. "ഇന്നത്തെ യുദ്ധം കഴിഞ്ഞു. സ്വയം അപമാനിക്കരുത്. നിന്റെ രാജാവിനെ അപമാനിക്കരുത്."

മഹിപാൽ, ദൽഹിയുടെ രാജാവ്, ഗോവർദ്ധനുമായി അകന്ന ബന്ധമുള്ളയാളായിരുന്നു, ഗോവർദ്ധനന്റെ അമ്മ ഒരിക്കൽ ഇരുവരും തമ്മിലുള്ള വിദൂരബന്ധം വിശദീകരിക്കാൻ ശ്രമിച്ചെങ്കിലും, അവന് പകുതിയേ മനസ്സിലായുള്ളൂ. അവന് ആകെ മനസ്സിലാക്കാൻ സാധിച്ചത് അവന്റെ പിതാവും മഹിപാലും അർദ്ധസഹോദരങ്ങൾ ആയിരുന്നു എന്നതാണ്, അഞ്ച് തവണയെങ്കിലും മാറ്റിയശേഷം.

ഗോവർദ്ധൻ നെടുവീർപ്പിട്ടു. രാജാവ് ഒരു നല്ല മനുഷ്യനായിരുന്നു, പക്ഷേ ചിലപ്പോൾ അദ്ദേഹത്തിന്റെ സ്വന്തം ഗുണത്തിനായി വളരെ ആദരണീയൻ ആകേണ്ടിയും വരും.

അതിലൊന്നാണ് ദൽഹിയിൽ നിന്നും കഷ്ടിച്ച് ഇരുപത് കിലോമീറ്ററുകൾ അകലെയുള്ള യുദ്ധക്കളത്തിൽ വച്ച് ശത്രുവുമായി ഏറ്റുമുട്ടാനുള്ള തീരുമാനം, അദ്ദേഹത്തിന്റെ ഉപദേശകർ നല്ല കോട്ടകെട്ടി സുരക്ഷിതമായ തലസ്ഥാനത്ത് തുടരുന്നതാണെന്ന് ചൂണ്ടിക്കാണിച്ചെങ്കിലും.

മഹിപാൽ ആ നിർദ്ദേശത്തിനെ അവഹേളിച്ചു. "എന്ത്? കടന്നുകയറ്റക്കാർ എന്റെ രാജ്യത്തിൽ മുഴുവൻ നടക്കുമ്പോൾ ഞാൻ നഗരത്തിന്റെ മതിലുകൾക്കുള്ളിൽ ഒളിച്ചിരിക്കാനോ? എന്റെ സംരക്ഷണത്തിലുള്ള ഗ്രാമങ്ങൾ കൊള്ളയടിക്കുമ്പോൾ? അങ്ങിനെയാണെങ്കിൽ ഞാൻ വളകൾ അണിയണോ? സിംഗം കുറുനരിയിൽ നിന്നും ഒളിക്കില്ല. അവൻ തന്റെ മേഖലയിൽ പ്രവേശിച്ചതിന് വലിച്ചുകീറുകയേയുള്ളൂ."

സ്വകാര്യമായി, ഗോവർദ്ധൻ പരാക്രമശാലിയായ രാജാവിനേക്കാൾ വിവേകശാലികളായ ഉപദേശകരുമായാണ് യോജിച്ചത്. പക്ഷേ രാജാവിന്റെ സൈന്യത്തിലെ ഒരു ഉദ്യോഗസ്ഥൻ എന്ന നിലയിൽ ആജ്ഞ അനുസരിക്കുകയല്ലാതെ വേറെ വഴിയില്ലായിരുന്നു അയാൾക്ക്. മഹിപാലിന് തുർക്കികളെ ദൽഹിയിൽ നിന്നും കൂടുതൽ ദൂരെ വച്ച് ഏറ്റുമുട്ടിക്കാൻ സാധിച്ചില്ലെന്ന് മാത്രമല്ല തുർക്കി സൈന്യം അദ്ദേഹത്തിനെ ഞെട്ടിച്ചുകൊണ്ട് വേഗത്തിൽ നീങ്ങി അദ്ദേഹം തെരഞ്ഞെടുക്കാത്ത സ്ഥലത്ത് വച്ച് യുദ്ധം ചെയ്യാൻ നിർബന്ധിതനാക്കി.

തുർക്കികളെ ചരിത്രത്തിലെ തന്നെ മികച്ച സൈന്യങ്ങളായി കണക്കാക്കപ്പെട്ടുന്നതിൽ അതിശയമൊന്നും ഇല്ലായിരുന്നു. ക്രൂരന്മാരായ, വേഗത്തിൽ നീങ്ങുന്ന, കടുത്ത രീതിയിൽ ആക്രമിക്കുന്നവർ. അവർക്ക് കാടത്തവും ക്രൂരതയും കൊണ്ടു മാത്രം ശത്രുക്കളെ വിരട്ടാൻ കഴിയുമായിരുന്നു.

പക്ഷേ, രജപുത്രയുടെ സൈന്യം ശക്തമായി നിൽക്കുകയും തുർക്കികളെ ചെറുക്കുകയും ചെയ്തു. ഗോവർദ്ധനും ശത്രുസൈന്യവുമായി ദിവസം മുഴുവനും പൊരുതി ക്ഷീണിതനായി, ഘസ്നിയുടെ ഒരു പട്ടാളക്കാരനുമായി യുദ്ധം ചെയ്ത് അയാളിപ്പോൾ അവന്റെ ദയയിൽ ആയിത്തീർന്നു.

അയാൾ ധീരനായ പ്രതിയോഗി ആയതിനാൽ ജീവനോടെ വിടുന്നത് മണ്ടത്തരമായിരിക്കും, ഇല്ലെങ്കിൽ അയാൾ അടുത്ത ദിവസം ഉണർവ്വോടെ തിരിച്ചെത്തും. പക്ഷേ ക്ഷത്രിയരുടെ ബഹുമാനം കല്പിക്കുന്നത് യുദ്ധത്തിന്റെ ദിവസം അവസാനിച്ചാൽ പിന്നെ ആയുധം ഉപയോഗിക്കരുത് എന്നായിരുന്നു.

അപ്പോൾ അയാൾക്കൊരു ആശയം തോന്നി.

പരിഭ്രാന്തരായ തുർക്കികൾ തറയിൽ കിടക്കുകയാണ്, അവന്റെ കൈപ്പത്തികൾ തുറന്നു. ഗോവർദ്ധൻ ഗദ താഴ്ത്തി ഒരാളുടെ അടുത്തേയ്ക്ക

നീങ്ങി, സഹായിക്കാനെന്ന പോലെ ഭാവിച്ചുകൊണ്ട്. എന്നിട്ട്, വളരെ സ്വാഭാവികമെന്ന പോലെ കാൽ അയാളുടെ വലത്തേ കൈയ്യിൽ വച്ചു. എന്നിട്ട്, മുന്നോട്ട് നടന്നു, കാൽ പ്പാദം ക്രൂരമായി തിരിച്ചുകൊണ്ട്, തന്റെ മൊത്തം ഭാരവും ഏതാനും ഞൊടികൾക്ക് ശത്രുവിന്റെ വിരലുകളിലും കൈത്തണ്ടയിലും ചവുട്ടിനിൽക്കുന്ന വിധം.

വർഷങ്ങളായി, ഗോവർദ്ധനു ശരിയായ പേരാണ് ഇട്ടിരിക്കുന്നതെന്ന് പറയപ്പെടാറുണ്ടായിരുന്നു. കാരണം, അവനെ കണ്ടാൽ ഒരു മലപോലെയുണ്ടാകും: കുറ്റൻ, പരുപരുത്ത്, എടുത്തു നിൽക്കുന്നവൻ. അവന് മറ്റുള്ള ആളുകളേക്കാൾ ഉയരമുണ്ടായിരുന്നു, ഉയരം എന്നതുപോലെ വീതിയും ഉണ്ടായിരുന്നു, വലിയ തോളുകളും വിശാലമായ നെഞ്ചും കനത്ത അരക്കെട്ടും ഉയർന്നുനിൽക്കുന്ന തുടകളും, കാലുകളും. മൊത്തത്തിലുള്ള ഭാരം അയാളുടെ പ്രതിയോഗിക്ക് താങ്ങാൻ പറ്റാത്തതായിരുന്നു. അയാൾ വിരലുകളിലേയും കൈത്തണ്ടയിലേയും എല്ലുകൾ നുറുങ്ങുന്ന വേദനയിൽ പുളഞ്ഞു. പക്ഷേ അയാളുടെ നിലവിളികൾ യുദ്ധം അവസാനിപ്പിക്കുന്ന ആയിരക്കണക്കിന് പട്ടാളക്കാരുടെ ആരവങ്ങളിൽ മുങ്ങിപ്പോയി.

"അത് നിന്നെ കുഴപ്പത്തിൽ നിന്നും മാറ്റിനിർത്തും," ഗോവർദ്ധൻ പറഞ്ഞു, വിശാലമായി ചിരിച്ചുകൊണ്ട്. എന്നിട്ടയാൾ കുനിഞ്ഞ് തുർക്കിക്കാരന്റെ തലയിൽ ചെറുതായി തട്ടി. അയാൾ തിരിഞ്ഞ് നടക്കാൻ തുടങ്ങി. തൊമാറിന്റെ താവളത്തിലേയ്ക്കു കുറേ ദൂരമുണ്ട്.

താൻ വെട്ടിവീഴ്ത്തിയ ഒരാളുടെ കുന്തം കൊണ്ട് തന്റെ കുതിര മരിച്ചതോർത്തപ്പോൾ ഗോവർദ്ധനന്റെ മുഖം ചെറുതായി ഇരുണ്ടു. എന്നിട്ടയാൾ തോൾ കുലുക്കി. അത് പിന്നേയും മോശമാകുമായിരുന്നു. അയാൾ ഇപ്പോഴും ജീവനോടെയുണ്ട്, കാര്യമായി പരിക്കേറ്റിട്ടുമില്ല, രാവിലെ യുദ്ധം തുടങ്ങിയ ഒരുപാട് ആളുകളെ വച്ചു നോക്കുമ്പോൾ അത് പറയാൻ മാത്രമില്ലായിരുന്നു.

അയാൾ തന്റെ കൂടാരത്തിൽ എത്തിയപ്പോൾ, ഒരു സേവകൻ ഓടിയെത്തി ആയുധങ്ങൾ അഴിക്കാൻ സഹായിച്ച് ഒരു ബക്കറ്റിൽ തണുത്ത വെള്ളം കൊടുത്തു. ഗോവർദ്ധനൻ അത് ശരീരത്തിലൂടെ ഒഴിച്ചു, വസ്ത്രങ്ങൾ അഴിക്കാൻ പോലും മെനക്കെടാതെ. വേദനിക്കുന്ന പേശികളിലൂടെ വെള്ളം ഒഴുകിയപ്പോൾ ആശ്വാസവും സന്തോഷവും കൊണ്ട് അയാൾ കിതച്ചു. സേവകൻ അയാൾക്കൊരു ഉണങ്ങിയ തോർത്ത് കൊടുത്തത് വളർന്നിരിക്കുന്ന താടി തുടയ്ക്കാൻ ഉപയോഗിച്ചു. എന്നിട്ട് കൈപ്പിടിമീശ ചീകി, പെട്ടെന്നു തന്നെ അതിനെ കൃത്യമായി ചുരുട്ടിക്കൊണ്ട്.

ഒരു ദൂതൻ വന്നതായി പറഞ്ഞു. അയാളെ അകത്തേയ്ക്കു വരാൻ അനുവദിച്ചു.

ദൂതൻ വണങ്ങിയിട്ട് പറഞ്ഞു, "മഹിപാൽ രാജാവ് താങ്കളെ അന്വേഷിക്കുണ്ട്, സേനാപതീ."

"അദ്ദേഹത്തിനോട് ഞാൻ ഉടൻ വരുന്നെന്ന് അറിയിക്കൂ."

ഗോവർദ്ധൻ തിടുക്കത്തിൽ വൃത്തിയുള്ള വസ്ത്രങ്ങൾ ധരിച്ച് രാജാവിന്റെ കൂടാരത്തിലേയ്ക്ക് നടന്നു. തുർക്കി സേനാധിപതി ആയ കരീമിന്റെ തന്ത്രങ്ങളെക്കുറിച്ച് ചർച്ച ചെയ്യുമെന്ന് അയാൾ പ്രതീക്ഷിച്ചു, ഇന്ത്യയിലെ തുർക്കി സർവ്വസേനാധിപതി ആയ സലാർ മഖ്സൂദിന്റെ പ്രിയപ്പെട്ടവൻ ആണയാൾ.

തന്ത്രം അത്ഭുതപ്പെടുത്തുന്ന വിധം നല്ലതായിരുന്നു. മഹ്മൂദിന്റെ കടന്നുകയറിയുള്ള യുദ്ധരീതി അല്ലായിരുന്നു. അയാളുടേത് ശത്രുവിന്റെ കാര്യക്ഷമത നശിപ്പിക്കുന്ന യുദ്ധരീതി ആയിരുന്നു. കടന്നാക്രമിച്ച് പിടിച്ചെടുക്കുന്നതിനേക്കാൾ കീഴടക്കി ഭരിക്കാൻ കൂടുതൽ യോജ്യമായത്. കരീമിന്റെ ഈ മികച്ച തന്ത്രങ്ങൾ ദൽഹിലേയ്ക്ക് അയാൾ മുന്നേറിയപ്പോൾ ഉണ്ടായ യുദ്ധങ്ങളിൽ കാണപ്പെട്ടിരുന്നു എന്നും അയാൾ കേട്ടിരുന്നു. അവയൊന്നും ഒരേപോലെയുള്ള തന്ത്രങ്ങൾ അല്ലായിരുന്നു. ഓരോ പ്രദേശത്തിലും പോരാടിയ യുദ്ധങ്ങളിൽ അവ വ്യത്യസ്തങ്ങളായിരുന്നു. പ്രദേശത്തിനും ശത്രുവിനും ചേരുന്ന വിധത്തിലുള്ളത്. കരീമും അയാളുടെ നേതാവ് സലാർ മഖ്സൂദും ഇന്ത്യയിലെ സമൂഹങ്ങളുടെ വ്യത്യാസങ്ങളും സംസ്കാരവും പ്രതീക്ഷിക്കാവുന്ന തന്ത്രങ്ങളും ആഴത്തിൽ മനസ്സിലാക്കിയിട്ടുണ്ട്. തൊമാറിന്റെ വിശാലമായിക്കിടക്കുന്ന സൈന്യത്തിന്റെ കരുത്താണ് അവർക്ക് ഇന്നത്തെ ദിവസം രക്ഷിച്ചെടുത്തത്; സ്തംഭനാവസ്ഥയിൽ അവസാനിച്ച ദിവസം. പക്ഷേ തൊമാറിന്റെ സൈന്യത്തിന് യുദ്ധം ജയിക്കണമെങ്കിൽ അടുത്ത ദിവസം വളരെ വ്യത്യസ്തമായ എന്തെങ്കിലും ചെയ്യേണ്ടിയിരുന്നു. അതുകൊണ്ടാണ് ഗോവർദ്ധനൻ ചർച്ചകൾ അതിനെ ചുറ്റിപ്പറ്റിയുള്ളതായിരിക്കും എന്ന് പ്രതീക്ഷിച്ചത്.

എന്തായാലും, ഗോവർദ്ധനൻ രാജകീയ കൂടാരത്തിന്റെ തിരശ്ശീല വലിച്ചുമാറ്റിയപ്പോൾ അത്ഭുതപ്പെട്ടുപോയി. ആഘോഷങ്ങൾ തുടങ്ങിയിരുന്നു, രാജാവിന്റെ പ്രിയപ്പെട്ടവർ ചുറ്റും കൂടി ആവേശത്തോടെ പുലമ്പിക്കൊണ്ട്. വീഞ്ഞ് ഒഴുകാൻ തുടങ്ങിയിരുന്നു, രുചികരമായ വിഭവങ്ങൾ വലിയ താലങ്ങളിൽ വിളമ്പിക്കൊണ്ടിരുന്നു.

യുദ്ധം ഒരു ആഘോഷമാണെന്ന് അവർ കരുതുന്നു, ഗോവർദ്ധനൻ മുഷിച്ചിലോടെ ആലോചിച്ചു.

കൂടാരത്തിൽ സന്നിഹിതരായിരുന്ന ഒരുപാടു ആളുകളെപ്പോലെ അയാൾ മുൻഗണനയുള്ള കുട്ടിക്കാലം ആസ്വദിച്ചിട്ടില്ലായിരുന്നു. കുട്ടിയായിരുന്നപ്പോൾ അയാളുടെ പിതാവ് യുദ്ധത്തിൽ കൊല്ലപ്പെട്ടു, പാരമ്പര്യമായി കിട്ടേണ്ട ഭൂസ്വത്ത് ഒരു അമ്മാവൻ തട്ടിയെടുത്തു. ഗോവർദ്ധനും അമ്മയും ദിവസവും ദാരിദ്ര്യത്തിലകപ്പെട്ട പ്രഭുത്വത്തിന്റെ പീഡനങ്ങൾ ഒരുപാട് അനുഭവിക്കുകയും കൂടുതൽ സമ്പന്നരായ ബന്ധുക്കളുടെ പകയോടെയുള്ള കരുണയിൽ ജീവിക്കാൻ നിർബന്ധിതരാകുകയും ചെയ്തു.

ഗോവർദ്ധൻ തനിക്ക് കഴിയും എന്നായപ്പോൾത്തന്നെ സൈന്യത്തിൽ ചേർന്നു. അടുത്ത ദശാബ്ദം മുഴുവനും ഉയർന്ന പദവികളിലേയ്ക്ക് പൊരുതിക്കയറി, ആയിരം ആളുകളുടെ ഉത്തരവാദിത്തവും സ്വന്തമായ കുറച്ച ഭൂസ്വത്തും ലഭിക്കുന്നതുവരെ. അയാളുടെ അമ്മാവൻ കുറച്ചുകഴിഞ്ഞ് മരിച്ചുപോയി, പക്ഷേ അപ്പോഴും ഗോവർദ്ധന് കുട്ടിക്കാലത്തെ കയ്പുനിറഞ്ഞ ദാരിദ്ര്യത്തിന്റെ ഓർമ്മകളിൽ നിന്നും കരകയറാൻ സാധിച്ചില്ല. പോരാത്തതിന്, വർഷങ്ങളോളം അയാൾ സഹിച്ച കഷ്ടപ്പാടുകൾ ജീവിതത്തിനോട് വളരെ വിദ്വേഷകരമായ നിലപാടെടുപ്പിച്ചു. മഹിപാൽ രാജാവിനേയും അദ്ദേഹത്തിന്റെ പ്രഭുക്കന്മാരേയും പോലെ, ക്ഷത്രിയരുടെ ബഹുമാനച്ചട്ടത്തിലും പരാക്രമത്തിലും മര്യാദയിലും വിശ്വസിക്കാതെ.

"വാ വാ ഗോവർദ്ധൻ," മഹിപാൽ പറഞ്ഞു. "നീയിന്ന് നന്നായി യുദ്ധം ചെയ്തു." താടി വച്ച് കരുത്തയായ ഇടത്തരം ഉയരമുള്ള മഹിപാൽ ആഹ്ലാദം കൊണ്ട് പ്രകാശിക്കുകയായിരുന്നു. "നാളെ, ഭവാനിദേവിയുടെ അനുഗ്രഹത്താൽ, നമ്മൾ മഹ്മൂദിന്റെ പട്ടിയെ വാൽ കാലിനടിയിൽ തിരുകി ഘസ്നിയിയ്ക്ക് തിരിച്ചയയ്ക്കും."

"അയാൾക്ക് ഇന്ന് ഒരുപാടു പേരെ നഷ്ടപ്പെട്ടു, പ്രഭോ," ഗോവർദ്ധൻ വിനയത്തോടെ പറഞ്ഞു. "നമ്മളേക്കാൾ കൂടുതൽ, ഉറപ്പ്."

"നാളെ നമ്മൾ അത് അവസാനിപ്പിക്കും. മുന്നിൽ നിന്നുള്ള ഒരു ആക്രമണം തുർക്കികളുടെ കാര്യം നോക്കിക്കോളും."

"പ്രഭോ, അയാളുടെ കുതിരപ്പട ഇപ്പോഴും അപകടകരമാണ്. ഞാൻ സംശയിക്കുന്നത് അയാൾക്ക് കരുതൽ സൈന്യം ഉണ്ടായിരിക്കുമെന്നാണ്..."

മഹിപാൽ നിന്ദയോടെ കൈവീശി, ഗോവർദ്ധനെ തടസ്സപ്പെടുത്തിക്കൊണ്ട്. "അയാൾ എന്തൊക്കെ ശ്രമിച്ചാലും, നമ്മൾ തയ്യാറായിരിക്കും. വാ, നാളത്തേയ്ക്കുള്ള തന്ത്രങ്ങൾ ചർച്ച ചെയ്യാം."

ദൽഹിയുടെ രാജാവ് ആനക്കൊമ്പ് കൊണ്ടുള്ള പല പ്രതിമകൾ, കാലാൾപ്പട, കുതിരപ്പട, വില്ലാളികൾ മറ്റു സൈനികവിഭാഗങ്ങൾ എന്നിവയെ പ്രതിനിധീകരിക്കുന്നത്, മേശപ്പുറത്ത് നിരത്തിവച്ചിരിക്കുന്നതിന്റെ അടുത്തേയ്ക്കു നടന്നു. അദ്ദേഹത്തിന്റെ ഉപദേശകരും സേനാധിപതി

കളും പിന്നാലെവന്നു. അവരുടെ കൈകളിൽ വീഞ്ഞു ചഷകങ്ങൾ ഉണ്ടായിരുന്നു.

ഗോവർദ്ധൻ തന്റെ കൂടാരത്തിലേയ്ക്ക് തിരിച്ചെത്തിയപ്പോഴേയ്ക്കും ഒരുപാട് മണിക്കൂറുകൾ കഴിഞ്ഞിരുന്നു, അയാളുടെ തല പെരുക്കുന്നുണ്ടായിരുന്നു. ദീർഘമായ ചർച്ചയായിരുന്നു അത്, അവസാനിക്കുമ്പോഴേയ്ക്കും കൂടുതൽ കൂടുതൽ മദ്യത്തിന്റെ അകമ്പടിയോടെ.

“നന്നായി ഉറങ്ങൂ, എന്റെ സിംഹങ്ങളേ,” മഹിപാൽ ആളുകൾ പുറത്തേയ്ക്ക് നടക്കുമ്പോൾ സന്തോഷത്തോടെ പറഞ്ഞു. അദ്ദേഹം ഒരുപാട് വീഞ്ഞ് കുടിച്ചിരുന്നെങ്കിലും, രാജാവിന്റെ കാലുകളും ശബ്ദവും ഉറച്ചുതന്നെയിരുന്നു. ആദ്യത്തെ തവണയല്ല ഗോവർദ്ധനൻ മഹിപാൽ തൊമാറിന്റെ ഒരുതരത്തിലും ബാധിക്കാതെ മദ്യപിക്കാനുള്ള ശേഷിയിൽ വിസ്മയിച്ചിട്ടുള്ളത്.

ഗോവർദ്ധനൻ കൂടാരത്തിൽ കയറി കട്ടിലിൽ വീണു. വസ്ത്രം പോലും മാറാതെ. വായ കഴുകാതെ. അയാൾ കണ്ണുകളടച്ചപ്പോൾ മനസ്സ് ശൂന്യമായി.

ഇരുട്ട്.

പിന്നെ വെളിച്ചം.

അയാൾ ഒരു വയലിലായിരുന്നു.

അയാൽ ചുറ്റും നോക്കി.

ഞാൻ ഇവിടെ എന്താണ് ചെയ്യുന്നത്?

എന്തോ ശരികേട് തോന്നി. വെളിച്ചം ഇടറി വീഴുന്നുണ്ടായിരുന്നു. സൂര്യൻ മിന്നിമിന്നി പ്രകാശിക്കുന്നതുപോലെ.

എന്ത് നാശമാണിത്?

അയാൾ പെട്ടെന്ന് മുന്നോട്ട് നടന്നു, വയലിലൂടെ. ചുറ്റിനിൽക്കുന്ന ഉയർന്ന പുല്ലുകളിലൂടെ. മനുഷ്യനു സാധിക്കാവുന്നതിനേക്കാൾ വേഗത്തിൽ മുന്നോട്ട് നീങ്ങിക്കൊണ്ട്. ശബ്ദത്തിന്റെ വേഗത്തിൽ ചലിച്ചുകൊണ്ട്.

എന്നിട്ട് അയാൾ പെട്ടെന്ന് നിന്നു.

ഒഴിഞ്ഞ ഒരു വയൽ.

ഒരുപാട് ശരീരങ്ങൾ നിരയായി ഇട്ടിരിക്കുന്നു. അയാളുടെ ആളുകളുടെ ശരീരങ്ങൾ. ചിതയിൽ വച്ചിരിക്കുകയാണ്.

പശ്ചാത്തലത്തിൽ, അയാൾ വിലാപം കേട്ടു. പുക അയാളുടെ കണ്ണുകളിൽ കത്തി. തീനാളത്തിന്റെ ചൂട് അയാളുടേ ശരീരത്തിൽ വിയർപ്പൊഴുക്കി.

പിന്നെ അയാൾ തീകൊളുത്തിയിട്ടില്ലാത്ത ഒരു ചിത കണ്ടു. അതിൽ ഒരു ശരീരം ഉണ്ടായിരുന്നു, മുറിവേറ്റത്. അത് ദിവസത്തെ യുദ്ധം അവ

സാനിക്കുമ്പോൾ അയാൾ പോരാടിയ തുർക്കിക്കാരൻ ആയിരുന്നു. അയാൾ കൈ ചവുട്ടിച്ചതച്ചയാൾ. തുർക്കിക്കാരന്റെ കൈയ്യിൽ നിന്നും രക്തം ധാരയായി ഒഴുകി. പെട്ടെന്ന്, തുർക്കിക്കാരൻ കണ്ണുകൾ തുറന്നു. അയാളുടെ വായ ചലിച്ചു, സംസാരിക്കുന്നത് പോലെ. പക്ഷേ ശബ്ദം പുറത്തേയ്ക്കു വന്നില്ല.

എന്ത് നാശമാണ് സംഭവിക്കുന്നത്?

അപ്പോൾ തുർക്കിക്കാരന്റെ ചിതയ്ക്കും തീപിടിച്ചു. ചൂട് ഗോവർദ്ധനെ കൂടുതൽ വാട്ടിക്കളഞ്ഞു. അയാൾ അടുത്ത് നിൽക്കുകയായിരുന്നു. പുക ശ്വാസം മുട്ടിച്ചു.

അപ്പോൾ തുർക്കിക്കാരന്റെ ശബ്ദം കേട്ടു. വ്യക്തവും ഭയാനകവുമായി. *നീയാണ് അടുത്തത്,* കാഫിർ.

ഗോവർദ്ധൻ ഞെട്ടിയെഴുന്നേറ്റു, അയാളുടെ ഹൃദയം പെരുമ്പറ കൊട്ടി. ചുറ്റും നോക്കിയപ്പോൾ ചുറ്റും ശരിക്കും പുകയുണ്ടെന്ന് മനസ്സിലാക്കി, അയാളുടെ കൂടാരത്തിനെ നിറയ്ക്കാൻ പോകുകയാണത്. അയാൾ കട്ടിലിൽ നിന്നും ചാടിയിറങ്ങി ഗദയെടുത്ത് കൂടാരത്തിന് പുറത്തേയ്ക്കോടി.

അയാളെ നേരിട്ട രംഗം നേരിട്ട് നരകത്തിൽ നിന്നും വന്നതുപോലെയായിരുന്നു. ആകാശം അപ്പോഴും ഇരുണ്ടിരുന്നു, പക്ഷേ എല്ലായിടത്തും വെളിച്ചം ഉണ്ടായിരുന്നു. തീപിടിച്ച ഒരുപാട് കൂടാരങ്ങളിൽ നിന്നുമുള്ള വെളിച്ചം. കുതിരകൾ ഭയന്ന് ചവിട്ടിമെതിച്ചു, തടയാൻ ശ്രമിക്കുന്നവരുടെ മുകളിലൂടെ ചാടിക്കൊണ്ട്. ചിലർ മറ്റുള്ളവരെ ആക്രമിച്ചപ്പോൾ യുദ്ധത്തിന്റെ കരച്ചിലുകളും നിലവിളികളും ഉയർന്നു, അവരെ വെട്ടിവീഴ്ത്തപ്പെട്ടു. ഒരാൾ അയാളുടെ നേരെ തട്ടിവീണു, ഉറക്കെ നിലവിളിച്ചുകൊണ്ട്. അയാൾക്ക് നിലകിട്ടിയപ്പോൾ, അയാളുടെ മുഖം രക്തത്തിൽ കുളിച്ചിരിക്കുന്നതായി ഗോവർദ്ധൻ കണ്ടു. അയാളുടെ വലത്തേ കണ്ണിൽ നിന്നും രക്തം പ്രവഹിക്കുകയായിരുന്നു, കണ്ണാകട്ടെ കുഴിയിൽ നിന്നും ഏതാണ്ട് മുഴുവനായും പുറത്തായിക്കഴിഞ്ഞു, ഒരു നേർത്ത ഞരമ്പിലും ദശയിലും തൂങ്ങിക്കൊണ്ട്.

ഒപ്പം, ഗോവർദ്ധൻ തന്റെ വലതുവശത്തേയ്ക്ക് ഒരാൾ കുതിരപ്പുറത്ത് ഓടിയെത്തുന്നത് അറിഞ്ഞു. അയാൾ കൃത്യസമയത്ത് തിരിഞ്ഞ് തന്റെ നേരെ വീശിയ വാളിനെ തടഞ്ഞു. ആയുധം അയാളുടെ ഗദയുമായി ഉരസിയപ്പോൾ തീപ്പൊരി പാറി. തുർക്കിക്കാരൻ കുതിരയെ നിർത്തി. അയാൾ വീണ്ടും വാൾ ഉയർത്തി, കൊല്ലാനുള്ള വെട്ടിനായി തയ്യാറെടുത്ത്. പക്ഷേ ഗോവർദ്ധൻ അതിനേക്കാൾ മുമ്പ് തന്നെ ഗദ വീശി. അയാളുടെ ഭീമമായ ഉയരത്തിന്റേയും പേശികളുടേയും കരുത്തിൽ ഗദ കുതിരപ്പുറത്തിരിക്കുന്ന തുർക്കിക്കാരനെ പ്രഹരിച്ചു, അയാൾ വാരിയെ

ല്ലൊടിഞ്ഞ വേദനയിൽ നിലവിളിച്ചു. ഏതാനും ഞൊടികൾ കഴിഞ്ഞ്, ഗോവർദ്ധന്റെ ആളുകളിൽ ഒരാൾ തുർക്കിക്കാരന്റെ കഴുത്തിലൂടെ കുന്തമിറക്കി. അയാൾ നിലത്തുവീണു. ഗോവർദ്ധൻ കുതിര ഓടിപ്പോകുന്നതിന് മുമ്പ് കടിഞ്ഞാൺ പിടിച്ച് ചാടിക്കയറി.

"എന്ത് നാശമാണ് നടക്കുന്നത്?" ഗോവർദ്ധൻ കുന്തവുമായി നിൽക്കുന്നയാളോട് ചോദിച്ചു.

"നമ്മൾ ഉറങ്ങുന്ന സമയത്ത് തുർക്കി നീചന്മാർ ആക്രമിച്ചു, പ്രഭോ," യുദ്ധത്തിന്റെ ബഹളങ്ങൾക്കിടയിൽ പട്ടാളക്കാരൻ ഉറക്കെപ്പറഞ്ഞു.

ഗോവർദ്ധൻ ചുറ്റും നോക്കി. അയാളുടെ ഹൃദയത്തിൽ ഭീഷണമായ അശുഭചിന്തയുണ്ടായി. "നാശം. ഇതൊരു ദുരന്തമാണ്. ഞാൻ രാജാവിനെ പുറത്തെത്തിക്കേണ്ടിയിരിക്കുന്നു."

"ഞാൻ രാജാവിന്റെ കൂടാരത്തിലേയ്ക്ക് പോകുകയാണ്," ഗോവർദ്ധൻ അലറി. "നിനക്ക് കഴിയാവുന്നത്ര ആളുകളേയും കൂട്ടി അവിടെയ്ക്ക് വാ. ഇപ്പോൾത്തന്നെ!"

ഗോവർദ്ധൻ കുതിരയെ മഹിപാലിന്റെ കൂടാരത്തിലേയ്ക്ക് ഓടിച്ചുപോയി. രണ്ട് തവണ തുർക്കി കാലാൾപ്പട അയാളെ ആക്രമിച്ചു. അയാൾ നിർത്താതെ അവരെ ഗദ കൊണ്ട് അടിച്ചുവീഴ്ത്തി മുന്നോട്ടു പോയി.

മഹിപാലിന്റെ കൂടാരത്തിനടുത്തെത്തിയപ്പോൾ, രാജാവ് ആയുധധാരിയായി നിൽക്കുന്നതായി കണ്ടു. അദ്ദേഹത്തിന്റെ പ്രിയപ്പെട്ട കുതിര വാതിലിനരികിൽ നിൽക്കുന്നുണ്ടായിരുന്നു. കൂടാരത്തിന് കാവൽ നിൽക്കുന്ന ഏതാണ്ട് അമ്പതോളം കുതിരപ്പട്ടാളക്കാരും ഉണ്ടായിരുന്നു.

ഗോവർദ്ധൻ കുതിരയെ നിർത്തി ചാടിയിറങ്ങി.

"ദൈവത്തിന് നന്ദി, അങ്ങ് സുരക്ഷിതനാണല്ലോ, പ്രഭോ," ഗോവർദ്ധൻ പറഞ്ഞു. "നമുക്ക് പോകണം! വേഗം!"

മഹിപാൽ അയാളെ നോക്കി. "യുദ്ധക്കളത്തിൽ നിന്നും ഓടിപ്പോകാനോ? നിനക്ക് ഭ്രാന്താണോ? ഞാൻ ഒരു തൊമാർ ആണ്!"

ഗോവർദ്ധൻ അദ്ദേഹത്തിനെ അവിശ്വാസത്തോടെ നോക്കി. "പ്രഭോ, ശത്രു രാത്രിയാണ് ആക്രമിച്ചത്. അയാളാണ് നിയമങ്ങൾ ലംഘിച്ചത്, അങ്ങല്ല. ഇത്തരം സന്ദർഭങ്ങളിൽ അങ്ങയുടെ ജീവൻ രക്ഷിക്കുന്നതിൽ നാണക്കേടൊന്നുമില്ല. മറ്റു യുദ്ധങ്ങൾ ഉണ്ടാകും. പക്ഷേ അങ്ങ് ജീവനോടെയിരിക്കണം. അങ്ങ് മരിച്ചാൽ ദൽഹി വീഴും!"

മഹിപാൽ ഇളകിയില്ല. "നീ എന്ത് ക്ഷത്രിയനാണ്, ഗോവർദ്ധൻ? ഞാൻ വീട്ടിലേയ്ക്ക് ഒരു വീരനെപ്പോലെയേ പോകുകയുള്ളൂ, ജീവനോടെ അല്ലെങ്കിൽ മരിച്ച്. ഇപ്പോൾ, എന്നെ പിന്തുടരൂ, അല്ലെങ്കിൽ വഴിയിൽ നിന്ന് മാറൂ!" അദ്ദേഹം കുതിരപ്പുറത്ത് കയറി ദൂരെയുള്ള കൊടിയിലേയ്ക്ക്

വാൾ ചൂണ്ടി. “നോക്ക്, അവരുടെ ഭീരുവായ സേനാധിപതി, കരീം അവിടെ ഒളിച്ചിരിക്കുന്നുണ്ട്. നമ്മൾ അയാളെ നേരെ പോയി ആക്രമിച്ച് ഈ പോരാട്ടം എല്ലാക്കാലത്തേയ്ക്കുമായി അവസാനിപ്പിക്കണം. ആരാണ് എന്റെ കൂടെയുള്ളത്?”

മറ്റുള്ളവർ വാളുകൾ ഉയർത്തി കർണകഠോരമായി അലറി.

മഹിപാൽ ഗർജ്ജിച്ചു, “ജയ് ഭവാനി!”

“ജയ് ഭവാനി!”

ദൽഹിയുടെ രാജാവ് തുർക്കികൾക്കു നേരെ നീങ്ങി. അദ്ദേഹത്തിന്റെ ധീരരായ സൈനികർ ഉഗ്രരോഷത്തോടെ പിന്തുടർന്നു.

ഇത് ആത്മഹത്യയാണ്, ഗോവർദ്ധൻ നിരാശയോടെ കരുതി. ചുരുക്കത്തിൽ, അയാൾ കുതിരപ്പുറത്തേറി രക്ഷപെടുന്നത് പരിഗണിച്ചിരുന്നു. പക്ഷേ അയാളുടെ എല്ലാ പ്രായോഗികബുദ്ധിയ്ക്കുമപ്പുറം, ക്ഷത്രിയന്റെ കടമയും ചട്ടവും അയാളിൽ ആഴത്തിൽ അടങ്ങിയിരുന്നു.

എങ്കിൽ അവസാനത്തെ ഒരു ആക്രമണം, അയാൾ വിചാരിച്ചു, ചവിട്ടുപടിയിൽ കാൽ വച്ച് സ്വയം മുകളിലേയ്ക്ക് ഉയർത്തിക്കൊണ്ട്. അങ്ങിനെ ചെയ്യുമ്പോൾ, ഒരു തുർക്കി വില്ലാളി തന്റെ നേരെ ഉന്നം പിടിക്കുന്നത് കണ്ടു. ആ നിമിഷം തന്നെ, ഒരു ഇന്ത്യൻ പട്ടാളക്കാരൻ വില്ലാളിയെ പിന്നിൽ നിന്നും ഹൃദയം വരെ കുത്തി. വില്ലാളി അറിയാതെ അമ്പെയ്തത് ഗോവർദ്ധനെ തൊട്ടുതൊടാതെ പോയി. പക്ഷേ അത് കുതിരയുടെ തലയ്ക്കരികിലൂടെ കടന്നുപോയപ്പോൾ, അത് ഭയന്ന് കുതിച്ചുചാടി, പ്രതീക്ഷിക്കാതിരുന്ന ഓടിക്കുന്നയാളിനെ താഴേയ്ക്കെറിഞ്ഞു. ഗോവർദ്ധൻ നിലത്തേയ്ക്ക് വേദനയോടെ തലയടിച്ച് വീണപ്പോൾ മുന്നിൽ വെളിച്ചങ്ങൾ കണ്ടു.

ലോകം ഇരുട്ടിലായി.

“സേനാധിപതീ, സേനാധിപതീ, കുഴപ്പമൊന്നുമില്ലല്ലോ?”

ഗോവർദ്ധൻ ഒരു ശബ്ദം കേട്ടു. പക്ഷേ അത് ദൂരെനിന്നും ഉള്ളതാണെന്ന് തോന്നി. അവ്യക്തമായി, ദൂരെ ദൂരെ നിന്നും.

താൻ ഒരു കിണറിന്റെ അടിയിൽ കുടുങ്ങിയതായി ഒരു തോന്നൽ അയാൾക്കുണ്ടായി.

ഞാനെങ്ങിനെ ഇവിടെയെത്തി?

അയാൾ മുകളിലേയ്ക്ക് നീന്താൻ ശ്രമിച്ചു, പക്ഷേ അവയവങ്ങൾ

അലസമായതുപോലെ തോന്നിച്ചു. അവ അയാളുടെ ആജ്ഞകൾ അനുസരിച്ചില്ല.

"സേനാധിപതീ, അങ്ങേയ്ക്ക് എന്നെ കേൾക്കാമോ?"

ആരോ ശരിക്കും എന്നെ അന്വേഷിക്കുന്നുണ്ട്...അവർ എന്നെ ഉറങ്ങാൻ അനുവദിച്ചിരുന്നെങ്കിൽ...

അപ്പോൾ അയാളുടെ തോൾ ശക്തിയായി കുലുക്കുന്നതായി തോന്നി. ആ നിമിഷത്തിൽ, അയാൾ മുഴുവൻ ബോധത്തിലേയ്ക്കും തിരിച്ചെത്തുകയും ഇരിക്കുന്നതായി അറിയുകയും ചെയ്തു. ഒരു പട്ടാളക്കാരൻ അയാളെ പിടിക്കുകയും മറ്റൊരാൾ ആകാംക്ഷയോടെ നോക്കുകയും ചെയ്യുന്നുണ്ടായിരുന്നു.

"എനിക്ക്...കുഴപ്പമില്ല..."തവളക്കരച്ചിൽ പോലെയുള്ള ശബ്ദത്തിൽ അയാൾ പറഞ്ഞു.

അയാൾ പട്ടാളക്കാരനെ നോക്കി തലയാട്ടി, എന്നിട്ട് തലയ്ക്കു പിന്നിൽ മിന്നൽ പോലെ കടന്നുപോയ വേദനയിൽ പുളഞ്ഞു.

"സൂക്ഷിച്ച് സേനാധിപതീ...അതൊരു മോശം വീഴ്ച ആയിരുന്നു," പട്ടാളക്കാരൻ പറഞ്ഞു. ഗോവർദ്ധൻ കൊന്ന കുതിരയെ ഓടിച്ചിരുന്ന തുർക്കിക്കാരനെ കൊന്നയാളായിരുന്നു അത്.

എന്നിട്ട് അയാൾ യുദ്ധം നടക്കുകയാണെന്ന് പെട്ടെന്ന് ഓർമ്മിച്ചു. "എവിടെയാണ്..."

"ഞാൻ നമ്മുടെ മുപ്പത് ആളുകളെ കൂട്ടിയിട്ടുണ്ട്," പട്ടാളക്കാരൻ പറഞ്ഞു, കുതിരക്കാരുടെ ഒരു സംഘത്തിനെ ചൂണ്ടിക്കൊണ്ട്. "അങ്ങ് ആജ്ഞാപിച്ചത് പോലെ ഞങ്ങൾ ഇവിടേയ്ക്ക് വന്നു. രാജാവും ആളുകളും തുർക്കികൾക്ക് നേരെ പോയിരിക്കുന്നു. നമ്മൾ എന്ത് ചെയ്യണം, പ്രഭോ?"

"അവർക്കൊപ്പം ചേരൂ, തീർച്ചയായും," ഗോവർദ്ധൻ പറഞ്ഞു, എഴുന്നേറ്റ് നിന്നുകൊണ്ട്. അപ്പോഴും കുറച്ച് ആടിക്കൊണ്ട്. "എനിക്ക് വേറൊരു കുതിരയെ തരൂ."

അയാൾ അത് പറയുമ്പോൾ, ദൂരെ നിന്നും വിജയത്തിന്റെ ആരവങ്ങൾ കേട്ടു. ഏതാനും നിമിഷങ്ങൾ കഴിഞ്ഞ് വേദന കൊണ്ടുള്ള നിലവിളികളും ഉയർന്നു.

ഗോവർദ്ധൻ മഹിപാൽ പോയ ദിശയിലേയ്ക്ക് നോക്കി, നെഞ്ചിൽ കൂർത്ത വേദന അനുഭവപ്പെട്ടു. അയാളുടെ കണ്ണുകൾ നിറഞ്ഞു. "ഓ, ഇല്ല...രാമഭഗവാനേ...ദയ കാണിക്കൂ..."

മഹാനായ രാജാവ് മഹിപാൽ തൊമാറിന്റെ വെട്ടിമാറ്റിയ തല ഘസ്നിയുടെ പട്ടാളക്കാർ ആർപ്പുവിളിക്കുകയും അലറുകയും ചെയ്യുമ്പോൾ ഒരു കുന്തത്തിൽ ചുഴറ്റിയാടി. ദൽഹിയുടെ രാജാവിന്റെ മുഖം വേദന

കൊണ്ടുള്ള യാതനയിൽ മരവിച്ചിരുന്നു. അദ്ദേഹത്തിന്റെ കണ്ണുകൾ തുറന്നിരുന്നു, അപ്പോഴും ധാർമികരോഷം കത്തിച്ചുകൊണ്ട്. കഴുത്തിൽ നിന്നും രക്തം കുന്തത്തിലേയ്ക്ക് ഇറ്റുവീണു.

ഭയാനകമായ കാഴ്ച കണ്ട് ചില ഇന്ത്യൻ പട്ടാളക്കാർ ആയുധങ്ങൾ വലിച്ചെറിഞ്ഞ് കൈകളുയർത്തി കീഴടങ്ങി. അവരെ ഘസ്നിയുടെ സംഘങ്ങൾ ക്രൂരമായി വെട്ടിവീഴ്ത്തി.

തുർക്കിക്കാരുടെ ഭാഗത്തുനിന്നും ഉച്ചത്തിലുള്ള കൂക്കുവിളികൾ ഉയരാൻ തുടങ്ങി. "തടവുകാരില്ല! തടവുകാരില്ല! എല്ലാ കാഫിറുമാരേയും കൊല്ല്!"

തുർക്കികൾ ഒരുകാര്യത്തിലും യോദ്ധാക്കളുടെ ബഹുമാനച്ചട്ടങ്ങൾ പിന്തുടർന്നിരുന്നില്ല. ആകെ അവർക്ക് വേണ്ടത് വിജയം മാത്രമായിരുന്നു.

ഗോവർദ്ധൻ മയക്കത്തിലെന്ന പോലെ ആ രംഗത്തിലേയ്ക്ക് തുറിച്ചുനോക്കി, അയാളുടെ തലച്ചോറ് കണ്ണുകൾ കാണിക്കുന്നതിനെ മനസ്സിലാക്കിയെടുക്കാൻ പ്രയാസപ്പെട്ടു. അയാളുടെ തോളിൽ ആരോ തൊട്ടതായി തോന്നിയപ്പോൾ ബോധക്കേടിൽ നിന്നും പുറത്തുവന്നു.

"സേനാധിപതീ..." ഒരാൾ ഉറപ്പില്ലാതെ പറഞ്ഞു.

ഗോവർദ്ധൻ അയാളെ നോക്കി, എന്നിട്ട് മറ്റുള്ളവരേയും. അവരിൽ ഓരോരുത്തരും അയാളെ നോക്കുകയായിരുന്നു, അടുത്ത വാക്കുകൾക്കായി കാത്തിരുന്നുകൊണ്ട്.

തെരഞ്ഞെടുപ്പ് വ്യക്തമായിരുന്നു. മരണം അല്ലെങ്കിൽ അപമാനം.

ഒരു പട്ടാളക്കാരൻ സംസാരിച്ചു. "നമ്മൾ എന്തുചെയ്യും, പ്രഭോ?"

ഇല്ല. വാസ്തവത്തിൽ, തെരഞ്ഞെടുപ്പ് വ്യത്യസ്തമായിരുന്നു. *ഇന്ന് മരിക്കുക അല്ലെങ്കിൽ മറ്റൊരു ദിവസം പോരാടുക. ഇന്ന് മരിക്കുക അല്ലെങ്കിൽ പിന്നീട് പ്രതികാരം ചെയ്യുക.*

"പിൻവലിയുക," അവസാനം ഗോവർദ്ധൻ പറഞ്ഞു, പട്ടാളക്കാരുടെ കണ്ണുകളിലെ ആശ്വാസവും കണ്ടു.

അവർ ഓടിച്ചുപോയി. അവരുടെ നീതിമാനായ രാജാവിന്റെ വെട്ടിമാറ്റിയ ശിരസ്സിൽ നിന്നും, ആദരവോടെ മരിച്ചയാൾ. ക്രൂരന്മാരായ തുർക്കികളിൽ നിന്നും, ചതിയിൽ വിജയിച്ചവർ.

പക്ഷേ ഗോവർദ്ധനെ പിന്തുടർന്ന ഭൂരിഭാഗം പട്ടാളക്കാർക്കും ഒരേ ചിന്തയായിരുന്നു ഉണ്ടായിരുന്നത്. തുർക്കികൾ എങ്ങിനെ ജയിച്ചു എന്നത് പ്രശ്നമല്ല. അവർ ജയിച്ചു. അതാണ് പ്രശ്നം.

അദ്ധ്യായം 10

സത്രം സൂക്ഷിപ്പകാരൻ അയാളെ കാത്തിരിക്കുകയായിരുന്നു. ഒരുപാട് മണിക്കൂറുകളിലെ വേഗത്തിലുള്ള കുതിരയോടിക്കൽ കാരണം തളർന്ന്, ആ ചെറുപ്പക്കാരൻ മുറിയിൽ ചെന്ന് ദിവസത്തിന്റെ ബാക്കി മുഴുവനും ഉറങ്ങി. രാത്രി, അയാൾ ഉഷാറോടെ ഉണർന്ന് യാത്ര തുടർന്നു. അടുത്ത കുറച്ച് ദിവസങ്ങൾ അയാൾ അതേ ക്രമം തന്നെ പിന്തുടർന്നു.

ആദ്യം ജാഗരൂകൻ ആയിരുന്നെങ്കിലും, ഒറ്റയ്ക്കുള്ള യാത്രയുടെ ഏകതാനത, കുതിരയുടെ താളത്തിനൊപ്പം ചേർന്ന്, ചെറുപ്പക്കാരനെ ഒരുതരം മയക്കത്തിലേയ്ക്ക് താരാട്ടുപാടിയെത്തിച്ചു. അയാൾ ഏതാനും തവണ കോട്ടുവായിട്ടു, കൺപോളകൾ പതുക്കെ അടയുന്നതായി തോന്നി, താടി നെഞ്ചിലേയ്ക്ക് വീഴാൻ തുടങ്ങി.

"നിർത്ത്, ആരാ പോകുന്നത്?"

ചെറുപ്പക്കാരൻ മയക്കത്തിൽ നിന്നും ഞെട്ടിയുണർന്നു, തന്റെ അശ്രദ്ധയിൽ അസ്വസ്ഥനായിക്കൊണ്ട്. അപ്പോഴും, എന്തെങ്കിലും ചെയ്യാൻ വളരെ വൈകിപ്പോയിരുന്നു.

"ഞാൻ ഒരു വഴിയാത്രക്കാരൻ ആണ്, സഹോദരാ," ചെറുപ്പക്കാരൻ ശാന്തമായ സ്വരത്തിൽ പറഞ്ഞു.

"പതുക്കെ മുന്നോട്ട് ചെന്ന് കൈകൾ എനിക്ക് കാണാവുന്ന തരത്തിൽ വയ്ക്ക്."

ചെറുപ്പക്കാരൻ അനുസരിച്ചു. അയാൾ ശബ്ദത്തിന്റെ ഉറവിടത്തിന്റെ അടുത്തെത്തിയപ്പോൾ രണ്ട് തീക്കുണ്ഡങ്ങൾ കണ്ടു. എൺപതോളം ആളുകൾ അതിനു ചുറ്റും ഇരിക്കുന്നുണ്ടായിരുന്നു. രണ്ടു പേർ സംഘത്തിൽ നിന്നും എഴുന്നേറ്റ് കുതിരയാത്രക്കാരന്റെ നേരെ ചെന്നു. അതിലൊരാൾക്ക് വട്ടത്തിലുള്ള മുഖവും ഇടുങ്ങിയ കണ്ണുകളും ഉയർന്ന കവിളെല്ലുകളും ഉണ്ടായിരുന്നു. സ്വാഭാ

വികമായും ഒരു തുർക്കിക്കാരൻ തന്നെ. മറ്റേയാൾ ഇരുണ്ട നിറമുള്ള ഭീമൻ, എപ്പോഴും ചുറ്റും നോക്കിക്കൊണ്ടിരുന്നു. സൂക്ഷിക്കുക. ജാഗ്രതയോടെയിരിക്കുക.

ഇയാൾ ആരായിരിക്കും, ചെറുപ്പക്കാരൻ കറുത്ത നിറമുള്ളയാളെക്കുറിച്ച് ആലോചിച്ചു. കണ്ടാൽ ഇന്ത്യാക്കരനെപ്പോലെയുണ്ട്. പക്ഷേ അയാൾ ചിന്തകൾ മനസ്സിൽത്തന്നെ വച്ചു.

തുർക്കിയെപ്പോലെയുള്ളയാൾ അപ്രതീക്ഷിതനായ സന്ദർശകനെ സൂക്ഷ്മമായി നോക്കി. ഇരുട്ട് ചെറുപ്പക്കാരനെ വ്യക്തമായി കാണുന്നത് പ്രയാസമാക്കി, പക്ഷേ അയാൾ കരുത്തുറ്റ ശരീരവും വിശാലമായ തോളുകളും പേശീബലമുള്ള കൈകളും ഉറച്ച നെഞ്ചും ഉള്ളയാളാണെന്നതിന് സംശയമില്ലായിരുന്നു.

"ആരാണ് നിങ്ങൾ?" തുർക്കിയെപ്പോലെയുള്ളയാൾ ചെറുപ്പക്കാരനോട് ചോദിച്ചു, അയാളുടെ ശൈലി വംശത്തിനെ ഉറപ്പിക്കുന്നുണ്ടായിരുന്നു.

ചെറുപ്പക്കാരൻ കൈകൾ വിരിച്ചു. "ഞാൻ ദൈവത്തിനെ തേടുന്നവനാണ്, സഹോദരാ. ഞാൻ എന്നെ ആത്മീയ യാത്രയിലേയ്ക്ക് വഴികാണിക്കാൻ ഒരു ഗുരുവിനെ തേടുകയാണ്. ഇന്ത്യയിൽ ഒരു മഹാനായ സൂഫി ഉണ്ടെന്ന് കേട്ടു. ഒരുപക്ഷേ അവിടേയ്ക്കായിരിക്കും എന്റെ അന്വേഷണം എന്നെ കൊണ്ടുപോകുന്നത്."

"ഇന്ത്യ, ങേ?" തുർക്കിക്കാരൻ ചോദിച്ചു. "അതൊരു താല്പര്യമുണർത്തുന്ന യാദൃച്ഛികതയാണല്ലോ. തിക്കുണ്ഡത്തിനരികിലുള്ള ചില സഹോദരന്മാർ അവിടെ നിന്നുമുള്ളവരാണ്. അവർ അടുത്തിടെ ശരിയായ വിശ്വാസത്തിലേയ്ക്ക് മാറിയവരാണ്. അവർ ഘസ്നിയിലെ മഹാനായ സുൽത്താൻ പണികഴിപ്പിച്ച പ്രശസ്തമായ പള്ളികൾ കാണാൻ പോകുന്ന വഴിയാണ്.

"അങ്ങിനെയാണെങ്കിൽ, അവർ ഒരു വിരുന്നിനു പോകുകയാണ്," ചെറുപ്പക്കാരൻ പറഞ്ഞു. "ആ കെട്ടിടങ്ങൾ ശരിക്കും മനോഹരമാണ്."

"ഞങ്ങൾക്കൊപ്പം അത്താഴത്തിന് കൂടുന്നോ? രാത്രി ഇവിടെ തങ്ങി രാവിലെ പോകാം."

ചെറുപ്പക്കാരൻ മടിച്ചില്ല. അപകടസാധ്യതകൾ വളരെ ഉയർന്നതായിരുന്നു. "അത്താഴത്തിനു ക്ഷണിച്ചതിനു നന്ദി. പക്ഷേ ഞാൻ യാത്ര തുടരാൻ താല്പര്യപ്പെടുന്നു."

തുർക്കിക്കാരൻ ചെറുപ്പക്കാരനെ കുറേ നേരം നോക്കി. അവസാനം, അയാൾ തലയാട്ടി. "ശരി, ഞങ്ങൾ പിടിച്ചു നിർത്തുന്നില്ല." എന്നിട്ട്, ചെറുപ്പക്കാരൻ കുതിരയെ ഓടിക്കാൻ തുടങ്ങുമ്പോൾ, അയാൾ ചോദിച്ചു. "പേരെന്താണെന്നാണ് പറഞ്ഞത്?"

ചെറുപ്പക്കാരൻ ഇന്ത്യയിലെ ദൗത്യത്തിന്റെ സമയത്ത് ഉപയോഗിക്കാനായി ഒരു കള്ളപ്പേര് തീരുമാനിച്ചിരുന്നു. അയാൾക്ക് നല്ല ഉപദേശം കിട്ടിയിരുന്നു. "അസ്‌ലാൻ... എന്റെ പേര് അസ്‌ലാൻ."

“അതെ, നിന്റെ പേര് അസ്‌ലാൻ എന്നാണെന്ന് എനിക്കറിയാം.”

അസ്‌ലാൻ ഉണർന്നപ്പോൾ അടുത്ത് സുഹേൽദേവ് നിൽക്കുന്നതായി കണ്ടു, സംതൃപ്തിയോടെയുള്ള ഒരു പുഞ്ചിരിയുമായി.

“വീണ്ടും സ്വപ്നം കാണുകയാണോ?”

അസ്‌ലാൻ ഒന്നും മിണ്ടാതെ തലയാട്ടി, എഴുന്നേറ്റ് കൈകൾ കൊണ്ട് വസ്ത്രങ്ങളിലെ പൊടിതട്ടി, ബോധത്തോടെ. അയാൾ എന്തെങ്കിലും വെളിപ്പെടുത്തിയോ? എന്നിട്ട്, ഉദാസീനത അഭിനയിച്ചുകൊണ്ട് അയാൾ കിടക്കാൻ ഉപയോഗിച്ചിരുന്ന കനം കുറഞ്ഞ പുതപ്പ് ചുരുട്ടി. ജീനി തലയണയായി ഉപയോഗിച്ചിരുന്നു.

സുഹേൽദേവ് കുറേ നേരം അയാളെ പ്രശംസിച്ചു. “നിനക്ക് ഈ ദൗത്യത്തിലേയ്ക്ക് വീണ്ടും ഇറങ്ങണമെന്ന് ഉറപ്പാണോ?”

അസ്‌ലാനു സുഹേൽദേവിന്റെ സംഘത്തിൽനിന്നും കുറേ നാളുകൾ ഉപേക്ഷിക്കുന്ന ശീലമുണ്ടായിരുന്നു. താൻ വടക്കേ ഇന്ത്യയിലേയ്ക്ക് ആക്രമണദൗത്യവുമായി തിരിച്ചുവന്നിരിക്കുന്ന തുർക്കികളെ നീരിക്ഷിക്കുകയാണെന്ന് സുഹേൽദേവിനോട് പറഞ്ഞിരുന്നു. അവരുടെ തന്ത്രങ്ങളെപ്പറ്റിയുള്ള ഏത് രഹസ്യവിവരവും സുഹേൽദേവിന് വളരെ അമൂല്യമായിരിക്കും. അസ്‌ലാൻ സാധാരണ പ്രയോജനമുള്ള വിവരവുമായിട്ടാണ് വരാറുള്ളത്. അതുകൊണ്ട്, അസ്‌ലാൻ പോകുന്നതിൽ രാജകുമാരന് എതിർപ്പൊന്നും ഇല്ലായിരുന്നു. പക്ഷേ, തീർച്ചയായും, ഇത്തരം ഏത് ദൗത്യത്തിലും അപകടങ്ങൾ ഉണ്ടായിരിക്കും.

“നമ്മൾ ഇത് മുമ്പ് സംസാരിച്ചതാണ്,” അസ്‌ലാൻ പറഞ്ഞു. “ഞാനൊരു തുർക്കിയാണ്. എനിക്ക് ഭാഷയും ആചാരങ്ങളും അറിയാം. താങ്കൾക്കു വേണ്ടി അവരെ നിരീക്ഷിക്കുന്നത് എനിക്ക് യുക്തിപരമായി തോന്നുന്നു. പേടിക്കണ്ട, എനിക്ക് കുഴപ്പമൊന്നും വരില്ല. ഞാൻ ഇപ്പോൾ പോയി എപ്പോഴെങ്കിലും താങ്കളെ കണ്ടുമുട്ടാം.”

“ശരി. പക്ഷേ സൂക്ഷിക്കണം, സുഹൃത്തേ.”

അസ്‌ലാൻ പുഞ്ചിരിച്ചു. “സൂക്ഷിക്കുക എന്നത് എന്റെ മദ്ധ്യനാമമാണ്.”

“അപ്പോഴതൊരു നിശ്ശബ്ദ വാക്കാണോ?”

അസ്‌ലാം പൊട്ടിച്ചിരിച്ചു. അയാൾ പുഞ്ചിരിക്കുന്ന സുഹേൽദേവിന്റെ കെട്ടിപ്പിടിച്ചു.

“താങ്കളും സൂക്ഷിക്കണം, രാജകുമാരാ.”

അദ്ധ്യായം 11

അവൾ അയാളുടെ അടുത്തേയ്ക്ക് നടന്നു, കുനിഞ്ഞ് മുലകൾ അല്പം കാണാൻ സാധിക്കുന്ന വിധത്തിൽ, എന്നിട്ടവൾ സ്വകാര്യം പറഞ്ഞു, "എനിക്ക് താങ്കളുമായി ഒറ്റയ്ക്ക് സംസാരിക്കണം."

"നന്ദി, പക്ഷേ വേണ്ട," ഗോവർദ്ധൻ പറഞ്ഞു, പെട്ടെന്നു തന്നെ ലജ്ജയോടെ.

അയാളുടെ എല്ലാ രൂപഭാവങ്ങളും അഭിപ്രായപ്പെടുന്നത് പോലെ, ഗോവർദ്ധൻ സ്ത്രീകളോട് മയമില്ലാത്ത ആളായിരുന്നു. ഈ സ്ത്രീ, അവളുടെ യൗവ്വനത്തിന്റെ ആദ്യത്തെ സമൃദ്ധി കടന്നുപോയിട്ടുള്ളവൾ, അപ്പോഴും വളരെ ആകർഷകയായിരുന്നു. അവളുടെ മുഖത്ത് ഒരു പ്രത്യേക പരുഷത ഉണ്ടായിരുന്നു, അവളുടെ ചമയങ്ങൾ അയാളുടെ താല്പര്യത്തിന് കുറച്ച് അമിതമായിരുന്നു.

"വിഡ്ഢീ, എനിക്ക് നിന്റേയും നിന്റെ ആളുകളുടേയും ജീവനുകൾ രക്ഷിക്കാൻ സാധിക്കും!" അവൾ പതിയെ പിറുപിറുത്തു. എന്നിട്ടവൾ അയാളുടെ മുടിയിൽ തലോടി ഉറക്കെ പരിഹസിക്കുന്ന സ്വരത്തിൽ ചുറ്റുമുള്ള എല്ലാവരും കേൾക്കുന്നുണ്ടെന്ന ഉറപ്പോടെ പറഞ്ഞു, "കൂടെ വാ, ചെറുക്കാ.... നാണിക്കാതെ..."

അവൾ എഴുന്നേറ്റ് അവളുടെ കൂടാരത്തിന് നേരെ മന്ദം മന്ദം നടന്നു, അരക്കെട്ട് കുലുക്കി, പോകുന്ന പോക്കിൽ ഗോവർദ്ധന് ഒരു മയക്കുന്ന നോട്ടവും അയച്ച്. ഗോവർദ്ധൻ എഴുന്നേറ്റ് പിന്തുടർന്നു, മറ്റുള്ളവർ പ്രോ ത്സാഹിപ്പിച്ചുകൊണ്ട് അലറുമ്പോഴും താണതരം തമാശ പറയുമ്പോഴും അയാളുടെ കാതുകൾ പഴുത്തു.

വെറും ഏതാനും മണിക്കൂറുകൾ മാത്രം, അയാൾ സ്വയം ഓർമ്മിപ്പിച്ചു. *നാളെ രാവിലെ, ഞങ്ങൾ സിറത്തിൽ ആയിരിക്കും.*

സിറത്ത് മനോഹർഗഢിന്റെ തലസ്ഥാനം ആയിരുന്നു, മീററ്റിനടുത്തുള്ള ഒരു ചെറിയ രാജ്യം. തൊമാറിന്റെ സൈന്യം തോറ്റടിഞ്ഞതിനുശേഷം, ഗോവർദ്ധനും ആളുകളും അവിടേയ്ക്കു പോകാൻ തീരുമാനിച്ചു, അതിന്റെ ഭരണാധികാരിയായ ജയ്ചന്ദിന് അവരുടെ സേവനം നൽകാമെന്ന പ്രതീക്ഷയിൽ, അദ്ദേഹം മഹിപാൽ തൊമാറിന്റെ മരുമകൻ ആയിരുന്നു. അവർ മനോഹർഘഡ്ഡിന്റെ അതിർത്തിയിൽ എത്തിയപ്പോൾ, ഗോവർദ്ധൻ കാവൽക്കാരോട് വിഷയം പ്രസ്താവിച്ചു.

കാവർക്കാരുടെ നേതാവ് പരിതാപപൂർവ്വം തലയാട്ടി. "രാജാവ് താങ്കളെ കാണുന്നതിൽ സന്തോഷിക്കുമെന്ന് എനിക്കുറപ്പാണ്," അയാൾ പറഞ്ഞു, ഗോവർദ്ധനെ തന്റെ വഴിയ്ക്കു വിട്ടുകൊണ്ട്.

അവർ സിറത്ത് നഗരത്തിൽ നിന്നും ഏതാനും മണിക്കൂറുകൾ ഓടിച്ചെത്താവുന്ന അകലത്തായിരുന്നു. അവർ രാത്രി വിശ്രമിച്ച് അടുത്ത ദിവസം രാവിലെ യാത്ര തുടരാമെന്നു തീരുമാനിച്ചു. ഒരു സംഘം അലഞ്ഞുതിരിയുന്ന ഗായകരും നർത്തകരും എവിടെനിന്നോ പ്രത്യക്ഷപ്പെട്ട് പെട്ടെന്ന് തന്നെ ഗോവർദ്ധന്റെ പട്ടാളക്കാർ രാത്രി തമ്പടിച്ചിരിക്കുന്നതിന്റെ അടുത്ത് കൂടാരമൊരുക്കി.

അവരുടെ ക്ഷണം അനുസരിച്ച് ഗോവർദ്ധനും ആളുകളും അത്താഴത്തിന് ഗായകരോടൊപ്പം ചേർന്നു.

അയാളിപ്പോൾ ഒരു നർത്തകിയുടെ കൂടാരത്തിൽ നിൽക്കുകയാണ്.

"വന്ന് ഇവിടെയിരിക്ക്," അവൾ പറഞ്ഞു, കട്ടിലിൽ അവളുടെ അടുത്തുള്ള സ്ഥലത്ത് തട്ടിക്കൊണ്ട്.

"ഞാനിവിടെ നിന്നോളാം, നന്ദി," അയാൾ പിടിവാശിയോടെ പറഞ്ഞു.

അവൾ നെടുവീർപ്പിട്ടു. "മണ്ടാ. ഞാൻ നിന്നെ ഉപദ്രവിക്കാനൊന്നും പോകുന്നില്ല. ഞാൻ പറയുന്നത് ചെയ്യ്."

ഗോവർദ്ധൻ കരുതലോടെ അനുസരിച്ചു. അയാൾ കൂടാരത്തിന്റെ തുണിയുടെ വിളറിയ നിഴലുകളിൽ ശ്രദ്ധിച്ചിരിക്കുകയായിരുന്നു. അവളുടെ നേർക്ക് തിരിഞ്ഞതുപോലുമില്ല. അയാളുടെ കവിളുകൾ ബീറ്റ്റൂട്ടിന്റെ കടുത്ത ചുവപ്പായി മാറി.

"അത്രയും ഭേദം," അവൾ ഉറക്കെ പറഞ്ഞു. എന്നിട്ട് അടുത്തേയ്ക്ക് ചാഞ്ഞ് വളരെ പതിഞ്ഞ ശബ്ദത്തിൽ പറഞ്ഞു. "ജയ്ചന്ദിന്റെ അടുത്തേയ്ക്ക് പോകരുത്. അയാൾ ഘസ്സിയുടെ സഖ്യമാണ്. മിക്കവാറും അയാൾ നിന്നെ തുർക്കികൾക്ക് കൈമാറും."

"പക്ഷേ അദ്ദേഹം മഹിപാൽ രാജാവിന്റെ മരുമകനാണ്," അത്ഭുതപ്പെട്ടുപോയ ഗോവർദ്ധൻ പ്രതിഷേധിച്ചു.

“പതുക്കെ സംസാരിക്ക്!” അവൾ ശബ്ദം അമർത്തിപ്പറഞ്ഞു.

ഗോവർദ്ധൻ പെട്ടെന്നു തന്നെ ശബ്ദം താഴ്ത്തി. *“ക്ഷമിക്കണം...പക്ഷേ അദ്ദേഹം മഹിപാൽ രാജാവിന്റെ മരുമകനാണ്.”*

“അതെ, മഹിപാൽ രാജാവ് മരിച്ച യുദ്ധത്തിൽ അയാൾ നിങ്ങൾക്കൊപ്പം പോരാടുന്നത് കണ്ടിരുന്നോ? അയാൾ ഒഴിഞ്ഞുമാറി നിന്ന് വിജയിയുടെ കൂടെ നിൽക്കാൻ തീരുമാനിച്ചു. അയാളുടെ ഭാര്യയ്ക്ക് ദേഷ്യം വന്ന് കിടക്ക പോലും പങ്കിടുന്നില്ലെന്ന അഭ്യൂഹങ്ങളുമുണ്ട്.”

“ഇതെല്ലാം നിനക്കെങ്ങിനെ അറിയാം?”

അവൾ ചിരിച്ചു. “ഓ, കരുത്തരായ ആണുങ്ങൾ മണ്ടികളായ സുന്ദരികൾക്ക് മുന്നിൽ എത്രയൊക്കെ വായിട്ടലയ്ക്കുമെന്ന് അറിഞ്ഞാൽ നീ ഞെട്ടും... അതും അവർ പരമാനന്ദത്തിൽ ആയിരിക്കുമ്പോൾ.”

“അപ്പോൾ നീ ഇത് എന്നോട് എന്തിനാണ് പറയുന്നത്?”

“കാരണം ഞങ്ങളിൽ ചിലർ ഇപ്പോഴും നമ്മുടെ രാജ്യത്തിനെ സ്നേഹിക്കുന്നുണ്ട്. ഞങ്ങൾ ഒരു ശരിയായ രാജ്യസ്നേഹിയെ സഹായിക്കാനായി രഹസ്യമായി പ്രവർത്തിക്കും. ഒരു ശരിയായ നേതാവിനെ. പോരാടാൻ ആഗ്രഹമുള്ളയാളും വിജയിക്കാൻ കഴിവുള്ളയാളും.”

ഗോവർദ്ധൻ ആ പെണ്ണ് ആരെക്കുറിച്ചാണ് സംസാരിക്കുന്നതെന്ന് പെട്ടെന്നു തന്നെ മനസ്സിലാക്കി. *ശ്രാവസ്തിയിലെ സുഹേൽദേവ്.*

ഗോവർദ്ധൻ മുന്നോട്ടാഞ്ഞു. “നിനക്കദ്ദേഹത്തിനെ അറിയാമോ? എന്നെ അദ്ദേഹത്തിന്റെ അടുത്തേയ്ക്ക് എത്തിക്കാമോ?”

അവൾ പിന്നോട്ടു ചാഞ്ഞു, കട്ടിലിന്റെ വശത്ത് തൂക്കിയിട്ടിരിക്കുന്ന ഒരു പൊതിയിൽ തിരഞ്ഞുകൊണ്ട്. അവൾ ഒരു ചെറിയ ശിവലിംഗം എടുത്ത് ഗോവർദ്ധന് കൈമാറി. “സിറത്തിൽ നിന്നും അകലെ റോഡിലൂടെ ഏതാണ്ട് ഇരുപത് കിലോമീറ്റർ പോയാൽ ഒരു ഗ്രാമമുണ്ട്. അവിടത്തെ മൂപ്പന്റെ വീട്ടിലേയ്ക്കു പോകുക. രാത്രിയായാൽ നല്ലത്. കൂടെ ഒന്നോ രണ്ടോ പേരിൽ കൂടുതൽ കൊണ്ടുകരുത്. നിങ്ങളുടെ സംഘം മുഴുവനും ഗ്രാമത്തിലേയ്ക്ക് പോകുന്നത് സംസാരമുണ്ടാക്കും. അയാളെ ഈ ശിവലിംഗം കാണിക്കുക. ഉർവ്വശി തന്നതാണെന്ന് പറയുക. എന്നിട്ട് മഹാദേവന്റെ ആരാധകനെ പരിചയപ്പെടുത്താൻ ആവശ്യപ്പെടുക.”

ഗോവർദ്ധൻ ശിവലിംഗം ആദരവോടെ എടുത്തു, ഇരുകൈകൾ കൊണ്ടും, എന്നിട്ട് അതിനെ ഭക്തിയോടെ നെറ്റിയിൽ വച്ചു.

“നന്ദി,” അയാൾ പറഞ്ഞു. അയാളുടെ മുഖത്ത് ഒരു അമ്പരപ്പ് പ്രത്യക്ഷപ്പെട്ടു. “നിനക്ക് ഏതെങ്കിലും വഴിയ്ക്ക് പ്രതിഫലം തരണമെന്നുണ്ട്, പക്ഷേ എന്റെ പക്കൽ വിലപിടിപ്പുള്ള ഒന്നുമില്ല.”

“ഞാൻ പറഞ്ഞയാളോടൊപ്പം ചേർന്ന് കുറഞ്ഞത് ഇരുപത് തുർ

ക്കിക്കാരെ എങ്കിലും കൊന്നാൽ, നിന്റെ കടം വീട്ടിയതായി കണക്കാക്കിക്കോളൂ."

ഗോവർദ്ധന്റെ മനസ്സിൽ ഒരുപാട് ചോദ്യങ്ങൾ ഉണ്ടായിരുന്നു. തുർക്കികൾ ഉർവ്വശിയെ എന്താണ് ചെയ്തത്? അവൾക്ക് എന്തെങ്കിലും സഹായം ചെയ്യാൻ പറ്റുമോ? അവൾ ശരിക്കും ആരായിരുന്നു? പക്ഷേ അവളുടെ മുഖഭാവത്തിൽ നിന്നും സംഭാഷണം അവസാനിച്ചിരിക്കുന്നു എന്നത് വ്യക്തമായിരുന്നു.

ഗോവർദ്ധൻ എഴുന്നേറ്റു. അയാൾ കുറച്ചുനേരം അരോചകമായ നിശ്ശബ്ദതയിൽ നിന്നു. എന്നിട്ട് കൂടാരത്തിൽ നിന്നും പോയി.

"എഴുന്നേൽക്ക്," വഴികാട്ടി പറഞ്ഞു, ഗോവർദ്ധനെ കുലുക്കിക്കൊണ്ട്.

മരങ്ങളുടെ കനത്ത കുടമറയിലൂടെ ഉദയസൂര്യന്റെ വെളിച്ചം അരിച്ചിറങ്ങുമ്പോൾ സേനാധിപതി കണ്ണുകളിറുക്കി മറച്ചു.

അയാൾക്ക് ചുറ്റും കാട് മറ്റൊരു ദിവസത്തിലേയ്ക്ക് ഉണരുമ്പോൾ കിളികൾ ഉറക്കെ ചിലയ്ക്കുന്നുണ്ടായിരുന്നു.

ഒരുപാട് ജാഗ്രതയായിപ്പോയി, ഗോവർദ്ധൻ ആലോചിച്ചു, സ്വയം അപമാനം തോന്നിക്കൊണ്ട്.

അയാൾ ഉർവ്വശിയുടെ നിർദ്ദേശങ്ങൾ പിന്തുടർന്നിരുന്നു, അയാളുടെ ചിലയാളുകൾ അതൊരു കെണിയാണെന്ന് ഭയന്നിരുന്നെങ്കിലും. അയാൾക്കും സംശയങ്ങൾ ഉണ്ടായിരുന്നു, പക്ഷേ അയാളുടെ ചോദനകൾ പറഞ്ഞു ഈ വിശ്വാസത്തിന്റെ എടുത്തുചാട്ടം പാഴാവില്ലെന്ന്.

അങ്ങിനെ, മൂന്ന് വ്യത്യസ്ത ഗ്രാമങ്ങൾ, ഒരു ഗ്രാമമൂപ്പൻ, ഒരു പണം പലിശയ്ക്ക് കൊടുക്കുന്നയാൾ, ഒരു കർഷകൻ എന്നിവർക്ക് ശേഷം വലത്തേ കാലിൽ ചെറിയ മുടന്തുള്ള അയാളെ കണ്ടുമുട്ടി. അയാൾ ഗോവർദ്ധനേയും കൂട്ടാളികളേയും തമ്പടിക്കാൻ പറഞ്ഞിരുന്ന സ്ഥലത്ത് നിന്നും കാട്ടിൽ വടക്ക് അല്പം അകലെ നിന്നുമായിരുന്നു വന്നത്. തെക്ക് ദിക്കിൽ കുറച്ച് കിലോമീറ്ററുകൾ അകലെ ഇരുന്നൂറ് ഏക്കർ വരുന്ന കരിമ്പുപാടങ്ങൾ ഉണ്ടായിരുന്നു, അടുത്തുള്ള നീരൊഴുക്ക് കാടിന്റെ അതിർത്തിയ്ക്കൊപ്പം ഓടി.

"എന്താ നിങ്ങളുടെ പേര്?" ഗോവർദ്ധൻ അയാളോട് ചോദിച്ചു.

"അതിപ്പോൾ നിങ്ങൾ അറിയേണ്ടതില്ല," അയാൾ മറുപടി പറഞ്ഞു. "പക്ഷേ കൂടിക്കാഴ്ച നല്ല രീതിയിൽ പോയാൽ ഞാൻ പറയാം."

അവിടം തൊട്ട്, ഈ നിഗൂഢനായ മനുഷ്യൻ അവരെ കാട്ടിലേയ്ക്ക് നയിച്ചു, വളഞ്ഞുപുളഞ്ഞ വഴികളിലൂടെ, ഒരു ഘട്ടം കഴിഞ്ഞപ്പോൾ, ഗോവർദ്ധന്റെ കൂടെയുള്ളവർക്കു പോലും എവിടേയ്ക്കാണ് പോകുന്നതെന്ന് ഓർത്തുവയ്ക്കാൻ കഴിയാത്ത വിധം. ഒരുപാട് മരങ്ങളുടെ കൊമ്പുകൾ, പ്രത്യേകിച്ചും ആൽമരങ്ങൾ, തൂങ്ങിക്കിടക്കുന്ന കൈകൾ പോലെ വഴിയുടെ ഭൂരിഭാഗവും നിഴലിലാക്കി ഇപ്പോൾത്തന്നെ ഭയന്നിരുന്ന അവരെ മൂർദ്ധന്യത്തിലെത്തിച്ചു. കുറ്റിച്ചെടികളും പടർപ്പുകളും ഗോവർദ്ധനേയും കൂട്ടാളികളേയും അള്ളിപ്പിടിച്ചു, അവർ വന്യമൃഗങ്ങളും വിഷമുള്ളുകളും ഉണ്ടോയെന്ന് ശ്രദ്ധിച്ചുകൊണ്ട് മുന്നോട്ടുപോയിക്കൊണ്ടിരുന്നു. ഒരുപാട് സ്ഥലങ്ങളിൽ വഴി വളർന്ന് മുറ്റിയ പുല്ലും പാഴ്ച്ചെടികളും കൊണ്ട് നിറഞ്ഞിരുന്നു, വെട്ടിത്തെളിച്ചുകൊണ്ട് പോകാൻ അവരെ നിർബന്ധിതരാക്കിക്കൊണ്ട്.

പെട്ടെന്ന്, വഴികാട്ടി ഉരുളൻ കല്ലുകളുള്ള ഒരു തുറസ്സായ സ്ഥലത്ത് നിന്നു, നീരൊഴുക്ക് കാടിന്റെ ആഴത്തിലേയ്ക്ക് ഒഴുകിക്കൊണ്ടിരുന്നു. വഴികാട്ടി അവർ കാത്തിരിക്കേണ്ട സ്ഥലം അതാണെന്ന് പറഞ്ഞു. കാത്തിരിപ്പ് ഒരുപാട് നേരം തുടർന്നു. വാസ്തവത്തിൽ, മുഴുവൻ രാത്രിയും.

"ഞാൻ എത്ര നേരം ഉറങ്ങി?" ഗോവർദ്ധൻ വഴികാട്ടിയോട് ചോദിച്ചു.

അയാൾ തോൾ കുലുക്കി. "ഏതാനും മണിക്കൂറുകൾ. നിങ്ങൾ കുറേക്കാലമായി സമാധാനമായി ഉറങ്ങിയിട്ടില്ലെന്ന് തോന്നുന്നു."

"നമ്മുടെ സുഹൃത്ത് വന്നില്ലേ?" ഗോവർദ്ധൻ ചോദിച്ചു. അയാൾ തുകൽസഞ്ചിയെടുത്ത് അല്പം വെള്ളം കുടിച്ചു. അതിൽ കുറച്ച് ഒരു മാസമായി വളർന്നുകൊണ്ടിരിക്കുന്ന കനത്ത താടിയിലേയ്ക്ക് ഇറ്റുവീണു.

"നിങ്ങളുടെ കൂർക്കം വലി അയാളെ പേടിപ്പിച്ചിട്ടുണ്ടാകും," വഴികാട്ടി പരിഹസിച്ചു. "വാ, നമുക്ക് നിങ്ങളുടെ താവളത്തിലേയ്ക്ക് തിരിച്ചുപോകാം."

ഗോവർദ്ധനന്റെ ആളുകൾ അയാൾ താവളത്തിലെത്തിയപ്പോൾ പ്രതീക്ഷയോടെ നോക്കി. അയാൾ തളർച്ചയോടെ തലയാട്ടി. "നമുക്ക് ഇന്ന് രാത്രി വീണ്ടും ശ്രമിക്കാം," എന്ന് പറഞ്ഞ് നീരൊഴുക്കിലേയ്ക്ക് നടന്നു.

അയാൾ മുഖത്തേയ്ക്ക് കുറച്ച് വെള്ളം തെറിപ്പിച്ച് നീരൊഴുക്കിൽ നിന്നും വെള്ളം കുടിക്കാൻ ഒരുങ്ങിയപ്പോൾ ഒരു കുതിര ചിനയ്ക്കുന്ന ശബ്ദം കേട്ടു.

ഗോവർദ്ധൻ നോക്കിയപ്പോൾ നീരൊഴുക്കിന്റെ മറുകരയിൽ കുറച്ച് കുതിരക്കാർ നിൽക്കുന്നത് കണ്ടു. അവരുടെ പടച്ചട്ടയ്ക്കടിയിൽ നീണ്ട മഞ്ഞനിറമുള്ള പട്ടാളക്കുപ്പായവും വെള്ള മുണ്ടുകളും അരപ്പട്ടകളും ധരിച്ചിരുന്നു – മനോഹർഗഡ് സൈന്യത്തിന്റെ നിറങ്ങൾ. അവർ കരിമ്പുപാടങ്ങളിൽ നിന്നും വരുന്നതിനാൽ, അവർ പെട്ടെന്ന് നീരൊഴുക്കിന്റെ അരികിൽ പ്രത്യക്ഷപ്പെടുന്നത് വരെ കാണാനാവില്ലായിരുന്നു.

ഒരു നിമിഷത്തേയ്ക്ക്, ഇരുകൂട്ടരും പരസ്പരം കണ്ട് നടുങ്ങിപ്പോയി. എന്നിട്ട്, കുതിരക്കാരിൽ ഒരാൾ വില്ല് കുലച്ച് തോളിൽ നിന്നും അമ്പെടുക്കുമ്പോൾ ഗോവർദ്ധൻ എഴുന്നേറ്റ് തിരിഞ്ഞു.

"ഓടി!" ഗോവർദ്ധൻ തന്റെ ആളുകളോട് അലറി. "ഓടി!"

അയാൾ തന്റെ കുതിരയുടെ അടുത്തേയ്ക്ക് ഓടുമ്പോൾ മനോഹർഗഡിന്റെ പട്ടാളക്കാരൻ അമ്പെയ്തു, അത് പായുന്ന ഗോവർദ്ധനിൽ നിന്നും ഏതാനും അടികൾ അകലെ മണ്ണിൽ തറച്ചു.

"കാട്ടിലേയ്ക്ക്, "വഴികാട്ടി ഭയത്തോടെ പറഞ്ഞു. "കാട്ടിലേയ്ക്ക് കയറ്."

ഗോവർദ്ധൻ കുതിരപ്പുറത്തേയ്ക്ക് ചാടിക്കയറി, വഴികാട്ടിയെ പിന്നിലേയ്ക്ക് വലിച്ചുകയറ്റി ഓടിച്ചുപോയി. അയാളുടെ പിന്നിൽ, കൂടുതൽ അമ്പുകൾ എയ്യുന്നതിന്റെ ശബ്ദം കേൾക്കാമായിരുന്നു. ഗോവർദ്ധന്റെ ആളുകളിൽ ഒരാൾ പിന്നിൽ അമ്പ് തറച്ചുകയറിയപ്പോൾ നിലവിളിച്ചു. ഭാഗ്യമുള്ള ഒരു അമ്പ് ഒരു കുതിരയുടെ കഴുത്തിൽ തറച്ചപ്പോൾ അത് വീണു, ഭുജപേശിയുടെ താഴെ തുളച്ചുകയറി കഴുത്തിന്റെ സിരയെ മുറിച്ചു. കുതിരയോടിക്കുന്നയാൾ ഉരുണ്ടുരക്ഷപ്പെട്ടപ്പോൾ ഗോവർദ്ധനന്റെ മറ്റൊരു കൂട്ടാളി പിന്നിൽ നിന്നും ഓടിയെത്തി അയാളെ പൊക്കിയെടുത്തു.

ശത്രുക്കളുടെ കുതിരപ്പട നീരൊഴുക്ക് കടന്ന് വന്നു കാട്ടിലേയ്ക്ക് ഓടിച്ചുപോയി, ഗോവർദ്ധനേയും കൂട്ടാളികളേയും പിന്തുടർന്ന്.

പെട്ടെന്ന്, ഒരു അമ്പ് എയ്യപ്പെടുകയും പിന്തുടരുന്നവരിലെ ഒരാൾ കുതിരപ്പുറത്തു നിന്നും താഴെവീഴുകയും ചെയ്തു, തൊണ്ടയിലെ അമ്പിൽ പിടിച്ചുകൊണ്ട്. ഗോവർദ്ധൻ തിരിഞ്ഞുനോക്കി, ഞെട്ടലോടെ.

ഉറക്കെയുള്ള ഒരുശബ്ദം കേട്ടു. "ഇഷ്ടം പോലെ അമ്പെയ്യ്!"

മരങ്ങളുടെ മുകളിൽ നിന്നും കൂടുതൽ അമ്പുകൾ എയ്യപ്പെട്ടപ്പോൾ വേട്ടക്കാർ ഇരകളായിമാറി. ഗോവർദ്ധൻ അന്ധാളിപ്പോടെ നോക്കിയപ്പോൾ താഴെ നിന്നും ആളുകൾ പൊട്ടിമുളയ്ക്കുകയും മനോഹർഗഡിന്റെ പട്ടാളക്കാരെ ആക്രമിക്കുകയും ചെയ്തു.

അവർ ഇലകൾക്കിടയിൽ ഒളിഞ്ഞിരിക്കുകയായിരുന്നു, ഗോവർദ്ധൻ തിരിച്ചറിഞ്ഞു. *അവർ ഇവിടെത്തന്നെ ഉണ്ടായിരുന്നു!*

വഴികാട്ടി പെട്ടെന്ന് ഗോവർദ്ധന്റെ കുതിരയിൽ നിന്നും ഇറങ്ങി യുദ്ധമുഖത്തേയ്ക്ക് ഓടി, വാളും ഊരിയെടുത്തുകൊണ്ട്.

"വാ, നമ്മുടെ കൂട്ടുകാരെ സഹായിക്ക്," ഗോവർദ്ധൻ വിളിച്ചുപറഞ്ഞു, യുദ്ധത്തിലേയ്ക്ക് ഓടിക്കൊണ്ട്. അപ്പോൾ അയാൾ ഉയരമുള്ള ഒരാൾ നിർദ്ദേശങ്ങൾ അലറുന്നതായി കണ്ടു. ഒരു മനോഹർഗഡ് കുതിരക്കാരൻ അയാളെ കാണുകയും അവിടേയ്ക്ക് കുതിരയെ ഓടിക്കുകയും ചെയ്തു. കുതിര അയാളുടെ അടുത്തെത്തിയപ്പോൾ, കുതിരയോടിക്കുന്നയാൾ

വാൾ വീശി. അയാളുടെ ലക്ഷ്യം തന്റെ വാൾ കൊണ്ട് ആക്രമണത്തിനെ തടുത്തു, പക്ഷേ അതിന്റെ ആഘാതം അയാളെ കുലുക്കുകയും നിലതെറ്റി ഒരു മുട്ടിൽ വീഴാൻ നിർബന്ധിതനാക്കുകയും ചെയ്തു.

കുതിരപ്പട്ടാളക്കാരൻ തന്റെ വാൾ പിൻവലിച്ചു, എതിർദിശയിൽ ഒരു വെട്ടിനായി തയ്യാറെടുത്തുകൊണ്ട്. അയാൾ വെട്ട് പൂർത്തിയാക്കുന്നതിനു മുമ്പ്, ഗോവർദ്ധൻ അയാളെ ഗദ കൊണ്ട് പ്രഹരിച്ചു. അത് അയാളുടെ നെറ്റിയിൽ പതിച്ചു. പട്ടാളക്കാരന്റെ തലയെ ഒരു പടത്തൊപ്പി സംരക്ഷിച്ചിരുന്നെങ്കിലും, അടിയുടെ ആഘാതം അയാളെ ഞെട്ടിപ്പിച്ചുകളഞ്ഞു. ജീനിയിൽ അയാൾ തലചുറ്റിയിരിക്കുമ്പോൾ, ഗോവർദ്ധൻ ഓടിച്ചെന്ന് അയാളുടെ കഴുത്തിൽ പിടിച്ച് കുതിരപ്പുറത്ത് നിന്നും താഴേയ്ക്ക് തള്ളിയിട്ടു. ഉയരമുള്ള അപരിചിതൻ കഴുത്തിലെ ഒരു വെട്ടുകൊണ്ട് അയാളെ തീർത്തു.

ഗോവർദ്ധൻ താഴെയിറങ്ങി, ഗദയെടുത്ത് ആർക്കെങ്കിലും കൂടുതൽ സഹായം ആവശ്യമുണ്ടോയെന്ന് ചുറ്റും നോക്കി. ആരുമില്ലായിരുന്നു. ശത്രുക്കളിൽ ഭൂരിഭാഗവും വീണുകഴിഞ്ഞിരുന്നു, മറ്റുള്ളവർ ഓടിപ്പോയി. അയാൾ തിരിഞ്ഞു നോക്കിയപ്പോൾ ഉയരമുള്ളയാൾ അടുത്തേയ്ക്ക് വരുന്നത് കണ്ടു.

"സഹായത്തിന് നന്ദി," അയാൾ പറഞ്ഞു.

"ഞാനാണ് നന്ദി പറയേണ്ടത്," ഗോവർദ്ധൻ മറുപടി പറഞ്ഞു. "സുഹേൽദേവ് രാജകുമാരൻ, അല്ലേ?"

സുഹേൽദേവ് പുഞ്ചിരിച്ചു. "തികച്ചും ശരിയാണ്, മഹാനായ രാജാവേ."

ഗോവർദ്ധൻ കണ്ണുചിമ്മി. "താങ്കൾ എന്നെ മറ്റാരുമായോ തെറ്റിദ്ധരിച്ചിരിക്കുന്നു."

സുഹേൽദേവ് പുരികം വളച്ചു, "ആണോ? എന്താണ് നിങ്ങളുടെ പേര്?"

"ഗോവർദ്ധൻ," ഭീമൻ മനുഷ്യൻ പറഞ്ഞു.

സുഹേൽദേവ് പുഞ്ചിരിച്ചു. "മല പോലെ? നിങ്ങൾക്ക് പറ്റിയ പേരാണ്."

ഗോവർദ്ധൻ കണ്ണുരുട്ടി. "അത് എന്നോട് പറയുന്ന അയ്യായിരത്താമത്തെ ആളായിരിക്കും നിങ്ങൾ."

"അപ്പോൾ അയ്യായിരം ബുദ്ധിമാന്മാരായ രസികന്മാരായ ആളുകളെ പരിചയപ്പെടാനുള്ള ഭാഗ്യം നിങ്ങൾക്കുണ്ടായി."

ഗോവർദ്ധൻ പൊട്ടിച്ചിരിച്ചു.

സുഹേൽദേവ് തന്റെ ആളുകൾക്ക് നേരെ തിരിഞ്ഞു. "മനോഹർഗഡിന്റെ ജീവനോടെയുള്ള പട്ടാളക്കാർക്ക് നമ്മളോടൊപ്പം ചേരുമെങ്കിൽ മാപ്പ് നൽകൂ. നമ്മുടെ വഴക്ക് രാജാവുമായി മാത്രമാണ്, അവരുമായല്ല."

സുഹേൽദേവിന്റെ പട്ടാളക്കാർ വണങ്ങി ആജ്ഞ നിറവേറ്റാനായി പോയി.

സുഹേൽദേവ് ഗോവർദ്ധനന് നേരെ തിരിഞ്ഞു. "നിങ്ങൾ മോശം വാർത്ത അറിഞ്ഞിട്ടില്ലെന്ന് കരുതുന്നു. അതുകൊണ്ടാണ് ഞാൻ നിങ്ങളെ രാജാവ് എന്ന് വിളിച്ചപ്പോൾ അത്ഭുതപ്പെട്ടത്."

"എന്ത് മോശം വാർത്ത?"

സുഹേൽദേവ് ഒരു ദീർഘനിശ്വാസമെടുത്ത് ഗോവർദ്ധന്റെ തോളിൽ തട്ടി. "മഹിപാൽ തൊമാർ രാജാവിന്റെ കൊലയ്ക്കു ശേഷം തുർക്കികൾ ദൽഹിയിൽ കൂട്ടക്കൊല നടത്തി. അവിടെ തുടർന്ന ആണുങ്ങളെയെല്ലാം കൊന്നു, സ്ത്രീകളേയും കുട്ടികളേയും അടിമകളാക്കാനായി വിറ്റു. ക്ഷേത്രങ്ങൾ കൊള്ളയടിക്കപ്പെട്ടു, വീടുകൾ തീകൊളുത്തി, പണിക്കാരുടെ തൊഴിലിടങ്ങൾ നശിപ്പിച്ചു.

"പക്ഷേ എന്തിന്?" ഗോവർദ്ധൻ ഭീതിയോടെ ചോദിച്ചു. "പട്ടാളക്കാരെ കൊല്ലുന്നത് എനിക്ക് മനസ്സിലാകും, പക്ഷേ ഈ നിരപരാധികളെ എന്തിന്?"

"തുർക്കികൾ അതിനെ മൊത്തം യുദ്ധം എന്ന് വിളിക്കും," സുഹേൽദേവ് പറഞ്ഞു. "അവർ ശത്രുസൈനികരെ കൊല്ലുക മാത്രമല്ല, മൊത്തം നഗരങ്ങളേയും ഇല്ലാതാക്കും. എല്ലാ ആണുങ്ങളും, കുട്ടികൾ പോലും, കൊല്ലപ്പെടും. എല്ലാ സ്ത്രീകളും അടിമയാക്കി വിൽക്കുകയോ അവരുടെ പട്ടാളക്കാർക്ക് പീഡിപ്പിക്കാൻ കൊടുക്കുകയോ ചെയ്യും. യുദ്ധം ചെയ്യാനുള്ള കഴിവ് തന്നെ നശിപ്പിക്കപ്പെട്ടാൽ ശത്രുക്കൾ ഒരിക്കലും അവർക്കെതിരെ ഉണരില്ലെന്ന് അവർ വിശ്വസിക്കുന്നു. പട്ടാളക്കാർക്ക് ഒറ്റയ്ക്ക് യുദ്ധം ചെയ്യാൻപറ്റില്ലല്ലോ, ശരിയല്ലേ? അവർക്ക് മറ്റുള്ളവരുടെ പിന്തുണയും വേണം, ആഹാരം കൊടുക്കുന്ന കർഷകർ ആയുധങ്ങൾ കൊടുക്കുന്ന കൊല്ലന്മാർ എന്നിങ്ങനെ. അവരെയെല്ലാം ഇല്ലാതാക്കുകയാണെങ്കിൽ, എങ്ങിനെ ശത്രു വീണ്ടും ഉയർത്തെഴുന്നേൽക്കും?"

"അത് കാടത്തരമാണ്."

"അതെ, തുർക്കികൾക്ക് ആ ബഹുമതി ഇഷ്ടമാണ്. എന്തായാലും, കൊലപാതകത്തിന്റെ ഭാഗമായി, ഏതെങ്കിലും വിധത്തിൽ തൊമാറിന്റെ വംശവുമായി ബന്ധമുള്ള ഓരോ ആണും കൊല്ലപ്പെടും. മഹിപാൽ രാജാവിന്റെ ആണ്മക്കൾ, സഹോദരന്മാർ, അനന്തരവന്മാർ, അർദ്ധസഹോദരന്മാർ –കുഞ്ഞുങ്ങളെപ്പോലും വെറുതെവിട്ടില്ല. ദൽഹിയുടെ സിംഹാസനം അവകാശപ്പെടാൻ സാധ്യതയുള്ള മഹിപാൽ രാജാവിന്റെ രണ്ട് ആൺ ബന്ധുക്കളേ ജീവനോടെ ബാക്കിയുള്ളൂ. ഒരു ജയ്ചന്ദ് ഉണ്ട്,

പക്ഷേ അയാളുടെ അവകാശം നേരിട്ടല്ല, ഭാര്യ വഴിയാണ്. പിന്നെ രക്തബന്ധത്തിലൂടെയുള്ള ഒരാളുണ്ട്, അത് നിങ്ങളാണ്."

"പക്ഷേ...പക്ഷേ, ഞാൻ രാജാവിന്റെ ഒരു അകന്ന ബന്ധു മാത്രമാണ്."

"നിങ്ങളാണിപ്പോൾ അവശേഷിക്കുന്ന പിൻഗാമി. തുർക്കികൾക്കും ജയ്ചന്ദിനും അതറിയാം. അവർക്ക് നിങ്ങൾ മരിക്കണമെന്നാണുള്ളത്, മഹാനായ രാജാവ്. കൊല്ലാനുള്ള ആജ്ഞകൾ കൊടുത്തുകഴിഞ്ഞു."

"നിങ്ങൾക്കെങ്ങിനെ ഇതെല്ലാം അറിയാം?" ഗോവർദ്ധൻ ചോദിച്ചു.

സുഹേൽദേവ് മറുപടി നൽകിയില്ല. ഗോവർദ്ധനെ കഴിഞ്ഞ രാത്രി കാട്ടിലേയ്ക്ക് നയിച്ചയാൽ അടുത്തേയ്ക്ക് വരുമ്പോൾ സുഹേൽദേവ് പുഞ്ചിരിച്ചു. "അബ്ദുൾ നിങ്ങളെ നന്നായി ശ്രദ്ധിച്ചു എന്നു കരുതുന്നു?"

ഗോവർദ്ധൻ തലയാട്ടാൻ തുടങ്ങി, എന്നിട്ട് വഴികാട്ടിയുടെ പേര് മനസ്സിലായപ്പോൾ നടുങ്ങിപ്പോയി. അയാളുടെ ഭാവം കണ്ടപ്പോൾ സുഹേൽദേവും അബ്ദുളും പൊട്ടിച്ചിരിച്ചു.

"സമാധാനിക്ക്, ഭീമാ," അബ്ദുൾ സന്തോഷത്തോടെ അടക്കിച്ചിരിച്ചു. "എനിക്ക് നിങ്ങളെ ഉപദ്രവിക്കണമായിരുന്നെങ്കിൽ, കഴിഞ്ഞ രാത്രി തന്നെ എളുപ്പത്തിൽ നിങ്ങളുടെ കഴുത്തറക്കാമായിരുന്നു."

ഗോവർദ്ധൻ ഒന്നും പറഞ്ഞില്ല.

"എന്തെങ്കിലും ചോദിക്കാനുണ്ടോ?" അബ്ദുൾ ചോദിച്ചു. "ചോദിച്ചോ, എന്തോ ഉണ്ടെന്ന് എനിക്കറിയാം."

"അത്...ഹം...നിങ്ങൾ എന്തിനാണ് നിങ്ങളുടെ മുസ്ലീങ്ങൾക്കെതിരേ പോരാടുന്നത്?"

"കാരണം ഞാനൊരു ഇന്ത്യാക്കാരനാണ്, തുർക്കി മുസ്ലീങ്ങൾ ഇന്ത്യയുടെ ശത്രുക്കളാണ്," അബ്ദുൾ ലളിതമായി പറഞ്ഞു. "നിങ്ങൾ മനോഹർഗഡിന്റെ കുറച്ച് സൈനികരെ കൊന്നതേയുള്ളൂ. നിങ്ങളുടെ ഹിന്ദുക്കൾക്കെതിരേ എന്തിനാണ് യുദ്ധം ചെയ്തതെന്ന് ഞാൻ ചോദിച്ചോ? നിങ്ങൾ ഭാരതമാതാവിന്റെ നല്ലതിനു വേണ്ടി യുദ്ധം ചെയ്തു, ശരിയല്ലേ?"

ഗോവർദ്ധൻ പുഞ്ചിരിച്ചു, യുക്തി സമ്മതിച്ചുകൊണ്ട്. അബ്ദുൾ ചിരിച്ചു, ഗോവർദ്ധന്റെ തോളിൽ തട്ടി, എന്നിട്ട് നടന്നകന്നു. ഗോവർദ്ധൻ അയാൾ പോകുന്നത് നോക്കിക്കൊണ്ട് നിന്നു.

സുഹേൽദേവ് ഗോവർദ്ധന്റെ അടുത്തേയ്ക്ക് ചെന്നു. "എന്റെ ഇന്ത്യൻ സൈനികർ എവിടെ നിന്ന് വരുന്നു എന്നത് എനിക്ക് വിഷയമല്ല. തുർക്കികൾക്കെതിരേ യുദ്ധം ചെയ്യാൻ താല്പര്യപ്പെടുന്നിടത്തോളം, അയാൾ ഞങ്ങളിൽ ഒരാളായിരിക്കും. സമ്മതിക്കുന്നോ, മഹാനായ രാജാവേ?"

"എന്നെ അങ്ങിനെ വിളിക്കുന്നത് നിർത്തൂ," ഗോവർദ്ധൻ പറഞ്ഞു,

ച്ചുളിക്കൊണ്ട്. "എന്റെ രാജാവ് മഹിപാൽ തൊമാറിന്റെ കൊലപാതകികൾ ജീവനോടെ ഉള്ളിടത്തോളം, എനിക്ക് മറ്റാരേയും ദൽഹിയുടെ രാജാവായി സങ്കൽപ്പിക്കാൻ സാധിക്കില്ല. എന്തായാലും, എനിക്ക് രാജാവാകാൻ ആഗ്രഹമില്ല. ഞാൻ ഒരു സൈനികനാണ്, എനിക്ക് എന്റെ നല്ല നേതാവിനെ പിന്തുടരാനാണ് ആഗ്രഹം."

സുഹേൽദേവ് നിശ്ശബ്ദനായി നിന്നതേയുള്ളൂ.

"എനിക്ക് തുർക്കികളുമായി യുദ്ധം ചെയ്യാൻ വെറും ആഗ്രഹമുള്ള ഒരാളെയല്ല പിന്തുടരാൻ ആഗ്രഹം, അവരെ എങ്ങിനെ തോൽപ്പിക്കണം എന്നറിയാവുന്ന ഒരാളെയാണ്," ഗോവർദ്ധൻ തുടർന്നു. "തുർക്കികൾ എങ്ങിനെ ചിന്തിക്കുമെന്ന് അറിയാവുന്ന, അവരെ തോൽപ്പിക്കാൻ എന്തും ചെയ്യാൻ തയ്യാറുള്ള ഒരാൾ. മഹിപാൽ രാജാവ് ഒരു മഹദ് വ്യക്തി ആയിരുന്നു, പക്ഷേ അദ്ദേഹവും ശത്രുവിനെപ്പറ്റി വളരെ കുലീനനായിരുന്നു, അതിന് അദ്ദേഹത്തിന്റെ ജീവൻ വില കൊടുക്കേണ്ടിവന്നു. ജയ്ച്ചന്ദും തുർക്കികളോട് യുദ്ധം ചെയ്യാൻ ഭീരുത്വം കാണിച്ചു, ഇവിടത്തെ മറ്റൊരുപാട് രാജാക്കന്മാരെപ്പോലെ. വാസ്തവത്തിൽ, ഞാൻ കരുതുന്നത് വടക്കേ ഇന്ത്യയിൽ തുർക്കികളെ തോൽപ്പിക്കാൻ കഴിയുന്ന ഒരാളെയുള്ളൂ, ഞാനിപ്പോൾ അയാളെയാണ് കാണുന്നതെന്ന് ഞാൻ വിശ്വസിക്കുന്നു."

സുഹേൽദേവിന്റെ ഭാവം ഗൗരവമാകുകയും ഗോവർദ്ധന്റെ കണ്ണുകളിലേയ്ക്ക് സൂക്ഷിച്ച് നോക്കുകയും ചെയ്തു. "നിങ്ങൾ ഒരു രാജകീയ ക്ഷത്രിയനാണ്. എന്റെ ആജ്ഞകൾ അനുസരിക്കാൻ നിങ്ങൾക്ക് സാധിക്കുമോ?"

"ഏതാനും നിമിഷങ്ങൾക്ക് മുമ്പ്, ഒരാളുടെ പശ്ചാത്തലം നിങ്ങൾക്ക് പ്രശ്നമല്ലെന്ന് പറഞ്ഞു. നമ്മുടെ മാതൃരാജ്യത്തിന് വേണ്ടി പോരാടാൻ തയ്യാറുണ്ടോയെന്ന് മാത്രം നോക്കിയാൽ മതിയെന്ന്."

സുഹേൽദേവ് പതുക്കെ പുഞ്ചിരിച്ചു.

"ഞാൻ പരാജയപ്പെട്ടവരുടെ ഭാഗത്ത് നിന്ന് തളർന്ന് അവശനായിരിക്കുന്നു," ഗോവർദ്ധൻ പറഞ്ഞു. "എനിക്ക് തന്തയില്ലാത്ത തുർക്കികൾ തോറ്റുകാണണം."

സുഹേൽദേവിന്റെ മുഖത്ത് ഒരു വലിയ ചിരി പരന്നു. അയാൾ ഗോവർദ്ധന്റെ തോളുകളിൽ പിടിച്ചു. "എന്റെ സംഘത്തിലേയ്ക്ക് സ്വാഗതം, ധീരനായ ഗോവർദ്ധാ. ജയ് മാ ഭാരതി!"

ജയ് മാ ഭാരതി!"

ഗോവർദ്ധനും സുഹേൽദേവിന്റെ ആളുകളും കാട്ടിൽ അവരുടെ സാന്നിദ്ധ്യത്തിന്റെ തെളിവുകൾ നശിപ്പിക്കുകയായിരുന്നു. മനോഹർഗഡിന്റെ മരിച്ച പട്ടാളക്കാർക്ക് ശരിയായ ശവസംസ്കാരങ്ങൾ നൽകപ്പെട്ടു. അതിജീവിച്ചവർ സുഹേൽദേവിനോടുള്ള വിശ്വാസ്യത പ്രതിജ്ഞ ചെയ്തുകഴിഞ്ഞിരുന്നു. സംഘത്തിന് പോകാൻ ഏതാനും മണിക്കൂറുകളേ ആവശ്യമുണ്ടായിരുന്നുള്ളൂ.

അബ്ദുൾ സുഹേൽദേവിന്റെ അടുത്ത് ചെന്ന് സ്വകാര്യം പറഞ്ഞു, "അസ്‌ലാൻ തിരിച്ചു വന്നിട്ടുണ്ട്."

"നിങ്ങൾ അവനെ പിന്തുടരാൻ ആരെയെങ്കിലും വിട്ടിട്ടുണ്ടോ?"

അബ്ദുൾ തലയാട്ടി. "സലീം മറഞ്ഞുനിന്ന് അവനിൽ ഒരു കണ്ണുവച്ചിട്ടുണ്ടായിരുന്നു. മിക്കവാറും സമയവും അവനെ പിന്തുടർന്നിരുന്നു. പക്ഷേ അവൻ ഇടയ്ക്ക് അപ്രത്യക്ഷനാകാറുമുണ്ടായിരുന്നു. അസ്‌ലാൻ വളരെ ശ്രദ്ധാലുവാണ്, ഒരുപാട് മുൻകരുതലുകൾ എടുക്കും. സലീം അവനെ വീണ്ടും കണ്ടുപിടിച്ചപ്പോൾ അവൻ നമ്മുടെ അടുത്തേയ്ക്ക് തിരിച്ചുവരുകയായിരുന്നു. എന്റെ ആൾ അവന് മുമ്പേ എത്താനായി കുറുക്കുവഴി ഉപയോഗിച്ചു."

ഒരു നിമിഷം കഴിഞ്ഞപ്പോൾ അസ്‌ലാം അവർക്കൊപ്പം ചേർന്നു.

സുഹേൽദേവ് അവന്റെ നേരെ തിരിഞ്ഞു. "എന്താണ്?"

"എനിക്ക് തോന്നുന്നത് തുർക്കികൾ ഇവിടെ നിന്നും ഏതാനും മണിക്കൂറുകൾ അകലെയുള്ള ഒരു പ്രതിരോധമില്ലാത്ത ഗ്രാമത്തിനെ ആക്രമിക്കാൻ ശ്രമിക്കുകയാണെന്നാണ്," അസ്‌ലാം പറഞ്ഞു. "ഞാൻ ചില പട്ടാളക്കാർ ഒരു ചെറിയ പ്രദേശത്തിനെ ആക്രമിക്കാനുള്ള ആജ്ഞയെപ്പറ്റി സംസാരിക്കുന്നത് ഒളിച്ചുകേട്ടു, ശരിക്കും എന്തിനാണെന്ന് അവർക്കറിയില്ലെങ്കിലും."

"നിന്നെ അവർ കണ്ടിട്ടുണ്ടാകാൻ സാധ്യതയുണ്ടോ?" സുഹേൽദേവ് ചോദിച്ചു. "അതൊരു കെണിയായിരിക്കാം."

"ഞാൻ അവരുടെ താവളത്തിന്റെ അടുത്തുള്ള കുറ്റിക്കാടുകളിൽ ഒളിച്ചിരിക്കുകയായിരുന്നു," അസ്‌ലാൻ പറഞ്ഞു. "പക്ഷേ കാവൽഭടന്മാർ തമ്മിൽ സംസാരിക്കുന്നത് കേൾക്കാനായില്ല."

സുഹേൽദേവും അബ്ദുളും പരസ്പരം നോക്കി. പക്ഷേ അബ്ദുൾ പെട്ടെന്നൊരു ശ്വാസമെടുത്തു. സുഹേൽദേവ് ദീർഘമായി ആഴത്തിലുള്ളതും. അവർ തമ്മിലുള്ള എന്തോ രഹസ്യ ആശയവിനിമയമാണതെന്ന് അസ്‌ലാൻ തിരിച്ചറിഞ്ഞു. അയാൾ മുഖത്ത് ഭാവവ്യത്യാസമില്ലാതെ നിന്നു.

ശരിയാണ്. എന്റെ കഥ ആ സലീം നിങ്ങളോട് പറഞ്ഞതുമായി യോജിക്കുന്നുണ്ട്. ലോകത്തിലെ ഏറ്റവും മികച്ച ചില യോദ്ധാക്കൾക്കൊപ്പം

പരിശീലനം കിട്ടിയിട്ട് ഞാൻ മറവിലാണെന്നത് ശ്രദ്ധിക്കില്ലെന്ന് നിങ്ങൾ ശരിക്കും കരുതുന്നുണ്ടോ?

അസ്ലാൻ ഉറക്കെ പറഞ്ഞത് ഇത്രയുമായിരുന്നു, "ആ പാവങ്ങളെ സഹായിക്കണമെങ്കിൽ നമ്മൾ വേഗം പുറപ്പെടണം. നമ്മൾ ഇപ്പോൾത്തന്നെ വൈകിക്കാണും."

ഇനിയും എത്ര കാലം അവർ എന്നെ സംശയിക്കും? എന്റെ യഥാർഥ ദൗത്യം എന്താണെന്ന് എപ്പോഴാണ് അവർ തിരിച്ചറിയുക?

അദ്ധ്യായം 12

കഴുകന്മാർ മടിയോടെ വായുവിലേയ്ക്കുയർന്നു, വിരുന്ന് തടസ്സപ്പെട്ടതിലെ അസന്തുഷ്ടി പ്രകടിപ്പിച്ച് കരഞ്ഞുകൊണ്ട്. കരിഞ്ഞ ഇറച്ചിയുടേയും കത്തിയ കുടിലുകളുടേയും ഗന്ധം കൂടിച്ചേർന്ന് അസ്വസ്ഥതയുണ്ടാക്കുന്ന ദുർഗന്ധം ഉണ്ടാക്കി. തറയിലെല്ലാം ശരീരഭാഗങ്ങൾ ചിതറിക്കിടക്കുന്നുണ്ടായിരുന്നു. ഏത് അവയവം ഏത് ശരീരത്തിന്റേതാണെന്ന് തിരിച്ചറിയാൻ പ്രയാസമാകുന്ന ഒരുപാട് ജഡങ്ങളും ഉണ്ടായിരുന്നു.

"അള്ളാ, ദയവ് കാട്ടണേ," അസ്‌ലാൻ പിറുപിറുത്തു, മൂക്കും വായയും പൊത്താൻ ശ്രമിച്ചുകൊണ്ട്.

സുഹേൽദേവും ആളുകളും കഴിയാവുന്നത്ര വേഗത്തിൽ ഗോവർദ്ധനെ കണ്ടുമുട്ടിയ സ്ഥലത്തുനിന്നും ഗ്രാമത്തിലേയ്ക്കു പാഞ്ഞു, പക്ഷേ അവർ എത്തിയപ്പോഴേയ്ക്കും വൈകിയിരുന്നു. കത്തുന്ന കുടിലുകൾ ചതുരത്തിലുള്ള പ്രദേശത്ത് കൂടിക്കിടന്നിരുന്നു. ഇടയിലൂടെ വഴിയെന്ന് തോന്നിക്കുന്ന ഒരു അവ്യക്തമായ അടയാളം കാണാമായിരുന്നു. ഭൂരിഭാഗം മൃതശരീരങ്ങളും ആ അടയാളത്തിൽ നിരത്തിവച്ചിരിക്കുകയായിരുന്നു.

കൂട്ടക്കൊലയുടെ രംഗത്തിലൂടെ അവർ വിഷമത്തോടെ നീങ്ങുമ്പോൾ, അവരിൽ ഒരാൾ, അടുത്തിടെ മാത്രം സുഹേൽദേവിന്റെ സംഘത്തിൽ ചേർന്നയാൾ, പെട്ടെന്ന് മുന്നോട്ടാഞ്ഞ് ഛർദ്ദിച്ചു. അവൻ വയറ് കാലിയാക്കി കഴിഞ്ഞിട്ടും കുറച്ചുനേരത്തേയ്ക്ക് വരണ്ട ഓക്കാനം തുടർന്നു.

അസ്‌ലാൻ അവന്റെ അടുത്തേയ്ക്ക് ചെന്ന് പതുക്കെ തട്ടിക്കൊടുത്തു. അവൻ അമ്പരപ്പോടെ ദൂരേയ്ക്കു നോക്കി.

"ക്ഷമിക്കണം," അവൻ പിറുപിറുത്തു.

"സാരമില്ല," അസ്‌ലാൻ പറഞ്ഞു. "നീയൊരു മനുഷ്യനാണ്... ഇതു ചെയ്ത ചെകുത്താന്മാരേക്കാൾ പറയാൻ കൊള്ളാവുന്നത് അതാണ്."

“ഒരാൾ ജീവനോടെയുണ്ടെന്ന് തോന്നുന്നു,” ഗോവർദ്ധൻ പറഞ്ഞു, ഒരു കിഴവനെ – അല്ലെങ്കിൽ അയാളിൽ അവശേഷിച്ചിരുന്നത് – കൂട്ടക്കൊലയുടെ പ്രധാന രംഗത്തുനിന്നും അല്പമകലെ തറയിൽ കമിഴ്ന്ന കിടക്കുന്നയാളെ ചൂണ്ടിക്കൊണ്ട്. അയാളുടെ വലത്തേ കൈയ്യും ഇടത്തേ കാലും വെട്ടിമാറ്റപ്പെട്ടിരുന്നു. അയാളെ വീഴുന്നതിനു മുമ്പ് സ്വയം വലിച്ചുകൊണ്ടുപോയതിന്റെ ചോരപ്പാട് നിലത്തുണ്ടായിരുന്നു.

“പോയി നോക്ക്,” സുഹേൽദേവ് പറഞ്ഞു, ഭീഷണിയുണ്ടോയെന്ന് ചുറ്റും നോക്കിക്കൊണ്ട്.

അസ്‌ലാനും ഗോവർദ്ധനും കിഴവന്റെ അടുത്തേയ്ക്ക് കുതിരയെ നടത്തി, കുറച്ചു പേർ അനുഗമിച്ചു. അവർ താഴെയിറങ്ങി മാരകമായി മുറിവേറ്റ അയാളുടെ അടുത്തേയ്ക്ക് നടന്നു. അസ്‌ലാൻ കുനിഞ്ഞ് അയാളെ പതുക്കെ തിരിച്ചുകിടത്തി.

വെളുത്ത നിറമുള്ള കിഴവന്റെ മുടിയും പൂർണമായും വെളുത്തതായിരുന്നു, അയാളുടെ മുഖം ചുളിഞ്ഞ് എല്ലും തോലുമായിരുന്നു. അയാൾ അനുഭവിച്ച ഭീകരമായ യാതന ആകെമൊത്തം പ്രകടമായിരുന്നു.

“വെള്ളം...” അയാൾ കരഞ്ഞു, കണ്ണുകൾ സൂര്യവെളിച്ചം കൊണ്ട് ഇറുകിയടച്ചുകൊണ്ട്. “എനിക്ക്... കുറച്ച് വെള്ളം... രാമഭഗവാന്റെ നാമത്തിൽ.”

അസ്‌ലാൻ തന്റെ തുകൽ സഞ്ചിയിൽ അയാളുടെ ചുണ്ടുകളിലേയ്ക്ക് വച്ചു. അയാൾ കുറച്ചു വെള്ളം ആർത്തിയോടെ ഇറക്കി കൃതജ്ഞതയോടെ തലയാട്ടി.

“നന്ദി....” കിഴവൻ പിറുപിറുത്തു, ആദ്യമായി കണ്ണുകൾ തുറന്നുകൊണ്ട്. പെട്ടെന്ന്, അയാളുടെ മുഖത്ത് ഭീതി പ്രത്യക്ഷപ്പെട്ടു. “വേണ്ട... വേണ്ട... ദയ കാണിക്കൂ...” അയാൾ അലറി, പെട്ടെന്നുണ്ടായ ഒച്ചപ്പാട് ചുറ്റുമുള്ളവരെ ഞെട്ടിപ്പിച്ചു.

ഗോവർദ്ധൻ മുന്നോട്ട് കുനിഞ്ഞു, കിഴവനോട് സൗമ്യമായി സംസാരിച്ചുകൊണ്ട്, “ഭയക്കണ്ട, സുഹൃത്തേ...”

അസ്‌ലാമിന്റെ മുഖത്ത് ഒരു നിമിഷത്തേയ്ക്ക് ആഴത്തിലുള്ള വിഷമം ഉണ്ടായത് ഗോവർദ്ധൻ ശ്രദ്ധിച്ചില്ല.

ഇവർ എന്റെ മുഖം തിരിച്ചറിയുന്നുണ്ടോ?

ഗോവർദ്ധൻ കിഴവനോട് സൗമ്യമായി സംസാരിക്കുന്നത് തുടർന്നു, സ്വന്തം തുകൽ സഞ്ചിയിൽ നിന്നും കൂടുതൽ വെള്ളം നൽകിക്കൊണ്ട്. “ഇയാളുടെ പേര് അസ്‌ലം എന്നാണ്. അയാൾ തുർക്കി ആയിക്കാം, പക്ഷേ ഞങ്ങളിൽ ഒരാളാണ്.”

അസ്‌ലാൻ, ശ്രദ്ധിക്കുന്നുണ്ടായിരുന്നില്ല. *മഹാനായ അള്ളാ, ദയവായി*

ഞാനാരാണെന്നുള്ളത് വെളിപ്പെടുത്തരുതേ. അങ്ങയ്ക്കായുള്ള എന്റെ ദൗത്യം പൂർത്തിയാക്കുന്നതു വരെ അതിനെ സംരക്ഷിക്കണേ.

കിഴവൻ കണ്ണുകളടച്ച് അബോധത്തിലേയ്ക്ക് തിരിച്ച് പോകുകയാണെന്ന് തോന്നിച്ചു. അയാളുടെ ഉച്ഛ്വാസം പതുക്കെയും ദുർഘടവുമായി.

അസ്ലാൻ ഗോവർദ്ധന്റെ നേരെ കുനിഞ്ഞ് വളരെ പതുക്കെ പറഞ്ഞു, "ഈ കിഴവൻ ജീവിക്കുമെന്ന് തോന്നുന്നില്ല. അയാൾക്ക് ഒരുപാട് രക്തം നഷ്ടപ്പെട്ടിരിക്കുന്നു...അയാൾക്ക് നല്ല വേദനയുണ്ട്... നമ്മൾ...നമ്മൾ ദയ കാണിച്ചാലോ?"

ഗോവർദ്ധൻ മറുപടി പറയാൻ തുടങ്ങുകയായിരുന്നു, അപ്പോൾ കൺകോണുകൊണ്ട് എന്തോ അനങ്ങുന്നത് കണ്ടു. അയാൾ അസ്ലാമിനേയും സ്വയവും സംരക്ഷിക്കാനായി കുതിച്ചു, പരിച ഉയർത്തിക്കൊണ്ട്.

ഒരു ഞൊടിയിടയിൽ, പരിചയിൽ ഒരു അമ്പ് തുളച്ചുകയറി.

അസ്ലാൻ പെട്ടെന്നു തന്നെ സ്വന്തം പരിച മുട്ടോടുപിടിച്ചു. "ഗോവർദ്ധൻ, മറഞ്ഞുനിൽക്കൂ."

"നമ്മളെ ആക്രമിക്കുകയാണ്," ഗോവർദ്ധൻ അലറി, പരിചയുടെ പിന്നിൽ പതുങ്ങിക്കൊണ്ട്. "എല്ലാവരും ഇരിക്കൂ! പരിചകൾ ഉയർത്തൂ!"

ആളുകൾ ഉടൻ തന്നെ കവചം തീർത്തു. ഏതാനും അമ്പുകൾ കൂടി അവരുടെ ദിശയിലേയ്ക്ക് പറന്നു, പക്ഷേ പരിചകളിൽ തട്ടിവീണു. സുഹേൽദേവ്, കുതിരപ്പുറത്ത് നിന്നും ഇറങ്ങുമ്പോൾ ഗോവർദ്ധന്റെ താക്കീത് കേട്ടപ്പോൾ, ഗ്രാമത്തിന്റെ വെളിമ്പ്രദേശങ്ങളുടെ അടുത്തുള്ള ഒരു കുടിലിലിന്റെ പിന്നിൽ നിന്നുമാണ് അമ്പുകൾ വരുന്നതെന്ന് കണ്ടു. അയാൾ പെട്ടെന്നുതന്നെ പ്രധാന പാതയുടെ അടുത്തുള്ള ഒരു കുടിലിന്റെ പിന്നിലേയ്ക്ക് മറഞ്ഞു.

ഞാൻ കുടിലുകൾ ചുറ്റി പോകുകയാണെങ്കിൽ, വില്ലാളിയുടെ പിന്നിൽ എത്തും. അയാൾ വയലുകളിലൂടെ ഓടി, അധികം ശബ്ദമുണ്ടാക്കാതിരിക്കാൻ ശ്രദ്ധിച്ചുകൊണ്ട്.

ഇവിടെ മതിയാകും.

ശ്രദ്ധയോടെ, അയാൾ ഒരു ഉയരമുള്ള ദർഭപ്പുല്ലിന്റെ പിന്നിൽ നിന്നും ഒളിഞ്ഞുനോക്കി. വ്യക്തമായും, അയാളിൽ നിന്നും ഏതാണ്ട് അമ്പത് അടി മുന്നിൽ, ഒരു വില്ലാളി ഒരു കുടിലിന്റെ പിന്നിൽ മുട്ടിലിഴയുന്നത് കണ്ടു. വില്ലാളിയുടെ കൈയ്യിൽ ചെറുതാണെങ്കിലും വളരെ നന്നായി നിർമ്മിച്ചിരിക്കുന്ന വളഞ്ഞ വില്ലും അരയിലെ ആവനാഴിയിൽ ഏതാനും അമ്പുകളും ഉണ്ടായിരുന്നു. ഇടയ്ക്കിടെ അയാൾ ഒരു അമ്പെയ്യും, എന്നിട്ട് കുടിലിന്റെ പിന്നിൽ ഒളിക്കും, അടുത്ത അമ്പെടുക്കും, വില്ല് കുലയ്ക്കും, മറ്റൊരു അവസരത്തിനായി കാത്തുകൊണ്ട്.

വില്ലാളിയുടെ തലയും മുഖവും നീല തുണികൊണ്ട് മൂടിയിരുന്നു. അയാളുടെ ഉടലിൽ തുകൽ കൊണ്ടുള്ള ഒരു കഷ്ണം കവചം ഉണ്ടായിരുന്നു. കുറുകിയ രൂപം കൊണ്ട്, അയാൾ കൂടിയാൽ കൗമാരക്കാരനേക്കാൾ കൂടുതലാണെന്ന് തോന്നില്ല.

സുഹേൽദേവിന് ശരീരത്തിലൂടെ അരിശം പാഞ്ഞു. *ഒരു പീറച്ചെറുക്കൻ, എന്റെ മൊത്തം സംഘത്തിനേയും വിറപ്പിച്ചിരിക്കുന്നു.*

അയാൾ കുത്തുവാൾ പുറത്തെടുച്ച് വില്ലാളിയുടെ നേരെ വേഗത്തിൽ നീങ്ങി, രഹസ്യമായി. കഴിയാവുന്നത്ര കുറച്ച് ശബ്ദം ഉണ്ടാക്കിക്കൊണ്ട്. സുഹേൽദേവ് ഏതാനും അടികൾ ദൂരെയായപ്പോൾ, വില്ലാളിയെ എന്തോ ആറാമിന്ദ്രിയം താക്കീത് നൽകി. അയാൾ തിരിഞ്ഞ് നോക്കുമ്പോഴേയ്ക്കും സുഹേൽദേവ് അയാൾക്കു നേരെ കുതിച്ച് വില്ല് തട്ടിത്തെറിപ്പിച്ചു. അമ്പ് വായുവിലേയ്ക്ക് കുതിച്ചു, അപകടമില്ലാതെ.

ഒരു നിമിഷം കഴിഞ്ഞ്, സുഹേൽദേവ് വില്ലാളിയുടെ കഴുത്തിൽ പിടിച്ച് തറയിലേയ്ക്കെറിഞ്ഞു. അമറിക്കൊണ്ട് അയാൾ ചാടിവീണ് കത്തികൊണ്ട് കുത്താനായി വലത്തേ കൈ ഉയർത്തി.

എന്നിട്ട് മരവിച്ചുപോയി.

വില്ലാളി തറയിൽ വീണപ്പോൾ, ആയാളുടെ മുഖം മറച്ചിരുന്ന തുണി അഴിഞ്ഞുപോയി... ചെത്തിയെടുത്ത ആകാരങ്ങളുള്ള ഒരു ചെറുപ്പക്കാരി പ്പെണ്ണ്. അഭിജാതമായ വായയ്ക്കു മുകളിൽ കൂർത്ത മൂക്ക്. പക്ഷേ അവളുടെ മുഖത്തെ ഏറ്റവും ആകർഷകമായ ഭാഗം കണ്ണുകൾ ആയിരുന്നു. അവ വിടർന്നതും, ഇരുണ്ടതും, ആഴമുള്ളതും താമരയിതൾ പോലെയുള്ളതുമായിരുന്നു. അവ രോഷത്തോടെ അയാളെ നോക്കി.

ആഹാ...

അത്ഭുതത്തോടെ അവളെ നോക്കുമ്പോൾ നെഞ്ചിൽ എന്തോ ഒന്ന് പിരിയുന്നത് പോലെ തോന്നി. ഒരു ഞൊടിയിടയിൽ, പതിഞ്ഞ വേദന, അവൾ അയാളുടെ വൃഷണങ്ങളിൽ മുട്ടുകൊണ്ട് കുത്തിയപ്പോഴത്തെ വേദന, ശരീരത്തിലെങ്ങും അലയടിക്കുന്നതായി മാറി.

സുഹേൽദേവ് വേദനകൊണ്ട് അമറി. അയാൾ മുന്നോട്ട് കുനിഞ്ഞപ്പോൾ കത്തി കൈയ്യിൽ നിന്നും വഴുതിപ്പോയി, കൈകൾ പരിക്കേറ്റ ഭാഗങ്ങളിൽ സ്വയമേ അമർത്തിപ്പിടിച്ചു.

ഒരു മിന്നൽ പോലെ ആ പെണ്ണ് അയാളെ തള്ളിമാറ്റി. അയാൾ തറയിൽ വീണപ്പോൾ, അവൾ കത്തിയെടുത്ത് അയാളെ തിരിച്ചു കിടത്തി മുകളിൽ കാൽ കവച്ചിരുന്നു.

അവൾ വന്യമായി അലറിക്കൊണ്ട് സുഹേൽദേവിന്റെ നെഞ്ചിലേയ്ക്ക് കുത്തി. അയാൾ അനുഭവിക്കുന്ന കഠിനമായ വേദനയിലും, അവളുടെ

കൈത്തണ്ടയിൽ ഒരു ഞൊടിയിൽ പിടികൂടാൻ കഴിഞ്ഞു. അവൾ മറ്റേ കൈ കൊണ്ട് അയാളുടെ കണ്ണുകളിൽ മാന്തി. സുഹേൽദേവ് ആ കൈയ്യും പിടിച്ചപ്പോൾ ഇരുവരും കോപത്തോടെ മല്ലയുദ്ധം ചെയ്തു. അവൾ സുഹേൽദേവിനേക്കാൾ വളരെ ചെറുതായിരുന്നു, പക്ഷേ അതിശയിപ്പിക്കുന്ന വിധം കരുത്തയും.

പെട്ടെന്ന്, ചെറുപ്പക്കാരിയുടെ കഴുത്തിൽ ഒരു കൈ ചുറ്റിപ്പിടിച്ച് അവളെ പിന്നോട്ട് വലിച്ചു. അവൾ കിതച്ചുകൊണ്ട് കത്തി താഴെയിട്ടു. സുഹേൽദേവിന്റെ പിടിയിൽ നിന്നും ഒന്നു കുതറി കൈകളെ മോചിപ്പിച്ച് അവൾ കഴുത്തിലെ സമ്മർദ്ദം കുറയ്ക്കാൻ ശ്രമിച്ചു.

"സാരമില്ല...അവളെ വിടൂ," സുഹേൽദേവ് പറഞ്ഞു, അപ്പോഴും നല്ല വേദനയോടെ.

അബ്ദുൾ, അവളെ പിന്നിൽ പതുങ്ങിയെത്തി, അവളുടെ മരണപ്പി ടുത്തത്തിൽ ആക്കിയയാൾ, സുഹേൽദേവിനെ അവഗണിച്ചു. അവൾ തൊഴിക്കുന്നത് തുടർന്നു, പിന്നോട്ടാഞ്ഞ് അബ്ദുളിനെ കൈമുട്ടുകൾ കൊണ്ട് ഇടിക്കാൻ ശ്രമിച്ചുകൊണ്ട്. മുറുകെയുള്ള പിടുത്തത്തിൽ വായ കൊണ്ട് കഷ്ടപ്പെട്ട് ശ്വസിച്ചുകൊണ്ട്. കഴുത്തിലെ സമ്മർദ്ദത്തിൽ ബു ദ്ധിമുട്ടിക്കൊണ്ട്.

"അബ്ദുൾ, അവളെ വിടൂ!" സുഹേൽദേവിന്റെ ശബ്ദം കുറച്ച് ഉറച്ച തായിരുന്നു.

അബ്ദുൾ അവസാനം ആജ്ഞ അനുസരിച്ചു. അവൾ പീഡിപ്പിക്കപ്പെട്ട ശ്വാസകോശങ്ങളിൽ വായു സ്വതന്ത്രമായി ഒഴുകിയപ്പോൾ തുടർച്ചയായി ചുമച്ചു. അവൾ കഴുത്ത് തടവി, അബ്ദുളിന്റെ നേരെ രോഷത്തോടെയുള്ള നോട്ടം അയച്ചുകൊണ്ട്.

അവൾക്ക് നേരെ തിരിഞ്ഞ്, സുഹേൽദേവ് തുടർന്നു, "നീ ആരാണ്, ഇവിടെ എന്താണ് ചെയ്യുന്നത്?"

അവൾ മുരണ്ടു, "എന്നെ കൊന്ന് അവസാനിപ്പിച്ചേക്ക്!"

"ഞങ്ങൾക്ക് നിന്നെ കൊല്ലണമെന്നില്ല."

"നിങ്ങൾ ഇപ്പോൾത്തന്നെ ആ പാവം ഗ്രാമീണരെ കൊന്നുകഴിഞ്ഞു. എന്നെ അവരോടൊപ്പം അഭിമാനത്തോടെ പോകാൻ അനുവദിക്കുക..."

സുഹേൽദേവ് നെടുവീർപ്പിട്ടു. "നിനക്ക് കാര്യങ്ങൾ കുഴഞ്ഞുമറിഞ്ഞി രിക്കുന്നു....ഞങ്ങൾ ആ ഗ്രാമീണരെ കൊന്നിട്ടില്ല. ഞങ്ങൾ സഹായി ക്കാനാണ് വന്നത്."

"പിന്നെ എന്തിനാണ് സുഖിയ കാക്ക കരയുന്നത്?"

"എനിക്കറിയില്ല. നമുക്ക് പോയി ചോദിച്ചാലെന്താ?" സുഹേൽ ദേവ് വേദനയോടെ എഴുന്നേറ്റു നിന്നു. എന്നിട്ട് തന്റെ ആളുകൾക്ക്

കേൾക്കാവുന്ന വിധം ഉച്ചത്തിൽ അലറി. "എല്ലാം ശരിയായി, ഞങ്ങൾ പുറത്തേയ്ക്ക് വരുകയാണ്. അമ്പെയ്യരുത്."

ആ പെണ്ണ് തന്റെ വില്ല് എടുത്ത് അസ്‌ലാമും ഗോവർദ്ധനും അംഗഭംഗം വന്നയാളുടെ അടുത്ത് ഇരിക്കുന്നിടത്തേയ്ക്ക് നടന്നു.

"അതൊരു മിടുക്കിയാണ്," അബ്ദുൾ സുഹേൽദേവിനോട് പിറുപിറുത്തു. "ഞാൻ വന്നത് നന്നായി."

സുഹേൽദേവ് അബ്ദുളിനെ നോക്കി പുരികം ചുളിച്ചു. "കാര്യങ്ങൾ എന്റെ നിയന്ത്രണത്തിൽ ആയിരുന്നു."

"ശരിക്കും?" അബ്ദുൾ ചോദിച്ചു, പതിയെ ചിരിച്ചുകൊണ്ട്. "അതിനെയാണോ നിങ്ങൾ ഇപ്പോൾ നിയന്ത്രണം എന്ന് വിളിക്കുന്നത്?"

അവൾ, അതേസമയം, അസ്‌ലാമിന്റെ അടുത്തെത്തിയിരുന്നു, പുറകേ സുഹേൽദേവും അബ്ദുളും. അവൾ അസ്‌ലാമിന്റെ മുഖം കണ്ടപ്പോൾ നടുങ്ങിപ്പോയി.

"ഒരു തുർക്കി!" അവൾ തുപ്പി, വില്ല് കുലച്ചുകൊണ്ട്.

"നിൽക്ക്," സുഹേൽദേവ് തിടുക്കത്തിൽ പറഞ്ഞു. "അമ്പെയ്യരുത്! അവൻ ഞങ്ങളിലൊരാളാണ്."

അവൾ സുഹേൽദേവിനെ കുറച്ചുനേരം തുറിച്ചുനോക്കി, എന്നിട്ട് അസ്‌ലാമിനേയും. അവസാനം, അവൾ ഒരു തീരുമാനത്തിൽ എത്തിയത് പോലെ വില്ല് താഴ്ത്തി. അവൾ മുറിവേറ്റ ആളുടെ അടുത്തേയ്ക്ക് തിരിഞ്ഞു.

അസ്‌ലാം അവളെ നോക്കി ദുഃഖത്തോടെ തലയാട്ടി. "അയാൾ പോയെന്ന് ഞാൻ ഭയക്കുന്നു. അയാളുടെ ഹൃദയം നിലച്ചെന്ന് കരുതുന്നു. ആ ഭീകരമായ മുറിവുകൾക്കു ശേഷം, എന്തായാലും എത്ര സമയം എന്നത് മാത്രമേ ഉണ്ടായിരുന്നുള്ളൂ."

ചെറുപ്പക്കാരി കൈകൾ കൊണ്ട് മുഖം മറച്ച് തറയിലേയ്ക്ക് ഇരുന്നു, അവളുടെ തോളുകൾ വിറച്ചു.

സുഹേൽദേവ് അവളുടെ പിന്നിലെത്തി. "നിന്റെ നഷ്ടത്തിൽ എനിക്ക് ദുഃഖമുണ്ട്," അയാൾ പതിയെ പറഞ്ഞു.

അവൾ പ്രതികരിച്ചില്ല. അപ്പോഴും മുഖം കൈകൾ കൊണ്ട് മറച്ചിരുന്നു. അവളുടെ തോളുകൾ പതിയെ വിറയ്ക്കുന്നുണ്ടായിരുന്നു. ഉറക്കെയുള്ള കരച്ചിലില്ല. ഉച്ചത്തിലുള്ള ശബ്ദങ്ങളില്ല. എന്നിട്ടും ശക്തമായിരുന്നു. പിൻവലിയുന്നതും ഉൾക്കരുത്തുള്ളതും.

സുഹേൽദേവ് പതിയെ അവളുടെ തോളിൽ തൊട്ടു. അവൾ അയാളുടെ കൈ കുടഞ്ഞുമാറ്റി.

കണ്ണുകൾ തുടച്ചുകൊണ്ട് അവൾ താഴെ കിടക്കുന്ന കിഴവനെ നോക്കി. *എന്നോട് ക്ഷമിക്കണം. എന്നോട് ക്ഷമിക്കണം, സുഖിയ കാക്കാ.*

സുഹേൽദേവും സംഘവും നശിപ്പിക്കപ്പെട്ട ഗ്രാമത്തിൽ എത്തിയിട്ട് ഏതാനും മണിക്കൂറുകൾ ആയിരുന്നു. അവർ മരണപ്പെട്ടവർക്കുള്ള സംസ്കാര ചടങ്ങുകൾ ഏകോപിപ്പിച്ചു.

ചെറുപ്പക്കാരി കല്ല് പോലെ കിഴവന്റെ ബാക്കിയുള്ളതിനെ വിഴുങ്ങുന്ന ചിതയിലേയ്ക്ക് നോക്കിക്കൊണ്ട് നിന്നു. സുഹേൽദേവിന് ആ പെണ്ണിന്റെ കരുത്തിനെ ആദരിക്കുകയല്ലാതെ മറ്റൊന്നും ചെയ്യാനില്ലായിരുന്നു. അവളുടെ പേര് തൊഷാനി എന്നാണെന്ന് അയാൾ കണ്ടെത്തിയിരുന്നു. അവൾ യമുന നദിയുടെ തെക്കുദിക്കിലുള്ള കാട്ടിലെ ഗോത്രങ്ങളിലൊന്നിൽ പെട്ടവളായിരുന്നു, അവൾ കന്നൗജിന്റെ സൈന്യത്തിന്റെ ഭാഗമായിരുന്നു. രാജാവ് ഘസ്നിയിലെ മഹ്മൂദിന് കീഴടങ്ങിയപ്പോൾ സൈന്യത്തിനെ ഉപേക്ഷിച്ചു. ഇപ്പോൾ വേട്ടക്കാരിയായിട്ടാണ് ജീവിതം പുലർത്തുന്നത്, ഈ ഗ്രാമത്തിലെ തുകൽപ്പണിക്കാർക്ക് വേട്ടയിരയെ വിൽക്കാൻ വന്നതായിരുന്നു. ഗ്രാമീണർ അവളുടെ മൃഗത്തിനെ വാങ്ങുകയും ഒപ്പം തന്നെ തൊഷാനിയ്ക്ക് വേട്ടയ്ക്കിടയിൽ സംഭവിക്കുന്ന ജീവന് ഭീഷണിയായ ഗുരുതരമായ പരിക്കുകൾ ചികിത്സിക്കുകയും ചെയ്യും. ഏത് നല്ല യോദ്ധാവിനേയും പോലെ, അവളും തന്റെ ജീവൻ രക്ഷിച്ചവരോട് നന്ദിയുള്ളവളായിരുന്നു. അവൾ വേട്ടയ്ക്ക് പോയതായിരുന്നു, ഒരു ഇരയെ ഗ്രാമത്തിന് സൗജന്യമായി കൊടുക്കാൻ വേണ്ടി, നന്ദി പ്രകടനം എന്ന നിലയിൽ. ആ ദയവിന്റെ വിചാരമായിരുന്നു അവളെ തുർക്കികൾ ആ ദൗർഭാഗ്യമുള്ള ഗ്രാമത്തിൽ ഏൽപ്പിച്ച നാശത്തിൽ നിന്നും രക്ഷിച്ചത്. മദ്ധ്യേഷ്യയിൽ നിന്നുമുള്ള കാടന്മാർ ആക്രമിച്ചപ്പോൾ അവൾ അവിടെയുണ്ടായിരുന്നില്ല.

“ഇവർ തുകൽപ്പണിക്കാരാണോ?” സുഹേൽദേവ് ചോദിച്ചു. ഗ്രാമത്തിലെ ചില പണിയായുധങ്ങൾ അയാൾ ശ്രദ്ധിച്ചിരുന്നു.

ആ പെണ്ണിന്റെ ശബ്ദം കയ്പുനിറഞ്ഞതായിരുന്നു. “*ആയിരുന്നു.* ആളുകൾക്ക് ശവങ്ങൾ മാറ്റാനും തുകൽ ഉത്പന്നങ്ങൾ നിർമ്മിക്കാനും ഇവരില്ലാതെ പറ്റില്ലായിരുന്നു. പക്ഷേ അവർക്ക് ഇവരെ ഒപ്പം വേണ്ട താനും...അതുകൊണ്ട് അവർക്ക് സ്വന്തം കാര്യം നോക്കി ജീവിക്കേണ്ടിവന്നു...അതിക്രമിച്ച് കടക്കുന്നവർക്കുള്ള എളുപ്പത്തിലുള്ള ഇരകളായി....പിന്നെ...അവരുടെ കഷ്ടപ്പാടുകൾക്കെല്ലാം അപ്പുറം, അവർ ഞാൻ കണ്ടിട്ടുള്ളതിൽ വച്ച് ഏറ്റവും ദയവുള്ളവരും ഉദാരശീലരുമായ

ആളുകൾ ആയിരുന്നു. ഞാൻ അവരോടൊപ്പം ഉണ്ടാകണമായിരുന്നു."

"എങ്കിൽ നീയും മരിച്ചു പോകുമായിരുന്നു."

"ശരിക്കും," തൊഷാനി പറഞ്ഞു, ചിതകളിലേയ്ക്ക് ശ്രദ്ധ തിരിച്ചുകൊണ്ട്.

സുഹേൽദേവ് ചുറ്റും നോക്കി. അയാളെ ഒരു ചിന്ത കുഴപ്പിക്കുന്നുണ്ടായിരുന്നു. *"തുർക്കികൾക്ക് ഈ തുകൽപ്പണിക്കാരുടെ ഗ്രാമത്തിൽ എന്താണ് താൽപര്യം ശിവഭഗവാനേ?"*

അസ്കാൻ തുർക്കി കുതിരകളുടെ കാൽപ്പാടുകൾ പരിശോധിച്ചു. അവ അപ്പോഴും പുത്തനായിരുന്നു. അധികം ദൂരെ പോയിരിക്കാനിടയില്ല. ഒരു ചെറിയ തുർക്കി സേനാവിഭാഗമായിരുന്നെന്നും കാല്പാടുകളിൽ നിന്നും വ്യക്തമായിരുന്നു.

സുഹേൽദേവ് എന്താണ് ചെയ്യാൻ പോകുന്നതെന്നത് തീരുമാനിച്ച് കഴിഞ്ഞിരുന്നു. അയാൾ തൊഷാനിയെ നോക്കി. "ഈ കൂട്ടക്കൊലയ്ക്ക് പ്രതികാരം ഉണ്ടായിരിക്കണം. തുർക്കികൾ വില കൊടുക്കണം. ചോര കൊണ്ട്, സമ്മതിച്ചോ?"

തൊഷാനി സുഹേൽദേവിന്റെ നേരെ തിരിഞ്ഞു. കണ്ണുകളിൽ തിളക്കം. അവൾ ഒരു വാക്ക് പോലും പറഞ്ഞില്ല. പക്ഷേ അവളുടെ ഉത്തരം സ്വാഭാവികമായിരുന്നു.

"എങ്കിൽ ഞങ്ങൾക്കൊപ്പം വരൂ. നിന്റെ രക്തം എനിക്ക് തരൂ, ഞാൻ നിന്റെ പ്രതികാരം തരാം."

തൊഷാനി നിശ്ശബ്ദയായി നിന്നു. വില്ലിലെ അവളുടെ പിടി മുറുകുകയും ഏതാണ്ട് അതിസൂക്ഷ്മമായി തലയാട്ടുകയും ചെയ്തു.

അദ്ധ്യായം 13

അമ്പ് വലതുതോളിൽ തുളച്ച് കയറിയപ്പോൾ ഇന്ത്യാക്കാരൻ നിലവിളിച്ചു. പതിയെ, അയാളുടെ ഉച്ചത്തിലുള്ള കരച്ചിലുകൾ കുറഞ്ഞുവന്നു. “എന്നെ വിടൂ... ദയവായി...” അയാൾ കെഞ്ചി, മുഖത്ത് കണ്ണുനീർ ഒഴുകി.

തുർക്കിക്കാരൻ വില്ലാളി, കുറച്ചകലെ നിന്ന്, ഉറക്കെ പ്രാകി, മറ്റു തുർക്കി പട്ടാളക്കാർ അട്ടഹസിച്ചു. മൊത്തം മുപ്പതോളം പേരുണ്ടായിരുന്നു. അവരിൽ നാലുപേർ കാവൽ ചുമതലയിലായിരുന്നു, പക്ഷേ അവരുടെ ശ്രദ്ധ താൽക്കാലിക താവളത്തിൽ ചുരുളഴിഞ്ഞ നാടകത്തിലേയ്ക്ക് മാറി.

പട്ടാളക്കാർ തുറന്ന സ്ഥലത്ത് കൂടാരങ്ങൾ കെട്ടിക്കഴിഞ്ഞിരുന്നു. ഉയരമുള്ള ദർഭപ്പുല്ലിന്റെ—ഹിന്ദുക്കളും ബുദ്ധിസ്റ്റുകളും പവിത്രമെന്ന് കരുതുന്നതും ഔഷധഗുണങ്ങൾക്ക് പ്രശസ്തമായതും—പരപ്പുകൾ താവളത്തിന് ചുറ്റും കാടുപിടിച്ച് വളർന്നിരുന്നു. ചിലയിടങ്ങളിൽ അവ ഏഴടിയേക്കാൾ കൂടുതൽ ഉയരത്തിൽ എത്തിയിരുന്നു.

കൂടാരങ്ങൾ തിരശ്ചീനമായ രണ്ട് വരികളിൽ ആയിരുന്നു, സേനാധിപതിയുടെ കൂടാരം വരി അവസാനിക്കുന്നതിന്റെ നടുക്കായി, “U” ആകൃതിയിൽ. മുഖാമുഖം നിൽക്കുന്ന രണ്ട് വശങ്ങൾക്കിടയിൽ, പട്ടാളക്കാർ വൈകുന്നേരത്തെ വിനോദങ്ങൾ ഒരുക്കി, നാല് തടവുകാരുടെ ചെലവിൽ. മൂന്ന് പേർ ഒരു മൂലയ്ക്ക് കെട്ടിയിടപ്പെട്ട് കൂടിക്കിടക്കുന്നു, ഒരാളെ പീഡിപ്പിക്കുകയാണ്.

“ഈ നശിച്ച കാറ്റ് കാര്യങ്ങൾ താറുമാറാക്കുകയാണ്,” വില്ലാളി പറഞ്ഞു. അയാൾക്ക് ഇന്ത്യാക്കാരന്റെ ഇടത്തേ തോളിൽ കരി കൊണ്ട് അടയാളപ്പെടുത്തിയത് തെറ്റിപ്പോയി. “വെളിച്ചവും മങ്ങിയിരിക്കുന്നു. സൂര്യൻ ഏതാണ്ട് അസ്തമിച്ചുകഴിഞ്ഞു.”

"അല്ലെങ്കിൽ നിന്റേത് ഉഴപ്പൻ എയ്ത്തായിരുന്നിരിക്കും," കൂടെയുള്ള തുർക്കിക്കാരൻ പരിഹസിച്ചു.

"നിനക്ക് നന്നായി ചെയ്യാൻ പറ്റുമോയെന്ന് നോക്കട്ടെ," മറ്റൊരാൾ വെല്ലുവിളിച്ചു.

തുർക്കി വില്ലാളി ഒരിക്കൽക്കൂടി തറയിൽ വരച്ച വരയിലേയ്ക്ക് വന്നു, നിസ്സഹായനായ ഇന്ത്യാക്കാരനിൽ നിന്നും ഏതാണ്ട് നൂറ് മീറ്റർ അകലെ, അയാളെ നഗ്നനാക്കി ഒരു മരക്കാലിൽ കെട്ടിയിട്ടിരിക്കുകയായിരുന്നു. അതൊരു ചൂടുള്ള വൈകുന്നേരം ആയിരുന്നു, പക്ഷേ തടവുപുള്ളി നിയന്ത്രണം വിട്ട് വിറയ്ക്കുന്നുണ്ടായിരുന്നു.

"ഞാൻ പന്തയത്തിന്റെ വ്യവസ്ഥയൊന്ന് മാറ്റുകയാണ്," ഒരു തുർക്കിക്കാരൻ പ്രഖ്യാപിച്ചു. "പത്തിലൊരു അമ്പ് അടയാളത്തിൽ കൊണ്ടിരിക്കണം."

പട്ടാളക്കാർക്കിടയിൽ ചൂടുപിടിച്ച തർക്കങ്ങൾ പൊട്ടിപ്പുറപ്പെട്ടു. ചിലർ വ്യവസ്ഥകൾ ഇപ്പോൾ മാറ്റാൻ പറ്റില്ലെന്ന് വാദിച്ചു. ചിലർ പറ്റുമെന്നും, ഇന്ത്യക്കാരൻ തടവുപുള്ളി കെട്ടിയിട്ടിട്ടും അങ്ങോട്ടുമിങ്ങോട്ടും മാറിക്കൊണ്ടിരിക്കുന്നതിനാൽ വില്ലാളിയുടെ പണി പ്രയാസമാക്കുന്നതുകൊണ്ട്.

"നിർത്ത്!" നര കയറിയ മുടിയും വലത്തേ കവിളിൽ മറുകുമുള്ള ഒരു തടിയൻ ഇടപെട്ടു. "നമുക്ക് കിട്ടിയിരിക്കുന്ന ആജ്ഞ അവരെ ജീവനോടെ കൊണ്ടുപോകാനാണ്."

"ശരി, ഒസ്ഗുർ," ചുമതലയുള്ള ഉദ്യോഗസ്ഥൻ പറഞ്ഞു. "ജീവനോടെ എന്ന് മാത്രമേ ആജ്ഞയുള്ളൂ, എങ്ങിനെ ജീവനോടെ എന്നില്ല. പകുതി മരിച്ചതാണെങ്കിലും മതിയാകും." അയാൾ വില്ലാളിയുടെ നേരെ തിരിഞ്ഞു. "തുടരൂ."

വില്ലാളി നാടകീയമായി കുനിഞ്ഞുവണങ്ങി. "നന്ദി ഏമ്മാനേ." എന്നിട്ട് അയാൾ ലക്ഷ്യത്തിന് നേരെ തിരിഞ്ഞ് ഉറക്കെ പറഞ്ഞു, വ്യക്തമായി കേൾക്കാവുന്ന വിധത്തിൽ. "പേടിക്കണ്ട, ഇത്തവണ ഞാൻ ഇടത്തേ തോളിൽത്തന്നെ കൊള്ളിക്കും."

വില്ലാളിയുടെ വാക്കുകൾ കേട്ടപ്പോൾ, ലക്ഷ്യമായിട്ടുള്ളയാൾ കൂടുതൽ ഭയപ്പാടോടെ യാചിക്കാൻ തുടങ്ങി, വെപ്രാളം കൊണ്ട് കരഞ്ഞ്. അയാളുടെ കാലുകളിലൂടെ മൂത്രം ഇറ്റി.

തുർക്കികൾ അലറിച്ചിരിച്ചെങ്കിലും വില്ലാളി നെറ്റിചുളിച്ചു. "ഈ തന്തയില്ലാത്തവന്റെ ചിണുങ്ങൽ എന്നെ ശ്രദ്ധിക്കാൻ സമ്മതിക്കുന്നില്ല," അയാൾ പരാതിപ്പെട്ടു. എന്നിട്ട് ഒരു ആശയം തോന്നിയപ്പോൾ ക്രൂരമായി പുഞ്ചിരിച്ചു. അയാൾ ഒരു കത്തിയെടുത്ത് ഇന്ത്യൻ ബന്ദിയുടെ നേരെ നടന്നു. "നാക്ക് പുറത്തേയ്ക്ക് നീട്ട്," അയാൾ ആജ്ഞാപിച്ചു.

ബന്ദി വായ മൂടി വേവലാതിയോടെ തലകുലുക്കി, അയാളുടെ കണ്ണുകൾ വിടർന്ന് അപേക്ഷിച്ചു.

“ശരി,” തുർക്കിക്കാരൻ പറഞ്ഞു. “ഞാൻ തന്നെ പുറത്തെടുക്കാം.”

അയാൾ കൈ പിന്നോട്ടെടുത്ത് അയാളുടെ വയറിൽ ഇടിക്കാൻ തയ്യാറായി. അപ്പോൾ, അയാളുടെ മുഖത്ത് ഒരു ഞെട്ടൽ പ്രത്യക്ഷപ്പെട്ടു. അയാൾ തന്റെ നെഞ്ചിലേയ്ക്ക് നോക്കിയപ്പോൾ അവിടെ ഒരു അമ്പ് തറച്ചിരിക്കുന്നതായി കണ്ടു. അയാൾ സംസാരിക്കാനായി വാ തുറന്നപ്പോൾ ചുമച്ച് തൊണ്ടയിലൂടെ രക്തം ഒഴുകി.

തുർക്കിക്കാരൻ അയാളുടെ കൂട്ടാളികളുടെ നേരെ തിരിഞ്ഞ്, ഒരടി വച്ച് മുട്ടിൽ വീണു. ആളുകൾ എന്താണ് സംഭവിച്ചതെന്ന് അറിയാതെ പൊട്ടിച്ചിരിക്കുകയും സംസാരിക്കുകയും ചെയ്യുന്നുണ്ടായിരുന്നു. മാരകമായി മുറിവേറ്റ വില്ലാളിയെ കണ്ടപ്പോൾ അവരുടെ സംഭാഷണം പെട്ടെന്നു നിന്നുപോയി.

അപകടം എത്തിക്കഴിഞ്ഞിരുന്നു, ശ്രദ്ധവും നിശ്ശബ്ദവുമായി.

നിശ്ശബ്ദത ഉച്ചത്തിലുള്ള പോർവിളികൾ കൊണ്ട് ഭേദിക്കപ്പെട്ടു.

“ഹര ഹര മഹാദേവാ!”

സുഹേൽദേവും സംഘവും പെട്ടെന്ന് താവളത്തിനെ ചുറ്റിനിൽക്കുന്ന ഉയരമുള്ള പുല്ലുകളിൽ നിന്നും പുറത്തേയ്ക്കു വന്നു. തുർക്കികളെ അകലെ നിന്നേ കണ്ടതുകൊണ്ട് അവർ പതുങ്ങി നീങ്ങി താവളത്തിന്റെ ചുറ്റവട്ടത്ത് തന്നെയെത്തി, ദർഭപ്പുല്ലുകൾക്കിടയിലൂടെ ശബ്ദമുണ്ടാക്കാതെ ഇഴഞ്ഞ്.

തൊഷാനി, തുർക്കി വില്ലാളിയെ കൊന്ന അമ്പെയ്ത്തുയാൾ, ഏതാനും അമ്പുകൾ കൂടി എയ്തത് ലക്ഷ്യം കണ്ടു, എന്നിട്ട് ഒരു അരിവാൾ എടുത്ത് ആക്രമണത്തിൽ ചേർന്നു.

ഗോവർദ്ധൻ യുദ്ധത്തിൽ പ്രവേശിച്ചു, അയാളുടെ കണ്ണുകൾ ചോരക്കൊതി കൊണ്ട് തിളങ്ങുന്നുണ്ടായിരുന്നു. തുർക്കി പട്ടാളക്കാർ ആ പേടിപ്പിക്കുന്ന ഭീമാകാരനെ നോക്കിയിട്ട് ഓടിപ്പോയി. ഒരു ചെറിയ പയ്യൻ ഒഴികെ, അവന് താടി മുളയ്ക്കാൻ തുടങ്ങിയിട്ടേ ഉണ്ടായിരുന്നുള്ളൂ. അവൻ ഗോവർദ്ധനു നേരെ വാൾ വീശി. ഗോവർദ്ധൻ ഗദ കൊണ്ട് വാളിനെ തട്ടിത്തെറിപ്പിച്ച് തോൾ കൊണ്ട് ആ പയ്യനെ തട്ടി താഴെയിട്ടു. പക്ഷേ പയ്യൻ വീണ്ടും എഴുന്നേറ്റ് നിന്നു. അവൻ വന്യമായി വെട്ടി, ഇടത്തും വലത്തും വലത്തും ഇടത്തും.

ധീരൻ. പക്ഷേ മണ്ടനും അനുഭവമില്ലാത്തവനും.

പയ്യൻ വാൾ വീശുന്നത് തുടർന്നപ്പോൾ ഗോവർദ്ധൻ അവന് എത്താവുന്ന ദൂരത്തിൽ നിന്നും മാറിനിന്നു. ഭീമാകാരൻ തന്റെ മുന്നിൽ നിന്നും പിൻവാങ്ങുകയാണെന്ന് കരുതി അവൻ കൂടുതൽ സാഹസികനായി.

അവൻ ഗോവർദ്ധന്റെ തലയ്ക്ക് നേരെ വന്യമായി വീശി, തിരിച്ചുള്ള ആക്രമണത്തിനെ ചെറുക്കാൻ പൂർണമായും സാധിക്കാത്തവിധം. ഒരു ഞൊടി കഴിഞ്ഞ്, ഗോവർദ്ധന്റെ ഗദ അവന്റെ വാരിയെല്ലിൽ പതിച്ചപ്പോൾ അവൻ ഓളിയിട്ടു. ഉറക്കെയുള്ള പൊട്ടുന്ന ശബ്ദം കേട്ടു, പയ്യൻ താഴെ വീണു. അവൻ പരിക്കേറ്റ ഭാഗത്ത് അമർത്തിപ്പിടിച്ച് ശ്വാസമെടുക്കാൻ ശ്രമിച്ചു.

അതവനെ കുറച്ചു നേരത്തേയ്ക്ക് അടക്കി നിർത്തും.

അപ്പോൾ ആ പയ്യൻ വാൾ നിലത്തുകുത്തി താങ്ങി എഴുന്നേൽക്കാൻ ശ്രമിക്കുന്നത് ഗോവർദ്ധൻ വളരുന്ന അവിശ്വാസത്തോടെ കണ്ടു.

ഗോവർദ്ധൻ നെടുവീർപ്പിട്ടു. അയാൾ അത് കണ്ടപ്പോൾ ആ ധൈര്യത്തിനെ ആദരിച്ചു. ശത്രുവാണെങ്കിലും. പക്ഷേ അത് വികാരഭരിതനാകാനുള്ള സമയമല്ലായിരുന്നു. അയാൾ ഗദ കൊണ്ട് പയ്യന്റെ തോളിൽ അടിച്ചു, അവന്റെ തോളെല്ല് തകർത്തുകൊണ്ട് – അവന്റെ ആത്മവിശ്വാസത്തിനേയും.

പയ്യൻ അപേക്ഷിക്കാൻ തുടങ്ങി, കണ്ണുനീരിനെ നിയന്ത്രിക്കാൻ പൊരുതിക്കൊണ്ട്. “ദയ! ദയ!”

ഗോവർദ്ധൻ കൊല്ലാനുള്ള പ്രഹരത്തിനായി ഗദ ഉയർത്തി. പയ്യന്റെ കണ്ണുകളിലേയ്ക്ക് നോക്കിയപ്പോൾ ഒന്ന് മടിച്ചു, അവൻ പെട്ടെന്ന് മാതാപിതാക്കളുടെ അടുത്തേയ്ക്ക് തിരിച്ചെത്താൻ വിഷമിക്കുന്ന വഴിതെറ്റിയ കുട്ടിയെ പോലെ കാണപ്പെട്ടു. ഗോവർദ്ധൻ ഗദ താഴ്ത്തി, അവന്റെ കൈപിടിച്ച് ശത്രുവിന്റെ കീഴടങ്ങൽ സ്വീകരിച്ചെന്ന് ആംഗ്യം കാണിച്ചു. അപ്പോൾ, അബ്ദുൾ വന്ന് ചെറുപ്പക്കാരൻ തുർക്കിയുടെ ഹൃദയത്തിലൂടെ കുത്തി. അവൻ മരിക്കുമ്പോൾ തുർക്കിക്കാരൻ ഗോവർദ്ധനെ നോക്കി, വാക്ക് തെറ്റിച്ചതിന് പഴി ചാരുന്നത് പോലെ.

“എന്ത് നാശമാണിത്?” ഗോവർദ്ധൻ ദേഷ്യപ്പെട്ടു. “ആ പാവം തന്തയില്ലാത്തവൻ കീഴടങ്ങിയതായിരുന്നു.”

“തടവുകാരെ പാർപ്പിക്കാൻ നമുക്ക് സ്ഥലമില്ല.”

“പക്ഷേ അവൻ യുദ്ധം ചെയ്യാനുള്ള അവസ്ഥയിൽ ആയിരുന്നില്ല,” ഗോവർദ്ധൻ പറഞ്ഞു. “അവൻ ഭീഷണിയായിരുന്നില്ല.”

“ഇപ്പൊഴല്ല,” അബ്ദുൾ പറഞ്ഞു. “പക്ഷേ അവൻ സുഖപ്പെടാം. എന്നിട്ട് വീണ്ടും നമ്മളോട് യുദ്ധം ചെയ്യാം. ഇത് യുദ്ധമാണ്, കളിയല്ല. നിങ്ങളുടെ ബഹുമാനച്ചട്ടമൊന്നും ഇവിടെ വിലപ്പോവില്ല.”

ഗോവർദ്ധൻ കൂടുതൽ തർക്കിക്കാനായി വാതുറന്നു, എന്നിട്ട് വേണ്ടെന്ന് തീരുമാനിച്ചു. അയാൾ മുമ്പത്തെ രാജാവ് മഹിപാലിന്റെ തുർക്കികളോടുള്ള നിലപാട് വളരെ ബഹുമാനം ഉള്ളതായിരുന്നെന്ന് ഓർമ്മിച്ചു.

മഹാനായ രാജാവ് ഞാൻ കരുതിയതിനേക്കാൾ എന്നെ ബാധിച്ചിട്ടുണ്ടെന്ന് ഊഹിക്കുന്നു.

അബ്ദുൾ പുഞ്ചിരിച്ചു. "നിങ്ങൾ പഠിക്കുന്നുണ്ട്."

ഗോവർദ്ധൻ മുരണ്ടുകൊണ്ട് ചുറ്റും നോക്കി. അത്ഭുതം തന്നെ, ഭൂരിഭാഗം തുർക്കികളും നിമിഷങ്ങൾ മാത്രമുണ്ടായിരുന്ന പോരാട്ടത്തിൽ മരിച്ചിരുന്നു. പക്ഷേ ചിലർ അപ്പോഴും പോരാടുന്നുണ്ടായിരുന്നു, കാര്യങ്ങൾ അവർക്കെതിരെ ആയിരുന്നെങ്കിലും.

ഒരു തുർക്കി പട്ടാളക്കാരൻ സുഹേൽദേവിന്റെ സംഘത്തിലെ ഒരാളെ താഴേയ്ക്ക് തള്ളിയിട്ട് ഇടതുകൈകൊണ്ട് ഞെരിക്കുകയായിരുന്നു. അയാൾ കത്തി പിടിച്ചിരുന്ന വലതുകൈ ഉയർത്തി, എതിരാളിയെ തീർക്കാനായി. അപ്പോൾ തൊഷാനി പെട്ടെന്ന് പിന്നിൽ പ്രത്യക്ഷപ്പെട്ട് അയാളുടെ കൈമുട്ടിന് തൊട്ടുതാഴെ അരിവാൾ കൊണ്ട് ക്രൂരമായി വീശി, തൊലിയും കോശവും പേശിയും ഞരമ്പുകളും മുറിച്ച് എല്ലിലൂടെ കടന്നുപോയപ്പോൾ അയാൾ വേദനകൊണ്ട് ഓളിയിട്ടു. അയാളുടെ മരവിച്ച വിരലുകളിൽ നിന്നും കത്തി താഴെ വീണു. പക്ഷേ തൊഷാനിയുടെ ജോലി കഴിഞ്ഞിരുന്നില്ല. അവൾ വീണ്ടും അരിവാൾ വീശി, ഇത്തവണ അയാളുടെ തലയുടെ പിന്നിൽ വെട്ടിക്കൊണ്ട്. അയാൾ താഴെ വീണു, അരിവാൾ അയാളുടെ തലയോട്ടിയിൽ തറച്ചുനിന്നു.

തൊഷാനി അരിവാൾ എടുക്കാനായി കുനിഞ്ഞു, അത് അവൾക്ക് ആകസ്മികമായിരുന്നു, കാരണം മറ്റൊരു തുർക്കി പട്ടാളക്കാരൻ പിന്നിൽ നിന്നും വാൾ വീശി, ഒരു ക്ഷണം മുമ്പ് അവളുടെ കഴുത്ത് ഉണ്ടായിരുന്ന അതേയിടത്ത്. അവളുടെ തല കൊയ്യുന്നതിന് പകരം വാൾ അപകടമില്ലാതെ മുകളിലൂടെ വീശിപ്പോയി. വായുവിലൂടെ മുറിച്ച് പോകുന്ന വാളിന്റെ സീത്കാരം തൊഷാനിയെ അപകടത്തിനെക്കുറിച്ച് ജാഗ്രതപ്പെടുത്തി. അവൾക്ക് പ്രതികരിക്കാൻ സാധിക്കുന്നതിന് മുമ്പ്, ഗോവർദ്ധൻ അലറിക്കൊണ്ട് അവളെ സഹായിക്കാനായി പാഞ്ഞു. ഗോവർദ്ധൻ ഗദ വീശിയപ്പോൾ തുർക്കിക്കാരൻ പുതിയ ഭീഷണിയെ നോക്കാനായി തിരിഞ്ഞു. അത് തുർക്കിക്കാരന്റെ വലത്തേ കണ്ണുമായി കൂട്ടിമുട്ടി, ചോരവാർന്ന്, ചതഞ്ഞ പരുവത്തിലായി.

തുർക്കിക്കാരൻ വേദന കൊണ്ട് അലറി ആയുധം താഴെയിട്ടു, രണ്ട് കൈകളും തകർന്ന കണ്ണിന് നേരെ പോകുമ്പോൾ. തൊഷാനി, അപ്പോഴേയ്ക്കും അരിവാൾ എടുത്ത്, അയാളുടെ തൊണ്ടയിലെ രക്തക്കുഴലുകളെ മുറിച്ചു, അയാളുടെ കഷ്ടപ്പാട് അവസാനിപ്പിച്ചുകൊണ്ട്.

അതേ സമയം, അസ്‌ലാനും സുഹേൽദേവും അത്താഴം പാചകം ചെയ്യാനായി കത്തിച്ചിരുന്ന തീയുടെ അടുത്ത് ഒരു സംഘം പട്ടാളക്കാ

രുമായി പോരിടുകയായിരുന്നു. അതിൽ ഒരു പട്ടാളക്കാരന്റെ പിൻഭാഗം തീനാളത്തിൽ മുട്ടി. അസ്ലാമിന്റെ വെട്ടിൽ നിന്നും ഒഴിഞ്ഞുമാറുമ്പോൾ പട്ടാളക്കുപ്പായത്തിന്റെ വക്കിൽ തീപിടിച്ചു. തീനാളങ്ങൾ പൊള്ളിക്കാൻ തുടങ്ങിയപ്പോൾ അയാൾ ഉറക്കെ അലറി വിഭ്രാന്തിയോടെ അതിനെ കെടുത്താൻ ശ്രമിച്ചു.

അസ്ലാൻ അയാളെ കഴുത്തിൽ ഒരു വെട്ടുകൊണ്ട് അയാളുടെ വേദനയിൽ നിന്നും പുറത്ത് കടത്തി. മൃതശരീരം നിലത്ത് വീണു, അപ്പോഴും കത്തിക്കൊണ്ട്. അസ്ലാൻ അടുത്ത് ഒരു മൺകുടത്തിൽ വെള്ളമിരിക്കുന്നത് കണ്ടു. അയാളതെടുത്ത് ജഡത്തിന്റെ മുകളിലേയ്ക്കൊഴിച്ച് തീ കെടുത്തി. സുഹേൽദേവ്, എതിരാളിയെ തീർത്തുകഴിഞ്ഞ്, അയാളുടെ അടുത്തേയ്ക്ക് നടന്നു, താല്പര്യത്തോടെ.

"അയാൾ മരിച്ചു കഴിഞ്ഞു, മിടുക്കാ," സുഹേൽദേവ് പറഞ്ഞു. "പിന്നെ എന്തിനാണ് തീ കെടുത്തുന്നത്?"

"ഒരു വിശ്വാസിയെ ദഹിപ്പിക്കുന്ന ഇസ്ലാമിൽ നിർബന്ധമായും വിലക്കിയിരിക്കുന്നു," അസ്ലാൻ പറഞ്ഞു. "മനുഷ്യശരീരം അള്ളാഹുവിന്റെ സമ്മാനമാണ്. ജീവിതത്തിലായാലും മരണത്തിലായാലും, അതിനെ ഉയർന്ന ബഹുമാനത്തോടെ കൈകാര്യം ചെയ്യണം."

"അതുകൊണ്ട്... ഒരു വിശ്വാസിയായ മുസ്ലീം എന്ന നിലയിൽ നീ തീപിടിച്ചുള്ള മരണത്തിനെ ഭയക്കുന്നുണ്ടോ?" സുഹേൽദേവ് ആലോചനയോടെ ചോദിച്ചു, അയാളുടെ തല ഒരുവശത്തേയ്ക്ക് ചെരിഞ്ഞു.

"ആർക്കായാലും അതൊരു ഭീകരമായ മരണമായിരിക്കും, മുസ്ലിം ആണെങ്കിലും അല്ലെങ്കിലും," അസ്ലാൻ ചുരുക്കിപ്പറഞ്ഞു. "നാശം, അവരിൽ ഒരാൾ രക്ഷപ്പെടുന്നു."

അയാൾ നീളൻ പുല്ലിലൂടെ പിന്തുടർന്നു. സുഹേൽദേവിന്റെ സംഘത്തിന് കാഴ്ചയ്ക്കപ്പുറത്തേയ്ക്ക്.

തുർക്കി പട്ടാളക്കാരൻ കഴിയാവുന്നത്ര വേഗത്തിൽ ഓടി, പക്ഷേ അസ്ലാമിന് എളുപ്പത്തിൽത്തന്നെ അയാൾക്കൊപ്പം എത്താൻ കഴിഞ്ഞു. താവളത്തിൽ നിന്നും മതിയായ അകലത്തിലെത്തി പിന്നിൽ നിന്നും ചാടിവീണ് പിടിച്ചു. ഇരുവരും താഴെവീണു. ഭയന്ന തുർക്കിക്കാരൻ മുഖത്ത് ആശയക്കുഴപ്പവുമായി കുതിച്ചു, എതിരിടാനായി വാളെടുത്തു, എന്നിട്ട് അസ്ലാമിനെ കണ്ടപ്പോൾ പെട്ടെന്ന് നിർത്തി.

"പ്രഭോ!" അയാൾ അവിശ്വാസത്തോടെ പറഞ്ഞു. "അങ്ങ് എന്താണ് അവരുമായി..."

"ശബ്ദം താഴ്ത്ത് ഒസ്ഗുർ," അസ്ലം അയാൾക്കു നേരെ ചീറി, തുർക്കിയുടെ വായയിൽ കൈവച്ച് മൂടിക്കൊണ്ട്.

ഒസ്ഗ്ഗർ തലകുലുക്കി, മനസ്സിലായെന്ന മട്ടിൽ. അസ്ലാൻ കൈ പിൻവലിച്ചു.

"നിങ്ങൾ പണ്ടത്തേക്കാൾ കിഴവനും വൃത്തികെട്ടതുമായിരിക്കുന്നു," അസ്ലാൻ പറഞ്ഞു, അയാളുടെ ശബ്ദത്തിലെ ഊഷ്മളത വാക്കുകൾ വ്യാജമാണെന്ന് കാണിച്ചു.

ഒസ്ഗ്ഗർ സൗഹാർദ്ദത്തോടെ ചിരിച്ചു. "അങ്ങനെ ഞാൻ അവസാനമായി കണ്ടത് ഘസ്സിയിൽ വച്ചായിരുന്നു പ്രഭോ. അങ്ങ് ഇപ്പോഴും ആ ദൗത്യത്തിൽ...."

"അതെ," അസ്ലാൻ ഇടയ്ക്കുകയറി പറഞ്ഞു. "ഇനി ഞാൻ പറയുന്നത് കേൾക്ക്..."

അസ്ലാൻ ഒസ്ഗ്ഗറിന്റെ അടുത്തേയ്ക്ക് കുനിഞ്ഞ് ഇരുവരും സ്വകാര്യം പറയുന്നത് പോലെ തിടുക്കത്തിൽ സംസാരിച്ചു, ഉയർന്ന പുല്ലുകൾക്കിടയിലെ മറവിലാണെന്ന് ഉറപ്പാക്കിക്കൊണ്ട്.

സംഭാഷണം അവസാനിച്ചപ്പോൾ, അസ്ലാൻ അയാളുടെ തോളിൽ തട്ടി. "നല്ലത്, നിങ്ങൾക്കിനി പോകാം. ഞാൻ ആവശ്യമുള്ളപ്പോൾ കണ്ടോളാം. പക്ഷേ, ഇപ്പോൾ, നിങ്ങൾ കരീമിന്റെ ഒപ്പം നിൽക്കണം. മനസ്സിലായോ?"

"ഉവ്വ്, പ്രഭോ."

"പോകുന്നതിന് മുമ്പ്, എന്റെ മുഖത്തിടിക്ക്."

ഒസ്ഗ്ഗർ ഭയന്നു. "എനിക്കത് ചെയ്യാൻ പറ്റില്ല, പ്രഭോ!"

"ഇതൊരു ആജ്ഞയാണ്," അസ്ലാൻ പറഞ്ഞു. "ചെയ്യ്, അല്ലെങ്കിൽ അടുത്തതായി എന്നെ കുത്താൻ പറയും."

"പക്ഷേ, പ്രഭോ..."

""ഇതൊരു ആജ്ഞയാണ് ഒസ്ഗ്ഗർ! അത് നല്ല കനത്ത ഇടിയായിരിക്കണം."

ഒസ്ഗ്ഗർ ഉമിനീരിറക്കി, എന്നിക്ക് അസ്ലാനിന്റെ വലത്തേ കവിളിൽ മൃഗീയമായ ഒരു ഇടി കൊടുത്തു. തൊലി മുറിയുകയും ഉടൻ തന്നെ ചോര ഒഴുകാൻ തുടങ്ങുകയും ചെയ്തു.

ഒസ്ഗ്ഗർ കുറ്റബോധത്തോടെ മാപ്പപേക്ഷിക്കാൻ തുടങ്ങി, പക്ഷേ അസ്ലാൻ സാരമില്ലെന്ന് കൈകൊണ്ട് ആംഗ്യം കാണിച്ച് പൊയ്ക്കോളാൻ സൂചന നൽകി. ഒസ്ഗ്ഗർ തിടുക്കത്തിൽ പോയിക്കഴിഞ്ഞശേഷമേ അസ്ലാൻ വേദനകൊണ്ട് ചൂളി ഇടി കൊണ്ടയിടത്ത് തൊട്ടുള്ളൂ.

"നാശം, അയാൾ ആജ്ഞകൾ ശരിക്കും ഗൗരവത്തിലെടുക്കും," അയാൾ സ്വയം പിറുപിറുത്തു.

"അതുകഴിഞ്ഞ് നിനക്ക് അവനെ കിട്ടിയെന്ന് കരുതുന്നു," സുഹേൽദേവ് പറഞ്ഞു, അസ്‌ലാമിന്റെ പരിക്കേറ്റ കവിളിലേയ്ക്ക് ചൂണ്ടിക്കൊണ്ട്, അത് നീരുവന്ന് ചുവന്നിരുന്നു.

"ഏതാണ്ട് കിട്ടിയതായിരുന്നു, പക്ഷേ ആ തന്തയില്ലാത്തൻ എങ്ങിനെയോ രക്ഷപ്പെട്ടു," അസ്‌ലാൻ അടുത്തിടെ രക്ഷപ്പെടുത്തിയ ഇന്ത്യക്കാരായ ബന്ദികളെ ചൂണ്ടിക്കൊണ്ട് പറഞ്ഞു. "അവരുടെ കഥയെന്താണ്? ആ പ്രദേശം തുടച്ച് നീക്കിയതിന്റെ കാരണം കണ്ടുപിടിച്ചോ?"

"അവർക്ക് കാര്യമായൊന്നും അറിയില്ലെന്ന് തോന്നുന്നു. അവർ പറയുന്നത് തുർക്കികൾ വ്യക്തമായ ഉത്തരവുകൾ കിട്ടിയിട്ട് വന്നതുപോലെയായിരുന്നു എന്നാണ്. എല്ലാ തുകൽ നിർമ്മാണ ഉപകരണങ്ങളും നശിപ്പിച്ച് തൊഴിലാളികളേയും കൊല്ലുക. അവരിൽ മികച്ചവരെ പിടികൂടി പ്രധാന തുർക്കി സേനാധിപതിയുടെ അടുത്തേയ്ക്ക് കൊണ്ടുപോകുക. പ്രദേശത്തെ മറ്റ തുകൽ തൊഴിലാളികളുള്ള ഗ്രാമങ്ങളെക്കുറിച്ചും ആവർത്തിച്ച് അന്വേഷിച്ചിട്ടുണ്ട്. വിചിത്രം തന്നെ."

അസ്‌ലാൻ ഒന്നും പറഞ്ഞില്ല. അയാൾ സുഹേൽദേവിനെ ആകാംക്ഷയോടെ നോക്കി. രാജകുമാരന്റെ മനസ്സിലുള്ളത് അയാൾക്ക് ഏതാണ്ട് കാണാമായിരുന്നു. *ഇവനത് മനസ്സിലാകുമോ?*

"അല്ലെങ്കിൽ..."സുഹേൽദേവ് തുടങ്ങി, എന്നിട്ട് നിർത്തി.

"അല്ലെങ്കിൽ എന്ത്?" അസ്‌ലാൻ ചോദിച്ചു.

"തുർക്കികൾ മൊത്തത്തിലുള്ള യുദ്ധത്തിലാണ് വിശ്വസിക്കുന്നത്, അല്ലേ? ശത്രുക്കളുടെ യുദ്ധം ചെയ്യാനുള്ള പ്രപ്തി നശിപ്പിക്കുക."

"അതെ...പിന്നെ...?"

"ദൽഹി നശിപ്പിച്ചതിന് ശേഷം, അവർ പുതിയ യുദ്ധസന്നാഹം തുടങ്ങിയിട്ടില്ല. അവർ ദൽഹിയിൽത്തന്നെ തമ്പടിച്ചിരിക്കുകയാണ്. കാരണം ലളിതമാണ്. ഇപ്പോൾ വേനൽ ഉച്ചത്തിലാണ്. അവർക്ക് വളരെ ചൂടായിരിക്കും, അവർ മദ്ധ്യേഷ്യയിലെ തണുപ്പ് ശീലിച്ചവർ ആയതുകൊണ്ട്. അവർക്ക് മഴക്കാലത്തും യുദ്ധം ചെയ്യണമെന്നില്ല. ഇന്ത്യയിലെ മഴയിൽ വലിയ യുദ്ധങ്ങൾ അവർക്ക് താല്പര്യമുണ്ടാവില്ല. അതുകൊണ്ട്, അവർ ശിശിരകാലത്തിനായി കാത്തിരിക്കുകയാണ്. അപ്പോഴായിരിക്കും തുർക്കികൾ അടുത്ത യുദ്ധം ആരംഭിക്കുക."

അസ്‌ലാൻ പറഞ്ഞുവരുന്ന വാദം മനസ്സിലായില്ലെന്ന് ഭാവിച്ചു. "അതും തുകലുമായി എന്താണ് ബന്ധം?"

"ഞാൻ അതിലേയ്ക്കാണ് വരുന്നത്. എല്ലാ ഇന്ത്യൻ സൈന്യങ്ങളിലും ലോഹത്തിന്റെ കവചങ്ങൾ ഉദ്യോഗസ്ഥർക്കും ധനികരായ പട്ടാളക്കാർക്കും മാത്രമേ ഉണ്ടാകുകയുള്ളൂ. സാധാരണ പട്ടാളക്കാർ കട്ടിയുള്ള തുകൽ കവചം ഉപയോഗിക്കും. തുകൽപ്പണിക്കാർ ഇല്ലാതെ, സാധാരണ പട്ടാളക്കാർക്ക് കവചം ഉണ്ടാവില്ല. അവർ തുർക്കി ആയുധങ്ങൾക്ക് എളുപ്പത്തിൽ ഇരകളാകും."

അസ്‌ലാന് മതിപ്പ് തോന്നാൻ തുടങ്ങിയിരുന്നു. "തുടരൂ..."

"അതുപോലെ, ഉദ്യോഗസ്ഥരുടെ ലോഹകവചങ്ങൾ ശിശിരകാലത്ത് തുകൽ കൊണ്ട് പൊതിയണം, ഇല്ലെങ്കിൽ അവ ഉപയോഗിക്കുമ്പോൾ ഭയങ്കര തണുപ്പായിരിക്കും. അതുകൊണ്ട് ലോഹകവചങ്ങളും തുകൽപ്പണിക്കാർ ഇല്ലെങ്കിൽ ഉപയോഗശൂന്യമാകും. ഇന്ത്യക്കാർ യുദ്ധമുഖത്ത് തുകൽപ്പണിക്കാരുടെ പ്രാധാന്യം ശരിക്കും മനസ്സിലാക്കിയിട്ടില്ല. അവർ എപ്പോഴും ലഭ്യമാണ്. പക്ഷേ തുകൽപ്പണിക്കാർ എല്ലാവരും പോയിക്കഴിഞ്ഞാൽ യുദ്ധം ചെയ്യാനുള്ള നമ്മുടെ പ്രാപ്തി വളരെ കുറയും. എല്ലാ തുകൽ പണിക്കാരുടേയും ഗ്രാമങ്ങളും വേർപെടുത്തിക്കഴിയുമ്പോൾ, അവരെ വ്യവസ്ഥയോടെ നശിപ്പിക്കപ്പെട്ടതാണെന്ന് കുറേക്കാലത്തേയ്ക്ക് ശ്രദ്ധിക്കപ്പെടില്ല."

അസ്‌ലാൻ പതിയെ പുഞ്ചിരിച്ചു. അയാൾക്ക് അവസാനം ഉറപ്പായി. തന്റെ ആളെ കണ്ടെത്തിയിരിക്കുന്നു. തുർക്കികൾക്ക് ശരിക്കും ഭീഷണി നൽകാൻ കഴിയുന്ന ഇന്ത്യൻ നേതാവിനെ കണ്ടെത്തിക്കഴിഞ്ഞു. ഊർജപ്രഭാവമുള്ള നേതാവ് ആണ്, സുഹേൽദേവ് രാജകുമാരൻ. സംശയമില്ല. എല്ലാ ജാതികളിലും മതങ്ങളിലും ഉള്ളവരെ തന്റെ ആജ്ഞയിൽ പോരാട്ടത്തിൽ എത്തിക്കാൻ കഴിവുള്ളയാൾ. ഉറപ്പായും. ബുദ്ധിമാനായ യോദ്ധാവും തന്ത്രജ്ഞനും. തീർച്ചയായും. പക്ഷേ ഏറ്റവും പ്രധാനമായും, അദ്ദേഹത്തിന് തന്റെ ശത്രുവിന്റെ മനസ്സ് അറിയാം.

തുർക്കികൾ ജാഗ്രതയെടുക്കേണ്ട ആളാണ് ഇത്. ഈ മനുഷ്യനെയാണ് ഞാൻ...

അസ്‌ലാന്റെ ചിന്തകൾ തൊഷാനി തടസ്സപ്പെടുത്തി.

"ക്ഷമിക്കണം, രാജകുമാരാ. എനിക്ക്..."

"സുഹേൽദേവ്."

"ക്ഷമിക്കണം?"

"സുഹേൽദേവ്, രാജകുമാരൻ അല്ല."

തൊഷാനി പുഞ്ചിരിച്ചു. "സുഹേൽദേവ്, ഞാൻ നന്ദി പറയുന്നു. ഈ ദിവസങ്ങളിൽ, നമ്മുടെ ഇന്ത്യാക്കാരായ രാജാക്കന്മാരും രാജകുമാരന്മാരും സ്വന്തം പൗരന്മാരെപ്പറ്റി പോലും ചിന്തിച്ചിട്ടില്ല, പിന്നെയാണ്

മറ്റുള്ളവർ. ഈ ഗ്രാമീണർ നിങ്ങളുടെ പ്രജകളല്ല. എന്നിട്ടും നിങ്ങൾ സഹായിച്ചു. നിങ്ങൾ അവരിൽ ചിലരെ രക്ഷപ്പെടുത്തു. അതിനേക്കാൾ, എന്നെ രക്ഷാപ്രവർത്തനത്തിൽ പങ്കെടുക്കാൻ അനുവദിച്ചതുകൊണ്ട് എനിക്ക് അവരോടുള്ള കടം വീട്ടാൻ സഹായമായി."

"നന്ദി പറയേണ്ട ആവശ്യമൊന്നുമില്ല. ഞാൻ എന്റെ കടമയാണ് ചെയ്തത്. അതെന്റെ ധർമ്മം ആയിരുന്നു."

"എങ്കിൽ എന്റെ ധർമ്മം ഇപ്പോൾ മുതൽ നിങ്ങളുടെ ഭാഗത്തുനിന്ന് പോരാടുന്നതാണ്. ഞാൻ ചെയ്യും..."

അവരുടെ സംഭാഷണം പെട്ടെന്ന് അബ്ദുൾ വന്നപ്പോൾ തടസ്സപ്പെട്ടു. "നമ്മൾ പോകണം, പ്രഭോ!"

"എന്തുപറ്റി?" സുഹേൽദേവ് ചോദിച്ചു.

അബ്ദുൾ ചക്രവാളത്തിലേയ്ക്ക് ചൂണ്ടി. ദൂരെ, ഒരുപാട് വെളിച്ചങ്ങൾ വ്യക്തമായി കാണാമായിരുന്നു. അവർ താവളത്തിലേയ്ക്ക് അടുക്കുകയാണ്, വേഗത്തിൽ നീങ്ങിക്കൊണ്ട്. "അടുത്ത് തുർക്കികളുടെ കൂടുതൽ ആളുകളുണ്ട്! ഒരു ബറ്റാലിയൻ എങ്കിലും, കാഴ്ചയിൽ അങ്ങിനെ തോന്നുന്നു!"

സുഹേൽദേവ് ശപിച്ചു. എന്നിട്ട് ഉച്ചത്തിൽ തന്റെ ആളുകളോട് പറഞ്ഞു, "പോകാൻ തുടങ്ങൂ!"

അദ്ധ്യായം 14

അവസ്ഥ കഠിനമാണെന്ന് സുഹേൽദേവിന് അറിയാമായിരുന്നു. അയാളുടെ ആളുകളെല്ലാം കൂടെയില്ല. ഒരു ചെറിയ തുർക്കി സംഘത്തിനെ തോൽപ്പിക്കാൻ സാധിച്ചത് അപ്രതീക്ഷിതമായത് കൊണ്ടുകൂടിയാണ്. പക്ഷേ ഇത് വ്യത്യസ്തമാണ്.

നമുക്കവരെ പിന്നിലാക്കാൻ കഴിയില്ല. എപ്പോഴായാലും നമ്മുടെ കുതിരകൾ ക്ഷീണിക്കും. അവർ നമ്മുടെ ഒപ്പമെത്തിക്കഴിഞ്ഞാൽ, എല്ലാം അവസാനിക്കും. നമ്മളാണെങ്കിൽ പ്രതീക്ഷയില്ലാത്ത വിധം എണ്ണത്തിൽ കുറവുമാണ്.

സുഹേൽദേവ് കുതിരയെ വേഗത്തിലാക്കിയപ്പോൾ കാറ്റ് മുടിയിലൂടെ കടന്നുപോയി, അയാൾ തലയും ശരീരവും താഴ്ത്തിയിരുന്നു. സംഘത്തിലെ മറ്റുള്ളവർ അയാൾക്കൊപ്പം ഓടിച്ചു.

അവർക്ക് പിന്നിൽ, വെളിച്ചത്തിന്റെ തുണ്ടുകൾ അടുത്തെത്തുന്നുണ്ടായിരുന്നില്ല, പക്ഷേ അവ മായുന്നുമുണ്ടായിരുന്നില്ല. തുർക്കി കുതിരപ്പട്ടാളം അകലം പാലിക്കുന്നുണ്ടായിരുന്നു.

സുഹേൽദേവിന്റെ ജീവിതവും, അയാളെ പിന്തുടരുന്നവരുടെ ജീവനുകളും ഒരു നേർത്ത നൂലിൽ തൂങ്ങുകയായിരുന്നു.

അയാളുടെ കണ്ണുകൾ സംഘത്തിനെ നയിക്കുന്ന അബ്ദുളിന്റെ നേർക്ക് തിരിഞ്ഞു. അബ്ദുളിന്റെ പ്രത്യേക കഴിവുകളിൽ ഒന്ന് ഒരു വഴിയിലൂടെ ഒരിക്കൽ യാത്ര ചെയ്താൽ അത് ഒരിക്കലും മറക്കില്ല എന്നതായിരുന്നു. സുഹേൽദേവിന്റെ ഏറ്റവും വിശ്വസ്തനായ പടയാളി എന്ന നിലയിൽ, അയാൾ മിക്കപ്പോഴും വിവിധ പ്രദേശങ്ങളിലൂടെ നിരീക്ഷണയാത്രകൾ നടത്തുകയും അതെല്ലാം കൈവെള്ളയിലെന്ന പോലെ അറിയുകയും ചെയ്തിരുന്നു. ആ അറിവായിരുന്നു തങ്ങൾക്ക് രക്ഷപ്പെടാനായി സുഹേൽദേവ് കണക്കുകൂട്ടിയിരുന്നത്.

പെട്ടെന്ന്, അബ്ദുൾ നിന്നു. സംഘത്തിലെ മറ്റൊരുപാട് പേരെപ്പോലെ ആയാളും ഒരു പന്തം കരുതിയിരുന്നു. ഇപ്പോൾ അതയാൾ ഉയർത്തി ചുറ്റും കറക്കി, മറ്റുള്ളവർക്ക് സൂചന നൽകിക്കൊണ്ട്.

“ഈ വഴി...ഈ വഴിയ്ക്ക് വാ,” അബ്ദുൾ പറഞ്ഞു. “ഇരട്ടകളായി, അടുത്തടുത്ത്!”

മറ്റുള്ളവർ കുതിരകളെ നിയന്ത്രിച്ച് വശത്തോടുവശം പിന്തുടർന്നു. തുർക്കികൾ അവർക്കിടയിലെ അകലം കുറയ്ക്കാൻ തുടങ്ങിയിരുന്നു.

സുഹേൽദേവ് പല്ല് ഞെരിച്ചു, അയാളെ കീഴടക്കിക്കളയുമെന്ന് ഭീഷണിപ്പെടുത്തുന്ന വ്യാകുലതയുമായി പൊരുതിക്കൊണ്ട്. അയാളുടെ ഗുരുവിന്റെ വാക്കുകൾ തിരികെയൊഴുകാൻ തുടങ്ങി.

വ്യാകുലപ്പെടുന്നത് ഉപയോഗശൂന്യമാണ്. അത് ഒരു പ്രയോജനവും ചെയ്യില്ല. ശാന്തനാകൂ. ശ്വാസമെടുക്കൂ.

സുഹേൽദേവ് ദീർഘനിശ്വാസമെടുത്തു. പതിയെ.

ഹൃദയത്തിന്റെ താളം കുറയ്ക്കാൻ നിർബന്ധിച്ചുകൊണ്ട്.

ശ്രദ്ധയൂന്നിക്കൊണ്ട്.

അയാൾ ഒരു വശത്തേയ്ക്ക് നോക്കി. മങ്ങിയ നിലാവിലും അയാൾക്ക് വിശാലമായ കരിമ്പുതോട്ടം പുഴ വരെ നീണ്ടുനിൽക്കുന്നത് കാണാമായിരുന്നു.

ശ്വാസമെടുക്കുക.

ശ്രദ്ധയൂന്നുക.

പെട്ടെന്ന്, അയാൾക്കൊരു ആശയം തോന്നി.

അത് ഫലിക്കും.

“പുഴയിലേയ്ക്ക് എത്ര ദൂരമുണ്ട്?” സുഹേൽദേവ് ചോദിച്ചു.

“കഷ്ടിച്ച് ഇവിടെ നിന്ന് ഇരുന്നൂറ് മീറ്റർ,” അബ്ദുൾ പറഞ്ഞു. “ശ്രദ്ധിക്കൂ, ഒഴുകുന്നത് കേൾക്കാം.”

സുഹേൽദേവ് കാതുകൾ കൂർപ്പിച്ച് പുഞ്ചിരിച്ചു. “അതെ...നല്ലത്. ഇനി, എല്ലാവരേയും പുഴയിലേയ്ക്ക് കൊണ്ടുപോയി അക്കരെയ്ക്ക് അയയ്ക്കൂ. തൊഷാനിയേയും കൊണ്ടുപോകൂ. പത്ത് യോദ്ധാക്കളെ എന്റെയൊപ്പം വിടൂ.”

തൊഷാനി പെട്ടെന്ന് സംസാരിച്ചു. “ഞാൻ നിൽക്കാം. ഞാൻ പത്തിലൊരാളാകാം.”

സുഹേൽദേവ് അവളെ നോക്കി. “തർക്കിക്കാൻ സമയമില്ല.”

“എങ്കിൽ തർക്കിക്കണ്ട,” അവർ പ്രതികരിച്ചു. “ഇവിടെ മിക്കവാറും ഞാനായിരിക്കും മികച്ച വില്ലാളി. നിങ്ങൾക്കതറിയാം.”

സുഹേൽദേവ് വാദിക്കാനായി വാ തുറന്നു, എന്നിട്ട് വേണ്ടെന്ന് തീരുമാനിച്ചു. “ശരി.”

അയാൾ പെട്ടെന്ന് തന്നെ ഒപ്പം നിൽക്കേണ്ടവരുടെ പേരുകൾ വിളിച്ചു, അസ്ലാനും ഗോവർദ്ധനും ഉൾപ്പടെ.

“പന്തങ്ങൾ കൈയ്യിൽ കരുതുക,” അയാൾ അവരോട് പറഞ്ഞു. എന്നിട്ട് അബ്ദുളിനെ നോക്കി തലയാട്ടി. “പൊയ്ക്കോളൂ. ശിവഭഗവാൻ ആഗ്രഹിക്കുന്നെങ്കിൽ, നമ്മൾ പതിവ് ഒളിസ്ഥലത്ത് വീണ്ടും കാണും.”

അബ്ദുൾ സുഹേൽദേവിന്റെ കൈയ്യിൽ ചെറുതായി പക്ഷേ മുറുകെ പിടിച്ചു. “അള്ളാ അങ്ങയുടെ കൂടെയുണ്ടാകട്ടെ, പ്രഭോ,” അയാൾ പറഞ്ഞു. എന്നിട്ട് പോയി.

സുഹേൽദേവ് തന്റെ കൂടെ നിൽക്കുന്ന യോദ്ധാക്കൾക്ക് നേരെ തിരിഞ്ഞു. “കരിമ്പിന് തീ വയ്ക്കൂ.”

അസ്ലാനും ഗോവർദ്ധനും കുഴങ്ങിയ നോട്ടങ്ങൾ കൈമാറിയെങ്കിലും ആജ്ഞ അനുസരിച്ചു. മറ്റുള്ളവരും. സുഹേൽദേവും ഒരു പന്തം ഉയരമുള്ള തണ്ടിൽ വച്ചു. തീ പിടിച്ച്, കെടാൻ പോകുന്നത് പോലെ ഇടറി.

“വേഗം... വേഗം...” സുഹേൽദേവ് പിറുപിറുത്തു.

അയാളെ അനുസരിക്കുന്നത് പോലെ, തീ പെട്ടെന്ന് ആളിപ്പിടിച്ചു, മൊത്തം തണ്ടിനേയും പൊതിഞ്ഞുകൊണ്ട്. പെട്ടെന്ന് ഒരു കാറ്റ് തീ കൂടുതൽ പടരാനായി വീശി. അത് തണ്ടിൽ നിന്നും തണ്ടിലേയ്ക്ക് പടർന്നു, വയൽ മുഴുവനും ഓടിക്കൊണ്ട്. സുഹേൽദേവ് തൃപ്തിയോടെ മുരണ്ടു.

“നന്ദി, മഹാദേവാ,” അയാൾ പിറുപിറുത്തു, നെറ്റിയിൽ നിന്നും വിയർപ്പ് തുടച്ചുകൊണ്ട്.

വേഗം തന്നെ, കരിമ്പുപാടം മുഴുവനും തീപടർന്നു. ഉയരത്തിലുള്ള ഒരു തീമതിൽ. സുഹേൽദേവും കൂട്ടരും അമ്പത് മീറ്ററോളം അകലേയ്ക്ക് മാറി. പക്ഷേ അത്രയും ദൂരത്തുപോലും അവർക്ക് ചൂട് അനുഭവിക്കാമായിരുന്നു.

“ആ ഭാഗത്ത് മാത്രം തീ വച്ചതെന്താണ്?” ഗോവർദ്ധൻ ചോദിച്ചു. “തുർക്കികൾക്ക് ഇപ്പോഴും നമ്മളെ വളയാവുന്നതാണ്.”

സുഹേൽദേവ് പുഞ്ചിരിച്ചതേയുള്ളൂ. “നോക്കിക്കോ...” എന്നിട്ട് അയാൾ മറ്റുള്ളവർക്കു നേരെ തിരിഞ്ഞു. “വില്ലുകൾ തയ്യാറാക്കൂ. തീയിലൂടെ വരാൻ ശ്രമിക്കുന്ന എല്ലാവരേയും വീഴ്ത്തൂ.”

എല്ലാവരും കുതിരപ്പുറത്ത് നിന്നും ഇറങ്ങി കാത്തിരുന്നു. അമ്പുകൾ ഞാണുകളിൽ വച്ച് വലിച്ചു. ശാന്തമായും സ്ഥിരതയോടും ശ്വസിച്ച്, പോരിന് തയ്യാറായിക്കൊണ്ട്.

ഏതാനും നിമിഷങ്ങൾ കഴിഞ്ഞ്, അവർ തുർക്കി പട്ടാളം അലറിക്കൊണ്ട് വരുന്നതിന്റെ ആദ്യത്തെ അലകൾ കേട്ടു.

പെട്ടെന്ന്, തുർക്കി നിരയ്ക്കൊപ്പം അപശബ്ദങ്ങളും നിലവിളികളും

ശാപങ്ങളും പുറത്തുവന്നു, കുതിരകളുടെ വേവലാതിയോടെയുള്ള ചിനക്കലുകൾക്കും ഉറക്കെയുള്ള മെതിക്കലുകൾക്കും ഒപ്പം.

അസ്‌ലാനും ഗോവർദ്ധനും തൊഷാനിയും അവരുടെ നേതാവിനെ ചോദ്യത്തോടെ നോക്കാനായി തിരിഞ്ഞു.

“മറുവശത്തെ പുൽത്തകിടി പെട്ടെന്ന് മണലിലേയ്ക്ക് വഴിമാറും,” സുഹേൽദേവ് പറഞ്ഞു. “ഈ പ്രദേശത്തിലൂടെ സുരക്ഷിതമായ ഒരു വഴി മാത്രമേയുള്ളൂ – നമ്മൾ തീകൊളുത്തിയ പാടം. അവർക്ക് നമ്മളെ പിടിക്കണമെങ്കിൽ, തീപിടിച്ച പാടത്തിലൂടെ വരേണ്ടിവരും.”

“പിന്നെ വിശ്വാസികൾക്ക് പൊള്ളുമോയെന്നും മരിക്കുമോയെന്നും ജീവനുണ്ടാകുമോയെന്നുമുള്ള ഭയവും,” അസ്‌ലാൻ പറഞ്ഞു. അയാൾ അത് ഏതാണ്ട് സ്വകാര്യം പോലെ പതുക്കെയായിരുന്നു പറഞ്ഞത്, പക്ഷേ സുഹേൽദേവ് അത് കേട്ടു.

സുഹേൽദേവ് അസ്‌ലാനിന്റെ നേരെ തിരിഞ്ഞു. അയാളുടെ മുഖം കല്ല് പോലെയായിരുന്നു. “ശരിയാണ്. നീ അത് എന്നോട് പറഞ്ഞ നിമിഷം, അത് ഒരുദിവസം വന്നുചേരുമെന്ന് അറിയാമായിരുന്നു. അവർ നമ്മളുടെ വിശ്വാസങ്ങളും ബിംബാരാധനയും നമുക്കെതിരെ ഉപയോഗിക്കുന്നു. നമ്മൾ അവരുടെ വിശ്വാസങ്ങളെ അവർക്കെതിരേയും.”

അപ്പോൾ, ഒരു തുർക്കി കുതിരക്കാരൻ തീനാളങ്ങൾക്കിടയിലൂടെ വന്നു, വസ്ത്രങ്ങളിൽ തീയുമായി. തൊഷാനി വിദഗ്ധമായി ഒരു അമ്പ് അയാളുടെ കുതിരയുടെ ജീനിവള്ളിയിൽ എയ്തു. ജീനി പെട്ടെന്ന് അയഞ്ഞ് തുർക്കിക്കാരൻ താഴെ വീണു. നിലത്ത് കുറച്ച് തവണ ഉരുണ്ടശേഷം, അയാൾ ഗോവർദ്ധന്റെ അടുത്തെത്തി. ഭീമാകാരൻ കുനിഞ്ഞ് അയാളുടെ ഗദ കൊണ്ട് തുർക്കിക്കാരന്റെ തലയിൽ തൊട്ട് ഏതാനും തവണ ഉന്നം നോക്കി, എന്നിട്ട് ആയുധം ഉയർത്തി എല്ലാ ശക്തിയോടെയും അടിച്ചു. തുർക്കിക്കാരന്റെ തലയോട് ചിതറിപ്പോയി. അയാൾ ദുരിതത്തിൽ നിന്നും മോചിപ്പിക്കപ്പെട്ടു, ഉടൻ തന്നെ.

മറ്റൊരു കുതിര തീയിലൂടെ പ്രത്യക്ഷപ്പെട്ടു. തൊഷാനി മറ്റൊരു അമ്പെയ്തു, കുതിരക്കാരന്റെ വലത്തേ കണ്ണിൽ കൊള്ളിച്ചു. അയാൾ അലറിക്കൊണ്ട് താഴെ തീയിലേയ്ക്ക് വീണു. ആർത്തി പിടിച്ച തീനാളങ്ങളാൽ വിഴുങ്ങപ്പെട്ട് പാഞ്ഞ അയാൾ ഉച്ചത്തിൽ നിലവിളിച്ചുകൊണ്ട് മരിച്ചു വീണു. സുഹേൽദേവ് തുർക്കി ഭാഷയിൽ ഉയർന്ന ശബ്ദങ്ങൾ കേട്ടു, കൂടുതൽ കുതിരകളുടെ ചിനയ്ക്കലുകളും. അയാൾ അസ്‌ലാനിന്റെ നേരെ തിരിഞ്ഞു, അയാൾ അസന്തുഷ്ടനായി കാണപ്പെട്ടു. അയാളോട് വിശ്വസ്തനായ വ്യക്തി ജീവനോടെ കത്തിയെരിഞ്ഞതായിരിക്കും കാരണമെന്ന് സുഹേൽദേവ് ഊഹിച്ചു. പക്ഷേ ശ്രാവസ്തിയുടെ രാജകുമാരൻ

അത് കാര്യമാക്കിയില്ല. അയാൾക്ക് സ്വന്തം ആളുകളെ രക്ഷിക്കണമായിരുന്നു. യുദ്ധത്തിൽ എല്ലാ തന്ത്രങ്ങളും ന്യായീകരിക്കപ്പെടും.

അസ്ലൻ അറിയാതെ സുഹേൽദേവ് കുറച്ച് തുർക്കി ഭാഷ പഠിച്ചിരുന്നു. ശത്രു പ്രധാനിയാണെന്ന് അറിഞ്ഞുകൊണ്ട്. രാജകുമാരൻ! പട്ടാളക്കാർ അലറുന്നത് എന്താണെന്ന് മനസ്സിലായി, തീയിലൂടെ ഓടിക്കാൻ വിസമ്മതിക്കുകയാണ്. തുർക്കികൾ സാധാരണ മരണത്തെ ഭയക്കാറില്ല. അവർ ധീരന്മാരായ യോദ്ധാക്കളാണ്. പക്ഷേ *ഇങ്ങനെയുള്ള* മരണം അവർക്ക് പേടിയാണ്.

എന്താണ് സംഭവിക്കുന്നതെന്ന് സുഹേൽദേവിന് നന്നായി മനസ്സിലാക്കാൻ പറ്റുമെങ്കിലും, അസ്ലാനെ ഒന്ന് പരീക്ഷിക്കണമെന്ന് തോന്നി. “അവർ എന്താണ് പറയുന്നത്, അസ്ലാൻ?”

അസ്ലാൻ മറുപടി പറഞ്ഞു. “തുർക്കി സേനാധിപതി അയാളുടെ ആളുകളോട് തീ കെടുത്താൻ പറയുകയാണ്.”

അവൻ സത്യം പറഞ്ഞു.

സുഹേൽദേവ് കുതിരപ്പുറത്ത് കയറി ചവിട്ടുപടിയിൽ നിന്ന് ദൂരേയ്ക്ക് നോക്കാൻ ശ്രമിച്ചു. “സമയമെടുക്കും. അവർക്ക് പുഴ കടക്കാൻ എളുപ്പമല്ല. വലിയ തീയും ഉണ്ട്.” അയാൾ തിരിഞ്ഞു നോക്കി. “നമ്മുടെ സംഘത്തിലെ ബാക്കിയുള്ളവർ ഇപ്പോൾ അപ്പുറമെത്തിക്കാണും. നമ്മളും പോകാനുള്ള സമയമായെന്ന് തോന്നുന്നു.”

അയാളുടെ സംഘം പെട്ടെന്ന് കുതിരകളിൽ കയറി.

“പോകാം!”

അവർ നദിയിലേയ്ക്ക് ഉന്മാദത്തോടെ ഓടിച്ചുപോയി. പുഴയരികിൽ എത്തിയപ്പോൾ അവർക്ക് മുന്നിൽ ഇടുങ്ങിയ ഒരു മരപ്പാലം മങ്ങലോടെ പ്രത്യക്ഷപ്പെട്ടു. വഞ്ചി അല്ലാതെ – അപ്പോൾ ഒന്നും ലഭ്യമല്ലായിരുന്നു – പുഴ കടക്കാനുള്ള ഒരേയൊരു വഴി അതായിരുന്നു.

നിലാവെളിച്ചത്തിൽ, പാലത്തിന് താഴെ പുഴ അവ്യക്തമായിരുന്നു. വെള്ളം പതുക്കെ ഒഴുകുകയാണെന്ന് തോന്നി, പക്ഷേ സുഹേൽദേവിന് പഴയ അനുഭവം വച്ച് അത് തെറ്റിദ്ധരിപ്പിക്കുന്നതാണെന്ന് അറിയാമായിരുന്നു. പുഴയിലെ ഒഴുക്ക് ശക്തമായിരിക്കും, അത് ഒരാളെ അല്ലെങ്കിൽ കുതിരയെ എളുപ്പത്തിൽ വലിച്ചെടുക്കും.

സുഹേൽദേവ് പാലത്തിലേയ്ക്ക് ചൂണ്ടി. “വേഗം പോകൂ! നമ്മൾ കടന്നതും പാലം നശിപ്പിക്കണം.”

അയാൾ തിരിഞ്ഞുനോക്കിയപ്പോൾ പാടങ്ങളിലെ തീ പതുക്കെ കത്തിത്തീരുന്നതായി കണ്ടു. തുർക്കികൾക്ക് വേഗം തന്നെ വരാൻ കഴിയും.

സമയം കുറച്ചേ ഉള്ളൂയെന്ന് രാജകുമാരന് അറിയാമായിരുന്നു. "പോ! പോ! പോ!"

അവർ അക്കരയ്ക്ക് നീങ്ങി. അസ്ലാൻ ആയിരുന്നു ആദ്യം മറുകരയിൽ എത്തിയത്. അയാൾ പെട്ടെന്ന് തന്നെ പാലത്തിന്റെ കാലുകൾ തകർക്കാൻ തുടങ്ങി. "എന്നെ സഹായിക്ക്," അയാൾ ഗോവർദ്ധനോട് പറഞ്ഞു. "അവസാനത്തെ ആൾ എത്തി ഞൊടികൾക്കകം പാലം വീഴുന്ന വിധം നമുക്ക് സമയം ക്രമീകരിക്കാം."

അവസാനത്തെയാൾ സുഹേൽദേവ് ആയിരുന്നു, അയാൾ എല്ലാവരും മറുവശത്തെത്തിയെന്ന് ഉറപ്പാക്കാനായി കാത്തിരിക്കുകയായിരുന്നു. അയാളുടെ കൂട്ടാളികൾ വരാനായി അലറുമ്പോൾ അയാൾ കുതിരയെ പാലത്തിലേയ്ക്ക് നടത്താനായി ഉത്തേജിപ്പിച്ചു.

വേഗത്തിൽ ഓടിക്കുമ്പോൾ സുഹേൽദേവ് തന്റെ ആളുകളിൽ ഒരാൾ പിടിച്ചിരുന്ന പന്തത്തിലേയ്ക്ക് ചൂണ്ടി. ഗോവർദ്ധനോട് പാലത്തിന് തീവയ്ക്കാൻ ആജ്ഞാപിച്ചുകൊണ്ട് – തീ വേഗം തന്നെ പാലത്തിനെ നശിപ്പിക്കും. അയാൾ മുന്നോട്ട് പാഞ്ഞു, കുതിരയുടെ കുളമ്പുകൾ മരപ്പാലത്തിൽ താളമടിച്ചു.

"ഹ്യാഹ്! അയാൾ അലറി, ഗോവർദ്ധൻ പാലത്തിന്റെ തൂണുകളിലേയ്ക്ക് തിടുക്കത്തിൽ പന്തവുമായി പോകുന്നത് കണ്ട് കുതിരയെ വേഗത്തിൽ ഓടിച്ചു.

"തീ വയ്ക്ക്!" സുഹേൽദേവ് ഉറക്കെ അലറി.

അയാളുടെ പട്ടാളക്കാർ എല്ലാവരും മറുകരയിൽ എത്തിയിരുന്നു. സുഹേൽദേവ് ഏതാണ്ട് മറുവശത്ത് എത്തിക്കഴിഞ്ഞിരുന്നു.

അപ്പോൾ പെട്ടെന്ന് അയാൾ വിറങ്ങലിച്ചുപോയി.

ഒരു തുർക്കി വില്ലാളി അണയുന്ന തീയിലൂടെ ഓടിച്ചുവന്ന് വിഷമുള്ള ഒരു അമ്പെയ്തു. അത് ലക്ഷ്യമില്ലാതെ എയ്തതായിരുന്നു, ആർക്കെങ്കിലും കൊള്ളുമെന്ന യാതൊരു പ്രതീക്ഷയുമില്ലാതെ.

പക്ഷേ ദൗർഭാഗ്യം കൊണ്ട് അമ്പ് സുഹേൽദേവിനെ കണ്ടെത്തി. അയാളുടെ മുതുകിൽ മൃഗീയമായ കരുത്തോടെ തുളച്ചുകയറി.

രാജകുമാരൻ ജീനിയിൽ തൂങ്ങിക്കിടന്നു. കടിഞ്ഞാണിൽ പിടിച്ച് കൂടുതൽ ഓടിക്കുന്നത് അമ്പ് കൂടുതൽ അകത്തേയ്ക്ക് കയറാൻ ഇടയാകും. പക്ഷേ, അത്ഭുതകരമായി, അയാൾ പിടിച്ചുനിന്നു. അയാൾക്കത് ചെയ്യണമായിരുന്നു. അപ്പോഴും പാലം കടന്നിട്ടില്ല. വലത്തേയ്ക്ക് ചാഞ്ഞുവീഴാൻ തുടങ്ങുമ്പോൾ സമയം മന്ദഗതിയിലാകുന്നത് പോലെ തോന്നിച്ചു. അയാളുടെ കാഴ്ച മങ്ങി. വിഷമുള്ള അമ്പേറ്റാൽ ഉണ്ടാകുന്ന പൊതുവായ ഫലം.

തന്റെ കരുത്തിന്റെ അവസാനത്തിൽ എത്തുകയാണെന്ന് അയാൾക്കറിയാമായിരുന്നു. പക്ഷേ അയാൾ പിടിച്ചുനിന്നു. അയാൾക്ക് പാലം കടക്കണം.

തന്റെ കുതിരയുടെ കുളമ്പടിശബ്ദങ്ങൾ മാറുന്നത് കേട്ടു. അത് മരത്തിൽ കുളമ്പുകൾ ചവിട്ടുമ്പോൾ ഉണ്ടാകുന്ന ശബ്ദമല്ലായിരുന്നു. പുഴക്കരയിൽ കുതിരക്കാൽ വയ്ക്കുമ്പോഴുള്ള പതിഞ്ഞ സീത്കാരം ആയിരുന്നു. അയാൾക്ക് തിരിഞ്ഞ് നോക്കി ഉറപ്പാക്കേണ്ടി വന്നില്ല. മറുകരയിൽ എത്തിയെന്ന് അയാൾ അറിഞ്ഞു. പാലം കടന്നിരിക്കുന്നു.

പാലം കത്തിക്ക്!

അയാളുടെ ആജ്ഞ വായിൽ നിന്നും പുറത്തുചാടിയില്ല. അത് പറഞ്ഞ് ഏതാനും ഞൊടികളേ ആയിരുന്നുള്ളുയെങ്കിലും സുഹേൽദേവിന് യുഗങ്ങൾ കഴിഞ്ഞതുപോലെ തോന്നി.

ഞാൻ പാലം കടന്നു! അത്കത്തിക്ക്!

സമയം കൂടുതൽ പതുക്കെയായി. എന്നിട്ടയാൾ വായുവിലൂടെ വീണു. വീണ് വീണ് എന്നെന്നേയ്ക്കുമെന്ന പോലെ. അയാൾ തറയിലേയ്ക്ക് ഒച്ചയുണ്ടാക്കി വീണു, തല പുഴക്കരയിൽ ഇടിച്ചുകൊണ്ട്.

ലോകം ഇരുട്ടിലായി.

അദ്ധ്യായം 15

സുഹേൽദേവ് തറയിലേയ്ക്ക് വീണപ്പോൾ തൊഷാനി ഞെട്ടി നോക്കി.

അവൾ അലറി, “സുഹേൽദേവ്!”

അവൾ തുർക്കി വില്ലാളിയുടെ നേരെ തിരിഞ്ഞു, പുഴയുടെ മറുകരയിൽ കത്തിക്കൊണ്ടിരിക്കുന്ന പാലത്തിന് നേരെ അയാൾ ഓടിച്ചുവരുകയാണ്. അവൾ വില്ല് മുന്നോട്ടെടുത്ത്, അലറിക്കൊണ്ട് ഓട്ടത്തിനിടയിൽ അമ്പെടുത്ത് എളുപ്പത്തിലുള്ള ഒരു നീക്കം കൊണ്ട് ഉന്നമെടുത്തു.

ചലിക്കുന്ന ഒരു ലക്ഷ്യത്തിലേയ്ക്ക് അമ്പെയ്യുന്നത് എളുപ്പമല്ല, അതും അത്രയും ദൂരെ. ലക്ഷ്യം ഉള്ളയിടത്തേയ്ക്കല്ല എയ്യുക, മറിച്ച് ഏതാനും ഞൊടികൾ കഴിഞ്ഞാൽ ലക്ഷ്യം ഉണ്ടാകാനിടയുള്ള ഇടത്തേയ്ക്കാണ്. തൊഷാനിയുടെ ജോലി ശക്തിയായ കാറ്റിന്റെ സാന്നിധ്യം കാരണം കൂടുതൽ പ്രയാസമുള്ളതായി, അത് അമ്പിന്റെ ചലനത്തെ പ്രവചിക്കാൻ പറ്റാത്തതാക്കുന്നു. അതിനേക്കാൾ മോശമായി, വെളിച്ചവും കുറവായിരുന്നു, മങ്ങിയ നിലാവെളിച്ചം ഉണ്ടായിരുന്നെങ്കിലും അത് ആളിപ്പിടിക്കുന്ന തീയുടെ അസ്ഥിരമായ പ്രസരം കാരണം തടസ്സപ്പെട്ടുന്നുണ്ടായിരുന്നു.

പക്ഷേ തൊഷാനി സാധാരണ വില്ലാളി അല്ലായിരുന്നു.

ഏതാണ്ട് തത്ക്ഷണം തന്നെ, അവളുടെ മനസ്സ് ദൂരവും വക്രഗതിയും കാറ്റിന്റെ ദിശയും കത്തുന്ന പാലത്തിനു നേരെ കുതിക്കുന്ന തുർക്കി വില്ലാളിയുടെ കുതിരയുടെ വേഗതയും കണക്കാക്കി.

അവൾ ഒരു അമ്പെയ്തു.

അമ്പ് വേഗത്തിൽ പുഴ കടന്ന് തുർക്കിയുടെ നെഞ്ചിൽ വലത്തേ ശ്വാസകോശത്തിൽ തുളയിട്ടു. തുർക്കി വലത്തേയ്ക്ക് വീഴാൻ തുടങ്ങിയപ്പോഴും കുതിര ഓട്ടം തുടർന്നു.

ഗോവർദ്ധനും അസ്‌ലാനും വൈശിഷ്ട്യമാർന്ന വില്ലാളിത്തരം കണ്ട് ഞെട്ടിപ്പോയി. അത്രയും ദൂരെനിന്നും ഇങ്ങനെയൊരു കൃത്യത അവർ കണ്ടിട്ടില്ലായിരുന്നു.

"സുഹേൽദേവിനെ എടുക്ക്!" അവൾ പറഞ്ഞു.

ഗോവർദ്ധൻ സുഹേൽദേവിന്റെ കമിഴ്ന്ന് കിടക്കുന്ന ശരീരത്തിന് നേരെ ഓടാൻ തുടങ്ങി, പുഴയുടെ മറുവശത്ത് നിന്നും കൂടുതൽ തുർക്കികൾ വരുന്നത് അയാൾ കണ്ടു.

പക്ഷേ തൊഷാനിയുടെ ജോലി കഴിഞ്ഞിരുന്നില്ല. സുഹേൽദേവിനെ അമ്പെയ്ത തുർക്കി വില്ലാളി അപ്പോഴും അയാളുടെ കുതിരപ്പുറത്തായിരുന്നു. അടിപതറിയ നിലയിൽ, പക്ഷേ അപ്പോഴും ജീവനോടെ. അവൾ ഉടൻ തന്നെ മറ്റൊരു അമ്പെടുത്തു കുലച്ച് എയ്തു. അത് തുർക്കിയുടെ ഇടത്തേ തോളിൽ കൊണ്ടു.

മറ്റൊന്നുകൂടി. അത് തുർക്കിയുടെ വയറിൽ കീറിയിറങ്ങി.

തുർക്കി കുതിരപ്പുറത്ത് നിന്നും വീണു.

പക്ഷേ തുഷാനി നിർത്തിയില്ല. അവൾ മറ്റൊരു അമ്പ് കൂടി എയ്തു. അത് നല്ലൊരു വളവിൽ പാഞ്ഞ് വീണ്ടും തുർക്കിയുടെ നെഞ്ചിൽ പതിച്ചു, ഇത്തവണ അയാളുടെ ഹൃദയം തുളച്ചുകൊണ്ട്.

പക്ഷേ തൊഷാനിയുടെ ജോലി കഴിഞ്ഞിരുന്നില്ല.

അവൾ മറ്റൊരു അമ്പെടുത്ത് വില്ലിൽ കുലച്ച് എയ്യാൻ തുടങ്ങുമ്പോൾ അസ്‌ലാൻ അവളുടെ കൈയ്യിൽ പിടിച്ചു.

"അയാൾ മരിച്ചെന്ന് തോന്നുന്നു, തൊഷാനി."

തൊഷാനി അസ്‌ലാനിന്റെ നേരെ തിരിഞ്ഞു, കണ്ണുകളിൽ ഒരു ദേവിയുടെ കോപത്തോടെ. അസ്‌ലാൻ ഭയന്ന് പിന്നോട്ട് മാറി.

അവൻ മൃദുവായി പറഞ്ഞു. "അയാൾ മരിച്ചെന്ന് തോന്നുന്നു."

തൊഷാനി തിരിഞ്ഞു. ഭീമാകാരനായ ഗോവർദ്ധൻ സുഹേൽദേവിനെ ഒരു കുഞ്ഞിനെയെന്ന പോലെ തോളിൽ ചുമന്നുകൊണ്ട് വരുന്നത് കണ്ടു. ദൃഢശരീരനായ യോദ്ധാവ് മരങ്ങളുടെ മറവിലേയ്ക്ക് ഓടുകയായിരുന്നു. അവിടെയാണെങ്കിൽ മറുകരയിലുള്ള തുർക്കി പട്ടാളക്കാർക്ക് അവരെ കാണാൻ കഴിയില്ല.

തൊഷാനിയും അസ്‌ലാനും സുഹേൽദേവിന്റെ സംഘത്തിലെ മറ്റുചില വില്ലാളികളും പുഴക്കരയിൽത്തന്നെ തുടർന്നു. തുർക്കികൾ മറുവശത്ത് കൂടിച്ചേരുന്നത് നോക്കിക്കൊണ്ട്. അവരിൽ ആരെങ്കിലും വലിയ തീനാളങ്ങൾ വിഴുങ്ങിയ പാലം കടക്കാനുള്ള മണ്ടത്തരം കാണിക്കുകയാണെങ്കിൽ അമ്പെയ്യാൻ തയ്യാറായി.

ഏതാനും നിമിഷങ്ങൾ കഴിഞ്ഞ്, പാലം വലിയ ശബ്ദത്തോടെ

പുഴയിലേയ്ക്ക് വീണപ്പോൾ സുഹേൽദേവിന്റെ ആളുകൾ വിജയാഹ്ലാദം മുഴക്കി.

തുർക്കി സേനാധിപതി അയാളുടെ ഒരു പട്ടാളക്കാരനോട് കുതിരയേയും കൊണ്ട് പുഴ നീന്തിക്കടക്കാൻ ആജ്ഞാപിച്ചു. ഈ പട്ടാളക്കാരൻ ഒരു ബലിയാടായിരുന്നു. മറ്റു തുർക്കിക്കാർ അനങ്ങാതെ നിന്നു. ഒഴുക്ക് മുറിച്ച് കടക്കുന്നത് സുരക്ഷിതമാണോയെന്നറിയാൻ കാത്തുകൊണ്ട്.

തൊഷാനിയുടെ പകയോടെയുള്ള കൗതുകത്തിന്, തുർക്കി പട്ടാളക്കാരൻ തർക്കിച്ചില്ല. അയാൾക്ക് തന്റെ ജീവൻ അപകടത്തിലാകുന്നത് പ്രശ്നമല്ലായിരുന്നു. അയാൾ പെട്ടെന്ന് തന്നെ തന്റെ കുതിരയെ പുഴയിലേയ്ക്കിറക്കാൻ തുടങ്ങി. ഒഴുക്ക് അത്രയ്ക്ക് ശക്തമല്ലെന്ന് തോന്നിയപ്പോൾ അതിന് ആത്മവിശ്വാസം വളർന്നു. അത് പുഴയുടെ ആഴത്തിലേയ്ക്കിറങ്ങി. മുക്കാൽ വഴി കടന്നപ്പോൾ, കുതിരയുടെ ചലനങ്ങളിൽ വെപ്രാളം കയറുന്നത് അറിയാൻ കഴിയുമായിരുന്നു. തുർക്കിക്കാരൻ സേനാധിപതിയെ തിരിഞ്ഞുനോക്കി, അവസാനമായി. കുതിര ഒഴുക്ക് അതിനെ വലിച്ചെട്ടുക്കുമ്പോൾ പേടികൊണ്ട് ചിനച്ചു, അതിനെ ഓടിക്കുന്നയാൾ അപ്പോൾ മുതുകിൽ ഇരിക്കുന്നുണ്ട്.

"അത് അവരെ കുറച്ചുനേരം പിടിച്ചുനിർത്തും," അസ്‌ലാം പറഞ്ഞു. എന്നിട്ടയാൾ തിരിഞ്ഞുനോക്കി. ഗോവർദ്ധനും മറ്റുള്ളവരും കാടിന്റെ നിബിഡതയിലേയ്ക്ക് അമ്പത് മീറ്ററോളം അപ്രത്യക്ഷരായിരുന്നു.

"പോകാം!"

"അദ്ദേഹത്തിന് ശരിയായ വൈദ്യസഹായം വേണം," തൊഷാനി പറഞ്ഞു.

സുഹേൽദേവിന്റെ സംഘം തൽക്കാലത്തേയ്ക്ക് വനത്തിൽ സുരക്ഷിതമായിരുന്നു. തുർക്കികൾക്ക് പുഴ കടക്കാൻ ഒരുപാട് ദീർഘമുള്ള യാത്ര വേണ്ടിവരും. കുറഞ്ഞത് ഒരു മുഴുവൻ രാത്രിയിലെ ഓട്ടം. അതുകൊണ്ട്, അവർ സുഹേൽദേവിനെ താഴെ കിടത്തി, അസ്‌ലാൻ അമ്പ് വലിച്ചെട്ടുക്കാൻ ശ്രമിച്ചു.

"നിനക്കിവിടെ വൈദ്യനെ കാണാൻ പറ്റുന്നുണ്ടോ?" അസ്‌ലാൻ ചോദിച്ചു. "നോക്ക്, ഞാൻ ഒരുപാട് യുദ്ധത്തിന്റെ പരിക്കുകൾ കണ്ടിട്ടുണ്ട്, സൂഫികളുടെ കൂടെ ആയിരുന്നപ്പോൾ നേടിയ ചികിത്സിക്കാനുള്ള അടിസ്ഥാന അറിവും ഉണ്ട്. ഇപ്പോൾ, ഞാനാണ് ഏറ്റവും പറ്റിയയാൾ."

തൊഷാനി അവിശ്വാസത്തോടെ മുഖം കനപ്പിച്ചു. "ഞാൻ പറയുന്നത് കേൾക്ക് തുർക്കിക്കാരാ. അദ്ദേഹത്തിന് എന്തെങ്കിലും സംഭവിച്ചാൽ..."

അസ്‌ലം കണ്ണുകൾ അടച്ച് ദീർഘനിശ്വാസമെടുത്തു. അയാൾ സംസാരിച്ചപ്പോൾ ശബ്ദം ശാന്തവും അളന്നെടുത്തതുമായിരുന്നു, പക്ഷേ വളരെ തണുത്തതും. "തൊഷാനി, ഞാൻ ഒരു തുർക്കിക്കാരൻ ആയിരിക്കാം, പക്ഷേ ഒരു രാക്ഷസനല്ല. ഞാനൊരു മാലാഖയുമല്ല. എനിക്ക് ആരുടേയും ജീവൻ ഉറപ്പുനൽകാൻ പറ്റില്ല. പക്ഷേ എന്നെ വിശ്വസിക്കൂ, ഞാൻ സുഹേൽദേവിന് അപകടം പറ്റാതിരിക്കാൻ പരമാവധി ശ്രമിക്കും. അദ്ദേഹം എന്റെ സുഹൃത്തും നേതാവുമാണ്."

ഗോവർദ്ധൻ ഇടപെട്ടു. "നമുക്ക് വിശ്വസിക്കാൻ കഴിയുന്ന ഒരു വൈദ്യൻ ഉണ്ടോ? അടുത്താരെങ്കിലും?"

സുഹേൽദേവിന്റെ ആളുകളിൽ ഒരാൾ തലയാട്ടി. "ഒരാളുണ്ട്. പക്ഷേ അയാളുടെ ഗ്രാമത്തിലേയ്ക്ക് ഇവിടെ നിന്നും കുറഞ്ഞത് ഒരു ദിവസത്തെ യാത്രയുണ്ടാകും."

"അപ്പോൾ അത് തീരുമാനമായി," ഗോവർദ്ധൻ പറഞ്ഞു. "ആ അമ്പ് മുതുകിൽ വച്ച് ഒരു ദിവസം യാത്ര ചെയ്യാൻ പറ്റില്ല." ഗോവർദ്ധൻ അസ്‌ലാമിന് നേരെ തിരിഞ്ഞു. "നോക്ക്. നിനക്ക് ചെയ്യാവുന്നത്."

അസ്‌ലാൻ തലയാട്ടി തന്റെ കുതിരയുടെ അടുത്തേയ്ക്കോടി. അവിടെ അവന്റെ സഞ്ചിയിൽ ചില ഉപകരണങ്ങൾ ഉണ്ടായിരുന്നു.

ഗോവർദ്ധൻ അതേസമയം പട്ടാളക്കാരുടെ നേരെ തിരിഞ്ഞ് ചുറ്റുമുള്ള പ്രതിരോധത്തിലേയ്ക്ക് അയച്ചു. ഏതെങ്കിലും തുർക്കിക്കാരൻ പുഴ കടന്നാലോ.

അസ്‌ലാൻ വേഗം തന്നെ തിരിച്ചുവന്നു. തോളിൽ ഒരു സഞ്ചിയുമായി. ഗോവർദ്ധനും തൊഷാനിയും കമിഴ്ന്ന് കിടക്കുന്ന സുഹേൽദേവിന്റെ അടുത്തേയ്ക്ക് കുനിഞ്ഞു. അമ്പ് സുഹേൽദേവിന്റെ മുതുകിൽ ഒരു വശത്തേയ്ക്ക് ചെരിഞ്ഞ് തറച്ചിരിക്കുകയായിരുന്നു.

അസ്‌ലാൻ സുഹേൽദേവിന്റെ അടുത്ത് കുത്തിയിരുന്നു. അയാൾ പതുക്കെ അമ്പിൽ തൊട്ട് അത് തറച്ചിരിക്കുന്ന ഭാഗത്തേയ്ക്ക് നോക്കി.

"ഇപ്പോൾ അമ്പ് ഊരാമോ?" ഗോവർദ്ധൻ ചോദിച്ചു.

അസ്‌ലാൻ തലകുലുക്കി. "ആദ്യം അത് എല്ലിൽ കുത്തിയിട്ടുണ്ടോയെന്ന് നോക്കട്ടെ. ഉണ്ടെങ്കിൽ, അമ്പിന്റെ ഒരു കഷ്ണം മുന അവിടെയിരിക്കും, അത് അയാളെ പതുക്കെ വേദനിപ്പിച്ച് കൊല്ലും."

അസ്‌ലാൻ അമ്പിൽ പിടിച്ച് പതുക്കെ തിരിച്ചു, അല്പം മാത്രം. സുഹേൽദേവ് വേദനകൊണ്ട് ഓളിയിട്ടു. തൊഷാനി ആ ശബ്ദം കേട്ട് ഭയന്നു, പക്ഷേ അസ്‌ലാൻ തൃപ്തിയോടെ മൂളി.

“അമ്പ് സുഗമമായി അനങ്ങുന്നുണ്ട്,” അസ്‌ലാൻ പറഞ്ഞു. “അത് നല്ലതാണ്.”

അയാൾ വൃത്തിയുള്ള ഒരു തുണിക്കഷ്ണം സഞ്ചിയിൽ സാധാരണ സൂക്ഷിക്കാറുള്ള അണുനാശിനിയിൽ കുതിർത്തു, എന്നിട്ട് ചുരുട്ടി ഗോവർദ്ധന് കൈമാറി. എന്നിട്ട് ഒരു ജോഡി ചവണകൾ എടുത്ത് തൊഷാനിയ്ക്ക് കൊടുത്തു.

“നിങ്ങൾ മുറിവ് കുറച്ച് വലുതാക്കി തുറന്ന് പിടിക്കണം. അമ്പ് പറ്റാവുന്നത്ര സുഗമമായി പുറത്തുവരണം.” തൊഷാനി കുറച്ച് വിളറി, പക്ഷേ ഭയത്തോടെ ചവണകൾ മുറിയിൽ താഴ്ത്തി. സുഹേൽദേവ് നിലവിളിച്ച് ഇളകി.

“കുറച്ച നേരം കൂടി, തൊഷാനി ആശ്വസിപ്പിക്കുന്ന സ്വരത്തിൽ പറഞ്ഞു, അയാളുടെ തല പതുക്കെ അമർത്തിക്കൊണ്ട്. “പെട്ടെന്ന് കഴിയും.”

തൊഷാനിയുടെ ശബ്ദം കേട്ടപ്പോൾ സുഹേൽദേവ് സമാധാനിച്ചു. അസ്‌ലാൻ ഒരു ജോഡി ചെറിയ കൊടിലുകൾ എടുത്തു. വളരെ സാവധാനത്തിൽ അയാൾ അവയെ മുറിവിലേയ്ക്ക് താഴ്ത്തി, അമ്പിന്റെ തണ്ടിലൂടെ മുന എത്തുന്നതുവരെ. അയാൾ കൊടിൽ കൊണ്ട് മുനയിൽ മുറുകെപ്പിടിച്ച് അമ്പ് വഴുതില്ലെന്ന് ഉറപ്പായപ്പോൾ വലിച്ചെടുത്തു.

അമ്പ് ഒരു ചെറിയ ശബ്ദത്തോടെ ഇളകിവന്നു. ഉടൻ തന്നെ രക്തം ഒഴുകാൻ തുടങ്ങി. അസ്‌ലാൻ അണുനാശം വരുത്തിയ തുണി മുറിവിൽ അമർത്തിപ്പിടിച്ചു, രക്തമൊഴുക്കിനെ തടഞ്ഞുകൊണ്ട്.

“എല്ലിന് പരിക്കില്ല, അമിതമായ രക്തമൊഴുക്കുമില്ല. അയാൾ വളരെ ഭാഗ്യവാനാണ്.” അസ്‌ലാൻ മുറിവ് അണുനാശം വരുത്തിയ തുണി കൊണ്ട് വൃത്തിയാക്കി. എന്നിട്ട് സഞ്ചിയിൽ നിന്നും ഒരു ചെറിയ പൊതി എടുത്തു. അതിൽ നിന്നും തുന്നൽ സൂചിയും ചിറ്റമൃത് കൊണ്ടുണ്ടാക്കിയ നൂലുകളും എടുത്തു. “ഞാൻ കുറച്ച് ആയുർവേദ സൂത്രങ്ങളും പഠിച്ചിട്ടുണ്ട്. ചിറ്റമൃതിന്റെ നൂലുകൾ തുന്നാൻ ഒന്നാന്തരമാണ്. അതിൽ വിഷാണുനാശിനിയുടെ അംശങ്ങൾ ഉണ്ട്.”

ഗോവർദ്ധൻ സുഹേൽദേവിന്റെ തോളുകളിൽ പിടിച്ച് രാജകുമാരൻ അനങ്ങുന്നില്ലെന്ന് ഉറപ്പാക്കി, അസ്‌ലാൻ മുറിവ് തുന്നിക്കെട്ടാൻ തുടങ്ങി.

“തുന്നലുകൾ ചെറുതാക്കാൻ പറ്റുമോ?” തൊഷാനി ചോദിച്ചു. “മുറിപ്പാട് വളരെ വലുതായിപ്പോകും.”

അസ്‌ലാൻ പുഞ്ചിരിച്ചു, സുഹേൽദേവിന്റെ മുറിവിൽ ചെയ്തുകൊണ്ടിരുന്നതിൽ ശ്രദ്ധ തുടർന്നുകൊണ്ട്. “ഞാൻ വിദഗ്ധനായ ശസ്ത്രക്രിയാവിദഗ്ധൻ അല്ല തൊഷാനി. തുറന്ന മുറിവിനേക്കാൾ ഭേദമാണ് വലിയ പാടുണ്ടാകുന്നത്.”

തൊഷാനി തർക്കിച്ചില്ല, യുക്തി അനിഷേധ്യമായിരുന്നു.

ഇന്നൽ കഴിഞ്ഞപ്പോൾ, അസ്‌ലാൻ മുറിവ് ശ്രദ്ധയോടെ പരിശോധിച്ചു. അയാൾ തൃപ്തനാണെന്ന് തോന്നി. എന്നിട്ട് സഞ്ചിയിൽ നിന്നും ഒരു കുപ്പിയെടുത്തു. "ശരി, മുറിവ് ഒരിക്കൽക്കൂടി വൃത്തിയാക്കിയാൽ മാത്രം മതി."

ഗോവർദ്ധൻ വായുവിൽ മണപ്പിച്ചു. "അത് വീഞ്ഞാണ്. നീ കുടിക്കില്ലല്ലോ. പിന്നെന്തിനാണത് കൊണ്ടുനടക്കുന്നത്?"

"ഇങ്ങനെയുള്ള സന്ദർഭങ്ങൾക്കായി," അസ്‌ലാൻ പറഞ്ഞു. "ഇത് വളരെ ശക്തിയുള്ള വീഞ്ഞാണ്. കുടിക്കാനുള്ളതല്ല. ഒന്നാന്തരം അണുനാശിനിയാണിത്. ഇനി അദ്ദേഹത്തിന്റെ പിടിക്കു, നല്ല നീറ്റലുണ്ടാകും."

അയാൾ വീഞ്ഞ് കൊണ്ട് വേഗം തന്നെ മുറിവ് കഴുകി. സുഹേൽദേവ് അറിയാതെ മോങ്ങിപ്പോയി, പക്ഷേ ഗോവർദ്ധൻ അയാളുടെ തോളുകളിൽ അമർത്തിപ്പിടിച്ചു, അനങ്ങി മുറിവ് വീണ്ടും തുറക്കില്ലെന്ന് ഉറപ്പാക്കിക്കൊണ്ട്.

"ശരി, ശരി, ഇത് ഏതെങ്കിലും അണുബാധയെ മാറ്റിനിർത്തിക്കോളും," അസ്‌ലാൻ പറഞ്ഞു, എന്നിട്ട് തൊഷാനിയുടെ നേരെ തിരിഞ്ഞു. "എന്റെ സഞ്ചിയിലുള്ള നീളമുള്ള തുണികൊണ്ട് മുറിവ് പൊതിഞ്ഞുകെട്ടാം."

തൊഷാനി തലയാട്ടി. അതുകഴിഞ്ഞപ്പോൾ അവൾ അസ്‌ലാമിന്റെ നേരെ തിരിഞ്ഞു. "അദ്ദേഹം സുഖപ്പെടുമല്ലോ അല്ലേ?"

അസ്‌ലാൻ ചുമൽ കുലുക്കി. "എന്റെയടുത്തുള്ളത് കൊണ്ട് പരമാവധി പറ്റുന്നത് ചെയ്തിട്ടുണ്ട്. സുഹേൽദേവ് ചെറുപ്പവും കരുത്തുള്ളവനുമാണ്. ഇൻഷാ അള്ളാ, അദ്ദേഹം പൂർണമായും സുഖപ്പെടും."

"നന്ദി," അവൾ പറഞ്ഞു. ഒരു നിമിഷം മടിച്ച് വീണ്ടും സംസാരിച്ചു, നിർത്തിനിർത്തിക്കൊണ്ട്. "ഞാൻ പരുഷമായി പെരുമാറിയെങ്കിൽ ക്ഷമിക്കണം."

"സാരമില്ല...നമ്മൾ ഇരുവരും അദ്ദേഹത്തിനെപ്പറ്റി വേവലാതിപ്പെട്ടിരുന്നു. നീ പറഞ്ഞത് ശരിയായിരുന്നു, നമ്മൾ അദ്ദേഹത്തിനെ ശരിയായ വൈദ്യനെ കാണിക്കണം."

സമ്മർദ്ദം അയഞ്ഞപ്പോൾ ഗോവർദ്ധന് ഒരു തമാശ പൊട്ടിക്കാതിരിക്കാൻ കഴിഞ്ഞില്ല. "നിന്റെ വീഞ്ഞ് ഒളിപ്പിച്ച സ്ഥലം ഞാൻ അറിയാതെ പോയത് മോശമായിപ്പോയി. അത് അധികകാലം ഉണ്ടാകുമായിരുന്നില്ല."

അസ്‌ലാൻ പതിയെ ചിരിച്ചു. "അതുകൊണ്ടാണ് ഞാനത് രഹസ്യമാക്കി വച്ചത്!"

സുഹേൽദേവ് പതുക്കെ ഉണർന്നു. അയാളുടെ കൺപോളകൾ ഭാരിച്ചിരുന്നു. വേദനാസംഹാരിയായ പച്ചമരുന്നുകളും വിഷഹാരികളായ ശക്തിയുള്ള മരുന്നുകളും ഏൽപ്പിച്ച മന്ദതയിൽ പ്രയാസപ്പെട്ടുകൊണ്ട്. അയാളുടെ മൊത്തം ശരീരവും വേദനിക്കുന്നുണ്ടായിരുന്നു.

അയാളുടെ ചെറുതായി തുറന്ന കണ്ണുകളിലൂടെ വെളിച്ചം പതുക്കെ അരിച്ചിറങ്ങി, ബോധത്തിലേയ്ക്ക്. കണ്ണുകൾ വെളിച്ചവുമായി താദാമ്യം പ്രാപിച്ചപ്പോൾ അയാൾ ചെരിഞ്ഞുനോക്കി. അവിടെ കസേരയിൽ ആരോ ഇരിക്കുന്നുണ്ടായിരുന്നു, ഉറങ്ങിക്കൊണ്ട്. പിന്നിൽ പകൽ വെളിച്ചം തിളങ്ങി, അയാളുടെ തലയ്ക്കു ചുറ്റും ഒരു വലയം പോലെ. ആ രൂപത്തിന് ദൈവികമായ ആകർഷകത നൽകിക്കൊണ്ട്.

എന്ത്...?

തുടർച്ചയായി ചിമ്മിയപ്പോൾ കണ്ണുകൾ കുറച്ചുകൂടി താദാത്മ്യം പ്രാപിച്ചു. അയാൾക്ക് ഏതാണ്ട് വ്യക്തമായി കാണാൻ കഴിഞ്ഞു. അയാൾ ഒരു കുടിലിലെ കട്ടിലിൽ കിടക്കുകയായിരുന്നു. മറ്റാരും തന്നെ ഉണ്ടായിരുന്നില്ല. കസേരയിൽ ഇരുന്നുറങ്ങുന്ന ചെറുപ്പക്കാരി അല്ലാതെ. അവളുടെ കൈയ്യിൽ നനച്ച തുണി ചുരുട്ടിപ്പിടിച്ചതുമായി. അവൾ അയാളെ ശുശ്രൂഷിക്കുകയായിരുന്നു എന്നത് സ്വാഭാവികം തന്നെ. മിക്കവാറും ക്ഷീണിച്ച് ഉറങ്ങിപ്പോയതായിരിക്കും.

തൊഷാനി...

അയാൾ പുഞ്ചിരിച്ചു. അല്ലെങ്കിൽ അതെങ്കിലും ചെയ്യണമെന്ന് ആഗ്രഹിച്ചു. അത് മുഖത്ത് പ്രതിഫലിച്ചോയെന്ന് ഉറപ്പില്ലായിരുന്നു.

ഒരിക്കൽക്കൂടി ഉറക്കം പിടിമുറുക്കി.

സുഹേൽദേവിന്റെ കണ്ണുകൾ തുറന്നു. വെളിച്ചം മൃദുവായിരുന്നു. ഭിത്തി മാടത്തിൽ ഒരു വിളക്ക് മാത്രം.

രാത്രിയാണ്. ഞാൻ എത്ര നേരമായി ഉറങ്ങുന്നു?

അയാൾ ചുമച്ചുകൊണ്ട് ചെറുതായി അനങ്ങി. മുറിയുടെ അകലെയുള്ള മൂലയിൽ നിന്നും ആരോ എഴുന്നേൽക്കുന്ന ശബ്ദം കേട്ടു. അയാൾ അടുത്തുവന്നപ്പോൾ സുഹേൽദേവ് തിരിച്ചറിഞ്ഞു, തൊഷാനി.

വേദനാസംഹാരികളുടെ ആഘാതം കുറയുന്നുണ്ടായിരുന്നു. പക്ഷേ, അത്രയും വേദനയുണ്ടായിട്ടും സുഹേൽദേവിന്റെ ഹൃദയം പ്രണയാതുരമായി മിടിച്ചു.

ആ തോന്നൽ നഷ്ടപ്പെടുത്താൻ പ്രയാസമായിരുന്നു.

ഒരേയൊരു വിളക്കിന്റെ മൃദുവായ വെളിച്ചം പരക്കുന്നു. തുറന്ന വാതിലിലൂടെ നിലാവെളിച്ചം അരിച്ചിറങ്ങുന്നു. ഗ്രാമത്തിലെ കാവൽക്കാരൻ പാടുന്ന ശബ്ദം അകലെ കേൾക്കാം. ശ്രീകൃഷ്ണനും രാധയും തമ്മിലുള്ള പവിത്രപ്രണയത്തിനെപ്പറ്റിയുള്ള പാട്ട്.

ആദ്യമായിട്ടായിരുന്നു സുഹേൽദേവ് തൊഷാനിയെ മുടിയഴിച്ചിട്ട് വൃത്തിയാക്കിയ മുഖവുമായി കാണുന്നത്. അവളെ ആദ്യം കണ്ടപ്പോൾ ത്തന്നെ അയാൾക്ക് ആകർഷണം തോന്നിയിരുന്നു, അവൾ വിയർപ്പും അഴുക്കും കൊണ്ട് മൂടിയിരുന്നെങ്കിലും. പക്ഷേ അവൾ ഞെട്ടിപ്പിക്കുന്ന വിധം സുന്ദരിയായിരുന്നെന്ന് ഇതുവരെ അയാൾ തിരിച്ചറിഞ്ഞിട്ടില്ലായിരുന്നു.

ശ്വസിക്കുന്നത് പ്രയാസമായി.

അയാൾ പുഞ്ചിരിച്ചു. അല്ലെങ്കിൽ ശ്രമിച്ചു.

തൊഷാനിയുടെ മുഖത്ത് ഒരു വ്യാകുലത പ്രത്യക്ഷപ്പെട്ടു. “നിങ്ങൾ എന്തിനാണ് ഗോഷ്ഠി കാണിക്കുന്നത്? വേദന കൂടുതലാണോ? ഞാൻ കൂടുതൽ വേദനസംഹാരികൾ ചോദിക്കട്ടെ?”

വേണ്ട. ഞാൻ ഗോഷ്ഠി കാണിച്ചതല്ല. പുഞ്ചിരിക്കാൻ ശ്രമിക്കുന്നതാണ്.

പക്ഷേ വാക്കുകൾ പുറത്തേയ്ക്ക് വന്നില്ല.

“സുഹേൽ?”

മ്... സുഹേൽ... സുഹേൽദേവ് അല്ല... അതെനിക്കിഷ്ടമായി...

ഒരിക്കൽക്കൂടി ഉറക്കം കൈയ്യടക്കി.

ഉണർന്നപ്പോൾ സുഹേൽദേവ് തുടർച്ചയായി കണ്ണുകൾ ചിമ്മി. വെളിച്ചം കടുത്തതായിരുന്നു. സൂര്യൻ മുകളിലെത്തിക്കഴിഞ്ഞു. അയാൾ ചെറുതായി അനങ്ങി.

തൊഷാനി ഞൊടിയിടയിൽ അയാൾക്ക് മുന്നിലെത്തി.

അയാൾ പുഞ്ചിരിച്ചു.

തൊഷാനിയും പുഞ്ചിരിച്ചു. “ഇപ്പോൾ സുഖം തോന്നുന്നുണ്ടോ?”

ഉവ്വ്! ഭാവം ശരിയായിത്തന്നെ വന്നു...

“വെള്ളം...”

അയാൾ പിറുപിറുത്തു. അയാളുടെ ശബ്ദം ഏതാണ്ട് ചിലമ്പൽ പോലെയായിരുന്നു.

തൊഷാനി പുറകിൽ ഇരിക്കുകയായിരുന്ന ഒരു പട്ടാളക്കാരന് നേരെ തിരിഞ്ഞു. അയാൾ എഴുന്നേറ്റ് ഒരു മൺപാത്രത്തിൽ നിന്നും ചെറിയ മൺകോപ്പയിലേയ്ക്ക് വെള്ളം പകർന്ന് സുഹേൽദേവിനെ കുടിക്കാൻ സഹായിച്ചു.

"കുറച്ചുകുറച്ചായി കുടിക്കൂ, ഒരുമിച്ച് വേണ്ട," തൊഷാനി ഉപദേശിച്ചു.

കുറച്ച് വെള്ളം അയാളുടെ വായയുടെ കോണുകളിൽ നിന്നും ഇറ്റി നെഞ്ചിൽ വീണു. അവൾ അത് തുടച്ചു, മൃദുവായി.

കോപക്കാരിയായ തൊഷാനി അയാളെ ഇത്രയും സൗമ്യമായി പരിചരിക്കുന്നത് അയാൾക്ക് കുറച്ച് അസ്വാഭാവികമായി തോന്നി. ശുശ്രൂഷിക്കുന്നത് പോലും...

സുഹേൽദേവ് തന്റെ പട്ടാളക്കാരന് നേരെ തിരിഞ്ഞു.

"ഗോവർദ്ധനെ കൊണ്ടുവാ..."

പട്ടാളക്കാരൻ വണങ്ങി കുടിലിൽ നിന്നും പോയി.

പെട്ടെന്ന് തുർക്കികളുമായുള്ള യുദ്ധത്തിന്റെ ഓർമ്മകൾ തിരിച്ച് ഒഴുകാൻ തുടങ്ങി. "നമ്മുടെ ഭാഗത്ത്... എന്തെങ്കിലും നഷ്ടങ്ങൾ?"

"ഇല്ല," തൊഷാനി പറഞ്ഞു.

"എല്ലാവരും രക്ഷപ്പെട്ടു. ഗുരുതരമായ പരിക്കുകൾ ഇല്ല."

നല്ലത്.

തൊഷാനി കുസൃതിയോടെ ചിരിച്ചു. "നിങ്ങളല്ലാതെ മറ്റാർക്കും ഗുരുതരമായ പരിക്കുകൾ ഇല്ല. ഒരുപക്ഷേ നിങ്ങൾ പതുക്കെ ഓടിച്ചതുകൊണ്ടായിരിക്കാം."

സുഹേൽദേവ് പതുക്കെ ചിരിച്ചു. *"ആഹ്, എനിക്ക് തിരിച്ചറിയാവുന്ന ഒരു പെണ്ണുണ്ട്.'*

ഗോവർദ്ധൻ കുടിലിലേയ്ക്ക് കടന്നുവന്നു.

"നിങ്ങൾ സുഖമായിരിക്കുന്നതിൽ രാമഭഗവാനെ പ്രകീർത്തിക്കണം.

സുഹേൽദേവ് മൃദുവായി പിറുപിറുത്തു, "ജയ് ശ്രീരാം..."

ഗോവർദ്ധനും തൊഷാനിയും ആവർത്തിച്ചു, "ജയ് ശ്രീരാം."

പക്ഷേ," ഗോവർദ്ധൻ തുടർന്നു, "നിങ്ങളെ ശുശ്രൂഷിച്ച ഗ്രാമവൈദ്യനും നന്ദി പറയണം, പിന്നെ നിങ്ങളെ നന്നായി പരിചരിച്ച ഈ ചെറുപ്പക്കാരിയേയും. ഞങ്ങളെല്ലാവരും ഊഴമിട്ട് വിശ്രമിക്കുമ്പോൾ അവൾ മുഴുവൻ സമയവും നിങ്ങളുടെ അടുത്തുതന്നെ ഇരിക്കുകയായിരുന്നു."

സുഹേൽദേവിന്റെ കണ്ണുകൾ തൊഷാനിയുടെ നേരെ തിരിഞ്ഞു. അവളുടെ മുഖത്ത് നാണം കലർന്ന പുഞ്ചിരി ഉണ്ടായിരുന്നു. അത്

അയാളുടെ അമ്പരപ്പോടെയുള്ള പുഞ്ചിരിയുമായി യോജിച്ചു. ദുസ്സഹമായ നിശ്ശബ്ദത. ഒരു വാക്ക് പോലും മിണ്ടാതെ.

ദൗർഭാഗ്യവശാൽ, ഗോവർദ്ധൻ സന്ദർഭത്തിന്റെ ലോലമായ വൈവിധ്യം ശ്രദ്ധിച്ചില്ലായിരുന്നു. അയാൾ സംസാരിക്കുന്നത് തുടർന്നു, ശ്രദ്ധിക്കാൻ ഒന്നുമില്ലാത്തത് പോലെ. "നിങ്ങൾ ഏതാനും ദിവസങ്ങൾ ബോധക്കേടിലായിരുന്നു. അസ്ലാൻ ആദ്യം നിങ്ങളെ ശുശ്രൂഷിച്ചു. നിങ്ങളെ രക്ഷിച്ചു, സത്യത്തിൽ. പിന്നീടാണ് കണ്ടെത്തിയത് അമ്പിൽ വിഷം പുരട്ടിയിരുന്നെന്നും അകത്തുണ്ടായിരുന്നെങ്കിൽ വലിയ അപകടം സംഭവിക്കുമായിരുന്നു എന്നും. എന്നിട്ട് ഞങ്ങൾ നിങ്ങളെ ഈ ഗ്രാമവൈദ്യന്റെ അടുത്തേയ്ക്ക് കൊണ്ടുവന്നു. അയാൾ ഈ ഉപേക്ഷിക്കപ്പെട്ട കുടിൽ ഒളിച്ചിരിക്കാനായി തന്നു. അയാൾ കുറച്ച് ദുർഗന്ധമുള്ള ഔഷധം കൊണ്ടുവന്ന് മണിക്കൂറുകൾ കൂടുമ്പോൾ നിങ്ങളുടെ ദേഹത്ത് പുരട്ടിക്കൊണ്ടിരുന്നു. ശരിക്കും, അത് ഫലിച്ചു!"

"അബ്ദുൾ... എവിടെ?" സുഹേൽദേവ് ചോദിച്ചു. "അയാൾ...പേടിച്ചിട്ടുണ്ടാകും."

"ഞാനിവിടെയുണ്ട് പ്രഭോ," അബ്ദുൾ പറഞ്ഞു, കുടിലിന്റെ വാതിലനിരികിൽ നിന്നുകൊണ്ട്. "എനിക്കിപ്പോൾ പേടിയൊന്നുമില്ല."

"എന്റെ സുഹൃത്തേ...."സുഹേൽദേവ് പിറുപിറുത്തു.

അബ്ദുൾ കുടിലിന്റെ അകത്തേയ്ക്ക് വന്നു. "ഗോവർദ്ധൻ എനിക്ക് സന്ദേശമയച്ചപ്പോൾ കഴിയുന്നത്രയും പെട്ടെന്ന് എത്തിച്ചേർന്നു. യാത്ര ചെയ്യാനുള്ള ആരോഗ്യം വരുന്നതിന് അങ്ങേയ്ക്ക് കുറച്ച് ദിവസങ്ങൾ കൂടി വിശ്രമിക്കേണ്ടിവരും. എന്നിട്ട് നമുക്ക് പുറപ്പെടാം. അസ്ലാൻ അപ്പോഴേയ്ക്കും തിരിച്ചെത്തുമായിരിക്കും."

സുഹേൽദേവ് കുപിതനായി. "അവൻ...എവിടെ..."

"അയാൾ തന്റെ മറ്റൊരു ചാരപ്പണിയ്ക്ക് പോയിരിക്കുന്നു," അബ്ദുൾ പറഞ്ഞു. "നമ്മൾ ഇവിടെ സുരക്ഷിതരാണെന്ന് ഉറപ്പായതും അയാൾ പോയി. പെട്ടെന്ന് വരുമെന്ന് പറഞ്ഞു."

സുഹേൽദേവ് അബ്ദുളിനെ നോക്കി. പക്ഷേ ഒന്നും പറഞ്ഞില്ല. കുറഞ്ഞത് ഉറക്കെയെങ്കിലും.

അസ്ലാം നമുക്ക് ഗ്രാമത്തിലെ തിരച്ചിലിനെപ്പറ്റി കൃത്യമായ വിവരം തന്നു. അവൻ പുഴയിലെ പോരാട്ടത്തിൽ എന്റെ ജീവൻ രക്ഷിച്ചു. ഞാൻ അവനെ പൂർണമായും വിശ്വസിക്കുന്ന സമയം ആയിരിക്കുന്നു. അവൻ ഒരു തുർക്കി ആയിരിക്കാം. പക്ഷേ നമ്മളിലൊരാളാണ്.

എന്നാൽ അബ്ദുൾ മിക്കവാറും അസ്ലാമിനെ പിന്തുടരാൻ ഒരാളെ അയച്ചിട്ടുണ്ടാകും എന്ന് സുഹേൽദേവിന് അറിയാമായിരുന്നു. അവരുടെ

താൽക്കാലിയ താവളത്തിന് ചുറ്റും കർക്കശമായ കാവലും. അബ്ദുല്ല മായി തർക്കിക്കുന്നതിൽ കാര്യമില്ലെന്ന് അയാൾക്കറിയാമായിരുന്നു, അസ്‌ലാന്റെ വിശ്വാസ്യതയെപ്പറ്റി ബോധ്യപ്പെടുത്താൻ ശ്രമിക്കുന്നതും.

അയാൾ അത് അങ്ങിനെ വിട്ടു.

അദ്ധ്യായം 16

ഉൾക്കാടുകളിൽ, ഗംഗയുടെ തീരങ്ങളിലെ ജനവാസപ്രദേശത്ത് നിന്നും അകലെ, ഒരു ചെറിയ തുർക്കി കുപ്പിണിപ്പട കൂടിച്ചേർന്നിരുന്നു. ഒന്നാന്തരം, അപരാജിതരായ, ക്രൂരന്മാരായ പട്ടാളക്കാർ ഒറ്റയ്ക്കുള്ള പട്ടാള കൂടാരത്തിന് കാവൽ നിന്നു. അവരുടെ പ്രഭുവും സേനാധിപതിയുമായ സലാർ മഖ്സൂദ് എത്തിച്ചേർന്നിട്ടേ ഉണ്ടായിരുന്നുള്ളൂ. എപ്പോഴുമെന്ന പോലെ, തിടുക്കത്തിൽ. അയാൾ പ്രേമഭാജനത്തിനെ കാണാനായി കൂടാരത്തിലേയ്ക്ക് ഓടിച്ചെന്നു. പട്ടാളക്കാർ ജാഗ്രതയോടെ കാത്തുനിന്നു.

മഖ്സൂദ് ചെറിയ പട്ടാള കൂടാരത്തിന്റെ ഭൂരിഭാഗവും അപഹരിച്ചിരുന്ന കിടക്കയിൽ സ്വസ്ഥമായി ഇരുന്നു, കരീമിന്റെ മടിയിൽ തലവച്ച്. കരീം മഖ്സൂദിന്റെ വിശാലമായ ചുമലുകളിൽ പതുക്കെ പുഞ്ചിരിയോടെ കൈയ്യോടിച്ചു. മഖ്സൂദ് തിരിച്ച് പുഞ്ചിരിച്ചു, കരീമിന്റെ മുഖത്ത് കൈതലോടിക്കൊണ്ട്.

“നിന്റെ കണ്ണുകളിൽ എല്ലാക്കാലത്തേയ്ക്കും നഷ്ടപ്പെട്ടിരിക്കാൻ എനിക്ക് സാധിക്കും,” കരീം സ്വകാര്യം പറഞ്ഞു.

“നീ എന്റെ ജീവിതത്തിന്റെ വെളിച്ചമാണ്, പ്രിയനേ.”

കരീം കുനിഞ്ഞ് മഖ്സൂദിനെ മൃദുവായി ചുംബിച്ചു. ആലസ്യത്തോടെ, പതുക്കെ, പ്രണയം നിറഞ്ഞ്. അവർ വേർപെട്ടപ്പോൾ കരീം ദീർഘനിശ്വാസമെടുത്തു.

“മതിയാക്ക് മഖ്സൂദ്,” കരീം പറഞ്ഞു. “ഇനി വീട്ടിലേയ്ക്ക് പോകാം. ഘസ്നിയിലേയ്ക്ക് തിരിച്ചുപോകാം.”

മഖ്സൂദ് തലയാട്ടി. “എനിക്ക് പറ്റില്ല. എനിക്ക് പറ്റില്ലെന്ന് നിനക്കറിയാം. ഇത് സുൽത്താന്റെ ആജ്ഞയാണ്.”

“അതെന്താണ് ഇത്രയും പ്രധാനമാകുന്നത്?”

"അതായതുകൊണ്ടുതന്നെ."

"അല്ല, അങ്ങിനെയല്ല. നീയും ഞാനും മാത്രമാണ് കാര്യം. നീ ഇപ്പോൾ ത്തന്നെ സുൽത്താന് വേണ്ടി ആവശ്യത്തിന് ചെയ്തുകഴിഞ്ഞു. ഇത് പറ്റില്ലെന്ന് അദ്ദേഹത്തിനോട് പറയൂ. അസാധ്യമാണെന്ന്. എന്നിട്ട്..."

"എനിക്കത് ചെയ്യാൻ പറ്റില്ല."

"മഖ്സൂദ്..."

"എനിക്ക് പറ്റില്ല കരീം. നമ്മൾ തുർക്കികൾ ചരിത്രത്തിൽ ഓർമ്മിക്കപ്പെടുന്നത് രണ്ട് രാജ്യങ്ങളിൽ ഒരെണ്ണമെങ്കിലും പിടിച്ചെടുത്താലാണ്. ഇന്ത്യ അല്ലെങ്കിൽ ചൈന. അവ ഏറ്റവും ജനസംഖ്യയുള്ളതും ഭൂമിയിലെ തന്നെ ഏറ്റവും സമ്പത്തുള്ളതുമായ രാജ്യങ്ങളാണ്. ഈ സമൃദ്ധിയുള്ള വിഗ്രഹാരാധകരുടേയും അവിശ്വാസികളുടേയും രാജ്യങ്ങൾ ഭരിച്ച് അവരുടെ അവിശുദ്ധമായ സംസ്കാരങ്ങളെ നശിപ്പിച്ച് ശരിയായ വിശ്വാസത്തിലേയ്ക്ക് എത്തിച്ചാലേ നമ്മുടെ മരണാനന്തരജീവിതത്തിൽ സ്വർഗവും കന്യകമാരും കൊണ്ട് അനുഗ്രഹിക്കപ്പെടുകയുള്ളൂ. ഇന്ത്യ അല്ലെങ്കിൽ ചൈന ഇസ്ലാമിന്റെ വാളിൽ വീഴുകയാണെങ്കിൽ, ലോകം മുഴുവനും കീഴടങ്ങി ദാർ-ഉൽ-ഇസ്ലാം ആയിമാറും. അതാണ് അള്ളാഹു നമുക്ക് തന്നിരിക്കുന്ന ദൗത്യം."

"മഖ്സൂദ്, നീ കരുതുന്നത് അള്ളാഹു ലക്ഷക്കണക്കിന് ആളുകളെ കൊല്ലണമെന്നാണോ? ശരിക്കും? അള്ളാഹു ഒരിക്കലും അങ്ങിനെ ചെയ്യില്ല. സ്നേഹം മാത്രമേ..."

മഖ്സൂദ് കൈ ഉയർത്തി കരീമിന്റെ വാ പൊത്തി. പതുക്കെ. "ഞാൻ നിന്നോട് മുമ്പും പറഞ്ഞിട്ടുണ്ട്, പ്രിയനേ. ഇങ്ങനെയുള്ള കാര്യങ്ങൾ ഉറക്കെ പറയരുതെന്ന്. അത് ദൈവനിഷേധമാണ്. ഏതെങ്കിലും വാക്കുകൾ സുൽത്താന്റെ ചെവികളിലെത്തിയാൽ, പിന്നെ നമ്മൾ..."

കരീം ഒരു ദീർഘനിശ്വാസം കൂടിയെടുത്ത് അകലേയ്ക്ക് നോക്കി. അവൻ മഖ്സൂദിനെ ആഴത്തിൽ സ്നേഹിച്ചിരുന്നു. അയാളുടെ പ്രണയത്തിന് വേണ്ടി അവൻ തന്റെ സൂഫി ആശയങ്ങളെ അടക്കിവയ്ക്കാൻ തയ്യാറായിരുന്നു. "പക്ഷേ സുൽത്താന് കീഴടക്കി ഭരിക്കണമെങ്കിൽ, അദ്ദേഹം ഇന്ത്യ മുഴുവനും യാത്ര ചെയ്യണ്ടേ? ആരുമറിയാതെ? ഇത് അപകടമാണ്. നീ പറഞ്ഞിട്ടുള്ള തന്ത്രങ്ങളാണ് ഞാൻ ഉപയോഗിക്കുന്നത്. നമ്മൾ യുദ്ധങ്ങൾ ജയിക്കുന്നുണ്ട്. പക്ഷേ ഞാൻ നിന്നോട് മുമ്പ് പറഞ്ഞിട്ടുണ്ട്, നമുടെ സൈന്യത്തിൽ കുറച്ച് ആളുകളേയുള്ളൂ. നമുക്ക് ഇന്ത്യൻ സൈന്യങ്ങളെ തോൽപ്പിക്കാം, പക്ഷേ ഇന്ത്യയിലെ പൗരന്മാരെ തോൽപ്പിക്കാനുള്ളത്ര പട്ടാളക്കാർ ഇല്ല. ഘസ്നിയിൽ നിന്നും കൂടുതൽ തുർക്കികളെ അയക്കേണ്ടതുണ്ട്. വലിയ സൈന്യവുമായി

നമുക്ക് കീഴടക്കി ഭരിക്കാം. സുൽത്താനോട് അത് പറയേണ്ടതുണ്ട്."

മഖ്സൂദ് തലയാട്ടി. "ഇല്ല കരീം. നമ്മൾ തുർക്കികൾ അക്രമോത്സുകരായ യോദ്ധാക്കളാണ്. ലോകത്തിലെ തന്നെ മികച്ചത്. പക്ഷേ നമ്മുടെ സൈന്യം, ഘസ്നിയിലെ മൊത്തം പട്ടാളക്കാർ ഉൾപ്പടെ, ഇന്ത്യയെ ഭരിക്കാൻ പോന്നത്ര വലുതല്ല. ഇന്ത്യാക്കാർ കൂടുതലാണ്. നമുക്ക് ആക്രമിച്ച്, കൊള്ളയടിച്ച് നമ്മുടെ ഘസ്നി രാജ്യത്തിലെ സുരക്ഷയിലേയ്ക്ക് പിൻവാങ്ങാനുള്ള കരുത്തേയുള്ളൂ. നമുക്ക് ഭരിക്കണമെങ്കിൽ, ഇന്ത്യക്കാരുടെ പ്രതിരോധം എന്നന്നേയ്ക്കുമായി തകർക്കണം."

അവരുടെ പ്രതിരോധം എന്നന്നേയ്ക്കുമായി തകർക്കാനോ? ഏതാണ്ട് കോടിക്കണക്കിനുണ്ട് ഇന്ത്യാക്കാർ. നിനക്കെങ്ങിനെ...."

"തെക്കേ ഇന്ത്യയിലെ രാജ്യങ്ങൾ വിട്. അവരിൽ ഭൂരിഭാഗവും സംഘം ചേർന്നിട്ടുള്ള ആക്രമികളായ ഹിന്ദുക്കളാണ്. പക്ഷേ വടക്കേ ഇന്ത്യയിൽ ഭൂരിഭാഗവും, പ്രത്യേകിച്ചും പ്രമാണികൾ, ദുർബലരും ശാന്തരുമായിക്കഴിഞ്ഞു. അവർ സസ്യാഹാരവും സ്ത്രീകളുടെ അവകാശങ്ങളും ആഘോഷിക്കും. അവർ ദുർബലരാണ്. നമുക്ക് ആദ്യം വടക്കേ ഇന്ത്യ കീഴടക്കാം, നമ്മുടെ ഭരണം ഏർപ്പെടുത്താം, എന്നിട്ട് തെക്ക് ഭാഗത്തേയ്ക്ക് പോകാം."

"പക്ഷേ, വടക്കേ ഇന്ത്യയിലും ഒരുപാട് ജനങ്ങളുണ്ട്. ഇതൊരു വലിയ രാജ്യമാണ്, പിന്നെ..."

മഖ്സൂദ് കരീമിനെ തടസ്സപ്പെടുത്തി. "നിനക്ക് മനസ്സിലാവില്ല. ഞാൻ ഇവിടെ വർഷങ്ങളായി ഇടകലർന്നും അവരെ പഠിച്ചും ചെലവഴിക്കുന്നു... ഒരു ലക്ഷ്യം മാത്രമായി: അവരുടെ വിചിത്രമായ സംസ്കാരം മനസ്സിലാക്കാൻ. ഞാൻ മനസ്സിലാക്കിയത് ഒരു വടക്കേ ഇന്ത്യ അല്ല ഉള്ളത്. വാസ്തവത്തിൽ മൂന്നെണ്ണമുണ്ട്."

"മൂന്ന്?"

"അതെ. ഉയർന്ന ജാതിക്കാരായ ഹിന്ദുക്കളുടെ വടക്കേ ഇന്ത്യയുണ്ട്. ഞങ്ങൾ അവരുടെ രാജ്യങ്ങൾ ഓരോന്നായി തിരച്ചിലിൽ എടുത്തിട്ടുണ്ട്. അവരുടെ യുദ്ധ-ബഹുമാനം എന്ന നിസ്സാരസങ്കല്പങ്ങൾ അവർക്ക് നമ്മളെ തോൽപ്പിക്കാൻ കഴിയില്ലെന്ന് ഉറപ്പാക്കിയിട്ടുണ്ട്. പിന്നെ അവരുടെ ജാത്യാഭിമാനം സാധാരണ ആളുകൾ അവർക്ക് വേണ്ടി യുദ്ധം ചെയ്യില്ലെന്നും ഉറപ്പ് തന്നിട്ടുണ്ട്."

"പിന്നെ രണ്ടാമത്തേത്?"

"രണ്ടാമത് ബുദ്ധിസ്റ്റുകളുടെ വടക്കേ ഇന്ത്യ. ഇന്ത്യയിൽ ഭൂരിഭാഗം ബുദ്ധിസ്റ്റുകളും വണികജാതിക്കാരാണ്. അവരിൽ ഭൂരിഭാഗവും പഞ്ചാബ്, അഫ്ഗാനിസ്ഥാൻ, ബംഗാൾ എന്നിവിടങ്ങളിലാണുള്ളത്. അവരെ

തോൽപ്പിക്കാൻ എളുപ്പമാണ്. അവർ അഹിംസയിലും സ്നേഹത്തിലും അനുകമ്പയിലും വിശ്വസിക്കുന്നു. അവർ വാസ്തവത്തിൽ കരുതുന്നത് നമ്മൾ തുർക്കികൾ കുറച്ച് വർഷങ്ങൾ മുമ്പുവരെ ബുദ്ധിസ്റ്റുകൾ ആയിരുന്നു എന്നാണ്, നമുക്ക് അവരോട് ക്രൂരത കാണിക്കേണ്ടതില്ല" എന്നാണ്. ഇങ്ങനെ പറഞ്ഞ്, മഖ്സൂദ് അടക്കിച്ചിരിച്ചു.

കരീമിന് അതിൽ തമാശയൊന്നും തോന്നിയില്ല. അയാളുടെ മാതാപിതാക്കൾ, അയാൾ കുഞ്ഞായിരുന്നപ്പോൾ പിടിച്ചുകൊണ്ട് പോകപ്പെട്ടവർ, ബുദ്ധിസ്റ്റുകൾ ആയിരുന്നു.

മഖ്സൂദിന് പെട്ടെന്ന് തന്നെ താൻ ചെയ്തത് എന്താണെന്ന് മനസ്സിലായി, എന്നിട്ട് പെട്ടെന്ന് തുടർന്നു. "വടക്കേ ഇന്ത്യയിലെ മൂന്നാമത്തേത് ഹിന്ദുക്കളിലെ കീഴ്ജാതികാരാണ്: ഗ്രാമീണർ, കർഷകർ, കൈത്തൊഴിലുകാർ എന്നിങ്ങനെ. നമ്മുടെ ഭരണത്തിന് ശരിയായ പ്രതിരോധം ഉണ്ടാകുന്നത് അവിടെയായിരിക്കും. അതാണ് ഞാൻ മനസ്സിലാക്കിയത്."

"പക്ഷേ അവർ കീഴ്ജാതിക്കാരാണെങ്കിൽ, അവർ സംഘടിതരായിരിക്കില്ല. അവരുടെ പ്രതിരോധത്തിനെ തകർക്കുന്നതിനായി തലകൊയ്യാൻ ഒരു നേതൃത്വം ഉണ്ടാവില്ല."

"വാസ്തവത്തിൽ, അവർ നമ്മൾ കരുതുന്നതിനേക്കാൾ കൂടുതൽ സംഘടിതരാണ്. ചില കീഴ്ജാതിക്കാർ അവരുടെ സ്വന്തം രാജ്യങ്ങൾ സ്ഥാപിച്ചിട്ടുണ്ട്. പ്രതിരോധത്തിനെ നയിക്കാൻ കഴിവുള്ള കുറച്ചുപേരുണ്ട്. ഞാൻ ഒരു പ്രത്യേക നേതാവിനെ പിന്തുടരുകയായിരുന്നു. ഞാൻ അയാളെ തിരയുകയായിരുന്നു."

"നിനക്ക് വെറുതേ..."

"അയാളെ കൊല്ലാനോ?" മഖ്സൂദ് ചോദിച്ചു. "ഞാൻ അതിനെപ്പറ്റി ആലോചിച്ചിരുന്നു. ചില അവസരങ്ങളും ഉണ്ടായിരുന്നു. പക്ഷേ നമ്മൾ അയാളെ ഉപായത്തിൽ കൊന്നുകളഞ്ഞാൽ, അത് ഒരു രക്തസാക്ഷിയെ സൃഷ്ടിക്കുന്നതാകും, ഒരു പ്രചോദനം, അത് പ്രതിരോധത്തിനെ കൂടുതൽ ശക്തിപ്പെടുത്തും. മറ്റൊരു നേതാവ് ഉയർന്നുവരും. നമുക്കത് വേണ്ട. നമുക്ക് അയാളെ ശരിയായ സമയത്ത് കൊല്ലണം, ശരിയായ സ്ഥലത്ത് വച്ച്. നമുക്ക് ഈ നേതാവിനെ തുറന്ന യുദ്ധത്തിൽ കൊല്ലണം. വൃത്തിയായി. അയാൾ ഒരു ഉദാഹരണമായി നമുക്ക് ഉപയോഗിക്കാൻ സാധിക്കണം. നമുക്ക് അയാളെ തുറന്ന പോരാട്ടത്തിനായി പ്രലോഭിപ്പിക്കണം. അങ്ങിനെ നമുക്ക് ഇന്ത്യയിലെ കീഴ്ജാതിക്കാരനായ നേതാവിനെപ്പോലെ ആകാൻ ആഗ്രഹിക്കുന്നവരിൽ ഏകദൈവത്തിനോടുള്ള ഭയം നിറയ്ക്കാൻ കഴിയും. ഒരുപക്ഷേ നമ്മൾ അയാളുടെ വെട്ടിമുറിച്ച

ശരീരം വടക്കേ ഇന്ത്യ മുഴവൻ കൊണ്ടുനടന്ന് കാണിക്കുമായിരിക്കും. ഒരുപക്ഷേ പൊതുസ്ഥലത്ത് വച്ച് പീഡിപ്പിക്കുമായിരിക്കും. അതാണ് പ്രതിരോധത്തിനെ തകർക്കുക. എന്നിട്ട് നമ്മൾ ന്യായവിസ്താരദിവസം വരെ ഭരിക്കും."

കരീം നിശ്ശബ്ദനായിരുന്നു. അവന് മഖ്സൂദിനോടുള്ള പ്രണയം അത്രയും ആഴത്തിൽ അല്ലായിരുന്നെങ്കിൽ, അവൻ ഇപ്പോൾത്തന്നെ ഭയന്നുപോയിരുന്നേനെ. ഒരാൾക്ക് ഒരു നിമിഷം വളരെ സ്നേഹമുള്ളയാളും അടുത്തതിൽ ഒരു രാക്ഷസനും ആകാൻ കഴിയുന്നതെങ്ങിനെ എന്ന് അവന് മനസ്സിലായില്ല. *ഞാൻ ഒസ്ഗ്ഗർ പറയുന്നത് കേൾക്കണം. മഖ്സൂദിന്റെ നല്ലതിനായി. ഒരു പക്ഷേ അപ്പോൾ നമുക്ക്...*

"നീ അവന്റെ പേര് ചോദിച്ചില്ലല്ലോ, പ്രിയനേ..." മഖ്സൂദ് പറഞ്ഞു, കരീമിന്റെ മുടിയിൽ കളിച്ചുകൊണ്ട്.

"ക്ഷമിക്കണം," കരീം പതുക്കെ പറഞ്ഞു. "എന്റെ ശ്രദ്ധ മാറിപ്പോയി. നിന്റെ രോഷം അനുഭവിക്കാൻ പോകുന്ന മനുഷ്യൻ ആരാണ്?"

"ശ്രാവസ്തിയിലെ സുഹേൽദേവ്."

കരീം നിരസിച്ചുകൊണ്ട് കൈവീശി. "തൽക്കാലത്തേയ്ക്ക് സുഹേൽദേവിനെ മറക്കൂ. നീ ഏതാനും മണിക്കൂറുകൾക്കകം പോകും. നിന്നെ ഓർത്തിരിക്കാനുള്ള എന്തെങ്കിലും തരൂ."

കരീം മഖ്സൂദിനെ ചുംബിക്കാനായി കുനിഞ്ഞു.

കെട്ടുകൾ മാറ്റി വൈദ്യൻ തിരിച്ചുപോയി. സുഹേൽദേവ് ആ പ്രക്രിയ വെറുത്തിരുന്നു, പ്രധാനമായും അതിന്റെ നരകവേദന കാരണം. അത് അയാളെ വളരെ ദുർബലനാക്കി. അയാളുടെ ശരീരം പെട്ടെന്ന് പൂർണമായും ലോലമായതുപോലെ തോന്നും. വായുവുമായി സമ്പർക്കം ഉണ്ടായാൽ പോലും ആരോ അയാളെ ക്രൂരമായി ഞെരിക്കുന്ന പോലെ തോന്നിക്കുന്നത്ര ലോലം. മരുന്നുലേപനം അല്പം ആശ്വാസം നൽകുന്നതായിരുന്നു. പക്ഷേ അത് മതിയാകുമായിരുന്നില്ല.

പഴയ തുണിക്കെട്ടുകൾ കളഞ്ഞ് തൊഷാനി മുറിയിലേയ്ക്ക് തിരിച്ചുവന്നു. സുഹേൽദേവ് ആ ചടങ്ങിയെ വെറുത്തതിന്റെ രണ്ടാമത്തെ കാരണം അവളായിരുന്നു. അവളുടെ മുന്നിൽ തുറന്ന് കാണിക്കപ്പെട്ടുന്നത് അയാളെ അമ്പരപ്പിച്ചു. അയാൾക്ക് പരിക്കിനെപ്പറ്റി അല്ലാതെ മറ്റെന്തിനെക്കുറിച്ചും സംസാരിക്കാം. "ഉം... അതിര്... അതിന്റെ..."

"അതിരിലെ കാവൽക്കാർ ജാഗ്രതയുള്ളവരും കരുത്തരുമാണ്," തൊഷാനി പറഞ്ഞു. "അബ്ദുൾ അതിന്റെ മേൽനോട്ടം വഹിക്കുന്നുണ്ട്. അവരെ മറന്നേക്കൂ. വേദന എങ്ങിനെയുണ്ട്?"

"എനിക്ക് കുഴപ്പമില്ല...എനിക്ക് കുഴപ്പമില്ല... എനിക്ക് തോന്നുന്നത് ഞാൻ...നാളെ ഇവിടെ നിന്ന് പോകാമെന്നാണ്."

തൊഷാനി പുഞ്ചിരിച്ചു. "ഉറപ്പായും, പറ്റും." അവൾ ഒരു കോപ്പ നീട്ടി. "പക്ഷേ ഇപ്പോൾ ഇത് കുടിക്കൂ."

"എന്തായിത്?"

"വൈദ്യൻ ഉണ്ടാക്കിയ എന്തോ ആണ്. ഇത് നിങ്ങൾക്ക് നല്ല ഉറക്കം തരും. മുറിവ് പെട്ടെന്നുണങ്ങാൻ സഹായിക്കും."

സുഹേൽദേവ് അനുസരണയോടെ ആ കഷായം കുടിച്ചു. പുറംകൈ കൊണ്ട് പതുക്കെ വാ തുടച്ച് പിറുപിറുത്തു, "അതെ...എനിക്ക്...ഓടിക്കാൻ..."

"ഉറപ്പായു, നിങ്ങൾക്ക് പറ്റും."

"അതിരിൽ...കാവൽക്കാർ..."

"പേടിക്കണ്ട, ഉറങ്ങൂ."

"അതെ..അബ്ദുൾ...നോക്കിക്കോളും..."

സുഹേൽദേവിന്റെ കണ്ണുകൾ പതുക്കെ ഉറക്കത്തിലേയ്ക്ക് അടഞ്ഞു.

അദ്ധ്യായം 17

ഒസ്ഗർ ഭയപ്പാടോടെ ചുറ്റും നോക്കി. അയാൾ തന്റെ പ്രഭുവിന്റെ കുതിരയെ കണ്ടിരുന്നുവെന്ന് ആണയിട്ടും. കഴിഞ്ഞ രണ്ട് ദിവസങ്ങളായി അയാൾ അതിനെ പിന്തുടരുകയായിരുന്നു. ഒപ്പമെത്താൻ ശ്രമിച്ചുകൊണ്ട്. അയാളുടെ പ്രഭു അതിവേഗത്തിൽ പോയി!

ഒസ്ഗർ വാർത്ത എത്തിയയുടൻ തന്നെ പുറപ്പെട്ടിരുന്നു. പെട്ടെന്ന് തന്നെ പോകാൻ കരീം ആജ്ഞയിട്ടിരുന്നു.

മരങ്ങളും ഇടതിങ്ങിയ വളർന്ന ഉയരമുള്ള പുല്ലും ഒരു ദൂരം വരെ വെളിച്ചത്തിനെ തടസ്സപ്പെടുത്തി. അപ്പോഴും ഉച്ചനേരമായിരുന്നെങ്കിലും സന്ധ്യയായതുപോലെ തോന്നിച്ചു. ഇലച്ചാർത്തുകൾക്കിടയിലൂടെ കടന്നുവന്ന വെളിച്ചം ആ ഏകാന്തമായ ഇടത്തിന് ഒരു അയഥാർഥമായ അനുഭവം നൽകി.

സ്ഥലത്തിന്റെ സൗന്ദര്യം ചുറ്റും നോക്കിനിൽക്കുന്ന ഒസ്ഗറിന് പൂർണമായും നഷ്ടപ്പെട്ടു.

എവിടെ അദ്ദേഹം?

പതുക്കെ തമാശയോടെയുള്ള ഒരു ശബ്ദം കേട്ടു. "കഴിഞ്ഞ അഞ്ച് നിമിഷങ്ങൾക്കുള്ളിൽ നിങ്ങളെ ഞാൻ പത്ത് തവണയെങ്കിലും കൊന്നേനെ."

ഒസ്ഗർ ആശ്വാസത്തോടെ കുനിയുകയും ശബ്ദം കേട്ട ഭാഗത്തേയ്ക്ക് തിരിയുകയും ചെയ്തു. "എന്റെ പ്രഭോ സലാർ മ..."

ഒസ്ഗറിന്റെ വാക്കുകൾ വായ അടയ്ക്കപ്പെട്ട് മുറിഞ്ഞുപോയി.

"ഞാൻ എത്ര തവണ പറഞ്ഞിട്ടുണ്ട്, ഒസ്ഗർ? ഞാൻ തുർക്കികൾക്കൊപ്പം അല്ലാത്തപ്പോൾ എന്റെ ശരിയായ പേര് ഉപയോഗിക്കരുതെന്ന്. മരങ്ങൾക്ക് പോലും കാതുകളുണ്ട്."

ഒസ്ഗ്ഗർ പശ്ചാത്താപത്തോടെ സലാറിന്റെ താടിയിൽ തൊട്ടു. “ക്ഷമിക്കണം പ്രഭോ. മാപ്പാക്കൂ.”

“ഇന്ത്യയിൽ എന്റെ പേര് അസ്‌ലാൻ എന്നാണ്. അതാണ് നിങ്ങൾ ഉപയോഗിക്കേണ്ട പേര്. എപ്പോഴും.”

“ഉവ്വ്, അസ്‌ലാൻ പ്രഭോ.” ഒസ്ഗ്ഗറിന്റെ ഇടിയിൽ നിന്നുമുള്ള ചതവ് അപ്പോഴും അസ്‌ലാനിന്റെ മുഖത്ത് കാണാമായിരുന്നു. ആ തുർക്കി സൈനികൻ അത് കണ്ടപ്പോൾ ചൂളി. “ക്ഷമിക്കണം. അങ്ങയുടെ ആജ്ഞകൾ അനുസരിക്കുന്നതിൽ ഞാൻ അമിതമായി ആവേശപ്പെട്ടുപോയി.”

അസ്‌ലാൻ അയാളുടെ മാപ്പപേക്ഷ തട്ടിമാറ്റി. “അതിനെപ്പറ്റി വിഷമിക്കണ്ട. നിങ്ങൾ എന്തിനാണ് എന്നെ പിന്തുടരുന്നത്? എന്താണ് അത്ര പ്രധാനപ്പെട്ട വാർത്ത?”

“കരീം പ്രഭുവാണ് എന്നെ അയച്ചത്. ഒരു അത്യാവശ്യ സന്ദേശവുമായി, അസ്‌ലാൻ പ്രഭോ.”

“എന്താണത്?” അസ്‌ലാൻ ചോദിച്ചു.

“എന്റെ പ്രഭോ...” ഒസ്ഗ്ഗർ മടിയ്ക്കുന്നതായി തോന്നി.

“അത് വിട് ഒസ്ഗ്ഗർ! പെട്ടെന്ന് പറയ്. എനിക്ക് സുഹേൽദേവിന്റെ താവളത്തിലേയ്ക്ക് തിരിച്ചുപോകണം.”

“പ്രഭോ, കരീം പ്രഭു അറിഞ്ഞു...”

അസ്‌ലാൻ അക്ഷമനാകുകയായിരുന്നു. “അള്ളാഹുവിന്റെ നാമത്തിൽ ഒസ്ഗ്ഗർ, വലിച്ചുനീട്ടാതെ. എന്താണ് വാർത്ത?”

ഒസ്ഗ്ഗർ ഒരു ദീർഘനിശ്വാസമെടുത്തു. “ഘസ്നിയിൽ നിന്നുമുള്ള വിവരം അനുസരിച്ച് സുൽത്താൻ ജീവിച്ചിരിപ്പില്ല.”

“എന്ത്?” അസ്‌ലാൻ അമ്പരന്നു. “സുൽത്താൻ മരിച്ചോ? ഉറപ്പാണോ?”

“കരീം പ്രഭു വ്യക്തിപരമായി അതുറപ്പാക്കി. അത് സത്യമാണ്.”

“പക്ഷേ അദ്ദേഹം നല്ല ആരോഗ്യത്തിൽ ആയിരുന്നല്ലോ. എന്താണ് സംഭവിച്ചത്?”

“ആർക്കും അറിയില്ല. അങ്ങ് പറയുന്നത് ശരിയാണ്: സുൽത്താൻ മഹ്മൂദിന് അപൂർവ്വമായേ ജലദോഷം പോലും വരാറുള്ളൂ. അദ്ദേഹം യുദ്ധത്തിൽ നിന്നുമുള്ള പരിക്കുകളിൽ നിന്നും വളരെ പെട്ടെന്ന് സുഖപ്പെട്ടു. പക്ഷേ അദ്ദേഹം പെട്ടെന്ന് മരിച്ചുപോയി. ഘസ്നിയിൽ വച്ചുതന്നെ. എന്താണ് സംഭവിച്ചതെന്ന് നമുക്കുറപ്പില്ല. വിശദവിവരങ്ങൾ ലഭ്യമല്ല, ഒരുപാട് അഭ്യൂഹങ്ങൾ ഉണ്ടെങ്കിലും – നിഗൂഢമായ ചില രോഗങ്ങളിലെ ഒറ്റുകാരുടെ കൈകൾ മുതൽ. സുൽത്താൻ ഇന്ത്യയിലെ ക്ഷേത്രങ്ങൾ ആക്രമിച്ചതിന്റെ പ്രതികാരമായി കാഫിറുകൾ ദുർമന്ത്രവാദം പ്രയോഗിച്ചതാണെന്ന് ചിലർ പറയുന്നുണ്ട്.”

അസ്ലാൻ തറയിൽ ഇരുന്നുപോയി, അപ്പോൾ കേട്ടതിന്റെ ഘോര തയിൽ ഞെട്ടിക്കൊണ്ട്. ലോകത്തിന്റെ അച്ചുതണ്ട് പെട്ടെന്ന് ചരിഞ്ഞ തുപോലെയായിരുന്നു അത്. സുൽത്താൻ മഹ്മൂദ് ജീവിതത്തിനേക്കാൾ വലിയ വ്യക്തിത്വമായിരുന്നു. തന്റെ പിന്തുണക്കാർക്ക് നായകാരാധനയും ശത്രുക്കൾക്ക് അതിയായ ഭയവും വെറുപ്പും ഉണ്ടാക്കിയ അതികായൻ. അദ്ദേഹമില്ലാത്ത ഒരു ലോകത്തിനെ പെട്ടെന്ന് ഭാവന ചെയ്യുന്നത് അസാധ്യമായിരുന്നു.

ഒസ്ഗുർ കരീം തന്നോട് അസ്ലാനുമായി സംസാരിക്കണം എന്ന് പറഞ്ഞ പ്രധാന കാര്യത്തിലേയ്ക്ക് പതുക്കെയെത്തി. “പ്രഭോ, അങ്ങ് ഇപ്പോൾ ഘസ്നിയിലേയ്ക്ക് തിരിച്ചുവരണം. കരീം പ്രഭു പറഞ്ഞു...”

അസ്ലാൻ ഒസ്ഗുറിനെ തടസ്സപ്പെടുത്തി. “ഞാനിപ്പോൾ അവിടെ എന്ത് ചെയ്യാനാണ്? സുൽത്താൻ ഇല്ലാതെ...”

ഇത്തവണ അസ്ലാനെ തടസ്സപ്പെടുത്താനുള്ള ഒസ്ഗുറിന്റെ ഊഴമായിരുന്നു. “എന്റെ പ്രഭോ, സുൽത്താന്റെ ആണ്മക്കൾ തമ്മിൽ ഒരു ആഭ്യന്തരയുദ്ധത്തിന്റെ സംസാരങ്ങളുണ്ട്. ഇന്ത്യയിലെ തുർക്കി സൈന്യങ്ങളെ ഘസ്നിയിലേയ്ക്ക് തിരിച്ചു വിളിക്കപ്പെടുകയാണ്. ശരിയായ അവകാശിയുടെ വശത്ത് നിന്ന് പോരാടാനാണ് നമ്മളോട് ആജ്ഞാപിച്ചിരിക്കുന്നത്.”

അസ്ലാൻ തലയാട്ടി. “സുൽത്താൻ മരിച്ചു. ഘസ്നിയിൽ ആഭ്യന്തര യുദ്ധം. കൊള്ളാം, ഒരു രാത്രി കൊണ്ട് ലോകം മാറിപ്പോയിരിക്കുന്നു.”

“അങ്ങ് ഘസ്നിയിലേയ്ക്ക് തിരിച്ചുവരുന്നുണ്ടോ, പ്രഭോ?”

അസ്ലാൻ മൗനത്തിൽ തുടർന്നു.

“എനിക്ക് അങ്ങയുടെ തീരുമാനം കരീം പ്രഭുവിനെ അറിയിക്കേണ്ടതുണ്ട്, പ്രഭോ,” ഒസ്ഗുർ പറഞ്ഞു.

“ഞാൻ വരും,” അസ്ലാൻ പറഞ്ഞു. “പക്ഷേ ഉടനെയല്ല.”

“പ്രഭോ? പക്ഷേ എന്തുകൊണ്ട്? അങ്ങയ്ക്ക് ഘസ്നിയിൽ പ്രധാനപ്പെട്ട കാര്യങ്ങളുണ്ട്. അങ്ങ്...”

“എന്റെ ശരിയായ ഭാവി ഘസ്നിയിൽ അല്ല. അത് ഇന്ത്യയിലാണ്.”

ഒസ്ഗുർ ഒന്നും മിണ്ടിയില്ല.

“ഞാൻ സുഹേൽദേവുമായുള്ള എന്റെ ജോലി തീർത്തിട്ട് ഘസ്നിയിലേയ്ക്ക് വരാം. അങ്ങിനെ കരീമിനോട് പറയൂ.”

“ശരി, പ്രഭോ,” ഒസ്ഗുർ പറഞ്ഞു, എന്നിട്ട് ഉത്സാഹത്തോടെ വണങ്ങി.

“വിട, സുഹൃത്തേ. അള്ളാഹു നിന്റെ കൂടെയുണ്ടാകട്ടെ.”

“അങ്ങയുടെ കൂടെയും, പ്രഭോ.”

ഒസ്ഗുർ പോയശേഷം, അസ്ലാൻ കുറച്ചുനേരം കൂടി തറയിൽ

ഇരുന്നു. അവസാനം, ഒരു നെടുവീർപ്പോടെ എഴുന്നേറ്റ് തന്റെ കുതിരയെ നിർത്തിയ സ്ഥലത്തേയ്ക്ക് ഓടി. ആ മൃഗം സ്നേഹത്തോടെ അവനെ മൂക്ക് കൊണ്ടുരച്ചു. അവൻ അതിനെ അബോധപൂർവം തട്ടി ജീനിയിൽ ചാടിക്കയറി ഓടിച്ചുപോയി. സുഹേൽദേവിന്റെ ഒളിവിന് ശേഷം ഒരുപാട് ദിവസങ്ങൾ കഴിഞ്ഞുള്ള സഞ്ചാരമായിരുന്നു അത്.

—EJJ ꝸ3ᐯĆΔ—

സുഹേൽദേവ് തന്റെ മന്ദഗതിയിലുള്ള സുഖം പ്രാപിക്കലിൽ അസ്വസ്ഥനായിരുന്നു. വേദന സഹിക്കാവുന്നതായി, പക്ഷേ അപ്പോഴും ചലനങ്ങൾ ദുർബലമായിരുന്നു. ഇപ്പോൾ കിടക്കയിൽ നിന്നും എഴുന്നേൽക്കാൻ കഴിയും. കുറച്ചു നേരം നിൽക്കുകയും ചെയ്യാം, പക്ഷേ വളരെ പതുക്കെ.

സുഹേൽദേവിനെപ്പോലെ ഊർജ്ജസ്വലനായ ഒരു വ്യക്തിയ്ക്ക്, ഒരുപാട് മണിക്കൂറുകൾ കിടക്കയിൽ ഒതുങ്ങിപ്പോകുന്നത് പീഡനത്തിന്റെ ഏറ്റവും മോശം രൂപമായിരുന്നു. തുടക്കത്തിൽ, അയാൾക്ക് ശരീരം വളരെ ദുർബലമായിരുന്നതിനാൽ വേറെ വഴിയില്ലായിരുന്നു. പക്ഷേ സുഖം പ്രാപിക്കൽ പുരോഗമിക്കുകയും കുറച്ച് കരുത്ത് തിരിച്ചെടുക്കുകയും ചെയ്തപ്പോൾ, വെറുതെ കിടക്കുന്നത് കൂടുതൽ കൂടുതൽ ശ്വാസം മുട്ടിക്കുന്നതായി മാറി. മുഷിപ്പിക്കുന്ന ചൂടും സഹായിച്ചില്ല.

മേൽക്കൂരയിൽ മഴത്തുള്ളികൾ വീഴുന്നത് പോലെ ശബ്ദം കേട്ടപ്പോൾ അയാൾ കാതുകൾ കൂർപ്പിച്ചു. കുറച്ച് തുള്ളികൾ കൂടി വീണു. എന്നിട്ട് പെട്ടെന്ന് സ്വർഗങ്ങൾ തുറക്കപ്പെട്ടു.

"മഴ" സുഹേൽദേവ് ആഹ്ലാദിച്ചു, കുഞ്ഞിനെപ്പോലെ.

അയാൾ പതുക്കെ കാലുകൾ കട്ടിലിൽ നിന്നും പുറത്തുവച്ചു. അയാളുടെ അടുത്തിരിക്കുന്നുണ്ടായിരുന്ന വൈദ്യൻ സഹായത്തിനായി എഴുന്നേറ്റു, പക്ഷേ സുഹേൽദേവ് അയാളെ കൈവീശി അകറ്റി. കൈ ഉപയോഗിച്ച് അയാൾ സ്വയം ഉയർത്തി എഴുന്നേറ്റ് നിന്നു.

വൈദ്യൻ അയാളെ ചോദ്യത്തോടെ നോക്കി.

"ഞാൻ പെട്ടെന്ന് വരാം," സുഹേൽദേവ് പറഞ്ഞു. "ഞാൻ മഴയൊന്ന് കണ്ടോട്ടെ."

വൈദ്യൻ മടിയോടെ തലയാട്ടി. "ശരി. പക്ഷേ നനയരുത്. നിങ്ങളുടെ മുറിവ് നനയാതിരിക്കുന്നത് പ്രധാനമാണ്."

സുഹേൽദേവ് നീരസം പ്രകടിപ്പിച്ചു, പക്ഷേ സമ്മതം പോലെ തല

യാട്ടി. അയാൾ കുടിലിൽ നിന്നും ഒരു ധനികനായ വ്യാപാരിയുടെ വീട്ടിലേയ്ക്ക് കുറച്ച് ദിവസങ്ങൾക്ക് മുമ്പ് മാറിയിരുന്നു. അങ്ങിനെ അയാൾക്ക് മെച്ചപ്പെട്ട പരിചരണം ലഭിക്കാനായി. വലിയ വായുസഞ്ചാരമുള്ള, നല്ല വെളിച്ചമുള്ള മുറികളും കമാനമുള്ള വാതിലുകളും മനോഹരമായ കൊത്തുപണികൾ കൊണ്ട് അലങ്കരിച്ച ചുവരുകളും കൊണ്ട് ആ വീട് സുഹേൽദേവിന്റെ മുമ്പത്തെ താമസസ്ഥലത്തേക്കാൾ വളരെ പുരോഗമിച്ചതായിരുന്നു.

വീട് ചതുരാകൃതിയിലായിരുന്നു നിർമ്മിച്ചിരുന്നത്, മദ്ധ്യത്തിൽ ഒരു നടുമുറ്റവുമായി. ഇന്ത്യയിൽ പരമ്പരാഗത നിർമ്മാണരീതി. അത് നല്ല വായുസഞ്ചാരവും വെളിച്ചവും നൽകുന്നത് കൊണ്ട് ഇന്ത്യയിലെ കാലാവസ്ഥയ്ക്ക് നന്നായി യോജിച്ചു. നടുമുറ്റത്തെ നിലം കളിമൺ ഇഷ്ടികൾ കൊണ്ട് പാകിയിരുന്നു, നടുക്ക് ഒരു ചെമ്പകമരം പ്രധാനസ്ഥലം പിടിച്ചെടുത്തിരിക്കുന്നു. വീട്ടുകാർ സൊറ പറഞ്ഞിരിക്കാൻ ഉപയോഗിക്കുന്ന സ്ഥലം കൂടിയായിരുന്നു നടുമുറ്റം.

സുഹേൽദേവ് മുറിയിൽ നിന്നും പുറത്തിറങ്ങി നടുമുറ്റത്തേയ്ക്ക് കാഴ്ച തരുന്ന മൂടിയ പടിമേടയിലേയ്ക്ക് നടന്നു. അയാൾ ആകാശത്തിലേയ്ക്ക് നോക്കി. മഴ താഴേയ്ക്ക് പതിക്കുന്നതും. മഴയിൽ നിന്നും മേൽക്കൂര സംരക്ഷിക്കുന്ന വിരിപ്പന്തലിന്റെ വക്കിൽ നിന്നും ശ്രദ്ധയോടെ മാറിനിന്ന്. അയാൾ ദീർഘമായി ശ്വസിച്ചു. പുതുമണ്ണിന്റെ ഗന്ധം ആസ്വദിച്ചുകൊണ്ട്. മനുഷ്യന് അറിയാവുന്നതിൽ ഏറ്റവും ഉന്മേഷകരമായ സുഗന്ധങ്ങളിൽ ഒന്ന്.

സുഹേൽദേവിന്റെ മനസ്സ് ആദ്യത്തെ മഴയിൽ ഏത് ഇന്ത്യാക്കാരന്റേയും മനസ്സ് പോലെ പ്രതികരിച്ചു.

സന്തോഷം. ആഹ്ലാദം. ആത്മീയനിർവൃതി. പ്രണയം. ജീവിതത്തിലേയ്ക്ക് തിരിച്ചു വരുമ്പോഴുള്ള സ്നേഹം.

അയാൾ പതിയെ തന്റെ ദൈവത്തിനോട്, മഹാദേവനോട്, നന്ദി പറഞ്ഞുകൊണ്ട് പുഞ്ചിരിക്കാതിരിക്കാൻ കഴിഞ്ഞില്ല. ഒരു മഴക്കാലം കൂടി ആസ്വദിക്കാനായി ജീവിപ്പിച്ചു നിർത്തിയതിന്.

അയാൾ കണ്ണുകൾ അടച്ചു. മഴയുടെ സംഗീതത്തിനെ മനസ്സിനെ ലഹരി പിടിപ്പിക്കാൻ അനുവദിച്ചുകൊണ്ട്. ആത്മാവിനേയും.

അയാൾ ചെറുപ്പത്തിൽ കേട്ടിട്ടുള്ള ഒരു പുരാതനമായ ഈണം ഓർമ്മയിലെത്തി. മഴയുടെ സ്നേഹത്തിനെ ആഘോഷിക്കുന്ന ഒരു ഗാനമായിരുന്നു അത്. ഋതുഭേദത്തിൽ ഉണ്ടാകുന്ന പ്രണയത്തിന്റെ മഴയും.

അയാൾ പതുക്കെ ഈണം മൂളി. എന്നിട്ട്, കാമദേവൻ നയിച്ചതു പോലെ സുഹേൽദേവിന്റെ കണ്ണുകൾ തുറക്കുകയും അയാൾക്ക് മന

സ്സിലാവാത്ത ഒരു കാരണം കൊണ്ട് തിരിയുകയും ചെയ്തു. അപ്പോൾ അയാൾ മരവിച്ചുപോയി.

അല്പം അകലെ, നടുമുറ്റത്തിന്റെ നേരെ എതിർവശത്ത് തൊഷാനി നിൽക്കുന്നു.

അവൾ വിരിപ്പന്തലിന്റെ താഴെ നിൽക്കാൻ കൂട്ടാക്കാതെ തുറന്ന നടുമുറ്റത്തേയ്ക്കിറങ്ങി. ചൊരിയുന്ന മഴയിൽ കണ്ണുകളയച്ച് മുഖം ആകാശത്തേയ്ക്കുയർത്തി നിന്നു. ആകെ നനഞ്ഞ് അവളുടെ വസ്ത്രങ്ങൾ ശരീരത്തിൽ ഒട്ടിപ്പിടിച്ചു.

സുഹേൽദേവ് മൂളിപ്പാട്ട് നിർത്തി. പക്ഷേ ഈണം മനസ്സിൽ പാടിക്കൊണ്ടിരുന്നു. മുമ്പെപ്പോഴത്തേക്കാൾ ഉച്ചത്തിൽ.

കാമദേവാ... ദയ കാണിക്കൂ...

സുഹേൽദേവ് തൊഷാനിയെ യോദ്ധാവിന്റെ വേഷത്തിൽ മാത്രമേ കണ്ടിട്ടുള്ളൂ. അവളുടെ ശരീരം മുഖം പോലെത്തന്നെ ഓരോ അണുവിലും ആകർഷകമാണെന്ന് അയാൾക്ക് പെട്ടെന്ന് ബോധ്യമായി. അവളുടെ കൈകളും തോളുകളും വടിവൊത്തതും കരുത്തുള്ളതുമായിരുന്നു, പക്ഷേ തടിച്ചിരിക്കുന്നതിനേക്കാൾ വഴക്കമുള്ളത്. അവളുടെ മെലിഞ്ഞ രൂപത്തിൽ മുലകൾ അത്ഭുതപ്പെടുത്തുന്ന വിധം വലുതായിരുന്നു, അവൾ അണിഞ്ഞിരുന്ന തുകൽച്ചട്ട കാരണം മുമ്പ് ശ്രദ്ധിക്കാൻ കഴിയാതെ പോയത്. ഇടുങ്ങിയ അരക്കെട്ടും ഉറച്ച കടിപ്രദേശവുമായി, അവൾക്ക് അപ്രതീക്ഷിതമായ, പക്ഷേ വളരെ വശീകരിക്കുന്ന വളവ് നൽകി. മഴത്തുള്ളികൾ അവളുടെ മുറുകിയ, ഉറച്ച, ചെറുപ്പമുള്ള ശരീരത്തിനെ സ്നേഹത്തോടെ ലാളിക്കുന്നത് പോലെ തോന്നിച്ചു.

സുഹേൽദേവ് അവളെ നോക്കി. അയാളുടെ വാ തുറന്നുപോയി. വേദനാജനകമാകും വിധം ശ്വസിച്ചുകൊണ്ട്, ശാശ്വതമെന്ന് തോന്നിക്കുന്ന വിധം. അവൾ അവന്റെ നോട്ടം അറിഞ്ഞുകാണണം, കാരണം അവൾ കണ്ണുകൾ തുറന്ന് അയാൾക്ക് നേരെ തിരിഞ്ഞു. അവരുടെ കണ്ണുകൾ ഉടക്കി, അവൾ അയാളെത്തന്നെ നോക്കിനിന്നു.

നോട്ടം മാറ്റ്. നോട്ടം മാറ്റ്.

പക്ഷേ സുഹേൽദേവിന്റെ കണ്ണുകൾ അയാളുടെ നിയന്ത്രണത്തിൽ അല്ലായിരുന്നു. അയാൾക്ക് സ്വയം മാറിപ്പോകാനും സാധിച്ചില്ല.

തൊഷാനിയും നോട്ടം മാറ്റിയില്ല. അവൾ അവിടെ നിന്നതേയുള്ളൂ. മഴയിൽ. സുഹേൽദേവിനെ നോക്കിക്കൊണ്ട്. തന്നെ നോക്കാൻ അനുവദിച്ചുകൊണ്ട്.

ഒരു വാക്ക് പോലും മിണ്ടിയില്ല. ഒരു വാക്ക് പോലും ആവശ്യമായിരുന്നില്ല.

ഒരു പുഞ്ചിരി. ചെറുതായി. മങ്ങിയത്.

അവൾ എന്നെ നോക്കി പുഞ്ചിരിച്ചു. അവൾ...

“പ്രഭോ!”

സുഹേൽദേവിന് ശല്യപ്പെടുത്തപ്പെട്ടതിൽ ദേഷ്യം വന്നു. അയാൾ പ്രധാന വാതിലിന് നേരെ തിരിഞ്ഞു. അബ്ദുൾ ആയിരുന്നു അത്. അയാൾ തൊഷാനിയുടെ നേരെ തിരിഞ്ഞു. അവൾ പോയിരുന്നു.

നാശം!

“പ്രഭോ,” അബ്ദുൾ പറഞ്ഞു, സുഹേൽദേവിന്റെ അടുത്തേയ്ക്ക് പതുക്കെ നടന്നുകൊണ്ട്.

“അസ്‌ലാൻ തിരിച്ചെത്തിയിട്ടുണ്ട്.”

“ശിവഭഗവാനേ,” സുഹേൽദേവ് ഞെട്ടലോടെ പിറുപിറുത്തു.

സുഹേൽദേവ് തന്റെ മുറിയിൽ എത്തിയിരുന്നു, കട്ടിലിൽ കിടന്ന്, വൈദ്യൻ പറഞ്ഞതുപോലെ. അടുത്ത് കസേരകളിൽ ഗോവർദ്ധൻ, തൊഷാനി, അബ്ദുൾ, അസ്‌ലാൻ തുടങ്ങിയവർ ഇരിക്കുന്നു. തൊഷാനി വസ്ത്രങ്ങൾ മാറിയിരുന്നു. സുഹേൽദേവോ അവളോ പരസ്പരം കണ്ണുകൾ കൊണ്ടുപോലും മഴയിലെ സംഭവം നടന്നതായി ഭാവിച്ചില്ല.

എല്ലാം മറക്കപ്പെട്ടു. എല്ലാ ശ്രദ്ധയും വഴിതിരിക്കപ്പെട്ടു. എല്ലാവരും ചെകുത്താൻ എന്ന് കരുതിയിരുന്നയാളുടെ മരണവാർത്ത അറിഞ്ഞ് തീർത്തും അമ്പരന്നിരുന്നു: ഘസ്നിയിലെ സുൽത്താൻ യാമിൻ-ഉദ്-ദാവ്‌ല അബുൾ-ഖ്വാസിം മഹ്മൂദ് ഇബ്ന് സെബുക്തെജിൻ.

“എങ്ങിനെയാണ് മരിച്ചത്?” ഗോവർദ്ധൻ ചോദിച്ചു.

“ആർക്കെങ്കിലും അറിയാമെന്ന് തോന്നുന്നില്ല,” അസ്‌ലാൻ പറഞ്ഞു. “എന്റെ സ്രോതസ്സുകൾ താഴ്ത്തട്ടിലുള്ള പട്ടാളക്കാരാണ്, ഉദ്യോഗസ്ഥർ അല്ല. അവർക്ക് വിശദാംശങ്ങൾ അറിയില്ല.”

“എനിക്ക് ആ തന്തയില്ലാത്തവനെ കൊല്ലാനുള്ള അവസരം നഷ്ടപ്പെട്ടു,” ഗോവർദ്ധൻ മുരണ്ടു. “സോംനാഥ്ജിയ്ക്കായി പ്രതികാരം ചോദിക്കാനുള്ള അവസരം എനിക്ക് നഷ്ടപ്പെട്ടു.”

അസ്‌ലാൻ ഒന്നും പറഞ്ഞില്ല. അവൻ ഗോവർദ്ധനെ നോക്കി. അയാളുടെ മുഖം ഭാവരഹിതമായിരുന്നു. എന്താണ് ചിന്തിക്കുന്നതെന്ന് വായിച്ചെടുക്കുന്നത് അസാധ്യമായിരുന്നു.

“അയാൾ കഷ്ടപ്പെട്ടോ?” അബ്ദുൾ ചോദിച്ചു.

അസ്ലാൻ തലയാട്ടി. "ഒരുപാട് കഷ്ടപ്പെട്ടെന്ന് ഞാൻ കേട്ടു."

അബ്ദുൾ കൈകൾ കൊണ്ട് മുഖം തടവി, ദൈവത്തിനുള്ള നന്ദിയായി. "അള്ളാഹ സമയമെടുത്തേക്കാം, പക്ഷേ അവൻ എപ്പോഴും നീതി തരും. അവൻ അർഹിക്കുന്ന രാക്ഷസന്മാരെ എപ്പോഴും ശിക്ഷിക്കും."

അപ്പോഴും അസ്ലാൻ മൗനം പാലിച്ചു.

തൊഷാനി സുഹേൽദേവിനെ നോക്കി, അയാൾ എന്താണ് ചിന്തിക്കുന്നതെന്ന് ഉള്ളാലെ അറിയാവുന്നത് പോലെ. അവൾ അസ്ലാന് നേരെ തിരിഞ്ഞ് പതുക്കെ ചോദിച്ചു, "തുർക്കി സൈന്യങ്ങൾ ഇപ്പോൾ എന്താണ് ചെയ്യുന്നത്?"

"അവർ ഘസ്നിയിലേക്ക് തിരിച്ച് പോകുകയാണ്," അസ്ലാൻ പറഞ്ഞു. "വ്യക്തമായും, അദ്ദേഹത്തിന്റെ അനന്തരാവകാശികൾ തമ്മിൽ ആഭ്യന്തരകലഹം പൊട്ടിപ്പുറപ്പെട്ടിട്ടുണ്ട്."

"അപ്പോൾ, ഇന്ത്യ തുർക്കി ശല്യത്തിൽ നിന്നും സ്വതന്ത്രമായോ?" തൊഷാനി ചോദിച്ചു.

അസ്ലാനിന് മറുപടി പറയാൻ കഴിയുന്നതിന് മുമ്പ്, സുഹേൽദേവ് ഇടപെട്ടു. "തൽക്കാലത്തേയ്ക്ക്..."

അസ്ലാൻ പുരികങ്ങൾ ഉയർത്തി, ഒരിക്കൽക്കൂടി സുഹേൽദേവിന്റെ തീക്ഷ്ണബുദ്ധിയിൽ ആകൃഷ്ടനായി. ശരിക്കും, അയാൾ തുർക്കികൾക്ക് ഒരു പ്രബലനായ ശത്രുവായിരിക്കും.

"അതെ," അസ്ലാൻ പറഞ്ഞു, "രാജകുമാരൻ പറഞ്ഞത് ശരിയാണ്. കുറച്ച് വർഷങ്ങൾ എടുത്തേക്കും, പക്ഷേ തുർക്കികൾ തീർച്ചയായും തിരിച്ചുവരും."

അബ്ദുൾ അസ്ലാനെ നോക്കി. "ഇതൊരു താക്കീതാണോ ഭീഷണിയാണോ?"

"അബ്ദുൾ..." സുഹേൽദേവ് പറഞ്ഞു, വാക്കുകളേക്കാൾ സ്വരത്തിൽ ക്ഷമ വരുത്തിക്കൊണ്ട്.

"അതൊരു ഭീഷണിയല്ല അബ്ദുൾ," അസ്ലാൻ പറഞ്ഞു. "ഒരു വാസ്തവം പറഞ്ഞതാണ്. നിങ്ങൾക്ക് വേണമെങ്കിൽ വിശ്വസിക്കാതിരിക്കാം. അത് നിങ്ങളെ അത്ഭുതപ്പെടുത്തിയേക്കാം, പക്ഷേ എനിക്കും സുഹേൽദേവ് രാജകുമാരന്റെ ഭാവിയിൽ താല്പര്യമുണ്ട്." അസ്ലാൻ നുണ പറയുകയായിരുന്നില്ല. "എന്തായാലും, ഞാൻ നിങ്ങളെ ശല്യപ്പെടുത്താൻ ഉണ്ടാവില്ല."

"നീ എങ്ങോട്ട് പോകുന്നു, സുഹൃത്തേ?" ഗോവർദ്ധൻ ചോദിച്ചു.

അസ്ലാൻ അയാളെ നോക്കി പുഞ്ചിരിച്ചു. "എന്നെ ഇപ്പോൾ ആവശ്യമില്ല. കുറഞ്ഞത് തുർക്കിയിലെ ആഭ്യന്തരകലഹം കഴിയുന്നത്

വരെ. ഞാൻ സൂഫി വഴിയിലേയ്ക്ക് തിരിച്ച് പോകാൻ ആലോചിക്കുന്നു. ഒരു ഗുരുവിനെ കണ്ടെത്താൻ ശ്രമിക്കാൻ. അല്പം സമാധാനം വീണ്ടും പഠിക്കാൻ."

സുഹേൽദേവ് പൊട്ടിച്ചിരിച്ചു. "നീ ജന്മനാ ഒരു യോദ്ധാവാണ്, അസ്‌ലാൻ. നീ സൂഫി പാതയിലേയ്ക്കായി ഉണ്ടാക്കപ്പെട്ടതാണെന്ന് ഞാൻ കരുതുന്നില്ല."

"സൂഫി പാത നിങ്ങളെ ഇല്ലാതാക്കുകയും വീണ്ടും ഉണ്ടാക്കുകയും ചെയ്യുന്നു, സുഹൃത്തേ."

സുഹേൽദേവ് അസ്‌ലാനിന്റെ തോളിൽ തട്ടി. "എങ്കിൽ ശിവഭഗവാൻ നിനക്ക് വഴികാണിക്കട്ടെ. ഞാൻ നിന്നെ തടയുന്നില്ല."

അസ്‌ലാൻ തലകുനിച്ച് സുഹേൽദേവിന്റെ കൈ മുറുകെപ്പിടിച്ചു. "നന്ദി, എന്റെ രാജകുമാരാ."

"ആഭ്യന്തരയുദ്ധത്തിൽ ആര് ജയിക്കുമെന്ന് വല്ല ഊഹവുമുണ്ടോ, അസ്‌ലാൻ?" തൊഷാനി ചോദിച്ചു. "മഹ്മൂദിന്റെ ഏത് മകൻ ആയിരിക്കും നമ്മുടെ ശത്രുവാകുക?"

വീണ്ടും, സുഹേൽദേവ് ഇടപെട്ടു. "ഞാൻ കേട്ടതനുസരിച്ച്, മഹ്മൂദിന്റെ ആണ്മക്കൾ അത്ര പ്രധാനമല്ല. ഏറ്റവും പ്രധാനപ്പെട്ടത് അയാളുടെ പ്രിയപ്പെട്ട പട്ടാളമേധാവിയാണ്. അയാൾ ആരുടെ ഒപ്പം നിൽക്കുമോ മിക്കവാറും അയാൾ യുദ്ധം ജയിക്കും."

അസ്‌ലാൻ ഒന്നും പറഞ്ഞില്ല. *സുഹേൽദേവിന് എത്രയൊക്കെ അറിയാം? തുർക്കികളെക്കുറിച്ചുള്ള വിവരങ്ങളുടെ സ്രോതസ്സുകൾ എന്താണ്? ഞാനല്ലാതെ വേറെയൊരു തുർക്കിയെ അയാൾക്കറിയാമായിരിക്കുമോ?*

"ഏത് പട്ടാളമേധാവിയാണത്?" ഗോവർദ്ധൻ ചോദിച്ചു.

"ഇന്ത്യയിലെ തുർക്കി സർവ്വസേനാധിപതി, ജനറൽ സലാർ മഖ്സൂദ്," അത് പറഞ്ഞുകൊണ്ട് സുഹേൽദേവ് അസ്‌ലാന് നേരെ നോക്കി. "ഞാൻ പറഞ്ഞത് ശരിയല്ലേ, സുഹൃത്തേ?"

സുഹേൽദേവ് തിരിച്ചറിഞ്ഞതിനേക്കാൾ ആ പേര് അസ്‌ലാനിന്റെ ഹൃദയത്തിലൂടെ മുറിച്ചുപോയി. വ്യക്തമായും, അസ്‌ലാൻ മുഖത്തെ ഞെട്ടലും അത്ഭുതവും മറച്ചുവച്ചില്ല.

അദ്ധ്യായം 18

സേവകൻ വലതുകൈ ഉയർത്തി, മുഷ്ടി മുറുകെ ചുരുട്ടിപ്പിടിച്ചു. നിർത്താനുള്ള സൂചനയാണ്. അബ്ദുളും ഗോവർദ്ധനും, അയാൾക്ക് നേരെ പിന്നിൽ പെട്ടെന്ന് നിന്നു, പുറകിലുള്ളവരോട് സൂചന അനുസരിക്കാൻ ആംഗ്യം കാണിച്ചുകൊണ്ട്.

അസ്ലാൻ തന്റെ സൂഫി പാത തേടിപ്പോയിട്ട് ഏതാനും ആഴ്ചകൾ ആയിരുന്നു. സുഹേൽദേവ് പരിക്കുകളിൽ നിന്നും ഏതാണ്ട് മുഴുവനായി ത്തന്നെ കരകയറിക്കഴിഞ്ഞു. അയാൾക്കിപ്പോൾ കുതിരയോടിക്കാം. ഒരു സ്ഥലത്ത് തന്നെ ഒരുപാട് സമയം ചെലവഴിച്ച കഴിഞ്ഞെന്ന് അയാൾ തീരുമാനിച്ചിരുന്നു. തുർക്കി സൈന്യങ്ങൾ ഘസ്നിയിലേയ്ക്ക് തിരിച്ചുപോകുമ്പോൾ, ഒരുപാട് തുർക്കികൾ ഗ്രാമീണപ്രദേശങ്ങളെ ആക്രമിച്ചു. ഒരു സ്ഥലത്ത് തന്നെ കുറേ നാളുകൾ താമസിക്കുന്നതും, ഇപ്പോഴും, സുഹേൽദേവിന്റെ സംഘത്തിന് അപകടകരമായിരുന്നു. അതുകൊണ്ട്, രാജകുമാരൻ സുരക്ഷിതമായ മറ്റൊരു ഗ്രാമത്തിലേയ്ക്ക് പോകാമെന്ന് ആജ്ഞാപിച്ചു. ഏതാനും ദിവസങ്ങൾ കൊണ്ട് എത്തിച്ചേരാവുന്ന ഒരു ഇടത്തേയ്ക്ക്. അയാളുടെ മൊത്തം സൈന്യവും ഒപ്പമുണ്ടായിരുന്നു.

സുഹേൽദേവ് തന്റെ കുതിരയെ കുത്തിപ്പൊന്തിച്ച് അബ്ദുളിന്റേയും ഗോവർദ്ധനന്റേയും ഒപ്പം നടത്തിച്ചു. അയാൾ വലതുകൈ മുകളിലേയ്ക്കുയർത്തി ആംഗ്യം കാണിച്ചു, തള്ളവിരലും ചൂണ്ടുവിരലും തിരശ്ചീനമായും മറ്റു മൂന്ന് വിരലുകൾ മുകളിലേയ്ക്ക് മടക്കിയും. *എന്താണത്?*

ഗോവർദ്ധൻ ഒരു വിരൽ തന്റെ ചുണ്ടുകളിൽ വച്ചു, എന്നിട്ട് സേവകർക്ക് തള്ളവിരൽ കുലുക്കിക്കാണിച്ചു. *നിശ്ശബ്ദരായിരിക്കണം. അദ്ദേഹം എന്തോ കണ്ടിരിക്കുന്നു.*

സംഘം കാട്ടിലെ ഒരു പരുക്കൻ പാതയിലൂടെ യാത്ര ചെയ്യുകയായിരുന്നു. വഴി ഒരു തുറസ്സിലേയ്ക്ക് തെളിച്ചു. സേവകൻ പാതയുടെ ഏറ്റവും അറ്റത്തായിരുന്നു, കനത്ത സസ്യജാലങ്ങൾക്കിടയിലൂടെ തുറസ്സിലേയ്ക്ക് ഒളിഞ്ഞുനോക്കിക്കൊണ്ട്.

സുഹേൽദേവ് സേവകന്റെ അടുത്തേയ്ക്ക് ചെന്നു, ശബ്ദമുണ്ടാക്കാതെ സൂക്ഷിച്ചുകൊണ്ട്. ഒരു നിമിഷം മടിച്ചുനിന്നിട്ട് അബ്ദുലും ഗോവർദ്ധനും പിന്നാലെ പോയി. സുഹേൽദേവ് അടുത്തുവന്നപ്പോൾ സേവകൻ തലയാട്ടി, എന്നിട്ട് തുറസ്സിലേയ്ക്ക് ചൂണ്ടി.

പഴകിയ വസ്ത്രങ്ങൾ ധരിച്ച രണ്ട് ചെറുപ്പക്കാരായ സന്ന്യാസിമാർ അവിടെ തറയിൽ ഇരിക്കുന്നുണ്ടായിരുന്നു. അവർ ക്ഷീണിതരായി കാണപ്പെട്ടു. എല്ലം തോലുമായി വിശന്നുവലഞ്ഞ്, വിധിയാലും മറ്റെന്തൊക്കെയോ കാരണങ്ങളാലും തോൽപ്പിക്കപ്പെട്ട്.

അവരെ നാലുപേർ വളഞ്ഞിരുന്നു, എല്ലാവരുടേയും കൈകളിൽ വാളുകൾ ഉണ്ടായിരുന്നു. നാല് ചട്ടമ്പിമാരും ഉലഞ്ഞ ചേരാത്ത വസ്ത്രങ്ങൾ ധരിച്ചിരുന്നു. കുറേക്കാലമായി വെട്ടിയൊതുക്കാത്ത മുടിയും കനത്ത താടികളും. അവരിൽ നിന്നും വമിക്കുന്ന ദുർഗന്ധം അവർ കുളിച്ചിട്ട് ആഴ്ചകൾ ആയിക്കാണുമെന്ന് വ്യക്തമാക്കി. അവരുടെ മുഖങ്ങളിലെ ആകൃതികൾ സ്വാഭാവികമായും അവർ തുർക്കി വംശത്തിൽ പെട്ടവരാണെന്ന് കാണിച്ചു. ഒരുപക്ഷേ ഘസ്നി സൈന്യത്തിൽ നിന്നും ഉപേക്ഷിച്ചു വന്നവരായിരിക്കാം.

ഒരു സന്ന്യാസിയുടെ കൈയ്യിൽ കട്ടിയുള്ള മരക്കോൽ ഉണ്ടായിരുന്നു. മറ്റേയാൾ നിരായുധൻ ആയിരുന്നു, അയാളുടെ അടുത്ത് തറയിൽ ഒരു പഴയ വില്ല് വീണുകിടക്കുന്നതായി കാണാമെങ്കിലും.

"ഞാൻ നിങ്ങളോട് പറഞ്ഞു കഴിഞ്ഞതാണ്...ഞങ്ങളുടെ കൈയ്യിൽ വിലപിടിച്ചതൊന്നുമില്ല," വടിക്കോൽ പിടിച്ച സന്ന്യാസി പറഞ്ഞു. "നിങ്ങൾ പോകൂ."

"ഇവിടെ ഞങ്ങൾ ആജ്ഞാപിക്കും," നാല് തുർക്കികളിൽ ഒരാൾ പറഞ്ഞു. "നിങ്ങളുടെ വസ്ത്രങ്ങൾ അഴിക്ക്."

"നിങ്ങൾ വലിയ തെറ്റാണ് ചെയ്യുന്നത്," സന്ന്യാസി താക്കീത് കൊടുത്തു.

കൊള്ളക്കാരൻ അട്ടഹസിച്ചു. "നമുക്ക് നോക്കാം. രണ്ട് കരയാൻ പോകുന്ന ചെറിയ അഹിംസക്കാരായ ദുർബലർക്കെതിരേ ഞങ്ങൾ നാല് യോദ്ധാക്കൾ ഉണ്ട്. ഞങ്ങളുടെ കൈയ്യിൽ ആയുധങ്ങളുണ്ട്, നിങ്ങൾക്ക് കളിപ്പാട്ടങ്ങളും. എന്നിട്ട് തെറ്റ് ചെയ്യുന്നത് ഞങ്ങളോ?"

"അതെ," സന്ന്യാസി ശാന്തമായി പറഞ്ഞു. "നിങ്ങൾക്ക് അമിത

ഭാരമുണ്ട്. ഞാൻ മുമ്പ് പറഞ്ഞിരുന്നു, ഞങ്ങളുടെ വസ്തുങ്ങൾക്കടിയിൽ സ്വർണമൊന്നും ഒളിപ്പിച്ചിട്ടില്ല."

"ആ മണ്ടൻ അയാളേയും കൂട്ടുകാരനേയും കൊലയ്ക്കു കൊടുക്കാൻ പോകുകയാണ്," ഗോവർദ്ധൻ പിറുപിറുത്തു. "നമ്മൾ ഇടപെടണോ?"

"ഒരു നിമിഷം," സുഹേൽദേവ് രഹസ്യം പറഞ്ഞു. ചെറുപ്പക്കാരനായ ബുദ്ധസന്ന്യാസിയുടെ ആത്മവിശ്വാസത്തിൽ അയാൾ ആകൃഷ്ടനായിരുന്നു.

"അവസാനത്തെ താക്കീത്... ഞങ്ങൾ പറഞ്ഞത് അനുസരിക്ക്..." തുർക്കി കൊള്ളസംഘത്തിന്റെ നേതാവ് പറഞ്ഞു, ഭീഷണി പോലെ വാൾ ഉയർത്തിക്കൊണ്ട്. "...അല്ലെങ്കിൽ ഞാൻ നിങ്ങൾ രണ്ടുപേരേയും നിങ്ങൾ വളരെ സ്നേഹിക്കുന്ന അവിശ്വാസിയുടെ പദ്മപാദങ്ങൾ കാണാൻ പറഞ്ഞയക്കും."

സന്ന്യാസി അതിവേഗത്തിൽ ചലിച്ചപ്പോൾ സുഹേൽദേവിനും കൂട്ടാളികൾക്കും ചെറിയൊരു മിന്നായം മാത്രമേ കാണാൻ കഴിഞ്ഞുള്ളൂ. അയാൾ തന്റെ മരക്കോൽ നേതാവിന്റെ വയറിൽ ശക്തിയായി കുത്തി. അയാളിൽ നിന്നും പൊട്ടിത്തെറിക്കുന്ന ശീത്കാരത്തോടെ വായു പുറത്തുചാടി. ആഘാതത്തിൽ അയാൾ കുനിഞ്ഞുപോയപ്പോൾ സന്ന്യാസി കോൽ ഉയർത്തി അയാളുടെ താഴുന്ന താടിയിൽ അടിച്ചു. തുറസ്സിലെങ്ങും ഒരു കിലുങ്ങുന്ന ശബ്ദമുണ്ടാകുകയും അയാൾ കുഴഞ്ഞു വീഴുകയും ചെയ്തു, നിലത്തെത്തുന്നതിന് മുമ്പ് തന്നെ ഉറങ്ങിപ്പോയിക്കൊണ്ട്.

മറ്റു കൊള്ളക്കാർ ഒരു നിമിഷത്തേയ്ക്ക് മരവിച്ചുപോയി, എന്നിട്ട് ദേഷ്യത്തോടെ അലറിക്കൊണ്ട് സന്ന്യാസിയെ ആക്രമിച്ചു. അയാൾ വീണ്ടും കോൽ വീശി, ഇത്തവണ പതുക്കെ അടിച്ചുവാരുന്നതുപോലെ. ഒരു തുർക്കി പെട്ടെന്ന് തന്റെ കാൽ വാരിയെടുക്കപ്പെട്ടതായി കണ്ടു. അയാൾ ഞെട്ടലോടെ കരഞ്ഞ് തലയടിച്ചുവീണു. എന്നിട്ട് അബോധാവസ്ഥയിൽ നിലത്തു കിടന്നു.

മൂന്നാമൻ വാൾ ഉയർത്തി സന്ന്യാസിയുടെ തലയ്ക്ക് മുകളിൽ കൊണ്ടുപോയി, തലയോട്ടി വെട്ടിപ്പൊളിക്കാൻ ശ്രമിച്ചുകൊണ്ട്. സന്ന്യാസി വേഗത്തിൽ കോൽ തിരശ്ചീനമായി ഉയർത്തി വെട്ട് തടുത്തു. തുർക്കിയുടെ വീശലിന്റെ ആക്കം കൊണ്ട് വാൾ കോലിൽ തറച്ചുനിന്നു. അയാൾ കോപം കൊണ്ട് മുരണ്ട് വാൾ വലിച്ചെടുക്കാൻ ശ്രമിച്ചെങ്കിലും സന്ന്യാസി നിസ്സാരമായി കോൽ വിട്ടുകളഞ്ഞു. തുർക്കിയുടെ നിലതെറ്റി മുന്നോട്ട് വീണു. സന്ന്യാസി പെട്ടെന്ന് കളരിപ്പയറ്റ് രീതിയിൽ കൈ വീശി. കഴുത്തിലെ അടി തുർക്കിയെ അസ്തപ്രജ്ഞനാക്കി.

നാലാമത്തെ തുർക്കി സന്ന്യാസിയുടെ പിന്നിൽ എത്താൻ ശ്രമി ക്കുകയായിരുന്നു. സന്ന്യാസി, ഇതുവരെയുള്ള പോരാട്ടങ്ങൾ ആയിട്ടും, വശങ്ങളിലുള്ള കാഴ്ച നഷ്ടപ്പെടുത്തിയിട്ടില്ലായിരുന്നു. അയാൾ രാക്ഷ സീയമായ വേഗത്തിൽ കറങ്ങിത്തിരിഞ്ഞു. തുർക്കിക്കാരൻ സന്ന്യാ സിയുടെ കഴുത്ത് ലക്ഷ്യമാക്കി ആഞ്ഞുവീശി, തലയറുക്കാൻ വേണ്ടി. അയാളുടെ ലക്ഷ്യം അവിടെയില്ലായിരുന്നു എന്നുമാത്രം. സന്ന്യാസി പിന്നോട്ട് വളഞ്ഞ് തറയുടെ തിരശ്ചീനമായെന്ന് തിരിച്ചറിഞ്ഞപ്പോൾ കൊള്ളക്കാരൻ വാപിളർന്നു. വാൾ അയാൾക്ക് മുകളിലൂടെ അപകട മില്ലാതെ കടന്നുപോയി.

"എന്റെ മഹാദേവാ..." സുഹേൽദേവ് പിറുപിറുത്തു, കണ്ട യുദ്ധസാ മാർത്ഥ്യത്തിൽ മതിപ്പ് തോന്നിക്കൊണ്ട്.

തുർക്കി കൊള്ളക്കാരൻ നിയന്ത്രണമെടുത്ത് മറ്റൊരു വെട്ടിനായി വീശുന്നതിന് മുമ്പ്, സന്ന്യാസി നിവർന്ന് തുറന്ന കൈകൊണ്ട് എതിരാ ളിയുടെ നാഭിയിൽ അടിച്ചു. സന്ന്യാസിയുടെ മുഴുവനായുള്ള ശക്തിയുടെ പിൻബലത്തിൽ, അടിയ്ക്ക് ഇരുമ്പുചുരുൾ അഴിഞ്ഞുപോകുന്ന ആഘാ തമുണ്ടായിരുന്നു. കൊള്ളക്കാരൻ പിന്നോട്ട് പോയി മണ്ണിൽ വീണു. അയാൾ വലയിൽ കുടുങ്ങിയ മത്സ്യത്തിനെപ്പോലെ നിലത്തുകിടന്ന് ശ്വാസത്തിനായി ഏങ്ങി.

രണ്ടാമത്തെ കൊള്ളക്കാരൻ, നിലത്തുവീണ് ബോധം പോയയാൾ, പെട്ടെന്ന് മനസ്സ് വീണ്ടെടുത്തു. അയാൾ അടുത്ത് കിടക്കുന്ന വാൾ എടു ക്കാൻ എത്തിയപ്പോൾ, വാളിന്റെ ഒരിഞ്ചകലെ ഒരു അമ്പ് പാഞ്ഞുവന്ന് തറച്ച് അയാൾ വിറങ്ങലിച്ചു പോയി.

"അടുത്തത് നിന്റെ കൈത്തണ്ടയിലായിരിക്കും", രണ്ടാമത്തെ സന്ന്യാസി താക്കീത് കൊടുത്തു, അയാൾ മറ്റൊരു അമ്പ് വില്ലിൽ കു ലച്ചിട്ടുണ്ടായിരുന്നു.

"അമ്പെയ്യരുതെ," അയാൾ അപേക്ഷിച്ചു, തിടുക്കത്തിൽ കൈ പിൻവലിച്ചുകൊണ്ട്.

"ബുദ്ധിപരമായ തീരുമാനം," രണ്ടാമത്തെ സന്ന്യാസി പറഞ്ഞു. എന്നിട്ടയാൾ ശബ്ദമുയർത്തി. "മരങ്ങളുടെ പിന്നിലുള്ളവർ....പുറത്ത് വാ...പതുക്കെ...കൈകൾ എനിക്ക് കാണാവുന്നത് പോലെ പിടിച്ച്."

സുഹേൽദേവും കൂട്ടരും പരസ്പരം നോക്കി, ഞെട്ടലോടെ. എന്നി ട്ട് സുഹേൽദേവ് തലയറച്ച് ചിരിച്ചു. ചിരി മാറാതെ തന്നെ അയാൾ കുതിരയെ തുറസ്സിലേയ്ക്ക് നയിച്ചു.

"ഒന്നാന്തരം!" സുഹേൽദേവ് ഒരു തുള്ളി വിയർപ്പ് പോലും ഒഴുക്കാ തെ നാല് പേരെ ഒറ്റയ്ക്ക് തറപറ്റിച്ച സന്ന്യാസിയെ നോക്കി പറഞ്ഞു.

"ഒന്നാന്തരം!"

സുഹേൽദേവിന്റെ ആളുകളിൽ ചിലർ പെട്ടെന്ന് കുതിരപ്പുറത്തു നിന്നും ഇറങ്ങി തുർക്കി കൊള്ളക്കാരെ കെട്ടിയിടാൻ തുടങ്ങി.

"നിങ്ങൾ ആരാണ്?" മരക്കോൽ പിടിച്ച സന്ന്യാസി അമറി.

"ഞാനോ? ഞാൻ നല്ല യോദ്ധാക്കളെ അഭിനന്ദിക്കുന്ന ഒരാൾ. പക്ഷേ നിങ്ങൾ ആരാണ്? എവിടേയ്ക്കാണ് പോകുന്നത്? എവിടെ നിന്നാണ് വരുന്നത്?"

"ഞങ്ങൾ വളരെ ദൂരെ നിന്നുമാണ്, പുരുഷപുരയുടെ അടുത്തുള്ള ഒരു ഗ്രാമത്തിൽ നിന്ന്," വില്ലാളിയായ സന്ന്യാസി പറഞ്ഞു. അയാളുടെ കൂടെയുള്ള സന്ന്യാസി നീരസത്തോടെ അയാളെ നോക്കി, അപരിചിതർക്ക് ആ വിവരം നൽകിയതിൽ അരിശപ്പെട്ടുകൊണ്ട്.

"നിങ്ങൾ അവിടെയുള്ള പ്രശസ്തമായ ബുദ്ധമഠത്തിൽ നിന്നുമുള്ള സന്ന്യാസിമാരാണോ?" അബ്ദുൾ ചോദിച്ചു.

രണ്ട് സന്ന്യാസികളും അയാളെ തിരിഞ്ഞുനോക്കി. അവർ ഒന്നും മിണ്ടിയില്ല. പക്ഷേ അവരുടെ ഭാവങ്ങളിൽ നിന്നും ഉത്തരം കണ്ടെടുക്കാമായിരുന്നു.

അബ്ദുൾ സൗമ്യമായ ശബ്ദത്തിൽ തുടർന്നു. "കുറച്ച് നാളുകൾക്ക് മുമ്പ് അത് നശിപ്പിക്കപ്പെട്ടതിനെപ്പറ്റിയുള്ള വാർത്തകൾ കേട്ടിരുന്നു. ഞങ്ങൾ ഇതും കേട്ടു... എന്നു വച്ചാൽ... മഠാധിപതി..."

"അതെ..." വില്ല് പിടിച്ച സന്ന്യാസി പിറുപിറുത്തു, അയാളുടെ ശബ്ദത്തിലെ വേദന വ്യക്തമായിരുന്നു. "മഠാധിപതി മരിച്ചു. ഞങ്ങളെ രക്ഷിക്കാൻ ശ്രമിച്ച് അദ്ദേഹം മരിച്ചു... അവർ അദ്ദേഹത്തിനെ ജീവനോടെ കത്തിക്കുകയായിരുന്നെന്ന് ഞങ്ങൾ കേട്ടു."

"തന്തയില്ലാത്തവന്മാർ," അബ്ദുൾ അമറി. "നിസ്സഹായരായ ആളുകളെ ഇങ്ങനെ ആക്രമിക്കുക. അത് അള്ളാഹുവിന്റെ നിയമങ്ങൾക്കെതിരാണ്."

ബുദ്ധസന്ന്യാസിമാരുടെ ഭാവം പെട്ടെന്ന് മാറി. "നിങ്ങൾ മുസ്ലീം ആണോ?"

സുഹേൽദേവ് അബ്ദുളിന് വേണ്ടി മറുപടി പറഞ്ഞു. "അദ്ദേഹം ആദ്യം ഇന്ത്യാക്കാരൻ ആണ്. നിങ്ങളെപ്പോലെ."

സന്ന്യാസിമാർ മൗനം പാലിച്ചു.

അബ്ദുളിന്റെ ശബ്ദം സൗമ്യമായിത്തന്നെയിരുന്നു. വേവലാതിയോടെ. "നിങ്ങൾ മാത്രമാണോ രക്ഷപ്പെട്ടത്?"

വില്ലുമായി നിൽക്കുന്ന സന്ന്യാസി സംസാരിച്ചു. "ഞങ്ങൾ പതിനൊന്നു പേർ മഠത്തിൽ നിന്നും പുറത്തുകടന്നു. ഒരാൾ ഇങ്ങോട്ട് വരുമ്പോൾ മരിച്ചു. മറ്റ് വൃദ്ധരായ എട്ടുപേർ വഴിയിലുള്ള മറ്റു മഠങ്ങളിൽ ചേർന്നു.

പക്ഷേ ഞങ്ങൾ പോയില്ല. കാരണം ഞങ്ങളുടെ സിരകളിൽ ഒഴുകുന്നത് വെള്ളമല്ല, ചോരയാണ്. വൃദ്ധസന്ന്യാസിമാർ ഞങ്ങളോട് പ്രതികാരം എന്നാൽ അതിനെ വളർത്തുന്നയാളെ കൊല്ലുന്ന തീ ആണെന്ന് പറഞ്ഞു. അവർ മാപ്പ് നൽകാൻ പരിശീലിക്കാൻ ഉപദേശിച്ചു. പക്ഷേ ഞാൻ സന്ന്യാസിയല്ല. എനിക്ക് പ്രതികാരം ചെയ്യണം. ഞാൻ പ്രതികാര ത്തിനായി എരിയുകയാണ്. ഞങ്ങളുടെ മഹാനായ മഠാധിപതിയെ കൊന്ന രാക്ഷസന്മാരെ ഞാൻ നശിപ്പിക്കും."

"പക്ഷേ ശരിക്കും നിങ്ങൾ കൊല്ലാൻ ആഗ്രഹിക്കുന്നുണ്ടോ?" സുഹേൽദേവ് ചോദിച്ചു. "നിങ്ങൾ സന്ന്യാസിമാർ ഹിംസ പാപമാണെന്ന് കരുതുമെന്ന് ഞാൻ കേട്ടിട്ടുണ്ട്. ആരെയെങ്കിലും കൊല്ലുന്നത് നിങ്ങളുടെ *മോക്ഷത്തിനെ*, നിങ്ങളുടെ *മുക്തിയെ* തടസ്സപ്പെടുത്തില്ലേ?"

സന്ന്യാസിയുടെ കണ്ണുകൾ ദേഷ്യം കൊണ്ട് എരിയുന്നുണ്ടായിരുന്നു. "മോക്ഷത്തിന് കാത്തിരിക്കാൻ കഴിയും. ചെകുത്താനെ ആദ്യം തടയണം."

"അത് തടയപ്പെടും. ഞാൻ ശിവഭഗവാന്റേയും ബുദ്ധഭഗവാന്റേയും നാമത്തിൽ ആണയിടുന്നു. എന്നോടൊപ്പം ചേരൂ. എന്റെ യോദ്ധാക്കളുടെ സംഘത്തിൽ ചേരൂ. ബുദ്ധഭഗവാനെ അപമാനിച്ചതിനുള്ള പ്രതികാരം നമ്മൾ ചെയ്യുമെന്ന് ഞാൻ വാക്ക് തരുന്നു. നിങ്ങളുടെ മഠത്തിൽ ചെയ്ത ആക്രമണങ്ങൾക്കുള്ള പ്രതികാരം നമ്മൾ ചെയ്യും. നമ്മൾ നിങ്ങളുടെ മഠാധിപതിയ്ക്കായുള്ള പകവീട്ടും."

കോൽ പിടിച്ച സന്ന്യാസി സുഹേൽദേവിനെ നോക്കി, സംസാരിക്കുമ്പോൾ അയാളുടെ ശബ്ദത്തിൽ നിർവ്യാജമായ കൗതുകം ഉണ്ടായിരുന്നു. "നിങ്ങൾ ആരാണ്?"

"ഞാൻ ശ്രാവസ്തിയിലെ സുഹേൽദേവ്."

രണ്ട് സന്ന്യാസിമാരും പെട്ടെന്ന് ശ്വാസമടക്കിപ്പിടിച്ചു. ആരാണ് സുഹേൽദേവിനെപ്പറ്റി കേട്ടിട്ടില്ലാത്തത്? തുർക്കികളുടെ അന്തകൻ. അവർ ആയുധങ്ങൾ താഴെയിട്ട് മുട്ടുകുത്തി നിന്നു.

ഒരു സന്ന്യാസി പറഞ്ഞു. ഉറക്കെ വ്യക്തമായി. അങ്ങിനെ ഈശ്വരനും സാക്ഷിയാകുന്നതിന് വേണ്ടി. "ഞങ്ങൾ അങ്ങേയ്ക്കായുള്ള വിശ്വസ്തത പ്രതിജ്ഞ ചെയ്യുന്നു, മഹാനായ രാജകുമാരാ. ഞങ്ങൾ മഹാബുദ്ധന്റെ നാമത്തിൽ പ്രതിജ്ഞ ചെയ്യുന്നു."

സുഹേൽദേവ് കുതിരപ്പുറത്ത് നിന്നും ഇറങ്ങി, സന്ന്യാസിമാരുടെ അടുത്തേയ്ക്ക് ചെന്ന് അവരെ എഴുന്നേൽപ്പിച്ചു. "ഞാൻ, ശ്രാവസ്തിയിലെ സുഹേൽദേവ്, നിങ്ങൾക്ക് എന്റെ വിശ്വാസ്യത പ്രതിജ്ഞ ചെയ്യുന്നു. നമ്മൾ സഹോദരങ്ങളെപ്പോലെ പോരാടും. നമ്മുടെ രാജ്യത്തിനെ മലിനമാക്കുന്ന വിദേശകൊള്ളക്കാരെ നമ്മൾ തോൽപ്പിക്കും."

സന്ന്യാസിമാർ ബഹുമാനത്തോടെ കൈകൾ മടക്കി.

"ഞാൻ നിങ്ങളെ എന്താണ് വിളിക്കേണ്ടത്?" സുഹേൽദേവ് ചോദിച്ചു.

കോൽ കൊണ്ട് പോരാടിയ സന്ന്യാസി പറഞ്ഞു. "എന്റെ പേര് അശ്വഘോഷ്, ഇദ്ദേഹം എന്റെ സുഹൃത്ത് സംഘമണി."

"നിങ്ങൾ ശരിക്കും ഇന്ത്യയുടെ ഏത് ഭാഗത്തുനിന്നുമാണ്?"

"ഞാൻ ബംഗാളിൽ നിന്നും," സംഘമണി പറഞ്ഞു, "അശ്വഘോഷ് ബർമ്മയിൽ നിന്നും."

"ശരി, അശ്വഘോഷ്, സംഘമണി, നമുക്ക് കൂടുതൽ കുതിരകളുണ്ട്. നിങ്ങൾക്ക് ഞങ്ങൾക്കൊപ്പം വരാം. പക്ഷേ ആദ്യം..." സുഹേൽദേവ് പറയുന്നത് നിർത്തിയിട്ട് അകലെ കൈകാലുകൾ കെട്ടിയനിലയിൽ തന്റെ ആളുകൾ കാവൽ നിൽക്കുന്ന മുട്ടുകുത്തിയ നാല് തുർക്കികളെ ചൂണ്ടിക്കാണിച്ചു.

സുഹേൽദേവിന്റെ ആളുകളിൽ ഒരാൾ നടന്നുചെന്ന് സന്ന്യാസി മാർക്ക് രണ്ട് വാളുകൾ നൽകി. അശ്വഘോഷും സംഘമണിയും മടി ക്കുന്നതായി തോന്നി.

കൊല്ലുന്നതിനേക്കാൾ എളുപ്പമാണ് കൊല്ലുന്നതിനെപ്പറ്റി സംസാരിക്കുന്നത്.

സുഹേൽദേവ് ഉറപ്പിച്ചു പറഞ്ഞു, പക്ഷേ പരുക്കനല്ലാതെ. "നമ്മൾ എല്ലാ ദിവസവും ശത്രുക്കളോട് പൊരുതുകയും കൊല്ലുകയും ചെയ്യും. നമ്മുടെ സംഘം അതിജീവിക്കുന്നത് പരസ്പരം സംരക്ഷിക്കാനായി കൊല്ലുന്നത് കൊണ്ടാണ്. നിങ്ങൾ രണ്ടുപേരും ചെയ്യേണ്ടത് ചെയ്യാൻ മടിക്കുമോയെന്ന് എനിക്കറിയണം, ജീവനുകൾ അപകടത്തിൽ ആയി രിക്കുമ്പോൾ."

സംഘമണി തനിക്ക് നൽകിയ വാൾ എടുത്തു, പക്ഷേ അതിന്റെ ഉറയിൽ നിന്നും ഊരിയില്ല. അശ്വഘോഷ് വാൾ പിടിക്കാൻ പോലും മടിച്ചു.

സുഹേൽദേവ് ഒരിക്കൽക്കൂടി സംസാരിച്ചു. "നാല് തുർക്കികളെ കൊല്ലുന്നതായി കാണണ്ട. വാസ്തവത്തിൽ, ഭാവിയിൽ ഈ കൊല പാതകക്കൈകളാൽ കൊല്ലപ്പെടുന്ന എണ്ണമില്ലാത്ത ഇന്ത്യാക്കാരെ രക്ഷിക്കുന്നതായി കണ്ടാൽ മതി. "അഹിംസാ പരമോ ധർമ്മഃ" എന്ന് പറയുന്നത് സത്യമാണ്. അഹിംസ ഏറ്റവും മഹത്തായ ധർമ്മമാണ്. പക്ഷേ "ധർമ്മ ഹിംസാ തഥൈവ ച" എന്നും പറയണം."

ധർമ്മത്തിനെ സംരക്ഷിക്കുന്ന ഹിംസ ന്യായീകരിക്കാവുന്നതാണ്.

അശ്വഘോഷും സംഘമണിയും വാളുകൾ ഉറയിൽ നിന്നും ഊരി.

അവർ ചെയ്യേണ്ടത് ചെയ്തു.

അദ്ധ്യായം 19

"വേഗമാകട്ടെ! നിങ്ങൾ എന്റെ സംഘത്തിൽ ആണെങ്കിൽ ഒരുപാട് നന്നായി ചെയ്യേണ്ടിവരും."

തൊഷാനി സുഹേൽദേവിനേയും ഗോവർദ്ധനേയും നോക്കുകയായിരുന്നു, അവർ നിരീക്ഷിച്ചുകൊണ്ട് നിൽക്കുകയായിരുന്നു. കഴിഞ്ഞ കുറച്ച് വർഷങ്ങളായി ഏതാണ്ട് തുടർച്ചയായുള്ള യുദ്ധങ്ങളിൽ ചെലവഴിച്ച്, ഇപ്പോൾ തുർക്കി സൈന്യങ്ങൾ ഭൂരിഭാഗവും തിരിച്ചുപോയപ്പോൾ സുഹേൽദേവിന്റെ ആളുകൾക്ക് മടുപ്പ് തോന്നിത്തുടങ്ങിയിരുന്നു. അതുകൊണ്ട്, രാജകുമാരൻ അവരുടെ മനസ്സുകൾക്ക് ജോലി കൊടുക്കാനായും, സഹവർത്തിത്വവും ആചാരമുറകളും ഉത്തേജിപ്പിക്കാനായി ചില സായുധവിനോദങ്ങൾ ഏകോപിപ്പിക്കാനും തീരുമാനിച്ചു.

ആദ്യത്തെ പരിപാടി അമ്പെയ്ത്ത് മത്സരം ആയിരുന്നു, അതിൽ സംഘമണിയും തൊഷാനിയും നയിക്കുന്ന രണ്ട് സംഘങ്ങൾ ഉണ്ടായിരുന്നു. തൊഷാനി ഒന്നാന്തരമായി അമ്പെയ്തു, കാണികളിൽ നിന്നും വാപൊളിക്കുന്നത്ര അഭിനന്ദനങ്ങൾ ഏറ്റുവാങ്ങിക്കൊണ്ട്. പക്ഷേ സുഹേൽദേവും ഗോവർദ്ധനും അവരുടെ സംഘങ്ങളെ നയിക്കുന്നതിൽ ശരാശരി പ്രകടനമേ കാഴ്ചവച്ചുള്ളൂ. വളരെ മത്സരോത്സുകയായ തൊഷാനിക്ക് അതിശയം തോന്നിയില്ല, അത് വെറും വിനോദമാണെന്ന അവരുടെ പ്രതിഷേധങ്ങൾക്ക് ചെവികൊടുത്തതുമില്ല.

"നിങ്ങൾ രണ്ടുപേരും പരിശീലിപ്പിക്കപ്പെട്ട യോദ്ധാക്കൾ ആകേണ്ടതാണ്. ഒരു വില്ല് എങ്ങിനെ ഉപയോഗിക്കണമെന്ന് നിങ്ങളെ ഒരിക്കലും പഠിപ്പിച്ചിട്ടില്ലേ?"

സുഹേൽദേവ് തൊണ്ട ശരിയാക്കി. "അത് എന്റെ പ്രിയപ്പെട്ട ആയുധം അല്ല. എനിക്ക് അടുത്ത് നിന്ന് കൊല്ലുന്നതാണ് താല്പര്യം."

"എനിക്കും," ഗോവർദ്ധൻ ചിണുങ്ങി.

തൊഷാനി പുച്ഛത്തോടെ നാക്ക് കടിച്ചു. "എനിക്ക് നിങ്ങൾ രണ്ടു പേരേയും എന്റെ മേൽ ഒരു വിരൽ വയ്ക്കുന്നതിന് മുമ്പ് ഒരു ഡസൻ തവണയെങ്കിലും കൊല്ലാൻ കഴിയും. വരൂ, കുറച്ച് പരിശീലിക്കാം. കുറച്ച നേരത്തേയ്ക്ക് വിനോദം നിങ്ങൾ രണ്ടുപേരും ഇല്ലാതെ തുടരട്ടെ."

സുഹേൽദേവും ഗോവർദ്ധനും പരസ്പരം നോക്കി, പക്ഷേ തൊഷാനി തീരുമാനിച്ച ശേഷം അവളുമായി തർക്കിക്കുന്നതിൽ കാര്യമില്ലെന്ന് അവർക്ക് നന്നായി അറിയാമായിരുന്നു. അവർ നിശ്ശബ്ദമായി അടുത്ത് ഒരുക്കിയിട്ടുള്ള പുതുക്കിയ അമ്പെയ്ത്ത് കളത്തിലേയ്ക്ക് അവളെ പിന്തുടർന്നു.

അബ്ദുൾ അവരെ ശ്രദ്ധിച്ച് ചില ആളുകളെ നോക്കി തലയാട്ടി. അവരിൽ അഞ്ചുപേർ അകലം പാലിച്ച് മൂന്ന് പേരേയും പിന്തുടരാൻ തുടങ്ങി. സമാധാനപരമായ സമയങ്ങളിലും അബ്ദുൾ സുരക്ഷാ മാന ദണ്ഡങ്ങൾ കർശനമായി പാലിക്കണമെന്ന് നിർബന്ധം പിടിക്കും.

അദ്ധ്യായം 20

സുഹേൽദേവ് കുതിരപ്പുറത്ത് നിന്നും ഇറങ്ങി തന്റെ പട്ടാളത്താവളത്തിലേയ്ക്ക് നടന്നു. ഒരു കാവൽക്കാരൻ പെട്ടെന്ന് തിരശ്ശീല മാറ്റി ഉഷാറോടെ സല്യൂട്ട് ചെയ്തു.

"രാജകുമാരാ, അദ്ദേഹം അകത്ത് താങ്കൾക്കായി കാത്തിരിക്കുന്നുണ്ട്."

സുഹേൽദേവ് കാവൽക്കാരന്റെ തോളിൽ തട്ടി പുഞ്ചിരിയോടെ കൂടാരത്തിന് അകത്തേയ്ക്ക് നടന്നു. ഉയരമുള്ള, നരച്ച മുടിയുള്ള ഒരാൾ കൂടാരത്തിന്റെ മറ്റേ അറ്റത്ത് നിശ്ശബ്ദനായി നിൽക്കുന്നുണ്ടായിരുന്നു. പ്രായാധിക്യം അദ്ദേഹത്തിന്റെ തോളുകൾ അല്പം താഴ്ത്തിയിരുന്നു, പക്ഷേ അപ്പോഴും മെലിഞ്ഞ് ഉത്കൃഷ്ടനായിരുന്നു.

"ഗുരുദേവാ!" സുഹേൽദേവ് ആഹ്ലാദത്തോടെ പറഞ്ഞു. അയാൾ കാശിനാഥിന്റെ നേരെ ഓടിച്ചെന്ന് ബഹുമാനത്തോടെ കാലുകളിൽ തൊട്ടു.

കാശിനാഥ് സുഹേൽദേവിനെ എഴുന്നേൽപ്പിച്ച് കെട്ടിപ്പിടിച്ചു. "എന്റെ രാജകുമാരാ..."

ഗുരുവിനെ ചേർത്തുപിടിച്ച് സുഹേൽദേവ് പുഞ്ചിരിച്ചു.

"എന്റെ രാജകുമാരാ, നിന്റെ സഹോദരൻ മല്ലദേവ് നിന്നെക്കുറിച്ച് അഭിമാനിക്കുണ്ടാകും. നീ എന്തായിത്തീർന്നോ അതിൽ. അറിയാമോ, ശ്രാവസ്തിയിൽ കുട്ടികൾ നീയായി അഭിനയിച്ച് വാളുകൾ കൊണ്ട് കളിക്കുന്നു, ഘസ്നിയുടെ സൈനികരും അവരുടെ സഖ്യങ്ങളുമായി യുദ്ധം ചെയ്തുകൊണ്ട്."

"ഇതെല്ലാം ഞാൻ ഒറ്റയ്ക്ക് ചെയ്തതല്ല ഗുരുദേവാ. എന്നെപ്പോലെ രാജ്യത്തിനായി സമർപ്പിച്ചിരിക്കുന്ന ഒരു സംഘം ധീരന്മാരായ പോരാളികൾ എന്റെ കൂടെയുണ്ട്. പിന്നെ നമുക്ക് ആവശ്യമുള്ളതെല്ലാം തന്ന്

പിന്തുണയ്ക്കുന്ന ആയിരക്കണക്കിന് ആളുകളും ഉണ്ട്. അവരുടെ സഹായം ഇല്ലാതെ ഞങ്ങൾക്ക് ഒരിക്കലും അതിജീവിക്കാൻ സാധിക്കുമായിരുന്നില്ല. മനോഹർഗഡിലേയും കണ്ണൗജിലേയും മറ്റു രാജ്യങ്ങളിലേയും രാജാക്കന്മാർ ഘസ്നിയുമായി സഖ്യം ചേർന്നു, പക്ഷേ അവരുടെ ജനങ്ങൾ ഞങ്ങളെ പിന്തുണച്ചു. അവർ യഥാർഥ രാജ്യസ്നേഹികളാണ്. എനിക്ക് ഔദ്യോഗികമായി നമ്മുടെ ശത്രുക്കളായ ഈ രാജ്യങ്ങളിലെ കോടതികളിൽ ചില സുഹൃത്തുക്കളുണ്ട്."

കാശിനാഥ് പതിയെ ചിരിച്ചു. "എനിക്ക് നിന്റെ ഈ സുഹൃത്തുക്കളെ ഒരു ദിവസം പരിചയപ്പെടണം... നിഷേധിക്കാൻ പറ്റാത്ത ഒരു കാര്യം നീ രാജ്യം മുഴുവനും ഒരു തീ കത്തിച്ചുവെന്നാണ്. ശിവഭഗവാന്റേയും ഭാരതമാതാവിന്റേയും അനുഗ്രഹത്താൽ, ഈ തീ തുർക്കികളെ വിഴുങ്ങും."

"ഓം നമഃ ശിവായ," സുഹേൽദേവ് ജപിച്ചു, കഴുത്തിൽ കെട്ടിയിരിക്കുന്ന ശിവലിംഗത്തിനെ പിടിച്ചുകൊണ്ട്, "ജയ് മാ ഭാരതി."

കാശിനാഥിന്റെ കണ്ണുകൾ തന്റെ മുന്നിൽ നിൽക്കുന്നയാളെ കണ്ടപ്പോൾ നിറഞ്ഞു. ഈ ചെറിയ രാജകുമാരൻ ഒരു കുട്ടിവികൃതിയായിരുന്നു. തോന്നിയ പോലെ സഞ്ചരിച്ച് നിയമങ്ങളെ മുഴുവനായും അവഗണിച്ച്, ഈ ചെറിയ പയ്യൻ തുർക്കികളെ തോൽപ്പിക്കാനുള്ള ഉത്തരവാദിത്തം ഏൽക്കാനായി തിരഞ്ഞെടുക്കപ്പെടുമെന്ന് കാശിനാഥ് ഒരിക്കലും കരുതിയിരുന്നില്ല. സമയത്തിന്റേയും ശിവഭഗവാന്റേയും മനസ്സുകളിൽ എന്ത് പദ്ധതിയായിരിക്കും എന്ന് ആർക്ക് പറയാൻ സാധിക്കും? അയാൾ രാജകുമാരന്റെ തോളിൽ തട്ടി പിറുപിറുത്തു, "ഓം നമഃ ശിവായ. ജയ് മാ ഭാരതി."

സുഹേൽദേവ് പിന്നോട്ട് മാറി കൈകൾ കൂപ്പി വണങ്ങി. "തുറന്ന് പറയുന്നതിൽ ക്ഷമിക്കണം ഗുരുദേവാ, അങ്ങ് എന്നേയും എന്റെ ആളുകളേയും അഭിനന്ദിക്കാനായി മാത്രം ഇത്ര ദൂരം വരുമെന്ന് ഞാൻ കരുതുന്നില്ല. പ്രധാനപ്പെട്ട ഒരു വാർത്തയുണ്ടെന്ന് എനിക്ക് മനസ്സിലായി. എന്താണത്?"

കാശിനാഥ് നെടുവീർപ്പിട്ടു. അദ്ദേഹം വികാരങ്ങൾ നിയന്ത്രിക്കുകയാണെന്ന് വ്യക്തമായിരുന്നു. ഏത് നല്ല മന്ത്രിയേയും പോലെ. "നീ നാട്ടിലേയ്ക്ക് തിരിച്ചു വരേണ്ട സമയമാണിത്, രാജകുമാരാ..."

"എന്ത് സംഭവിച്ചു?"

"നിന്റെ പിതാവ്..."

സുഹേൽദേവ് പെട്ടെന്ന് കാശിനാഥിന്റെ കൈകൾ പിടിച്ചു, അയാളുടെ മുഖം വിഷമം കൊണ്ട് ചുളുങ്ങി. "എന്ത് സംഭവിച്ചു?"

"അർബുദമാണ്. പെട്ടെന്നാണ് പിടിച്ചത്. വേഗം തന്നെ അത് വളർന്നു..."

സുഹേൽദേവ് പ്രതികരിക്കാൻ സാധിക്കാത്ത വിധം ഞെട്ടിപ്പോയി. ഏതാനും മാസങ്ങൾക്ക് മുമ്പ് അയാൾ പിതാവിനെ രഹസ്യമായി കണ്ടിരുന്നു. അപ്പോൾ അദ്ദേഹം നല്ല ആരോഗ്യത്തോടെ കാണപ്പെട്ടിരുന്നു.

കാശിനാഥ് ശാന്തമായി പറഞ്ഞു. "നീ ഉടൻ തന്നെ ശ്രാവസ്തിയിലേയ്ക്ക് തിരിക്കണം. സിംഹാസനം വെറുതേ..."

വിവേകപൂർവ്വം, കാശിനാഥ് അവസാനത്തെ വാക്കുകൾ വായിൽ നിന്നും പുറത്തു വരാൻ അനുവദിച്ചില്ല. കഴിഞ്ഞ മാസം മംഗൽധ്വജിന്റെ ദിവസങ്ങൾ അവസാനിക്കുകയാണെന്ന് വന്നപ്പോൾ പ്രദേശത്തെ ഒരുപാട് രാജ്യങ്ങളിലേയ്ക്ക് അടിയന്തിരസന്ദേശങ്ങൾ അയയ്ക്കപ്പെട്ടിരുന്നു എന്ന് അദ്ദേഹത്തിന് അറിയാമായിരുന്നു. ഒരുപാടെണ്ണം കാശിനാഥ് തന്നെയാണ് കൊണ്ടുപോയത്. ഇത്രയും വർഷങ്ങൾ ഘസ്നിയുടെ ഭീകരമായ സൈന്യത്തിനെ ധൈര്യപൂർവ്വം നേരിട്ട ഒരാളല്ലാതെ സംയുക്തസൈന്യത്തിനെ നയിക്കാൻ മറ്റാർക്ക് സാധിക്കും? സുഹേൽദേവ്.

പക്ഷേ കാശിനാഥ് അത് സുഹേൽദേവിനോട് പറഞ്ഞില്ല. അത് ശരിയായ സമയമല്ലായിരുന്നു. ആദ്യം മകൻ പിതാവിന് വേണ്ടി ദുഃഖിക്കട്ടെ. പിന്നീട്, രാജകുമാരനോട് രാജാവിന് വേണ്ടി പൂർത്തീകരിക്കേണ്ട ജോലികളെക്കുറിച്ച് പറയാം.

സുഹേൽദേവിന് തന്റെ പിതാവിന്റെ അസുഖത്തിനെപ്പറ്റിയുള്ള വാർത്ത കിട്ടിയിട്ട് കുറച്ച് ദിവസങ്ങൾ ആയിരുന്നു. അയാൾ അടുത്ത ദിവസം തന്നെ തന്റെ അനുയായികളുമായി പുറപ്പെട്ടു. ശ്രാവസ്തിയിലേയ്ക്കുള്ള വഴിയിൽ, സുഹേൽദേവും സംഘവും ഒരു തടാകത്തിനരികെ തമ്പടിച്ചു.

താൽക്കാലിക താവളം നല്ല തിരഞ്ഞെടുപ്പായിരുന്നു. അവർക്ക് സാധനസാമഗ്രികൾ മേടിക്കാൻ അടുത്ത് പട്ടണം ഉള്ളപ്പോഴും, പ്രതീക്ഷിക്കാത്ത വിരുന്നുകാരെ സ്വീകരിക്കാൻ മാത്രം അടുത്തുമായിരുന്നില്ല. അവർ നേരിട്ടുള്ള നിയന്ത്രണത്തിന് പുറത്തുള്ള പ്രദേശങ്ങളിൽ ആയിരിക്കുമ്പോൾ, അജ്ഞാതാവസ്ഥയും വിവേകവും ആയിരുന്നു അവരുടെ കൂട്ടുകാർ. സ്ഥലത്ത് അടുത്ത് തന്നെ വെള്ളമുണ്ട്. കാടിന്റെ അതിരിനും താവളത്തിനും ഇടയിൽ തുറന്ന സ്ഥലമുണ്ട്. പക്ഷേ മുൻകരുതലിനായി കാവൽക്കാരെ പ്രധാനപ്പെട്ട ഇടങ്ങളിൽ നിയോഗിച്ചിരുന്നു. താൽക്കാലികമായ തമ്പ് ആയതിനാൽ മുഴുവൻ സാധനങ്ങളും പുറത്തെടുത്തിരുന്നില്ല. ആയുധങ്ങൾ, പണം പിന്നെ പ്രധാനപ്പെട്ട

രേഖകളെല്ലാം കുതിരകളുടേയും കാളകളുടേയും മുകളിലെ കെട്ടി വച്ചിരിക്കുന്ന സഞ്ചികളിൽത്തന്നെയിരുന്നു. പെട്ടെന്ന് രക്ഷപ്പെടേണ്ടി വന്നാൽ ഒന്നും തന്നെ നഷ്ടപ്പെടാതിരിക്കാൻ. ആ കുതിരകൾക്കും കാളകൾക്കും തീർച്ചയായും മുഴുവൻ സമയവും കാവലുണ്ടായിരുന്നു.

സുഹേൽദേവ് ആവശ്യമുള്ളപ്പോൾ ജാഗരൂകനായിരുന്നു. ഈ കരുതൽ തുർക്കികളുമായുള്ള കഴിഞ്ഞ കുറച്ച് വർഷങ്ങളിലെ യുദ്ധങ്ങളിൽ വളരെ കുറച്ച് ആളുകളേയേ നഷ്ടപ്പെടുന്നുള്ളൂ എന്നുറപ്പാക്കിയിരുന്നു.

“മനോഹരമായ സ്ഥലം” ഗോവർദ്ധൻ പറഞ്ഞു.

അയാളും സുഹേൽദേവും അത്താഴം കഴിച്ചുകൊണ്ട് ഇരിക്കുകയായിരുന്നു. അവർ തമ്പിൽ നിന്നും കുറച്ചകലേയ്ക്ക് നടന്നു. തടാകത്തിനരികിലേയ്ക്ക്. സൂര്യൻ പതുക്കെ ചക്രവാളത്തിലേയ്ക്ക് താഴുമ്പോൾ പരിസരത്തിന്റെ സൗന്ദര്യം ആസ്വദിച്ചുകൊണ്ട്. അവരുടെ ആയുധങ്ങൾ ഉറയിൽ നിന്നും ഊരി അടുത്ത് വച്ചിരുന്നു. ഒരു ആക്രമണം ഉണ്ടായാൽ ഉപയോഗിക്കാൻ തയ്യാറായിക്കൊണ്ട്.

ഒരു യഥാർഥ യോദ്ധാവ് ഒരിക്കലും യുദ്ധപരിശീലനം മറന്ന് സൗന്ദര്യത്തിൽ മുഴുകാറില്ല. ശരിയായ യോദ്ധാവ് എപ്പോഴും യുദ്ധത്തിനായി തയ്യാറായിരിക്കും.

ഗോവർദ്ധൻ സുഹേൽദേവിന്റെ തോളിൽ അനുകമ്പയോടെ തൊട്ടു. “നിനക്ക് കുഴപ്പമൊന്നുമില്ലല്ലോ സുഹ്യത്തെ? നിനക്ക്...”

സുഹേൽദേവ് തല കുലുക്കി. “ഇതിനെക്കുറിച്ച് സംസാരിക്കുന്നതിൽ കാര്യമില്ല. അതെന്നെ ദുഃഖിതനാക്കുകയേയുള്ളൂ. നമുക്ക് മറ്റെന്തെങ്കിലും സംസാരിക്കാം.”

ഗോവർദ്ധൻ തലയാട്ടി. *നമുക്ക് ഒന്നും ചെയ്യാനാവാത്ത കാര്യങ്ങളെക്കുറിച്ച് സംസാരിച്ചിട്ട് പ്രയോജനമില്ല. അതിനെ മാറ്റി വച്ച് മറ്റെന്തെങ്കിലും ശ്രദ്ധിക്കുന്നതാണ് നല്ലത്. അയാൾക്ക് പിതാവിനെ കാണുമ്പോൾ അദ്ദേഹത്തിനെപ്പറ്റി ആലോചിക്കാം.”*

ഗോവർദ്ധൻ വിഷയം മാറ്റി. “ഈ മനോഹരമായ സ്ഥലം സൂഫികളും വളരെ ഇഷ്ടപ്പെട്ടിരുന്നു എന്നറിയാമോ?”

സുഹേൽദേവ് പുഞ്ചിരിച്ചു. “അതെ...സൂഫികൾ പോയത് കഷ്ടമായി. തുർക്കികൾ ഹിന്ദുക്കളെ മാത്രമല്ല ദ്രോഹിച്ചത്. അവർ സൂഫികളേയും ഉപദ്രവിച്ചു.”

പിന്നിൽ നിന്നും ഒരു ശബ്ദം കേട്ടു. “അതെ, അവർ അവരെ അശുദ്ധരായ മുസ്ലീങ്ങൾ എന്ന് വിളിച്ചു.”

സുഹേൽദേവും ഗോവർദ്ധനും പെട്ടെന്ന് തിരിഞ്ഞുനോക്കി. ഗോവർദ്ധൻ അറിയാതെ വാളെടുക്കാനൊരുങ്ങി.

"അടങ്ങ് ഗോവർദ്ധൻ," കാശിനാഥ് പുഞ്ചിരിച്ചു. "ഞാനൊരു സുഹൃത്താണ്."

സുഹേൽദേവ് കാശിനാഥിന്റെ കാലിൽ തൊട്ട് വന്ദിച്ച് കളിയായി പറഞ്ഞു, "കാലൊച്ചകൾ കേൾക്കാനേ സാധിക്കാത്ത ഒരു സുഹൃത്ത്."

കാശിനാഥ് പതിയെ ചിരിച്ചുകൊണ്ട് സുഹേൽദേവിന്റെ അടുത്തിരുന്നു. അദ്ദേഹം ഗോവർദ്ധൻ കൊടുത്ത ഭക്ഷണം നിരസിച്ചു. "ഞാൻ കഴിച്ചു കഴിഞ്ഞു."

ഗോവർദ്ധൻ കഴിക്കുന്നത് തുടർന്നു. വിഴുങ്ങുന്നതിനിടയിൽ അയാൾ ചോദിച്ചു, "അപ്പോൾ, തുർക്കികൾ സൂഫികളെ അത്രയും വെറുത്തതെന്തിനാണ്?"

"നല്ല ചോദ്യം," കാശിനാഥ് പറഞ്ഞു. "നമ്മുടെ ആധുനിക ഇന്ത്യൻ ഭരണാധികാരികളുടെ ഒരു പ്രശ്നം അവർ നമ്മുടെ പൂർവ്വികർ സൂക്ഷിച്ചിരുന്ന കൗതുകം നഷ്ടപ്പെടുത്തിയതാണ്. കൗതുകം ഉണ്ടാകുമ്പോഴേ ജീവിതത്തിന്റെ മറ്റു വഴികളെക്കുറിച്ച് മനസ്സിലാക്കാൻ ശ്രമിക്കുകയുള്ളൂ. പ്രത്യേകിച്ചും നമ്മുടെ ശത്രുക്കളുടെ, അവരെ എങ്ങിനെ തോൽപ്പിക്കാൻ കഴിയും? അതിനേക്കാൾ പ്രധാനമായി, സ്വന്തം സമൂഹത്തിനെ മനസ്സിലാക്കാനുള്ള കൗതുകം ഇല്ലെങ്കിൽ, സ്വന്തം ദൗർബല്യം ഇല്ലാതാക്കി കരുത്തുകൾ വർദ്ധിപ്പിക്കാൻ കഴിയും?"

സുഹേൽദേവ് തലയാട്ടി. "സ്വയം അറിയുക. എന്നിട്ട് ശത്രുക്കളെ അറിയുക."

കാശിനാഥ് സുഹേൽദേവിന്റെ തോളിൽ തട്ടി പുഞ്ചിരിച്ചു. "അപ്പോൾ ഞാൻ പഠിപ്പിച്ചതിൽ ചിലതെല്ലാം ഓർക്കുന്നുണ്ട്."

"അങ്ങ് പഠിപ്പിച്ചതെല്ലാം ഞാൻ ഓർക്കുന്നുണ്ട് ഗുരുദേവാ," സുഹേൽദേവ് സൗമ്യമായി പറഞ്ഞു, വായയിൽ ഒരു ഉരുള കൂടി വയ്ക്കുന്നതിന് മുമ്പ്.

"പക്ഷേ അങ്ങ് ഇപ്പോഴും എന്റെ ചോദ്യത്തിന് ഉത്തരം നൽകിയിട്ടില്ല, ഗുരുദേവ്," ഗോവർദ്ധൻ പറഞ്ഞു. "തുർക്കികൾ സൂഫികളെ അത്രയും വെറുക്കുന്നത് എന്തിനാണ്?"

"ഒരോ സമൂഹത്തിനും, ഓരോ ജീവിതരീതിയ്ക്കും ചില കരുത്തുകളും ദൗർബല്യങ്ങളും ഉണ്ട്. അത് തുർക്കികളുടെ ഇസ്ലാമിലും ഇന്ത്യാക്കാരുടെ ഹിന്ദുധർമ്മത്തിലും സത്യമാണ്."

"എന്നിട്ടും അങ്ങ് എന്റെ ചോദ്യത്തിന്..."

"ശരി, ശരി. ഞാൻ ദൈവശാസ്ത്രപരമായി എന്നു പറയുമ്പോൾ ഉദ്ദേശിക്കുന്നത് ദൈവവിശ്വാസത്തിന്റെ വ്യത്യസ്ത രീതികളാണ്. സാമൂഹികം എന്ന് പറയുമ്പോൾ അത് സ്വന്തം മതത്തിനെ പിന്തുടരുന്ന വ്യത്യസ്ത ഗോത്രങ്ങൾ, തട്ടുകൾ, സമൂഹങ്ങൾ എന്നിവയെ ഉദ്ദേശിക്കുന്നു.

അപ്പോൾ, തുർക്കികളെ സാമൂഹികമായി ഉൾപ്പെടുത്തിയിരിക്കുന്നു എന്ന് ഞാൻ പറയുമ്പോൾ അർഥമാക്കുന്നത്, ദൈവശാസ്ത്രപരമായെങ്കിലും, ഇസ്ലാം വിശ്വാസത്തിനെ പിന്തുടരുന്ന എല്ലാ തുർക്കികളും അവരുടെ ദൈവത്തിന്റെ മുന്നിൽ തുല്യരാണ് എന്നാണ്. അതുകൊണ്ട് തന്നെ, അവരുടെ സമൂഹത്തിൽ അതിയായ ഏകത്വവും ഉദ്ദേശ്യശക്തിയും ഉണ്ട്. അവർ ശത്രുക്കൾക്കെതിരേ ഒറ്റക്കെട്ടായി പൊരുതും."

"അവരുടെ ദൗർബല്യങ്ങളോ?"

"അവരുടെ ദൗർബല്യം അവർ ദൈവശാസ്ത്രപരമായി അസഹിഷ്ണത ഉള്ളവരാണ്. അവർ വിശ്വസിക്കുന്നത് അവരുടെ ദൈവം മാത്രമാണ് ഒരേയൊരു ശരിയായ ദൈവമെന്നും മറ്റുള്ള ദൈവങ്ങൾ തെറ്റാണെന്നുമാണ്. അവരുടെ മതം മാത്രമാണ് ശരിയായ മതം എന്ന് അവർ വിശ്വസിക്കുന്നു. തുർക്കി മുസ്ലീങ്ങൾ മറ്റ് മതങ്ങളെ കൈകാര്യം ചെയ്യുന്ന രീതിയിലും ഒരു ഉച്ചനീചത്വമുണ്ട്. ക്രൈസ്തവ, ജൂതമതക്കാരെ ജീവിക്കാൻ അനുവദിക്കും, പക്ഷേ ധിമ്മികൾ എന്ന് വിളിക്കുന്ന ആളുകളെ അടിച്ചമർത്താനുള്ളതും ചെയ്യും. പക്ഷേ മറ്റെല്ലാ മതങ്ങളും, പ്രത്യേകിച്ചും വിഗ്രഹാരാധയുള്ളവരുടെ, പൂർണമായും തിന്മയുള്ളതാണെന്ന് കണക്കാക്കപ്പെടുന്നു. അതുകൊണ്ടാണ്, ഇന്ത്യയിലെ ഹിന്ദു ക്ഷേത്രങ്ങൾ മാത്രമല്ല, പേർഷ്യയിലെ സൊറോസ്ത്രിയൻ ക്ഷേത്രങ്ങളും തുർക്കിയിലെയോ ചൈനയിലെയോ ബുദ്ധവിഹാരങ്ങളും നശിപ്പിക്കപ്പെടുന്നത്..."

"അപ്പോൾ അതാണ് അവരുടെ ദൗർബല്യം," സുഹേൽദേവ് പറഞ്ഞു.

"കൃത്യമായും. ലോകം മൊത്തം നിങ്ങളുമായി വിയോജിക്കുന്നവരുമായി യുദ്ധം ചെയ്യുന്നത് മറ്റുള്ള എല്ലാവരും ഒരുമിച്ച് ചേർന്ന് നിങ്ങൾക്കെതിരായി യുദ്ധം ചെയ്യുന്നത്ര വരെയേയുള്ളൂ. അതാണ് അവരുടെ ദൈവശാസ്ത്രപരമായ അസഹിഷ്ണതയുടെ പ്രശ്നം. എല്ലാവരിലും ശത്രുക്കളെ ഉണ്ടാക്കുക. ഇത് സൂഫികൾ പരിഹരിക്കാൻ പോകുന്ന പ്രശ്നമാണ്."

"അതെന്താ അങ്ങിനെ?" ഗോവർദ്ധൻ ചോദിച്ചു.

"ഞാനതിലേയ്ക്ക് വരാം," കാശിനാഥ് പറഞ്ഞു. "പക്ഷേ അതിന് മുമ്പ്, നമ്മൾ ഇന്നത്തെ ഹിന്ദുധർമ്മത്തിന്റെ കരുത്തുകളും ദൗർബല്യങ്ങളും മനസ്സിലാക്കേണ്ടതുണ്ട്. ദൈവശാസ്ത്രപ്രമായി ഹിന്ദുധർമ്മം വളരെ തുറന്ന മനസ്സുള്ളതാണ്. കാരണം നമ്മൾ ബഹുദൈവവിശ്വാസികളും വിഗ്രഹാരാധകരുമാണ്, നമുക്ക് ആരെങ്കിലും മറ്റൊരു ദൈവത്തിൽ വിശ്വസിക്കുന്നതിൽ പ്രശ്നമില്ല. നമ്മൾ എല്ലാത്തിലും ദൈവത്തിനെ കാണുന്നു, അതുകൊണ്ട് നമുക്ക് ക്രിസ്ത്യാനികളുടെ യേശുക്രിസ്തുവിന്റെ സാന്നിധ്യം കാണുന്നത് എളുപ്പമാണ്. മുസ്ലീങ്ങളുടെ അള്ളാഹുവിനെ ആരാധിക്കുന്നതും. അങ്ങിനെ ചെയ്യുന്നതുകൊണ്ട്, നമ്മുടെ ഹിന്ദു മതം

നഷ്ടമാകുന്നുമില്ല. ഏതെങ്കിലും ഹിന്ദു രാജാവ് മറ്റാരുടെയെങ്കിലും ക്ഷേത്രമോ ആരാധനാസ്ഥലമോ നശിപ്പിക്കുന്നത് കേട്ടിട്ടുണ്ടോ?"

ഗോവർദ്ധൻ തലകുലുക്കി. "ഇല്ല, ഒരിക്കലുമില്ല."

"അതെ. അത് വളരെ വളരെ അപൂർവ്വമാണ്. ഒരിക്കലും കേട്ടിട്ടില്ലാത്തത്. എന്തുകൊണ്ടാണ് അങ്ങിനെ? കാരണം നമ്മൾ ഹിന്ദുക്കൾ എല്ലാത്തിലും ദൈവികമായ ഒന്നുണ്ടെന്ന് വിശ്വസിക്കുന്നു. അങ്ങിനെ, മറ്റൊരാളുടെ ആരാധാനാസ്ഥലം നശിപ്പിക്കുന്നത് തിന്മയാണ്. വാസ്തവത്തിൽ, ഒരു ഹിന്ദു രാജാവ് മറ്റൊരു ഹിന്ദു രാജ്യത്തിനെ തോൽപ്പിക്കുന്ന കാലമുണ്ടായിരുന്നു, അവിടെയുള്ള രാജകീയ വിഗ്രഹം മോഷ്ടിക്കുന്നതും. ആ രാജകീയവിഗ്രഹം ബഹുമാനത്തോടെ വിജയിച്ച രാജാവിന്റെ ക്ഷേത്രത്തിലേയ്ക്ക് കൊണ്ടുപോയി പ്രതിഷ്ഠിക്കും. വിജയിക്കുന്ന രാജാവ് അങ്ങിനെ ചെയ്യുന്നത് എന്തുകൊണ്ടാണ്? കാരണം അയാൾ വിശ്വസിക്കുന്നത്, അങ്ങിനെ ചെയ്യുന്നത് കൊണ്ട്, തോറ്റ രാജാവിന്റെ ദൈവത്തിന്റെ അനുഗ്രഹവും തനിക്ക് ലഭിക്കും എന്നാണ്. വാസ്തവത്തിൽ, ഹിന്ദുധർമ്മത്തിൽ, നമുക്ക് ദേവതകൾ ഉണ്ടാകുന്നതിലും പ്രശ്നമില്ല, തുർക്കികളുടെ ഇസ്ലാമിൽ അനുവദിക്കാത്ത ഒന്ന്."

"നമ്മുടെ ദൗർബല്യം ജാതിവ്യവസ്ഥയാണ്," ഗോവർദ്ധൻ പറഞ്ഞു, സ്വാഭാവികമായ കാര്യം.

"അതെ," കാശിനാഥ് പറഞ്ഞു. "തുർക്കികൾ മറ്റുള്ളവരെ അടിച്ചമർത്തിയിരിക്കാം. പക്ഷേ നമ്മൾ നമ്മളെത്തന്നെ അടിച്ചമർത്തി. നമ്മൾ സ്വന്തം ആളുകളെ ജനിച്ച ജാതിവ്യവസ്ഥ ഉപയോഗിച്ച് വിഭജിച്ചു. അതാണ് നമ്മുടെ തെറ്റ്. ഈ ജാതിവ്യവസ്ഥ കാരണം നമ്മൾ ഏതാണ്ട് തുടർച്ചയായി പരസ്പരം വഴക്കടിക്കുകയാണ്. ആന്തരികമായി വിഭജിക്കപ്പെട്ട്, നമ്മൾ വിദേശ കടന്നുകയറ്റക്കാർക്ക് എളുപ്പമുള്ള ഇരകളായി. ഇന്ത്യ പിടിച്ചെടുക്കാൻ സാധിക്കാത്ത രാജ്യമായിരുന്ന ഒരു കാലമുണ്ടായിരുന്നു. അപ്പോൾ നമ്മൾ ഇന്നത്തെപ്പോലെ ജാതിവ്യവസ്ഥ എന്ന തിന്മയെ പിന്തുടരുന്നുണ്ടായിരുന്നില്ല. അത് യാദൃച്ഛികമല്ല. കാരണം നമ്മൾ ജനിക്കുന്നതിനെ അടിസ്ഥാനമാക്കി വ്യത്യസ്തങ്ങളായ സമൂഹങ്ങളും ജാതികളുമായി വേർ തിരിച്ചിരുന്നില്ല. ഏത് വിദേശിക്കും നമ്മളെ കീഴ്പ്പെടുത്തുന്നത് അസാധ്യമായിരുന്നു. അലക്സാണ്ടറിനെപ്പറ്റി കേട്ടിട്ടുണ്ടോ?"

"ഇല്ല," ഗോവർദ്ധൻ പറഞ്ഞു. "ആരാണത്?"

"യൂറോപ്യന്മാരിലും പേർഷ്യന്മാരിലും വച്ച് അയാളാണ് ചരിത്രത്തിലെ തന്നെ ഏറ്റവും മഹാനായ കടന്നുകയറ്റക്കാരൻ. നമ്മൾ ഇന്ത്യാക്കാർക്ക്, അയാൾ ആരുമല്ല. കാരണം അയാൾ വടക്കൻ പഞ്ചാബിലെ ഇന്ത്യയു

ടെ അതിർത്തിയിലുള്ള ചില ചെറിയ രാജാക്കന്മാരുമായിട്ടാണ് യുദ്ധം ചെയ്തത്. അയാൾക്ക് നന്ദന്മാരുമായി, അന്നത്തെ നമ്മുടെ പ്രധാന സാമ്രാജ്യവുമായി, യുദ്ധം ചെയ്യേണ്ടി വന്നില്ല, എന്നിട്ടും നാണം കെട്ട് തിരിച്ചു പോകേണ്ടി വന്നു. പണ്ട് നമ്മളെ തോൽപ്പിക്കുക ഏതാണ്ട് അസാധ്യമായിരുന്നു. പക്ഷേ ഇപ്പോൾ നമ്മൾ വ്യത്യസ്ത ജാതികളായി പിരിഞ്ഞപ്പോൾ, വിദേശികൾക്ക് നമ്മൾ ഓരോരുത്തരെയായി തിരഞ്ഞെടുത്താൻ മതിയെന്നായി. നമ്മൾ കീഴടക്കാൻ എളുപ്പമുള്ളവരായി."

സുഹേൽദേവ് ഒരു ദീർഘനിശ്വാസമെടുത്ത് തടാകത്തിലേയ്ക്ക് നോക്കി, കാശിനാഥ് പറഞ്ഞതിനെപ്പറ്റി ആലോചിച്ചുകൊണ്ട്. "നമുക്ക് നമ്മുടെ സാമൂഹികപ്രശ്നം പരിഹരിക്കണം. മുസ്ലീങ്ങൾ അവരുടെ ദൈവശാസ്ത്രപരമായ പ്രശ്നവും."

കാശിനാഥ് പുരികം ചുളിച്ചു. "എല്ലാ മുസ്ലീങ്ങളും അല്ല. ഇന്ത്യയിലെ മുസ്ലീങ്ങൾക്ക് തുർക്കികളുടെ പ്രശ്നമില്ല. അവർ ദൈവശാസ്ത്രപരമായി തുറന്ന മനസ്സുള്ളവരാണ്. അബ്ദുൾ വിഗ്രഹങ്ങളെ വെറുക്കുന്നുണ്ടോ? ഇഖ്ബാൽ ഹിന്ദുക്കളോടുള്ള പക കാരണം പശുക്കളെ കൊല്ലുന്നുണ്ടോ?"

സുഹേൽദേവ് തലകുലുക്കി. *ഇല്ല.*

"ഇന്ത്യയിലെ മുസ്ലീങ്ങൾ, പല വഴികളിൽ, ഇന്ത്യയിലെ ഹിന്ദുക്കളെപ്പോലെയാണ്. അവർക്ക് മറ്റുള്ളവരുടെ മതങ്ങളേയും ദൈവങ്ങളേയും ബഹുമാനിക്കുന്നതിൽ പ്രശ്നമില്ല. ഇന്ത്യൻ മുസ്ലീങ്ങളും ജാതിപരമായി വിഭജിക്കപ്പെട്ടതാണ്. ഞാൻ പറയുന്നത് തുർക്കികളുടെ ഇസ്ലാമിന്റെ പ്രശ്നമാണ്. അറബികളും അങ്ങിനെ തന്നെ. ഈ ദൈവശാസ്ത്രപരമായ അസഹിഷ്ണുതയെയാണ് സൂഫികൾ പരിഹരിക്കുന്നത്."

"അതെങ്ങിനെ?" ഗോവർദ്ധൻ ചോദിച്ചു.

"വളരെ ചെറിയൊരു മാറ്റം കൊണ്ട്. സൂഫികൾ പറയുന്നത് അവരുടെ മതം, ഇസ്ലാം, അവർക്ക് സത്യമായ മതം ആണെന്നാണ്. എന്റെ മതം, ഹിന്ദുധർമ്മം, എനിക്ക് സത്യമായ മതമാണ്. അവർ അവരുടെ വിശ്വാസത്തിനെ മാറ്റുന്നില്ല. അവർ മറ്റു വിശ്വാസങ്ങളിലുള്ളവർക്ക് അവരുടെ സ്വന്തം യാഥാർത്ഥ്യങ്ങൾക്കുള്ള ഇടം നൽകുന്നുവെന്നേയുള്ളൂ. ഇപ്പോൾ, ഇന്ത്യയിൽ വളരെ കുറച്ച് മുസ്ലീങ്ങളേയുള്ളൂ. തുർക്കികളുടെ രീതി ഒരിക്കലും ഇവിടത്തെ മുസ്ലീങ്ങളുടെ എണ്ണം കൂട്ടുകയുമില്ല. കാരണം നമ്മുടെ രാജ്യത്തിന്റെ ജീവിതരീതിയെ ആക്രമിക്കുന്നത് ഹിന്ദുക്കളെ കൂടുതൽ കോപാകുലരും കലാപകാരികളും ആക്കുകയേയുള്ളൂ; നമ്മളാണെങ്കിൽ സ്വാഭാവികമായിത്തന്നെ വളരെ കലാപകാരികളാണ്. പക്ഷേ എന്റെ വാക്കുകൾ ഓർത്തുവച്ചോളൂ, ഇസ്ലാം എപ്പോഴെങ്കിലും ഇന്ത്യയിലെ വലിയ മതമാകുകയാണെങ്കിൽ, അത് സൂഫികൾ കാരണമായിരിക്കും.

അവരുടെ തുറന്ന മനസ്സും ഉദാരതയും ഹിന്ദുക്കളുടെ പ്രതിരോധങ്ങളെ താഴേയ്ക്ക് കൊണ്ടുവരും. നമ്മുടെ ക്ഷേത്രങ്ങൾ നശിച്ചും നമ്മുടെ വിശ്വാസത്തിനെ അപമാനിച്ചുമിരുന്നാൽ നമ്മൾ കീഴടങ്ങുമെന്ന് തുർക്കികൾ കരുതുന്നുണ്ടെങ്കിൽ തെറ്റാണ്. നമ്മളൊരിക്കലും അങ്ങിനെ കീഴടങ്ങില്ല. വാസ്തവത്തിൽ, അവർക്ക് നമ്മളെ അവരൊടുള്ള വെറുപ്പിൽ ഒരുമിച്ച് ചേർക്കാൻ കഴിയും. പക്ഷേ ഒരുപാട് ഇന്ത്യാക്കാർ സൂഫികളോടുള്ള സ്നേഹത്തിനായി കീഴടങ്ങിയേക്കാം."

"സൂഫികൾ അവരുടെ മതത്തിന് വേണ്ടി നല്ല ജോലി ചെയ്യുന്നുണ്ട്, വിശ്വാസത്തിലും ന്യായത്തിലും അടിസ്ഥാനമാക്കിയുള്ള ഒരു മതം." സുഹേൽദേവ് പറഞ്ഞു. "പക്ഷേ എനിക്ക് ഹിന്ദുധർമ്മം മരിക്കണമെന്നില്ല. ഇന്ന് അതിജീവിക്കുന്നതിൽ ഏറ്റവും പുരാതനമായ സംസ്കാരങ്ങളിൽ ഒന്നാണത്. മറ്റ ഭൂരിഭാഗം വിഗ്രഹാരാധ ചെയ്യുന്ന സംസ്കാരങ്ങളും, റോം, ഗ്രീസ്, ഈജിപ്റ്റ് പോലെ, തുടച്ച നീക്കപ്പെട്ടു. സൊറോസ്ട്രിയൻ പോലും പേർഷ്യയിൽ ഏതാണ്ട് മരിച്ചുകഴിഞ്ഞു. ചിലർ നമ്മുടെ മതത്തിനെ അവിശ്വാസം എന്ന് വിളിക്കും. അത് അപമാനിക്കൽ ആണ്. ഹിന്ദുധർമ്മം മരിക്കുകയാണെങ്കിൽ, ലോകത്തിന് പുരാതനമായ വഴിയിൽ അറിവിനേയും ചോദ്യം ചെയ്യുന്നതിന്റെ ആർജവത്തിനേയും നഷ്ടപ്പെടുകയായിരിക്കും. നമുക്കത് അനുവദിക്കാൻ പറ്റില്ല. അതുകൊണ്ട്, നമ്മുടെ സാമൂഹികപ്രശ്നത്തിനെ പരിഹരിക്കണം. നമുക്ക് നമ്മളെ വിഭജിക്കുന്ന ജാതിവ്യവസ്ഥയെ നശിപ്പിക്കണം."

"തീർച്ചയായും," കാശിനാഥ് പറഞ്ഞു. "നമുക്ക് ജനനം കൊണ്ടുള്ള ജാതിവ്യവസ്ഥയെ ഇല്ലാതാക്കുന്ന പുനരുദ്ധാക്കളെ വേണം. നമ്മളെ പഴയ നമ്മുടെ വഴിയിലേയ്ക്ക് തിരിച്ചുകൊണ്ടുപോകാനും."

ഗോവർദ്ധൻ സുഹേൽദേവിന്റെ കൈയ്യിൽ പിടിച്ചു. "ഈ മനുഷ്യൻ ആയിരിക്കും നമ്മുടെ പുനരുദ്ധാരണ നായകൻ. നൂറ്റാണ്ടുകൾ കഴിയുമ്പോൾ, അവർ ഇയാളുടെ പേര് ഓർക്കും. നമ്മൾ ഹിന്ദുക്കൾക്ക് നമ്മുടെ വിശ്വാസം അതിജീവിക്കണമെങ്കിൽ എന്ത് ചെയ്യണമെന്ന് പഠിപ്പിക്കാൻ സുഹേൽദേവിന്റെ ഉദാഹരണം ഉപയോഗിക്കും. നമ്മുടെ മഹാന്മാരായ പൂർവ്വികരെ ആദരിക്കണമെങ്കിൽ, നമ്മൾ ശരിയായ രാജ്യസ്നേഹികൾ ആണെങ്കിൽ, ജനനം കൊണ്ടുള്ള ജാതിവ്യവസ്ഥയെ നശിപ്പിക്കുക തന്നെവേണം."

അദ്ധ്യായം 21

രാജ്ഞി വിജയലക്ഷ്മി തന്റെ മകനെ കുറേ നേരം നോക്കിയിരുന്നു, സംസാരിക്കാൻ പരാജയപ്പെട്ട്. അവന്റെ തോളുകളെ താങ്ങാക്കി അവനും താങ്ങ് നൽകിക്കൊണ്ട്.

രാജ്ഞിയും രാജകുമാരനും അവരുടെ അറകളിൽ തനിച്ചായിരുന്നു. സാധാരണ, അവരുടെ രാജകുമാരന്റെ, പ്രതിരോധത്തിന്റെ നായകന്റെ തിരിച്ചു വരവ്, ശ്രാവസ്തിയിൽ വലിയ ആഘോഷങ്ങളിലേയ്ക്ക് നയിക്കേണ്ടതാണ്. പക്ഷേ മംഗൽധ്വജ് രാജാവ് എത്ര രോഗബാധിതനാണെന്ന് എല്ലാവർക്കും അറിയാമായിരുന്നു. എത്ര വേഗത്തിലാണ് രോഗം വളർന്നതെന്ന് എല്ലാവർക്കും അറിയാമായിരുന്നു. നഗരം മുഴുവനും ഒരു ശോകം മൂടിനിന്നിരുന്നു. സുഹേൽദേവ് തന്റെ സംഘത്തിന്റെ മുന്നിൽ നിശ്ശബ്ദനായി ഓടിച്ചുചെന്നു. അയാളുടെ ആളുകളെ കൊട്ടാരത്തിലെ വിവിധ മുറികളിൽ താമസിപ്പിച്ച് അയാൾ പെട്ടെന്ന് തന്നെ അമ്മയുടെ സ്വകാര്യമുറികളിലേയ്ക്ക് പോയി.

വിജയലക്ഷ്മിയുടെ പൊരുതിത്തഴമ്പിച്ച കരുത്തുറ്റ കണ്ണുകളിൽ നിന്നും ഒരു കണ്ണുനീർ പുറത്തുചാടി. ശക്തിദേവിയുടെ ഒട്ടുപണിയിലെ ചെറിയ ദ്വാരങ്ങളിലെന്ന പോലെ, അവരും ദുഃഖിതയാണെന്ന് കാണിച്ചുകൊണ്ട്. അവർ സുഹേൽദേവിന്റെ മുറുകെ കെട്ടിപ്പിടിച്ചു. "എന്റെ മോനേ..."

"അമ്മാ..."

അവർ നിശ്ശബ്ദമായി കെട്ടിപ്പിടിച്ചുനിന്നു. ഇരുവരും സ്നേഹിക്കുന്നയാൾക്കുവേണ്ടി സങ്കടപ്പെട്ടുകൊണ്ട്. അവരുടെ ഭർത്താവ്, അയാളുടെ പിതാവ്.

സുഹേൽദേവ് പിന്നോട്ട് മാറി. അയാളുടെ ഹൃദയത്തിലെ ചെറിയ ഒരു കോണിൽ അപ്പോഴും പ്രതീക്ഷ വച്ചിട്ടുണ്ടായിരുന്നു.

പ്രതീക്ഷ, മനുഷ്യന്റെ കരുത്തിന്റെ ഏറ്റവും മഹത്തായ സ്രോതസ്സ്. മനുഷ്യന്റെ ദുഃഖത്തിന്റേയും ഏറ്റവും വലിയ സ്രോതസ്സ്.

"എങ്ങിനെ...അവിടെ...വൈദ്യന്മാർ..."

വിജയലക്ഷ്മി മകനെ നോക്കി. അവർ ഒന്നും പറഞ്ഞില്ല. കുറഞ്ഞത്, വാക്കുകൾ കൊണ്ടെങ്കിലും ഇല്ല. പക്ഷേ അവരുടെ കണ്ണുകൾ എല്ലാം പറഞ്ഞു.

സുഹേൽദേവ് കരയാൻ തുടങ്ങി.

ഒരുപാട് രാജസഭാംഗങ്ങളും ബന്ധുക്കളും മറ്റുള്ളവരും രാജാവിന്റെ സന്ദർശകമുറികളാക്കി മാറ്റിയിട്ടുള്ള അറകളിൽ കാത്തിരിക്കുന്നുണ്ടായിരുന്നു. ഉജ്ജ്വലനായ പ്രായമേറിയ ഒരു സിംഹത്തിന്റെ ക്ഷയിച്ചു വരുന്ന അഭിമാനത്തിന്റെ മരണത്തിനായി കാത്തിരിക്കുന്നത് പോലെ.

സുഹേൽദേവ് അമ്മയ്ക്കൊപ്പം വന്നപ്പോൾ അവർ ഇരുവശത്തേയ്ക്കും മാറിനിന്നു. അറകളിലേയ്ക്കുള്ള വഴി നൽകിക്കൊണ്ട്. അവർ എല്ലാവരും സുഹേൽദേവിന്റെ ശ്രദ്ധ പിടിച്ചുപറ്റാൻ ശ്രമിച്ചു. വിഷമവും സഹതാപവും പ്രദർശിപ്പിക്കാൻ ശ്രമിച്ചുകൊണ്ട്. ചിലർ സത്യത്തിലും ചിലർ അല്ലാതെയും. സുഹേൽദേവ് പെട്ടെന്ന് തന്നെ രാജാവ് ആയിത്തീരും. ചിലർക്ക് പാലങ്ങൾ വലിക്കണം. പക്ഷേ രാജകുമാരൻ എല്ലാവരേയും അവഗണിച്ചു.

തിരശ്ശീല മാറ്റപ്പെട്ടു. സുഹേൽദേവ് ഒരു ദീർഘനിശ്വാസമെടുത്ത് അകത്തേയ്ക്ക് കടന്നു.

വിജയലക്ഷ്മി, അന്തസ്സും കരുത്തുമായി, മകന്റെ കൈയ്യിൽ പിടിച്ചു. "നീ കഴിഞ്ഞ തവണ കണ്ടതിനേക്കാൾ അദ്ദേഹം ഒരുപാട് മാറിയിരിക്കുന്നു..."

സുഹേൽദേവ് തലയാട്ടി പിതാവിന്റെ മുറിയിലേയ്ക്ക് അമ്മയെ പിന്തുടർന്നു. വാതിൽ കടന്നപ്പോൾ കുറേ വൈദ്യന്മാരും തന്റെ ഗുരു കാശിനാഥും കട്ടിലിന് ചുറ്റും നിൽക്കുന്നുണ്ടായിരുന്നു. അവർ മാറി നിന്നപ്പോൾ സുഹേൽദേവ് പിതാവിനെ കണ്ടു.

അവൻ അവിശ്വാസത്തോടെ നിന്നു.

കട്ടിലിൽ കിടക്കുന്ന രൂപം സുഹേൽദേവിന് ഓർമ്മയുള്ള അതികായനായ യോദ്ധാവിന്റെ വിളറിയ നിഴൽ മാത്രമായിരുന്നു. മംഗൾധ്വജിന്റെ തൊലി എല്ലുകളിൽ ഒട്ടിപ്പിടിച്ചത് പോലെ തോന്നിച്ചു. തലയോട്ടിയുടെ

അതിരുകൾ വ്യക്തമായി കാണാമായിരുന്നു. സുഹേൽദേവിനെ കണ്ട പ്പോൾ അദ്ദേഹം പുഞ്ചിരിക്കാൻ ശ്രമിച്ചു, പക്ഷേ ഒരു ചുമ അദ്ദേഹത്തിന്റെ ക്ഷയിച്ച രൂപത്തിനെ കുലുക്കിയപ്പോൾ അത് ഒരു ഗോഷ്ടിയായി മാറി.

രാജകുമാരൻ മംഗൽധ്വജിന്റെ കട്ടിലിന് നേരെ ഓടിച്ചെന്ന് അടുത്ത് മുട്ടുകുത്തിയിരുന്നു.

“ബാബാ,” സുഹേൽദേവ് പിറുപിറുത്തു.

മംഗൽധ്വജ് ശോഷിച്ച കൈ ഉയർത്തി മകന്റെ തലയിൽ തട്ടി. ആ ചെറിയ ശ്രമം പോലും അദ്ദേഹത്തിനെ തളർത്തിയതു പോലെ കൈ കട്ടിലിലേയ്ക്ക് തിരിച്ച് വീണു.

സുഹേൽദേവ് പതുക്കെ പിതാവിന്റെ കൈ ഉയർത്തി, അത് എത്ര മെലിഞ്ഞ് പോയിരിക്കുന്നെന്ന് നോക്കാതിരിക്കാൻ ശ്രമിച്ചുകൊണ്ട്. വളരെ ശ്രദ്ധയോടെ, അയാൾ അത് ചുണ്ടുകളോട് ചേർത്ത് ചുംബിച്ചു.

മംഗൽധ്വജ് പ്രയാസപ്പെട്ട് സംസാരിച്ചു. അതൊരു പിറുപിറുക്കൽ മാത്രമായിരുന്നു. “നീ വന്നത് നന്നായി...എനിക്ക് സമാധാനമായി മരിക്കാം...”

“മരിക്കുന്നതിനെപ്പറ്റി സംസാരിക്കല്ലേ ബാബാ,” സുഹേൽദേവ് പറഞ്ഞു, അയാളുടെ ശബ്ദം മൃദുവും ദുഃഖം നിറഞ്ഞതുമായിരുന്നു. “അങ്ങ് സുഖപ്പെടും.”

മംഗൽധ്വജ് വിളറിയ ചിരി ചിരിച്ചു. “നീ ഒരിക്കലും നന്നായി നുണ പറയുമായിരുന്നില്ല...കുറഞ്ഞത് എന്നോടെങ്കിലും...”

സുഹേൽദേവ് മൗനം പാലിച്ചു. പിതാവിന്റെ കൈ പിടിച്ച്, ഒരു അതികായമായ ആത്മാവിൽ ചേർത്തുവച്ചിരിക്കുന്ന കൊഴിഞ്ഞ അവ യവത്തിൽ നിന്നും കരുത്ത് വലിച്ചെടുത്തുകൊണ്ട്.

“എങ്കിലും... ഞാൻ കുറഞ്ഞത് ആ രാക്ഷസൻ മഹ്മൂദിനേക്കാൾ കൂടുതൽ ജീവിച്ചു...”

മംഗൽധ്വജ് ചിരിക്കാൻ തുടങ്ങി, പക്ഷേ അത് കുലുക്കുന്ന ചുമയായി മാറി.

“വിശ്രമിക്കൂ, ബാബാ. നമുക്ക് നാളെ സംസാരിക്കാം.”

മംഗൽധ്വജ് തലയാട്ടി. അദ്ദേഹത്തിന് ഒരുപാട് പറയാനുണ്ടായിരു ന്നു. തനിക്ക് എത്ര സമയമുണ്ടെന്ന് അറിയില്ലായിരുന്നു. “അവർ തിരിച്ച് വരും...എന്നെ വിശ്വസിക്കൂ...തുർക്കികൾ...തിരിച്ച് വരും.”

സുഹേൽദേവ് തലയാട്ടി. മംഗൽധ്വജ് പറഞ്ഞതിനോട് യോജിച്ച്. തന്റെ പിതാവിന് സംസാരിക്കുക എന്നത് എത്ര വലിയ പരിശ്രമം ആണെന്ന് അയാൾ കണ്ടു. സംഭാഷണം കൂടുതൽ നീട്ടി പിതാവിനെ തളർത്തണമെന്ന് അയാൾക്കില്ലായിരുന്നു.

മംഗൽധ്വജ് കാശിനാഥിനെ നോക്കി, അദ്ദേഹം പെട്ടെന്ന് തന്നെ കട്ടിലിന്റെ അടുത്തെത്തി. രാജാവ് വീണ്ടും മകന്റെ നേരെ നോക്കി.

“ഞാൻ പദ്ധതികളിട്ടിട്ടുണ്ട്...” മംഗൽധ്വജ് പറഞ്ഞു. “...ഗുരുദേവന് എല്ലാം അറിയാം... അദ്ദേഹത്തിനോട് സംസാരിക്കൂ...”

സുഹേൽദേവ് കാശിനാഥനെ ഒന്ന് നോക്കിയിട്ട് പിതാവിന്റെ നേരെ തിരിഞ്ഞു. “ശരി, ബാബാ, ഞാൻ ഗുരുദേവനുമായി സംസാരിക്കാം.”

മംഗൽധ്വജ് ഒരു ദീർഘനിശ്വാസമെടുത്തു. അദ്ദേഹത്തിന്റെ അവസാനത്തെ ശ്രമമാണെന്ന പോലെ. അദ്ദേഹം തന്റെ മകന്റെ കൈയ്യിൽ അതിശയിപ്പിക്കുന്ന വിധം കരുത്തോടെ പിടിച്ചു, പെട്ടെന്ന് കണ്ണുകൾ തിളങ്ങി, മുഖം തീവ്രമായി. “എന്റെ മകനേ... പോരാടിക്കൊണ്ടിരിക്കുക... ഒരിക്കലും കീഴടങ്ങരുത്... അവരെ കാണുമ്പോഴെല്ലാം യുദ്ധം ചെയ്യുക... അവസാനം വരെ യുദ്ധം ചെയ്യുക... നീയാണ് അവസാനത്തെ ആളെങ്കിലും... പോരാട്ടം തുടരുക.... പോരാട്ടം തുടരുക.... ഒരിക്കലും കീഴടങ്ങരുത്... ആ വിദേശതന്തയില്ലാത്തവന്മാർ.... നമ്മുടെ മാതൃരാജ്യം ഭരിക്കില്ല... അവർ ഭരിക്കില്ല... മലിന....”

മംഗൽധ്വജിന്റെ വാക്കുകൾ കടുത്ത ഒരു ചുമയിൽ മുറിഞ്ഞുപോയി. കട്ടിയുള്ള ഒട്ടുന്ന കഫം അദ്ദേഹത്തിന്റെ വായിൽ നിന്നും പുറത്തുചാടി. ഒരു വൈദ്യൻ മുന്നോട്ട് ഓടിവന്ന് അത് തുടയ്ക്കാൻ ശ്രമിച്ചു. പക്ഷേ മംഗൽധ്വജ് മുഖം തിരിച്ചു. എന്നിട്ട് വീണ്ടും സുഹേൽദേവിനെ നോക്കി. തന്റെ മകന്റെ കണ്ണുകളിലേയ്ക്ക്. തന്റെ മകന്റെ ആത്മാവിലേയ്ക്ക്.

“നീ പൊരുതിക്കൊണ്ടിരിക്കും... എനിക്ക് വാക്ക് തരൂ...”

“ഞാൻ വാക്ക് തരുന്നു ബാബാ. ഞാൻ വാക്ക് തരുന്നു.”

മംഗൽധ്വജ് മറ്റൊരു ദീർഘനിശ്വാസമെടുത്തു. “ജയ് മാ ഭാരതി.”

എന്നിട്ട് അദ്ദേഹം കണ്ണുകളടച്ചു. ഞൊടികൾക്കകം, അദ്ദേഹം ഉറക്കത്തിലായി. നെഞ്ച് ചെറുതായി ഉയർന്ന് താഴുന്നത് മാത്രമായിരുന്നു അദ്ദേഹം ജീവനോടെയുണ്ടെന്നതിനുള്ള സൂചന.

ആസ്ഥാന വൈദ്യന്മാർ മംഗൽധ്വജിന്റെ അടുത്തുതന്നെ നിന്നു. അദ്ദേഹത്തിന്റെ നാഡിമിടിപ്പ് പരിശോധിച്ചുകൊണ്ട്. അദ്ദേഹത്തിന്റെ ശ്വസനത്തിന്റെ തുടർച്ച നിരീക്ഷിച്ചുകൊണ്ട്. ആവശ്യമുള്ളപ്പോൾ മരുന്നുകൾ കൊടുത്ത്. ആർക്കും അത് എത്ര നേരം തുടരുമെന്ന് അറിയില്ലായിരുന്നു. രോഗികൾ, ചിലപ്പോൾ, ഈ അവസ്ഥയിൽ മാസങ്ങളോളം തുടരാറുണ്ട്.

സുഹേൽദേവും വിജയലക്ഷ്മിയും അല്പം മാറിനിന്നു. കട്ടിലിൽ കിടക്കുന്ന രാജാവിനെ നോക്കിക്കൊണ്ട്.

ചിലപ്പോൾ അവർ നിശ്ശബ്ദരായി ഇരുന്നു. ചിലപ്പോൾ സംസാരിച്ചു, മംഗൽധ്വജിനെ അവർ ചെയ്ത കാര്യങ്ങൾ സ്മരിച്ചുകൊണ്ട്. ഭൂതകാലത്തിലെ ഓർമ്മകൾ കണ്ടെത്തുന്നതിൽ ആശ്വാസം കണ്ടെത്തുന്നത് ബുദ്ധിപരമാണ്, ഭാവിയെക്കുറിച്ച് ആലോചിക്കാൻ സാധിക്കാത്തപ്പോൾ.

“നീ വിവാഹം കഴിച്ചു കാണാൻ അദ്ദേഹം ഇഷ്ടപ്പെട്ടിരുന്നു,” വിജയലക്ഷ്മി നെടുവീർപ്പോടെ പറഞ്ഞു.

സുഹേൽദേവ് അമ്മയെ നോക്കി. പക്ഷേ ഒന്നും പറഞ്ഞില്ല.

“അല്ല, അത് ഒരു മകനുണ്ടാകുന്നതും അനന്തരാവകാശിയെ ഉത്പാദിപ്പിക്കുന്നതും അല്ല,” രാജ്ഞി തുടർന്നു.

“എനിക്കറിയാം,” സുഹേൽദേവ് പറഞ്ഞു. “ഞാൻ ഗുരുദേവനുമായി സംസാരിക്കുകയായിരുന്നു. ബാബ വിവിധ രാജ്യങ്ങളുമായി ഉണ്ടാക്കിയിരിക്കുന്ന ബന്ധങ്ങളെപ്പറ്റി എനിക്കറിയാം. ഒരു സഖ്യകക്ഷിയെ ഉണ്ടാക്കാൻ, ശ്രാവസ്തിയുടെ നേതൃത്വത്തിൽ. ആ രാജ്യങ്ങളിൽ ചിലതുമായുള്ള സഖ്യങ്ങളെ ഊട്ടിയുറപ്പിക്കാൻ ഞാൻ ഒരു രാജകുമാരിയെ വിവാഹം കഴിക്കേണ്ടി വരും.”

“അല്ല, അതുമല്ല. അത് മംഗൽധ്വജിന് പ്രധാനമായിരുന്നു, പക്ഷേ അതുമാത്രമായിരുന്നില്ല കാര്യം. അദ്ദേഹത്തിന് നീ നിന്റെ ജീവിതം പൂർണമാക്കാനുള്ള ഒരാളെ കണ്ടെത്തണം എന്നായിരുന്നു ആഗ്രഹം. നിന്നെ സന്തോഷിപ്പിക്കാൻ കഴിയുന്ന ഒരാൾ.”

സുഹേൽദേവ് പതിയെ പുഞ്ചിരിച്ച് പിതാവിനെ നോക്കി. അയാൾ പതിയെ പറഞ്ഞു. “ബാബയ്ക്കും നിങ്ങൾക്കും ഉള്ളത് ആരാണ് ആഗ്രഹിക്കാത്തത്, അമ്മാ? ഞാൻ ആലോചിക്കാത്ത കാര്യമൊന്നുമല്ല അത്. പക്ഷേ, പ്രണയം ഒരു ശ്രദ്ധാവ്യതിയാനം ആകാം. പ്രത്യേകിച്ചും ഇങ്ങനെയുള്ള സമയങ്ങളിൽ, നമ്മുടെ രാജ്യവും സംസ്കാരവും അപകടത്തിൽ ആയിരിക്കുമ്പോൾ, ഞാൻ കരുതുന്നത് നേതാക്കന്മാർക്ക് വ്യക്തിജീവിതം എന്ന ആഡംബരം ഇല്ലെന്നാണ്.”

വിജയലക്ഷ്മി അയാളുടെ കൈപിടിച്ചു. “തെറ്റ്. വാസ്തവത്തിൽ, ഇങ്ങനെയുള്ള സമയത്താണ് ഒരു നേതാവിന്റെ ജീവിതത്തിൽ പ്രണയം ആവശ്യമുള്ളത്. അത് നിന്നെ ശ്രദ്ധാലുവായി വയ്ക്കുന്ന ഒന്നാണ്. അത് നിന്നെ മനുഷ്യനായി നിലനിർത്തും.”

സുഹേൽദേവ് മൗനം പാലിച്ചു.

“ഒരു രാക്ഷസനുമായി യുദ്ധം ചെയ്യുമ്പോൾ ഏറ്റവും വലിയ ഭയം തോൽക്കുമെന്നതല്ല. ഏറ്റവും വലിയ ഭയം, ആ രാക്ഷസനുമായി യുദ്ധം

ചെയ്യുമ്പോൾ, നമ്മളും ഒരു രാക്ഷസനായി മാറുമെന്നതാണ്. നമ്മൾ തീർച്ചയായും തുർക്കികളെ തോൽപ്പിക്കും. ഞാനങ്ങിനെ വിശ്വസിക്കുന്നു. പക്ഷേ, തുർക്കികളെ തോൽപ്പിക്കുന്നതിൽ, നമ്മൾ അവരെപ്പോലെ ആകുമ്പോൾ, നമ്മുടെ അകമേയുള്ള വിശാലതയും ഉദാരതയും നഷ്ടപ്പെടുമ്പോൾ, വിജയിക്കുന്നതിൽ എന്താണ് കാര്യമുള്ളത്?"

"പക്ഷേ അവരുടെ ക്രൂരതയെ നമ്മുടെ ക്രൂരത കൊണ്ട് മാത്രമേ നേരിടാൻ കഴിയുകയുള്ളൂ. അവരുമായി യുദ്ധം ചെയ്യുമ്പോൾ നമ്മൾ മാറാതിരിക്കുന്നതെങ്ങിനെ? അവരുടെ രക്തം നമ്മുടെ ശരീരത്തിൽ വീഴാതെ അവരുടെ കഴുത്തറുക്കണം എന്ന് പറയുന്നത് അസാധ്യമാണ്."

"ചില രക്തത്തുള്ളികൾ നമ്മുടെ മേൽ വീഴും. അതെ. പക്ഷേ അത് കഴുകിക്കളയാം. പ്രണയം ഒരു ശുദ്ധമാക്കുന്ന വസ്തുവാണ്. നിന്റെ ഹൃദയം പ്രണയം കൊണ്ട് നിറയുകയാണെങ്കിൽ, നീ മാറില്ല. നേതാവ് മാറുന്നില്ലെങ്കിൽ ആളുകളും മാറില്ലെന്ന് പ്രതീക്ഷിക്കാം."

സുഹേൽദേവ് ഒരിക്കൽക്കൂടി മൗനം പാലിച്ചു.

"ഞാൻ അവളെ ശ്രദ്ധിക്കുകയായിരുന്നു. അവൾ നല്ല പെണ്ണാണ്. അവളെ വിവാഹം കഴിക്കൂ."

സുഹേൽദേവ് അമ്മയെ അതിശയത്തോടെ നോക്കി. എങ്ങിനെ പ്രതികരിക്കണമെന്ന് അയാൾക്ക് അറിയില്ലായിരുന്നു.

"ഞാൻ നിന്റെ അമ്മയാണ്. എനിക്ക് നിന്റെ ഹൃദയം കാണാൻ കഴിയും. ഞാൻ പറഞ്ഞത് തന്നെ നിന്റെ പിതാവും പറയുമായിരുന്നു. നിനക്ക് ഞങ്ങളുടെ അനുഗ്രഹമുണ്ട്. തൊഷാനിയെ വിവാഹം കഴിക്കൂ."

സുഹേൽദേവ് പുഞ്ചിരിച്ചപ്പോൾ അയാളുടെ കണ്ണുകളിൽ നിന്നും ഏതാനും തുള്ളികൾ വീണു. അയാൾ അമ്മയെ കെട്ടിപ്പിടിച്ച് അവരുടെ ചുമലിൽ മുഖം താഴ്ത്തി.

അദ്ധ്യായം 22

വാതിൽ കാവൽക്കാരന്റെ ശബ്ദം ഉറക്കെയുള്ളതും വ്യക്തവുമായിരുന്നു. "ശ്രാവസ്തിയുടെ മഹാനായ രാജാവേ, ഒരു സന്ദർശകൻ സ്വകാര്യമായി കാണാൻ അപേക്ഷിക്കുന്നു."

സുഹേൽദേവ് പുളഞ്ഞു, ചെറിയൊരു അസ്വസ്ഥതയുടെ വേദനയോടെ, കുറ്റബോധം പോലും. അയാൾക്ക് ആ പദവി ചേരില്ലായെന്നപോലെ.

മംഗൽധ്വജ് മരിച്ച് ഏതാനും ആഴ്ചകൾ കഴിഞ്ഞിരുന്നു. പഴയ രാജാവിന്റെ ക്ഷയിച്ച ശരീരത്തിന് അതിൽക്കൂടുതൽ അർബുദത്തിനെ താങ്ങാനാവില്ലായിരുന്നു. ഒരു സാധാരണ മകന് പ്രിയപ്പെട്ട പിതാവിനെ നഷ്ടപ്പെട്ടതിന്റെ ദുഃഖം ഏറെക്കാലത്തേയ്ക്ക് അനുഭവിക്കാനുള്ള അവസരമുണ്ട്. പക്ഷേ ഒരു ദൗർഭാഗ്യവാനായ രാജകുമാരന് സ്വയം അത്രയ്ക്ക് സമയം ലഭിക്കാറില്ല.

കഴിഞ്ഞ കുറച്ച് ആഴ്ചകളിൽ ഒരുപാട് ചടങ്ങുകൾ നടത്തപ്പെട്ടിരുന്നു. മംഗൽധ്വജിന്റെ ശവസംസ്കാരം, ഭരണാധികാരിയ്ക്കുള്ള ബഹുമതികൾ ഉൾപ്പടെ. സുഹേൽദേവിനെ രാജാവായി വാഴിച്ചുകൊണ്ടുള്ള പൂജ, സിംഹാസനം കാലിയായിരിക്കുന്നത് അനുവദനീയമല്ലാത്തത് കൊണ്ട്. ശ്രാവസ്തിയോട് അനുഭാവം പ്രകടിപ്പിച്ച രാജ്യങ്ങളിൽ നിന്നുമുള്ള നയതന്ത്രജ്ഞരുടെ അംഗീകാരം. സഖ്യകക്ഷികൾ രൂപം കൊള്ളുന്നു. മംഗൽധ്വജിന്റെ സ്വപ്നം സാക്ഷാൽക്കരിക്കപ്പെടുകയായിരുന്നു.

പക്ഷേ ഇപ്പോൾ സ്ഥാനമേൽക്കൽ ചടങ്ങ് ഏകോപിപ്പിക്കാനുള്ള സമയം വന്നിരിക്കുകയാണ്. അതൊരു ആഡംബരമായ ചടങ്ങായിരിക്കില്ലെന്ന് സുഹേൽദേവ് തീരുമാനിച്ചിരുന്നു. പക്ഷേ അയാൾ പ്രദേശത്തെ രാജാക്കൻമാർക്കെല്ലാം ക്ഷണക്കത്തുകൾ അയച്ചു, ശ്രാവസ്തിയുടെ നേതൃത്വത്തിലുള്ള സഖ്യത്തിൽ ഇല്ലാത്ത രാജാക്കന്മാർ ഉൾപ്പടെ.

കണ്ണൗജിലെ അജിത്പാൽ, അതിശയമൊന്നുമില്ലാതെ നിരസിച്ചു. പക്ഷേ തന്റെ മന്ത്രി വൃഷഭിനെ പ്രതിനിധിയായി അയച്ചു.

സ്ഥാനാരോഹണം അവസാനിച്ചപ്പോൾ, സുഹേൽദേവ് തന്റെ വൃന്ദങ്ങളുമായി മുറിയിലേയ്ക്ക് പോയി. എന്തായാലും അയാളെ കാണാനായി സന്ദർശകർ നിരന്നുനിൽക്കുന്നുണ്ടായിരുന്നു.

കാശിനാഥ്, അബ്ദുൾ, ഗോവർദ്ധൻ, തൊഷാനി എന്നിവർ മുറിയിൽ സുഹേൽദേവിനൊപ്പം ഉണ്ടായിരുന്നു. രാജഗുരു മണൽഘടികാരത്തിലേയ്ക്ക് നോക്കി.

"അങ്ങേയ്ക്ക് അധികം സമയമില്ല," കാശിനാഥ് പറഞ്ഞു. "ഇപ്പോൾത്തന്നെ ഒരുപാട് ആളുകൾ കാണാനായി കാത്തിരിക്കുന്നുണ്ട്, അതു കഴിഞ്ഞ്, അങ്ങ് ആതിഥ്യം വഹിക്കുന്ന പ്രത്യേക അത്താഴത്തിനുള്ള സമയമാകും, പ്രഭോ."

സുഹേൽദേവ് മൂക്ക് ചുളിച്ചു, "ഞാൻ എത്ര തവണ പറയണം ഗുരുദേവാ, ഞാൻ രാജാവാണെങ്കിലും, നിങ്ങളുടെ അധിപനല്ല. ദയവായി എന്നെ അങ്ങിനെ വിളിക്കരുത്."

കാശിനാഥ് കൈകൾ കൂപ്പി, "ഞാൻ ശ്രാവസ്തിയുടെ സിംഹാസനത്തിനെ അതിന്റെ അവകാശിയെ ബഹുമാനത്തോടെ വിളിക്കാതെ അപമാനിക്കില്ല. ഇനി, പുതിയ തർക്കവുമായി സമയം കളയണ്ട. അങ്ങ് സന്ദർശകരെ കണ്ടുകൂടെ, എന്നിട്ട് നമുക്ക് മറ്റു കാര്യങ്ങളിലേയ്ക്ക് പോകാം."

സുഹേൽദേവ് നെടുവീർപ്പിട്ടു. "ശരി. നിങ്ങൾ തയ്യാറാകൂ. ഞാൻ ഇപ്പോൾ വരാം." അയാൾ കാവൽക്കാരന്റെ നേരെ തിരിഞ്ഞു. "ആരാണ് ആ സന്ദർശകൻ?"

"വൃഷഭ് പ്രഭു, കണ്ണൗജിലെ പ്രധാനമന്ത്രി, പ്രഭോ."

സുഹേൽദേവ് മരവിച്ചുപോയി. അയാളുടെ മുഷ്ടികൾ ഞെരിഞ്ഞു. കണ്ണൗജിന്റെ ഭരണാധികാരി എപ്പോഴും സുഹേൽദേവിനെ കീഴ്ജാതിക്കാരൻ ആയിട്ടാണ് കണ്ടിട്ടുള്ളത്. കുറച്ച് യുദ്ധങ്ങളിൽ ഘസ്നിയ്ക്കൊപ്പം ചേരുകയും ചെയ്തു.

"പ്രഭോ," കാശിനാഥ് സൗമ്യമായി പറഞ്ഞു.

"കുറഞ്ഞത് പ്രധാനമന്ത്രിയെങ്കിലും വന്നല്ലോ. അവർ ചടങ്ങ് പൂർണമായും ഉപേക്ഷിച്ച് അപമാനിച്ചില്ല."

സുഹേൽദേവ് ഒന്നും മിണ്ടിയില്ല. വ്യക്തമായും അസന്തുഷ്ടനായിരുന്നു.

"സുഹേൽദേവ്," തൊഷാനി പറഞ്ഞു, "മറ്റുള്ളവർ എങ്ങിനെ പെരുമാറിയാലും, നമ്മൾ അതിഥിയെ ബഹുമാനത്തോടെ കൈകാര്യം ചെയ്യണം. അതാണ് ധർമ്മം."

സുഹേൽദേവ് തലയാട്ടി.

"നിങ്ങൾ പൊയ്ക്കോളൂ. ഞാൻ അയാളെ നോക്കിക്കോളാം."

അബ്ദുളിന് ഇടപെടണമെന്ന് തോന്നി. "ഞാൻ പറയുന്നത് കേൾക്കൂ, രാജൻ..."

സുഹേൽദേവ് അയാളെ തടഞ്ഞു. "എല്ലാവരും, ദയവായി പോകൂ. ഞാൻ കൈകാര്യം ചെയ്തോളാം."

കാശിനാഥ് ബാക്കിയുള്ളവരെ നോക്കി, അനുസരിക്കണം എന്ന് വ്യക്തമാക്കി സൂചന കൊടുത്തുകൊണ്ട്. എന്നിട്ട് അദ്ദേഹം വണങ്ങി മുറിയിൽ നിന്നും പോയി. മറ്റുള്ളവർ പിന്തുടർന്നു, അവസാനമായി പോയത് തൊഷാനി ആയിരുന്നു.

കണ്ണൗജിന്റെ പ്രധാനമന്ത്രിയെ മുറിയിലേയ്ക്ക് ആനയിക്കപ്പെട്ടു.

വൃഷഭിന്റെ നടത്തം പതുക്കെയും ആത്മവിശ്വാസത്തോടെയും ആയിരുന്നു. അയാളുടെ പെരുമാറ്റം, പരുക്കനും സൗഹാർദ്ദം ഇല്ലാത്തതുമായിരുന്നു. അയാൾ കൈകൾ കൂപ്പി വണങ്ങി. "ജയ് ശ്രീക്രൃഷ്ണ."

"ജയ് ശ്രീകൃഷ്ണ," സുഹേൽദേവ് ആവർത്തിച്ചു.

"ആശംസകൾ, മഹാനായ രാജാവേ. അങ്ങയുടെ ബഹുമാന്യനായ പിതാവിന്റെ മരണത്തിൽ എന്റെ അനുശോചനങ്ങൾ സ്വീകരിച്ചാലും. എന്റെ പ്രഭു അജിത്പാൽ ചക്രവർത്തി, ചടങ്ങിൽ വ്യക്തിപരമായി പങ്കെടുക്കാൻ കഴിയാത്തതിൽ ഖേദം അറിയിച്ചിരിക്കുന്നു."

"അതെനിക്കുറപ്പാണ്," സുഹേൽദേവ് പറഞ്ഞു.

ശ്രാവസ്തിയുടെ രാജാവ് കാവൽക്കാരെ നോക്കി പോകാൻ സൂചന നൽകി. അവർ മടിച്ചു, ശത്രുരാജ്യത്തിന്റെ പ്രധാനമന്ത്രിയ്ക്കൊപ്പം അയാളെ ഒറ്റയ്ക്ക് ഉപേക്ഷിക്കുന്നത് നിഷ്ഠയല്ലായിരുന്നു. പക്ഷേ സുഹേൽദേവിനോട് തർക്കിക്കുന്നതിലും നല്ലതാണതെന്ന് അവർക്കറിയാമായിരുന്നു. അവർ പെട്ടെന്ന് തന്നെ മുറിയിൽ നിന്നും പോയി.

സുഹേൽദേവ് കസേരയിൽ നിന്നും എഴുന്നേറ്റ് വൃഷഭിന്റെ നേരെ നടന്നു, കണ്ണൗജിലെ ക്ഷത്രിയ രാജാവിന്റെ ബ്രാഹ്മണനായ പ്രധാനമന്ത്രിയുടെ മുന്നിൽ നിവർന്ന് നിന്നു.

വൃഷഭ്, എന്തായാലും പിന്നോട്ട് മാറിയില്ല. അയാൾ സുഹേൽദേവിനെ മുഖമുയർത്തി നോക്കി, അയാളുടെ മുഖത്തെ ആത്മവിശ്വാസത്തോടെയുള്ള പുഞ്ചിരി ഉണ്ടായിരുന്നു, അയാൾ പറഞ്ഞു, "സുഖമല്ലേ സുഹൃത്തേ?"

സുഹേൽദേവ് ഊഷ്മളമായി പുഞ്ചിരിച്ച് വൃഷഭിനെ ആലിംഗനം ചെയ്തു. "നന്നായിരിക്കുന്നു, വൃഷഭ്ജീ."

വൃഷഭ് അടത്തിട്ട വാതിലിലേയ്ക്ക് നോക്കി. എന്നിട്ട് തിരിച്ച് സുഹേൽ ദേവിനെ. "കൃഷ്ണ ഭഗവാന്റെ അനുഗ്രങ്ങൾ കൊണ്ട്, നമ്മുടെ രഹസ്യ സഖ്യം രഹസ്യമായിത്തന്നെ തുടരുന്നു."

"അങ്ങിനെ തന്നെ വേണം... കാട്ടിലെ ഇത്രയും വർഷങ്ങൾ അങ്ങ് തന്ന സഹായങ്ങൾക്ക് നന്ദി പറയാൻ സാധിച്ചില്ല."

വൃഷഭ് പിന്നോട്ട് മാറി, സുഹേൽദേവിന്റെ കൈകളിൽ പിടിച്ചുകൊണ്ട് തന്നെ. "അത് എനിക്ക് ചെയ്യാവുന്ന ഏറ്റവും ചെറിയ കാര്യമായിരുന്നു. നിങ്ങൾ ജീവൻ അപകടത്തിൽ പെടുത്തുകയായിരുന്നു. നമ്മുടെ മാതൃരാജ്യത്തിന് വേണ്ടി എല്ലാം അപകടത്തിലാക്കുകയായിരുന്നു."

"എന്നെ വിശ്വസിക്കൂ, താങ്കളുടെ സഹായം ഒരുപാട് തവണ എന്റെ ജീവൻ രക്ഷിച്ചിട്ടുണ്ട്."

"അത് കേട്ടതിൽ സന്തോഷം... എനിക്ക് മാതൃരാജ്യത്തിനെ സേവിക്കാൻ അവസരം തന്നതിൽ നന്ദി. അങ്ങയെ സേവിക്കാനും... എനിക്ക് പരസ്യമായി അങ്ങയോടൊപ്പം ചേരാൻ കഴിഞ്ഞിരുന്നെങ്കിൽ എന്നാഗ്രഹിക്കുന്നു."

"അങ്ങ് കണ്ണൗജിന്റെ സഭയിൽ സേവിക്കുമ്പോൾത്തന്നെ എനിക്കും നമ്മുടെ മാതൃരാജ്യത്തിനും വലിയ സഹായമാണ്," സുഹേൽദേവ് പറഞ്ഞു. "ഇനി, പറയൂ, അജിത്പാൽ രാജാവിന്റെ വിശേഷങ്ങൾ എന്താണ്?"

"അങ്ങ് രാജാവായതിൽ അദ്ദേഹം സന്തുഷ്ടനല്ല, പക്ഷേ അങ്ങനെ ഒറ്റയ്ക്ക് ആക്രമിക്കുകയുമില്ല. ഘസ്നിയുടെ സൈന്യത്തിനെ പിന്തുണയില്ലാതെ ഇല്ല. അദ്ദേഹത്തിന് അങ്ങയുടെ ഇരുപത്തിയൊന്ന് രാജാക്കന്മാരുടെ സഖ്യത്തിനേയും നേതാക്കന്മാരേയും തനിച്ച് നേരിടാൻ സാധിക്കില്ല."

"ഹം."

"സഖ്യം നല്ലൊരു ആശയമായിരുന്നു."

"എന്റെ പിതാവ് എപ്പോഴും വിവേകശാലിയായിരുന്നു."

"അതെ... എന്തായാലും, അങ്ങ് അറിയേണ്ട ഒരു കാര്യമുണ്ട്."

"എന്ത്?" സുഹേൽദേവ് ജിജ്ഞാസയോടെ ചോദിച്ചു.

"അങ്ങയുടെ നേതൃത്വനിരയിൽ ഒരു ഒറ്റുകാരനുണ്ട്."

ഇരുപത്തിയൊന്ന് രാജാക്കന്മാരുടേയും നേതാക്കന്മാരുടേയും ഒത്തുകൂടൽ സുഹേൽദേവ് വലിയ ഹാളിലേയ്ക്ക് പ്രവേശിച്ചപ്പോൾ എഴുന്നേറ്റുനിന്നു. സുഹേൽദേവ് ഇരുപത്തിയൊന്ന് പേരേയും പ്രത്യേകമായി കാണാനുള്ള ഒരുക്കങ്ങൾ ചെയ്തിരുന്നു, കാരണം അവർ തുർക്കികൾക്കെതിരായി ഒരു സഖ്യം രൂപീകരിക്കാനുള്ള മംഗൽധ്വജിന്റെ നിർദ്ദേശത്തിനോട് യോജിച്ചിരുന്നു.

അവരുടെ ചെറിയ രാജ്യങ്ങളും മണ്ഡലങ്ങളും വടക്കേ ഇന്ത്യയിലെ വലിയ ശക്തികളായിരുന്നത് അപചയിച്ചിരുന്നു, ഒരുപാട് ചെറിയ ഭരണകൂടങ്ങൾക്ക് വഴികൊടുത്തുകൊണ്ട്.

സുഹേൽദേവ് എല്ലാവരേയും കൈകൂപ്പി ആശംസിച്ചു, എന്നിട്ട് ഇരിക്കാൻ ആംഗ്യം കാണിച്ചു. അയാൾ ഹാളിന്റെ അറ്റത്തുള്ള ലളിതമായ സിംഹാസനത്തിൽ ഇരുന്നു, ചുറ്റും സഹായികളുമായി.

“നന്ദി, മഹാത്മാരായ രാജാക്കന്മാരേ, നിങ്ങളുടെ സാന്നിധ്യം കൊണ്ട് എന്നെ ആദരിച്ചതിൽ,” സുഹേൽദേവ് പറഞ്ഞു. “എന്റെ പിതാവിന് ഒരു ദർശനം ഉണ്ടായിരുന്നു. ഇപ്പോൾ ഫലം കണ്ടിരിക്കുന്ന ഒരു ദർശനം. നമ്മൾ ഒരുമിച്ചാൽ മാത്രം തുർക്കി കാടന്മാരെപ്പോലെയുള്ള വിദേശ കടന്നുകയറ്റക്കാരോട് പൊരുതാൻ കഴിയുകയുള്ളൂ എന്ന ദർശനം. ഞാൻ ചുറ്റും നോക്കുമ്പോൾ കാണുന്നത് എന്റെ ജീവിതകാലം മുഴുവനും ആദരിക്കുന്ന ആളുകളെയാണ്. ഇന്ത്യയുടെ മഹാത്മാരായ പുത്രന്മാർ, നമ്മുടെ മാതൃരാജ്യത്തിനെ സംരക്ഷിക്കാനുള്ള വിവേകവും, കരുത്തും ദേശസ്നേഹവും ഉള്ളവർ. ജയ് മാ ഭാരതി!”

ഹാളിൽ ഉഗ്രമായ മുദ്രാവാക്യങ്ങൾ അലയടിച്ചു. “ജയ് മാ ഭാരതി!”

“നിങ്ങൾ എന്റെ പിതാവ് നയിക്കുന്ന സഖ്യത്തിന്റെ ഭാഗമാകുവാൻ സമ്മതിച്ചതാണ്. അദ്ദേഹം ഒരു മഹാനായ മനുഷ്യനായിരുന്നു, ആർക്കും പകരം വയ്ക്കാൻ സാധിക്കാത്ത ഒരാൾ. പക്ഷേ അദ്ദേഹത്തിന്റെ ജീവിതത്തിലെ പ്രവർത്തനങ്ങളും സ്വപ്നവും തുടർന്നു കൊണ്ടുപോകാൻ ഞാൻ പരമാവധി ശ്രമിക്കുന്നതാണ്. എന്റെ പിതാവുമായി സമ്മതിച്ചിട്ടുള്ള കരാറുകൾ തുടരാനാണ് ഞാൻ ഉദ്ദേശിക്കുന്നത്. ഈ സഖ്യത്തിന് ഒരു ലക്ഷ്യമാണുണ്ടാകുക: വിദേശ കടന്നുകയറ്റക്കാർക്കെതിരേ പൊതുവായുള്ള പ്രതിരോധം. നമ്മൾ പരസ്പരം ആഭ്യന്തര കാര്യങ്ങളിൽ ഇടപെടില്ല. ഓരോ രാജ്യത്തിന്റേയും സ്വയം ഭരണാധികാരം എപ്പോഴും ആദരിക്കപ്പെടുന്നതായിരിക്കും.”

“അതെ! അതെ!”

“നമ്മൾ വിദേശികൾക്കെതിരെ പോരാടാനുള്ള പൊതുവായ സൈന്യമായിരിക്കും. നിങ്ങളുടെ ആഭ്യന്തര പൊലീസുകാർ സ്വതന്ത്രരായി നിലനിൽക്കുകയും ചെയ്യും.”

ഒരു രാജാവ് സുഹേൽദേവിനോട് ചോദിച്ചു, “തുർക്കികൾ എപ്പോൾ തിരിച്ചു വരുമെന്നാണ് അങ്ങ് കരുതുന്നത്?”

“ഇപ്പോൾ അവർ ആഭ്യന്തരയുദ്ധത്തിലാണ്. വിഷപ്പാമ്പുകൾ നമുക്ക് തയ്യാറെടുക്കാനുള്ള സമയം തന്നിരിക്കുകയാണ്. പക്ഷേ അവർ തിരിച്ചുവരും. ഇന്ത്യയിൽ അത്രയധികം പണമുണ്ട്. നമ്മളുമായി താരതമ്യം

ചെയ്യുമ്പോൾ അവർ ദരിദ്രരാണ്. ഘസ്നിയിലെ ആഭ്യന്തരയുദ്ധം വിജയിക്കുന്നയാൾക്ക് തന്റെ സഖ്യകക്ഷികളുടെ പിന്തുണയ്ക്കായി കൊടുക്കാൻ പണം വേണ്ടിവരും. അവർ തിരിച്ചുവരും. നമ്മൾ അലംഭാവം കാണിക്കരുത്. ഈ സമയം യുദ്ധത്തിനായി തയ്യാറെടുക്കാൻ വേണ്ടി ഉപയോഗിക്കണം. സമ്മതിച്ചോ?"

ഛത്രിയിലെ ഭരണാധികാരിയും മുറിയിലെ ഏറ്റവും പ്രായമേറിയ വ്യക്തിയുമായ ശങ്കർ രാജാവ് എഴുന്നേറ്റുനിന്നു. അദ്ദേഹത്തിന്റെ പ്രായാധിക്യത്തിലും ശബ്ദം ഉറച്ചതും സമ്മേളനത്തിൽ പങ്കെടുത്ത ഓരോരുത്തരുടേയും ബഹുമാനം പിടിച്ചുപറ്റുകയും ചെയ്തു. "സുഹേൽദേവ് രാജാവ് വിവേകപൂർവം സംസാരിച്ചു. തുർക്കികൾ തിരിച്ചുവരാൻ അധികം സമയമെടുക്കില്ല. അവരെ തടയാൻ ആർക്കെങ്കിലും കഴിയുമെങ്കിൽ, അത് ഇദ്ദേഹമാണ്. കഴിഞ്ഞ കുറച്ച് വർഷങ്ങളിൽ, നമ്മൾ എല്ലാവരും കൊട്ടാരങ്ങളിൽ ആഡംബരജീവിതം നയിക്കുമ്പോൾ, അദ്ദേഹം തുർക്കികളും അവരുടെ വാലാട്ടികളുമായി യുദ്ധം ചെയ്യുകയായിരുന്നു." അദ്ദേഹം സുഹേൽദേവിന്റെ നേരെ തിരിഞ്ഞ് വണങ്ങി. "അങ്ങയുടെ പിതാവ് വെറും ഒരു മഹാനായ ദാർശനികനും ധീരനായ യോദ്ധാവും മാത്രമായിരുന്നില്ല, അദ്ദേഹം അടിച്ചമർത്തപ്പെട്ട എല്ലാവർക്കും വിശ്വസ്തനായ സുഹൃത്തുമായിരുന്നു. ഞങ്ങളുടെ രാജ്യത്തിലേയ്ക്ക് നയതന്ത്രപരമായ അംഗീകാരം നീട്ടിയത് അദ്ദേഹമായിരുന്നു, എല്ലാവരും ഞങ്ങളെ തള്ളിപ്പറഞ്ഞ സമയത്ത്. അദ്ദേഹത്തിനെ ഒരു സഹോദരനായി കാണാനുള്ള ഭാഗ്യം എനിക്കുണ്ടായിരുന്നു. അങ്ങയെ സഖാവായി വിളിക്കുന്നതിൽ അഭിമാനിക്കുന്നു. അങ്ങയുടെ നിർദ്ദേശവുമായി ഞാൻ യോജിക്കുകയാണ്. നമുക്ക് ഒരു സഖ്യസൈന്യത്തിനെ ഉണ്ടാക്കാം. സുഹേൽദേവ് രാജാവ് നീണാൾ വാഴട്ടെ!"

മറ്റുള്ളവർ ഓരോരുത്തരായി അദ്ദേഹത്തിനൊപ്പം ചേർന്നു, ഹാൾ മുഴുവനും അവരുടെ ആർപ്പുവിളികൾ കൊണ്ട് നിറയുന്നത് വരെ. സുഹേൽദേവ് എഴുന്നേറ്റ് നിന്നു, കൈകൾ കൂപ്പി വണങ്ങി, എന്നിട്ട് സൗമ്യതയോടെ തലകുനിച്ചു. പിന്നെ നിശ്ശബ്ദരായിരിക്കാൻ ആംഗ്യം കാണിച്ചു.

"നിങ്ങളുടെ വിശ്വാസത്തിനും പിന്തുണയ്ക്കും നന്ദി, മഹാന്മാരായ രാജാക്കന്മാരേ. ഞാൻ ശിവഭഗവാന്റെയും രാമഭഗവാന്റെയും നാമങ്ങളിൽ പ്രതിജ്ഞ ചെയ്യുന്നു, ഞാൻ ഒരിക്കലും നിങ്ങൾ ഖേദിക്കാൻ ഇടയുണ്ടാക്കില്ല. എനിക്ക് ചില പദ്ധതികൾ ഉള്ളത് നാളെ സഭയിൽ പ്രഖ്യാപിക്കുന്നതായിരിക്കും, പക്ഷേ നിങ്ങൾ അവയെപ്പറ്റി കേൾക്കണം എന്ന് എനിക്കാഗ്രഹമുണ്ട്." അയാൾ അബ്ദുളിനേയും ഗോവർദ്ധനേയും ചൂണ്ടിക്കാണിച്ചു. "തുർക്കികളുമായുള്ള പോരാട്ടങ്ങളുടെ അനുഭവത്തിൽ,

ഞാൻ വിശ്വസിക്കുന്നത്, സാധാരണ സൈന്യം കൂടാതെ നമുക്ക് ചെറിയ രണ്ട് കുതിരപ്പടകൾ കൂടി സൃഷ്ടിക്കേണ്ടതുണ്ട്. അവർ അനുയായികളായും അപ്രതീക്ഷിത ആക്രമണങ്ങളെ നേരിടാനുള്ള വഴികാട്ടികളായും പ്രവർത്തിക്കും. അബ്ദുളും ഗോവർദ്ധനും ആ പടകൾക്ക് രൂപം കൊടുത്ത് നയിക്കും, അതിൽ എന്റെ സംഘത്തിലുണ്ടായിരുന്ന കുറേപ്പേരും ഉൾപ്പെടും." അബ്ദുളും ഗോവർദ്ധനും വണങ്ങിയപ്പോൾ, സുഹേൽദേവ് അവരോട് പറഞ്ഞു, "നിങ്ങളുടെ ആളുകളിൽ ഓരോരുത്തരും രണ്ട് ബുദ്ധിസ്റ്റ് സന്ന്യാസിമാരിൽ നിന്നും കുറച്ച് പരിശീലനം നേടുന്നുണ്ടെന്ന് ഉറപ്പാക്കുക. ആ കഴിവുകൾ പ്രയോജനപ്പെടും." അടുത്തതായി, സുഹേൽദേവ് തൊഷാനിയുടെ നേരെ തിരിഞ്ഞു. "ഞാൻ എപ്പോഴും നമ്മുടെ സൈന്യങ്ങളിൽ കൂടുതൽ സ്ത്രീകളെ ചേരാൻ പ്രോത്സാഹിപ്പിക്കണം എന്ന് വിശ്വസിക്കാറുണ്ട്. നമ്മുടെ പഴയ സൈന്യങ്ങളിൽ ധാരാളം സ്ത്രീ യോദ്ധാക്കൾ ഉണ്ടായിരുന്നു. അവർക്കും ആണുങ്ങളെപ്പോലെ ഒരേ തുടിപ്പും രാജ്യസ്നേഹവും ഉണ്ടായിരുന്നു. നമ്മുടെ മാതൃരാജ്യത്തിനെ പ്രതിരോധിക്കാൻ അവർക്ക് അവസരം ഉണ്ടായാലെന്താണ്? അതുകൊണ്ട്, സ്ത്രീ യോദ്ധാക്കളുടെ ഒരു സന്നദ്ധസേനയെ ഒരുക്കാൻ പദ്ധതിയിടുക. തൊഷാനി, നീയായിരിക്കും ഈ വകുപ്പിനെ നയിക്കുക. നമ്മൾ അതിനെ മാ കാളി വകുപ്പ് എന്ന് വിളിക്കും."

തൊഷാനിയുടെ മുഖം സന്തോഷം കൊണ്ട് തിളങ്ങി. അവൾ സുഹേൽദേവിനേയും സന്നിഹിതരായ രാജാക്കന്മാരേയും വണങ്ങി.

"ഇനി, എനിക്ക് ദുഃഖകരമായ ഒരു കാര്യം പറയാനുള്ളത് ശ്രാവസ്തിയിലെ സഭയിൽ ഒരു ഒറ്റുകാരൻ ഉണ്ടെന്നുള്ളതാണ്." സുഹേൽദേവ് കൈകൾ കൊട്ടി. "അയാളെ കൊണ്ടുവരൂ."

കാവൽക്കാർ ഒരാളെ മുറിയിലേയ്ക്ക് കൊണ്ടുവരുമ്പോൾ സദസ്സ് വാപൊളിച്ചു. അവർക്കെല്ലാവർക്കും അറിയാവുന്ന ഒരാൾ. അയാളുടെ കൈകൾ കെട്ടി മുഖം അടിച്ച് ചതച്ചിരുന്നു. അയാൾ ഭയം നിറഞ്ഞ കണ്ണുകളുമായി ചുറ്റും നോക്കി.

സുഹേൽദേവ് തടവുകാരന്റെ നേർക്ക് ചൂണ്ടി. "ഈ അധമന് ഭീമമായ ഭൂസ്വത്തുണ്ട്, മൂവായിരം പട്ടാളക്കാരെ നയിച്ചിട്ടുമുണ്ട്. പക്ഷേ അയാൾക്ക് അതുകൊണ്ട് തൃപ്തിയായില്ല. അയാൾ നമ്മൾ എല്ലാവരേയും കണ്ണൗജിലെ രാജാവ് അജിത്പാലിന് ഒറ്റിക്കൊടുക്കുകയായിരുന്നു. ഘസ്നിയിലെ നെറികെട്ട സലാർ മഖ്സൂദിന്റെ നിർദ്ദേശങ്ങൾ അനുസരിച്ച്. ഞാൻ ഒരിക്കലും അയാളെ സംശയിച്ചിരുന്നില്ല, പക്ഷേ ഞാൻ പൂർണമായും വിശ്വസിക്കുന്ന ഒരു സ്രോതസ്സ് അയാളെപ്പറ്റി എന്നോട് പറഞ്ഞു. ചോദ്യം ചെയ്തപ്പോൾ അയാൾ സമ്മതിച്ചു."

"ദയവ് കാണിക്കണം, പ്രഭോ! ഞാൻ അങ്ങയുടെ പിതാവിനെ വിശ്വാസത്തോടെ സേവിച്ചതാണ്...എന്റെ തെറ്റ് മാപ്പാക്കണം...ദയ കാണിക്കണം!"

സുഹേൽദേവ് അയാളെ ഭീഷണമായി നോക്കി. "ഞാൻ ഒരു സുഹൃത്തിന് വേണ്ടി എന്റെ ജീവൻ വരെ കൊടുക്കും. ശത്രുവിന്റെ ജീവൻ എടുക്കുന്നതിൽ മടിയുമില്ല. നീ എനിക്കെതിരേ ഞങ്ങളുടെ രാജ്യത്തിന്റെ ശത്രുവിന് വേണ്ടി ഒറ്റുജോലി ചെയ്യാൻ തീരുമാനിച്ച അന്ന് തന്നെ കുറ്റവാളിയായിക്കഴിഞ്ഞു." അദ്ദേഹം കാവൽക്കാർക്കു നേരെ ആംഗ്യം കാണിച്ചു. "അയാളെ ഇവിടെ നിന്നും കൊണ്ടുപോകൂ."

അയാൾ നിലത്തേയ്ക്ക് വീണ് ഉറക്കെ കരയാൻ തുടങ്ങി. കാവൽക്കാർ അയാളെ കൈകളിൽ പിടിച്ച് വലിച്ചിഴച്ച് കൊണ്ടുപോയി, ദയവിനായി യാചിക്കുമ്പോൾത്തന്നെ. മുറിയിലെ ഓരോ കണ്ണും അയാളെ പിന്തുടർന്നു.

തടവുകാരനെ കൊണ്ടുപോയി കഴിയുന്നത് വരെ സുഹേൽദേവ് കാത്തിരുന്നു, എന്നിട്ട് തുടർന്നു. "ഒറ്റുകാർക്ക് ദയവുണ്ടാവില്ല, പക്ഷേ അയാൾ എന്റെ പിതാവിന് ചെയ്ത സേവനങ്ങൾ കണക്കിലെടുത്ത്, ഞാൻ അയാൾക്ക് പെട്ടെന്നുള്ള മരണം അനുവദിക്കുന്നു. ഒറ്റുകാരന്റെ സ്വത്തുക്കൾ പിടിച്ചെടുക്കപ്പെടും, അയാളെ സൈന്യപദവിയിൽ നിന്നും മാറ്റുകയും ചെയ്യും."

അദ്ദേഹം മുറിയ്ക്ക് ചുറ്റും നോക്കി, താൻ കൊടുക്കണം എന്നാഗ്രഹിച്ച സന്ദേശം എല്ലാവരിലും എത്തി എന്നുറപ്പാക്കാനായി. എല്ലാവരുടേയും ഭയം നിറഞ്ഞ നോട്ടങ്ങളിൽ നിന്നും അത് വ്യക്തമായി.

"അവസാനമായി ഒരു കാര്യം കൂടി, മഹാന്മാരായ രാജാക്കന്മാരേ," സുഹേൽദേവ് പറഞ്ഞു. "ഞാൻ നമ്മുടെ പ്രാചീന ഗ്രന്ഥങ്ങളും കഥകളും ഒരുപാട് വായിച്ചിട്ടുണ്ട്. നമ്മുടെ എല്ലാ ദൈവങ്ങളും ആദരിച്ചിരുന്ന ഒരു പാരമ്പര്യമുണ്ട്. നമ്മൾ മറന്ന ഒരു പാരമ്പര്യം. രാമഭഗവാനും അദ്ദേഹത്തിന്റെ സഹോദരന്മാരും മെലൂഹയിൽ സാമ്രാജ്യം സ്ഥാപിക്കാനായി സൈന്യത്തിനെ ഒരുക്കുമ്പോൾ, അദ്ദേഹം ഇത് ചെയ്തിരുന്നു. ശിവഭഗവാൻ, സതീദേവി, അവരുടെ പുത്രന്മാരായ ഗണേശനും കാർത്തികേയനും, യുദ്ധം ചെയ്യാൻ പോകുമ്പോൾ ഇതുചെയ്തിരുന്നു. സതീദേവിയുടെ സഹോദരി, കാളീദേവിയും അവരോടൊപ്പം ചേർന്നു. പരശുരാമഭഗവാൻ മുതൽ രുദ്രഭഗവാൻ അവരെ, മോഹിനീദേവി മുതൽ കൃഷ്ണഭഗവാൻ വരെ ഇത് ചെയ്തിട്ടുണ്ട്. അതൊരു നല്ല പാരമ്പര്യമായിരുന്നു. നമ്മളെല്ലാവരും മറന്ന ഒരു പാരമ്പര്യം. നമ്മൾ ഇപ്പോൾ ആദരിക്കാത്ത ഒരു പാരമ്പര്യം."

രാജാക്കന്മാർ അത്ഭുതത്തോടെ പരസ്പരം നോക്കി.

"നമ്മളെ വിഭജിക്കുന്ന പണ്ടുകാലത്തെ പാരമ്പര്യങ്ങൾ ഉണ്ട്. നമ്മളെ ഒരുമിപ്പിക്കുന്ന പാരമ്പര്യങ്ങളുമുണ്ട്. നമ്മൾ നമ്മുടെ പഴമയിൽ നിന്നും ആദരിക്കുന്നതായിരിക്കും ഭാവി തീരുമാനിക്കുക. തെരഞ്ഞെടുപ്പ് നിങ്ങളുടേതാണ്."

സന്നിഹിതരായിരുന്ന രാജാക്കന്മാർക്കെല്ലാം ഒരു ചോദ്യമേ ഉണ്ടായിരുന്നുള്ളൂ. *എന്ത് പാരമ്പര്യത്തിനെ പറ്റിയാണ് സുഹേൽദേവ് രാജാവ് പറയുന്നത്?*

"ഒരു രാജ്യം എന്ന നിലയിൽ നമ്മൾ സ്വയം വേർപിരിഞ്ഞിരിക്കാൻ തെരഞ്ഞെടുത്തു. നമ്മളെത്തന്നെ വേർപിരിക്കുന്നതിലൂടെ, വിജയത്തിനേക്കാൾ പരാജയത്തിനെ തെരഞ്ഞെടുത്തു. നമുക്ക് ഐക്യത്തിനെ തെരഞ്ഞെടുക്കാം. നമുക്ക് വിജയത്തിനെ തെരഞ്ഞെടുക്കാം...ഐക്യത്തിനെ പിന്തുണയ്ക്കുന്ന പാരമ്പര്യങ്ങളെ തെരഞ്ഞെടുക്കാം."

സഭ നിശ്ശബ്ദമായി.

"സമൂഹങ്ങൾക്കിടയിലെ വിവാഹങ്ങൾ സാധാരണമായിരുന്ന ഒരു കാലം പ്രാചീന ഇന്ത്യയിൽ ഉണ്ടായിരുന്നു. അത് ഐക്യത്തിനെ പിന്തുണച്ചു. മറ്റുള്ളവരുടെ ഉത്സവങ്ങൾ പരസ്പരം ആഘോഷിച്ചിരുന്ന ഒരു സമയം ഇന്ത്യയിൽ ഉണ്ടായിരുന്നു. അത് ഐക്യത്തിനെ പിന്തുണച്ചു. ക്ഷേത്രങ്ങൾ എല്ലാ സമൂഹങ്ങൾക്കും തുറന്നുകൊടുത്തിരുന്ന ഒരു കാലം ഉണ്ടായിരുന്നു. അത് ഐക്യത്തിനെ പിന്തുണച്ചു. ഗ്രാമത്തിലെ എല്ലാവരും ഒരേ കിണറിൽ നിന്നും വെള്ളമെടുത്തിരുന്ന ഒരു കാലമുണ്ടായിരുന്നു. അത് ഐക്യത്തിനെ പിന്തുണച്ചു. നമ്മൾ എല്ലാവരും ഒരുമിച്ച് ഭക്ഷണം കഴിച്ചിരുന്ന കാലമുണ്ടായിരുന്നു. അത് ഐക്യത്തിനെ പിന്തുണച്ചു."

സുഹേൽദേവ് കൈതട്ടിയപ്പോൾ പത്ത് പേർ ചുമക്കുന്ന ഒരു വലിയ താലം കൊണ്ടുവരപ്പെട്ടു. പലപല അനുചരന്മാർ പിന്നാലെ ഭക്ഷണങ്ങളും കൊണ്ടുവന്നു.

"രാമഭഗവാനേയും ശിവഭഗവാനേയും പോലെയുള്ള നമ്മുടെ മഹത്തായ ദൈവങ്ങളുടെ പാരമ്പര്യങ്ങൾ അനുസരിച്ച് നമുക്ക് ഒരുമിച്ച് ഭക്ഷണം കഴിക്കാം, ഒരു താലത്തിൽ നിന്ന്, നമ്മളെല്ലാവരും സത്യത്തിൽ ഐക്യത്തിലാണെന്ന് കാണിക്കാനായി. നമ്മൾ എല്ലാവരും നമ്മുടെ മാതാവിന്, ഇന്ത്യ എന്ന ഈ മഹത്തായ രാഷ്ട്രത്തിന് നമ്മുടെ വിശ്വാസ്യത പ്രതിജ്ഞ ചെയ്യൂ. അവരുടെ മണ്ണിൽ നിന്നും, അവരുടെ അനുഗ്രഹത്തോടെ ഒരേ താലത്തിൽ നിന്നും കഴിക്കുന്നതിലൂടെ നമ്മൾ ഭാരതമാതാവിനെ ബഹുമാനിക്കുകയാണ്."

മുറിയിൽ നിശ്ശബ്ദത പരന്നു. രാജാക്കന്മാർ നോട്ടങ്ങൾ കൈമാറി. ഭക്ഷണവും വിവാഹവും ഉൾപ്പടെ എല്ലാ കാര്യങ്ങളിലും വിഭജനത്തിൽ

വിശ്വസിച്ച് വളർത്തപ്പെട്ടവർക്ക് ജാതിനിയമങ്ങൾ ലംഘിച്ച് ഒരേ താലത്തിൽ നിന്നും കഴിക്കുന്നത് പലർക്കും വിഷമമായിരുന്നു.

ഒന്നുകൂടി പ്രോത്സാഹിപ്പിക്കേണ്ടതിന്റെ ആവശ്യമുണ്ടെന്ന് സുഹേൽദേവിന് തോന്നി. "നമ്മുടെ മാതൃരാജ്യം നമ്മളോട് ചോദിക്കുന്നുണ്ട്. അവരുടെ മക്കൾ സ്വയം വിഭജിച്ചുകൊണ്ടിരിക്കുമോ? അതോ ഒരുമിക്കുമോ?"

അസ്വസ്ഥതയുണ്ടാക്കുന്ന നിശ്ശബ്ദത നീണ്ടുപോയപ്പോൾ, സുഹേൽദേവിന്റെ മുഖം ചുവക്കാൻ തുടങ്ങി. വിഷമവും ദേഷ്യവും കൊണ്ട്.

ഗോവർദ്ധൻ ക്ഷത്രിയനായി ജനിച്ചവനാണ്, അതും രാജകീയ കുടുംബത്തിൽ. അതുകൊണ്ട് അയാൾ സാങ്കേതികമായി സഭയിലെ ഉയർന്ന ജാതിക്കാരനായ അംഗമാണ്, ജാതി ഉച്ചനീചത്വത്തിന്റെ നിയമങ്ങൾ അനുസരിച്ച്.

ഗോവർദ്ധൻ സുഹേൽദേവിനെ നോക്കി, എന്നിട്ട് ഉറക്കെ സംസാരിച്ചു. മൊത്തം സഭയ്ക്കും വേണ്ടിയുള്ള വാക്കുകൾ. "ഞങ്ങൾ ഒരുമിച്ച് യുദ്ധം ചെയ്തു, ഒരുമിച്ച് കൊന്നു, ഒരുമിച്ച് ചോരയൊലിപ്പിച്ചു. യുദ്ധത്തിൽ ഉണ്ടാകുന്ന സാഹോദര്യം ഏത് പുസ്തകത്തിൽ എഴുതിയിരിക്കുന്നതിനേക്കാളും ശക്തമാണ്. ഞാൻ ക്ഷത്രിയനായതിൽ അഭിമാനിക്കുന്ന ഒരാളാണ്. അങ്ങനെ എന്റെ രാജാവെന്നും വഴികാട്ടിയെന്നും സഹോദരനെന്നും വിളിക്കുന്നതിലും അഭിമാനിക്കുന്നു." എന്നിട്ട് തൊമാർ സേനാധിപതി മറ്റ രാജാക്കന്മാർക്ക് നേരെ തിരിഞ്ഞു. "നമ്മുടെ തിരുവെഴുത്തുകളിൽ ഞാൻ വിദഗ്ധനല്ല. അവയിൽ എഴുതിയിരിക്കുന്നത് എനിക്ക് കാര്യമായി അറിയില്ല. പക്ഷേ എനിക്കിതറിയാം: നമ്മൾ സ്വയം വേർപിരിക്കുന്ന മണ്ടത്തരം നിർത്തിയില്ലെങ്കിൽ, നമ്മൾ എല്ലാം ആ വിദേശ കാടന്മാർക്ക് നഷ്ടപ്പെടുത്തും. നമ്മുടെ സംസ്കാരം, രാജ്യം, ക്ഷേത്രങ്ങൾ, ധർമ്മം, എല്ലാം നശിപ്പിക്കപ്പെടും."

ഗോവർദ്ധൻ വലിയ താലത്തിന്റെ അടുത്തിരുന്നു. ചുറ്റം കൂടിയിരിക്കുന്നവരെ നോക്കി. "നിങ്ങളെപ്പറ്റി എനിക്കറിയില്ല, പക്ഷേ എനിക്ക് വിശക്കുന്നു."

ഇത് പറഞ്ഞ് അയാൾ ഒരു കഷ്ണം റൊട്ടി മുറിച്ചെടുത്തു, പരിപ്പുകറിയിൽ മുക്കി വായിൽ വച്ചു. സുഹേൽദേവ് ഈറനായ കണ്ണുകളുമായി അടുത്തിരുന്ന് കഴിക്കാൻ തുടങ്ങി. പതുക്കെ, എല്ലാ രാജാക്കന്മാരും വലിയ താലത്തിന്റെ ചുറ്റം ഇരുന്നു, ഓരോരുത്തരായി, എന്നിട്ട് ഭക്ഷണം കഴിച്ചു.

സുഹേൽദേവ് അബ്ദുളിനേയും തൊഷാനിയേയും ചേരാൻ ആംഗ്യം കാണിച്ചു. അവരും വന്നു. അവർ താലത്തിൽ നിന്നും പ്രതീകാത്മകമാ

യി എന്തെങ്കിലും കഴിക്കാനേ ഉദ്ദേശിച്ചിരുന്നുള്ളൂ. പക്ഷേ എല്ലാവരും അവരുടെ ഭക്ഷണം ഒരുമിച്ച് കഴിച്ചു. ആ വലിയ താലത്തിൽ നിന്നും.

ഭാരതമാതാവിന്റെ മക്കൾ. ഐക്യപ്പെടുന്നു.

ഇന്ത്യക്കാർ ഏറ്റവും അഭിനിവേശം കാണിക്കുന്ന ഒന്നിൽ രക്തബന്ധം നിർമ്മിക്കപ്പെട്ടു: ഭക്ഷണം.

“ഞാൻ ഒരുപാട് ആലോചിച്ചു, സുഹേൽ...” തൊഷാനി പറഞ്ഞു. അവൾ മടിക്കുന്നതായി തോന്നി. അവളുടെ കണ്ണുകൾ ഈറനണിഞ്ഞിരുന്നു. “പക്ഷേ എനിക്ക് തോന്നുന്നത്.... വേണ്ട...”

“വേണ്ട എന്നാൽ നീ എന്താണ് ഉദ്ദേശിക്കുന്നത്?” സുഹേൽദേവ് ചോദിച്ചു, പെട്ടെന്ന് ഇടറിക്കൊണ്ട്.

ശ്രാവസ്തിയിലെ രാജസഭയിൽ ഇരുപത്തിയൊന്ന് രാജാക്കന്മാരുടെ സമാഗമം കഴിഞ്ഞിട്ട് ഏതാനും ആഴ്ചകൾ ആയിരുന്നു. തന്റെ ഭരണം നിലവിൽ വരുത്തി കൂറ്റൻ സൈന്യത്തിന്റെ പടുത്തുയർത്തലിന് തുടക്കമിട്ട് കഴിഞ്ഞപ്പോൾ സുഹേൽദേവിന് അമ്മ അനുവാദം നൽകിയ കാര്യം ചെയ്യണമെന്ന് തോന്നി. അയാളുടെ ഹൃദയം ആഗ്രഹിക്കുന്നത്, അതുകൊണ്ട് അയാൾ തൊഷാനിയോടെ വിവാഹാഭ്യർഥന നടത്തി. പക്ഷേ, അയാളെ അത്ഭുതപ്പെടുത്തിക്കൊണ്ട്, തൊഷാനി ഉടൻ മറുപടി പറയാൻ വിസമ്മതിച്ച് ആലോചിക്കാൻ സമയം ചോദിച്ചു. അവളുടെ ഉത്തരം, ഒരാഴ്ച കഴിഞ്ഞ്, സുഹേൽദേവിനെ വേദനപ്പിക്കുകയും ആശയക്കുഴപ്പത്തിൽ ആക്കുകയും ചെയ്തു.

“സുഹേൽ...” തൊഷാനി പറഞ്ഞു. “ഞാൻ നിന്നെ വളരെ വളരെ ഇഷ്ടപ്പെടുന്നു എന്ന് നിനക്കറിയാം...”

“ഇതാണോ അത് കാണിക്കാനുള്ള വഴി?” സുഹേൽദേവ് ചോദിച്ചു, അയാളുടെ ദേഷ്യം മുഖത്ത് കാണാമായിരുന്നു. അയാൾ അപ്പോഴും പിതാവിന്റെ മരണത്തിന്റെ ദുഃഖത്തിലായിരുന്നു. അയാളുടെ ഹൃദയം നിർവ്വികാരവും ദുഃഖം കൊണ്ട് നിറഞ്ഞതുമായിരുന്നു. ദുഃഖഭരിതമായ ഹൃദയത്തിന്റെ കൂടുതൽ വേദനയോടുള്ള സ്വാഭാവികമായ പ്രതികരണം ദേഷ്യമായിരിക്കും.

“ഞാൻ പറയുന്നത് കേൾക്കു സുഹേൽ...” തൊഷാനി ശാന്തമായി പറഞ്ഞു, ഒരുതരത്തിൽ വികാരങ്ങൾ നിയന്ത്രിച്ചുകൊണ്ട്. “ഞാൻ എവിടേക്കും പോകുന്നില്ല...പക്ഷേ ഇത് ശരിയായ സമയമല്ല. നിന്റെ

പിതാവ് ആവശ്യപ്പെട്ടത് ഓർമ്മയില്ലേ. അദ്ദേഹം ചോദിച്ചത്. ഒരിക്കലും പോരാട്ടം നിർത്തരുതെന്ന്. ഭാരതമാതാവിനുള്ള തുർക്കി ഭീഷണി പൂർണമായും ഇല്ലാതാകുന്നത് വരെ."

"അതും വിവാഹവുമായി എന്ത് ബന്ധം? ഞാൻ വഴിമാറിപ്പോകാനൊന്നും പോകുന്നില്ല. നീയും വഴിമാറാൻ അനുവദിക്കുകയുമില്ല."

"അത് നിനക്ക് വേണ്ടിവരില്ല സുഹേൽ. നീ ഒരിക്കലും വഴിമാറില്ലെന്ന് എനിക്കറിയാം. നീ മാതൃരാജ്യത്തിന് വേണ്ടി പോരാടുന്നത് ഒരിക്കലും അവസാനിപ്പിക്കില്ലെന്ന് എനിക്കറിയാം. നിന്റെ ശരീരത്തിൽ അവസാന ശ്വാസം ഉള്ളതുവരെ."

"എങ്കിൽ എന്തുകൊണ്ട്...എന്നെ ഇങ്ങനെ വേദനിപ്പിക്കുന്നു?"

"കാരണം നീ ഒറ്റയ്ക്കായിരിക്കില്ല പോരാടുന്നത്."

"എന്ത്! മറ്റുള്ളവർ ചിന്തിക്കുന്നതിനെപ്പറ്റി ആരാണ് കാര്യമാക്കുന്നത്? അതിന് എന്ത്..."

"കേൾക്കു സുഹേൽ...നിനക്ക് വേണ്ടി മരിക്കാൻ തയ്യാറുള്ള സൈന്യം നിനക്ക് ആവശ്യമുണ്ട്. ഇന്ത്യയിൽ ധൈര്യശാലികളായ ആണുങ്ങൾക്കും പെണ്ണുങ്ങൾക്കും കുറവില്ലെന്ന് ഞാൻ എപ്പോഴും സമ്മതിച്ചിട്ടുണ്ട്. നമുക്ക് ലോകത്തിലെ തന്നെ ഏറ്റവും ധീരന്മാരായ ആളുകളുണ്ട്. നമ്മുടെ പ്രശ്നം എപ്പോഴും ഒരു പൊതുശത്രുവിനെതിരായി പോരാടുന്നതിന് പകരം പരസ്പരം വഴക്കടിക്കുകയാണ്. നമ്മൾ ഒരുപാട് വിഭജിക്കപ്പെട്ടിരിക്കുന്നു."

"അതും എന്റെ വിവാഹവുമായി എന്ത് ബന്ധമാണുള്ളത്?"

"നമ്മൾ ഇന്ത്യാക്കാർ എല്ലാം കടന്നാലോചിക്കും, സുഹേൽ..."

"അതെ, ശരിയാണ്! നീയിപ്പോൾ അതാണ് ചെയ്യുന്നത്."

തൊഷാനി സങ്കടത്തോടെ പുഞ്ചിരിച്ചു. "അല്ല, പക്ഷേ നമ്മുടെ ഒരുപാട് ഉന്നതരായ പിന്തുണക്കാർ ചെയ്യും. തുർക്കികളുമായുള്ള യുദ്ധം അവസാനിച്ചാൽ അവർക്ക് എന്തുസംഭവിക്കും എന്ന് അവർ ആലോചിച്ചുകൊണ്ടിരിക്കും. നീയും ഒരുപാട് അധികാരം നേടുമോ? വടക്കേ ഇന്ത്യയിലെ പുതിയ ചക്രവർത്തി ആകുമോ? അവരുടെ സ്വാതന്ത്ര്യം നഷ്ടപ്പെടുമോ?"

"അത് പരിഹസനീയമാണ്! നമ്മൾ തുർക്കികളെ തോൽപ്പിക്കുമോയെന്ന് പോലും ഉറപ്പില്ല."

"അവർക്ക് നിന്റെ നേതൃത്വത്തിൽ വിശ്വാസമുണ്ട് സുഹേൽ...അതാണ് പ്രശ്നവും. നീ അവരെ വിജയത്തിലേയ്ക്ക് നയിക്കുമെന്ന് അവർ ഊഹിക്കുന്നു. അവർ നാളെയെപ്പറ്റി ചിന്തിക്കുന്നില്ല. അവർ മറ്റന്നാളിനെപ്പറ്റിയാണ് ചിന്തിക്കുന്നത്."

സുഹേൽദേവ് ദീർഘനിശ്വാസമെടുത്തു.

"അതും എന്റെ വിവാഹവുമായി എന്താണ് ബന്ധം?"

"ഇന്ത്യൻ ചരിത്രത്തിലെ ഏറ്റവും മഹാനായ സാമ്രാജ്യം ഉണ്ടാക്കിയ ആളെപ്പറ്റി ആലോചിക്കൂ."

"ഗുരു ചാണക്യൻ?"

ചാണക്യൻ, ചന്ദ്രഗുപ്ത ചക്രവർത്തിയുടെ പ്രധാന ഉപദേഷ്ടാവ്, മൗര്യസാമ്രാജ്യത്തിന്റെ നിർമ്മാതാവ് എന്ന നിലയിൽ അറിയപ്പെടുന്നു. അത് ഇന്ത്യൻ ഉപഭൂഖണ്ഡത്തിനും അപ്പുറം ഉൾപ്പെടുന്നതായിരുന്നു.

"ആളുകൾ അദ്ദേഹത്തിനെ പിന്തുടർന്നത് എന്തുകൊണ്ടാണ്? ബുദ്ധിമാൻ ആയതുകൊണ്ട് മാത്രമല്ല. ഒന്നാന്തരം സംഘാടകൻ കൂടിയായതുകൊണ്ടാണ്. അദ്ദേഹം ദയയില്ലാത്തയാൾ ആയതുകൊണ്ട് മാത്രമല്ല."

ഒടുക്കം തൊഷാനി പറയുന്നത് സുഹേൽദേവിന് മനസ്സിലായി. "കാരണം അദ്ദേഹത്തിന് സാമ്രാജ്യം ഉണ്ടാക്കുന്ന പദ്ധതിയിൽ വ്യക്തിപരമായ തടസ്സങ്ങൾ ഇല്ലായിരുന്നു."

"തീർച്ചയായും. ഗുരു ചാണക്യന് സാമ്രാജ്യം പടുത്തുയർത്തുന്നതിൽ വ്യക്തിപരമായ താല്പര്യം ഉണ്ടായിരുന്നെന്ന് ആരും സ്വപ്നം പോലും കാണില്ല. നമ്മുടെ പിന്തുണക്കാർ നിനക്ക് ഈ യുദ്ധത്തിൽ വ്യക്തിപരമായ താല്പര്യങ്ങൾ ഉണ്ടെന്ന് ചിന്തിക്കാൻ തുടങ്ങിയാൽ അവർ നിന്റെ കൂടെ വരുമോ? അവർ ഒരിക്കലും നിന്റെ വംശത്തിനോ നിന്റെ മക്കൾക്കോ നിന്റെ സാമ്രാജ്യത്തിനോ വേണ്ടി യുദ്ധം ചെയ്യാൻ ആലോചിക്കില്ല. നിനക്ക് ഈ യുദ്ധത്തിൽ വ്യക്തിപരമായ താല്പര്യം ഇല്ലെന്ന് അവർ വിശ്വസിക്കണം. ഇന്ത്യയുടെ ചരിത്രത്തിലെ മഹാന്മാരായ നേതാക്കളിൽ കൂടുതലും ഏകരായതിൽ കാരണമുണ്ട്; സന്ന്യാസിമാരെപ്പോലെ. കാരണം അവരുടെ പിന്തുണക്കാർ വിശ്വസിക്കുന്നത് തങ്ങളുടെ ഈ നേതാവ് ജനങ്ങൾക്ക് വേണ്ടി മാത്രം അർപ്പിച്ചിരിക്കുന്നു എന്നാണ്. ആർക്കും ഒരു ധൃതരാഷ്ട്രരെ നേതാവായി വേണ്ട. എല്ലാവർക്കും രാമനെ മതി. നമ്മൾ ഇന്ത്യക്കാർ നമ്മുടെ നേതാവിന്റെ ഉദ്ദേശ്യങ്ങളെ വിശ്വസിക്കുകയാണെങ്കിൽ, നമ്മൾ അയാൾക്ക് വേണ്ടി ഏതറ്റം വരേയും പോകും."

"പക്ഷേ..."

സുഹേൽദേവ് അമ്മ പറഞ്ഞത് കൊണ്ടുവരുമെന്ന് തൊഷാനിയ്ക്ക് അറിയാമായിരുന്നു. അവൾ പുഞ്ചിരിച്ചു. "സുഹേൽ, എനിക്ക് നിന്നെ കുറേനാളുകളായി അറിയാം. നീ ഒരിക്കലും തുർക്കികളെപ്പോലെ രാക്ഷസനാവില്ലെന്ന പോലെ ധർമ്മത്തിൽ മുഴുകിയിരിക്കുന്നവനാണ്."

സുഹേൽദേവ് തലയാട്ടി. എന്നിട്ട് നെടുവീർപ്പിട്ടു.

“ഞാൻ പറയുന്നത് ശരിയാണെന്ന് നിനക്കറിയാം,” തൊഷാനി പറഞ്ഞു. “ഇത് അനീതിയാണ്, തീർച്ചയായും അതെ. നിനക്കും എനിക്കും. പക്ഷേ നമ്മൾ ഈ അനീതിയെ സഹിക്കണം. ഭാരതമാതാവിന് വേണ്ടി...”

സുഹേൽദേവ് മൗനം പാലിച്ചു. അസന്തുഷ്ടനായിക്കൊണ്ട്.

“ഞാൻ എവിടേയ്ക്കും പോകുന്നില്ല. എനിക്ക് മാ കാളി സൈന്യത്തിനെ ഉയർത്തിക്കൊണ്ടു വരണം. ഞാൻ ഇവിടെയുണ്ട്. നമുക്ക് യുദ്ധം ജയിക്കാം. തുർക്കികളെ നേരിടാം. എന്നിട്ട് നമുക്ക് നോക്കാം...”

സുഹേൽദേവ് തലയാട്ടി നിലത്തേയ്ക്ക് നോക്കി. അസന്തുഷ്ടനായും മൂകനായും.

അദ്ധ്യായം 23

ഘസ്നി, 1033 എഡി

ഭീമാകാരനായ പട്ടാളക്കാരൻ വലത്തേ കൈ കൊണ്ട് മഖ്സൂദിന്റെ തൊണ്ടയിലെ പിടിമുറുക്കി. അയാളുടെ ഇടത്തേ കൈ മഖ്സൂദ് വാൾ പിടിച്ചിരിക്കുന്ന കൈയ്യിൽ അമർത്തിപ്പിടിച്ചിരുന്നു. മഖ്സൂദ് ശ്വാസം കിട്ടാനായി വാപൊളിക്കുകയും എതിരാളിയുടെ പിടി അയയ്ക്കുവാനായി ശ്രമിക്കുകയും ചെയ്തു, പക്ഷേ ഭീമാകാരൻ വളരെ കരുത്തനായിരുന്നു, തടിയനായ മഖ്സൂദിന് പോലും.

മഖ്സൂദ് അയാളെ ചവിട്ടുകയും ഇടിയ്ക്കുകയും ചെയ്തു, പക്ഷേ ഫല മൊന്നും ഉണ്ടായില്ല. അയാളുടെ ശക്തി മങ്ങാനും കണ്ണുകളിൽ ഇരുട്ട് പടരാനും തുടങ്ങി.

പെട്ടെന്ന്, ഭീമാകാരൻ മുരളുകയും അയാളുടെ കട്ടം പിടുത്തം ചെറുതായി അയയുകയും ചെയ്തു. പിന്നെ അയാൾ മഖ്സൂദിനെ മോചിപ്പിച്ചപ്പോൾ മുഖം വേദന കൊണ്ട് ചുളുങ്ങി മുതുകിൽ പിടിച്ചു, അവിടെ ഒരു കത്തി കയറ്റപ്പെട്ടിരുന്നു. അയാൾ കഴുത്ത് തിരിച്ചു, ഭീകരമായ വേദനയിൽ മുരണ്ടുകൊണ്ട്, അപ്പോൾ അയാൾ തന്റെ ആക്രമിയെ കണ്ടു.

കരീം.

കത്തി വീണ്ടും അകത്തേയ്ക്ക് കയറ്റി ഹൃദയം വരെ തുളഞ്ഞു കയറി യപ്പോൾ കരീമിന്റെ മാലാഖപോലെയുള്ള മുഖത്ത് രോഷം കാണാ മായിരുന്നു.

ഭീമാകാരൻ നിലത്ത് മരിച്ചുവീണു, മഖ്സൂദ് ചുമച്ച് ആഴത്തിൽ ശ്വാസമെടുത്തു. അയാൾ തന്റെ ചതഞ്ഞ കഴുത്തിൽ പതുക്കെ തടവി. അയാളുടെ തവിട്ട് കണ്ണുകൾ രക്തം നിറഞ്ഞ് ഈറനായിരുന്നു. അയാളുടെ

സാധാരണ ഉലഞ്ഞ മുടി വിയർപ്പുമായി താഴേയ്ക്ക് വീണു. മഖ്സൂദ് കഴുത്ത് തടവുന്നത് തുടർന്നു, അതിനെ ആശ്വസിപ്പിച്ച്, പ്രാണവായുവിനായി ദാഹിക്കുന്ന ശരീരത്തിന് വേണ്ടി ദീർഘനിശ്വാസങ്ങൾ എടുത്തുകൊണ്ട്.

സുഹേൽദേവ് തന്റെ സഖ്യം രൂപീകരിച്ച് ഒരു സൈന്യത്തിനെ പടുത്തുയർത്താൻ തുടങ്ങിയിട്ട് രണ്ട് വർഷങ്ങൾക്ക് മുകളിലായിരുന്നു. മഖ്സൂദ് ഇന്ത്യയിലെ സംഭവങ്ങൾ പിന്തുടരാതിരുന്നില്ല. ഘസ്നിയിലെ ആഭ്യന്തരയുദ്ധം കുറേക്കാലം തുടർന്നു. വളരെക്കാലം.

സലാർ മഖ്സൂദിന് കരുത്ത് തിരിച്ച് കിട്ടുന്നതായി തോന്നിയപ്പോൾ കരീമിനെ നോക്കി. അയാളുടെ ജീവിതത്തിലെ പ്രണയം.

കരീം മഖ്സൂദിന്റെ മുന്നിൽ സംരക്ഷണം തീർത്ത് നിന്നു, പിൻ തിരിഞ്ഞ്, ഏത് ആക്രമണത്തിനെതിരായും വാൾ ഊരിപ്പിടിച്ച്.

വലിയ ഭീഷണികളൊന്നും ഇല്ലായിരുന്നു. മഖ്സൂദ് അസുറിന്റെ വീണുകിടക്കുന്ന ശരീരത്തിലേയ്ക്ക് നോക്കി. കരീം അല്പം മുമ്പ് കൊന്ന ഭീമാകരാനയ അസ്സീറിയക്കാരൻ പട്ടാളക്കാരൻ. മഖ്സൂദ് ശവത്തിൽ തുപ്പി.

തന്തയില്ലാത്തവൻ എന്നെ കൊന്നേനെ.

അയാൾ പതുക്കെ എഴുന്നേറ്റു, കരീമിന്റെ സഹായം നിരസിച്ചുകൊണ്ട്. എന്നിട്ടയാൾ ഏതാനും മീറ്ററുകൾ അകലെ വല്ലാതെ മുറിവേറ്റ് കിടക്കുന്ന രൂപത്തിനെ നോക്കി. മൊഹമ്മദ്, ഘസ്നിയിലെ മഹ്മൂദിന്റെ ഇളയപുത്രൻ, നിലത്ത് ഒരുപാട് മുറിവുകളിൽ നിന്നും ചോരയൊലിപ്പിച്ച് കിടക്കുകയായിരുന്നു. അയാൾ കുഴഞ്ഞുവീണപ്പോൾ, മഖ്സൂദും കൂട്ടാളികളും പിടിക്കാനായി ഓടി, മൊഹമ്മദിന്റെ ഉന്നത കാവൽക്കാർ പോലും അയാളെ രക്ഷിക്കാൻ തീവ്രമായി ശ്രമിച്ചു. അസുർ, കരീം അല്പം മുമ്പ് കൊന്നയാൾ, മൊഹമ്മദിന്റെ വ്യക്തിപരമായ സംരക്ഷകൻ ആയിരുന്നു, അയാളുടെ എപ്പോഴുമുള്ള സഹയാത്രികനും കുഞ്ഞായിരുന്നപ്പോൾ മുതലുള്ള സംരക്ഷകനും. അയാളുടെ മരണത്തോടെ, മൊഹമ്മദ് ജീവിതത്തിൽ ആദ്യമായി പൂർണമായും ഒറ്റപ്പെട്ടു.

മകഖ്സൂദ് തന്റെ ഉലഞ്ഞ മുടിയിലൂടെ വിരലുകളോടിച്ചു. തന്റെ മുന്നിൽ കിടക്കുന്നയാളെ ഓർത്തുള്ള വിഷമം മനഃപൂർവം ഇല്ലാതാക്കിക്കൊണ്ട്.

മഖ്സൂദിന്റെ നിഴൽ മേലെവീണപ്പോൾ, മൊഹമ്മദ് എഴുന്നേറ്റ് നിൽക്കാൻ ശ്രമം നടത്തി. അയാൾ കൈകാലുകൾ കുത്തി ഉയർന്നെങ്കിലും ക്ഷീണിച്ച ശരീരത്തിന് കൂടുതൽ എഴുന്നേൽക്കാൻ കഴിഞ്ഞില്ല.

മഖ്സൂദ് അയാളുടെ മുതുകിൽ പതിയെ തട്ടി, “യുദ്ധം കഴിഞ്ഞു സഹോദരാ,” അയാൾ പിറുപിറുത്തു. എന്നിട്ട് മൊഹമ്മദിന്റെ വാരിയെല്ലുകളിൽ ശക്തിയായി തൊഴിച്ചു.

മൊഹമ്മദ് വേദന കൊണ്ട് ഓളിയിട്ട് നിലത്തേയ്ക്ക് വീണു, "അള്ളാഹുവിന്റെ നാമത്തിൽ, എന്നെ കൊല്ല്.... അങ്ങ് തീർക്ക്..."

മഖ്സൂദ് തലയാട്ടി. "നിങ്ങളെ എന്ത് ചെയ്യണമെന്ന് നിങ്ങളുടെ സഹോദരൻ തീരുമാനിക്കും. പക്ഷേ പെട്ടെന്നുള്ള ഒരു മരണത്തേക്കാൾ ദയവുള്ളതായിരിക്കില്ല അതെന്ന് എനിക്കുറപ്പാണ്." അയാൾ ചുറ്റും നിൽക്കുന്ന തന്റെ ആളുകൾക്ക് നേരെ തിരിഞ്ഞു. "അയാളെ കെട്ടി നല്ല സുരക്ഷയിൽ വയ്ക്കു."

"മഖ്സൂദ്, എന്റെ സഹോദരൻ ഷാഹിദ് നിങ്ങൾക്ക് എന്തൊക്കെ വാഗ്ദാനം ചെയ്താലും ശരി, ഞാനതിന്റെ ഇരട്ടി തരാം!" മൊഹമ്മദ് നിലവിളിച്ചു, നിരാശയിൽ ഊർജ്ജത്തിന്റെ പൊട്ടിത്തെറി അനുഭവിച്ചുകൊണ്ട്. "എന്നെ പോകാൻ അനുവദിക്കു!"

മഖ്സൂദ് മൊഹമ്മദിന്റെ നേരെ നടന്ന് കുനിഞ്ഞ് അയാളുടെ മുഖത്തേയ്ക്ക് നോക്കി. അയാളുടെ അർദ്ധസഹോദരൻ പിന്നോട്ട് മാറാൻ ശ്രമിച്ചു.

"നീ എന്തുകൊണ്ടാണ് ഇത്രയും ശോചനീയമായ നേതാവായതെന്നറിയാമോ, സഹോദരാ?" മഖ്സൂദ് ചോദിച്ചു. അയാളുടെ സ്വരം തണുത്തതും ക്രൂരവുമായിരുന്നു, ഈ പാവം മനുഷ്യനോട് സംസാരിക്കേണ്ടി വന്നല്ലോയെന്നതിൽ വെറുപ്പ് തോന്നിക്കൊണ്ട്. "കാരണം നിനക്ക് ആണുങ്ങളേയും അവരുടെ പ്രചോദനങ്ങളേയും അറിയില്ല. നീ എന്നെ ശരിക്കും മനസ്സിലാക്കിയിട്ടുണ്ടെങ്കിൽ, എന്റെ വിശ്വാസ്യത വില്പനയ്ക്ക് വച്ചിട്ടില്ലെന്നും അറിയാമായിരിക്കും. നിന്റെ മഹാനായ പിതാവിന്റെ ഒന്നും തന്നെ നിനക്ക് കിട്ടിയിട്ടില്ല."

മഖ്സൂദ് തന്റെ ആളുകൾക്ക് ആംഗ്യം കാണിച്ചു. അവർ മൊഹമ്മദിന്റെ കാലിൽ പിടിച്ച് വലിച്ച് കൊണ്ടുപോയി.

എന്നിട്ട് മഖ്സൂദ് കരീമിന്റെ നേരെ തിരിഞ്ഞു, ഊഷ്മളവും സ്നേഹം നിറഞ്ഞതുമായ കണ്ണുകളോടെ. അയാളുടെ മുഖത്ത് വലിയൊരു പുഞ്ചിരി വിടർന്നു. അയാൾ മൃദുവായ, സ്നേഹമുള്ള സ്വരത്തിൽ സംസാരിച്ചു, വേറൊരു ആളാണെന്ന മട്ടിൽ. "അപ്പോൾ, നീ ഇതുവരെ എത്ര തവണ എന്റെ ജീവൻ രക്ഷിച്ചു?"

കരീം പുഞ്ചിരിയോടെ മഖ്സൂദിന്റെ കെട്ടിപ്പിടിച്ചു. "ഞാൻ എന്റെ ഹൃദയത്തിനെ എത്ര തവണ രക്ഷിച്ചെന്ന് എണ്ണുന്നത് ശരിയല്ല."

മഖ്സൂദ് പുഞ്ചിരിച്ച് കരീമിന്റെ മുഖത്ത് തലോടി.

മഖ്സൂദ് തിരശ്ശീല നീക്കി കൂടാരത്തിലേയ്ക്ക് കടന്നു, അവിടെ കരീം കാത്തിരിക്കുന്നുണ്ടായിരുന്നു.

മൊഹമ്മദിനെ പിടികൂടിയിട്ട് ഒരു ദിവസം കഴിഞ്ഞിട്ടേയുണ്ടായിരുന്നുള്ളു, തുർക്കികൾക്കിടയിലെ ദീർഘമായ ആഭ്യന്തരയുദ്ധത്തിന് ഫലപ്രദമായ അവസാനം കുറിച്ചുകൊണ്ട്. അവർ തടവുകാരനുമായി ഘസ്നിയിലേയ്ക്ക് തിരിച്ചു പോകുന്ന വഴിയായിരുന്നു. മൊഹമ്മദിന്റെ മൂത്ത സഹോദരൻ ഷാഹിദ്, ഘസ്നിയുടെ സിംഹാസനത്തിന്റെ അവകാശി, ആയിരിക്കും എങ്ങിനെ വിധി പറയുമെന്ന് തീരുമാനിക്കുക.

മഖ്സൂദ് തന്റെ സൈന്യങ്ങളോട് രാത്രി തമ്പടിക്കാൻ ആജ്ഞാപിച്ചു. അടുത്ത ദിവസം രാവിലെ അവർ ഘസ്നിയിലേയ്ക്കുള്ള യാത്ര തുടരും.

"എങ്ങനെയുണ്ട്?" കരീം മഖ്സൂദിനോട് ചോദിച്ചു, ഒരു സേവകനെ ആംഗ്യം കാണിച്ചപ്പോൾ ഉടൻ തന്നെ ഒരു തൊട്ടി നിറയെ ചൂടുവെള്ളം കൊണ്ടുവരപ്പെട്ടു.

മഖ്സൂദ് തൊട്ടിയിൽ തല താഴ്ത്തി കുറച്ചുനേരം അങ്ങിനെതന്നെ തുടർന്നു. പിന്നെ നനഞ്ഞ താടിയും മുടിയുമായി എഴുന്നേറ്റു. തമാശയായി അയാൾ തലയിൽ തടവി, കരീമിന്റെ ദേഹത്തേയ്ക്ക് വെള്ളത്തുള്ളികൾ തെറിപ്പിച്ചുകൊണ്ട്. അടിമ തന്റെ പ്രണയിതാവിനെ നോക്കി പുഞ്ചിരിച്ചു, പക്ഷേ നിശ്ശബ്ദനായിരുന്നു.

മഖ്സൂദ് സേവകനെ തിരിച്ചയച്ചു. അവരിപ്പോൾ തനിച്ചായിരുന്നു.

"നീ എത്ര കാലമായി സുൽത്താന്റെ അടിമയായിട്ട്?" മഖ്സൂദ് ചോദിച്ചു.

കരീം തോളുകൾ കുലുക്കി. "സത്യം പറഞ്ഞാൽ, എനിക്ക് എണ്ണം നഷ്ടപ്പെട്ടു."

മഖ്സൂദ് കരീമിന്റെ അടുത്തേയ്ക്ക് നടന്ന് സ്നേഹത്തോടെ അയാളുടെ മുഖത്ത് തട്ടി. "എനിക്ക് ഷാഹിദ് പ്രഭുവിനോട് എന്തും ചോദിക്കാം, സാമ്രാജ്യം നേടിക്കൊടുത്തതിനായി. ഞാൻ നിന്റെ സ്വാതന്ത്ര്യം ചോദിക്കും."

കരീം പുഞ്ചിരിച്ചു, അടുത്തേയ്ക്ക് ചെന്ന് മഖ്സൂദിനെ പതിയെ ചുംബിച്ചു. "പക്ഷേ സുൽത്താൻ എന്നെ മോചിപ്പിച്ചാലും, ഞാൻ എപ്പോഴും നിന്റെ അടിമയായിരിക്കും."

മഖ്സൂദ് പുഞ്ചിരിച്ച് തിരികെ ചുംബിച്ചു. അവർ കുറേ നേരം കെട്ടിപ്പിടിച്ച് നിന്നു. പരസ്പരം കരുത്തും പ്രണയവും വലിച്ചെടുത്തുകൊണ്ട്.

"സുൽത്താനോട് ചോദിക്കേണ്ട മറ്റൊരു കാര്യം കൂടിയുണ്ടെന്ന് എനിക്കറിയാം," മഖ്സൂദ് ചിരിച്ച് കരീമിന്റെ മുതുകിൽ തട്ടിക്കൊണ്ട് പറഞ്ഞു.

കരീം അകന്നുമാറി. അയാളുടെ സന്തോഷം പെട്ടെന്ന് മാഞ്ഞുപോയി. അയാൾ ശോകവാനായി കാണപ്പെട്ടു.

മഖ്സൂദിന്റെ തോളുകൾ താണു. ആഭ്യന്തരയുദ്ധം അവസാനിക്കു മ്പോൾ ഈ ദിവസം വരുമെന്ന് അയാൾക്കറിയാമായിരുന്നു. അത് ചെയ്യേണ്ടിവരുമെന്ന് അറിയാമായിരുന്നു. പക്ഷേ കരീം ദുഃഖിതനായി കാണപ്പെടാൻ അയാൾക്ക് ആഗ്രഹമില്ലായിരുന്നു. "കരീം, എന്റെ പ്ര ണയമേ, ഞാൻ പറയുന്നത് കേൾക്ക്. ഇന്ത്യ..."

"മഖ്സൂദ്, എനിക്ക് ആവശ്യമുള്ളതിനെപ്പറ്റി നീ ആലോചിക്കാറേ യില്ലെന്ന് ചിലപ്പോൾ എനിക്ക് തോന്നും," കരീം തടസ്സപ്പെടുത്തി.

"അങ്ങിനെയല്ല പ്രിയനേ. പക്ഷേ നിനക്കറിയാമല്ലോ എനിക്ക്..."

"ഇല്ല, നിനക്കതിന്റെ ആവശ്യമില്ല. സുൽത്താൻ മഹ്മൂദിനോടുള്ള നമ്മുടെ പ്രതിജ്ഞയ്ക്ക് ഇനി അർഥമൊന്നുമില്ല. സുൽത്താൻ മരിച്ചിട്ട് വർഷങ്ങളായി."

"കരീം..."

"നീ ഘസ്നിയ്ക്കു വേണ്ടി ആവശ്യത്തിന് ചെയ്തുകഴിഞ്ഞു. സുൽത്താ ന് വേണ്ടിയും ധാരാളം ചെയ്തു. ഇനി ഇതെല്ലാം മറന്ന് ഇവിടെനിന്നും പോകാം. നീയും ഞാനും മാത്രം. ഇന്ത്യയെ മറക്കൂ. ആ രാജ്യത്തിനെ പിടിച്ചെടുക്കുന്നത് മറക്കൂ."

"എനിക്കത് സാധിക്കില്ല..."

"എന്തുകൊണ്ടില്ല? ഞാൻ നിന്നോട് മുമ്പും പറഞ്ഞിട്ടുണ്ട്. പ്രതി ജ്ഞയ്ക്ക് ഇനി അർഥമൊന്നുമില്ല."

"ഇത് സുൽത്താൻ മഹ്മൂദിനോടുള്ള എന്റെ പ്രതിജ്ഞയെക്കുറിച്ചല്ല."

"പിന്നെ നിനക്ക് ഇന്ത്യയെപ്പറ്റി മറക്കാൻ പറ്റാത്തതെന്താണ്?"

"എനിക്ക് സാധിക്കില്ല!"

"എന്തുകൊണ്ട്? നീ ഉത്തരം പറഞ്ഞേ പറ്റൂ!"

"കാരണം എനിക്കത് വേണം! എനിക്ക് ആ രാജ്യം ഭരിക്കണം! എനിക്ക് ആ ജനങ്ങളെ ഭരിക്കണം!"

കരീം ശ്വാസമടക്കി കണ്ണുകൾ അടച്ച് തലയാട്ടി. ഇന്ത്യയിലെ സമ്പ ത്ത്, ലോകത്തിലെ തന്നെ ഏറ്റവും സമ്പന്നമായ രാജ്യം, അയാളുടെ പ്രണയത്തിനെ വഴിതെറ്റിച്ചിരിക്കുന്നു.

കരീം മഖ്സൂദിന്റെ കൈയിൽ പിടിച്ച് സൗമ്യമായി പറഞ്ഞു, "ഞാൻ പറയുന്നത് കേൾക്കൂ പ്രിയപ്പെട്ടവനേ, സമ്പത്ത് ഒന്നുമല്ല. സമ്പത്തിനെ നമ്മുടെ കാലിനടിയിലെ അഴുക്ക് പോലെ കണക്കാക്കണം എന്ന് നമ്മുടെ ഇമാം ഉപദേശിച്ചിട്ടില്ലേ? അഴുക്ക് നമ്മുടെ തലയ്ക്ക് മുകളിൽ എത്തുമ്പോൾ അത് നമ്മുടെ ശവക്കുഴി ആകുമെന്ന്?"

മഖ്സൂദിന്റെ കണ്ണുകൾ കല്ല് പോലെ ഉറച്ചു. "ഞാൻ അങ്ങോട്ട് പോകു കയാണ് കരീം, ഞാൻ ഇന്ത്യയെ പിടിച്ചടക്കാൻ പോകുകയാണ്. ഞാൻ

അതിനെ ഭരിക്കുമ്പോൾ നീ എന്റെ അടുത്തിരിക്കും. വ്യക്തമായോ?"

കരീം നിശ്ശബ്ദനായിരുന്നു. അയാളുടെ മുഖത്ത് ദുഃഖവും ക്ലേശവും പ്രതിഫലിച്ചു. സ്നേഹിക്കുന്ന ഒരാളെ രക്ഷിക്കാൻ കഴിയാത്ത ഒരാളുടെ ദുഃഖം.

"വ്യക്തമായോ?"

കരീം തലയാട്ടി. ഉവ്വ്.

"സ്വാഗതം മഹാനായ ഖ്വാജാ ഹസ്സൻ," മഖ്സൂദ് പറഞ്ഞു, ഘസ്നിയുടെ പ്രധാനമന്ത്രിയെ തലതാഴ്ത്തി വണങ്ങിക്കൊണ്ട്. "വന്നാലും."

ഘസ്നിയുടെ പേർഷ്യക്കാരനായ പ്രധാനമന്ത്രിയോട് ബഹുമാനം കാണിക്കണമെന്ന് മഖ്സൂദിന് അറിയാമായിരുന്നു. ദുർബലനും എപ്പോഴും പണത്തിൽ മാത്രം ശ്രദ്ധിക്കുന്നയാളുമായ ഖ്വാജ ഹസ്സൻ പോരാട്ടക്കാരനായ മഖ്സൂദിന് സ്വാഭാവികമായും പരിഹാസ്യനായ കഥാപാത്രം ആയിരുന്നു. പക്ഷേ ഹസ്സൻ ഒരു അതിജീവിച്ചയാളാണ്. കുറേ വർഷങ്ങൾ സുൽത്താൻ മഹ്മൂദിന്റെ പ്രധാനമന്ത്രിയായിരുന്നയാൾ. ഇപ്പോൾ പുതിയ സുൽത്താനായ ഷാഹിദിന്റെ വൃന്ദത്തിൽ കയറിപ്പറ്റിയിരിക്കുന്നു.

ഹസ്സൻ പുഞ്ചിരിച്ച് ഇരുന്നു. അത് മഖ്സൂദിന്റെ സ്വകാര്യകൊട്ടാരം ആയിരുന്നു. അയാൾക്ക് മാതാപിതാക്കളിൽ നിന്നും മറ്റു കുടുംബാംഗങ്ങളിൽ നിന്നും അകന്ന് ജീവിക്കാനായിരുന്നു ഇഷ്ടം.

ഹസ്സൻ കരീമിനെ നോക്കി, അയാൾ അല്പം മാറി നിൽക്കുകയായിരുന്നു. "സുഖമല്ലേ കരീം?"

കരീം പ്രധാനമന്ത്രിയെ ബഹുമാനത്തോടെ കുനിഞ്ഞ് വണങ്ങി, പരമ്പരാഗത പേർഷ്യൻ രീതിയിൽ കൈ നെറ്റിയിൽ വച്ചുകൊണ്ട്. "സുഖമാണ്, മഹാനായ പ്രധാനമന്ത്രി."

ഹസ്സൻ കരീമിന്റെ പേർഷ്യൻ രീതിയിലുള്ള ബഹുമാനം കാണിക്കലിനെ പ്രശംസിച്ചു. ഭരിക്കുന്ന യോദ്ധാക്കൾ, തുർക്കികളായാലും അറബികളായാലും, ഒരിക്കലും കാണിക്കാത്ത ഒന്ന്. പ്രധാനമന്ത്രി മഖ്സൂദിന്റെ നേരെ തിരിഞ്ഞു. "സുൽത്താന് നിങ്ങളെക്കുറിച്ച് തൃപ്തിയാണ്, സലാർ മഖ്സൂദ്. ഞാൻ അദ്ദേഹം കൊടുത്തയച്ച സമ്മാനങ്ങളുമായിട്ടാണ് വന്നിരിക്കുന്നത്. അദ്ദേഹത്തിന്റെ വാഗ്ദാനം ഇപ്പോഴും ഉണ്ടെന്ന് അറിയിക്കാൻ കൂടി എന്നെ നിർദ്ദേശിച്ചിട്ടുണ്ട്. നിങ്ങൾക്ക്

ഇഷ്ടമുള്ള പ്രദേശത്തിന്റെ ഭരണം തെരഞ്ഞെടുക്കാം. ഇഷ്ടമുള്ളതെന്തും ചോദിക്കാം. നിങ്ങൾക്ക് ഒന്നും തന്നെ നിഷേധിക്കപ്പെടില്ല."

മഖ്സൂദ് പുഞ്ചിരിച്ചു. "എനിക്ക് രണ്ട് കാര്യങ്ങൾ മാത്രമേ ആവശ്യമുള്ളൂ. അതെന്താണെന്ന് മഹാനായ സുൽത്താനറിയാം."

ഹസ്സൻ പുഞ്ചിരിയോടെ മുദ്ര വച്ച കത്ത് മഖ്സൂദിന് കൈമാറി. "നിങ്ങളുടെ സുഹൃത്തിന്റെ സ്വാതന്ത്ര്യം അനുവദിച്ചുകൊണ്ടുള്ള അറിയിപ്പ്..."

മഖ്സൂദ് അത് വാങ്ങി മുദ്ര പൊട്ടിക്കുന്നതിന് മുമ്പ് കരീമിനെ നോക്കി. അയാൾ കത്ത് തുറന്ന് രണ്ട് പ്രാവശ്യം വായിച്ചു, ഓരോ വാക്ക് വായിക്കുമ്പോഴും കൂടുതൽ കൂടുതൽ സന്തോഷവാനായിക്കൊണ്ട്.

അയാൾ കരീമിനെ നോക്കി പുഞ്ചിരിച്ചു. ഊഷ്മളവും സ്നേഹം നിറഞ്ഞതുമായ പുഞ്ചിരി. എന്നിട്ട് ഹസ്സന് നേരെ തിരിഞ്ഞു. "വേറെ എന്തെങ്കിലും?"

ഹസ്സൻ കൂടുതൽ വിശാലമായി പുഞ്ചിരിച്ച് പറഞ്ഞു, "ഉവ്വ്, വേറെ ഒന്നുകൂടിയുണ്ട്."

പ്രധാനമന്ത്രി സഞ്ചിയിൽ നിന്നും മറ്റൊരു ചുരുൾ എടുത്തു. ഇത്തവണ കൂടുതൽ സന്തോഷത്തോടെ.

സലാർ മഖ്സൂദ് ഒരു കുഞ്ഞ് മധുരപലഹാരം എന്നപോലെ ആ ചുരുൾ തട്ടിയെടുത്തു. പെട്ടെന്ന് തന്നെ മുദ്ര പൊട്ടിച്ച് വായിക്കാൻ തുടങ്ങി, ഹൃദ്യമായ ഭാഷയിൽ മനോഹരമായ ബിംബങ്ങൾ നിറച്ച വരികളിലൂടെ അക്ഷമയോടെ നീങ്ങി പ്രധാന ഭാഗത്ത് എത്തുന്നത് വരെ.

"താങ്കളുടെ ധൈര്യസമേതമായ സേവനവും ഘസ്നി സാമ്രാജ്യത്തിനോടുള്ള അചഞ്ചലമായ വിശ്വാസ്യതയും അഭിനന്ദിച്ചുകൊണ്ട്, ബഹുമാന്യനായ സുൽത്താൻ, തന്റെ അതിരില്ലാത്ത കടപ്പാടും വിശാലതയുമായി, താങ്കളെ സാമ്രാജ്യത്തിന്റെ സൈന്യത്തലവനായി സന്തോഷപൂർവം നിയമിക്കുന്നു. താങ്കൾ ഉടൻ തന്നെ ചുമതല ഏറ്റെടുക്കുകയും ഇന്ത്യയെ കീഴടക്കാനുള്ള തയ്യാറെടുപ്പുകൾ ആരംഭിക്കുകയും ചെയ്യേണ്ടതാണ്. സാമ്രാജ്യത്തിന് ആവശ്യമായുള്ള ഉദ്യോഗസ്ഥരെ മാറ്റിനിർത്തി മറ്റുള്ള സൈന്യത്തിന്റെ സ്രോതസ്സുകൾ എല്ലാം ഒരുമിച്ചു ചേർത്ത് ഇന്ത്യയെ സത്യമായ വിശ്വാസത്തിന്റെ വെളിച്ചത്തിന് കീഴിലും ബഹുമാന്യനായ സുൽത്താൻ അമീർ-എ-ഷാഹിദിന്റെ കീഴിലും കൊണ്ടുവരാനായി പുറപ്പെടാൻ ഇതിനാൽ താങ്കളെ അധികാരപ്പെടുത്തുന്നു."

കത്തിൽ സുൽത്താന്റെ ഒപ്പ് ഉണ്ടായിരുന്നു, സെബുക്തകിൻ ഘസ്നാവിദ് സാമ്രാജ്യത്തിന്റെ മുദ്രയോടൊപ്പം.

മഖ്സൂദിന് വിജയത്തിന്റെ ഭാവമായിരുന്നു, മഹ്മൂദ് പോലും തുനിഞ്ഞിട്ടുള്ളതിൽ വച്ച് ഏറ്റവും വലിയ രീതിയിലുള്ള കടന്നുകയറ്റമായി

രിക്കും ഇത്. അന്തരിച്ച സുൽത്താൻ വെറുതേ പരിശോധന നടത്തി ലക്ഷ്യങ്ങൾ നേടിയശേഷം തിരിച്ചുവന്നതേയുള്ളൂ. പക്ഷേ മഖ്സൂദിന്റെ ലക്ഷ്യം ഇന്ത്യയെ പിടിച്ചടക്കി ഭരിക്കുക എന്നതായിരുന്നു. അയാൾ ഒരിക്കൽക്കൂടി കരീമിനെ നോക്കി, അയാളുടെ ആവേശവും പ്രതീക്ഷ യും മുഖത്ത് വ്യക്തമായി കാണാമായിരുന്നു. കരീം, മറുവശത്ത്, തന്റെ സത്യസന്ധമായ ചിന്തകൾ ഒളിച്ചുവയ്ക്കുന്നതിൽ വിജയിച്ചിരുന്നു.

"അഭിനന്ദനങ്ങൾ, മഹാനായ സേനാധിപതീ!" കരീം ഉറക്കെ പറഞ്ഞു. "ഇന്ത്യ പെട്ടെന്ന് തന്നെ ഘസ്നിയുടെ കാൽക്കീഴിലാകും."

മഖ്സൂദ് പുഞ്ചിരിച്ചു. അയാൾ ഹസ്സന് നേരെ തിരിഞ്ഞ് ചുരുൾ ഉയർ ത്തി പറഞ്ഞു, "ദയവായി മഹാനായ സുൽത്താനോട് അദ്ദേഹത്തിന്റെ ഈ രാജകീയമായ നടപടിയ്ക്കായി എന്റെ നന്ദി അറിയിക്കൂ. ഞാൻ വേഗം തന്നെ ഇന്ത്യയെ പിടിച്ചെടുത്ത് അദ്ദേഹത്തിന്റെ സാമ്രാജ്യത്തിന് കീഴിൽ ചേർക്കുന്നതായിരിക്കും."

"സുൽത്താൻ മറ്റൊന്നും പ്രതീക്ഷിക്കുന്നില്ല," ഹസ്സൻ പറഞ്ഞു. അയാൾ സംഭാഷണം തുടരുന്നതിന് മുമ്പ് അല്പം മടിയ്ക്കുന്നതായി തോന്നി. "ഞാൻ ഒരു കാര്യം ചോദിച്ചോട്ടെ?"

"തീർച്ചയായും, പ്രധാനമന്ത്രീ."

"താങ്കൾക്ക് ഘസ്നിയിലെ ഏറ്റവും കരുത്തനായ ഒരാളായി ആഡം ബരജീവിതം എളുപ്പത്തിൽ നയിക്കാവുന്നതാണ്. പിന്നെ എന്തിനാണ് മറ്റൊരു കടുത്ത ദൗത്യത്തിനായി നിർബന്ധം പിടിക്കുന്നത്?"

മഖ്സൂദ് ശ്രദ്ധയോടെ കത്ത് ചുരുട്ടി ഹസ്സനെ നോക്കി. "ഞാൻ എന്റെ അമ്മാവൻ, അന്തരിച്ച സുൽത്താൻ മഹ്മൂദിന് വാക്ക് കൊടു ത്തിരുന്നു. ഞാൻ ഇന്ത്യയെ കീഴടക്കി ആ രാജ്യത്തിനെ വിശ്വാസിക ളുടേതാക്കുമെന്ന് പ്രതിജ്ഞ ചെയ്തിരുന്നു. അദ്ദേഹത്തിന്റെ ദർശനം പൂർത്തീകരിക്കാൻ കഴിവുള്ള ഒരാൾ ഞാൻ മാത്രമാണെന്ന് അദ്ദേഹം പറഞ്ഞ ശേഷം ഞാൻ വാക്ക് കൊടുത്തതായിരുന്നു."

"അതെ. മഹാനായ സുൽത്താൻ ഷാഹിദും അതേ കാഴ്ചപ്പാട് പങ്ക വച്ചിരുന്നു."

തീർച്ചയായും. മഖ്സൂദ് ഇന്ത്യയെ പിടിച്ചടക്കുക മാത്രമല്ല, ഭരിക്കാനും പദ്ധതിയുണ്ടായിരുന്നെന്ന് ഹസ്സന് അറിയില്ലായിരുന്നു, കുറഞ്ഞത് വടക്കേ ഇന്ത്യയെങ്കിലും. ആ കേട്ടുകേൾവിയുള്ള സമ്പത്തും വിശാലമായ സ്രോതസ്സുകളുമുള്ള പ്രദേശം തന്റെ നിയന്ത്രണത്തിൽ ആകുമ്പോൾ അയാൾ ലോകത്തിലെ തന്നെ ഏറ്റവും കരുത്തനായ വ്യക്തിയായി മാറും. ഉറപ്പായും സുൽത്താൻ ഷാഹിദിനേക്കാളും കരുത്തൻ. ഒരുപക്ഷേ, ചിനയിലെ സോങ് ചക്രവർത്തിയെ വെല്ലുവിളിക്കും. അല്ലെങ്കിൽ, വിധി

അനുകൂലമാണെങ്കിൽ, ലോകത്തിലെ തന്നെ ഏറ്റവും കരുത്തനായ തെക്ക് കിഴക്ക് ഇന്ത്യയ്ക്കൊപ്പം തെക്കുകിഴക്ക് ഏഷ്യ മുഴുവൻ ഭരിക്കുന്ന ചോള ചക്രവർത്തി രാജേന്ദ്രനേക്കാൾ കരുത്തൻ.

ഹസ്സൻ വണങ്ങി പുറപ്പെട്ടു. അയാൾ പോയയുടൻ മഖ്സൂദ് കരീമിന്റെ നേരെ തിരിഞ്ഞു. "ഉദ്യോഗസ്ഥരോട് ഇപ്പോൾത്തന്നെ കൂടിക്കാഴ്ചയ്ക്ക് വരാൻ പറയൂ. നമുക്ക് ഒരുപാട് തയ്യാറെടുപ്പുകൾ നടത്താനുണ്ട്. നമ്മൾ ഇന്ത്യയിലേയ്ക്ക് തിരിച്ച് പോകുകയാണ്. നീയായിരിക്കും സൈന്യത്തിനെ നയിക്കുക, സേനാധിപതീ."

അദ്ധ്യായം 24

രാജേന്ദ്ര ചോള ചക്രവർത്തി സന്ദേശം വായിച്ചുകഴിഞ്ഞ് അത് കൊണ്ടു വന്ന ആളെ നോക്കി. കാശിനാഥ് തന്റെ വികാരവിക്ഷോഭങ്ങൾ മുഖത്ത് കാണിക്കാതിരിക്കാൻ ശ്രമിച്ചു.

പക്ഷേ കാശിനാഥിന്റെ വികാരങ്ങൾ മനസ്സിലാക്കാവുന്നതായിരുന്നു. എല്ലാ ദിവസവും ഒരാൾ ലോകത്തിലെ തന്നെ ഏറ്റവും കരുത്തനായ ആളെ കാണുകയില്ലല്ലോ. അവർക്ക് വടക്ക് തുർക്കികളുടെ സൈന്യത്തിനെ നേരിടണമെങ്കിൽ, ചക്രവർത്തിയുടെ സഹായം ആവശ്യമാണ്. കൂടിയാലോചന പ്രത്യേകിച്ചും പ്രയാസമാണ്. കാശിനാഥ് വടക്ക്-പടിഞ്ഞാറ് ഇന്ത്യയിൽ ഇപ്പോൾത്തന്നെ കടന്നുകഴിഞ്ഞ സലാർ മഖ്സൂദിനെതിരെയാണ് സഹായം ആവശ്യപ്പെടുന്നത്. അതും നശീകരണത്തിന്റെ തുടർച്ചയുമായി. സഹായം ചോദിക്കുമ്പോൾ, കാശിനാഥ് പകരമായി രാജേന്ദ്ര ചോളന് പ്രത്യക്ഷമായ ഒന്നും തന്നെ വാഗ്ദാനം ചെയ്യുന്നുമില്ല. പണം ഇല്ല. ഭൂമി ഇല്ല. കീഴടങ്ങാമെന്ന വാഗ്ദാനവുമില്ല.

ഇരുണ്ട നിറമുള്ള, ഉയർന്ന് ബലിഷ്ഠനായ, കൈപ്പിടി മീശയുള്ള രാജേന്ദ്ര ചോളൻ ഇന്ത്യ കണ്ടിട്ടുള്ളതിൽ വച്ച് ഏറ്റവും മഹാന്മായ കടന്നുകയറ്റക്കാരിൽ ഒരാളായിരുന്നു. അദ്ദേഹത്തിന്റെ കടന്നുകയറ്റങ്ങളിൽ അന്തമാൻ നിക്കോബാർ ദ്വീപുകൾ, ശ്രീലങ്ക, മാലദ്വീപുകൾ എന്നിവ ഉൾപ്പെടുന്നു. അദ്ദേഹം മലേഷ്യയിലും ഇന്തോനേഷ്യയിലും വിജയകരമായി പര്യടനം നടത്തുകയും ആധിപത്യം സ്ഥാപിക്കുകയും ചെയ്തിരുന്നു. തായ്‌ലാന്റ്, കമ്പോഡിയ രാജ്യങ്ങൾ അദ്ദേഹത്തിന് കപ്പം നൽകിയിരുന്നു, അതുകൊണ്ട് തന്നെ പേരിന് അദ്ദേഹത്തിന്റെ സാമ്രാജ്യത്തിന്റെ ഭാഗമാകുകയും ചെയ്തു. മുമ്പ്, തെക്കേ ഇന്ത്യയിൽ തന്റെ ആധിപത്യം സ്ഥാപിച്ചതിനുശേഷം, അദ്ദേഹം ഗംഗാനദിയിലേയ്ക്ക്

പടനയിച്ചു, ബംഗാളിലേയും ബീഹാറിലേയും പാല ഭരണാധികാരികളെ തോൽപ്പിച്ചുകൊണ്ട്. ആ ചരിത്രപരമായ അന്വേഷണത്തിന്റെ ഓർമ്മയ്ക്കായി, ഒപ്പം അതികായനായ രാജാവിന്റെ വ്യക്തമായും വളരെ വൈകാരികമായ നിമിഷത്തിനായി, അദ്ദേഹം ഗംഗൈകൊണ്ടാൻ എന്ന പേര് സ്വീകരിച്ചു, *പവിത്രമായ ഗംഗാനദിയെ നേടിയയാൾ.*

അദ്ദേഹം ഒരു പുതിയ തലസ്ഥാനനഗരം പണികഴിപ്പിച്ച് ഗംഗൈകൊണ്ട ചോളപുരം എന്ന് പേരിട്ടു.

അത്തരം ഒരു മനുഷ്യന്റെ സാന്നിധ്യത്തിൽ സംഭ്രമിച്ചു പോകാതിരിക്കുക പ്രയാസമായിരിക്കും.

രാജേന്ദ്രൻ കാശിനാഥിനെ നോക്കി, അസ്വസ്ഥതയുണ്ടാക്കുന്ന നിശ്ശബ്ദതയെ അലയാൻ വിട്ടുകൊണ്ട്.

കാശിനാഥ് കൈകൾ കൂപ്പി ബഹുമാനത്തോടെ നിന്നു, നിശ്ശബ്ദനായി. ആ മഹാനായ മനുഷ്യന്റെ തീരുമാനത്തിനായി കാത്തുകൊണ്ട്.

വലിയ സന്നിഗ്ധാവസ്ഥയായിരുന്നു.

അവസാനം രാജേന്ദ്രൻ മൗനം ഭേദിച്ചു. അദ്ദേഹം പതുക്കെ, എന്നാൽ തന്റെ ആഴത്തിലുള്ള സ്വരത്തിൽ വ്യക്തമായി കേൾക്കുന്ന വിധം സംസാരിച്ചു. "അപ്പോൾ, ഒരു രാജാവ് അയാളുടെ രാജ്യത്തിലേയ്ക്ക് എന്റെ സൈന്യത്തിനെ അയയ്ക്കാൻ ക്ഷണിക്കുകയാണ്?"

"മഹാനായ ആര്യ," കാശിനാഥ് അത്യധികം ബഹുമാനത്തോടെ രാജേന്ദ്രനോട് പറഞ്ഞു, രാജാവ് ഇന്ത്യയിലെ ഏറ്റവും വിശിഷ്ടനായതുകൊണ്ട്, "എന്റെ പ്രഭു, സുഹേൽദേവ് രാജാവ്, തുർക്കികൾക്കെതിരായി അങ്ങയുടെ സഹായം തേടുക മാത്രമാണ്."

"അയാളുടെ രാജ്യം ഞാൻ തന്നെ പിടിച്ചെടുക്കുന്നതിൽ എന്താണ് തടസ്സം?"

"സുഹേൽദേവ് രാജാവ് അങ്ങയെ ഉയർന്ന വീക്ഷണമുള്ള ചക്രവർത്തിയായി കരുതുന്നു. തുർക്കികൾ ഒരു രാജ്യത്തിന് മാത്രമല്ല വലിയ ശല്യമായിട്ടുള്ളത്, ഇന്ത്യ മൊത്തത്തിൽ ആണ്. അവർ കൂടുതൽ ഇന്ത്യയിലെ രാജ്യങ്ങൾ കീഴടക്കുമ്പോഴും, അവർക്ക് കൂടുതൽ കരുത്തരാകാനുള്ള വിഭവങ്ങൾ ലഭിക്കുകയാണ്. അവരുടെ കടന്നുകയറ്റം നേരത്തേ തന്നെ നിർത്താൻ സഹായിക്കുന്നതല്ലേ നല്ലത്?"

രാജേന്ദ്രൻ ചുണ്ടുകൾ കോട്ടി ആലോചനയോടെ കാശിനാഥിനെ നോക്കി.

"മഹാനായ ചക്രവർത്തീ," കാശിനാഥ് തുടർന്നു, "അങ്ങയുടെ സഹയാത്രികരായ ഇന്ത്യാക്കാരെ അങ്ങയുടെ അതിർത്തികളിൽ വയ്ക്കുന്നതായിരിക്കില്ലേ നല്ലത്, ക്രൂരന്മാരായ തുർക്കികൾക്ക് പകരം?"

രാജേന്ദ്രൻ പുഞ്ചിരിച്ചു. "അപ്പോൾ, മദ്ധ്യേഷ്യയിൽ നിന്നുമുള്ള ആ കാടന്മാരിൽ നിന്ന് എന്റെ രാജ്യത്തിനെ സംരക്ഷിക്കാൻ എനിക്ക് കഴിയില്ലെന്നാണോ താങ്കൾ കരുതുന്നത്?"

"തീർച്ചയായും അങ്ങയ്ക്ക് സംരക്ഷിക്കാൻ കഴിയും, പ്രഭോ," കാശിനാഥ് വിനയത്തോടെ പറഞ്ഞു. "അങ്ങ് ഞങ്ങളെ സഹായിക്കേണ്ടതിന്റെ മറ്റൊരു കാരണം അതാണ്."

രാജേന്ദ്രചോളൻ നെറ്റിചുളിച്ചു, കാശിനാഥ് പറഞ്ഞത് വ്യക്തമായും മനസ്സിലാകാതെ.

കാശിനാഥ് വ്യക്തമാക്കി. "വടക്കേ ഇന്ത്യ അങ്ങയുടെ സാമ്രാജ്യത്തിന്റെ ഭാഗമല്ലായിരിക്കാം, പ്രഭോ. പക്ഷേ അത് അങ്ങയുടെ രാജ്യത്തിന്റെ ഭാഗമാണ്. വടക്ക് ഹിമാലയവും പടിഞ്ഞാറും കിഴക്കും കടലുകളും കാൽക്കീഴിൽ ഇന്ത്യൻ മഹാസമുദ്രവുമായി ഭാരതമാതാവ് നമ്മുടെ എല്ലാവരുടേയും രാജ്യമാണ്. നമുക്ക് വിദേശതെമ്മാടികളെ നമ്മുടെ മാതാവിനെ നശിപ്പിക്കാൻ അനുവദിക്കാൻ സാധിക്കില്ല."

രാജേന്ദ്രചോളൻ നിശ്ശബ്ദനായിരുന്നു. പക്ഷേ അദ്ദേഹത്തിന്റെ മുഖത്ത് സ്വാഭാവികമായ വികാരമുണ്ടായിരുന്നു.

രാജേന്ദ്രൻ ശിവഭഗവാന്റെ കടുത്ത ആരാധകനാണെന്ന് കാശിനാഥിന് അറിയാമായിരുന്നു. "ഈ കാടന്മാർ സോംനാഥിലെ ശിവക്ഷേത്രത്തിനെ എന്താണ് ചെയ്തതെന്ന് ഓർക്കൂ, പ്രഭോ. സുഹേൽദേവ് രാജാവ് ശിവഭഗവാന്റെ ഭക്തനാണ്. വാസ്തവത്തിൽ, സുഹേൽദേവ് രാജാവിന്റെ മൂത്ത സഹോദരൻ സോംനാഥ്ജി ക്ഷേത്രത്തിനെ സംരക്ഷിക്കുന്നതിനിടയിലാണ് മരിച്ചത്."

രാജേന്ദ്രൻ പെട്ടെന്ന് ശ്വാസമടക്കിപ്പിടിച്ചു. ചോളൻ മുഷ്ടി ചുരുട്ടുന്നത് കാശിനാഥ് ശ്രദ്ധിച്ചു.

"അയാളുടെ മൂത്ത സഹോദരന്റെ പേരെന്തായിരുന്നു?" രാജേന്ദ്രൻ സൗമ്യമായി ചോദിച്ചു.

"മല്ലദേവ് രാജകുമാരൻ, പ്രഭോ."

രാജേന്ദ്രചോളൻ മൗനത്തിൽ തുടർന്നു. മിക്കവാറും നിർവ്വികാരനായി.

മനസ്സിൽ, മഹാനായ ചോളൻ ശിവഭഗവാനെ പ്രാർഥിച്ചു. ദൈവങ്ങളുടെ ദൈവമായ മഹാദേവനോട് മല്ലദേവിന്റെ ആത്മാവിനെ അനുഗ്രഹിക്കാൻ അപേക്ഷിച്ചുകൊണ്ട്.

അവസാനം, അദ്ദേഹം തലകുലുക്കി. "താങ്കൾക്ക് നാളെ മറുപടി ലഭിക്കുന്നതായിരിക്കും, കാശിനാഥ്."

കാശിനാഥ് ചക്രവർത്തിയെ ബഹുമാനത്തോടെ കുനിഞ്ഞ് വണങ്ങി, എന്നിട്ട് ഉറക്കെപ്പറഞ്ഞു, "ജയ് മാ ഭാരതി."

രാജേന്ദ്രചോളൻ കാശിനാഥിന്റെ പതിവ് രീതിയിലല്ലാത്ത വിടവാങ്ങലിൽ അത്ഭുതപ്പെട്ടു. ഒരു നയതന്ത്ര സന്ദർശനത്തിൽ പതിവില്ലാത്ത വാക്കുകൾ. തന്റെ നയതന്ത്രജ്ഞനിൽ നിന്നും രാജാവിനെ പ്രകീർത്തിക്കുന്ന വാക്കുകളില്ല. ദൈവങ്ങളെ പ്രകീർത്തിക്കുന്ന വാക്കുകളില്ല.

പ്രകീർത്തനം മാതൃരാജ്യത്തിനു മാത്രം. ഇന്ത്യക്ക് മാത്രം.

വാക്കുകൾ സുഹേൽദേവ് താമസിക്കുന്ന ഇന്ത്യയുടെ ഭാഗത്തുള്ള ഭാഷയായ പ്രാകൃതത്തിൽ ആയിരുന്നു. പക്ഷേ ചക്രവർത്തിക്ക് അതിന്റെ അർഥം അറിയാമായിരുന്നു.

രാജേന്ദ്രചോളൻ പുഞ്ചിരിയോടെ പറഞ്ഞു, “ഭാരത തായ് വാഴ്ക.”

അത് രാജേന്ദ്രചോളന്റെ മാതൃഭാഷയായ തമിഴിൽ ആയിരുന്നു.

കാശിനാഥിന് അതിന്റെ അർഥം അറിയാമായിരുന്നു. അദ്ദേഹം ചോളപുരത്തിലേയ്ക്കുള്ള യാത്രയ്ക്കിടയിൽ അല്പം തമിഴ് പഠിച്ചിരുന്നു. അയാൾ പുഞ്ചിരിച്ച് വീണ്ടും കുനിഞ്ഞ് വണങ്ങി. നാളെ ലഭിക്കാൻ പോകുന്ന മറുപടി എന്തായിരിക്കുമെന്ന് അയാൾക്ക് അറിയാമായിരുന്നു.

കുറച്ചുനേരം കഴിഞ്ഞ്, ലളിതമായി അലങ്കരിച്ചതും ഗംഭീരമായതുമായ മുറിയിൽ നാലുപേർ ഇരിക്കുകയായിരുന്നു. രാജേന്ദ്രചോളന്റെ സ്വകാര്യമുറി. മഹാനായ ചക്രവർത്തിയ്ക്കൊപ്പം അദ്ദേഹത്തിന്റെ മൂത്ത പുത്രൻ, രാജാധിരാജനും, സർവ്വസേനാധിപതി കീർത്തിവർമ്മനും രഹസ്യാന്വേഷണത്തിന്റെയും പ്രത്യേകസേനയുടേയും നേതാവ് നരസിംഹനും ഉണ്ടായിരുന്നു.

രാജേന്ദ്രൻ ആമുഖമില്ലാതെ തുടങ്ങി. “നമ്മൾ എന്തിന് ഇടപെടണം? നമ്മൾ ചെയ്യേണ്ടതെല്ലാം ചെയ്തുകഴിഞ്ഞു. ആ കീടം മഹ്മൂദ് മരിച്ചുകഴിഞ്ഞു. സോമനാഥർ മഹാദേവന്റെ ബഹുമാനത്തിനായുള്ള പ്രതികാരം ചെയ്തു. നമുക്ക് വടക്കേ ഇന്ത്യക്കാരും സലാർ മഖ്സൂദുമായുള്ള യുദ്ധത്തിൽ പങ്കില്ല. പിന്നെ അഹിംസയോട് താല്പര്യമുള്ള വടക്കന്മാർക്കു വേണ്ടി നമ്മൾ എന്തിന് യുദ്ധം ചെയ്യണം? ബുദ്ധനെ പിന്തുടരുന്ന അവർ നമ്മൾ ഹിന്ദുക്കളെ ആക്രമികളും യാഥാസ്ഥിതികരുമായി കാണുന്നു. വടക്കുള്ള ഹിന്ദുക്കൾ പോലും ബുദ്ധിസത്തിന്റെ സ്വാധീനത്തിലാണ്.”

“അങ്ങ് പറയുന്നത് ശരിയായിരിക്കും അപ്പാ,” രാജാധിരാജൻ തന്റെ പിതാവിനോട് വിനയത്തോടെ പറഞ്ഞു. “വടക്കുള്ള അഹിംസക്കാരായ മഹാശയന്മാർക്ക് സ്വയം സംരക്ഷിക്കാൻ കഴിവില്ലായിരിക്കാം.

അവർക്ക് നമ്മളെപ്പറ്റി തെറ്റിദ്ധാരണയും ധാർഷ്ട്യവും ഉണ്ടായിരിക്കാം. പക്ഷേ, അവർ അപ്പോഴും നമ്മുടെ അഹിംസക്കാരായ സഖാക്കളാണ്. ഏതെങ്കിലും വിദേശ കാടൻമാർ അവരെ ആക്രമിക്കുകയാണെങ്കിൽ നമുക്ക് അവരെ പ്രതിരോധിക്കേണ്ടതുണ്ട്. ഒരുപക്ഷേ, അവസാനം ആ അഹിംസക്കാർ നമ്മൾ ക്രോധമുള്ള ശൈവഹിന്ദുക്കൾക്ക് ഇന്ത്യൻ സംസ്കാരത്തിലുള്ള പ്രാധാന്യം തിരിച്ചറിഞ്ഞേക്കാം."

രാജേന്ദ്രചോളൻ പൊട്ടിച്ചിരിച്ചു. "നമുക്ക് അവരുടെ അംഗീകാരം വേണ്ട, മോനേ."

നരസിംഹൻ വണങ്ങിക്കൊണ്ട് പറഞ്ഞു. "എല്ലാ ബഹുമാനത്തോടെയും, പ്രഭോ, എല്ലാ ചെറുതും വലുതുമായ രാജാക്കന്മാരെപ്പറ്റിയും വിവരങ്ങൾ ശേഖരിക്കുന്നത് എന്റെ ജോലി ആയതിനാൽ, സുഹേൽദേവ് രാജാവിനെപ്പറ്റിയും ഞാൻ അല്പം ഗവേഷണം നടത്തിയിട്ടുണ്ട്. അയാൾ വ്യത്യസ്തനാണ്. വർഷങ്ങളോളം തുർക്കികൾക്കെതിരായി ഗൊറില്ലാ യുദ്ധത്തിൽ ഏർപ്പെട്ടിട്ടുണ്ട്. അയാൾ ഒരു യഥാർഥ യോദ്ധാവാണ്. അയാൾ ജയിക്കാൻ വേണ്ടി പൊരുതും."

"എങ്കിൽ നമ്മൾ അയാളെ സഹായിക്കണം," രാജാധിരാജൻ പറഞ്ഞു. "നമ്മൾ ശപിക്കപ്പെട്ട തുർക്കികളെ അവരുടെ നശിച്ച നാട്ടിലേയ്ക്ക് വാലും ചുരുട്ടി ഓടിക്കണം."

രാജേന്ദ്രൻ കീർത്തിവർമ്മന്റെ നേരെ തിരിഞ്ഞു. "താങ്കൾക്ക് എന്താണ് പറയാനുള്ളത്?"

കീർത്തിവർമ്മൻ ആലോചനയോടെ താടി തടവി. "രാഷ്ട്രീയ തീരുമാനങ്ങൾ ഞാൻ അങ്ങേയ്ക്ക് വിടുന്നു, മഹാനായ ചക്രവർത്തീ. എന്നെ വ്യാകുലപ്പെടുത്തുന്നത് സേനാവിന്യാസമാണ്. അവർക്ക് ഇപ്പോൾത്തന്നെ ആജ്ഞ നൽകിയാലും സൈന്യത്തിനെ ഒരുമിച്ച് ചേർക്കാൻ സമയമെടുക്കും. എന്നിട്ട് നമ്മൾ ശ്രാവസ്തി വരെ എത്തിച്ചേരണം. ഉപയോഗത്തിന് എത്തിച്ചേരാൻ ഒരുപാട് വൈകാൻ സാധ്യതയുണ്ട്. കാശിനാഥ് പ്രഭു പറഞ്ഞത് പോലെയാണെങ്കിൽ, സലാർ മഖ്സൂദ് ഇന്ത്യയിൽ പ്രവേശിച്ചു കഴിഞ്ഞു."

അല്പനേരത്തെ നിശ്ശബ്ദതയുണ്ടായി. മൂന്നുപേരും രാജേന്ദ്രൻ സംസാരിക്കാനായി ക്ഷമയോടെ കാത്തിരുന്നു. അദ്ദേഹവുമായുള്ള ഏറെക്കാലത്തെ പ്രവർത്തനപരിചയം കൊണ്ട്, കൂടിയാലോചന തുടങ്ങുന്നതിന് വളരെ മുമ്പ് തന്നെ അദ്ദേഹം തീരുമാനമെടുത്തിട്ടുണ്ടാകും എന്ന് അവർക്കറിയാമായിരുന്നു. പക്ഷേ അദ്ദേഹത്തിന് തീരുമാനം പ്രഖ്യാപിക്കുന്നതിന് മുമ്പ് കഴിയാവുന്നത്ര അഭിപ്രായങ്ങളും വേണമായിരുന്നു.

തീരുമാനം എന്തായിരിക്കുമെന്നും അവർക്കറിയാമായിരുന്നു.

രാജേന്ദ്രചോളൻ ഘസ്നിയിലെ മഹ്മൂദിനെ എന്താണ് ചെയ്തതെന്ന് അവർക്കറിയാം. അദ്ദേഹം പവിത്രമായ സോംനാഥ് ക്ഷേത്രത്തിലെ വിഗ്രഹത്തിനായി എന്താണ് ചെയ്തതെന്ന് അവർക്കറിയാം. തുർക്കികളെ ഇന്ത്യയിലേയ്ക്ക് തിരിച്ചു വരാൻ അദ്ദേഹം അനുവദിക്കില്ലെന്നും അവർക്കറിയാം. അവരെ തടയുന്നതിൽ വ്യക്തിപരമായ ഗുണഫലങ്ങളൊന്നും ഇല്ലെങ്കിലും.

ഒടുക്കം രാജേന്ദ്രൻ സംസാരിച്ചു. “തുർക്കികൾ ഇന്ത്യയ്ക്ക് വലിയ ഭീഷണിയാണ്. നമ്മൾ മഹ്മൂദിനെ കൊലപ്പെടുത്തി ഘസ്നിയിൽ ആഭ്യന്തരയുദ്ധത്തിന് തുടക്കമിട്ടപ്പോൾ, പ്രശ്നം പരിഹരിക്കപ്പെട്ടെന്ന് ഞാൻ കരുതി. പക്ഷേ നമ്മൾ കൂട്ടിച്ചെകുത്താന്മാരെപ്പറ്റിയും ആലോചിക്കണമെന്ന് തോന്നുന്നു.” മഹാനായ ചോളൻ മുന്നോട്ട് ചാഞ്ഞു, അദ്ദേഹത്തിന്റെ ആളുകളും അടുത്തേയ്ക്ക് ചാഞ്ഞു. അദ്ദേഹം രഹസ്യം പറഞ്ഞു, “അപ്പോൾ, ഇതാണ് നമ്മൾ ചെയ്യാൻ പോകുന്നത്.”

അദ്ധ്യായം 25

മഖ്സൂദ് താഴെയിറങ്ങിയപ്പോൾ അജിത്പാൽ താണുവണങ്ങി. "മഖ്സൂദ് പ്രഭോ, അങ്ങയെ കണ്ണൗജിയിലേയ്ക്ക് സ്വാഗതം ചെയ്യുന്നതിനാൽ ഞാൻ ആദരിക്കപ്പെടുന്നു."

മഖ്സൂദ് ചെറുതായൊന്ന് തലയാട്ടി ചുറ്റും നോക്കി. "അജിത്പാൽ രാജൻ. അങ്ങ് എന്നെ വ്യക്തിപരമായി സ്വീകരിക്കാൻ അതിർത്തിവരെ വരണമെന്നില്ലായിരുന്നു. അങ്ങ് തലസ്ഥാനനഗരിയിൽ കാത്തുനിന്നാൽ മതിയായിരുന്നു."

മഖ്സൂദ് അജിത്പാലിനെ സൂചിപ്പിക്കാൻ രാജൻ എന്ന വാക്ക് മനഃപൂർവം ഉപയോഗിച്ചതായിരുന്നു, തന്റെ ഇന്ത്യക്കാരനായ സഖാവിന് ചക്രവർത്തി എന്ന പദവി ഉപയോഗിക്കാനാണ് താല്പര്യം എന്നറിയാമായിരുന്നത് കൊണ്ട്.

"അങ്ങിനെയൊന്നുമില്ല, പ്രഭോ," അജിത്പാൽ പറഞ്ഞു. "അങ്ങയെ എന്റെ സാമ്രാജ്യത്തിലൂടെ വ്യക്തിപരമായി അകമ്പടി സേവിക്കുന്നത് എന്റെ സന്തോഷമാണ്. ദയവായി വരൂ, പാനീയോപചാരങ്ങൾ തയ്യാറാണ്."

അജിത്പാൽ മഖ്സൂദിനെ വിശാലമായ കൂടാരത്തിലേയ്ക്ക് നയിച്ച് ഭക്ഷണവിഭവങ്ങളും വീഞ്ഞും നിരത്തി വച്ചിരിക്കുന്ന വലിയ മേശയിലേയ്ക്ക് ചൂണ്ടിക്കാണിച്ചു.

"വടക്കേ ഇന്ത്യയിലെ ഏറ്റവും മികച്ച ഭക്ഷണവും വീഞ്ഞും കാത്തിരിക്കുന്നു, പ്രഭോ."

മഖ്സൂദ് മൂക്ക് ചുളിച്ചു. "എനിക്കിപ്പോൾ മദ്യം കഴിക്കാനുള്ള താല്പര്യമില്ല, അജിത്പാൽ രാജൻ. ഭക്ഷണമാണെങ്കിൽ, എനിക്കിഷ്ടമുള്ള തരം ഇറച്ചിയുണ്ടെന്ന് സംശയമാണ്." അയാൾ ഒന്ന് നിർത്തിയിട്ട്

കഴുത്ത് ഒരു വശത്തേയ്ക്ക് തിരിച്ച് അജിത്പാലിനെ നോക്കി. "അതോ ഉണ്ടെന്നാണോ?"

അജിത്പാൽ വിഷമത്തോടെ ഉമിനീർ വിഴുങ്ങി, മുഖത്ത് വിയർപ്പുതുള്ളികൾ ഒഴുകി. "പ്രഭോ, കോഴി, ആട്, മയിൽ, തത്ത, ഒട്ടകം... ഏതാണ്ട് എല്ലാ തരത്തിലുമുള്ള ഇറച്ചിയുമുണ്ട്."

"*ഏതാണ്ട്*," മഖ്സൂദ് മനഃപൂർവ്വം ഊന്നിപ്പറഞ്ഞു. അയാൾ അജിത്പാലിനെ തറപ്പിച്ച് നോക്കുന്നത് തുടർന്നു, അയാൾ പുളയുന്നത് കണ്ടാസ്വദിച്ചു. ചുരുക്കത്തിൽ, അയാൾ തനിക്ക് ബീഫ് വിളമ്പാനായി അജിത്പാലിനോട് ആജ്ഞാപിക്കണോയെന്ന് ആലോചിച്ചു. എന്നിട്ട് കൺകോണിലൂടെ കരീമിന്റെ മുഖം കണ്ടു, അയാൾ തലയാട്ടി.

"ശരി, ഞാൻ ചിലതെല്ലാം കഴിച്ചുനോക്കാം." മഖ്സൂദ് അവസാനം പറഞ്ഞു.

അജിത്പാൽ ആശ്വാസം കൊണ്ട് നിലത്ത് വീണില്ലെന്നേയുള്ളൂ. മഖ്സൂദ് തന്റെ അത്ഭുതം മറച്ചുവച്ചു, എന്നിട്ട് അജിത്പാലിന്റെ മന്ത്രി വൃഷഭ് താണ സ്വരത്തിൽ ഒരു സേവകനോട് സംസാരിക്കുന്നത് കണ്ട് പുരികം ചുളിച്ചു.

"അങ്ങയെ എന്തെങ്കിലും വിഷമിപ്പിക്കുന്നുണ്ടോ?" അയാൾ മന്ത്രിയോട് ചോദിച്ചു.

വൃഷഭ് പെട്ടെന്ന് തന്നെ കുനിഞ്ഞ് വണങ്ങി കൈകൾ മടക്കിവച്ചു, "അങ്ങയ്ക്ക് ഏതെങ്കിലും തരത്തിൽ ഇഷ്ടക്കേടുണ്ടാക്കിയിട്ടുണ്ടെങ്കിൽ ക്ഷമിക്കണം, പ്രഭോ. ഞാൻ ചില അവസാനനിമിഷ നിർദ്ദേശങ്ങൾ നൽകുകയായിരുന്നു. ഞങ്ങൾ അടുത്ത പട്ടണത്തിൽ അങ്ങേയ്ക്കായി വലിയൊരു സ്വീകരണം ഏർപ്പാടാക്കിയിട്ടുണ്ട്."

മഖ്സൂദ് മുരണ്ടു. "നമ്മൾ യുദ്ധക്കളത്തിൽ എത്തുമ്പോഴേയ്ക്കും എന്റെ സൈനികർ നിങ്ങളുടെ ആതിഥ്യത്തിൽ തടിച്ചുകൊഴുത്ത് യുദ്ധം ചെയ്യാനുള്ള പരുവത്തിൽ ഉണ്ടായിരിക്കില്ലെന്ന് സംശയിക്കുന്നു."

"കണ്ണൗജിന്റെ സൈന്യം അങ്ങയ്ക്കൊപ്പം യുദ്ധം ചെയ്യും പ്രഭോ," അജിത്പാൽ പറഞ്ഞു. "എന്റെ നാട് അതിന്റെ സുഹൃത്തുക്കൾക്കൊപ്പം നിൽക്കുന്നതിൽ എപ്പോഴും അഭിമാനിക്കുന്നു."

"ഉവ്വ്, താങ്കളുടെ സാമ്രാജ്യത്തിലെ കേളികേട്ട പാരമ്പര്യങ്ങളെക്കുറിച്ച് എനിക്ക് നന്നായറിയാം, താങ്കൾ അതെത്ര നന്നായി പിന്തുടരുന്നു എന്നും," മഖ്സൂദ് വരണ്ട മട്ടിൽ പറഞ്ഞു. അയാളെ അത്ഭുതപ്പെടുത്തിക്കൊണ്ട് അജിത്പാൽ ആ പരിഹാസത്തിൽ വൃത്തിയായി വീണു.

ഒരിക്കൽക്കൂടി തന്റെ അതിശയം മറച്ചുവച്ച്, മഖ്സൂദ് അജിത്പാലിനോട് പറഞ്ഞു. "വളരെ മഹാനായ രാജൻ, താങ്കളുടേ പാചകക്കാർ

തയ്യാറാക്കിയ ഈ വിരുന്നിനോട് നീതി കാണിക്കാം. എന്നോടൊപ്പം ഒരു താലമെടുത്ത് എന്നെ ആദരിക്കൂ." അയാൾ ഒരു താലം എടുത്തു, അത് വെള്ളി കൊണ്ടുണ്ടാക്കിയതാണെന്ന് നിരീക്ഷിച്ച്, അതിൽ വിവിധ വിഭവങ്ങൾ അട്ടിനിരത്താൻ തുടങ്ങി. "അങ്ങ് ആദ്യം കഴിക്കണമെന്ന് ഞാൻ നിർബന്ധിക്കും," മഖ്സൂദ് കൂട്ടിച്ചേർത്തു, അജിത്പാലിന് ഒരു കഷ്ണം എടുത്തു നൽകിക്കൊണ്ട്.

അതിൽ വിഷമുണ്ടെങ്കിൽ ആ തടിയനായിരിക്കും ചാകുക.

അജിത്പാൽ മടിച്ചു. "പ്രഭോ, അങ്ങ് എന്നെ ഒരുപാട് ആദരിക്കുന്നു."

"ഒരിക്കലുമില്ല," മഖ്സൂദ് പറഞ്ഞു. "ഇത്ര നല്ല സഖാവിന് വേണ്ടി എനിക്ക് ഇത്രയെങ്കിലും ചെയ്യണം."

അജിത്പാൽ വൃഷഭിനെ നോക്കി, അയാൾ ചെറുതായി തലയാട്ടി. വിഷമത്തോടെയുള്ള നോട്ടവുമായി അജിത്പാൽ മഖ്സൂദിന്റെ കൈയ്യിൽ നിന്നും വാങ്ങി കഴിച്ചു, ഒരു വളർത്തുമൃഗമെന്ന പോലെ. കൺകോണിലൂടെ മഖ്സൂദ് അജിത്പാലിന്റെ ഉപദേശകരുടെ പ്രതികരണങ്ങൾ നിരീക്ഷിച്ചു. അവരിൽ ഭൂരിഭാഗം പേരുടേയും മുഖങ്ങളിൽ നാണക്കേടും അറപ്പും മിന്നിമാഞ്ഞു. വൃഷഭ് മാത്രം പൂർണമായും ഉദാസീനനായി തുടർന്നു.

അവരുടെ വിലപിടിച്ച ചക്രവർത്തി എന്റെ കൈകൾ കൊണ്ട് കഴിച്ചതിനാൽ അശുദ്ധനായിരിക്കുന്നു. ഒരു മ്ലേച്ഛൻ കാടന്റെ കൈകളിൽ നിന്നും. ശരി, അവർക്ക് ശീലാമകട്ടെ. അയാൾ ഇപ്പോൾ ചക്രവർത്തി അല്ല. അയാൾ എന്റെ കോമാളിയാണ്, എനിക്കിഷ്ടമുള്ളതെല്ലാം ചെയ്യാം.

ഏതാനും മണിക്കൂറുകൾ കഴിഞ്ഞ്, മഖ്സൂദും അജിത്പാലും ഹർശരൺ പട്ടണത്തിന്റെ ഗംഭീരമായി അലങ്കരിച്ച കാവടത്തിലൂടെ ഒരുമിച്ച് കടന്നു. കണ്ണൗജി രാജ്യത്തിൽ പ്രവേശിക്കുമ്പോൾ ആദ്യത്തെ പ്രധാന പട്ടണമാണത്.

അവർ കുതിരയോടിച്ചു പോകുന്ന വഴികളിൽ പൂക്കൾ വിതറിയിരുന്നു. പട്ടണവാസികളോട് പാതയുടെ ഇരുവശത്തും നിരന്നുനിന്ന് ഇരുവരും കാലാൾപ്പടയും കുതിരപ്പടയുമായി പോകുമ്പോൾ ആഹ്ലാദം പ്രകടിപ്പിക്കണമെന്ന് ആജ്ഞാപിച്ചിരുന്നു. മുൻകരുതൽ എന്ന നിലയ്ക്ക്, തുർക്കികളുടെ ആവശ്യപ്രകാരം, ഹർശരണിലെ ജനങ്ങളുടെ ആയുധങ്ങൾ പിടിച്ചെടുക്കാൻ അജിത്പാൽ ആജ്ഞ കൊടുത്തു. ഏതാനും ആഴ്ചകൾ കഴിഞ്ഞ് തുർക്കികൾ തിരിച്ചു പോയശേഷം ആയുധങ്ങൾ തിരികെക്കൊടുക്കും.

"ഹർശരണിലേയ്ക്ക് സ്വാഗതം, പ്രഭോ," അജിത്പാൽ പറഞ്ഞു. "പേര് സൂചിപ്പിക്കുന്നത് പോലെ, ഈ പട്ടണം ജാതിയോ മതമോ വംശമോ രാജ്യമോ എന്ന വ്യത്യാസമില്ലാതെ എല്ലാവരേയും ഒരുപോലെ സ്വീകരിക്കുന്നു. ഇതൊരു പ്രധാന വാണിജ്യകേന്ദ്രവും തലമുറകളായി വിവിധ വിശ്വാസങ്ങളിൽ ഉള്ളവർ താമസിക്കുന്നതുമായ സ്ഥലവുമാണ്."

മഖ്സൂദ് മറുപടി പറയാനായി വാ തുറന്നപ്പോൾ അജിത്പാലിന്റെ അരികിലൂടെ ഒരു മൺകട്ട പറന്നുപോയി. ഞെട്ടിപ്പോയ അയാൾ കുതിരയുടെ കടിഞ്ഞാണിൽ പിടിച്ച് പിന്നിലേയ്ക്ക് ചാഞ്ഞു. വിരണ്ട കുതിര അയാളെ താഴെ വീഴ്ത്തിയില്ലെന്നേയുള്ളൂ. അജിത്പാൽ പ്രയാസപ്പെട്ട് കുതിരയെ നിയന്ത്രിച്ചപ്പോഴേയ്ക്കും അയാളുടെ കാവൽക്കാർ ചുറ്റും കൂടി. അവരിൽ ചിലർ ആൾക്കൂട്ടത്തിലേയ്ക്ക് ഓടിച്ചെന്ന് മൺകട്ട എറിഞ്ഞയാളെ പുറത്തേയ്ക്ക് വലിച്ചുകൊണ്ടുവന്നു. അയാൾ ഒരു വടികുത്തിപ്പിടിച്ച വൃത്തികെട്ട ഒറ്റക്കാലൻ കിഴവനായിരുന്നു. നീണ്ട വെളുത്ത മുടിയും കണ്ണുകളിൽ കിറുക്കൻ നോട്ടവുമുണ്ടായിരുന്നു.

അജിത്പാൽ വിവർണ്ണനായിരുന്നു. അയാൾ ഉറക്കെ അലറി. "നിന്റെ ചക്രവർത്തിയെ അപമാനിക്കാൻ എങ്ങിനെ ധൈര്യം വന്നു?"

"നീയാണ് നിന്റെ ധൈര്യശാലിയായിരുന്ന പിതാവിനെ അപമാനിക്കുന്നത്, അജിത്പാൽ!" കിഴവനായ മുടന്തൻ അലറി. "ഞാൻ കണ്ണൗജിന്റെ സൈന്യത്തിലെ പട്ടാളക്കാരൻ ആയിരുന്നു. ഈ സാമ്രാജ്യത്തിന് വേണ്ടി ഒരു കാൽ നഷ്ടപ്പെടുത്തി. കണ്ണൗജിന്റെ ചക്രവർത്തി ഒരു വിദേശ കടന്നുകയറ്റക്കാരന്റെ ചെരുപ്പുകൾ നക്കുന്ന ദിവസം വരുമെന്ന് ഞാൻ ഒരിക്കലും കരുതിയിരുന്നില്ല."

ആൾക്കൂട്ടത്തിൽ ഞെട്ടലോടെയുള്ള നിശ്ശബ്ദതയുണ്ടായി. ഹർശരണിലെ ഓരോ പൗരനും അവരുടെ ഭരണാധികാരിയെക്കുറിച്ച് കരുതുന്നത് കിഴവൻ ഉറക്കെപ്പറഞ്ഞുവെന്നേയുള്ളൂ. പക്ഷേ ആരും ഇത്ര തുറന്ന ധിക്കാരം പ്രതീക്ഷിച്ചിരുന്നില്ല.

കിഴവൻ സലാർ മഖ്സൂദിന്റെ നേരെ തിരിഞ്ഞു. "ഞങ്ങളുടെ ഭരണാധികാരി ഒരു ഭീരുവാണ്. പക്ഷേ ഞങ്ങൾ കണ്ണൗജിക്കാർക്ക് ഇപ്പോഴും നട്ടെല്ലുണ്ട്. ഞങ്ങൾ ഒരിക്കലും ഒരു വിദേശ കൊള്ളക്കാരന്റെ മുന്നിൽ കുനിയില്ല!" അയാൾ ഉറക്കെപ്പറഞ്ഞ് മഖ്സൂദിന് നേരെ തുപ്പി, അത് അയാളുടെ കാലിൽ പതിച്ചു.

ആൾക്കൂട്ടത്തിൽ കേൾക്കാനാവുന്ന വിധം വീർപ്പുമുട്ടലുണ്ടായി. ആളുകൾ ഉറക്കെ പിറുപിറുക്കാൻ തുടങ്ങി. ഇത് ഒരുപാടായിരിക്കുന്നു. അവർക്ക് ചക്രവർത്തിയോട് ദേഷ്യമുണ്ടെങ്കിലും ഒരുപാട് പേർ കരുതിയത് ഒരു അതിഥിയെ ഇങ്ങനെ അപമാനിക്കുന്നത് ധർമ്മത്തിനെതിരാണ്

എന്നായിരുന്നു. ആൾക്കൂട്ടത്തിലെ ചിലർ കിഴവനെ പിന്നോട്ട് വലിക്കാൻ തുടങ്ങി. അയാളോട് നിശ്ശബ്ദനായിരിക്കാൻ പറഞ്ഞുകൊണ്ട്.

അജിത്പാലിന്റെ അസ്വസ്ഥത ചെറിയ പുഞ്ചിരിയോടെ നിരീക്ഷിക്കുകയായിരുന്ന മഖ്സൂദ് അപമാനത്തിൽ ചുവന്നുപോയി. അയാൾ വാളെടുക്കാൻ തുനിഞ്ഞപ്പോൾ പുറകിൽ ഒരു കൈതൊട്ടു.

അത് കരീം ആയിരുന്നു. തുർക്കി അടിമയുടെ രഹസ്യം പറച്ചിൽ മൃദുവായിരുന്നു. "നമുക്ക് ഈ പട്ടണം ആവശ്യമാണ്...പ്രധാന ലക്ഷ്യം ഓർക്കുക...ഇത് ഞാൻ കൈകാര്യം ചെയ്യാം..."

വളരെ പരിശ്രമിച്ച് മഖ്സൂദ് സ്വയം നിയന്ത്രിച്ചു.

അതേ സമയം, കിഴവൻ അപ്പോഴും ആളുകളുമായി മല്ലിടുകയായിരുന്നു. ഈ പ്രായത്തിലും അത്ഭുതപ്പെടുത്തുന്ന കരുത്ത് കാണിച്ചുകൊണ്ട്. അയാൾ തുടർച്ചയായി അലറിക്കൊണ്ടിരുന്നു, കണ്ണൗജിലെ സാധാരണ ജനങ്ങളുടെ ധൈര്യത്തിനെപ്പറ്റി.

കരീം താഴെയിറങ്ങി, കിഴവന്റെ അടുത്തുചെന്ന് അയാളുടെ തോളിൽ കൈവച്ചു. "എന്റെ സുഹൃത്തേ, നമ്മൾ പണ്ട് ശത്രുക്കളായിരുന്നു, ഇപ്പോഴല്ല. ഇന്ന്, ഘസ്നിയിലെ മഹാനായ ചക്രവർത്തിയും കണ്ണൗജി സാമ്രാജ്യവും..."

"മാറി നിൽക്ക്!" കിഴവൻ അലറി, കരീമിനെ തടസ്സപ്പെടുത്തിക്കൊണ്ട്. അയാൾ തുർക്കിക്കാരന്റെ അടുത്തുനിന്നും മാറി. അപ്പോൾ തന്നെ പിടിച്ചിരിക്കുന്ന ഒരു ഹർശരൺ പൗരനെ തള്ളുകയും ചെയ്തു. വടി കുത്തിപ്പിടിച്ച് നിലതെറ്റാതിരിക്കാൻ ശ്രമിക്കുമ്പോൾ അയാളുടെ തല കരീമിന്റെ മുഖത്തിടിച്ചു. ഭീകരമായ ഇടിയായിരുന്നു അത്. തുർക്കിക്കാരന്റെ മൂക്കിൽ നിന്നും വായയിൽ നിന്നും ചോരയൊലിച്ച് അയാൾ താഴെ വീണു. തല നിലത്തിടിച്ചപ്പോൾ അയാളുടെ ബോധം നഷ്ടപ്പെട്ടു.

മഖ്സൂദ് കോപം കൊണ്ട് ജ്വലിച്ചു. പകയോടെ അലറിക്കൊണ്ട് അയാൾ വാളെടുത്ത് കിഴവനെ വെട്ടി. ഒറ്റവെട്ടിന് അയാളുടെ തല അറ്റുപോയി. പക്ഷേ മഖ്സൂദിന്റെ ദേഷ്യം അവസാനിച്ചില്ലായിരുന്നു. അയാൾ കുതിരപ്പുറത്ത് നിന്നും ഇറങ്ങി തലയറ്റ കിടക്കുന്ന കിഴവന്റെ അടുത്തേയ്ക്ക് ഓടിച്ചെന്ന് അരിശത്തിൽ ആവർത്തിച്ച് വെട്ടി. എല്ലാ ദിശകളിലേയ്ക്കും ചോര തെറിച്ചു.

ആളുകൾ ഭയം കൊണ്ട് അലറാൻ തുടങ്ങി. ചിലർ മഖ്സൂദിന്റെ ക്രൂരതയിൽ പ്രതിഷേധിക്കാനുള്ള ധൈര്യം കാണിച്ചു. ഘസ്നിയുടേയും കണ്ണൗജിയുടേയും സൈന്യങ്ങളിലെ പട്ടാളക്കാർ പെട്ടെന്ന് തന്നെ മഖ്സൂദിനും അജിത്പാലിനും സംരക്ഷണം ഒരുക്കി ഹർശരണിന്റെ പൗരന്മാരോട് മാറി നിൽക്കാൻ ആജ്ഞാപിച്ചു.

പക്ഷേ ആൾക്കൂട്ടം കൂടുതൽ ഉച്ചത്തിൽ അലറാൻ തുടങ്ങി. കിഴവനെ കൊല്ലേണ്ടിയിരുന്നില്ലെന്ന് ബഹളം വച്ചു.

"പ്രഭോ, ഇത് കലാപമാകാൻ പോകുകയാണ്," വൃഷഭ് അജിത്പാലിനോട് പറഞ്ഞു. "ദയവായി മഖ്സൂദ് പ്രഭുവിനെ സമാധാനിപ്പിച്ച് ഇവിടെ നിന്നും കൊണ്ടുപോകൂ."

അജിത്പാൽ വേവലാതിയോടെ ഉമിനീരിറക്കി. പക്ഷേ അനങ്ങാൻ കഴിയാത്ത വിധം നിശ്ചലനായിപ്പോയി.

മഖ്സൂദ് അപ്പോഴും പഴയ പട്ടാളക്കാരന്റെ ശരീരത്തിനെ അറുത്ത് മാറ്റുകയായിരുന്നു. ഭ്രാന്തമായ വെറിയോടെ.

അപ്പോഴേയ്ക്കും, മൊത്തം ജനങ്ങളും ഇളകി. അവർ മുദ്രാവാക്യങ്ങൾ വിളിച്ച് സംരക്ഷണം ഒരുക്കിയിരിക്കുന്ന കണ്ണൗജിന്റെ പട്ടാളക്കാരെ തള്ളിമാറ്റാൻ തുടങ്ങി. അവരാകട്ടെ സ്വന്തം പൗരന്മാരെ ആക്രമിക്കാൻ വിമുഖത കാണിച്ചു. അവർ ആയുധങ്ങൾ പുറത്തെടുത്തത് പോലുമില്ല. ഘസ്നിയുടെ പട്ടാളക്കാർ പക്ഷേ വാളുകൾ പുറത്തെടുത്തിരുന്നു, വ്യക്തമായും കൊല്ലാനുള്ള വെറിയുമായി. പക്ഷേ അവരുടെ സേനാധിപതിയുടെ ആജ്ഞ ഇല്ലാത്തതുകൊണ്ട് അവർ ഒന്നും ചെയ്തില്ല.

ഒരു തുർക്കി സേനാധിപതി മഖ്സൂദിന്റെ അടുത്തെയ്ക്ക് ചെല്ലാൻ ധൈര്യം കാണിച്ച് തിടുക്കത്തിൽ പറഞ്ഞു, "പ്രഭോ..."

മഖ്സൂദ് തന്റെ ഭ്രാന്തമായ പകയിൽ നിന്നും പുറത്തുകടന്ന് ചുറ്റും നോക്കി അവസ്ഥ നിരീക്ഷിച്ചു. അയാൾ കുറച്ചുനേരം കണ്ണുകൾ അടച്ച് തുറന്നപ്പോൾ ശാന്തനായി. അയാൾ സംസാരിച്ചത് അളന്നുമുറിച്ചായിരുന്നു. "ഇയാൾ ഘസ്നിയുടെ സൈന്യത്തിന്റെ സർവ്വസേനാധിപതിയെ ആക്രമിച്ചിരിക്കുന്നു. അയാളെ കുറേ ദിവസങ്ങൾ പീഡിപ്പിച്ചശേഷം കൊല്ലേണ്ടതായിരുന്നു, പക്ഷേ എന്റെ നിയന്ത്രണം നഷ്ടപ്പെട്ടതുകൊണ്ട് പെട്ടെന്ന് കൊല്ലപ്പെട്ടു. എന്തായാലും ഹർശരണിലെ ആളുകൾ ഒന്നും പഠിച്ചില്ലെന്ന് തോന്നുന്നു. കണ്ണൗജിലെ ആരും ഒരിക്കലും മറക്കാത്ത ഒരു പാഠം ഞാൻ പഠിപ്പിക്കാം." അയാൾ തന്റെ കൂടെയുള്ള ഉദ്യോഗസ്ഥനു നേരെ തിരിഞ്ഞു. "ഈ പട്ടണത്തിലെ എല്ലാ കാഫറുമാരുടേയും വീടുകൾ നശിപ്പിക്ക്, ഒരു കല്ല് പോലും ബാക്കിയുണ്ടാകരുത്. അവിശ്വാസികളായ ആണുങ്ങളെയെല്ലാം കൊല്ല് – കുട്ടിയോ കുഞ്ഞോ ആയിക്കൊള്ളട്ടെ. സ്ത്രീകളേയും പെൺകുട്ടികളേയും അടിമകളാക്കി നമ്മുടെ പട്ടാളക്കാർ ഉപയോഗിക്കുന്ന വ്യഭിചാരശാലകൾക്ക് വിൽക്ക്. വിശ്വാസികളെ മാത്രം വെറുതെ വിട്. കഴിഞ്ഞശേഷം എന്നെ അറിയിക്കണം."

അജിത്പാൽ അമ്പരന്ന് പോയി. "എന്ത്? ദയവായി അരുത് പ്രഭോ..."

മഖ്സൂദ് കരീമിനെ എടുത്ത് കുതിരപ്പുറത്ത് കിടത്തുമ്പോൾ ചക്രവർ

ത്തിയെ അവഗണിച്ചു. എന്നിട്ട് കരീമിന്റെ അടുത്തിരുന്ന് കുതിരയെ പട്ടണത്തിലൂടനീളം നടത്തി. അജിത്പാൽ മടിച്ചെങ്കിലും പിന്തുടർന്നു. അവർക്കു പിന്നിൽ മഖ്സൂദിന്റെ പട്ടാളക്കാർ അവരുടെ രൂക്ഷമായ ദൗത്യം തുടങ്ങിയപ്പോൾ ആരവങ്ങൾ ഉയരാൻ തുടങ്ങി.

തെരുവുകൾ ചുവന്നു. പട്ടാളക്കാരിൽ നിന്ന് രക്ഷപ്പെടാൻ വേണ്ടി ചാടിയ ആളുകളെക്കൊണ്ട് കിണറുകൾ നിറഞ്ഞു. കത്തുന്ന വീടുകളിൽ നിന്നുമുള്ള പുകയുടെ കനം കാരണം ഒന്നും കാണാൻ സാധിക്കില്ലായിരുന്നു. പക്ഷേ അതുകൊണ്ട് പറയാൻ പോലുമാകാത്ത ഭീകരതയ്ക്ക് സാക്ഷിയാകുന്നതിൽ നിന്നും എന്നെ തടഞ്ഞില്ല. പട്ടാളക്കാർ ഗർഭിണികളായ സ്ത്രീകളെ ബലാത്സംഗം ചെയ്ത് ചോരയൊലിച്ച് ചാകാൻ വിടുന്നത് ഞാൻ കണ്ടു. എനിക്കിനി നരകത്തിനെ ഭയമില്ല. ഹർശരണിൽ ഞാൻ കണ്ടതിനേക്കാൾ മോശമൊന്നും ആയിരിക്കില്ല അത്.

കണ്ണൗജിലെ രാജകീയമായ കൂടാരത്തിൽ, തുർക്കി സൈന്യത്തിന്റെ തമ്പിൽ, അജിത്പാൽ തന്റെ യാത്രാസിംഹാസനത്തിൽ ഇരുന്ന് ഒരു മെലിഞ്ഞ മനുഷ്യൻ ഹർശരണിൽ സംഭവിക്കുന്നത് അറിയിക്കുകയായിരുന്നു. സുഭാഷ് എന്ന് പേരുള്ള ആ മെലിഞ്ഞ മനുഷ്യൻ വൃഷഭ് വർഷങ്ങളായി വളർത്തിക്കൊണ്ട് വന്ന ചാരന്മാരുടെ ശൃംഖലയുടെ ഭാഗമായിരുന്നു.

വൃഷഭ് അയാളുടെ തോളിൽ പതിയെ തട്ടി. "പോയി അല്പം വിശ്രമിക്കു, സുഭാഷ്." സുഭാഷ് പോയയുടനെ പ്രധാനമന്ത്രി അജിതപാലിന്റെ നേരെ തിരിഞ്ഞു. "പ്രഭോ, നമ്മുടെ ആയിരക്കണക്കിന് ആളുകൾ ഇപ്പോൾത്തന്നെ മരിച്ചു കഴിഞ്ഞു. ഞാൻ അപേക്ഷിക്കുകയാണ്, കുറഞ്ഞത് ഇപ്പോഴെങ്കിലും പോയി മഖ്സൂദ് പ്രഭുവിനോട് ഈ കൊല അവസാനിപ്പിക്കാൻ അപേക്ഷിക്കു. പട്ടണത്തിനെ നശിപ്പിച്ചോട്ടെ, പക്ഷേ കുറഞ്ഞത് കുറച്ച് ജീവനുകളെങ്കിലും രക്ഷിക്കാൻ ശ്രമിക്കാം. ഒരു രാജാവിന്റെ കടമ, ആദ്യമായും അവസാനമായും, തന്റെ പ്രജകളെ സംരക്ഷിക്കുന്നതാണ്. അങ്ങയുടെ ധർമ്മം കുറച്ചെങ്കിലും പിന്തുടരാൻ ശ്രമിക്കു."

അജിത്പാൽ കൈയ്യിലുണ്ടായിരുന്ന മദ്യചഷകം താഴെ വച്ചു. അദ്ദേഹത്തിന്റെ കൈകൾ വിറയ്ക്കുന്നുണ്ടായിരുന്നു, കണ്ണുകൾ ചുവക്കുകയും

മുഖം ആകെ വാടുകയും ചെയ്തു. "എന്ത് തരം മനുഷ്യരാണിത്? സ്വന്തം സുഹൃത്തുക്കളോട് തന്നെ ഇത് ചെയ്യണമെങ്കിൽ?"

വൃഷഭ് സങ്കടത്തോടെ തല കുലുക്കി. "അവർ നമ്മളെ സുഹൃത്തുക്കളായി കരുതുന്നില്ല, പ്രഭോ. നമ്മൾ അവരുടെ വെറും കളിപ്പാട്ടങ്ങളാണ്, അവർക്കിഷ്ടമുള്ളപ്പോൾ തലോടാനും അറക്കാനുമുള്ളത്. അങ്ങ് ചെകുത്താനുമായിട്ടാണ് കരാർ ഉണ്ടാക്കിയിരിക്കുന്നത്. ഇപ്പോഴും വൈകിയിട്ടില്ല. അങ്ങയ്ക്ക് ആദരവും അഭിമാനവും തിരിച്ചെടുക്കാനായി ഈ സഖ്യം പിൻവലിക്കുകയാണെങ്കിൽ..."

"മതി!" അജിത്പാൽ ഒരു കൈ ഉയർത്തി കടുപ്പിച്ചു പറഞ്ഞു. "സൂക്ഷിച്ച് വൃഷഭ്. താങ്കൾ ഏതാണ്ട് രാജ്യദ്രോഹത്തിന്റെ അടുത്തെത്തിയിരിക്കുന്നു. ഞാൻ മഖ്സൂദിനെ ചെന്ന് കണ്ട് തന്റെ ആളുകളെ തിരിച്ചു വിളിക്കാൻ ആവശ്യപ്പെടാം. പക്ഷേ ഈ സഖ്യത്തിൽ നിന്നും തിരിച്ചു പോകുന്ന പ്രശ്നമേയില്ല.

അല്പം കഴിഞ്ഞ് അജിത്പാൽ മഖ്സൂദിന്റെ കൂടാരത്തിന്റെ മുന്നിൽ കാത്തുനിൽക്കുകയായിരുന്നു. തുർക്കി കാവൽക്കാർ അദ്ദേഹത്തിനെ അകത്തേയ്ക്ക് കടക്കൻ അനുവദിച്ചില്ല. അദ്ദേഹം വന്നിരിക്കുന്നത് മഖ്സൂദിനെ അറിയിക്കാനും അവർ വിസമ്മതിച്ചു. അജിത്പാലിനോട് കാത്തിരിക്കാനാണ് ആജ്ഞാപിച്ചിരിക്കുന്നത്.

അജിത്പാൽ, കണ്ണൗജിന്റെ ചക്രവർത്തി, അടുത്തിടെ വരെ വടക്കേ ഇന്ത്യയിലെ വലിയ പ്രദേശങ്ങൾ ഭരിച്ചിരുന്നവരുടെ പിൻമുറക്കാരൻ, ഇപ്പോഴും വാഴ്ത്തിപ്പാടലുകൾ ഉള്ള മഹത്തായ സാമ്രാജ്യത്തിന്റെ അനന്തരാവകാശി, സ്വന്തം അഭിമാനവും അന്തസ്സും വിഴുങ്ങി കാത്തിരുന്നു. ഒരു ഹർജിക്കാരനെ പോലെ.

കൂടാരത്തിനകത്ത്, കരീം നടുക്ക് വച്ചിരിക്കുന്ന വലിയ കട്ടിലിൽ കിടക്കുകയായിരുന്നു. അയാളുടേ മൂക്കിലും തലയിലും കെട്ടുണ്ടായിരുന്നു. പ്രകടമായും അയാൾ ഗുരുതരമായ ആഘാതത്തിലൂടെ കടന്നുപോയിട്ടുണ്ട്. കർശനമായ വിശ്രമം ഉപദേശിച്ചിട്ടുണ്ട്. മഖ്സൂദ് കട്ടിലിനരികിലുള്ള ഒരു കസേരയിൽ മുഖത്ത് വലിയ വിഷമവും വ്യാകുലതയുമായി ഇരുന്നു.

"ദയവായി... ഞാൻ യാചിക്കുകയാണ്... കൂട്ടക്കൊല അവസാനിപ്പിക്കൂ..." കരീം മഖ്സൂദിനോട് പിറുപിറുത്തു. "അവർ സാധാരണ ജനങ്ങളാണ്... പട്ടാളക്കാരല്ല.... ഇത് തെറ്റാണ്..."

"നീ വളരെ ദയാലുവാണ്," മഖ്സൂദ് സൗമ്യമായി പറഞ്ഞു, കരീമിന്റെ കൈയ്യിൽ പതുക്കെ തലോടിക്കൊണ്ട്. "അവരെ ഒരു പാഠം പഠിപ്പിക്കണം."

കരീം തല കുലുക്കി, എന്നിട്ട് അനക്കം ഒരു വേദനയെ കടത്തിവിട്ടപ്പോൾ ചുളിപ്പോയി. "ഒരുപാട് നിരപരാധികളായ ജീവനുകൾ...ഞാൻ കാരണം നഷ്ടപ്പെട്ടു...എനിക്കത് താങ്ങാനാവുന്നില്ല."

"അവർ നിരപരാധികൾ അല്ല. അവർ നിന്നെ ഉപദ്രവിക്കാൻ ധൈര്യം കാണിച്ചു." പെട്ടെന്ന് മഖ്സൂദ് കൂടാരത്തിന്റെ തിരശ്ശീലകളിലേയ്ക്ക് നോക്കി ഉറക്കെ പറഞ്ഞു. "വൈദ്യൻ ഏത് നരകത്തിലാണ്? കരീമിന്റെ വേദനയ്ക്കായി എന്തെങ്കിലും ചെയ്യാൻ അയാളോട് പറഞ്ഞിരുന്നതാണ്."

പ്രധാന കാവൽക്കാർ തിരശ്ശീലയുടെ പിന്നിൽ നിന്ന് ഉറക്കെപ്പറഞ്ഞു, ഭയത്തോടെ. "അയാൾ പുറത്ത് കാത്തുനിൽക്കുന്നുണ്ട്, പ്രഭോ."

മഖ്സൂദ് ഉടൻ മറുപടി കൊടുത്തു. "എങ്കിൽ അയാളെ അകത്തേയ്ക്ക് വിടൂ, മണ്ടാ."

വൈദ്യൻ തിരശ്ശീല മാറ്റി അകത്തേയ്ക്ക് വന്നു, തിരശ്ശീല പഴയതുപോലെ ഇടാൻ ശ്രദ്ധിച്ചുകൊണ്ട്.

കാവൽക്കാരൻ അജിത്പാലിനെ നോക്കിയിട്ട് തിരശ്ശീലയ്ക്കകത്തേയ്ക്ക് നോട്ടം തിരിച്ച് ഭയത്തോടെ ഉമിനീരിറക്കിക്കൊണ്ട് പറഞ്ഞു. " പ്രഭോ, അജിത്പാൽ ചക്രവർത്തിയും അങ്ങേയ്ക്കായി ഇവിടെ കാത്തിരിക്കുന്നു."

മറുപടിയില്ല.

അജിത്പാൽ സംസാരിച്ചു. "സർവ്വസേനാധിപതി, അങ്ങയുടെ അല്പം സമയം ഞാൻ അപേക്ഷിച്ചോട്ടെ?"

കരീം മഖ്സൂദിന്റെ കൈയ്യിൽ പിടിച്ച് പതുക്കെ അമർത്തി. മഖ്സൂദ് നെടുവീർപ്പിട്ട് ഉറക്കെ ആജ്ഞാപിച്ചു, "അകത്തേയ്ക്ക് വരൂ."

അജിത്പാൽ ഉടൻ തന്നെ തിരശ്ശീല മാറ്റി അകത്തേയ്ക്ക് കടന്നു.

മഖ്സൂദ് തന്നെ തുറിച്ചു നോക്കുന്നത് അദ്ദേഹം കണ്ടു. നീണ്ട, കടുത്ത, തണുപ്പൻ നോട്ടം. അജിത്പാലിന്റെ ധൈര്യമെല്ലാം വെള്ളമായിപ്പോയി.

മഖ്സൂദ് വീണ്ടും ഒരു ദീർഘനിശ്വാസമെടുത്തു, സ്വയം നിയന്ത്രിക്കാൻ പ്രയാസപ്പെടുന്നത് പോലെ. എന്നിട്ട് ചെറുതായി പുഞ്ചിരിച്ചു, അജിത്പാലിനോടെ അയാൾക്ക് തോന്നിയ പുച്ഛം മുഖത്ത് പ്രകടമായിരുന്നു. അദ്ദേഹം പരിഹാസത്തോടെയുള്ള വിനയത്തോടെ സംസാരിച്ചു, "മഹാനായ ചക്രവർത്തീ, അങ്ങ് എന്തിനാണ് അവിടെ നിൽക്കുന്നത്? ദയവായി വരൂ, ഇരിക്കൂ. ഞാൻ അങ്ങേയ്ക്കായി എന്താണ് ചെയ്യേണ്ടത്?"

അജിത്പാൽ അസ്വസ്ഥതയോടെ മഖ്സൂദ് ചൂണ്ടിക്കാണിച്ച കസേര നീക്കിയെങ്കിലും ഇരുന്നില്ല. അദ്ദേഹം കരീമിനെ നോക്കിയിട്ട് മഖ്സൂദി

ലേയ്ക്ക് തിരിച്ചുപോയി. “സർവ്വസേനാധിപതി മഖ്സൂദ്... ഞാൻ... ഞാൻ സേനാധിപതിയ്ക്ക് കുഴപ്പമില്ലെന്ന് പ്രതീക്ഷിക്കുന്നു.”

മഖ്സൂദ് തലയാട്ടി, മുഖത്ത് തണുത്ത ഭാവം തിരിച്ചെത്തി. പക്ഷേ സംസാരിക്കുന്നതിന് മുമ്പ് കൂടാരത്തിന് പുറത്ത് ഒരു ബഹളം ഉണ്ടായി. മഖ്സൂദ് ദേഷ്യത്തോടെ നെറ്റിചുളിച്ചു. “അവിടെ എന്ത് നാശമാണ് സംഭവിക്കുന്നത്? നിശ്ശബ്ദരായിക്കാൻ ഞാൻ ആജ്ഞാപിച്ചിരുന്നു എന്നാണ് എന്റെ തോന്നൽ!”

ഒരു തുർക്കി ഉദ്യോഗസ്ഥൻ കൂടാരത്തിനകത്തേയ്ക്ക് ഇരച്ചെത്തി. “പ്രഭോ, നമ്മുടെ ആളുകൾ താരീഖ് എന്നൊരു ഹർശരൺകാരനെ പിടികൂടി. അയാൾ വിശ്വാസിയാണെങ്കിലും വീടിനടുത്തുള്ള കാഫിർ അയൽക്കാരെ സംരക്ഷിക്കുന്നു. നമ്മുടെ ആളുകൾ അത് കണ്ടെത്തി അയാളെ വീടിന് പുറത്തേയ്ക്ക് വലിച്ചിഴക്കാൻ ശ്രമിച്ചു, അയാൾ നമ്മുടെ പട്ടാളക്കാരുമായി പൊരുതി. അയാൾ രണ്ടുപേരെ കൊല്ലുകയും മൂന്ന് പേരെ വല്ലാതെ പരുക്കേൽപ്പിക്കുകയും ചെയ്തു. വിശ്വാസികളെ ഉപദ്രവിക്കരുതെന്ന് അങ്ങ് പറഞ്ഞതുകൊണ്ട്, അയാളെ കൊന്നിട്ടില്ല. അയാളെ എന്ത് ചെയ്യണമെന്ന് നമ്മുടെ ആളുകൾ ചോദിക്കുന്നു.”

“കുത്തിച്ചിമോൻ...” മഖ്സൂദ് എഴുന്നേറ്റ് മുരണ്ടു. “ഈ നാശം പിടിച്ച ഇന്ത്യാക്കാരായ മുസ്ലീങ്ങൾ! അവനെ ഇങ്ങോട്ട് കൊണ്ടുവാ.”

താരീഖ് അകത്തേയ്ക്ക് കൊണ്ടുവരപ്പെട്ടു. ഉയരമുള്ള, വീതിയേറിയ തോളുകളുള്ള ഒരു മനുഷ്യൻ, അയാളെ വല്ലാതെ തല്ലിയിട്ടും കൈകൾ മുറുകെ കെട്ടിയിട്ടും അയാൾ കുതറുകയും ശപിക്കുകയും ചെയ്തു. അയാളുടെ കണ്ണുകൾ അടി കൊണ്ട് നേരിയ മുറിവുകൾ പോലെയായിരുന്നു. അയാൾക്ക് വ്യക്തമായി കാണാൻ പ്രയാസമുണ്ടായി. അയാൾ നോക്കിയ ആദ്യത്തെയാൾ അജിത്പാൽ ആയിരുന്നു.

“വിശ്വാസവഞ്ചകൻ!” താരീഖ് അലറി, തന്റെ രാജ്യത്തിന്റെ ചക്രവർത്തിയോടുള്ള രോഷം പൊട്ടിപ്പുറപ്പെടുകയായിരുന്നു.

മഖ്സൂദ് അജിത്പാലിന്റെ സ്വാഭാവികമായ അസ്വസ്ഥതയിൽ അടക്കിച്ചിരിച്ചു. പിന്നെ താരീഖ് മഖ്സൂദിന്റെ നേരെ തിരിഞ്ഞപ്പോൾ അയാൾ ഞെട്ടി വാ പിളർന്നു പോയി.

“ഞെട്ടിയ താരീഖിന്റെ പിറുപിറുക്കൽ കഷ്ടിച്ച് കേൾക്കാൻ കഴിയുന്നതായിരുന്നു. “അസ്ലാൻ?”

ശബ്ദം കരീമിന്റെ ചെവികളിൽ വ്യക്തമായി എത്തി. അയാളുടെ മുഖത്തെ ജാഗ്രത ഒരു നിമിഷത്തെയ്ക്ക് സ്വാഭാവികമായി വന്നു. അയാൾ അജിത്പാലിനേയും മഖ്സൂദിനേയും നോക്കി. എന്നിട്ട് സ്വയം നിയന്ത്രിച്ച് മൗനം പാലിച്ചു.

പക്ഷേ മഖ്സൂദ് താരീഖിനെ ഇളകാതെ നോക്കി. ഒന്നും മനസ്സിലാകാത്ത ഭാവത്തിൽ. "ആരാണ് ഈ അസ്‌ലാൻ?"

"നായിന്റെ മോനേ! താരീഖ് പെട്ടെന്ന് പുറപ്പെട്ട ഊർജ്ജത്തിൽ അലറി.

താരീഖ് മഖ്സൂദിന്റെ നേരെ കുതിച്ചു. പക്ഷേ അപ്പോഴേയ്ക്കും തുർക്കി പട്ടാളക്കാർ അയാളെ തടഞ്ഞു. അവർ അയാളെ ഒരിക്കൽക്കൂടി തല്ലിച്ചതയ്ക്കാൻ തുടങ്ങി. ക്രൂരമായി, നിർത്താതെ.

കൂടാരത്തിന്റെ വാതിൽ തുറന്ന് ഘസ്നി സൈന്യത്തിനെ ഒരു ഉദ്യോഗസ്ഥൻ അകത്ത് വന്നു.

"പ്രധാനമന്ത്രി വൃഷഭ്," ഉദ്യോഗസ്ഥൻ പറഞ്ഞു, "മഖ്സൂദ് പ്രഭു അങ്ങയെ കാണാൻ ആഗ്രഹിക്കുന്നു."

വൃഷഭ് പുഞ്ചിരിച്ചു. "എനിക്ക് അദ്ദേഹത്തിനെ കാണണമെന്നില്ലെങ്കിലോ?"

"കൂടാരത്തിന് പുറത്ത് പത്ത് പട്ടാളക്കാർ നിൽക്കുന്നുണ്ട്. ഞാൻ അങ്ങയുടെ പ്രായവും സ്ഥാനവും ബഹുമാനിക്കുന്നു, അതുകൊണ്ട് അവരെ അകത്തേയ്ക്ക് വിളിക്കാതിരിക്കുന്നതായിരിക്കും നല്ലത്. ദയവായി എന്നെ നിർബന്ധിക്കരുത്."

വൃഷഭ് ശരിക്കും അതിശയിച്ചുപോയി. "എല്ലാം പിടിച്ചെടുക്കുന്ന തുർക്കികളെ വച്ചുനോക്കുമ്പോൾ താങ്കൾ വളരെ വിനയവാനാണ്. താങ്കളുടെ പേര് ചോദിച്ചോട്ടെ?"

"ഒസ്ഗുർ, അങ്ങുന്നേ," അയാൾ പറഞ്ഞു.

വൃഷഭ് മുന്നോട്ട് നടന്ന് ഒസ്ഗുറിനെ സൂക്ഷിച്ചു നോക്കി. "ഹം... താങ്കളെ കണ്ടാൽ കുലീനനാണെന്ന് തോന്നില്ല, അങ്ങിനെ പറയുന്നതിൽ എന്നോട് ക്ഷമിക്കുമല്ലോ. താങ്കളും ചെറുപ്പക്കാരനല്ല. പക്ഷേ ഒരു ഉദ്യോഗസ്ഥനുമാണ്, എന്ന് വച്ചാൽ ജോലിക്കയറ്റം കിട്ടിയ ഒരു പട്ടാളക്കാരൻ. ശരിയല്ലേ?"

"എല്ലാ ബഹുമാനത്തോടെയും അങ്ങുന്നേ, എന്റെ ജീവിതം ചർച്ച ചെയ്യാനുള്ള സമയമാണിതെന്ന് എനിക്ക് തോന്നുന്നില്ല."

"തീർച്ചയായും...അപ്പോൾ, താങ്കളുടെ സേനാധിപതി എന്നെ വിളിക്കുന്നത് എന്തിനാണ്?"

ഒസ്ഗുറിന്റെ അസ്വസ്ഥത സ്വാഭാവികമായിരുന്നു. പക്ഷേ അയാൾ

ആജ്ഞകളെ അനുസരിക്കാതിരിക്കുന്ന തരക്കാരനല്ലായിരുന്നു ."അത് പറയാനുള്ള സ്വാതന്ത്ര്യം എനിക്കില്ല, അങ്ങുന്നേ."

"കൃത്യനിരതനായ ഒരു പട്ടാളക്കാരൻ തന്നെ," വൃഷഭ് പറഞ്ഞു. "ശരി, ഉദ്യോഗസ്ഥാ, വഴി കാണിക്കൂ."

ഒസ്ഗർ ഒന്നും പറഞ്ഞില്ലെങ്കിലും എന്താണ് സംഭവിക്കുന്നതെന്ന് വൃഷഭിന് വ്യക്തമായിരുന്നു. സുഭാഷ് അല്പം മുമ്പ് വന്ന് താരീഖിനെപ്പറ്റി വിവരം കൊടുത്തിരുന്നു. കണ്ണൗജ് സൈന്യത്തിലെ പഴയ പട്ടാളക്കാരനായ അയാളെ വൃഷഭ് സുഹേൽദേവിനൊപ്പം യുദ്ധം ചെയ്യാൻ അയച്ചിരുന്നു, അയാളിപ്പോൾ ഹർശരണിലെ തന്റെ കുടുംബത്തിലേയ്ക്ക് തിരിച്ചെത്തി. അയാൾ ഹിന്ദുക്കളായ ചില അയൽക്കാരെ മഖ്സൂദിൽ നിന്നും രക്ഷിക്കുന്നതിനായി പൊരുതി. തത്ഫലമായി, അയാളെ തുർക്കി തമ്പിലേയ്ക്ക് കൊണ്ടുപോകപ്പെട്ടു. അയാളെ ചോദ്യം ചെയ്യുകയാണെന്ന് സുഭാഷ് പറഞ്ഞിരുന്നു. ഒരുപക്ഷേ പീഡനത്തിനൊപ്പം. താരീഖ് ഒരു കരുത്തനായതു കൊണ്ട് അവർക്ക് തകർക്കാൻ കഴിയുമെന്ന് തോന്നുന്നില്ല. പക്ഷേ ആയാൾ അങ്ങിനെ ചെയ്യാനുള്ള സാധ്യതയ്ക്കായും തയ്യാറെടുക്കണം. അത് സംഭവിക്കുകയാണെങ്കിൽ, വടക്കേ ഇന്ത്യയിലെ തുർക്കികളുടെ പ്രധാന ശത്രുവിന് – സുഹേൽദേവിന്–സഹായം നൽകിയതിൽ വൃഷഭിന്റെ പങ്ക് അവർ അറിയാൻ കുറഞ്ഞ സമയം മതിയാകും.

വൃഷഭിനോട് രക്ഷപ്പെടാൻ സുഭാഷ് ഉപദേശിച്ചിരുന്നു. പക്ഷേ പ്രധാനമന്ത്രി പെട്ടെന്ന് തെളിച്ചു പ്രതികരിച്ചു. *"മണ്ടത്തരം പറയല്ലേ. ഞാൻ പ്രധാനമന്ത്രി ആണ്. എനിക്ക് ഒളിച്ചോടാൻ കഴിയില്ല."*

എന്നാൽ വൃഷഭിന് പോകാതിരിക്കാൻ ഒരു കാരണവും ഉണ്ടായിരുന്നു. അയാളുടെ അപ്രത്യക്ഷമാകൽ ശ്രദ്ധിക്കപ്പെടും. അന്വേഷണത്തിനായി ആളുകളെ അയയ്ക്കപ്പെടും. പക്ഷേ സുഭാഷിന്റെ അപ്രത്യക്ഷമാകൽ അന്വേഷിക്കപ്പെടില്ല, കാരണം അയാൾ പ്രാധാന്യമുള്ളതായി പരിഗണിക്കുന്നില്ല. അയാൾ പെട്ടെന്ന് തന്നെ സുഭാഷിനോടും മറ്റു രണ്ട് പേരോടും ശ്രാവസ്തിയിലേയ്ക്ക് മൂന്ന് വ്യത്യസ്ത വഴികളിലൂടെ പോയി തുർക്കികളെപ്പറ്റിയുള്ള പുതിയ വിവരങ്ങൾ സുഹേൽദേവിനെ അറിയിക്കാൻ ആജ്ഞാപിച്ചു. വൃഷഭ് വിശദമായ രേഖകൾ തയ്യാറാക്കിയിരുന്നു, തുർക്കികളെപ്പറ്റിയുള്ള എല്ലാ നിരീക്ഷണങ്ങളും പട്ടിക നിരത്തിക്കൊണ്ട്. അവരുടെ സൈന്യത്തിന്റെ ശക്തി, യുദ്ധപദ്ധതികൾ, തന്ത്രങ്ങൾ, ആയുധങ്ങൾ എന്നിങ്ങനെ.

ആ വിവരങ്ങൾ സുഹേൽദേവിന് വിലമതിക്കാത്തതായിരിക്കും. അത് അയാളിൽ എത്തണം.

തുർക്കികളെ വഴിതെറ്റിക്കാനുള്ള ജോലി ഇപ്പോൾ വൃഷഭിനായിരുന്നു. അല്ലെങ്കിൽ കുറഞ്ഞത് സുഭാഷിനും മറ്റുള്ളവർക്കും സാധിക്കുന്നത്ര സമയം കൊടുക്കുക.

എല്ലാവരും ഒരിക്കൽ മരിച്ചേ തീരൂ. പക്ഷേ കുറച്ചു പേരേ അർഥമുള്ള മരണം കൊണ്ട് അനുഗ്രഹിക്കപ്പെടുകയുള്ളൂ. ഗാനങ്ങൾ എഴുതപ്പെടുന്ന മരണം.

വൃഷഭ് മഖ്സൂദിന്റെ കൂടാരത്തിന്റെ തിരശ്ശീല മാറ്റി അകത്തേയ്ക്ക് കടന്നു. അവിടെ അജിത്പാലിന്റെ ശബ്ദം കേട്ടു, അയാളുടെ രാജാവ്.

"നാറിയ വഞ്ചകാ!"

വൃഷഭ് ശബ്ദം കേട്ട ദിശയിലേയ്ക്ക് നോക്കി. അജിത്പാൽ പകുതി കാലിയായ ചഷകം എറിയുന്നത് കണ്ടു. വൃഷഭ് ഉടൻ കുനിഞ്ഞു, പക്ഷേ അയാൾക്ക് വേഗം പോരായിരുന്നു. ചോര നിറത്തിലുള്ള വീഞ്ഞുമായി ചഷകം വൃഷഭിന്റെ നെറ്റിയിൽ പാടുണ്ടാക്കി. കണ്ണൗജിന്റെ പ്രധാന മന്ത്രി ഒരു നിമിഷത്തേയ്ക്ക് ചാഞ്ചാടി താഴേയ്ക്ക് ആഴത്തിലുള്ള മുറിവിൽ നിന്നുമുള്ള ചോരയുമായി വീണു. അജിത്പാൽ അയാളെ വീണ്ടും വീണ്ടും തൊഴിച്ചു, രോഷം കൊണ്ട് ഉറക്കെ അലറിക്കൊണ്ട്. വൃഷഭ് നിലച്ച് ചുരുണ്ടു കിടന്നു, ഗർഭസ്ഥശിശുവിനെപ്പോലെ, അജിത്പാൽ തളർന്ന് ശ്വാസമെടുക്കാനായി നിർത്തുന്നത് വരെ.

മഖ്സൂദ് പ്രഭു നിന്നെപ്പറ്റി പറഞ്ഞപ്പോൾ, ഞാൻ നിന്നെ പ്രതിരോധിച്ചു!" അജിത്പാൽ അലറി, മുഖത്ത് കണ്ണുനീർ ഒഴുക്കിക്കൊണ്ട്. "എന്തോ തെറ്റു പറ്റിയിട്ടുണ്ടാകും എന്ന് ഞാൻ പറഞ്ഞു. വൃഷഭ് എന്നോട് വിശ്വസ്തനാണെന്ന്." അദ്ദേഹം ഏതാനും ദീർഘനിശ്വാസങ്ങൾ എടുത്തു, എന്നിട്ട് വീണ്ടും സംസാരിച്ചു. "എന്തിനാണ് എന്നോട് വിശ്വാസവഞ്ചന കാണിച്ചത് വൃഷഭ്?" അവസാനത്തെ വാക്കുകൾ ഏതാണ്ട് അടക്കിയ കരച്ചിൽ പോലെയായിരുന്നു വന്നത്.

വൃഷഭ് തല കുലുക്കി പതുക്കെ എഴുന്നേറ്റ് നിന്നു, ധാരധാരയായി ചോരയൊലിപ്പിച്ചു കൊണ്ട്. അയാൾ ശ്വാസമെടുക്കുമ്പോഴെല്ലാം വാരിയെല്ലുകളിലെ വേദന കൊണ്ട് ചൂളിപ്പോയി. പരിശ്രമത്തോടെ അയാൾ നിവർന്ന് നിന്ന് അജിതപാലിന്റെ കണ്ണുകളിലേയ്ക്ക് നോക്കി. അയാളുടെ ശബ്ദം ഭീതിദമാം വിധം ശാന്തമായിരുന്നു, കഷ്ടപ്പെട്ടാണ് വാക്കുകൾ വരുന്നതെങ്കിലും. "ഞാൻ വിശ്വസ്തനാണ്... അങ്ങയോടല്ല... ഞാൻ

ഇന്ത്യയോട് വിശ്വസ്തനാണ്... ഞാൻ കണ്ണൗജിയോട് വിശ്വസ്തനാണ്."

"ഞാനാണ് കണ്ണൗജി!" അജിത്പാൽ അലറി.

"അല്ല, അങ്ങല്ല... ഒരു രാജ്യം അതിന്റെ രാജാവിന്റേതല്ല. രാജ്യം അതിന്റെ ജനങ്ങളുടേതാണ്. കണ്ണൗജ് ജീവിക്കുന്നത് ഹർശരണിൽ കൂട്ടക്കൊല ചെയ്യപ്പെട്ട ജനങ്ങളിലാണ്. അങ്ങേയ്ക്ക് സംരക്ഷിക്കാൻ സാധിക്കാത്തവർ.... അങ്ങ് കണ്ണീരോ ചോരയോ ഒഴുക്കാത്തവർ..."

അജിത്പാൽ വൃഷഭിനെ അടിക്കാനായി വീണ്ടും കൈ ഉയർത്തി, പക്ഷേ പ്രധാനമന്ത്രി ചക്രവർത്തിയെ തള്ളി. അജിത്പാൽ ഞെട്ടലോടെ അയാളെ നോക്കി, തന്റെ മന്ത്രിയുടെ തന്റേടത്തിൽ നടുങ്ങിക്കൊണ്ട്.

അപ്പോൾ മഖ്സൂദ് അടക്കിച്ചിരിക്കുകയായിരുന്നു. ഇന്ത്യാക്കാർ തമ്മിലുള്ള അടിപിടി വ്യക്തമായും ആസ്വദിച്ചുകൊണ്ട്.

വൃഷഭ് അജിത്പാലിനെ പ്രച്ഛന്നമായ വെറുപ്പോടെ നോക്കി. "അങ്ങേയ്ക്ക് എതിർക്കാൻ കഴിയാത്ത ഒരു കിഴവന്റെ നേരെയേ കൈയ്യുയർത്താൻ കഴിയുകയുള്ളൂ. അങ്ങേയ്ക്ക് ജനങ്ങളുടെ യഥാർഥ ശത്രുവിനെതിരെ യുദ്ധം ചെയ്യാനുള്ള ധൈര്യമില്ല.... അങ്ങ് നമ്മുടെ രാജ്യത്തിനെ വഞ്ചിച്ചു... അങ്ങ് മഹാന്മാരായ പൂർവ്വികരെ വഞ്ചിച്ചു. അങ്ങയുടെ ഉപദേശകരേയും ധൈര്യശാലികളായ സൈനികരേയും വഞ്ചിച്ചു.... അങ്ങ് യുദ്ധം ഒഴിവാക്കാനായി നാണക്കേട് സ്വീകരിച്ചു. ഇപ്പോൾ അങ്ങേയ്ക്ക് നാണക്കേടും യുദ്ധവുമുണ്ട്."

"വായടയ്ക്ക് ധിക്കാരിയായ നായേ," അജിത്പാൽ അലറി, എന്നിട്ട് മഖ്സൂദിനെ നോക്കി. "ഇയാളെ വധിക്കു, പ്രഭോ. ഈ തന്തയില്ലാത്തവനെ കൊല്ലൂ. ഞാൻ ഇനി ഇയാളെ സംരക്ഷിക്കില്ല."

മഖ്സൂദ് ഇപ്പോൾ ഉറക്കെ ചിരിക്കുകയായിരുന്നു. "സംരക്ഷണം നൽകാൻ താങ്കൾ ആരാണ്, വിഡ്ഢീ?" എന്നിട്ട് തുർക്കി സേനാധിപതി വൃഷഭിന്റെ നേരെ തിരിഞ്ഞു. "താങ്കൾക്ക് പൊരുതാനുള്ള ധൈര്യമെങ്കിലും ഉള്ളതിനെ ഞാൻ ബഹുമാനിക്കുന്നു. നിങ്ങളുടെ രാജ്യത്തിലെ മറ്റു വഞ്ചകന്മാരുടെ പേരുകൾ പറയ്. ആ കാട്ടുകൊള്ളക്കാരൻ സുഹേൽദേവിനെ പിന്തുണയ്ക്കുന്നവരുടെ പേരുകൾ പറയ്. അപ്പോൾ നിങ്ങൾക്ക് ദയവോടെയുള്ള ശീഘ്രമരണം ഉണ്ടാകും. അല്ലെങ്കിൽ..."

"ഞാൻ മാത്രമേയുള്ളൂ. മറ്റുള്ളവരെല്ലാം ചെറിയ പട്ടാളക്കാരാണ്, അവർ സുഹേൽദേവിനൊപ്പം ചേർന്നുകഴിഞ്ഞു. ഞാനും അയാൾക്കൊപ്പം ചേരാൻ ആവുന്നത്ര ശ്രമിച്ചു, പക്ഷേ എന്നെക്കൊണ്ട് അയാൾക്ക് വലിയ ഉപകാരമൊന്നുമില്ല. അല്ലെങ്കിൽ അയാൾ എന്നെ തന്റെ രാജ്യത്ത് സ്വീകരിക്കുമായിരുന്നു."

മഖ്സൂദ് അടുത്തേയ്ക്ക് നടന്നു, അദ്ദേഹത്തിന്റെ ശബ്ദം പേടിപ്പിക്കു

ന്ന വിധം താഴേയ്ക്ക് പോയി. “ഞാനൊരു വിഡ്ഢിയാണെന്ന് നിങ്ങൾ കരുതുന്നുണ്ടോ? ഇന്ത്യയിലെ രാജ്യങ്ങളിൽ സുഹേൽദേവിന് പണവും വിഭവങ്ങളും പിന്നെ ഏറ്റവും പ്രധാനമായും വിവരങ്ങളും നൽകുന്ന പ്ര മാണിമാർ ഉണ്ടെന്നത് എനിക്കറിയില്ലെന്ന് കരുതുന്നുണ്ടോ? നിങ്ങൾ കരുതുന്നതിനേക്കാൾ കൂടുതൽ വിവരങ്ങൾ സുഹേൽദേവിനെപ്പറ്റി എനിക്കറിയാം. പക്ഷേ നിങ്ങൾ... നിങ്ങളെപ്പറ്റി എനിക്ക് ഒരിക്കലും അറിയില്ലായിരുന്നു... സുഹേൽദേവ് ഒരു കൗശലക്കാരൻ ആണ്. എനിക്ക് അയാളെപ്പറ്റി കൂടുതൽ അറിയണം. നിങ്ങൾ സംസാരിക്കാൻ പോകു കയാണ്. എന്നെ വിശ്വസിക്കൂ, നിങ്ങൾക്ക്...”

മഖ്സൂദ് സംസാരിക്കുന്നത് നിർത്തി. വൃഷഭിനെ പ്രതികരണത്തിൽ സ്തംഭിച്ചുകൊണ്ട്.

കണ്ണൗജിന്റെ പ്രധാനമന്ത്രി പരസ്യമായി കോട്ടുവായിട്ടു. മഖ്സൂദിന്റെ പ്രസംഗത്തിൽ മടുത്തതുപോലെ. അയാൾ വലതുകൈ കൊണ്ട് വാ പൊത്തുകപോലും ചെയ്തു.

മഖ്സൂദ് ഇത്രയും അപമര്യാദയോടെ ഒരിക്കലും കൈകാര്യം ചെയ്യ പ്പെട്ടിട്ടില്ലായിരുന്നു. അദ്ദേഹത്തിന്റെ അമ്മയിൽ നിന്നുപോലും. അച്ഛൻ പോലും. അദ്ദേഹം ഏറ്റവും വെറുത്തിരുന്ന മനുഷ്യൻ പോലും.

“നീ ആരോടാണ് സംസാരിക്കുന്നതെന്നാണ് കരുതുന്നത്?” മഖ്സൂദ് അലറി. “എന്നെ പരീക്ഷിക്കരുത്! എന്റെ പീഡനങ്ങളുടെ ക്രൂരത എത്ര യാണെന്ന് നിനക്കറിയില്ല. ആ മണ്ടൻ ഭീമൻ താരീഖിനെ തകർക്കാ മെങ്കിൽ, അവർ നിന്റെ ദുർബലമായ ശരീരത്തിനെ എന്ത് ചെയ്യുമെന്ന് ആലോചിക്ക്.”

വൃഷഭ് പതുക്കെ ചിരിച്ചു. താൻ മഖ്സൂദിന്റെ വികാരത്തിൽ കടക്കു കയാണെന്ന് അയാൾക്ക് അറിയാമായിരുന്നു. “നീ കഴുതപ്പുലിയെ പോലെ കരയുകയാണ്. നിനക്ക് സുഹേൽദേവിനെപ്പറ്റി ഒന്നും അറി യില്ല.... അയാൾ ഒരു സിംഹമാണ്... നീ കരുതുന്നതിനേക്കാൾ വളരെ മെച്ചപ്പെട്ടയാൾ...”

മഖ്സൂദ് കൂടുതൽ അടുത്തേയ്ക്ക് നടന്നു, ചിരിച്ചുകൊണ്ട്. “നിന്നെ പീഡി പ്പിക്കുന്ന കണ്ട് ഞാൻ ആസ്വദിക്കും. നിന്നെ ആഴ്ചകളോളം ജീവനോടെ നിർത്തുമെന്ന് ഞാൻ ഉറപ്പാക്കും. നിനക്ക് ആലോചിക്കാൻ പോലും പറ്റാത്തത്ര വേദന അറിയും.”

വൃഷഭ് അടക്കിച്ചിരിച്ചു.

“എന്താണിത്ര തമാശ?” അജിത്പാൽ ചോദിച്ചു.

വൃഷഭ് അജിത്പാലിനെ നോക്കി പുഞ്ചിരിച്ചു. “ഞാൻ അങ്ങയെ മുമ്പ് നിരാശപ്പെടുത്തി...” എന്നിട്ട് മഖ്സൂദിന്റെ നേരെ തിരിഞ്ഞു.

"ഇനി, ഇയാളെയും നിരാശപ്പെടുത്തുമെന്ന് ഭയപ്പെടുന്നു."

പ്രധാനമന്ത്രി ഈ വാക്കുകൾ പറയുമ്പോൾ, അയാളുടെ ശരീരത്തിലൂടെ ഒരു തരിപ്പ് കടന്നുപോയി. അയാൾ മുഷ്ടികൾ ചുരുട്ടി, കണ്ണുകൾ മുകളിലേയ്ക്കായി കുഴഞ്ഞുവീണു. അയാളുടെ വായയിൽ നിന്നും നുര ഉണ്ടാകാൻ തുടങ്ങി. മറ്റുള്ളവർക്ക് പ്രതികരിക്കാൻ സാധിക്കുന്നതിന് മുമ്പ് പെട്ടെന്നായിരുന്നു എല്ലാം സംഭവിച്ചത്."

"എന്ത് നാശമാണിത്!" ഞെട്ടിപ്പോയ മഖ്സൂദ് അലറി.

ഒസ്ഗ്ഗുർ പെട്ടെന്ന് മുന്നോട്ട് ചെന്നു.

അയാൾ കോട്ടുവായിട്ടപ്പോൾ...

അയാൾ വൃഷഭിനെ കൈ പിടിച്ച് മലർത്തി. നടുവിരലിലെ കല്ല് അകത്തേയ്ക്ക് തിരിച്ചു വച്ചിരിക്കുകയായിരുന്നു. ഒസ്ഗ്ഗുർ അതിൽ മണപ്പിച്ച് വിചിത്രമായ ഗന്ധം കണ്ടെത്തി മൂക്ക് ചുളിച്ചു.

"പെട്ടെന്ന് തന്നെ ഒരു വൈദ്യനെ വിളിക്കൂ," അയാൾ അലറി. "ഇയാൾ വിഷം കഴിച്ചിട്ടുണ്ട്."

ഒരു പട്ടാളക്കാരൻ പുറത്തേയ്ക്ക് ഓടിയപ്പോൾ, ഒസ്ഗ്ഗുർ വൃഷഭിനെ തൊണ്ടയിൽ വിരലിട്ട് ഉണർത്താൻ ശ്രമിച്ചു. ഒരു ഞൊടി കഴിഞ്ഞ്, വൃഷഭ് അയാളുടെ വിരലിൽ ആഞ്ഞുകടിച്ചപ്പോൾ അയാൾ കരഞ്ഞു. അയാൾ തിടുക്കത്തിൽ അത് വലിച്ചെടുത്ത് വേദന കൊണ്ട് മുറുകെപ്പിടിച്ചു.

വൃഷഭിന്റെ വായയിൽ നിന്നും രക്തം ഇറ്റുന്നുണ്ടായിരുന്നു. അയാൾ തിരിഞ്ഞു കിടന്ന് വിറയ്ക്കുന്ന കൈകൾ കൊണ്ട് തറയിൽ അമർത്തി, എന്നിട്ട് നെറ്റിയിൽ തൊട്ടു. ഭൂമിയുടെ അനുഗ്രഹം വാങ്ങുന്നത് പോലെ.

വിട, അമ്മേ... ഈ മകന് അമ്മയ്ക്കുവേണ്ടി ഇത്രയുമേ ചെയ്യാൻ കഴിയുകയുള്ളൂ...

വൃഷഭിലൂടെ മറ്റൊരു തരിപ്പ് കടന്നുപോയി, അയാൾ അനങ്ങാതെ കിടന്നു.

അദ്ധ്യായം 26

ശ്രാവസ്തിയുടെ നേതൃത്വത്തിൽ സുഹേൽദേവ് സഖ്യം രൂപീകരിച്ചിട്ട് ഏതാണ്ട് മൂന്ന് വർഷങ്ങൾ ആയിരുന്നു. ആ മൂന്ന് വർഷങ്ങൾ നല്ല രീതിയിൽ ചെലവഴിക്കപ്പെട്ടു. അയാൾ ശക്തമായ ഒരു സൈന്യത്തിനെ പരിശീലിപ്പിച്ചു. തുർക്കിവിരുദ്ധ സഖ്യത്തിനോട് വിശ്വാസം പ്രതിജ്ഞ ചെയ്യാൻ രാജ്യമെങ്ങുമുള്ള യോദ്ധാക്കളെ കൊണ്ടുവരാനും അയാൾക്ക് സാധിച്ചു.

തയ്യാറെടുപ്പുകൾ പരിശോധിക്കാനുള്ള സമയം ഒടുക്കം എത്തിക്കഴിഞ്ഞു.

സലാർ മഖ്സൂദും ഘസ്നിയുടെ സൈന്യവും തിരിച്ചെത്തിയതുകൊണ്ട്. സുഹേൽദേവും അയാളുടെ ഉപദേശകരും ചർച്ച ചെയ്യുകയായിരുന്നു. കുറച്ച് ദിവസങ്ങൾക്ക് മുമ്പ് ഹർശരൻ നശിപ്പിക്കപ്പെട്ടതിന്റെ വാർത്തകൾ അവരിലെത്തിയിരുന്നു. തുർക്കികൾ അവരുടെ പ്രദേശത്തേയ്ക്ക് പുറപ്പെടാൻ അധികം സമയം വേണ്ടെന്ന് അവർക്കറിയാമായിരുന്നു. അവരുടെ രാജ്യത്തിന്റെ വിധി തീരുമാനിക്കുന്ന യുദ്ധം ഉടൻ തന്നെയുണ്ടാകും.

രാജകീയക്ഷേത്രത്തിൽ പ്രാർഥനകൾ നടത്തപ്പെട്ടു, സുഹേൽദേവിന്റെ സ്വകാര്യ ആസ്ഥാനത്തിൽ നിന്നും അടുത്ത് തന്നെയായിരുന്നു അത്. ഹർശരണിലെ ഇരകൾക്കായുള്ള പ്രാർഥനകൾ. സംസ്കൃതത്തിലുള്ള മന്ത്രങ്ങൾ മ്ലാനമായ സമ്മേളനത്തിനു മുകളിലൂടെ പരന്നു.

ഗരുഡപുരാണത്തിൽ നിന്നുമുള്ള പ്രാർഥനകൾ, ആത്മാക്കൾക്ക് പൂർവ്വികരിലേയ്ക്കുള്ള സുരക്ഷിതമായ യാത്രയ്ക്കായി അപേക്ഷിച്ചു. കഴിഞ്ഞ ജന്മങ്ങളിൽ സന്തോഷമില്ലാത്ത അവസാനങ്ങൾ ഉണ്ടായ ആത്മാക്കൾ അവർക്കൊപ്പം പ്രതിലോമമായ ഊർജ്ജം കൊണ്ടുപോകുമെന്ന്

വിശ്വസിക്കപ്പെട്ടിരുന്നു. അതിനെ മറികടക്കാൻ പ്രാർഥനകൾ സഹായിക്കും. അങ്ങിനെ അവർക്ക് അടുത്ത ജൻമത്തിനായി, വീണ്ടും ഈ മായാലോകത്ത്, തയ്യാറെടുക്കാൻ സാധിക്കും.

സുഹേൽദേവ് വൃഷഭിനായി പ്രത്യേക പ്രാർഥനകൾ നടത്തി. ശ്രാവസ്തിയുടെ ആഭ്യന്തരസഭയിൽ ഉള്ളവരെല്ലാം കണ്ണൗജിലെ പ്രധാനമന്ത്രി സുഹേൽദേവിന്റെ സഖ്യത്തിലായിരുന്നെന്നും അയാൾ രാജാവിനെ രാജ്യസ്നേഹപരമായ പ്രതിസന്ധിയിൽ സഹായിക്കുന്നുണ്ടായിരുന്നെന്നും അറിഞ്ഞപ്പോൾ ഞെട്ടിപ്പോയി. കാശിനാഥിനും അതിനെപ്പറ്റി അറിയില്ലായിരുന്നു. തൊഷാനിയും, അബ്ദുളും, ഗോവർദ്ധനും അറിയില്ലായിരുന്നു.

സുഹേൽദേവിന് രഹസ്യങ്ങൾ ഹൃദയത്തിൽ മൂടിവയ്ക്കാൻ കഴിയുമായിരുന്നു. നല്ല നേതാവിന്റെ ഗുണങ്ങളിൽ ഒന്ന്.

“ഇനിയെന്താണ്?” ഗോവർദ്ധൻ ചോദിച്ചു.

“നമ്മൾ അവർക്കായി കാത്തിരിക്കണോ?” കാശിനാഥ് ചോദിച്ചു.

തൊഷാനിയ്ക്ക് വ്യക്തമായിരുന്നു. “നമ്മൾ പുറത്ത് കടക്കണമെന്ന് ഞാൻ കരുതുന്നു. അവരെ ശ്രാവസ്തിയുടെ അടുത്തെത്താൻ അനുവദിച്ചാൽ, അവർ നമ്മുടെ പ്രജകളെ എന്ത് ചെയ്യുമെന്നത് വിഷമമാകും. അവരെ നമുക്കെതിരെ ബന്ദികളാക്കാൻ സാധിക്കും.”

അബ്ദുൾ പറഞ്ഞു. “പക്ഷേ നമ്മൾ പുറത്തിറങ്ങിയാൽ, നമ്മുടെ പട്ടണങ്ങളും ഗ്രാമങ്ങളും സുരക്ഷയില്ലാതെ ഉപേക്ഷിക്കേണ്ടി വരും. അവർക്ക് നമ്മുടെ സൈന്യത്തിനെ മറികടന്ന് നമ്മുടെ പ്രജകളെ ആക്രമിക്കാൻ സാധിക്കും.”

“ഒരുപക്ഷേ നമുക്ക് ഗറില്ലാ തന്ത്രങ്ങൾ തുടർന്നാലോ?” ഗോവർദ്ധൻ നിർദ്ദേശിച്ചു. “അത് എപ്പോഴും ഫലപ്രദമായിരുന്നു.”

സുഹേൽദേവ് മുന്നോട്ട് ചാഞ്ഞ് തലയാട്ടി. “ഇല്ല. അവർ ഇപ്പോൾ തീരുമാനിച്ചുറപ്പിച്ച സൈന്യവുമായിട്ടാണ് വന്നിട്ടുള്ളത്. വൃഷഭ്ജി മരിക്കുന്നതിന് മുമ്പ് അയച്ച എല്ലാ വിവരങ്ങളും അനുസരിച്ച്, ഈ സൈന്യം ഏത് തുർക്കിയും ഇതുവരെ നയിച്ചതിനേക്കാൾ മികച്ചതാണ്. അവരുടെ പ്രതിരോധം ഉറച്ചതും പരമ്പരാഗതവുമാണ്. നമ്മുടെ ഗറില്ല പോരാളികൾക്ക് കടന്നുകയറാൻ എളുപ്പമായിരിക്കില്ല. അവരുടെ സർവ്വസേനാധിപതി മഖ്സൂദ് മുമ്പത്തെ ഏത് തുർക്കി സേനാധിപതിയേക്കാളും നമ്മുടെ നാടും സംസ്കാരവും മനസ്സിലാക്കിയിട്ടുണ്ടെന്ന് ഞാൻ കേട്ടു. ഏത് രാജ്യത്തിനെതിരെ എന്ത് തന്ത്രം ഉപയോഗിക്കണമെന്ന് അയാൾക്ക് കൃത്യമായി അറിയാം. നമ്മൾ ഇന്ത്യക്കാരെ പോലെ അയാൾക്ക് ഇന്ത്യയെ അറിയാമെന്നപോലെയാണ്. എനിക്ക് ലഭിച്ച എല്ലാ വിവരങ്ങളിൽ

നിന്നും, അവർ ഇത്തവണ വെറും തിരച്ചിലിനായി വന്നതല്ല. അവർ കീഴടക്കി സ്ഥിരതാമസത്തിനായി വന്നതാണ്.

"എങ്കിൽ നമ്മൾ അവരെ ഒറ്റ യുദ്ധത്തിൽ നേരിടേണ്ടി വരും," തൊഷാനി പറഞ്ഞു. "അവരെ എല്ലാവരേയും കൊല്ലേണ്ടി വരും."

"ഒരു ഇന്ത്യൻ സൈന്യവും മുമ്പ് അങ്ങിനെ ചെയ്തിട്ടില്ല," കാശിനാഥ് ചൂണ്ടിക്കാണിച്ചു. "മഹാനായ ചന്ദേലയുടെ രാജാവ്, മഹാരാജ് വിദ്യാധരൻ, ഒരിക്കൽ മഹ്മൂദുമായി നേരിട്ട് ഏറ്റുമുട്ടി പിന്നീട് കാലിഞ്ചർ കോട്ടയിലേയ്ക്ക് പിൻവലിഞ്ഞു."

സുഹേൽദേവ് നെടുവീർപ്പിട്ടു. "നിർഭാഗ്യവശാൽ മഹാരാജ് വിദ്യാധരന് നമ്മളെ സഹായിക്കാൻ പറ്റില്ല. അദ്ദേഹം ഗുരുതരമായ രോഗാവസ്ഥയിലാണ്, അദ്ദേഹം അധികകാലം ജീവിക്കില്ലെന്ന് ഞാൻ കേട്ടു. പിന്നെ രാജകുമാരൻ വിജയപാലൻ രാജാവിന്റെ രോഗത്തിനെ പ്രയോജനപ്പെടുത്തുന്ന കാലാചുരികളുമായുള്ള യുദ്ധത്തിന്റെ തിരക്കിലാണ്."

"ഇന്ത്യക്കാർ തമ്മിലുള്ള യുദ്ധമാണ് വിദേശികൾ പ്രയോജനപ്പെടുത്തുന്നത്," കാശിനാഥ് പറഞ്ഞു, സങ്കടത്തോടെ തലയാട്ടിക്കൊണ്ട്. "എന്തായാലും, ഞാൻ രാജകുമാരനുമായി ബന്ധപ്പെടുകയും അദ്ദേഹം തന്റെ മികച്ച സേനാധിപതികളിൽ ഒരാളായ സൂര്യവീരന്റെ കീഴിൽ ഒരു സൈന്യത്തിനെ അയയ്ക്കാമെന്ന് വാക്ക് തരുകയും ചെയ്തിട്ടുണ്ട്. പക്ഷേ മറ്റൊരു മഹാരാജ് വിദ്യാധർ ഉണ്ടാവില്ല. നമുക്ക് അദ്ദേഹത്തിനേയും ചന്ദേല സൈന്യം മുഴുവനും കിട്ടിയാലല്ലാതെ."

"പ്രതീക്ഷയോടെ ചിന്തിക്കുന്നതിന് അവസാനമില്ല," തൊഷാനി പറഞ്ഞു. "നമ്മൾ ഉള്ളത് വച്ച് നല്ല രീതിയിൽ ചെയ്യാനുള്ളത് ചെയ്യണം."

സുഹേൽദേവ് കാശിനാഥിനെ നോക്കി. കുറച്ച് മാസങ്ങൾക്ക് യുദ്ധം വൈകിപ്പിക്കേണ്ടി വരുമെന്ന് അയാൾക്കറിയാമായിരുന്നു. രാജേന്ദ്ര ചോളന്റെ സൈന്യങ്ങൾ ശ്രാവസ്തിയെ സഹായിക്കാനായി എത്തിച്ചേരാൻ അത്രയും സമയമെടുക്കും. പക്ഷേ കാശിനാഥും സുഹേൽദേവും അല്ലാതെ മറ്റാർക്കും രാജേന്ദ്ര ചോളനുമായുള്ള സഖ്യത്തിനെപ്പറ്റി അറിയില്ലായിരുന്നു.

പ്രധാന കാവൽക്കാരൻ പെട്ടെന്ന് വാതിലിൽ വിളംബരം നടത്തി. "പ്രഭോ, അങ്ങയുടെ സുഹൃത്ത് അസ്‌ലാൻ ഇവിടെയുണ്ട്."

എല്ലാവരും വാതിലിനു നേരെ തിരിഞ്ഞു. സുഹേൽദേവ് പെട്ടെന്ന് വലിയൊരു പുഞ്ചിരിയോടെ എഴുന്നേറ്റു.

ഒരുപക്ഷേ അസ്‌ലാമിന് മഖ്സൂദിനെപ്പറ്റി പ്രയോജനമുള്ള എന്തെങ്കിലും അറിയാമായിരിക്കും.

"അയാളെ അകത്തേയ്ക്ക് വിടൂ!"

ഏതാനും നിമിഷങ്ങൾ കഴിഞ്ഞപ്പോൾ, അസ്‌ലാൻ മുറിയിലേയ്ക്ക് പ്രവേശിച്ചു, അയാളുടേ കൈകൾ അപ്പോഴേ നീട്ടിപ്പിടിച്ചിരുന്നു. സുഹേൽദേവ് അയാളെ സ്വീകരിക്കാനായി നടന്നു ചെന്നു. ഇരുവരും ഊഷ്മളമായി ആലിംഗനം ചെയ്തു.

അബ്ദുളിന്റെ മുഖത്തെ ആശങ്ക സ്വാഭാവികമായിരുന്നു.ഗോവർദ്ധൻ അയാൾക്കു നേരെ ചാഞ്ഞ് സ്വകാര്യം പറഞ്ഞു. "സാരമില്ല, അബ്ദുൾ. സുഹേൽദേവ് രാജാവ് അസ്‌ലാനെ വിശ്വസിക്കുന്നു. താങ്കളും അയാളെ വിശ്വസിക്കണം."

അബ്ദുൾ ഗോവർദ്ധനെ ഒന്നു നോക്കിയിട്ട് അസ്‌ലാനിലേയ്ക്കും സുഹേൽദേവിലേയ്ക്കും തിരിഞ്ഞു. "ഞാൻ ആ തുർക്കിയെ വിശ്വസിക്കുന്നില്ല. അയാളുടെ മുഖത്തെ എന്തോ...അതെന്നെ കുഴപ്പിക്കുന്നു...ശത്രുപക്ഷത്ത് നിന്നുള്ള ഒരാളെ വിശ്വസിക്കുന്നതിലൂടെ രാജാവ് വലിയ വില കൊടുക്കില്ലെന്ന് ഞാൻ പ്രതീക്ഷിക്കുന്നു..."

ഗോവർദ്ധൻ അബ്ദുളിന്റെ കൈയ്യിൽ തട്ടി..."നിസ്സരമായി എടുക്കൂ..."

അതേ സമയം, സുഹേൽദേവും അസ്‌ലാനും ആലിംഗനത്തിൽ നിന്നും വേർപെട്ടു, പക്ഷേ അപ്പോഴും പരസ്പരം കൈകൾ പിടിച്ചിരുന്നു.

"എന്റെ സുഹൃത്തേ, നിന്നെ വീണ്ടും കാണുന്നത് എത്ര സന്തോഷമാണ്!" സുഹേൽദേവ് പറഞ്ഞു. "നീ എവിടെയായിരുന്നു?"

"ഞാൻ കുറച്ചൊന്ന് കറങ്ങി, അവസാനം ഒരു തടാകത്തിനരികിൽ തിരിച്ചെത്തിയപ്പോൾ മാന്ത്രികമായ ഒരു അനുഭവമുണ്ടായി," അസ്‌ലാൻ പറഞ്ഞു. "അവിടെ, ഞാനൊരു ചെറിയ ആശ്രമമുണ്ടാക്കി ആളുകൾക്ക് എനിക്കാവുന്ന ചെറിയ ചികിത്സകൾ നൽകാൻ തുടങ്ങി, സഹായത്തിനു പകരമായി. വേഗം തന്നെ ആളുകൾ പ്രാർഥനാസമയത്ത് എന്നോടൊപ്പം ചേരാൻ തുടങ്ങി. ഇപ്പോൾ, അവിടെ ഒരു ചെറിയ സമൂഹം രൂപപ്പെട്ടിട്ടുണ്ട്. എനിക്കതൊരു നല്ല സമയമായിരുന്നു. എന്റെ ജീവിതത്തിൽ അത്രയും സമാധാനം അനുഭവിച്ചിട്ടില്ല."

സുഹേൽദേവ് സങ്കടത്തോടെ പുഞ്ചിരിച്ചു.

"ആ സമാധാനം വീണ്ടും ഭീഷണിയിലാണ്. ഘസ്നിയിലെ രാക്ഷസന്മാരിൽ നിന്നും."

അസ്‌ലാൻ യോജിച്ചുകൊണ്ട് ചുണ്ടുകൾ വളച്ചു.

"ഞങ്ങൾ സൂഫി മുസ്ലീങ്ങൾ തിരിച്ചറിയേണ്ടത് മൗലികവാദികളായ മുസ്ലീങ്ങൾ ഉള്ളിടത്തോളം നമുക്ക് സമാധാനം ഉണ്ടാവില്ലെന്നാണ്. നമുക്കവരെ നേരിടണം. നമ്മുടെ നല്ലതിനായി. ലോകത്തിന്റെ നല്ലതിനായി."

"അവർ മൗലികവാദികളായ മുസ്ലീങ്ങൾ അല്ല അസ്‌ലാൻ. അവർ വെറും മൗലികവാദികളായ രാക്ഷസന്മാരാണ്. പക്ഷേ ശരിയാണ്, നമുക്കവരെ നേരിടേണ്ടതുണ്ട്. ഒരുമിച്ച്."

"ദയവില്ലാതെ."

"ദയവില്ലാതെ," സുഹേൽദേവ് സമ്മതിച്ചു.

"അതുകൊണ്ടാണ് ഞാൻ വന്നത്. അങ്ങേയ്ക്കെന്നെ ഇപ്പോൾ ആവശ്യമുണ്ട്."

"അതെ, എനിക്കാവശ്യമുണ്ട്. തുർക്കികളുടെ സർവ്വസേനാധിപതി മഖ്സൂദ്...അയാൾക്ക് തന്ത്രങ്ങളുള്ളത്..."

"...ഒന്നാന്തരം." അസ്‌ലാൻ സുഹേൽദേവിന്റെ പ്രസ്താവന പൂർത്തീകരിച്ചു.

സുഹേൽദേവ് തലയാട്ടി. "അതെ...പിന്നെ, പ്രകടമായും അയാളുടെ പ്രണയിതാവ് അയാളുടേ സേനാധിപതി കരീം ആണ്. അതിനെ ചൂഷണം ചെയ്യാനുള്ള എന്തെങ്കിലും അവസരങ്ങളുണ്ടോ?"

അസ്‌ലാന്റെ മുഖത്ത് ഒരു ഞൊടിയിലെ അഗാധമായ വികാരമുണ്ടായി. പക്ഷേ അയാൾ പെട്ടെന്ന് തന്നെ സ്വയം നിയന്ത്രിച്ചു. അയാൾ താഴേയ്ക്ക് നോക്കി ഒരു നെടുവീർപ്പിട്ട് പിറുപിറുത്തു, "അങ്ങ് ഇതിൽ എന്നേക്കാൾ മികച്ചതാണെന്ന് എനിക്കറിയാം, സുഹൃത്തേ. അവരുടെ പ്രണയത്തെ പുറത്ത് നിർത്തിയേക്കൂ. അവർ ഇരുവരും യോദ്ധാക്കളാണ്. അവർക്കെതിരേ പ്രവർത്തിക്കുന്ന തന്ത്രങ്ങളാണ് നമുക്ക് വേണ്ടത്."

"ഉം... നിന്റെ ഉപദേശം സ്വാഗതം ചെയ്യുന്നു."

"ഞാൻ ഒരു ഉപദേശത്തിനേക്കാൾ കൂടുതലുമായിട്ടാണ് വന്നിരിക്കുന്നത്," അസ്‌ലാൻ പറഞ്ഞു. "കഴിഞ്ഞ കുറച്ച് വർഷങ്ങളായി, ഒരു ചെറിയ സംഘം ചെറുപ്പക്കാർ, എന്നെ ഒരുതരം ആത്മീയഗുരുവായി പെരുമാറണം എന്ന് നിർബന്ധം പിടിക്കുന്നവർ, എനിക്ക് ചുറ്റും കൂടി. അടുത്തിടെ, അവർ എന്നോട് ഒരാളുടെ വിശ്വാസത്തിന് വേണ്ടിയാണോ രാജ്യത്തിന് വേണ്ടിയാണോ പോരാടേണ്ടത് എന്നു ചോദിച്ചു. ഞാൻ പറഞ്ഞു എല്ലാത്തിനും എല്ലാവരേക്കാളും മുമ്പ് ഇന്ത്യ വരുന്നു. മാതൃരാജ്യം സ്വർഗത്തേക്കാൾ മഹത്തരമാണെന്ന്."

സുഹേൽദേവ് പുഞ്ചിരിച്ച് അസ്‌ലാന്റെ തോളുകളിൽ തൊട്ടു. നിശ്ശബ്ദനായിരുന്ന്, സ്വാഭാവികമായുള്ളത് പറയാതെ.

അസ്‌ലാന്റെ കണ്ണുകൾ അലിഞ്ഞു. "ഞാൻ എവിടെ ജനിച്ചതാണെങ്കിലും, എനിക്കിവിടെ ഒരു പുതിയ ജന്മം നൽകിയിരുന്നു, ഇന്ത്യയിൽ. ഇവിടെയാണ് ഞാൻ അദ്ധ്യാത്മദർശനത്തിൽ ഇറങ്ങിയത്. സൂഫി

വഴിയിലേയ്ക്ക്. ഇവിടെയാണ് ഞാൻ ശരിക്കും അള്ളാഹുവിനെ കണ്ടെത്തിയത്. ഇത് എന്റെ ദൗത്യത്തിന്റെ നാടാണ്. ഞാൻ കരുതുന്നത് ഇന്ത്യയെ എന്റെ പവിത്രമായ മാതൃരാജ്യം ആയിട്ടാണ്. ഈ കാടൻ തുർക്കിയെ അവൾ ദത്തെടുക്കുമെങ്കിൽ..."

"ഞങ്ങളുടെ അമ്മ നിന്നെ ദത്തെടുത്ത് കഴിഞ്ഞു, അസ്‌ലാൻ," സുഹേൽദേവ് പറഞ്ഞു. "ഭാരതമാതാവിന് വലിയ ഹൃദയമുണ്ട്. ഇന്ത്യ സ്വന്തം മാതൃരാജ്യമായി വരുന്ന ഒരു വിദേശി, പിന്നെ വിദേശിയല്ല."

അസ്‌ലാൻ പുഞ്ചിരിച്ചു. "എന്റെ സുഹൃത്തുക്കൾ എന്റെ കൂടെ വരണമെന്ന് നിർബന്ധം പിടിച്ചു. അവർ കഷ്ടിച്ച് ഇരുന്നൂറ് പേരുണ്ട്, പക്ഷേ അവർ ചെറുപ്പക്കാരും ബലിഷ്ഠരും, ആവേശഭരിതരുമാണ്. ഞാൻ അവർക്ക് ചില അടിസ്ഥാന സൈനികപരിശീലനം നൽകിയിട്ടുണ്ട്. അവർ അങ്ങയെ നരകത്തിലേയ്ക്കും തിരിച്ചും പിന്തുടരും, ആവശ്യമെങ്കിൽ. അവരെ അങ്ങയുടെ അംഗരക്ഷകരിൽ ഉൾപ്പെടുത്താൻ ഞാൻ നിർദ്ദേശിക്കുന്നു."

സുഹേൽദേവ് തലയാട്ടി.

"ഓർക്കുക സുഹേൽദേവ്, ഞങ്ങൾക്ക് അങ്ങയെ മരിക്കാൻ അനുവദിക്കാൻ പറ്റില്ല. അങ്ങ് മരിച്ചാൽ, ഇന്ത്യയുടെ സൈന്യം ചിതറിപ്പോകും. തുർക്കികൾക്ക് അതറിയാം. എന്റെ ആളുകൾ അങ്ങയെ സംരക്ഷിക്കും."

"ഞാൻ അവരെ എന്റെ അംഗരക്ഷക സൈന്യത്തിലേയ്ക്ക് സ്വാഗതം ചെയ്യുന്നു," സുഹേൽദേവ് പറഞ്ഞു, "വരൂ അവരെ കാണാം."

സുഹേൽദേവും അസ്‌ലാനും മുറികളിൽ നിന്നും പുറത്തേയ്ക്ക് നടക്കാൻ തുടങ്ങിയപ്പോൾ അബ്ദുൾ, എല്ലാം കേട്ടയാൾ, ഗോവർദ്ധന് നേരെ തിരിഞ്ഞു. അയാൾ കോപിഷ്ഠനായിരുന്നു. "രാജാവിന് എങ്ങിനെ ഇത് ചെയ്യാൻ കഴിഞ്ഞു?"

"സമാധാനിക്ക് അബ്ദുൾ," ഗോവർദ്ധൻ പറഞ്ഞു. "താങ്കൾ ഇപ്പോഴും അംഗരക്ഷകസൈന്യത്തിന്റെ സേനാധിപതിയാണ്. താങ്കൾക്ക് ഇരുന്നൂറ് പട്ടാളക്കാരെ കൂടുതൽ ലഭിക്കുന്നതായി അതിനെ കാണൂ."

"പക്ഷേ ആ പട്ടാളക്കാർ അസ്‌ലാനോട് വിശ്വസ്തത ഉള്ളവരാണ്, സുഹേൽദേവിനോടല്ല!"

അദ്ധ്യായം 27

ശ്രാവസ്തിയുടെ രാജകീയ യുദ്ധസമിതി സുഹേൽദേവിന്റെ സ്വകാര്യ ആസ്ഥാനത്ത് ഒരുമിച്ചുകൂടി. സുഹേൽദേവ്, തൊഷാനി, കാശിനാഥ്, ഗോവർദ്ധൻ, അബ്ദുൾ എന്നിവർ ഒരു മേശയ്ക്ക് ചുറ്റും കൂടി, പ്രദേശത്തിന്റെ വിശദമായ ഭൂപടം പഠിച്ചുകൊണ്ട്. ഭൂപടം വലുതായിരുന്നു, ഭൂപ്രകൃതി, നഗരങ്ങൾ, ഗ്രാമങ്ങൾ, നദികൾ ചെറിയ നീരൊഴുക്കുകൾ എല്ലാത്തിന്റേയും വിശദവിവരങ്ങൾ ഉള്ളത്. പ്രദേശത്തിനെപ്പറ്റിയുള്ള വിശദമായ അറിവ് ഉണ്ടെങ്കിൽ പകുതി യുദ്ധം ജയിച്ചെന്ന് ബുദ്ധിമാന്മാരായ യോദ്ധാക്കൾ പറഞ്ഞിട്ടുണ്ട്. വിവിധ മൺശില്പങ്ങൾ, കുതിരപ്പട, വില്ലാളികൾ, കാലാൾപ്പട, മറ്റു സൈനികരൂപങ്ങൾ എന്നിവ അതിന്റെ മുകളിൽ നിരത്തിയിരുന്നു. അസ്‌ലാൻ മേശയുടെ മറുവശത്ത് നിൽക്കുന്നുണ്ടായിരുന്നു. എല്ലാ സഖ്യരാജാക്കന്മാരും സന്നിഹിതരായിരുന്നു.

"നമുക്ക് എണ്ണത്തിന്റെ പ്രയോജനം ഉപയോഗിക്കണം," അസ്‌ലാൻ പറഞ്ഞു, "പക്ഷേ തുർക്കികളുടെ കുതിരപ്പട അവർക്ക് നേട്ടം നൽകുന്നു. അവർ വേഗം സഞ്ചരിക്കുന്നവരും നല്ല പരിശീലനം കിട്ടിയവരും, കഴിവുള്ള യോദ്ധാക്കളുമാണ്."

"നമുക്കും കുതിരപ്പടയുണ്ട്," അബ്ദുൾ പറഞ്ഞു, ഇന്ത്യൻ യോദ്ധാക്കളെ നിസ്സാരമാക്കിയതിൽ അസ്വസ്ഥനായിക്കൊണ്ട്. "നമുക്ക് അവരോട് പൊരുതാൻ സാധിക്കും."

"നിങ്ങളുടെ കുതിരപ്പട വളരെ നല്ലതാണെന്ന് എനിക്ക് സംശയമില്ല, അബ്ദുൾ," അസ്‌ലാൻ പറഞ്ഞു, അയാളുടെ ശബ്ദം സൗമ്യവും ശാന്തവുമായിരുന്നു. "പക്ഷേ അവർക്ക് തുർക്കി കുതിരപ്പടയെ തോൽപ്പിക്കാൻ സാധിക്കില്ല. എന്നെ വിശ്വസിക്കൂ. അവർക്ക് നമ്മളേക്കാൾ മൂന്ന് മടങ്ങ് കുതിരകൾ ഉണ്ട്. കുതിരയോടിക്കുന്നവർ യുദ്ധത്തിൽ ആവർത്തിച്ച്

പരീക്ഷിക്കപ്പെട്ടവരാണ്. യുദ്ധത്തിനിടയിൽ നമുക്ക് അവരെ പിടിച്ചു നിർത്താൻ കഴിഞ്ഞാൽത്തന്നെ വലിയ വിജയമായിരിക്കും."

ഗോവർദ്ധൻ മേശയ്ക്കടിയിലൂടെ അബ്ദുളിന്റെ കൈപിടിച്ചു. അപ്പോൾ അബ്ദുൾ നിശ്ശബ്ദനായി.

അസ്‌ലാൻ മേശയ്ക്ക് ചുറ്റും നോക്കി. "മഖ്സൂദ് കുതിരപ്പടയെ രണ്ട് ദിശകളിൽ വിന്യസിച്ച് നമ്മുടെ തീരത്തിനെ ആക്രമിക്കുമെന്ന് ഞാൻ വിശ്വസിക്കുന്നു. അമ്പെയ്ത്തുകാരെ അവരെ പിന്തുണയ്ക്കാൻ വിളിക്കും, നമ്മളിലേയ്ക്ക് അമ്പെയ്തുകൊണ്ട്. അയാളുടെ കുതിരപ്പട ഭേദിച്ചെത്തുകയാണെങ്കിൽ, ഇതുവരെയുള്ള എല്ലാ യുദ്ധങ്ങളിലേയും പോലെ, അവർ നമ്മുടെ കുതിരപ്പടയെ രണ്ട് കരകളിൽ നിന്നും ആക്രമിക്കും. അപ്പോഴായിരിക്കും കുതിരപ്പട മുന്നിൽ നിന്ന് ആക്രമിക്കുക. എന്നിട്ടയാൾ നമ്മളെ വൃത്തിയായി ചവണയിൽ കുടുക്കും. അയാൾ കരുതൽ പടകളേയും വിളിക്കും. പിന്നെ, ക്രൂദ്ധമായ കൊലയായിരിക്കും." മഖ്സൂദിന്റെ തന്ത്രങ്ങൾ വിശദീകരിക്കുമ്പോൾ, അസ്‌ലാൻ ഭൂപടത്തിലൂടെ മൺപ്രതിമകൾ നീക്കുന്നുണ്ടായിരുന്നു. ചലനങ്ങൾ വ്യക്തമാക്കാൻ വേണ്ടി. ഇപ്പോൾ, അയാൾ അതെല്ലാം അതിന്റേതായ സ്ഥാനങ്ങളിലേയ്ക്ക് തിരികെവച്ചു. അയാൾ സുഹേൽദേവിനെ നോക്കി. "മഖ്സൂദ് കീഴടങ്ങാൻ സമ്മതിക്കില്ല. അങ്ങയോട് ഒരിക്കലുമില്ല. അയാൾക്ക് അങ്ങയുടെ സൈന്യത്തിലെ ഓരോരുത്തരേയും കൊല്ലണമെന്നാണുള്ളത്. ദയവ് ഉണ്ടാവില്ല."

സുഹേൽദേവ് പുഞ്ചിരിച്ചു. "ശരി, അത് നമുക്ക് പൊതുവായുള്ള ഒന്നാണ്. എന്റെ ഭാഗത്ത് നിന്നും ദയവുണ്ടാവില്ല. കാരണം ഞാൻ ഓരോ തുർക്കിയേയും കൊല്ലാൻ ഉദ്ദേശിക്കുന്നു."

"ഹരഹരമഹാദേവാ!" തോഷാനി പറഞ്ഞു.

"ജൈ ശ്രീരാം!" സുഹേൽദേവിന്റെ സഖ്യങ്ങളിൽ ഒരാളായ കരൺ രാജാവ് പറഞ്ഞു.

"അള്ളാഹ് അക്ബർ!" അബ്ദുൾ പറഞ്ഞു.

അസ്‌ലാൻ വിശാലമായി പുഞ്ചിരിച്ചു. "എല്ലാവർക്കും കൂടുതൽ ശക്തി. പക്ഷേ നിങ്ങൾക്ക് തുർക്കി കുതിരപ്പടയെ തടയാനായില്ലെങ്കിൽ ദൈവങ്ങൾക്ക് രക്ഷിക്കാനാവില്ല. നിങ്ങൾക്ക് അതിനായി ഒരു പദ്ധതി വേണം. അത് പ്രധാനമാണ്. നമുക്ക് എങ്ങിനെയെങ്കിലും അവരുടെ കുതിരപ്പടയെ തടയാൻ സാധിച്ചാൽ, നമ്മുടെ കാലാൾപ്പട കൊണ്ട് അവരുടെ മുന്നണിപ്പടയെ ആക്രമിക്കാം. എന്നിട്ട് നമ്മുടെ ഉയർന്ന അംഗങ്ങളെ രംഗത്തേയ്ക്ക് കൊണ്ടുവരാം. അപ്പോൾ, അള്ളാഹ് നമുക്ക് വിജയം തരും."

സുഹേൽദേവ് കണ്ണുകൾ ഇറുക്കി. "ഞാനത് കേട്ടിട്ടുണ്ട്, മിക്കപ്പോഴും, മഖ്സൂദിന്റെ കുതിരപ്പട പിൻതിരിയുന്നതായി നടിക്കുകയും ചെയ്യുമെന്ന്."

അസ്‌ലാൻ തലയുയർത്തി നോക്കി, അതിശയത്തോടെ. എന്നിട്ട് മെല്ലെ പുഞ്ചിരിച്ചു. *ഇയാൾ കൊള്ളാം. ശരിക്കും കൊള്ളാം.*

"അതെ, അങ്ങ് പറഞ്ഞത് ശരിയാണ്," അസ്‌ലാൻ പറഞ്ഞു. "ചിലപ്പോൾ തുർക്കികൾ അമ്പരന്നത് പോലെ നടിച്ച് ഓടിപ്പോകാൻ തുടങ്ങും. ശത്രുവിന്റെ കുതിരപ്പടയെ അവരെ പിന്തുടരാൻ പ്രേരിപ്പിച്ചു കൊണ്ട്. അവരുടെ വശത്തേയ്ക്ക് അവരെ വലിച്ചുകൊണ്ട്. ഒരു കെണിയിലേയ്ക്ക്. അവരിത് ലാഹോറിൽ ചെയ്തിട്ടുണ്ട്. ശത്രുവിന്റെ മൊത്തം കുതിരപ്പടയും ചതച്ചരക്കപ്പെട്ടു."

സുഹേൽദേവ് ഗോവർദ്ധനേയും അബ്ദുളിനേയും നോക്കി. "എന്തായാലും, നമ്മുടെ കുതിരപ്പട നമ്മുടെ സൈന്യത്തിന്റെ അടുത്തായിരിക്കണം. അവർ പിൻവലിയുകയാണെങ്കിൽ പിന്നാലെ പോകരുത്. ആക്രമണം തുടങ്ങരുത്. പ്രതിരോധിച്ചാൽ മാത്രം മതി."

ഗോവർദ്ധൻ പറഞ്ഞു. "നമ്മുടെ കുതിരപ്പട പ്രതിരോധിക്കുക മാത്രമാണെങ്കിൽ, നമ്മൾ എങ്ങിനെയാണ് യുദ്ധം ജയിക്കുക?"

സുഹേൽദേവ് ഭൂപടത്തിലേയ്ക്ക് നോക്കി. "കുതിരകൾക്ക് നമുക്കായി ഇത് ജയിക്കാൻ സാധിക്കില്ലെങ്കിൽ, നമ്മുടെ യുദ്ധഭൂമിയെ നമുക്ക് വേണ്ടി പോരാടാൻ വിടണം."

എല്ലാവരും അയാളെ നോക്കി, കുഴങ്ങിയ മട്ടിൽ.

"നമ്മൾ കുതിരപ്പടയ്ക്ക് കരകളിൽ നിന്നും ആക്രമിക്കാൻ പ്രയാസമുണ്ടാക്കുന്ന യുദ്ധഭൂമി തിരഞ്ഞെടുക്കണം," സുഹേൽദേവ് പറഞ്ഞു. "തുർക്കികൾ ഇപ്പോൾ എവിടെയാണ്?"

"അവർ സത്രിക്കിൽ തമ്പടിച്ചിരിക്കുകയാണ്, തൊഷാനി പറഞ്ഞു. "നമ്മുടെ ചാരന്മാർ പറയുന്നതനുസരിച്ച്, അവർ വിഭവങ്ങൾ സമാഹരിക്കുകയാണ്. അതുപോലെ, അവരിൽ ചില വിഭാഗങ്ങൾ മറ്റു രാജ്യങ്ങളിൽ തിരച്ചിൽ നടത്താൻ പോയിട്ടുണ്ട്. അവർ ഒരുമിച്ചു ചേർന്നു കഴിഞ്ഞാൽ തുർക്കികൾ നമ്മളെ തേടി വരും. അതിന് ഒരുപാട് സമയമെടുക്കില്ല. കൂടിവന്നാൽ ഏതാനും ആഴ്ചകൾ."

സുഹേൽദേവ് കാശിനാഥിനെ നോക്കി. രാജേന്ദ്ര ചോളന് അത്യാവശ്യമായ സന്ദേശം അയയ്ക്കപ്പെട്ടു. ആ സഹായം പദ്ധതിയിട്ടതിനേക്കാൾ മുമ്പ് തന്നെ ആവശ്യമാണ്. പക്ഷേ രാജേന്ദ്ര ചോളന്റെ സൈന്യത്തിന് സമയത്തിന് എത്തിച്ചേരാൻ കഴിയുമോ?"

അതിൽ ഇപ്പോൾ ഒന്നും ചെയ്യാൻ കഴിയില്ല. നല്ലതിനായി പ്രതീക്ഷിക്കാം. യുദ്ധം ചെയ്യാം.

സുഹേൽദേവ് ഭൂപടത്തിലേയ്ക്ക് തിരിഞ്ഞു, തുർക്കികൾക്ക് ലഭ്യമായ വഴികളിലൂടെ വിരലോടിച്ചു, എന്നിട്ട് പെട്ടെന്ന് നിർത്തി.

"ഇവിടെ," അയാൾ ഭൂപടത്തിൽ കുത്തി. "തുർക്കികൾക്ക് ഈ വഴി വരേണ്ടി വരും. അവിടെ വലിയൊരു സമതലം ഉണ്ട്, മൊത്തം സൈന്യത്തിനേയും ഉൾക്കൊള്ളുന്നത്ര വലുത്. വലതുവശത്ത് ഒരു തടാകവും ഇടതുവശത്ത് കനത്ത വനവുമുണ്ട്. അവ സ്വാഭാവികമായ തടസ്സമായി നിൽക്കും. തുർക്കികൾക്ക് നമ്മളെ കബളിപ്പിക്കാനായി തിരിഞ്ഞോടാൻ കഴിയില്ല. അവർക്ക് നമ്മളെ നേരിട്ട് ആക്രമിക്കേണ്ടി വരും. നമ്മൾ അവരെ സ്വാഭാവികമായി നേർത്തുവരുന്ന കരകളിൽ പിടിച്ചു നിർത്തുകയാണെങ്കിൽ നമുക്ക് നടുക്ക് വച്ച് അവരെ നേരിടാം."

എല്ലാവരും മുന്നോട്ടാഞ്ഞ് വീണ്ടും ഭൂപടത്തിലേയ്ക്ക് നോക്കി.

എല്ലാവരും ചിന്തിക്കുന്നത് ആദ്യം പറഞ്ഞത് തൊഷാനി ആയിരുന്നു, "അതെ, ഇത് നടക്കും."

സുഹേൽദേവ് ഭൂപടത്തിൽ നിന്നും തലയുയർത്തി എല്ലാ ഉപദേശകരേയും നോക്കി. നമ്മൾ അവിടേയ്ക്ക് പോയി കളം ശരിക്കും ഇങ്ങനെയാണോയെന്ന് നോക്കണം. ആണെങ്കിൽ, നമ്മൾ അവിടെയായിരിക്കും സ്ഥാനം പിടിക്കുക." അയാളുടെ കണ്ണുകൾ അസ്‌ലാനിൽ പതിച്ചു, അയാൾ കുഴപ്പത്തിലാണെന്ന് തോന്നിച്ചു. "എന്താ പ്രശ്നം?"

അസ്‌ലാൻ നെടുവീർപ്പിട്ടു. "സ്ഥലം ഭൂപടത്തിൽ കാണുന്നത് പോലെ തന്നെയാണ്. എനിക്കറിയാം. കഴിഞ്ഞ കുറച്ചു മാസങ്ങളായി ഞാൻ അവിടെ ചെറിയ സംഘവുമായി താമസിക്കുകയായിരുന്നു. ഈ മനോഹരമായ സ്ഥലം എനിക്ക് അതിയായ സമാധാനം തന്നു. തടാകത്തിലെ വെള്ളത്തിന് സുഖപ്പെടുത്താനുള്ള അത്ഭുതശക്തി ഉണ്ടെന്ന് വിശ്വസിക്കുകയും തീർഥാടകർ മിക്കപ്പോഴും അവിടെ കുളിച്ച് അവരുടെ വേദനകൾ ശമിക്കുമെന്നും കരുതി എത്താറുണ്ട്. ആ സ്ഥലത്ത് ചോര വീഴുന്നതും ജീവനുകൾ നഷ്ടപ്പെടുന്നതും ആലോചിക്കുമ്പോൾ എന്റെ ഹൃദയം തകരുന്നു."

സുഹേൽദേവ് തന്റെ സുഹൃത്തിന്റെ തോളിൽ തട്ടി. "നമ്മൾ ആരാധനയ്ക്കായി മനോഹരമായ ഒരു സ്ഥലം അവിടെ പണിയും. എല്ലാവർക്കുമുള്ളത്, യുദ്ധം കഴിഞ്ഞശേഷം. ഈ സ്ഥലം ചോര കൊണ്ട് മലിനമാക്കപ്പെടില്ല. വാസ്തവത്തിൽ, അതുകൊണ്ട് പവിത്രമാകുകയേയുള്ളൂ. ഇവിടെയായിരിക്കും നമ്മൾ നമ്മുടെ ചോര അർപ്പിക്കുന്നത്, ശത്രുക്കളുടേയും, മാതൃരാജ്യത്തിനെ സുരക്ഷയ്ക്കായി."

അസ്‌ലാൻ മൗനം പാലിച്ചു. തന്റെ ചിന്തകൾ തന്നിൽത്തന്നെ വച്ചുകൊണ്ട്.

അള്ളാഹ ആരെയെല്ലാം അനുഗ്രഹിക്കുമെന്ന് നോക്കാം. അവിടെ കരീം ഉണ്ട്. നിങ്ങളുണ്ട്. ഞാനുമുണ്ട്.

സുഹേൽദേവ് കൂടിച്ചേർന്നിരിക്കുന്നവരെ നോക്കി. “സൈന്യത്തിനെ പോകാൻ തയ്യാറാക്കൂ. നമുക്ക് സമയത്തിന് സ്ഥലത്തെത്തി തുർക്കികളെ സ്വീകരിക്കാനുള്ള ഒരുക്കങ്ങൾ തയ്യാറാക്കണം.”

ശ്രാവസ്തിയുടെ രാജാവ് പുഞ്ചിരിച്ച് ഓരോരുത്തരും തമ്പിൽ നിന്നും പോകുമ്പോൾ മുതുകിൽ തട്ടി. അപ്പോഴാണ് അയാൾ ഒറ്റയ്ക്കായി തന്റെ ആത്മവിശ്വാസം കൈവിട്ടത്. അയാൾ ഒരിക്കൽക്കൂടി മേശയുടെ അടുത്തേയ്ക്ക് പോയി നോക്കിയപ്പോൾ അയാളുടെ കണ്ണുകളിൽ ആകാംക്ഷ നിറഞ്ഞു.

ഇവിടെയാണ് ഇന്ത്യയുടെ ഭാവി തീരുമാനിക്കപ്പെടുന്നത്.

ഞങ്ങളെ സഹായിക്കൂ ശിവഭഗവാനേ.

ഞങ്ങൾ വിജയിക്കാനായി അനുഗ്രഹിക്കൂ.

ആവശ്യമെങ്കിൽ എന്റെ ജീവനെടുത്തോളൂ. പക്ഷേ ഞങ്ങൾ വിജയിക്കാനായി അനുഗ്രഹിക്കൂ.

സുഹേൽദേവ് ഭൂപടത്തിൽ നോക്കിയപ്പോൾ അയാൾ നോട്ടമുറപ്പിച്ച ഭാഗമൊഴിച്ച് ബാക്കിയെല്ലാം മാഞ്ഞു പോകുന്നത് പോലെ തോന്നി. യുദ്ധഭൂമിയുടെ അടുത്തുള്ള പട്ടണത്തിന്റെ പേര് തെരഞ്ഞെടുത്തത് വ്യക്തമാക്കി അടയാളപ്പെടുത്തിയത് അയാളെ തിരിച്ചു നോക്കുന്നത് പോലെയുണ്ടായിരുന്നു.

ബഹ്റൈച്.

വിജയലക്ഷ്മി നെറ്റിയിൽ തിലകം അണിഞ്ഞു കൊടുക്കുമ്പോൾ സുഹേൽദേവ് കൈകൾ മടക്കി കണ്ണുകൾ അടച്ചുനിന്നു. സുഹേൽദേവിന്റെ ആസ്ഥാനത്തെ തന്ത്രം മെനയാനുള്ള സമ്മേളനം കഴിഞ്ഞ് വെറും മൂന്ന് ദിവസങ്ങളേ ആയിട്ടുള്ളൂ. അയാളുടെ സൈന്യം പോകാൻ തയ്യാറായിരുന്നു. ആചാരം പറയുന്നതുപോലെ, അയാൾ അമ്മയുടെ മുറിയിലെത്തി അനുഗ്രഹം വാങ്ങി. ആചാരം പറയുന്നതുപോലെ, അയാളുടെ അമ്മ വിജയം അനുഗ്രഹിച്ചു. വിജയം മാത്രം.

വിജയലക്ഷ്മിയുടെ വാക്കുകൾ വ്യക്തമായിരുന്നു. “വിജയിയായി തിരിച്ചു വരുക, അല്ലെങ്കിൽ വരാതിരിക്കുക.”

വേദകാലത്തെ അഭിമാനികളായ കുടുംബാംഗങ്ങൾ അവരുടെ ഗോ

ത്രത്തിലെ യോദ്ധാക്കന്മാരെ ഈ വാക്കുകൾ കൊണ്ടാണ് അനുഗ്രഹിക്കാറുള്ളതെന്ന് ഇതിഹാസങ്ങൾ പറയുന്നു. വാസ്തവത്തിൽ, രാമനും സീതയും യുദ്ധങ്ങൾ ചെയ്യുന്നതിന് മുമ്പ് ഈ അനുഗ്രഹങ്ങൾ പരസ്പരം ആശംസിക്കാറുണ്ടെന്നും പറയപ്പെടുന്നു. സതീദേവി ശിവഭഗവാനോട് ഈ വരികൾ ലക്ഷക്കണക്കിന് വർഷങ്ങൾക്ക് മുമ്പ് പറഞ്ഞിരുന്നു, യുദ്ധത്തിന് പുറപ്പെടുന്നതിന് മുമ്പ്.

യഥാർഥ യോദ്ധാക്കൾക്ക് ദീർഘകാലജീവിതം ആശംസിക്കുന്നത് ഒരിക്കലും ആവശ്യമില്ല. അവർക്ക് ആകെ വേണ്ടത് വിജയമാണ്. വിജയം മാത്രം. വിജയം തേടുന്നതിനിടയിലുള്ള മരണം തോൽവിയുമായി സമരസപ്പെട്ടുള്ള ജീവിതത്തിനേക്കാൾ ഭേദമാണ്.

സുഹേൽദേവ് അമ്മയുടെ കാൽ തൊട്ടു. ഒരു അമ്മയുടെ ശക്തമായ വികാരങ്ങൾ വിജയലക്ഷ്മിയുടെ പ്രൗഢമായ, രാജകീയ പെരുമാറ്റത്തിൽ നിന്നും പുറത്തുചാടി. അവർ മകനെ ആലിംഗനം ചെയ്തു. പെട്ടെന്നു തന്നെ അയാളെ വിടുകയും ചെയ്തു.

“പോകൂ, എന്റെ പുത്രാ. ഭാരതമാതാവിന് വിജയം കൊണ്ടുവരൂ. ജയ് മാ ഭാരതി!” സുഹേൽദേവ് പതുക്കെ ആവർത്തിച്ചു. “ജയ് മാ ഭാരതി.”

ശ്രാവസ്തിയുടെ രാജാവ് തിരിഞ്ഞ് തന്റെ സേവകനെ നോക്കി, അയാൾ പെട്ടെന്നു തന്നെ രാജകീയ പടത്തൊപ്പി നൽകി. സുഹേൽദേവ് അതണിഞ്ഞ് നേരെ നിന്ന് അമ്മയുടെ മുറിയിൽ നിന്നും പോകുന്നതിന് മുമ്പ് തോളുകൾ പിന്നിലേയ്ക്ക് തള്ളി. എന്നിട്ട് കൊട്ടാരത്തിൽ നിന്നും തന്റെ കുതിരയും അംഗരക്ഷകരും നിൽക്കുന്നിടത്തേയ്ക്ക് പോയി.

രാജാവ് വരുന്നത് കണ്ടപ്പോൾ പട്ടാളക്കാർ ആഹ്ലാദം പ്രകടിപ്പിച്ചു. സുഹേൽദേവ് കൈ ഉയർത്തി അവരെ ആശംസിച്ചു. സേവകർ ഒരു കുതിരയെ സുഹേൽദേവിന്റെ അടുത്തേയ്ക്ക് കൊണ്ടുവന്നു. രാജാവ് കടിഞ്ഞാൻ പിടിച്ച് എളുപ്പത്തിൽ കുതിരപ്പുറത്ത് കയറി, സുഗമമായ ഒരു ചാട്ടത്തിലൂടെ.

സുഹേൽദേവ് തന്റെ പ്രധാന സേനാധിപതികളെ നോക്കി, തൊഷാനി, അബ്ദുൾ, ഗോവർദ്ധൻ. എന്നിട്ട് പുഞ്ചിരിച്ചു. എന്നിട്ടയാൾ തന്റെ യോദ്ധാക്കളുടെ നേരെ തിരിഞ്ഞു. ഭാരതമാതാവിന്റെ യോദ്ധാക്കൾ.

“എന്റെ സൈനികരേ! എന്റെ സുഹൃത്തുക്കളേ! എന്റെ നാട്ടുകാരേ!” സുഹേൽദേവിന്റെ സൈന്യത്തിലെ ആണുങ്ങളും പെണ്ണുങ്ങളും നിശ്ശബ്ദരായി. അവരുടെ രാജാവിനെ കേട്ടുകൊണ്ട്. അവരുടെ നേതാവിനെ കേട്ടുകൊണ്ട്.

“നമുക്ക് കാടൻ തുർക്കി ഘസ്നിയിലെ സലാർ മഖ്സൂദിന്റെ സന്ദേശം ലഭിച്ചിരിക്കുന്നു.”

ദേഷ്യത്തിന്റേയും ഉന്മാദത്തിന്റേയും ആരവങ്ങൾ മുഴങ്ങി. ആ ശപിക്കപ്പെട്ട പേരിനോടുള്ള വെറുപ്പ് അതിന്റെ ഉച്ചത്തിലെത്തി. സുഹേൽദേവ് കൈ ഉയർത്തിയപ്പോൾ അവർ നിശ്ശബ്ദരായി.

"അയാൾ നമ്മളോട് പറയുന്നു, വ്യക്തമായും, ഭൂമിയിലെ എല്ലാ സ്ഥലവും അയാളുടെ ദൈവത്തിന്റേതാണെന്ന്. അയാൾ തന്റെ ദൈവത്തിന്റെ പ്രതിനിധി ആയതിനാൽ, അയാളുടെ വസ്തുവിന്റെ അവകാശം വാങ്ങിക്കാൻ വന്നിരിക്കുകയാണെന്ന്. അയാൾ നമ്മളോട് കീഴടങ്ങാൻ ആജ്ഞാപിച്ചിരിക്കുന്നു!"

ഒരിക്കൽക്കൂടി തുർക്കികൾക്കെതിരായുള്ള രോഷം ഇരഞ്ഞുപൊങ്ങി. മഖ്സൂദിനെ ശപിക്കുന്ന പട്ടാളക്കാരുടെ അലർച്ചകൾക്കൊപ്പം. അവർ ഒരിക്കൽക്കൂടി സുഹേൽദേവിന്റെ ആംഗ്യം ലഭിച്ച് നിശ്ശബ്ദരായി.

"ഞാൻ അയാൾക്ക് ഒരു സന്ദേശം അയച്ചു, ഇന്ത്യയിൽ, ഭൂമി തന്നെ ദൈവമാണെന്ന്!" പട്ടാളക്കാർ ശ്രദ്ധയോടെ കേട്ടു.

സുഹേൽദേവ് ശബ്ദം ഉയർത്തി, എല്ലാ കാതുകളിലും അയാളുടെ ശബ്ദം മുഴങ്ങി. "അയാൾക്ക് നമ്മുടെ ഭാരതമാതാവിനെ അവകാശപ്പെടാൻ എന്ത് ധൈര്യം? ആരും ഭാരതമാതാവിന്റെ ഉടമയല്ല. ഭാരതമാതാവ് നമ്മുടേതാണ്."

യോദ്ധാക്കളിൽ നിന്നും ആരവങ്ങൾ ഉയർന്നു. ഭാരതമാതാവിന്റെ യോദ്ധാക്കൾ.

"അയാൾക്കത് മനസ്സിലായില്ലെങ്കിൽ, നമ്മൾ അയാളെ ഭാരതമാതാവുമായി സംസാരിപ്പിക്കും. നമ്മൾ ബഹ്റൈചിലേയ്ക്ക് പോകും. ഓരോ തുർക്കിയേയും കൊല്ലും. ആ തന്തയില്ലാത്തവൻ സലാർ മഖ്സൂദിന്റെ തലയറുക്കും. അവരെയെല്ലാം ഭാരതമാതാവിന്റെ മണ്ണിൽ അടക്കും. അപ്പോൾ അവർക്ക് അവരുമായി സംസാരിക്കാൻ കഴിയും!"

ജയ് മാ ഭാരതി! തൊഷാനിയും അബ്ദുളും ഗോവർദ്ധനും അലറി.

ജയ് മാ ഭാരതി! സൈന്യം ഇടിമുഴക്കി.

ജയ് മാ ഭാരതി!

ജയ് മാ ഭാരതി!

ജയ് മാ ഭാരതി!

മാതൃരാജ്യത്തിനായി മുഴങ്ങുന്ന ഗർജ്ജനങ്ങളുമായി, യോദ്ധാക്കൾ പുറപ്പെട്ടു.

ബഹ്റൈചിലേയ്ക്ക്.

വിധിയുടെ വിളിയിലേയ്ക്ക്.

ഭാരതമാതാവിന്റെ വിളിയിലേയ്ക്ക്.

അദ്ധ്യായം 28

ശ്രാവസ്തിയുടെ സേവകർ സുഹേൽദേവിന്റെ സൈന്യത്തിനെ ബഹ്റൈചിനടുത്തുള്ള വിശാലമായ തുറസ്സിലേയ്ക്ക് നയിച്ച് ഒരാഴ്ച കഴിഞ്ഞിരുന്നു. ആദ്യം എത്തിയതിനാൽ അവർക്ക് അനുകൂലമായ വശം തിരഞ്ഞെടുത്ത് നന്നായി ഒരുങ്ങാൻ കഴിഞ്ഞു. തുർക്കികൾ കുറച്ച് ദിവസങ്ങളിലേയ്ക്ക് അടുത്തേയ്ക്ക് വരുന്നത് ഒഴിവാക്കി. തങ്ങൾക്ക് എടുക്കാനായി നിർബന്ധിതമാകുന്ന സ്ഥാനം അനുകൂലമല്ലെന്ന് അവർക്കറിയാമായിരുന്നു. അവർ സുഹേൽദേവിന്റെ താവളത്തിനെ ശല്യപ്പെടുത്താൻ ശ്രമിച്ചു, അവരുടെ സൈന്യത്തിനെ കൊണ്ടുപോകാൻ ശ്രമിച്ചുകൊണ്ട്. അത് നടന്നില്ല, തുർക്കികൾക്ക് സുഹേൽദേവ് തെരഞ്ഞെടുത്ത യുദ്ധഭൂമിയിലേയ്ക്ക് പോകുകയല്ലാതെ മറ്റുവഴികളില്ലായിരുന്നു.

ഇന്ത്യൻ സൈന്യം തുർക്കികളേക്കാൾ എണ്ണത്തിൽ കൂടുതലായിരുന്നു. അനുഭവസമ്പത്തുള്ള തുർക്കി സേനാധിപതികളും ചാരന്മാരും ഒരുമിച്ച് കൂടി ഇന്ത്യൻ പട്ടാളക്കാർ ഏതാണ്ട് എഴുപതിനായിരം വരുമെന്ന് കണക്കാക്കി, എന്നുവച്ചാൽ അവർ കുറഞ്ഞത് പതിനായിരം പേരെങ്കിലും കൂടുതലാണ്. പക്ഷേ അവർക്ക് അതിൽ പ്രശ്നമൊന്നും തോന്നിയില്ല. അവരുടെ സർവ്വസൈന്യാധിപതി, സലാർ മഖ്സൂദ്, ഇന്ത്യൻ സൈന്യത്തിനെപ്പറ്റി ആഴത്തിലുള്ള അറിവുള്ളയാളാണെന്ന് തോന്നി. അയാൾ ഏതാനും ആഴ്ചകൾ അപ്രത്യക്ഷനായി, രഹസ്യമായി ഇന്ത്യ മുഴുവനും സഞ്ചരിച്ച് അയാൾ കീഴടക്കാൻ ആഗ്രഹിക്കുന്ന നാടിനെപ്പറ്റി അറിവ് സമ്പാദിക്കുമായിരുന്നു. സലാർ മഖ്സൂദ് എവിടെയൊക്കെയാണ് യാത്ര ചെയ്യുന്നതെന്ന് കുറച്ച് തുർക്കികൾക്ക് മാത്രം അറിയാമായിരുന്നു. പക്ഷേ, വ്യക്തമായും, ഇന്ത്യയെക്കുറിച്ചുള്ള അറിവ് യുദ്ധത്തിൽ വലിയ തന്ത്രപരമായ ആനുകൂല്യം ആയിരുന്നു. സലാർ

മഖ്സൂദിന് ഇന്ത്യാക്കാരെപ്പറ്റി അറിയാവുന്നതിനാൽ, അയാൾ തന്റെ സേനാധിപതികളേയും പട്ടാളക്കാരേയും വലിയ അളവിലുള്ള ശത്രുസൈന്യത്തിനെ പ്രതീക്ഷിക്കാനായി തയ്യാറാക്കിയിരുന്നു. ഇന്ത്യാക്കാരുടെ എണ്ണക്കൂടുതൽ അവരെ യുദ്ധത്തിൽ സഹായിക്കില്ലെന്ന് അയാൾ അവരെ ബോധ്യപ്പെടുത്തിയിരുന്നു. അവരുടെ കുതിരപ്പട കാലാൾപ്പടയേക്കാൾ എണ്ണത്തിൽ കൂടുതലായതിനാൽ.

പക്ഷേ അയാളുടെ ഇന്ത്യയെക്കുറിച്ചുള്ള അറിവുകളും യുദ്ധതന്ത്രങ്ങളും ഉണ്ടായിട്ടും, സലാർ മഖ്സൂദ് യുദ്ധഭൂമിയിൽ എത്തിയപ്പോൾ സുഹേൽദേവിനാൽ പരീക്ഷിക്കപ്പെട്ടു.

അവർ യുദ്ധഭൂമിയിൽ വൈകിയെത്തിയതിന്റെ ഭീകരമായ പ്രതികൂലാവസ്ഥ, കൂടുതൽ മോശമായ സ്ഥാനം പിടിക്കലിൽ കുടുക്കി, അത് തുർക്കികൾക്ക് വേദനാജനകമായ വിധം സ്വാഭാവികമായിരുന്നു.

അവർ ഒരു ചെറിയ നദിയുടെ താഴ്ഭാട്ടിലായിരുന്നു, അതിന്റെ മുകളിൽ രണ്ട് സൈന്യത്താവളങ്ങളും. എന്നുവച്ചാൽ സുഹേൽദേവിന്റെ താവളത്തിന്റെ ചപ്പചവറുകൾ തുർക്കികൾ എത്തുമ്പോഴേയ്ക്കും വെള്ളത്തിനെ ചീത്തയാക്കും. തുർക്കി താവളത്തിൽ അപ്പോൾത്തന്നെ ചില രോഗങ്ങൾ പടർന്നിരുന്നു. കൂടാതെ, തുർക്കി സേവകർ അറിയിച്ചത് അവരുടെ താവളത്തിൽ നിന്നും യുദ്ധഭൂമിയിലേയ്ക്കുള്ള നീക്കം പഴയ, ഉണങ്ങിയ, നദിയുടെ വലിയ കുഴികൾ കൊണ്ട് ബുദ്ധിമുട്ടാകുമെന്നായിരുന്നു. ഇത് തുർക്കി പട്ടാളക്കാരെ യോജ്യമായ കുതിരപ്പടയുടേയും കാലാൾപ്പടയുടേയും രൂപീകരണത്തിൽ നീങ്ങുന്നതിനെ തടസ്സപ്പെടുത്തി. ഒരു വശത്ത് കനത്ത കാടുകൾ, മറുവശത്ത് തടാകം യുദ്ധഭൂമിയുടെ തീരങ്ങളിൽ വളയുന്നു, അത് തുർക്കി കുതിരപ്പടയ്ക്ക് യുദ്ധത്തിൽ അതിന്റെ പൂർണമായ കരുത്ത് ഉപയോഗിക്കുന്നത് സ്വാഭാവികമായും ബുദ്ധിമുട്ടേറിയതാക്കി.

സുഹേൽദേവ് നേരത്തേയെത്തി അതിന്റെ പ്രയോജനം എടുത്തു.

തുർക്കികൾക്ക് അതറിയാമായിരുന്നു.

അവർ യുദ്ധം ഒഴിവാക്കുകയായിരുന്നു.

ഇതുവരെ.

രാത്രി വൈകിയിരുന്നു. കുതിരപ്പുറത്ത് തുർക്കി തിരച്ചിൽ സംഘം കനത്ത കാടുകളിലൂടെ രഹസ്യമായി നീങ്ങി. അവരുടെ കടിഞ്ഞാണുകളിൽ ശബ്ദം കുറയ്ക്കാനായി തുണികൊണ്ട് മൂടിയിരുന്നു. വാളുകളും കത്തികളും തുണി കൊണ്ടു ചുറ്റിയിരുന്നു, അത് വാൾ ഉറയിൽ നിന്നും ഊരുമ്പോൾ തന്നത്താൻ കീറിപ്പോകും. തുണിനാടകൾ അകത്ത് ലോഹം ഉറയുമായി ഉരസുമ്പോഴുണ്ടാകുന്ന ശബ്ദത്തിനെ അടക്കി. കുതിരക്കുളമ്പുകളിൽ തുകൽ ചുറ്റിയിരുന്നു, അവയുടെ കുളമ്പടിശബ്ദം ഇല്ലാതാക്കുന്നതിനായി.

വാക്കുകൾ കൊണ്ടുള്ള ആജ്ഞകൾ കർശനമായി നിരോധിച്ചിരുന്നു. പക്ഷികളുടെ ശബ്ദങ്ങൾ, തുർക്കി സൈന്യത്തിന്റെ ഘോഷകർ ഉണ്ടാക്കുന്നവ, ആജ്ഞകൾ നൽകുന്നതിനായി ഉപയോഗിച്ചു.

അതൊരു ധീരവും അപകടകരവുമായ ദൗത്യം ആയിരുന്നു. പക്ഷേ സലാർ മഖ്സൂദ് അത്രയൊന്നും ഉലഞ്ഞിരുന്നില്ല. കരീമിന്റെ ഉപദേശത്തിനെതിരായി, അയാൾ ഈ തിരച്ചിൽ സംഘത്തിനെ സ്വയം നയിക്കാൻ തീരുമാനിച്ചു.

അയാൾ കരീമിനോട് വ്യക്തമായി പറഞ്ഞു. *എന്നെ വിശ്വസിക്കു, നമുക്ക് ആകെ ചെയ്യേണ്ടത് കടന്നുകയറി സുഹേൽദേവിനെ കൊല്ലുന്നതാണ്. അതുകഴിഞ്ഞാൽ ഇന്ത്യാക്കാർ ചിതറിപ്പോകും. പിന്നെ നമ്മൾ അവരെയെല്ലാം പിന്തുടർന്ന് കൂട്ടക്കൊല ചെയ്യും.*

മഖ്സൂദിന്റെ പദ്ധതി ലളിതമായിരുന്നു: യുദ്ധത്തിന്റെ പരമ്പരാഗത ഇന്ത്യൻ നിയമങ്ങളെ തകർക്കുക, അസ്തമയശേഷം യുദ്ധം ചെയ്യില്ലെന്നും നിരായുധരേയും ഉറങ്ങുന്ന എതിരാളികളേയും കൊല്ലില്ലെന്നും ഉള്ളത്. തുർക്കികൾ ശത്രുതാവളത്തിനെ രാത്രി ആക്രമിച്ച് ആശയക്കുഴപ്പമുണ്ടാക്കി കഴിയാവുന്നത്ര ഇന്ത്യക്കാരേയും കുതിരകളേയും കൊല്ലുക, അങ്ങിനെ ശത്രുവിന്റെ കുതിരപ്പടയെ നിർവ്വീര്യമാക്കുക. പക്ഷേ ഏറ്റവും പ്രധാനമായി, ഒരു ചെറിയ സംഘം കമാൻഡോകൾ സുഹേൽദേവിന്റെ രാജകീയ തമ്പിലേയ്ക്ക് കടന്നു കയറാൻ പദ്ധതിയിട്ടിരുന്നു. എന്നിട്ട് തിരച്ചിൽ സംഘത്തിന് അടയാളം കൊടുക്കുമ്പോൾ മുഴുവൻ രീതിയിലുള്ള ആക്രമണം അഴിച്ചുവിടുക.

സൂര്യനുദിക്കുമ്പോഴേയ്ക്കും എല്ലാം കഴിഞ്ഞിരിക്കും, സലാർ മഖ്സൂദ് ചിന്തിച്ചു, ദൽഹിയ്ക്കടുത്ത് തൊമാർ സൈന്യത്തിനെ രാത്രി ആക്രമിച്ച് തുർക്കികൾ തകർത്തുകളഞ്ഞത് ഓർത്തുകൊണ്ട്.

പക്ഷേ ദൽഹിയ്ക്കടുത്തുള്ള യുദ്ധം പോലെയല്ലായിരുന്നു ഇത്, അവിടെ തുർക്കികൾ അക്ഷരാർഥത്തിൽ അവരുടെ ശത്രുക്കളെ ഉറങ്ങുന്ന നിലയിൽ കണ്ടെത്തി, ഇത്തവണ ഇന്ത്യാക്കാർ ജാഗരൂകരായിരുന്നു. താവളത്തിലേയ്ക്കുള്ള വഴിയിൽ നല്ല വെളിച്ചമുണ്ടായിരുന്നു. സുഹേൽദേവിന്റെ കാവൽക്കാരെ ജോഡികളായി നിർത്തിയിട്ടുണ്ടായിരുന്നു, ഓരോരുത്തരുടേയും കൈയ്യിൽ താക്കീത് കൊടുക്കാനുള്ള കുഴൽവിളികളുമായി. രാത്രി കാവൽക്കാർക്ക് തീയ്ക്കു ചുറ്റും ഇരിക്കാനുള്ള അനുവാദം ഇല്ലായിരുന്നു, അവിടെ സുഖകരമായ ചൂട് അവരെ ഉറക്കിക്കളഞ്ഞേക്കാം. അവർ ഓരോ രണ്ട് നിമിഷങ്ങൾ കൂടുമ്പോഴും ആശയവിനിമയം നടത്തണം, പ്രത്യേക വെളിച്ചങ്ങൾ ഉപയോഗിച്ച് നൂറ് മീറ്റർ അകലെ നിൽക്കുന്ന കാവൽക്കാരുമായി. രാത്രി കാവൽക്കാരിലെ ഏതെങ്കിലും

ജോഡികൾക്ക് അടുത്തുള്ള കാവൽക്കാരിൽ നിന്നും നിശ്ചിതസമയത്തിൽ അടയാളം കിട്ടിയില്ലെങ്കിൽ, ആ കാവൽക്കാർ കൊല്ലപ്പെട്ടെന്ന് അനുമാനിച്ച് കുഴൽ വിളിച്ച് താക്കീത് കൊടുക്കണം.

കാവൽ അച്ചടക്കവും നല്ല പദ്ധതിയും ജാഗ്രതയുമുള്ളതായിരുന്നു.

കാഫിറുകൾ പഠിക്കുകയാണ്, സലാർ മഖ്സൂദ് പകയോടെ ആലോചിച്ചു. *സുഹേൽദേവ് സമർഥനാണ്.*

ഇന്ത്യൻ താവളത്തിൽ താരതമ്യേന കുറവ് കാവൽ ഉള്ളത് കനത്ത കാടിന്റെ ഓരത്തായിരുന്നു. ഒരുപക്ഷേ തുർക്കികൾക്ക് ഒരുപാട് സന്നാഹങ്ങളുമായി അവിടെ എത്താൻ കഴിയില്ലെന്ന് അവർ ഊഹിച്ചുകാണണം. അതായിരുന്നു സലാർ മഖ്സൂദ് പ്രയോജനപ്പെടുത്താൻ ഉദ്ദേശിക്കുന്ന ദൗർബല്യം.

പക്ഷേ അതായിരിക്കും തുർക്കികൾ ചെയ്യുകയെന്ന് സുഹേൽദേവ് കൃത്യമായി പ്രതീക്ഷിച്ചിരുന്നതെന്ന് അയാൾക്കറിയില്ലായിരുന്നു.

മിക്കപ്പോഴും, നമ്മുടെ ശത്രുവിന്റെ ദൗർബല്യം നല്ലപോലെ പദ്ധതിയിട്ട തന്ത്രം ആയിരിക്കും.

സലാർ മഖ്സൂദ് കാട്ടിലൂടെ ഓടിച്ചുപോകുമ്പോൾ അയാൾക്ക് ഒരു കാര്യം ഉറപ്പായിരുന്നു.

അയാളുടെ താവളത്തിൽ മുസ്ലീങ്ങൾ ഉണ്ട്. സുഹേൽദേവ് അവരെ നിഷ്കളങ്കമായി സ്വീകരിച്ചിരിക്കുന്നു. വിശ്വാസികൾ എന്നെപ്പോലെയുള്ള വിശ്വാസികളെ കാണുമ്പോൾ അവരുടെ ഹിന്ദു നേതാവിനെതിരെ തിരിയും. സുഹേൽദേവിന്റെ തമ്പിലുള്ളവരും അംഗരക്ഷകരും ആയിരിക്കും അയാളെ കൊല്ലുക.

ഞാൻ വിജയിക്കും.

ഞാൻ ഭരിക്കും.

തുർക്കികൾ നിശ്ശബ്ദമായി നീങ്ങുമ്പോൾ ഉച്ചത്തിലുള്ള പക്ഷിയുടെ കരച്ചിൽ കേട്ടു. കരച്ചിലിന്റെ സ്വരവും നീളവും തീർച്ചയായും തുർക്കികളുടേതല്ലായിരുന്നു.

എല്ലാവരും സ്വാഭാവികമായത് തന്നെ ഊഹിച്ചു. അത് ശരിക്കും ഒരു പക്ഷി ആയിരിക്കും.

പക്ഷേ സലാർ മഖ്സൂദിന്റെ ഉള്ളിൽ എന്തോ കുത്തലുണ്ടായി. അത് ശരിയായി തോന്നിയില്ല.

എന്തായാലും, പക്ഷിയുടെ കരച്ചിൽ ഒന്നാന്തരമായിരുന്നു. സ്വരം. സ്ഥായി. ശബ്ദം. സമയദൈർഘ്യം. എല്ലാം കൃത്യം ആയിരുന്നു.

മഖ്സൂദ് മുന്നോട്ടു തന്നെ നീങ്ങി. അയാളുടെ തിരച്ചിൽ സംഘം ഇന്ത്യൻ താവളത്തിൽ എത്താൻ കുറച്ചു സമയം കൂടി മതിയാകും. പിന്നെ വിജയം അയാളുടേതായിരിക്കും.

പക്ഷേ അയാളുടെ മനസ്സ് ആ പക്ഷിക്കരച്ചിലിലേയ്ക്ക് തിരിച്ചു പോയിക്കൊണ്ടിരുന്നു. അയാൾ തലകുലുക്കി. *അത് കൃത്യമായിരുന്നു.*

എന്നിട്ട് മഖ്സൂദ് നിന്നു. അയാൾക്ക് ഹൃദയത്തിൽ തോന്നിയ നൈസർഗികമായ താക്കീത് പെട്ടെന്ന് മനസ്സിൽ വ്യക്തമായ ചിന്തയായി മാറി.

അത് *വളരെ* കൃത്യമായിരുന്നു.

അതൊരു *പക്ഷിയല്ല!*

മഖ്സൂദ് പെട്ടെന്ന് തന്നെ തന്റെ പരിച മുന്നോട്ട് വലിച്ച് ഉറക്കെ അലറി. "പരിചകൾ ഉയർത്ത്!"

പെട്ടെന്ന് തന്നെ, ഒരു അമ്പിന്റെ സീത്കാരം വരുന്നത് കേട്ടു. അത് ഒരു തുർക്കി കുതിരക്കാരന്റെ തൊണ്ടയിൽ തറച്ചപ്പോൾ വേദന കൊണ്ടുള്ള അടക്കിയ കരച്ചിൽ പിന്നാലെയെത്തി. അയാൾ കുതിരപ്പുറത്ത് നിന്നും പുറകോട്ട് വീണ് ഒരു മുഴക്കത്തോടെ തറയിൽ പതിച്ചു.

എല്ലാ തുർക്കികളും പരിചകൾ ഉയർത്തിക്കഴിഞ്ഞിരുന്നു. പക്ഷേ എല്ലാ ദിശകളിൽ നിന്നും അമ്പുകൾ പറന്നുകൊണ്ടിരുന്നു.

നിങ്ങൾക്ക് കാണാൻ പോലും കഴിയാത്ത അമ്പുകളിൽ നിന്നും സ്വയം സംരക്ഷിക്കാനാവില്ല.

കുതിരക്കാർ അപ്രതീക്ഷിതമായ സംഭവങ്ങളിൽ വിറങ്ങലിച്ച് വഴിയിൽ നിന്നു. പരിചകൾക്ക് പിന്നിലൊളിച്ച്. ഞൊടികൾക്കകം, അമ്പുകളുടെ കുത്തൊഴുക്ക് പതിച്ചപ്പോൾ കൂടുതൽ കടിഞ്ഞാണുകൾ ശൂന്യമാക്കപ്പെട്ടു.

കനത്ത കാട് തുർക്കികൾക്ക് അവരുടെ എത്രയാളുകൾ വീഴുന്നെന്ന് കാണാൻ സാധിക്കാത്ത വിധം ഇരുട്ട് ഉറപ്പാക്കിയിരുന്നു. പക്ഷേ ശബ്ദം കൊണ്ട് ഒരുപാട് പേരുണ്ടെന്നത് സ്വാഭവികമാക്കി.

ഇന്ത്യാക്കാരുടെ അലർച്ചയുടെ ഘോഷം തുർക്കികളെ പെട്ടെന്ന് അമ്പരപ്പിച്ച ഭീകരതയ്ക്ക് ആക്കം കൂട്ടി.

മഖ്സൂദ് പരിച ഉയർത്തിപ്പിടിച്ചു. ചുറ്റുമുള്ള പട്ടാളക്കാരോട് ചേർന്നു നിന്നുകൊണ്ട്. അവരെ മനുഷ്യകവചങ്ങളാക്കി ഉപയോഗിച്ച്. പക്ഷേ അവസ്ഥ പ്രതീക്ഷയില്ലാത്തതാണെന്ന് അയാൾക്കറിയാമായിരുന്നു.

അവർ ഞങ്ങളെ കൊട്ടയിൽ നിന്നും മീനിനെയെന്ന പോലെ എടുക്കുകയാണ്!

ഉറക്കെയുള്ള ഇന്ത്യൻ ആജ്ഞ കേട്ടു. *"വെളിച്ചങ്ങൾ!"*

അത് അബ്ദുൾ ആയിരുന്നു. അയാൾ തുർക്കികൾക്കെതിരേയുള്ള ഒളിയാക്രമണത്തിൽ അമ്പെയ്ത്തുകാരെ നയിക്കുകയായിരുന്നു.

പെട്ടെന്ന്, ദൂരെ നിന്നും വെളിച്ചം കാണാൻ തുടങ്ങി. ഇന്ത്യക്കാർ

കുറച്ച് പന്തങ്ങൾ കത്തിച്ചിരുന്നു. തുർക്കികളെ കാണാനായി കുറച്ച് വെളിച്ചം പരത്തിക്കൊണ്ട്. അവരുടെ അമ്പുകൾക്ക് കൂടുതൽ എണ്ണമെടുക്കാനായി.

അമ്പുകൾ പറന്നെത്തുന്നത് തുടർന്നു, കൂടുതൽ കൂടുതൽ തുർക്കികളെ കൊന്നുകൊണ്ട്.

ഇന്ത്യാക്കാർ എല്ലാവരും ഉയരെ മരങ്ങളിൽ ഒളിഞ്ഞിരിക്കുകയായിരുന്നു. അവിടെയുള്ള ഏറുമാടങ്ങളിൽ സുരക്ഷിതരായിക്കൊണ്ട്. അവർ അത് വളരെ നന്നായി പദ്ധതിയിട്ടിരുന്നു. മഖ്സൂദ് നന്നായി വിരിച്ച കുരുക്കിൽ വീണു.

തുർക്കികളുടെ വേദനയോടെയുള്ള കരച്ചിലുകൾ രാത്രിയെ ശുദ്ധീകരിച്ചു. ഇന്ത്യാക്കാരുടെ യുദ്ധവിളികളിൽ കലർന്നുകൊണ്ട്.

"ഹരഹര മഹാദേവാ!"

ജയ് ശ്രീ രാം!"

പക്ഷേ ഭയന്നുപോയ തുർക്കികളുടെ ഹൃദയങ്ങളെ യഥാർഥത്തിൽ നിറച്ചത് ഒരു പോർവിളി ആയിരുന്നു. അതവരെ സാധാരണയായി കരുത്തുകൊണ്ട് നിറയ്ക്കുന്ന പോർവിളി ആയിരുന്നു. ഇപ്പോൾ അതവരെ ഭയപ്പെടുത്തി. അള്ളാഹു അക്ബർ!"

തുർക്കികൾ ഇന്ത്യയെ ആക്രമിച്ചപ്പോൾ മുഴങ്ങിയ അലർച്ച ഇപ്പോൾ ഇന്ത്യൻ മുസ്ലീങ്ങൾ ഭാരതമാതാവിനെ പ്രതിരോധിക്കുമ്പോൾ കേൾക്കുന്നു.

"അള്ളാഹു അക്ബർ" തുടർച്ചയായി "ഹരഹരമഹാദേവാ" "ജയ് ശ്രീരാം" എന്നിവയ്ക്കൊപ്പം കണ്ണിചേർന്നു. ആ എല്ലാ അലർച്ചകളും കാര്യമായിട്ടുള്ള ഒരു പോർവിളിയുമായി ചേർന്നു. അവരെയെല്ലാം ഒരുമിച്ച് ചേർക്കുന്ന അലർച്ച: "ജയ് മാ ഭാരതി!"

ഇന്ത്യാക്കാരുടെ അമ്പുകൾ കീറിമുറിയ്ക്കുമ്പോൾ തുർക്കികൾ വീണുകൊണ്ടിരുന്നു.

മഖ്സൂദിന്റെ ഇടതുവശത്തുള്ള ഒരു തുർക്കി ഉറക്കെ അലറി, "ഇതൊരു ദുരന്തമാണ്, പ്രഭോ! തിരിച്ചുപോകാൻ ആജ്ഞ കൊടുക്കൂ! തിരിച്ചുപോകാൻ ആജ്ഞ കൊടുക്കൂ!"

തുർക്കിയുടെ വാക്കുകൾ ഒരു അമ്പ് കുത്തിക്കയറിയപ്പോൾ മുറിഞ്ഞുപോയി, പട്ടാളക്കാരന്റെ ഇടത്തേ കണ്ണിൽ ക്രൂരമായി തുളഞ്ഞു കയറിയപ്പോൾ.

അയാൾ കുതിരപ്പുറത്ത് നിന്നും വേദന കൊണ്ട് നിലവിളിച്ച് വീണു.

കരീം, മഖ്സൂദിന്റെ മറുവശത്ത് നിന്നും അലറി, "തിരിച്ചുപോകാൻ ആജ്ഞ കൊടുക്ക്, മഖ്സൂദ്!"

മഖ്സൂദിന് അറിയാമായിരുന്നു, ഈ ബഹളത്തിനിടയിലും, തിരിച്ച

പോക്ക് അസാധ്യമാണെന്ന്. ഭൂരിഭാഗം അമ്പുകളും വരുന്നത് അവർക്ക് പിന്നിൽ നിന്നുമായിരുന്നു. അയാൾക്ക് ഈ കാടിന്റെ രൂപം നന്നായി ഓർമ്മയുണ്ടായിരുന്നു.

ഈ കുഴപ്പത്തിൽ നിന്നും പുറത്ത് കടക്കാൻ ഒരു വഴിയേ ഉണ്ടായിരുന്നുള്ളൂ. പിൻവാങ്ങലല്ല. മറിച്ച് മുന്നോട്ട് പോയി ആക്രമിക്കുക. ഈ ഒളിയാക്രമണത്തിൽ നിന്നുമുള്ള രക്ഷപ്പെടൽ അതിലൂടെ കടന്നു പോകുന്നതായിരിക്കും. മരങ്ങളുടെ മുകളിൽ സ്ഥാനം പിടിച്ചിരിക്കുന്ന അമ്പെയ്ത്തുകാരുടെ പരിധിയിൽ നിന്നും.

എന്നിട്ട് വനത്തിലൂടെ വലത്തേയ്ക്ക് പായുക.

"മുഴുവൻ വേഗത്തിൽ മുന്നോട്ട്," മഖ്സൂദ് അലറി. "മുന്നോട്ട് ആക്രമിക്ക്!"

മഖ്സൂദ് കുതിരയെ തൊഴിച്ചുണർത്തി. ധീരന്മാരായ തുർക്കികൾ അവരുടെ സർവ്വസേനാധിപതിയെ പിന്തുടരാൻ തുടങ്ങി. ഭ്രാന്തമായി അലറിക്കൊണ്ട്. കോപാവേശത്തോടെ ആക്രമിച്ചുകൊണ്ട്.

അത് അവരുടെ ജീവനുകൾക്ക് വേണ്ടിയുള്ള പോരാട്ടമായിരുന്നു.

പെട്ടെന്ന്, അശ്വഘോഷ് നയിക്കുന്ന ആയുധധാരികൾ താഴെ ഒളിയിടങ്ങളിൽ നിന്നും പുറത്ത് വരുകയും മരക്കൊമ്പുകളിൽ നിന്നും ചാടിയിറങ്ങി തുർക്കികളെ നേരിടാൻ എത്തുകയും ചെയ്തു. അമ്പുകളുടെ പെരുമഴ തുടർച്ചയായി അയച്ചുകൊണ്ട്.

അപ്പോഴേയ്ക്കും, ഇന്ത്യാക്കാർ തുർക്കികളെ ആക്രമിക്കാനായി കൂടുതൽ പന്തങ്ങൾ കത്തിച്ച് കാടിനെ ജ്വലിപ്പിച്ചു.

"ആക്രമിക്ക്!" മഖ്സൂദ് അലറി. "ആക്രമിക്ക്!"

തന്നെ തടയാൻ ശ്രമിക്കുന്നവരെ വെട്ടിവീഴ്ത്തുന്ന തിരച്ചിൽ സംഘത്തിനെ നയിക്കുന്ന തുർക്കിയെ അശ്വഘോഷ് കണ്ടു. സ്വർണ്ണമുനയുള്ള പടത്തൊപ്പിയും അയാളുടെ ഉയർന്ന നിലവാരമുള്ള പടച്ചട്ടയും അയാൾ തുർക്കി സൈന്യത്തിലെ മുതിർന്ന ഉദ്യോഗസ്ഥനാണെന്ന് പറഞ്ഞിരുന്നു. സുഹേൽദേവിന് ഈ സേനാധിപതിയെ തടവുകാരനാക്കാൻ ഇഷ്ടമായിരിക്കുമെന്ന് അശ്വഘോഷിന് അറിയാമായിരുന്നു. സേനാധിപതിയെ വിവരം ശേഖരിക്കുന്നതിനായി പീഡിപ്പിക്കാൻ വേണ്ടി.

"ആ തുർക്കി സേനാധിപതിയെ പിടിക്ക്!" അശ്വഘോഷ് അലറി, തുർക്കി കുതിരക്കാരുടെ നേരെ ഓടിക്കൊണ്ട്. "അയാളെ ജീവനോടെ പിടിക്ക്!"

സംഘമണിയും അശ്വഘോഷിന്റെ ഒളിപ്പോരുകാരിൽ ഒരാളായിരുന്നു, അയാൾ കുതിരക്കാരുടെ വഴിയിൽ ഉണ്ടായിരുന്നു. മഖ്സൂദ് സംഘമണിയുടെ സംഘത്തിന് നേരെ ഓടിച്ചു ചെല്ലുമ്പോൾ വേഗത കൂട്ടി.

സന്ന്യാസി ഏതാനും അമ്പുകൾ എയ്തു, പക്ഷേ മഖ്സൂദിന്റെ അപാരമായ ബലമുള്ള പടച്ചട്ടയിൽ തട്ടിത്തെറിച്ചു. സംഘമണി വില്ല് താഴെയിട്ട് വാൾ ഊരിയെടുത്തു.

"ജയ് മാ ഭാരതീ!" ഇന്ത്യൻ പട അലറി.

അതേ സമയം, അശ്വഘോഷ് അകലെ നിന്ന്, തന്റെ സുഹൃത്തിന്റെ നേരെ ഓടാൻ തുടങ്ങി.

മഖ്സൂദ് സംഘമണിയുടെ അടുത്തെത്തുന്നതിന് തൊട്ടുമുമ്പ്, സുഹേൽദേവിന്റെ മറ്റൊരു കൂട്ടം പട്ടാളക്കാർ അയാളുടെ നേരെ ചാടി. കുതിരയോടിക്കുന്നയാൾ ക്രൂരമായി വെട്ടി, ഇന്ത്യക്കാരന്റെ വാൾ പിടിച്ച കൈ പൂർണമായും അരിഞ്ഞുകൊണ്ട്. അയാൾ കറങ്ങിത്തിരിഞ്ഞ് മുട്ടുകാലിൽ വീണു. മഖ്സൂദ് അയാളെ കടന്നുചെന്ന് സംഘമണിയെ ആക്രമിച്ചു, വാൾ കൊണ്ട് അയാളെ ആഞ്ഞുവെട്ടിക്കൊണ്ട്. സന്ന്യാസി എളുപ്പത്തിൽ ഒരുവശത്തേയ്ക്ക് ഉരുണ്ടുമാറി, മഖ്സൂദിന്റെ വെട്ട് ഒഴിവാക്കി കുതിരയുടെ കാലുകളെ നിർദ്ദയം വെട്ടിക്കൊണ്ട്. ഒരു മൃഗത്തിനെ താഴെവീഴ്ത്താനുള്ള നല്ല തന്ത്രം. അതിനൊപ്പം മുകളിലിരിക്കുന്ന ആളെയും.

പക്ഷേ തുർക്കി കുതിരകളെ അത്തരം ആക്രമണങ്ങളിൽ നിന്നും സംരക്ഷിച്ചിരുന്നു. അവയുടെ കാലുകളിലൂടെ മുട്ടുകൾ വരെ തുകൽ ചട്ട കൊണ്ട് പൊതിഞ്ഞിരുന്നു. വാളിന് കയറിച്ചെല്ലുന്നത് പ്രയാസമാക്കിക്കൊണ്ട്.

കുതിര ഒന്നിളകിയതു പോലുമില്ല. സംഘമണി നിസ്സഹായതയോടെ നോക്കുമ്പോൾ മഖ്സൂദ് കൊല്ലാനുള്ള വെട്ടിനായി വാളോങ്ങി. അശ്വഘോഷ് കൃത്യസമയത്ത് എത്തിച്ചേർന്നു. നിമിഷങ്ങൾക്ക് മുമ്പ് മഖ്സൂദ് മുറിവേൽപ്പിച്ചയാൾ അപ്പോഴും മുട്ടുകാലിലെ വീർപ്പുമുട്ടിക്കുന്ന മുറിവിൽ പിടിച്ചുകൊണ്ട് നിർത്താതെ അയാൾക്കു നേരെ ഓടിച്ചെന്ന് ഒരു പാദം തോളിൽ വച്ച് ആ ഊർജ്ജത്തിൽ വായുവിലേയ്ക്കുയർന്ന് മഖ്സൂദിന്റെ മേലെ വീണു.

ഇരുവരും ഒരുമിച്ച് കുതിരപ്പുറത്ത് നിന്നും വീണ് താഴെ ഒരു കെട്ടുപിണഞ്ഞ കൂനയായി തറയിലെത്തി. അശ്വഘോഷ് ഉരുണ്ടുമാറി കൈകൾ തലയ്ക്കു പിന്നിലൂടെ നിലത്തുതൊട്ട് ചുറുചുറുക്കോടെ എഴുന്നേറ്റുനിന്നു. തുർക്കി സൈന്യാധിപതി നിലകിട്ടാതെ ചാഞ്ചാടുമ്പോൾ അശ്വഘോഷ് കൊടുത്ത ഒരു തൊഴി കൊണ്ട് വീണ്ടും താഴേയ്ക്ക് തലയടിച്ച് വീണു.

അതേ സമയം, സംഘമണിയെ മറ്റൊരു തുർക്കി ആക്രമിച്ച് പിടിച്ചു നിർത്തിയിരിക്കുകയായിരുന്നു.

കരീം ആക്രമണത്തിലുടനീളം മഖ്സൂദിന്റെ അരികിൽ ഉണ്ടായിരുന്നു. പക്ഷേ സുഹേൽദേവിന്റെ രണ്ട് ആളുകൾ കുന്തങ്ങൾ വീശി അയാളെ

തടഞ്ഞു. അയാൾ നിരാശയോടെ അവരിൽ നിന്നും മാറി തന്റെ പ്രിയപ്പെട്ട സേനാധിപതിയെ രക്ഷിക്കാൻ ശ്രമിച്ചു.

കരീമും തന്റെ മുന്നിലുള്ള പട്ടാളക്കാരുമായി ഭീകരമായ യുദ്ധം തുടരുമ്പോഴും താൻ സ്നേഹിക്കുന്ന ആളുടെ ജീവനുവേണ്ടി അലറിക്കൊണ്ടിരുന്നു. "മഖ്സൂ....ദ്!"

അശ്വഘോഷ് അരയിൽ നിന്നും ഒരു കഠാരയെടുത്ത് നിലതെറ്റിയ തുർക്കി സേനാധിപതിയുടെ അടുത്തേയ്ക്ക് ചെന്നു, അയാൾ തന്റെ വാളിനായി തറയിൽ തിരയുകയായിരുന്നു.

മഖ്സൂദിന്റെ പടത്തൊപ്പി താഴെ വീണിരുന്നു. അശ്വഘോഷ് ഭീഷണിയോടെ കഠാര ഓങ്ങിയലറി, "കീഴടങ്ങ്!"

മഖ്സൂദ് തിരിഞ്ഞ് കീഴടങ്ങിയത് പോലെ ഒരു കൈ ഉയർത്തി. അയാളുടെ മുഖം, നിഴലുകളിൽ ആയിരുന്നതിൽ പെട്ടെന്ന് വെളിച്ചം വീണു.

അശ്വഘോഷ് ഞെട്ടി മരവിച്ചുപോയി. "അസ്‌ലാൻ?"

അയാൾ മടിച്ചു, കഠാര വായുവിൽത്തന്നെ നിന്നു.

മടിച്ചത് ബുദ്ധിസ്റ്റ് സന്ന്യാസിയ്ക്ക് വിനാശകാരിയായിരുന്നു.

മഖ്സൂദ് തന്റെ വാൾ കണ്ടെത്തി പെട്ടെന്നുതന്നെ അത് മുകളിലേയ്ക്ക് കുത്തി. വാൾ സന്ന്യാസിയുടെ വയറിലൂടെ മുറിച്ചുചെന്നു, പേശികളേയും പ്രധാന അവയവങ്ങളേയും ചെത്തിക്കൊണ്ട്. മഖ്സൂദ് ശക്തിയായി തള്ളിയപ്പോൾ വാൾ ധീരനായ സന്ന്യാസിയുടെ മുതുകിലൂടെ തുളച്ചുവന്നു.

അശ്വഘോഷിന്റെ വായിൽ നിന്നും വീർപ്പുമുട്ടലും വേദനയും നിറഞ്ഞ ശബ്ദം വന്നു. കഠാര അയാളുടെ കൈയ്യിൽ നിന്നും പെട്ടെന്നു താഴെവീണു. അയാളുടെ കാൽമുട്ടുകൾ മടങ്ങിയപ്പോൾ അയാൾ തുർക്കിയുടെ തോളിൽ പിടിച്ചു, കാലുകളിൽ നിൽക്കാനായി പോരാടിക്കൊണ്ട്.

മഖ്സൂദ് എഴുന്നേറ്റുനിന്നു, വാൽ കൈയ്യിൽ പിടിച്ചുകൊണ്ട്. അയാൾ ആശ്വഘോഷിന്റെ കഴുത്തിൽ പിടിച്ച് പതുക്കെ, വളരെ സൗമ്യമായി വാൾ തിരിച്ച് ക്രൂരമായി പറിച്ചെടുത്തു. രക്തം അതിവേഗത്തിൽ മുറിവിൽ നിന്നും പുറത്തേയ്ക്ക് ചീറ്റി, അയാളുടെ കാലുകൾക്കടിയിലെ മണ്ണിനെ കറുപ്പിച്ചുകൊണ്ട്.

സന്ന്യാസി ഒരു നിമിഷത്തേയ്ക്ക് ഉലഞ്ഞു, എന്നിട്ട് നിലത്തേയ്ക്ക് വീണു.

കരീം അതേ സമയം വഴി തടയുന്ന രണ്ട് പട്ടാളക്കാരെ ഭേദിച്ചു കഴിഞ്ഞിരുന്നു. അയാൾ മഖ്സൂദിന്റെ നേരെ കൈകൾ വിരിച്ചുകൊണ്ട് ഓടി. "മഖ്സൂദ്....!"

തുർക്കി സേനാധിപതി കരീമിന്റെ കൈ പിടിച്ച് കുതിരപ്പുറത്തേയ്ക്ക് ചാടിക്കയറി.

തുർക്കികൾ ഓട്ടം തുടർന്നു.

പരാജയപ്പെട്ട ആക്രമണത്തിൽ നിന്നും പിൻവലിഞ്ഞുകൊണ്ട്.

സംഘമണിയ്ക്ക് അപ്പോഴേയ്ക്കും പൊരുതിക്കൊണ്ടിരുന്ന തുർക്കിയെ കൊല്ലാൻ കഴിഞ്ഞിരുന്നു. അയാൾ തന്റെ അപായകരമായി മുറിവേറ്റ സുഹൃത്തിന്റെ നേരെ ഓടിച്ചെന്നു. “അശ്വഘോഷ്!”

അശ്വഘോഷിന് താൻ മരിക്കാൻ പോകുകയാണെന്ന് അറിയാമായിരുന്നു. മുറിവ് വളരെ ആഴത്തിലുള്ളതായിരുന്നു. ഒരുപാട് പ്രധാനപ്പെട്ട അവയവങ്ങൾ മുറിയപ്പെട്ടിരുന്നു.

പക്ഷേ അയാൾക്ക് സ്വന്തം മരണത്തിൽ ഭയമില്ലായിരുന്നു. അയാളുടെ ഭയം മറ്റെന്തോ ആയിരുന്നു. അയാൾ തന്റെ സുഹൃത്തിനെ മുറുകെപ്പിടിച്ച് തിരിച്ചുപോകുന്ന തുർക്കികളെ ചൂണ്ടിക്കാണിച്ചു, തിടുക്കത്തിൽ പിറുപിറുത്തുകൊണ്ട്. അസ്...അസ്...”

സംഘമണി അശ്വഘോഷിനെ എടുത്തുയർത്താൻ ശ്രമിച്ചു. താവളത്തിലേയ്ക്ക് തിരിച്ചു കൊണ്ടുപോകാനായി. പക്ഷേ അശ്വഘോഷ് സുഹൃത്തിൽ നിന്ന് കുതറാൻ ശ്രമിച്ചു.

തിരിച്ചുപോകുന്ന തുർക്കികളെ വീണ്ടും ചൂണ്ടിക്കാണിച്ച്, അയാൾ അവസാനത്തെ കരുത്തും സംഭരിച്ച് തിടുക്കത്തിൽ പിറുപിറുത്തു, “അസ്ലാൻ.... അത്... അസ്ലാൻ... താക്കീത്.... സുഹേൽദേവ്... രാജാവിന് താക്കീത് കൊടുക്കൂ...”

സംഘമണി രാത്രിയിലേയ്ക്ക് ഓടിച്ചു പോകുന്ന തുർക്കികളെ നോക്കിയിട്ട് തന്റെ സുഹൃത്തിന് നേരെ തിരിഞ്ഞു, ഞെട്ടലോടെ. “അസ്ലാൻ?”

“സുഹേൽദേവിനെ രക്ഷിക്കൂ...”

വഞ്ചനയുടെ ആധിക്യം പെട്ടെന്ന് സംഘമണിയ്ക്ക് മനസ്സിലായി.

സുഹേൽദേവ്... അംഗരക്ഷകർ.... അസ്ലാമിന്റെ ആളുകൾ...

ഓ, ബുദ്ധഭഗവാനേ!

അദ്ധ്യായം 29

“അടങ്ങ് അബ്ദുൾ!” സുഹേൽദേവ് പറഞ്ഞു, തന്റെ സുഹൃത്തിനെ തടസ്സപ്പെടുത്തിക്കൊണ്ട്.

രാത്രി വൈകിയിരുന്നു. വ്യക്തമായും ക്ഷുഭിതനായ അബ്ദുൾ സുഹേൽദേവിന്റെ തമ്പിനു പുറത്തായിരുന്നു. താവളത്തിന് ചുറ്റും കൂടുതൽ പന്തങ്ങൾ കത്തിച്ചു വച്ചിട്ടുണ്ടായിരുന്നു. രാജകീയ തമ്പിന്റെ പുറത്ത് പ്രത്യേകിച്ചും. തുർക്കി തിരച്ചിൽ സംഘത്തിന്റെ നശീകരണത്തിന്റെ വാർത്ത ബാക്കിയുള്ള ഇന്ത്യാക്കാരിൽ ഊർജ്ജം നിറച്ചു, പക്ഷേ അബ്ദുൾ ദേഷ്യത്തിലായി. സുഹേൽദേവിനോടുള്ള ദേഷ്യം.

“അയാളെ വിശ്വസിക്കരുതെന്ന് ഞാൻ പറഞ്ഞതാണ്!” അബ്ദുൾ അലറി. “അയാളെ നമ്മുടെ സൈന്യത്തിൽ അനുവദിക്കരുതെന്ന് ഞാൻ പറഞ്ഞിരുന്നു! ഞാൻ പറഞ്ഞിരുന്നു!”

സുഹേൽദേവ് ശബ്ദം ശാന്തമാക്കി വച്ചു. “അബ്ദുൾ... എനിക്ക് തോന്നുന്നില്ല...”

പക്ഷേ അബ്ദുൾ ശ്രദ്ധിച്ചില്ല. അയാൾ തന്റെ പട്ടാളക്കാരുടെ നേരെ തിരിഞ്ഞു. “അസ്ലാമിന്റെ ആളുകളെയെല്ലാം പിടികൂട്! എല്ലാവരേയും ഇപ്പോൾത്തന്നെ ശിരച്ഛേദം ചെയ്യ്! അവർ തുർക്കി പട്ടികളാണ്!”

“അബ്ദുൾ!” സുഹേൽദേവിന്റെ ശബ്ദം പരുക്കനായിരുന്നു. “താങ്കൾക്ക് എന്താണ് പറ്റിയത്? ശാന്തനാകൂ! നമുക്ക് നമ്മുടെയുള്ളിൽ വേർതിരിവ് സൃഷ്ടിക്കാൻ...”

“ഞാൻ നിങ്ങളോട് പറഞ്ഞതാണ്! നിങ്ങൾ ആ തെറ്റായ മനുഷ്യനെ വിശ്വസിച്ചു! അസ്ലാൻ അശ്വഘോഷിനെ കൊന്നു! ആ അസ്ലാൻ ഒരു...”

സുഹേൽദേവിന്റെ തമ്പിന്റെ ശീല മാറ്റി അസ്ലാൻ പുറത്തേയ്ക്ക് വന്ന

പ്പോൾ അബ്ദുൾ സംസാരിക്കുന്നത് നിർത്തി. പിന്നാലെ തൊഷാനിയും ഗോവർദ്ധനും ഉണ്ടായിരുന്നു. അബ്ദുൾ അസ്‌ലാനെ രൂക്ഷമായി നോക്കി. കുറച്ച് നേരത്തേയ്ക്ക് സ്തബ്ധനായിക്കൊണ്ട്. പിന്നീട്, അയാൾ ക്രുദ്ധമായ പകയോടെ അയാളെ നോക്കി അലറി ചാടിവീണ് ഇരുകൈകൾ കൊണ്ടും അയാളുടെ കഴുത്തിൽ പിടിച്ചു.

"അബ്ദുൾ നിർത്ത്!" സുഹേൽദേവ് അലറി, അബ്ദുളിനെ പിടിച്ച് മാറ്റിനിർത്താൻ ശ്രമിച്ചുകൊണ്ട്. "താങ്കൾ എന്താണ് ചെയ്യുന്നത്?"

അബ്ദുൾ ദേഷ്യം കൊണ്ട് അലറുകയായിരുന്നു. ഗോവർദ്ധനും സുഹേൽദേവും അയാളെ ദൂരേയ്ക്ക് മാറ്റാൻ ശ്രമിച്ചപ്പോൾ അയാൾ അസ്‌ലാനിന്റെ നെഞ്ചിൽ ചവുട്ടി.

അസ്‌ലാൻ തൊഴിയുടെ ആഘാതത്തിൽ മുട്ടുകുത്തിയിരുന്നു. അബ്ദുൾ ഗോവർദ്ധനന്റെ പിടിയിൽ നിന്നും രക്ഷപ്പെട്ട് അസ്‌ലാന്റെ വാരിയെല്ലുകളിൽ വീണ്ടും ചവുട്ടി, അയാളെ നിലത്ത് കിടന്നുരുളാൻ അയച്ചുകൊണ്ട്.

"അബ്ദുൾ നിർത്ത്!" ഗോവർദ്ധൻ അബ്ദുളിനെ ഒരിക്കൽക്കൂടി പിന്നോട്ട് വലിച്ചുകൊണ്ട് പറഞ്ഞു.

അസ്‌ലാൻ അവിടെ കിടന്നതേയുള്ളൂ. സത്യം പുറത്തു വന്നുവെന്ന് അയാൾക്കറിയാമായിരുന്നു. ഒരു ദിവസം അത് പുറത്ത് വന്നേ പറ്റൂ. വഞ്ചന അത്രയും കാലം തുടർന്നു എന്നതിൽ മാത്രമേ അയാൾക്ക് അത്ഭുതം ഉണ്ടായിരുന്നുള്ളൂ.

സുഹേൽദേവും ഗോവർദ്ധനും അബ്ദുളിനെ പിടിച്ചുവലിച്ച് ദൂരേയ്ക്ക് മാറ്റി, അയാൾ തെറികൾ പറയുന്നതും വായുവിലേയ്ക്ക് തൊഴിക്കുന്നതും തുടർന്നെങ്കിലും. തൊഷാനി അസ്‌ലാനിന്റെ നേരെ ഓടിച്ചെന്ന് അയാളെ സഹായിച്ചു.

സുഹേൽദേവ് അബ്ദുളിനെ മുറുകെപ്പിടിച്ചു. അയാളോട് ഏതാണ്ട് യാചിച്ചുകൊണ്ട്. "അബ്ദുൾ, ദയവായി ശാന്തനാകൂ... അയാളായിരിക്കില്ല അശ്വഘോഷിനെ കൊന്നത്.... എന്തോ ഒരു ആശയക്കുഴപ്പം ഉണ്ടായിരിക്കണം... അസ്‌ലാൻ ഒരിക്കലും താവളത്തിൽ നിന്നും പോയിട്ടില്ല. അയാൾ എല്ലാ സമയവും എന്നോടൊപ്പം ആയിരുന്നു."

"അയാൾ അവിടെയുണ്ടായിരുന്നു!" അബ്ദുൾ അലറി. "അയാൾ അശ്വഘോഷിനെ കൊന്നു! സംഘമണി അയാളെ കണ്ടു!"

അസ്‌ലാൻ പതുക്കെ എഴുന്നേറ്റു, തൊഷാനിയുടെ കൈ വിടുവിച്ചുകൊണ്ട്. അയാളുടെ മുഖം മങ്ങിയിരുന്നു. അയാൾ ക്ഷീണിതനായി കാണപ്പെട്ടു. "സംഘമണിയുടെ കണ്ണുകൾ കള്ളം പറയുകയായിരുന്നില്ല, ധീരനായ അബ്ദുൾ... പക്ഷേ അവ മുഴുവൻ സത്യം പറയുകയുമായിരുന്നില്ല."

“കടങ്കഥ പറയുന്നത് നിർത്ത്, വിഷപ്പാമ്പേ,” അബ്ദുൾ പരുഷമായി പറഞ്ഞു. അയാൾ തന്റെ ആളുകളുടെ നേരെ തിരിഞ്ഞു. “അസ്‌ലാനെ കൊല്ല്! അയാളുടെ ആളുകളെയെല്ലാം കൊല്ല്!”

“നിൽക്ക്!” സുഹേൽദേവ് ആജ്ഞാപിച്ചു, കൈ ഉയർത്തിക്കൊണ്ട്.

അബ്ദുളിന്റെ ആളുകൾ അവരുടെ സ്ഥാനങ്ങളിൽ നിന്നു. അവരുടെ രാജാവിനെ അനുസരിച്ചുകൊണ്ട്.

അസ്‌ലാൻ നിശ്ശബ്ദനായി, കുഴഞ്ഞിയ മട്ടിൽ നിലത്തേയ്ക്ക് നോക്കി.

സുഹേൽദേവ് നിശ്ശബ്ദത ഭേദിച്ചു. “അസ്‌ലാൻ, പറയൂ!”

ഗോവർദ്ധൻ ക്ഷുബ്ധനായ അബ്ദുളിനെ പിടിച്ചുനിർത്തി. സുഹേൽദേവ് അസ്‌ലാനെ നോക്കിക്കൊണ്ടിരുന്നു. അസ്‌ലാനിന്റെ കണ്ണുകളിൽ ഭയം ഉണ്ടായിരുന്നു, ദുഃഖവും, തീവ്രമായ ദുഃഖം.

സുഹേൽദേവ് സൗമ്യനായി സംസാരിച്ചു, പക്ഷേ അയാളുടെ ശബ്ദത്തിലെ ശല്യം വ്യക്തമായിരുന്നു. “അസ്‌ലാൻ, പറയൂ. എന്താണ് സംഭവിക്കുന്നത്? അബ്ദുളിന്റെ കൈകളെ ഞാൻ സ്വതന്ത്രമാക്കാൻ നിർബന്ധിതനാകുന്നതിന് മുമ്പ് പറയൂ.”

അസ്‌ലാൻ സുഹേൽദേവിനെ നോക്കി ഒരു ദീർഘനിശ്വാസമെടുത്തു, സ്വയം മനസ്സുറപ്പ് വരുത്തുന്നത് പോലെ. അവസാനം അയാൾ സംസാരിച്ചപ്പോൾ, ഓരോ വാക്കും ബലം പ്രയോഗിച്ച് പുറത്ത് വരുന്നതുപോലെ ഉണ്ടായിരുന്നു. “ഞാൻ പറഞ്ഞയാളല്ല ഞാൻ.”

അബ്ദുൾ ഒരിക്കൽക്കൂടി ദേഷ്യം കൊണ്ട് പൊട്ടിത്തെറിച്ചു. “ഞാൻ പറഞ്ഞതാണ്!”

സുഹേൽദേവ് നിശ്ശബ്ദനായിരിക്കാൻ കൈ ഉയർത്തിക്കാണിച്ചു. അബ്ദുൾ അനുസരിച്ചു. ശ്രാവസ്തിയുടെ രാജാവ് വാൾപ്പിടിയിൽ പിടിച്ചു, പെട്ടെന്ന് വലിച്ചെടുക്കാൻ തയ്യാറായിക്കൊണ്ട്. അസ്‌ലാനെ നോക്കിക്കൊണ്ട് അയാൾ മുരണ്ടു. “ആരാണ് നീ?”

അസ്‌ലാനിന്റെ കണ്ണുകൾ താണിരുന്നു. *അള്ളാ എന്നോട് ദയ കാണിക്കട്ടെ.*

“അസ്‌ലാൻ, ഇപ്പോൾ പറയൂ!”

അസ്‌ലാൻ ദീർഘനിശ്വാസമെടുത്ത് വ്യക്തമായി സംസാരിച്ചു. “എന്റെ പേര് സലാർ മസൂദ്. ഞാൻ അന്തരിച്ച സുൽത്താൻ ഘസ്നിയിലെ മഹ്മൂദിന്റെ അനന്തരവനാണ്... പിന്നെ തുർക്കി സർവ്വസൈന്യാധിപനായ സലാർ മഖ്സൂദിന്റെ ഇരട്ട സഹോദരനും.”

ഏതാണ്ട് അര മണിക്കൂർ ആയിരുന്നു.

സുഹേൽദേവ്, തൊഷാനി, ഗോവർദ്ധൻ, അബ്ദുൾ, സംഘമണി എന്നിവർ രാജകീയ തമ്പിലേയ്ക്ക് പോയി. അസ്ലാൻ അവിടെയുണ്ടായിരുന്നു. അയാളെ മോചിതനാക്കിയിരുന്നു. തമ്പിൽ പത്ത് കാവൽക്കാർ ഉണ്ടായിരുന്നു. അസ്ലാനിൽ നിന്നും ഏത് ചലനം ഉണ്ടായാലും കുതിച്ചെത്താൻ തയ്യാറായിക്കൊണ്ട്. അതേസമയം, അസ്ലാനിന്റെ പട്ടാളക്കാരെ സുഹേൽദേവിന്റെ പട്ടാളക്കാരുടെ കാവലിൽ നിർത്തിയിരുന്നു.

അസ്ലാൻ തന്റെ ജീവിതത്തിനെപ്പറ്റിയുള്ള സത്യസന്ധമായ വിവരങ്ങൾ സുഹേൽദേവിനോടും മറ്റുള്ളവരോടും പറഞ്ഞിരുന്നു. സലാർ സാഹുവിന്റേയും സിത്ർ-ഇ-മൗലായുടേയും ഇളയ പുത്രൻ ആയിരുന്നു അയാൾ. സാഹു ഘാൻസാവിദ് സൈന്യത്തിലെ ഒരു സൈന്യാധിപൻ ആയിരുന്നപ്പോൾ, സിത്ർ-ഇ-മൗല സുൽത്താൻ മഹ്മൂദിന്റെ സഹോദരി ആയിരുന്നു.

അയാൾ തന്റെ ഇരട്ട സഹോദരനായ സലാർ മഖ്സൂദിന് ശേഷം ഏതാനും നിമിഷങ്ങൾ കഴിഞ്ഞാണ് ജനിച്ചതെങ്കിലും, അവരുടെ സ്വഭാവങ്ങൾ ചുണ്ണാമ്പും പാൽക്കട്ടിയും പോലെ വ്യത്യസ്തമായിരുന്നു.

അയാൾ തന്റെ ഇരട്ടസഹോദരന്റെ മതഭ്രാന്തിനെപ്പറ്റി സംസാരിച്ചു. പിന്നെ തന്റെ സൂഫി പാതയുടെ അറിവിനോടും സമാധാനത്തിനോടുമുള്ള സ്നേഹവും. അവരുടെ മാതാവ് അയാളെ പിന്തുണച്ചതും, പിതാവ് മൂത്ത പുത്രനെ കൂടുതൽ സ്നേഹിച്ചിരുന്നതും. അയാളുടെ സഹോദരൻ ഘസ്നിയിലെ സുൽത്താൻ മഹ്മൂദിന്റെ പ്രിയപ്പെട്ടയാൾ ആയിരുന്നതും പറഞ്ഞു. മഖ്സൂദ് സുൽത്താന്റെ ഇടുങ്ങിയ മതഭ്രാന്തിനെ മഖ്സൂദിൽ പ്രതിഫലിച്ചിരുന്നത് കൊണ്ട്.

സലാർ മഖ്സൂദിന്റെ ഒരു പ്രത്യേക ക്രൂരത നിറഞ്ഞ സംഭവത്തിന് ശേഷം കാര്യങ്ങൾ ഒരു വഴിയിലെത്തി. അത് മഹ്മൂദിന്റെ സൈന്യം മറ്റൊരു ക്ഷേത്രം നശിപ്പിച്ചതിന് ശേഷമായിരുന്നു. ഇത്തവണ, കൂടുതലും ബുദ്ധിസ്റ്റ്, ഹിന്ദു നഗരമായ പെഷാവാറിലെ രാമക്ഷേത്രം ആയിരുന്നു. രാമന്റെ വിഗ്രഹം പോലും ക്ഷേത്രത്തിൽ നിന്നും മോഷ്ടിക്കപ്പെട്ടു. അതു കഴിഞ്ഞ് ഏതാനും ആഴ്ചകൾക്ക് ശേഷം, ഹിന്ദു പഷ്തൂണുകളുടെ ഒരു സൈന്യവിഭാഗം ഘസ്നിയിലെ കോടതിയിലെത്തി വിഗ്രഹം തിരിച്ചു നൽകാൻ അപേക്ഷിക്കാനെത്തി. പകരം, അവർ നല്ലൊരു മോചനദ്രവ്യം നൽകാൻ താല്പര്യം പ്രകടിപ്പിച്ചു. മഹ്മൂദിന് മംഗോളുകൾക്കെതിരേ നടത്താൻ ഉദ്ദേശിച്ചിരുന്ന യുദ്ധത്തിനായി കുറച്ച് പണം സമാഹരിക്കണം എന്നുണ്ടായിരുന്നു. അതുകൊണ്ട് ആ കരാറിന് അദ്ദേഹം സമ്മതിച്ചു. മഖ്സൂദിനെ വിശദാംശങ്ങൾ രൂപം കൊടുക്കാനായി നിയോഗിച്ചു.

മഖ്സൂദ് വിഗ്രഹം തിരിച്ച കൊടുക്കാനായി ലോകത്തില്ലാത്ത വിലയ്ക്കായി കഠിനമായി വിലപേശി. പഷ്ഠുണകൾ ആവശ്യപ്പെട്ടതനുസരിച്ച് പണം മുൻകൂറായി നൽകി. അവർ വിഗ്രഹം മേടിക്കാനായി കൊട്ടാരത്തിൽ എത്തിയപ്പോൾ മഖ്സൂദ് അവരെ സർബത്ത് കൊടുത്ത് സ്വീകരിച്ചു. അത് അവർ കുടിച്ച കഴിഞ്ഞപ്പോഴാണ് മഖ്സൂദ് അവരോട് പറയുന്നത് വിഗ്രഹം സാങ്കേതികമായി തിരിച്ച നൽകിക്കഴിഞ്ഞെന്ന്. പഷ്ഠുണകൾ ആരാധിക്കുന്ന ദൈവത്തിന്റെ മഹത്തായ വിഗ്രഹത്തിനെ പൊടിച്ച് അവർ കുടിച്ച സർബത്തിൽ കലക്കിയിരുന്നു. മഖ്സൂദ് വിഗ്രഹാരാധകരായ പഷ്ഠുണകളെ ആഴത്തിലുള്ള തത്വചിന്ത കൊണ്ട് ക്രൂരമായി വ്യാഖ്യാനിച്ച് ആക്ഷേപിക്കുകയും ചെയ്തു. ഹിന്ദുക്കൾ വിശ്വസിക്കുന്നത് എല്ലാത്തിലും ദൈവം ഉണ്ടെന്നായതിനാൽ, അവർക്ക് ദഹനേന്ദ്രിയത്തിൽ ദൈവത്തിനെ നൽകിക്കഴിഞ്ഞെന്ന്. ദേഷ്യം വന്ന പഷ്ഠുണകൾ മഖ്സൂദുമായി യുദ്ധം ചെയ്യാൻ ശ്രമിച്ചു, പക്ഷേ അയാളുടെ കാവൽക്കാർ അവരെ അടിച്ചോടിച്ച് നഗരത്തിന് പുറത്തേയ്ക്കെറിഞ്ഞു. പഷ്ഠുണകളിൽ ഓരോരുത്തരും സഹനത്തിന്റെ എല്ലാ പരിധികളും കടന്ന് സംക്ഷുബ്ധരായിരുന്നു, അറിയാതെയാണെങ്കിലും സർബത്ത് കുടിച്ച് അവർ ചെയ്ത പാപത്തിനെക്കുറിച്ചോർത്ത്. ആ പഷ്ഠുണകളിൽ ഓരോരുത്തരും നഗരകവാടങ്ങൾക്ക് പുറത്ത് ആത്മഹത്യ ചെയ്തു. മരണശ്വാസങ്ങളുമായി അവർ ഘസ്നി നഗരത്തിനേയും അതിന്റെ ഭരണാധികാരികളേയും ശപിച്ചു. പഷ്ഠുണകളുടെ ത്യാഗത്തിനെ മഖ്സൂദ് പരിഹസിച്ച് ചിരിച്ചു. പക്ഷേ ഘസ്നിയിലെ ഒരുപാട് പൗരന്മാർ പഷ്ഠുണകൾ അനുഭവിച്ചതിനെക്കുറിച്ച് നടുങ്ങിയിരുന്നു. അവരിൽ ഒരാളായിരുന്നു അസ്‌ലാൻ.

അസ്‌ലാൻ ദേഷ്യത്തിലായിരുന്നു. അത് ഇസ്ലാമിന്റെ പ്രമാണങ്ങൾക്ക് എതിരായിരുന്നെന്ന് അയാൾ വിശ്വസിച്ചു. അയാൾ തന്റെ സഹോദരൻ മഖ്സൂദിനെ എതിർത്തു. എതിർപ്പ് അവർക്കിടയിൽ വാൾപ്പയറ്റ് വരെയെത്തിച്ചേർന്നു. അയാളുടെ മാതാവ് സഹോദരന്മാർ തമ്മിലുള്ള യുദ്ധം നിർത്താനായി ഇടപെട്ടു.

എല്ലാം കൊണ്ടും വെറുപ്പുളവായ അസ്‌ലാൻ ഘസ്നിയിൽ നിന്നും പോകാൻ തീരുമാനിച്ചു.

“നിന്നെ ആരും തടഞ്ഞില്ലേ?” സുഹേൽദേവ് ചോദിച്ചു.

“ആരും കാര്യമാക്കിയില്ല,” അസ്‌ലാൻ പറഞ്ഞു. “എന്റെ അമ്മയൊഴികെ. അവർക്കും എന്റെ കാഴ്ചപ്പാടുകൾ ഘസ്നി പ്രഭുക്കന്മാർക്കിടയിൽ ദൈവനിഷേധം ആയി കണക്കാക്കപ്പെടുമെന്ന് അറിയാമായിരുന്നു. എന്നെ ഒരു മതവിദ്വേഷിയെന്ന് വിളിച്ച് കൊന്നുകളയാൻ അധികം സമയമെടുക്കില്ലായിരുന്നു. ഞാൻ ഒസ്ഗർ എന്ന വിശ്വസ്തനായ ഒരു

പട്ടാളക്കാരന്റെ സഹായത്തോടെ നഗരത്തിൽ നിന്നും പോയി. ഞാൻ ജിഖായ് നദിയിൽ വീണ് മുങ്ങിമരിച്ചെന്ന ഒരു കഥ പരത്തപ്പെട്ടു. ഞാൻ അസ്ലാൻ എന്ന പേര് സ്വീകരിച്ച് ഇന്ത്യയിലേയ്ക്ക് വന്ന് ഷേയ്ക്ക് ന്യൂറുദ്ദീനിന്റെ ശിഷ്യനായി. പിന്നെ സംഭവിച്ചതെല്ലാം നിങ്ങൾക്കറിയാവുന്നതാണ്."

"നീ ആരാണെന്ന് ഞങ്ങളോട് മുമ്പ് പറയാത്തതെന്താണ്?" ഗോവർദ്ധൻ ചോദിച്ചു.

അസ്ലാൻ നിസ്സഹായനായതു പോലെ ഭാവിച്ചു. "എനിക്ക് വേണമെന്നുണ്ടായിരുന്നു, പക്ഷേ ഞാൻ സൃഷ്ടിച്ച നുണയിൽ കുടുങ്ങിപ്പോകുകയായിരുന്നു. ഞാൻ എന്റെ പേര് മാറ്റിയത് പുതിയൊരു ജീവിതം തുടങ്ങാൻ വേണ്ടിയായിരുന്നു. നിങ്ങൾ എന്നെ കണ്ടുമുട്ടിയപ്പോൾ ഞാൻ അസ്ലാൻ ആയി ജീവിക്കുകയായിരുന്നു. എന്റെ കഥ ഇടയ്ക്ക് പറഞ്ഞിരുന്നെങ്കിൽ നിങ്ങളെന്നെ വിശ്വസിക്കുമായിരുന്നോ അതോ എന്നെ ഒരു ചാരനായി കണ്ട് കൊല്ലുമായിരുന്നോ? മസൂദ് എന്ന ജീവിതം പിന്നിലുപേക്ഷിച്ച് ആരും സംശയിക്കാത്ത വിധം ലളിതമായി അസ്ലാൻ ആയി ജീവിക്കാമെന്ന് ഞാൻ പ്രതീക്ഷിച്ചു, പക്ഷേ എന്റെ ഭൂതകാലം അവസാനം എന്നെ പിടികൂടി."

സുഹേൽദേവ് സംസാരിച്ചു. "നീ എന്തിനാണിപ്പോൾ ഞങ്ങളെ സഹായിക്കുന്നത്?"

"ഇന്ത്യയിൽ ഉള്ളത് അമൂല്യമാണെന്ന് ഞാൻ വിശ്വസിക്കുന്നു. കോപത്തിന്റെ ഇക്കാലത്ത്, ഈ നാട്ടിൽ മാത്രമാണ് വിവിധ മതങ്ങൾ പരസ്പരം സമാധാനപൂർവ്വം ജീവിക്കുന്നത്. ഷിയ, സുന്നി മുസ്ലീങ്ങൾ സമാധാനത്തോടെ ജീവിക്കുന്ന ഒരേയൊരു രാജ്യം ഇതാണ്. ഒരാൾക്ക് എല്ലാ യാഥാർത്ഥ്യങ്ങളേയും ദൈവങ്ങളേയും ആരാധിക്കാൻ കഴിയുന്ന ഒരേയൊരു നാട് ഇതാണ്, ആരും നിങ്ങളെ വിലയിരുത്തുകയുമില്ല. ഇന്ത്യ അതിജീവിക്കണം. ഇസ്ലാമിന്റേയും ഹിന്ദുമതത്തിന്റേയും നല്ലതിന് വേണ്ടി മാത്രമല്ല, മറിച്ച് മനുഷ്യകുലത്തിന് വേണ്ടി." അസ്ലാൻ സുഹേൽദേവിന്റെ കണ്ണുകളിലേയ്ക്ക് നോക്കി. "പിന്നെ താങ്കൾ, മഹാനായ രാജാവേ, കലിതുള്ളുന്ന തുർക്കി പടകൾക്കെതിരെ യുദ്ധം ചെയ്യാൻ കഴിവുള്ള വടക്കേ ഇന്ത്യയിലെ ഒരേയൊരാൾ താങ്കളാണ്. അതുകൊണ്ടാണ് ഞാൻ താങ്കളെ പിന്തുണയ്ക്കേണ്ടത്. താങ്കളെപ്പോലെ ഒരാളെ ഞാൻ തിരയുകയായിരുന്നു."

സുഹേൽദേവ് ഒന്നും പറഞ്ഞില്ല.

"തുർക്കി സൈന്യത്തിലും സമാധാനം ആഗ്രഹിക്കുന്ന ചിലരുണ്ട്."

തൊഷാനി ചോദിച്ചു. "ആര്?":

"നിങ്ങൾക്ക് കരീമിനെപ്പറ്റി അറിയാമല്ലോ. അവരുടെ സൈന്യത്തിലെ

സേനാധിപതിയും മഖ്സൂദിന്റെ കാമുകനും. അയാൾ എന്റെ പഴയൊരു സുഹൃത്താണ്. അയാളും ഈ യുദ്ധത്തിനെ അനുകൂലിക്കുന്നില്ല. അയാൾക്കും സമാധാനമാണ് വേണ്ടത്. അങ്ങിനെ അയാൾക്ക് മഖ്സൂദിനെ കൊണ്ടുപോയി മറ്റൊരു നാട്ടിൽ സന്തോഷമായി ജീവിക്കാൻ വേണ്ടി. മഖ്സൂദ് ഇന്ത്യയെ പിടിച്ചെടുക്കുന്ന സ്വപ്നം കാണുന്നിടത്തോളം അയാൾ സമാധാനം എന്തെന്നറിയില്ലെന്ന് അയാൾക്കറിയാം. അവർ ജീവിതം മുഴുവനും അവസാനമില്ലാത്ത യുദ്ധത്തിൽ പാഴാക്കും."

ഗോവർദ്ധനും തൊഷാനിയും അസ്‌ലാനിന്റെ കഥ വിശ്വസിച്ചതായി കാണപ്പെട്ടു. സുഹേൽദേവിന്റെ മുഖം വികാരരഹിതമായി തുടർന്നു.

പക്ഷേ അബ്ദുൾ, വ്യക്തമായും ഒരു വാക്ക് പോലും വിശ്വസിച്ചിട്ടില്ല. അയാൾ സുഹേൽദേവിന് നേരെ തിരിഞ്ഞു. "ഇത് അസംബന്ധമാണ്. ഈ മനോഹരമായ കഥ അങ്ങ് വിശ്വസിക്കുന്നുണ്ടോ, പ്രഭോ?"

സുഹേൽദേവ് മൗനം പാലിച്ചു. അസ്‌ലാനിന്റെ കണ്ണുകളിലേയ്ക്ക് നോക്കിക്കൊണ്ട് തന്റെ ഉൾവിളിയെ നയിക്കാൻ അനുവദിച്ചുകൊണ്ട്.

"അപ്പോൾ, നമ്മൾ ഇവനെ ഇനി എന്താണ് ചെയ്യേണ്ടത്?" അബ്ദുൾ ചോദിച്ചു, കൈകൾ മടക്കിക്കൊണ്ട്. അയാൾക്ക് എന്ത് ചെയ്യണമെന്ന് വ്യക്തമായിരുന്നു.

സുഹേൽദേവ് എഴുന്നേറ്റ് തമ്പിന്റെ ഒരറ്റത്ത് വച്ചിരിക്കുന്ന ശിവവിഗ്രഹത്തിന്റെ നേരെ നടന്നു. അയാൾ മേശയ്ക്ക് ചുറ്റുമിരിക്കുന്ന ആളുകളെ തിരിഞ്ഞുനോക്കിയില്ല. ഭഗവാന്റെ കാലുകളിലേയ്ക്കും അവിടെയുള്ള വില്വത്തിന്റെ ഇലകളിലേയ്ക്കും മാത്രം നോക്കി. കത്തുന്ന ചന്ദനത്തിരിയുടെ ചാരത്തിലേയ്ക്കും നോക്കി. ഏറെ നേരം കഴിഞ്ഞ് അസ്‌ലാനിന്റെ നേരെ തിരിഞ്ഞു. "നീയും നിന്റെ ആളുകളും നാളെ മുൻനിരയിൽ ഉണ്ടാകും. നീ ഒരു പ്രത്യേക സംഘം ഉണ്ടാക്കും, എന്റെ കാലാൾപ്പടയുടെ പിന്തുണയോടെ. നിനക്ക് തുർക്കി കേന്ദ്രത്തിനെ ആക്രമിക്കുന്നതിനെ നയിക്കാനുള്ള ബഹുമതി ലഭിക്കും."

അസ്‌ലാൻ തലയാട്ടി പുഞ്ചിരിച്ചു. *ഇതാണ് സുഹേൽദേവ്. ദയാലുവെങ്കിലും പ്രായോഗികം.*

തന്നേയും ആളുകളേയും കൊല്ലുന്നത് സുഹേൽദേവിന് എളുപ്പമുള്ള കാര്യമാണെന്ന് അസ്‌ലാന് അറിയാമായിരുന്നു. പക്ഷേ, വ്യക്തമായും അയാൾക്കത് ചെയ്യണമെന്നില്ല. ഒരുപക്ഷേ അസ്‌ലാനും കൂട്ടരും നിഷ്കളങ്കരാണെന്ന് വിശ്വസിക്കുന്നുണ്ടാകും. പക്ഷേ അവരെ തടവുപുള്ളികളായി വയ്ക്കാൻ താല്പര്യമില്ല. അവർക്ക് കാവൽ നിൽക്കാൻ സ്വന്തം ആളുകളെ നിയോഗിക്കേണ്ടി വരും; യുദ്ധത്തിൽ ആവശ്യമുള്ള ആളുകളെ. പിന്നെ അസ്‌ലാനേയും കൂട്ടരേയും കരുതലിൽ വയ്ക്കാനും ആഗ്രഹമില്ല. അവർ

വഞ്ചകരാണെന്ന് വന്നാലും, അവർ അവിടെ നിന്നുമുള്ള ഇന്ത്യയുടെ യുദ്ധത്തിനെ മാരകമായ പരിക്കേൽപ്പിക്കാൻ കാരണമാകാം. കൂടുതൽ ഭേദം അസ്‌ലാനേയും ആളുകളേയും മുൻനിരയിലേയ്ക്ക് അയയ്ക്കുന്നതാണ്. ഏറ്റവും കൂടുതൽ പോരാട്ടം നടക്കുന്ന കേന്ദ്രത്തിലേയ്ക്ക്. അതൊരു ബഹുമതിയായി കണക്കാക്കപ്പെടും. അവർ തിരിഞ്ഞുനിന്നാലും, ആ സ്ഥാനത്ത് നിന്ന് അവർക്ക് ഇന്ത്യക്കാർക്ക് വലിയ നാശനഷ്ടമുണ്ടാക്കാൻ സാധിക്കില്ല.

പ്രായോഗികതയുടെ രാജാവ്!

അസ്‌ലാൻ എഴുന്നേറ്റ് നിന്ന് ഊർജ്ജത്തോടെ വണങ്ങി. “എന്റെ ആളുകളും ഞാനും അങ്ങയെ നിരാശപ്പെടുത്തില്ല, പ്രഭോ.”

അദ്ധ്യായം 30

സൂര്യനുദിച്ചു, ആകാശത്തിന്റെ രോഷത്തിന്റെ ചുവപ്പിൽ കുളിപ്പിച്ചു കൊണ്ട്. സാധാരണയായി, ഇത്ര നേരത്തേ ആളുകൾ കിടക്കകളിൽ തിരിഞ്ഞും മറിഞ്ഞും കിടക്കുകയേയുള്ളൂ. പക്ഷേ രണ്ട് കൂറ്റൻ സൈന്യങ്ങൾ വിശാലമായ മൈതാനത്ത് നിരന്നു കഴിഞ്ഞിരുന്നു. ഇന്ത്യൻ താവളത്തിലേയ്ക്കുള്ള തുർക്കികളുടെ തിരച്ചിൽ പരാജയപ്പെട്ടിട്ട് രണ്ട് ദിവസമായിരുന്നു. പശുക്കളെ സൈന്യത്തിന്റെ മുന്നിൽ നിർത്താനുള്ള തുർക്കി പദ്ധതി സുഹേൽദേവിന് അറിയാൻ കഴിഞ്ഞിരുന്നു, അങ്ങിനെ ഇന്ത്യൻ സൈന്യത്തിലെ ഹിന്ദുക്കൾ യുദ്ധം ചെയ്യാൻ മടിക്കും, വിശുദ്ധമൃഗത്തിനെ പരിക്കേൽപ്പിക്കുമോയെന്ന് ഭയന്ന്. അയാൾ തലേന്ന് രാത്രി തുർക്കി താവളത്തിലേയ്ക്ക് ഒരു പരിശോധനാ സംഘത്തിനെ അയച്ചിരുന്നു, ഗോവർദ്ധനന്റെ നേതൃത്വത്തിൽ, തുർക്കി തടവിലുള്ള പശുക്കളെ മോചിപ്പിക്കാനായി. ഗോവർദ്ധനും അയാളുടെ യോദ്ധാക്കളും വിജയിച്ചു. കപടതന്ത്രം പരാജയപ്പെട്ടു. തുറന്ന യുദ്ധത്തിനുള്ള സമയം എത്തിക്കഴിഞ്ഞു.

പുലരിയുടെ ആദ്യത്തെ വിളറിയ വെളിച്ചത്തിന് മുമ്പേ സൈനികർ അണിനിരന്നിരുന്നു, ഭൂമിയിലെ അവസാന ദിവസമാണെന്ന് അറിയാവുന്നവരെ ആശംസിച്ചുകൊണ്ട്. അവർ തിടുക്കത്തിൽ ശുദ്ധിസ്നാനം ചെയ്യുന്നതിനിടയിൽ അതിനെക്കുറിച്ച് ചിന്തിക്കാതിരിക്കാൻ ശ്രമിച്ചു. പ്രായമായവർ കിട്ടിയ ഭക്ഷണമെല്ലാം അകത്താക്കി. വർഷങ്ങളോളമുള്ള കഠിനാദ്ധ്വാനത്തിന്റെ അനുഭവത്തിൽ, അത് ദീർഘമായ തളർത്തുന്ന ദിവസമായിരിക്കുമെന്ന് അവർക്കറിയാമായിരുന്നു, കഴിയാവുന്നത്ര ഊർജ്ജം സംഭരിക്കണമെന്നും. പ്രത്യേകിച്ചും മണിക്കൂറുകൾ കഴിഞ്ഞ് ഇന്ത്യയിലെ വേനൽച്ചൂട് അവരിൽ പതിക്കുമെന്നുള്ളപ്പോൾ. ഒരുപാട്

ചെറുപ്പക്കാർ ആവേശത്തിലായിരുന്നു, അല്ലെങ്കിൽ വികാരഭരിതർ –അല്ലെങ്കിൽ രണ്ടും – അത്രയ്ക്ക് വിശപ്പുണ്ടാകുന്ന വിധത്തിൽ. അവർ ലഭിച്ച ഭക്ഷണങ്ങൾ ശ്രദ്ധതെറ്റാതെ കൊറിച്ചു.

എല്ലാവരും പ്രാർഥിച്ചു. യുദ്ധഭൂമിയിൽ നിരീശ്വരവാദികൾ ഇല്ല. ചിലർ വിജയത്തിനായി പ്രാർഥിച്ചു, ചിലർ ബഹുമതിയ്ക്കായി, ചിലർ വെറുതേ ദിവസം കടന്നുകൂടി പ്രിയപ്പെട്ടവരെ ഒരിക്കൽക്കൂടി കാണുന്നതിനായി.

പിന്നെ, ആജ്ഞകൾ വിളിച്ചു പറയപ്പെടുകയും സൈന്യങ്ങൾ വേഗത്തിൽ രൂപം കൊള്ളുകയും ചെയ്തു. വില്ലാളികൾ പതുക്കെ ഞാണുകളിൽ തട്ടി ഉറഞ്ഞ പേശികളെ അയച്ചു. മറ്റുള്ളവർ കഴുത്തുകളും മുതുകുകളും തോളുകളും ഇളക്കി. പതിയെയുള്ള കാറ്റ് വിശാലമായ പ്രദേശത്തിലൂടെ കടന്നുപോയി, മുഖങ്ങളെ തലോടിക്കൊണ്ടും പതാകകളെ പറത്തിക്കൊണ്ടും. അസഹനീയമായ ചൂടിനെ അല്പം കുറച്ചുകൊണ്ട്.

സുഹേൽദേവ് രാജകീയ തമ്പിൽ നിന്നും പുറത്തുവന്നു. പടച്ചട്ടകൾ അണിഞ്ഞ്, ആയുധങ്ങളേന്തി, ശൗര്യത്തിന്റെ തീയിൽ യുദ്ധത്തിന് തയ്യാറായി.

തൊഷാനി, ഗോവർദ്ധൻ, അബ്ദുൾ, സംഘമണി എന്നിവർ അയാൾക്കുവേണ്ടി കാത്തുനിൽക്കുന്നുണ്ടായിരുന്നു, അവരുടെ കുതിരപ്പുറത്തേറി. സുഹേൽദേവ് അവരെ നോക്കി പുഞ്ചിരിച്ച് തലയാട്ടി.

അയാൾ തന്റെ കുതിരയ്ക്ക് നേരെ തിരിഞ്ഞ് പെട്ടെന്ന് ചാടിക്കയറി ഓടിച്ചു പോയി. ബാക്കിയുള്ളവർ അയാളെ പിന്തുടർന്നു.

എല്ലാവരും നിശ്ശബ്ദരായി ഓടിച്ചു, യുദ്ധമുഖത്തേയ്ക്ക്.

മുൻനിരയിൽ അസ്‌ലാൻ ഉണ്ടായിരുന്നു. അയാളായിരുന്നു രാജാവ് വരുന്നത് ആദ്യം കണ്ടത്. അയാൾ തന്നെ ആരവങ്ങൾക്ക് നയിക്കുകയും ചെയ്തു.

തങ്ങളുടെ ധീരനായ രാജാവിനെ കണ്ട ഇന്ത്യാക്കാരുടെ ഗർജ്ജനങ്ങൾ ഉയർന്നുയർന്ന് വന്നു.

സുഹേൽദേവ്!

സുഹേൽദേവ്!

സുഹേൽദേവ്!

സുഹേൽദേവ് കൈയ്യുയർത്തിയപ്പോൾ സൈന്യം നിശ്ശബ്ദരായി.

"സുഹൃത്തുക്കളേ!" സുഹേൽദേവ് പറഞ്ഞു, മുൻനിരയിലേയ്ക്ക് കുതിരയെ

ഓടിച്ചുകൊണ്ട്. അയാൾ ക്രൂറ്റൻ യുദ്ധഭൂമിയുടെ എതിർവശത്ത് കൂടി നിൽക്കുന്ന തുർക്കികളെ ചൂണ്ടിക്കാണിച്ചു. "ഈ രാക്ഷസന്മാർ സോംനാഥ്ജി ക്ഷേത്രത്തിനെ ആക്രമിച്ചു! അവർ നമ്മുടെ ദേവന്റെ പവിത്രമായ ദേവാലയങ്ങൾ തകർത്തു. അവർ അദ്ദേഹത്തിന്റെ മഹത്തായ വിഗ്രഹം ഉടച്ചു!"

ഇന്ത്യക്കാർ കോപത്തിൽ മുഷ്ടി ചുരുട്ടി, ദേഷ്യം അവരിലൂടെ കടന്നുപോയി.

"നിങ്ങളിൽ എത്രപേർ ശൈവന്മാരുണ്ട്?"

സൈന്യത്തിന്റെ ഒരു ഭാഗം അലറി, "ഹരഹരമഹാദേവാ!" എന്ന ആരവങ്ങൾക്കൊപ്പം.

"നമ്മൾ ഇന്ന് പ്രതികാരം ചെയ്യും!" സുഹേൽദേവ് ഗർജ്ജിച്ചു. "ഈ ചെകുത്താന്മാർ പെഷവാറിലെ രാമക്ഷേത്രവും നശിപ്പിച്ചു. അവർ വിഗ്രഹത്തിനെ മണ്ണാക്കി മാറ്റി. നിങ്ങളിൽ എത്ര പേർ വൈഷ്ണവരുണ്ട്?"

"ജയ് ശ്രീരാം" "ജയ് ശ്രീകൃഷ്ണ" ഗർജ്ജനങ്ങൾ സൈന്യത്തിന്റെ ഒരു ഭാഗത്ത് നിന്നും മുഴങ്ങി.

"നമ്മൾ അദ്ദേഹത്തിന് വേണ്ടിയും പ്രതികാരം ചെയ്യും. അവർ ബുദ്ധിസ്റ്റ് മഠങ്ങൾ നശിപ്പിച്ചു! അവർ സൂഫി ആരാധനാലയങ്ങൾ കത്തിച്ചു, നമ്മുടെ ഇന്ത്യയിലെ മുസ്ലീങ്ങളെ മതവിദ്വേഷികൾ എന്ന് വിളിച്ചു. അവർ ശക്തി മാതാവിന്റെ ക്ഷേത്രങ്ങൾ നശിപ്പിച്ചു, അവളെ ആരാധിക്കുന്നത് തിന്മയാണെന്ന് പറഞ്ഞു! നിങ്ങളിൽ എത്രപേർ ഈ മഹത്തായ വിശ്വാസത്തിന്റെ പാതകൾ പിന്തുടരുന്നുണ്ട്?"

"ജയ് ബുദ്ധ" "അള്ളാഹു അക്ബർ" ജയ് മാ ശക്തി" വിളികൾ കേട്ടു.

"നമ്മൾ ഇന്ന് അവർക്ക് വേണ്ടിയും പ്രതികാരം ചെയ്യും." സുഹേൽദേവ് ജീനിയിൽ നിന്നും കുനിഞ്ഞ് നിലത്ത് നിന്നും കുറച്ച് മണ്ണെടുത്തു. അയാൾ ജീനിയിൽ ഇരുന്ന് കണ്ണുകളടച്ച് അലറി. "അവർ ഈ മണ്ണിന്റെ നശിപ്പിച്ചു! അവർ ഭാരതമാതാവിന്റെ മണ്ണിന്റെ അപമാനിച്ചു! നിങ്ങളിൽ എത്ര പേർ ഭാരതമാതാവിന്റെ ആരാധകരാണ്?"

മൊത്തം സൈന്യവും ഒരുമിച്ച് അലറി, "ജയ് മാ ഭാരതി!"

"ജയ് മാ ഭാരതി!" സുഹേൽദേവ് ആവർത്തിച്ചു.

തൊഷാനി, ഗോവർദ്ധൻ, അബ്ദുൾ, സംഘമണി, അസ്ലാൻ എന്നിവരും സുഹേൽദേവിന്റെ ആവേശം കൊള്ളിക്കുന്ന അലർച്ച ആവർത്തിച്ചു. "ജയ് മാ ഭാരതി!"

"ജയ് മാ ഭാരതി!"

"ജയ് മാ ഭാരതി!"

സുഹേൽദേവ് മുൻനിരയിലേയ്ക്ക് കുതിരയെ ഓടിച്ചു. അയാളുടെ

കൈ ഉയർന്നിരുന്നു, മുഷ്ടി ചുരുട്ടിയിരുന്നു. അയാളുടെ വിശ്വസ്തരായ യോദ്ധാക്കൾ മുദ്രാവാക്യം ആവർത്തിച്ചുകൊണ്ടിരുന്നു.

"ജയ് മാ ഭാരതി!"

"ജയ് മാ ഭാരതി!"

സുഹേൽദേവ് മുഷ്ടി തുറന്ന് പവിത്രമായ മണ്ണ് നെറ്റിയിൽ പൂശി. എന്നിട്ട് നിശ്ശബ്ദരായിരിക്കാൻ ആംഗ്യം കാണിച്ചു. സൈനികർ അനുസരിച്ചു. "ഇന്നേയ്ക്ക് ആയിരം വർഷങ്ങൾക്ക് ശേഷം, കവികൾ ഈ ദിവസത്തിനെപ്പറ്റി പാട്ടുകൾ എഴുതും... ഇന്നേയ്ക്ക് ആയിരം വർഷങ്ങൾക്ക് ശേഷം, ഈ രാജ്യത്തിലെ മികച്ച സ്തുതിപാഠകർ ഈ ദിവസത്തിനെപ്പറ്റി കഥകളെഴുതും... ഇന്നേയ്ക്ക് ആയിരം വർഷങ്ങൾക്ക് ശേഷം, ഇന്ത്യക്കാർ അവർ ചെയ്യുന്നത് നിർത്തി ഇന്നുണ്ടായിട്ടുള്ള ധീരമായ കഥകൾ അത്ഭുതത്തോടെ കേൾക്കും... ഭാരതമാതാവിന്റെ നെഞ്ചിൽ നിന്നും ഉയർന്നിട്ടുള്ള യോദ്ധാക്കൾ അവളെ മനുഷ്യചരിത്രത്തിലെ തന്നെ ക്രൂരരായ കൊലപാതകികളിൽ നിന്നും രക്ഷിച്ചെന്ന് വിശ്വസിക്കും!"

സൈന്യം കനത്ത നിശ്ശബ്ദതയിൽ ആയിരുന്നു.

"ഇന്നേയ്ക്ക് ആയിരം വർഷങ്ങൾക്ക് ശേഷമുള്ള ഇന്ത്യാക്കാർ, അവരുടെ പൂർവ്വികരുടെ, സ്വാതന്ത്ര്യത്തിനായി ദൈവങ്ങളെപ്പോലെ പൊരുതിയവരുടെ, ആദരവിനായി എഴുന്നേറ്റ് നിൽക്കും. അവർ നിങ്ങളെ ആദരിക്കാനായി നിൽക്കും. അവർ ബഹ്റിച്ചിലെ യുദ്ധത്തിൽ പങ്കെടുത്ത് വിജയിച്ച യോദ്ധാക്കളുടെ ആദരവിനായി നിൽക്കും."

സൈനികർ നിവർന്ന് നിന്നു, അവരുടെ മുതുകുകൾ നിവർന്നു, തോളുകൾ പിന്നോട്ടായി, ഉത്സാഹം ശക്തമായി.

സുഹേൽദേവിന്റെ ശബ്ദം താണു. "ഇനി നമുക്ക് ചെയ്യേണ്ടത് ആ ഇതിഹാസങ്ങൾക്ക് ജീവൻ കൊടുക്കുകയാണ്!"

"വിജയത്തിനായി!" തൊഷാനി ഗർജ്ജിച്ചു.

"വിജയത്തിനായി!" എല്ലാ ഇന്ത്യാക്കാരും അലറി.

"ജയ് മാ ഭാരതി!"

"ജയ് മാ ഭാരതി!"

"ജയ് മാ ഭാരതി!"

സുഹേൽദേവ് തന്റെ സൈന്യാധിപന്മാർ നിൽക്കുന്നയിടത്തേയ്ക്ക് ചെന്നു. അയാളുടെ ആജ്ഞ ലളിതമായിരുന്നു. "സ്ഥാനങ്ങളിലേയ്ക്ക്."

കുറച്ച് ദിവസങ്ങൾക്ക് മുമ്പ് അസ്‌ലാൻ പ്രവചിച്ച തന്ത്രം അനുസരിച്ച്, തുർക്കി കുതിരപ്പടയെ രണ്ട് പാർശ്വങ്ങളിലായി വിന്യസിച്ചിരുന്നു. അവർക്ക് കരുതലിനായി വളരെ കുറച്ചേ ഉണ്ടായിരുന്നുള്ളൂ എന്നു തോന്നി.

"നമ്മുടെ ചാരന്മാരിൽ നിന്നും കുറച്ച് നല്ല വാർത്തകളുണ്ട്....കണ്ണൗജിന്റെ സൈന്യം ഇന്ന് നമുക്കെതിരെ യുദ്ധം ചെയ്യുന്നില്ല," തൊഷാനി പറഞ്ഞു. അബ്ദുളും ഗോവർദ്ധനും കുതിരപ്പുറത്ത് കയറി സുഹേൽദേവിന് ചുറ്റും അർദ്ധവൃത്തം തീർത്തു. തൊഷാനി തുടർന്നു. "മിക്കവാറും കണ്ണൗജിലെങ്ങും കലാപം പൊട്ടിപ്പുറപ്പെട്ടിട്ടുണ്ട്. പൗരന്മാർ ഹർശരൺ കൂട്ടക്കൊലയിലും വൃഷഭ്ജിയുടെ മരണത്തിലും കുപിതരാണ്. അജിത്പാലിന് കലാപം അവസാനിപ്പിക്കാനായി തിരിച്ചുപോകണം, അല്ലെങ്കിൽ മഖ്‌സൂദിന്റെ വിഭവങ്ങൾ ഭീഷണിയിലാകും."

സുഹേൽദേവ് ഗൗരവത്തോടെ തലയാട്ടി. "അത് മറ്റൊരു ദിവസത്തേയ്ക്കുള്ള കണക്കാണ്."

"മനോഹർഗഢിന്റെ സൈന്യവും എത്തിയിട്ടുണ്ട്," തൊഷാനി പറഞ്ഞു. "ജയ്ചന്ദ് രാജാവ് കേന്ദ്രത്തിൽ എത്തിയിരിക്കുന്നു, മഖ്‌സൂദിനൊപ്പം."

"നമ്മൾ കാട്ടുകൊള്ളക്കാർ ആയിരുന്നപ്പോൾ അയാളുടെ സൈനികരെ മിക്കപ്പോഴും തോൽപ്പിച്ചിട്ടുണ്ട്," ഗോവർദ്ധൻ പറഞ്ഞു, തന്റെ വിദൂര ബന്ധുവിനെ പരിഹസിച്ച് ചിരിച്ചുകൊണ്ട്. "ആദ്യമായിട്ടാണ് അയാൾ നമ്മളെ നേരിട്ട് അണിനിരക്കാൻ ധൈര്യപ്പെടുന്നത്."

സുഹേൽദേവ് അബ്ദുളിനേയും ഗോവർദ്ധനേയും നോക്കി. "എന്ത് ചെയ്യണമെന്ന് നിങ്ങൾക്കറിയാം."

അബ്ദുൾ അടുത്തേയ്ക്ക് വന്ന് സുഹേൽദേവിനെ ആലിംഗനം ചെയ്തു. "അള്ളാ ഇന്ന് നമ്മുടെ കൂടെ ഉണ്ടാകട്ടെ, മഹാനായ രാജാവേ." എന്നിട്ടയാൾ ഗോവർദ്ധനന്റെയും തൊഷാനിയുടേയും നേരെ തലയാട്ടി ഓടിച്ചുപോയി.

ഗോവർദ്ധൻ പോയി സുഹേൽദേവിനെ ആലിംഗനം ചെയ്തു. "ഭഗവാൻ രാമൻ നമ്മളെ വിജയത്തിലേയ്ക്ക് നയിക്കട്ടെ," അയാൾ പറഞ്ഞു. എന്നിട്ട് തൊഷാനിയുടെ നേരെ തിരിച്ച് അവൾക്ക് കൈകൊടുത്തു. "അവർക്ക് നരകം നൽകൂ, ധീരവനിതേ!"

തൊഷാനി പുഞ്ചിരിച്ചുകൊണ്ട് പറഞ്ഞു, "എനിക്ക് കൊല്ലാനായി കുറച്ച് തുർക്കികളെ ബാക്കി വയ്ക്കണം."

ഗോവർദ്ധൻ കുറച്ചുകൂടി വിശാലമായി പുഞ്ചിരിച്ച് കുതിരയെ പായിച്ചു.

അബ്ദുൾ ഇടതുപാർശ്വം നയിക്കുമ്പോൾ ഗോവർദ്ധൻ വലതുപാർശ്വത്തിന്റെ ചുമതലയിലായിരുന്നു. ഇരുവരും അവരവരുടെ സ്ഥാനങ്ങളിൽ

എത്തി പെട്ടെന്ന് തന്നെ അവരുടെ സൈന്യങ്ങൾ തയ്യാറാണെന്ന് ഉറപ്പാക്കി.

തുർക്കി വശത്ത്, മഖ്സൂദ് തനിക്ക് മുന്നിൽ നിരന്നിരിക്കുന്ന സൈന്യത്തിനെ നിരീക്ഷിച്ച് നെറ്റിചുളിച്ചു. രണ്ട് ഇന്ത്യൻ പാർശ്വങ്ങളിലും കൂടുതലും കാലാൾപ്പടയും വില്ലാളികളും ആയിരുന്നു, പിന്തുണയ്ക്കായി കുറച്ച് കുതിരക്കാർ മാത്രം. സുഹേൽദേവിന്റെ കുതിരപ്പടയുടെ അധികവും നടുക്കായിരുന്നു ശ്രദ്ധിച്ചിരുന്നത്.

"സുഹേൽദേവ് അയാളുടെ പാർശ്വങ്ങളെ ഞെരിക്കാനായി എന്നെ ക്ഷണിക്കുന്നത് പോലെയുണ്ട്," അയാൾ പറഞ്ഞു. "എന്ത് നാശമാണ് അയാൾ കരുതുന്നത്?"

"ആ മണ്ടന് വലിയ യുദ്ധങ്ങളിൽ പങ്കെടുത്ത് പരിചയമില്ല," ജയ്യന്ദ്, മനോഹർഗഢിന്റെ രാജാവ്, പരിഹസിച്ചു. "അയാൾ കാട്ടിൽ ഏതാനും കലഹങ്ങളുണ്ടായിട്ടേയുള്ളൂ, എന്നാൽ കരുതുന്നത് വലിയ സേനാധിപതി ആണെന്നാണ്."

മഖ്സൂദ് അസ്വസ്ഥതയോടെ മുരണ്ടു. ഏത് പരിചയസമ്പന്നനായ യോദ്ധാവിനേയും പോലെ, അയാൾ തന്റെ ശത്രുവിനെ താഴ്ത്തിക്കാണാതിരുന്നു, പ്രത്യേകിച്ചും കൗശലമുള്ള തന്ത്രജ്ഞനാണെന്ന് സ്വയം ആവർത്തിച്ച് തെളിയിച്ച ഒരാളെ. പക്ഷേ അയാൾക്ക് സുഹേൽദേവിന്റെ പദ്ധതി മണത്തറിയാൻ സാധിച്ചില്ല.

"അപ്പോൾ, കണ്ടുപിടിക്കാൻ ഒരു വഴിയേയുള്ളൂ," അയാൾ സ്വയം പിറുപിറുത്തു. അയാൾ തന്റെ ഘോഷകർക്ക് നേരെ തിരിഞ്ഞു. "ഇരു പാർശ്വങ്ങളിലും കുതിരപ്പടയുടെ മുഴുവൻ ആക്രമണവും സൂചന നൽക്," അയാൾ ആജ്ഞാപിച്ചു. "കാഫിറുകളെ ഞെരിച്ച് വളയ്."

കാഹളങ്ങൾ മുഴങ്ങി, കൊടികൾ വീശി, ആജ്ഞകൾ പുറപ്പെട്ടു. ഏതാനും നിമിഷങ്ങൾക്ക് ശേഷം, തുർക്കി കുതിരപ്പട പുറപ്പെട്ടപ്പോൾ ഭൂമി കുലുങ്ങുന്നത് പോലെയുണ്ടായിരുന്നു. അവർ തങ്ങൾക്ക് ഒരുതരത്തിലും ചേരാത്ത ശത്രുക്കൾക്ക് നേരെ കുതിച്ചു, ഒരു കൂട്ടക്കൊല ഒഴിവാക്കാൻ സാധിക്കില്ലെന്ന് തോന്നി.

തുർക്കി കുതിരപ്പട തന്റെ ആളുകൾക്ക് നേരെ വരുന്നത് കണ്ടപ്പോൾ അബ്ദുൾ ഒന്ന് പുഞ്ചിരിച്ചു. "അള്ളാഹു അക്ബർ," അയാൾ പിറുപിറുത്തു, കണ്ണുകൾ ചെറുതായി അടച്ചുകൊണ്ട്. എന്നിട്ട് അയാൾ കാത്തിരുന്നു, നിമിഷങ്ങൾ എണ്ണിക്കൊണ്ട്.

പെട്ടെന്ന്, ആക്രമിക്കുന്ന തുർക്കി കുതിരകളിൽ ഒരെണ്ണം ഉറക്കെ ചിനച്ചു – ശുദ്ധമായ വേദനയുടെ ശബ്ദം – എന്നിട്ട് താഴേയ്ക്ക് വീണു. മറ്റൊരെണ്ണം വേദനയിൽ നിലവിളിച്ച് ഒരുവശത്തേയ്ക്ക് മുടന്തി ഓട്ടം

നിർത്തി – നേരെ മറ്റൊരു കുതിരയുടേ വഴിയിലേയ്ക്ക്. രണ്ട് കുതിരകളും കൂട്ടിയിടിച്ച് അതിന്റെ ശബ്ദം കുളമ്പടികളുടേയും പോർവിളികളുടേയും മുകളിലൂടെ മുഴങ്ങി. രണ്ട് കുതിരകളും അവയുടെ കുതിരക്കാരും കൂട്ടിയിടിച്ച് പിണഞ്ഞ് അവയവങ്ങൾ മുറിഞ്ഞ് എല്ലുകൾ ചതഞ്ഞുവീണു. കൂടുതൽ കുതിരകൾക്ക് സ്തബ്ധരായ തുർക്കികൾക്ക് മുന്നിൽ അംഗഭംഗം സംഭവിച്ചു.

ഭയന്നുപോയ മഖ്സൂദ് തന്റെ ഒരു ഉദ്യോഗസ്ഥന് നേരെ തിരിഞ്ഞു. “പോയി എന്ത് നാശമാണ് സംഭവിക്കുന്നതെന്ന് കണ്ടെത്ത്.”

നിഗൂഢമായ സംഭവങ്ങൾ സുഹേൽദേവിന്റെ ആജ്ഞപ്രകാരം തലേന്ന് രാത്രി ചെയ്ത ജോലിയുടെ ഫലമായിരുന്നു. പട്ടാളക്കാർ തുർക്കി കുതിരപ്പട ആക്രമിക്കാനിടയുള്ള നിലത്തെല്ലാം ഇഷ്ടം പോലെ മുള്ളുകൾ വിതറിയിരുന്നു. മുള്ളുകൾ, നാല് വാലുള്ള നക്ഷത്രങ്ങൾ പോലെയുള്ളവ, ഇന്ത്യയിലെ സാധാരണ കൊല്ലന്മാർ ഉണ്ടാക്കിയതായിരുന്നു. അവയുടെ ആകൃതി കാരണം, നാല് മുള്ളുകളും എപ്പോഴും മുകളിലേയ്ക്ക് തന്നെയായിരിക്കും. മുന്നേറുന്ന കുതിരപ്പടയുടെ വഴിയിൽ വിതറിയിട്ടുള്ള അവ ലളിതവും പക്ഷേ വിനാശകരവുമായ കെണിയൊരുക്കി, തുർക്കികൾ അതിൽ ഓടിക്കയറുകയും ചെയ്തു. മുള്ളുകളുടെ നിര അത്ര ആഴത്തിലൊന്നും ആയിരുന്നില്ല, പക്ഷേ ആദ്യത്തെ കുറച്ച് കുതിരകൾ വീണപ്പോൾ, അവ പുറകേ വരുന്ന കുതിരപ്പടയുടെ വഴിമുടക്കി, ഓടിക്കുന്നവരെ പെട്ടെന്ന് നിർത്താൻ നിർബന്ധിതരാക്കിക്കൊണ്ട്. ചിലർക്ക് പെട്ടെന്ന് നിൽത്താൻ കഴിയാതെ അവരുടെ കുതിരകൾ വീണുകിടക്കുന്ന കുതിരകളുമായി കൂട്ടിയിടിച്ചു, അവയിൽ ചിലത് എഴുന്നേൽക്കാൻ കഴിയാതെ വേദനയോടെ ചിനച്ചു.

തുർക്കി ആക്രമണം രണ്ട് പാർശ്വങ്ങളിൽ നിന്നും പതറിയപ്പോൾ, സുഹേൽദേവ് വലതുകൈ ഉയർത്തി, താഴ്ത്തി. ഞൊടികൾ കഴിഞ്ഞപ്പോൾ നൂറ് കണക്കിന് അമ്പുകൾ ശത്രുകുതിരപ്പടയിലേയ്ക്ക് തുറന്നുവിട്ടതിന്റെ സീത്കാരം കേൾക്കാനായി. അവയ്ക്ക് പിന്നാലെ മറ്റൊരു ശരവർഷം കൂടി വന്നു. പിന്നെ മറ്റൊന്ന്, മറ്റൊന്ന്, തുടർച്ചയായി.

കൂർത്ത അമ്പുകൾ കുതിരപ്പുറത്തിരിക്കുന്ന തുർക്കി പടയാളികളുടെ തുകൽ പടച്ചട്ടകൾ തുളച്ചുകയറി. മുതിർന്ന ഉദ്യോഗസ്ഥർക്ക് മാത്രമേ ആ അമ്പുകളെ തടയാൻ കഴിയുന്ന ലോഹം കൊണ്ടുള്ള പടച്ചട്ട ഉണ്ടായിരുന്നുള്ളൂ. മരണത്തിന്റേയും നാശത്തിന്റേയും മഴ ദയവില്ലാതെ പതിച്ചപ്പോൾ ഭയന്ന, വേദന കൊണ്ടുള്ള നിലവിളികൾ മനുഷ്യരിൽ നിന്നും മൃഗങ്ങളിൽ നിന്നും ഉയർന്നു.

മഖ്സൂദ് കുതിരപ്പടയുടെ ഭൂരിഭാഗവും യുദ്ധത്തിന്റെ ആദ്യ നിമിഷങ്ങളിൽത്തന്നെ പിച്ചിച്ചീന്തിയെറിയപ്പെടുന്നത് കണ്ട് വ്യാകുലനായി, ഇരു

കൂട്ടരും വാളുകൾ കൂട്ടിമുട്ടിക്കുന്നതിന് മുമ്പ്. “അവരെ തിരിച്ച് വിളിക്ക്!” അയാൾ അലറി, അയാളുടെ ശബ്ദം ദേഷ്യം കൊണ്ട് കനത്തിരുന്നു.

മറുപടിയൊന്നും ഇല്ലാതായപ്പോൾ അയാൾ തിരിഞ്ഞു നോക്കി. അടുത്തുള്ള ഉദ്യോഗസ്ഥൻ വാ പൊളിച്ച് യുദ്ധഭൂമിയിലേയ്ക്ക് ശ്രദ്ധിച്ച് അവിടേ നടക്കുന്ന സംഹാരത്തിലേയ്ക്ക് നോക്കുകയായിരുന്നു. മഖ്സൂദ് ദേഷ്യത്തോടെ ആ ഉദ്യോഗസ്ഥന്റെ മുഖത്തിടിച്ചു, അയാളുടെ താടി തകർന്നുപോയി.

മഖ്സൂദിന്റെ കാഴ്ചയിലുള്ള എല്ലാ കണ്ണുകളും അയാളെ നോക്കി. “ഇനിയും ഞാൻ ഒരു ആജ്ഞ ആവർത്തിക്കണമെങ്കിൽ അപ്പോൾത്തന്നെ എന്നെ അനുസരിക്കാൻ പരാജയപ്പെടുന്ന ആളുടെ തലയെടുക്കും! ഇനി, അവരെ തിരിച്ച് വിളിക്ക്.”

വീണ്ടും കാഹളങ്ങൾ മുഴങ്ങിയപ്പോൾ തുർക്കി കുതിരപ്പട നിർത്തി തിരിച്ചു വരാൻ തുടങ്ങി. അബ്ദുൾ ചിരിച്ചുകൊണ്ട് തന്റെ കാലാൾപ്പടയെ നോക്കി. “അവരെ പിന്തുടരൂ, പക്ഷേ മുള്ളുകൾ വിതറിയിരിക്കുന്നതിന്റെ അപ്പുറം പോകരുത്.”

മറുപാർശ്വത്തിൽ, ഗോവർദ്ധൻ തന്റെ ആളുകൾക്ക് അതേ ആജ്ഞ നൽകുകയായിരുന്നു.

സുഹേൽദേവിന്റെ തന്ത്രം ഒടുക്കം മനസ്സിലാക്കിയ മഖ്സൂദ് വെകിളി പിടിച്ച് ചുറ്റും നോക്കി. “നമ്മുടെ പാർശ്വം പിൻതിരിയലിലാണ്, അപ്പോൾ അയാൾ നടുക്കുള്ള തന്റെ ഉയർന്ന എണ്ണത്തിനെ നമ്മളെ ഞെരിക്കാൻ ഉപയോഗിക്കാൻ ശ്രമിക്കും”, അയാൾ സ്വയം പിറുപിറുത്തു, തന്റെ സൈന്യത്തിനെ തടസ്സപ്പെടുത്തുന്ന ദുരന്തം സംഭവിക്കുന്നതിന് മുമ്പ് രക്ഷിക്കാനുള്ള വഴിയ്ക്കായി തല പുണ്ണാക്കിക്കൊണ്ട്. പിന്നെ അയാളുടെ മുഖം ചെറുതായി പ്രകാശിച്ചു.

ഗോവർദ്ധൻ തന്റെ ആളുകളെ തിരിച്ചുപോകുന്ന തുർക്കികളെ ആക്രമിക്കുന്നത് നയിക്കുകയായിരുന്നു. “മുള്ളുകളുള്ള വര കടക്കരുത്,” അയാൾ ആവർത്തിച്ച് വിളിച്ചുപറഞ്ഞു. അയാളുടെ ആളുകൾ ചിതറിക്കിടക്കുന്ന തുർക്കികൾക്കിടയിലൂടെ ചെന്ന് ജീവനുള്ളവരെ കൊല്ലുകയായിരുന്നു. അയാൾ ഒരു പട്ടാളക്കാരൻ ആവേശം കൊണ്ട് തന്നെ അനുസരിക്കാതിരിക്കുന്നത് കണ്ടപ്പോൾ ഗദ കൊണ്ട് പരിചയിൽ ആഞ്ഞടിച്ചു.

“ആജ്ഞകൾ അനുസരിക്കാത്തവരെ ഞാൻ കൊല്ലും,” അയാൾ അലറി, ഊന്നലിനായി തന്റെ ഗദ വായുവിൽ ചുഴറ്റിക്കൊണ്ട്. ആളുകൾ നിന്നു, തുർക്കികൾ പോകുന്നത് കണ്ട് ചിലർ അതൃപ്തിയോടെ പിറുപിറുത്തു.

പതിഞ്ഞ ഒരു ചുമ കേട്ട് ഗോവർദ്ധൻ തിരിഞ്ഞ് നോക്കിയപ്പോൾ

ഒരു ചെറുപ്പക്കാരനായ ഉദ്യോഗസ്ഥൻ കുഴങ്ങിയ നോട്ടവുമായി നിൽക്കുന്നത് കണ്ടു.

"എന്താണ്?" അയാൾ ചോദിച്ചു.

"ക്ഷമിക്കണം, പ്രഭോ," ഉദ്യോഗസ്ഥൻ അധൈര്യത്തോടെ പറഞ്ഞു. "നമ്മൾ അവരെ ഓടിച്ചു. എന്തുകൊണ്ട് അവരെ തീർത്തുകൂടാ?"

ഗോവർദ്ധൻ മറുപടി പറയുന്നതിന് മുമ്പ് തുർക്കി ഭാഗത്ത് നിന്നും വീണ്ടും കാഹളങ്ങൾ മുഴങ്ങി. അയാൾ എന്താണ് സംഭവിക്കുന്നത് എന്നറിയാൻ അവിടേയ്ക്ക് നോക്കി മുഷിപ്പോടെ പറഞ്ഞു.

"അതുകൊണ്ട് തന്നെ," അയാൾ പറഞ്ഞു, സുഹേൽദേവിന്റെ സൈന്യത്തിന്റെ ഇടതുപാർശ്വത്തിനെ ചൂണ്ടിക്കാണിച്ചുകൊണ്ട്.

ഗോവർദ്ധനെപ്പോലെ, അബ്ദുല്ലും അയാളുടെ ആളുകൾ ആരും തന്നെ സുരക്ഷാമേഖല കടക്കുന്നില്ലെന്ന് ഉറപ്പാക്കുകയായിരുന്നു. ദൗർഭാഗ്യവശാൽ, ചില തുർക്കി വില്ലാളികൾ അവരുടെ കുതിരപ്പടയ്ക്ക് തിരിച്ചെത്താനായി കവചം നൽകുന്നുണ്ടായിരുന്നു. വഴിതെറ്റിയ ഒരു അമ്പ് അബ്ദുല്ലിന്റെ ഇടത്തേ കണ്ണിൽ തറച്ച് അയാൾ കുതിരപ്പുറത്ത് ചാഞ്ചാടുകയായിരുന്നു. അബ്ദുൾ നയിക്കാനില്ലാതെ അയാളുടെ ആവേശം കൊണ്ട ആളുകൾ നിർദ്ദേശങ്ങൾ അവഗണിച്ച് തിരിഞ്ഞോടുന്ന തുർക്കികൾക്ക് പിന്നാലെ പാഞ്ഞു. വീണുകിടക്കുന്ന തുർക്കികൾക്കും കുതിരകൾക്കും മുകളിലൂടെ ചവുട്ടി താഴെയുള്ള മുള്ളുകളെ ഒഴിവാക്കിക്കൊണ്ട്.

മഖ്സൂദ് അത് നിരീക്ഷിച്ചപ്പോൾ, അയാളും താണിരുന്ന ആവേശം ഉയർത്തെഴുന്നേറ്റു. വിധി അയാൾക്ക് ഒരു ചെറിയ അവസരം കൊടുത്തത് അയാൾ നന്ദിയോട് പിടിച്ചെടുത്തു.

"തിരിച്ച്," അയാൾ ആവേശത്തിൽ അലറി. "നിങ്ങളിപ്പോൾ സുരക്ഷിതരാണ്. വീണ്ടും ഒരുമിക്ക്. കാഫിറുകളെ ആക്രമിച്ച് തുടച്ച മാറ്റ്. അവർക്ക് തുറന്ന പ്രദേശത്ത് കുതിരപ്പടയെ നേരിടാൻ കഴിയില്ല."

ആജ്ഞകൾ നൽകപ്പെട്ടു, തുർക്കികൾ അനുസരിച്ചു.

തുർക്കി കുതിരക്കാർ വേഗത്തിൽ കുതിരകളെ തിരിച്ച് അവരെ അപ്പോഴും പിന്തുടരുന്ന ഇന്ത്യാക്കാരെ ആക്രമിച്ചപ്പോൾ വേട്ടയാടപ്പെട്ടവർ പെട്ടെന്ന് വേട്ടക്കാരായി. അവർക്ക് അല്പം മുമ്പ് കിട്ടിയ കൊട്ടുവടിയിൽ നിന്നും പ്രക്ഷുബ്ധരായ അവർ എതിരാളികളെ ക്രൂരമായി ആക്രമിച്ചു.

മുള്ളുകൾ കുതിരപ്പടയെ ഇനി തടസ്സപ്പെടുത്താത്തപ്പോൾ, സുഹേൽദേവിന്റെ വില്ലാളികൾക്ക് സ്വന്തം ആളുകളിൽ പതിക്കുമെന്ന് ഭയത്തിൽ അമ്പെയ്യാൻ കഴിയാത്തപ്പോൾ, അത് പ്രതീക്ഷയില്ലാത്ത വിധം ഏകപക്ഷീയമായ വിഷയമായിരുന്നു. ഏതാനും നിമിഷങ്ങൾക്കകം, സുഹേൽദേവിന്റെ ഇടതുപാർശ്വം വീണു. അയാളുടെ ആളുകൾ

തിരിഞ്ഞോടാൻ ശ്രമിച്ചപ്പോൾ ഒരുപാടുപേർ തുണ്ടം തുണ്ടമാക്കപ്പെട്ടു.

നാടകീയമായ തിരിച്ചടി കണ്ടപ്പോൾ സുഹേൽദേവ് ശപിച്ചു. "നമുക്ക് ആ പാർശ്വം പൂർണമായും വീഴുന്നതിന് മുമ്പ് തിരിച്ചെത്തിക്കണം."

തൊഷാനിയുടെ സൈന്യം ആ പാർശ്വത്തിന്റെ അടുത്തായിരുന്നു. അവൾ തന്റെ സൈന്യത്തിന് സൂചന കൊടുത്ത് വേഗത്തിൽ പാഞ്ഞു. ഇടതുപാർശ്വത്തിലേയ്ക്ക് കൂടുതൽ ഇന്ത്യൻ പട്ടാളക്കാർ പാഞ്ഞപ്പോൾ കൂടുതൽ സംഘങ്ങൾ പിന്തുടർന്നു.

നന്നായി കാണാനായി ചവിട്ടുപടിയിൽ നിന്ന മഖ്സൂദ് യുദ്ധഭൂമി നിരീക്ഷിച്ചു. "കാര്യങ്ങൾ അല്പം മുമ്പത്തേക്കാൾ ഭേദമാണിപ്പോൾ. നമുക്ക് അവരുടെ ഇടതുപാർശ്വത്തിനെ ചെയ്തപോലെ വലതുപാർശ്വത്തിനെ നശിപ്പിക്കാൻ പറ്റാത്തത് വളരെ മോശമായിപ്പോയി."

"തടാകം അവരെ സംരക്ഷിക്കുകയാണ്," കരീം നിരീക്ഷിച്ചു. "അല്ലെങ്കിൽ നമുക്കവരെ ജയിക്കാൻ കഴിയുമായിരുന്നു."

മഖ്സൂദ് ഉമിനീരിറക്കി, പെട്ടെന്ന് തനിക്ക് വല്ലാതെ ദാഹിക്കുന്നത് തിരിച്ചറിഞ്ഞു. അയാൾ മണിക്കൂറുകളായി വെള്ളം കുടിക്കാത്തതിനാൽ വിയർത്തൊലിച്ച് നനഞ്ഞ വസ്ത്രങ്ങളിൽ ഒട്ടിപ്പിടിച്ച പടച്ചട്ടകൾ രണ്ടാമത്തെ ചർമ്മം പോലെ തോന്നിച്ചു.

"എനിക്ക് കുറച്ച് വെള്ളം താ," അയാൾ ആജ്ഞാപിച്ചു. തുകൽ സഞ്ചിയിലെ വെള്ളം വേഗത്തിൽ അയാൾക്ക് നൽകപ്പെട്ടപ്പോൾ അയാൾ ആശ്വാസത്തോടെ ഒരു വാ കുടിച്ചു. "ഈ നാശം പിടിച്ച ഉണക്കരാജ്യം," അയാൾ പ്രാകി, പുരികങ്ങൾ തുടച്ചുകൊണ്ട്. എന്നിട്ട് പെട്ടെന്ന് അയാൾ നിർത്തി.

ഇത് കൊടും വേനലാണ്. തടാകത്തിലെ ജലനിരപ്പ് സാധാരണയേക്കാൾ താഴ്ന്നതായിരിക്കും.

മഖ്സൂദ് കരീമിന് നേരെ തിരിഞ്ഞു. "ആരെയെങ്കിലും കുതിരയെ തടാകത്തിലിറക്കി എത്ര ആഴമുണ്ടെന്ന് നോക്കാൻ പറയ്."

എന്നുവച്ചാൽ ഒരു ബലിയാടിനെ വിളിക്കാനാണെന്ന് കരീമിന് അറിയാമായിരുന്നു. ഏതെങ്കിലും പാവം പിടിച്ച പട്ടാളക്കാരൻ തടാകത്തിന് വളരെ ആഴമുണ്ടെങ്കിൽ മുങ്ങിപ്പോകും. പക്ഷേ അങ്ങിനെയല്ലെങ്കിൽ, ഇന്ത്യാക്കാർക്കെതിരെ പുതിയൊരു പാർശ്വം തുറന്നുകിട്ടും.

യുദ്ധത്തിന്റെ സമയത്ത് മഖ്സൂദിനോട് തർക്കിച്ചിട്ട് കാര്യമില്ലെന്ന് കരീമിന് നന്നായി അറിയാമായിരുന്നു.

ആജ്ഞകൾ പുറപ്പെടുവിച്ചു. ഒരു തുർക്കി പട്ടാളക്കാരൻ അനുസരിക്കാനായി പാഞ്ഞു. പടച്ചട്ടകൾ അഴിച്ച് അയാൾ തടാകത്തിന്റെ നേരെ ഓടിച്ച് കുതിരയെ അതിലേയ്ക്കിറങ്ങാൻ പ്രേരിപ്പിച്ചു.

ആ മൃഗം മടിച്ചു, വെള്ളത്തിലിറങ്ങാൻ താല്പര്യമില്ലാതെ. ഉദ്യോഗസ്ഥൻ അതിനെ പ്രോത്സാഹിപ്പിച്ചപ്പോൾ കുറച്ച് ആളുകൾ പിന്നിൽ നിന്നും അതിനെ തള്ളി. അവസാനം, അത് മടിയോടെ തടാകത്തിലേയ്ക്കിറങ്ങി. ഏതാനും അടികൾ ആയപ്പോഴേയ്ക്കും വെള്ളം അതിന്റെ മുട്ടുകൾ വരെയെത്തി, പിന്നെ തോളുകൾ വരെയും.

ഇത് നടക്കാൻ പോകുന്നില്ല, മഖ്സൂദ് അസന്തുഷ്ടിയോടെ ആലോചിച്ചു.

പിന്നെ അയാൾ കുതിര തടാകത്തിലൂടെ കടക്കുമ്പോൾ വെള്ളം കൂടുതൽ ഉയരുന്നില്ല എന്ന് ശ്രദ്ധിച്ചു. പെട്ടെന്ന് തന്നെ അത് പകുതിവരെ കടന്നു. കൂടുതൽ മുന്നോട്ട് പോയപ്പോൾ വെള്ളം താണ് അതിന്റെ നെഞ്ച് വരെയെത്തി, പിന്നെ കാൽമുട്ടുകളും.

മഖ്സൂദ് ഉടൻ തന്നെ ആജ്ഞകൾ നൽകി. "തടാകം കടന്ന് മറുവശത്തേയ്ക്ക് പോ. എന്നിട്ട് ഒരിക്കൽക്കൂടി തടാകം കടന്ന് ശത്രുവിന്റെ പിന്നിലെത്ത്."

പാർശ്വത്തിലുള്ള തുർക്കികൾ അനുസരിക്കാൻ തിടുക്കം കൂട്ടി.

ഗോവർദ്ധൻ പുരികം ചുളിച്ചു, യുദ്ധതന്ത്രം നടപ്പിലാക്കുന്നത് കണ്ട് ആശയക്കുഴപ്പത്തോടെ. പിന്നെ ഒരു ഞൊടിയിൽ അയാൾക്ക് മഖ്സൂദ് ചെയ്യാൻ ശ്രമിക്കുന്നത് എന്താണെന്ന് മനസ്സിലായി.

"പിന്നോട്ട് പോ!" ഗോവർദ്ധൻ തന്റെ ആളുകളോട് പെട്ടെന്ന് പറഞ്ഞു. "അവർ വീണ്ടും തടാകം കടക്കുമ്പോൾ നമ്മൾ അവർക്ക് അഭിമുഖം ആയിരിക്കുമെന്ന് ഉറപ്പാക്കണം. അവരെ നമ്മുടെ പിന്നിലെത്താൻ അനുവദിക്കരുത്."

ഇന്ത്യക്കാർ പുതിയ സ്ഥാനങ്ങൾ എടുക്കാനായി ചിതറി, വില്ലാളികൾ തുർക്കി പട്ടാളക്കാരെ അവർ പരിധിയിലെത്തുന്ന നിമിഷം മരണഹാരിയായ ശരവർഷങ്ങൾ കൊണ്ട് സ്വീകരിക്കാൻ തയ്യാറായി സ്ഥാനം പിടിക്കുമെന്ന് ഉറപ്പാക്കിക്കൊണ്ട്.

ഗോവർദ്ധനന്റെ നീക്കം കണ്ട് സുഹേൽദേവ് സംതൃപ്തിയോടെ മുരണ്ടു. ഭീമാകാരനായ സേനാധിപതി സുഹേൽദേവ് ആ സ്ഥാനത്തായിരുന്നെങ്കിൽ ചെയ്യുമായിരുന്നത് തന്നെ ചെയ്തു. എന്നിട്ട് അയാൾ തന്റെ ശ്രദ്ധ മുന്നിലുള്ളതിലേയ്ക്ക് തിരിച്ചു.

സുഹേൽദേവിന്റെ തോൽപ്പിക്കാനായി തന്റെ കുതിരപ്പടയെ തടാകം കടത്തിയ മഖ്സൂദ് അയാളുടെ കേന്ദ്രവും ഇടതുപാർശ്വത്തിനും ഇടയിൽ വലിയ വിടവ് തുറന്നിരുന്നു. വിടവ് നികത്താൻ ശ്രമിക്കുന്നത് അയാളുടെ നിരയെ നേർത്തതാക്കും. ഇതുവരെ സുഹേൽദേവ് തന്റെ കുതിരപ്പടയെ യുദ്ധത്തിലിറക്കുന്നത് ഒഴിവാക്കിയിരുന്നു. ഇപ്പോൾ വിടവ് അയാൾക്ക് സ്വാഗതം ചെയ്യുന്നതായി തോന്നി.

എനിക്ക് ആ ഇടത്തിലൂടെ ആക്രമിച്ച് നേരെ മഖ്സൂദിന്റെ കേന്ദ്രത്തിലൂടെ അടിക്കാം.

അയാൾ ചുറ്റം നോക്കിയപ്പോൾ അസ്ലാനും കൂട്ടാളികളും മുൻനിരയിൽ നിൽക്കുന്നത് കണ്ടു, ക്ഷമയോടെ കാത്തുകൊണ്ട്. അസ്ലാൻ സുഹേൽദേവിന്റെ നോട്ടം മനസ്സിലാക്കി ചോദ്യഭാവത്തിൽ നോക്കി. സുഹേൽദേവ് അയാളെ അടുത്തേയ്ക്ക് വരാൻ സൂചിപ്പിച്ചു.

“ഞാൻ കാണുന്നത് നീ കാണുന്നുണ്ടോ?” സുഹേൽദേവ് അസ്ലാനോട് ചോദിച്ചു.

അസ്ലാൻ തലയാട്ടി, പക്ഷേ ഒന്നും പറഞ്ഞില്ല.

“സമയമായി,” സുഹേൽദേവ് പറഞ്ഞു. “ശത്രുവിന്റെ കേന്ദ്രത്തിലേയ്ക്കുള്ള ആക്രമണം നയിക്കൂ.”

അസ്ലാൻ തലകുനിച്ച് നെഞ്ചിൽ തൊട്ടു. “അതൊരു ബഹുമതി ആയിരിക്കും.”

എന്നിട്ടയാൾ വേഗത്തിൽ തന്റെ ചെറിയ സംഘത്തിന് നേരെ ഓടിച്ചു. ആജ്ഞകൾ കേട്ടപ്പോൾ അവരിൽ നിന്നും ആവേശത്തിന്റെ ആരവങ്ങൾ ഉയർന്നു. ഏതാണ്ട് പെട്ടെന്ന് തന്നെ ആക്രമണം തുടങ്ങി. അസ്ലാനിന്റെ സംഘം ശത്രുവിന് നേരെ പാഞ്ഞു. സുഹേൽദേവിന്റെ ബാക്കിയുള്ള കേന്ദ്രകുതിരപ്പട ചെറിയ അകലത്തിൽ പിന്തുടർന്നു.

“അതാ അവർ വരുന്നു,” എതിരാളിയുടെ കുതിരപ്പട അവർക്ക് നേരെ പാഞ്ഞു വരുന്നത് കണ്ട് കരീം പറഞ്ഞു.

മഖ്സൂദ് പൈശാചികമായി തലയാട്ടി, മുഖം താഴ്ത്തിക്കൊണ്ട്. അയാൾക്ക് അടുത്ത ചില നിമിഷങ്ങൾ യുദ്ധത്തിന്റെ വിധി തീരുമാനിക്കപ്പെടും എന്നറിയാമായിരുന്നു. “കേന്ദ്രത്തിനെ എന്ത് വിലകൊടുത്തും പിടിച്ചു നിർത്തുക,” അയാൾ ഉറക്കെ അലറി. “തിരിച്ചുപോക്കില്ല, കീഴടങ്ങലില്ല, തടവുമാരുമില്ല!”

ആജ്ഞ നിരകളോട് വിളിച്ച് പറയപ്പെടുകയും തുർക്കികൾ ഇന്ത്യക്കാരുടെ കേന്ദ്രം അവരിലെത്താനായി കാക്കുകയും ചെയ്തു.

അദ്ധ്യായം 31

തൊഷാനി വാൾ ഉഗ്രമായി വീശി, താഴെ വീണുകിടക്കുന്ന ഒരു ഇന്ത്യാക്കാരനെ വെട്ടാനൊരുങ്ങുന്ന ഘസ്നി സൈനികന്റെ കഴുത്തറുത്തുകൊണ്ട്.

സൈനികന്റെ തലയില്ലാത്ത ശരീരം കുനിഞ്ഞിരിക്കുന്ന ഒരാളുമായി കൂട്ടിമുട്ടി. ഒരു ഞെട്ടലോടെ അയാൾ അതിനെ തള്ളിമാറ്റി പിന്നോട്ട് ഞരങ്ങി, നന്ദിയോടെ പുഞ്ചിരിച്ചുകൊണ്ട്.

അയാളുടെ മുഖം രക്തം കൊണ്ട് കൊണ്ട് പൊതിഞ്ഞിരുന്നു, പക്ഷേ അയാളുടെ മുഖലക്ഷണങ്ങൾ വളരെ പരിചിതമായി തോന്നി. തൊഷാനി സൂക്ഷിച്ചു നോക്കിയപ്പോൾ അത് സംഘമണി ആയിരുന്നെന്ന് ഞെട്ടലോടെ തിരിച്ചറിഞ്ഞു.

"ഇവിടെ എന്താണ് സംഭവിച്ചത്? അവൾ ചോദിച്ചു. "അബ്ദുൾ എവിടെ?"

സംഘമണി തലയാട്ടി. "അയാളെ ഒരു അമ്പ് തറയ്ക്കുന്നത് ഞാൻ കണ്ടു. വളരെ ദൗർഭാഗ്യം. അയാൾക്ക് എന്ത് സംഭവിച്ചെന്ന് എനിക്കറിയില്ല."

നാശം, ഇതൊരു വല്ലാത്ത കുഴപ്പമാണല്ലോ, തൊഷാനി ചിന്തിച്ചു. *പക്ഷേ എനിക്കിപ്പോഴും കാര്യങ്ങൾ തിരിച്ചുപിടിക്കാൻ കഴിയുമായിരിക്കും.*

അവൾ പെട്ടെന്ന് ചുറ്റും നോക്കി രംഗം വിലയിരുത്തി, എന്നിട്ട് ശബ്ദമുയർത്തി പറഞ്ഞു. "തിരിച്ചുവന്ന് വീണ്ടും ചേരൂ! തിരിച്ചു വരൂ!"

അവളുടെ ഘോഷകർ ആജ്ഞകൾ തിടുക്കത്തിൽ വിളിച്ചുപറഞ്ഞു.

അപ്പോൾ ഒരു ഞരക്കം പോലെയുള്ള ശബ്ദം കേട്ടു. "എന്താ തിടുക്കം തേനേ?" അത് മറ്റു കുതിരപ്പട്ടാളക്കാർക്കൊപ്പം വന്നെത്തിയ ഒരു തുർക്കി ഉദ്യോഗസ്ഥൻ ആയിരുന്നു. തൊഷാനി ആദ്യം അംഗരക്ഷകരുമായി

ട്ടായിരുന്നു വന്നത്, പക്ഷെ അവരിൽ അധികവും വീണുപോകുകയോ പിന്നിലുപേക്ഷിക്കപ്പെടുകയോ ചെയ്തു, പാർശ്വത്തിനെ തകർക്കാനുള്ള അവളുടെ ധീരമായ ആക്രമണത്തിനിടയിൽ.

തൊഷാനി ചുറ്റും നോക്കി. അവൾക്ക് ആൾബലം കുറവായിരുന്നു.

കാളി ദയ കാണിക്കട്ടെ.

അവൾ തന്റെ നിരാശ മുഖത്ത് പ്രകടിപ്പിച്ചില്ല. അവൾ വാൾ ആ ഉദ്യോഗസ്ഥന് നേരെ ചൂണ്ടി. "എന്റെ ഒരേയൊരു തിടുക്കം നിങ്ങളെ നരകത്തിന്റെ പടിവാതിലിൽ എത്തിക്കാനാണ്, പട്ടീ."

കോപത്തിൽ അലറിക്കൊണ്ട് തുർക്കിക്കാരൻ തൊഷാനിയെ ആക്രമിച്ചു. അയാളുടെ വെട്ട് തൊഷാനി തടഞ്ഞപ്പോൾ വാളുകൾ കൂട്ടിമുട്ടുന്ന ശബ്ദം മുഴങ്ങി, ആഘാതം അവളുടെ കൈത്തണ്ടയിലും തോളിലും അനുഭവപ്പെട്ടു.

അയാൾ വീണ്ടും വെട്ടാനൊരുങ്ങിയപ്പോൾ സംഘമണി അയാളെ ഒരു കുന്തം കൊണ്ട് കുത്തി. അയാൾ ആക്രമണം തടുത്തെങ്കിലും ഒരു നിമിഷത്തേയ്ക്ക് പതറിപ്പോയി. തൊഷാനി ഉടൻ തന്നെ വാൾ അയാളുടെ തൊണ്ടയിൽ കയറ്റി. മുറിവിൽ നിന്നും ചോര ചീറ്റി, തൊഷാനിയുടെ മുഖവും കണ്ണുകളും നനച്ചുകൊണ്ട്. അവൾ കണ്ണുചിമ്മി ചോര തുടച്ചുമാറ്റി, കാഴ്ച വ്യക്തമാക്കാൻ ശ്രമിച്ചുകൊണ്ട്.

അവളുടെ വലതുവശത്ത് പെട്ടെന്ന് ഒരു അനക്കമുണ്ടായി. തൊഷാനി വാൾ ഉയർത്തി. അവൾ അടി തടുത്തെങ്കിലും ശത്രുവിന്റെ ഗദയുടെ കനം അവളുടെ പടത്തൊപ്പിയിൽ മുട്ടി.

പടത്തൊപ്പി ഊരിപ്പോയപ്പോൾ തൊഷാനിയുടെ മുന്നിൽ ഒരു വെള്ളവെളിച്ചം മിന്നി. അവളുടെ ചെവികൾ മുഴങ്ങാൻ തുടങ്ങി. തലയിലേറ്റ അടിയിൽ ഉണ്ടായ സ്തംഭനത്തിൽ, എന്താണ് സംഭവിച്ചതെന്ന് മനസ്സിലാകാതെ, അവൾ യുദ്ധം തുടർന്നു, ചോദന കൊണ്ട് സ്വയം പ്രതിരോധിച്ചുകൊണ്ട്. അപ്പോൾ മറ്റൊരു കുതിരക്കാരൻ പുറകിൽ നിന്നും ആക്രമിച്ച് അവളെ വെട്ടി. തൊഷാനിയ്ക്ക് മുഖത്തിന്റെ വലതുവശത്തിലൂടെ കണ്ണഞ്ചിപ്പിക്കുന്ന വേദന പാഞ്ഞു, എന്നിട്ടവളുടെ ശരീരം മരവിച്ച് ലോകം ഇരുട്ടിലായി.

തുർക്കി കുന്തക്കാരൻ സുഹേൽദേവിന്റെ നേരെ ഓങ്ങി, ആയുധം രാജാവിന്റെ നെഞ്ചിലേയ്ക്ക് ലക്ഷ്യമിട്ടുകൊണ്ട്. സുഹേൽദേവ് വാൾ

കൊണ്ട് മുനയെ തട്ടിമാറ്റി, കുന്തത്തിനെ വകഞ്ഞുമാറ്റിക്കൊണ്ട്. കുന്തക്കാരൻ മുന്നോട്ട് ഓടിച്ചുവന്നപ്പോൾ സുഹേൽദേവ് വാൾ കൊണ്ട് വെട്ടി അയാളുടെ തലയരിഞ്ഞു. അത് താഴെവീണുരുളുമ്പോൾ കുതിര ഓടിക്കൊണ്ടിരുന്നു, തലയില്ലാത്ത ശരീരം ചെറുതായി ഇടത്തേയ്ക്ക് ചാഞ്ഞ് എല്ലാ ദിശകളിലേയ്ക്കും ചോര ചീറ്റിക്കൊണ്ടിരുന്നു.

സുഹേൽദേവിന്റെ ആളുകൾ തുർക്കികൾക്കു നേരെ ചുറ്റികയടി പോലെ ഇറങ്ങിച്ചെന്നു. തുർക്കി കേന്ദ്രം ആക്രമിക്കപ്പെട്ടു, പക്ഷേ...

അവരെ പൂട്ടിത്തകർക്കാൻ അധികം സമയം വേണ്ട.

മഹാദേവൻ നമുക്ക് ഇന്ന് വിജയം അനുവദിക്കും.

മറ്റൊരു കുതിരക്കാരൻ പ്രത്യക്ഷപ്പെട്ടു. സുഹേൽദേവ് വാൾ വീശി, അത് തുർക്കിയുടെ തുകൽ പടച്ചട്ട മുറിച്ചെങ്കിലും അയാളുടെ തോളിൽ ചെന്നുപതിച്ചു.

അയാൾ അലറി, അയാളുടെ കുതിര ദൂരേയ്ക്കു മാറി. സുഹേൽദേവ് അയാളുടെ ജീനിയിൽ നിന്നും ഏതാണ്ട് ഊരിയെടുത്തെങ്കിലും തോളിൽ വേദന പൊട്ടിപ്പുറപ്പെടുന്നത് അറിഞ്ഞു. അയാൾ വാൾ ഉപേക്ഷിച്ചു, അത് എതിരാളിയുടെ തോളിൽ കുടുങ്ങിപ്പോയിരുന്നു, എന്നിട്ട് കടിഞ്ഞാണുകൾ പിടിച്ചു.

അസ്‌ലാൻ അടുത്തുതന്നെ യുദ്ധം ചെയ്യുന്നയാൾ, സുഹേൽദേവ് നിരായുധനായത് കണ്ടു. അയാൾ അപ്പോഴും ജീനിയിലുള്ള വാൾ എടുത്തിരുന്നില്ല. അസ്‌ലാൻ അയാൾക്ക് നേരെ ഓടിക്കാൻ തുടങ്ങിയപ്പോൾ കരീം സുഹേൽദേവിനെ കുന്തം കൊണ്ട് ആക്രമിക്കുന്നത് കണ്ട് കണ്ണുകൾ വിടർന്നുപോയി. അസ്‌ലാൻ സുഹേൽദേവിന് താക്കീത് നൽകിക്കൊണ്ട് അലറി, അത് കോലാഹലത്തിൽ മുങ്ങിപ്പോയി.

സുഹേൽദേവ് ഞൊടിയിടയിൽ അപകടം തിരിച്ചറിഞ്ഞു. കരീം കുന്തം കൊണ്ട് അയാളെ കുത്തിയപ്പോൾ, സുഹേൽദേവ് തന്റെ പരിച കൊണ്ട് അടിച്ചു. അടിയുടെ ആഘാതത്തിൽ കുന്തത്തിനെ വിറപ്പിച്ചു. സുഹേൽദേവ്, അപ്പോൾത്തന്നെ നില തെറ്റി തന്റെ ശരീരത്തിലൂടെ ഒരു വിറയൽ കടന്നുപോകുന്നത് അറിഞ്ഞു. അയാൾ വായുവിലൂടെ പറന്ന് താഴേയ്ക്ക് വീണു.

കരീം പ്രയോജനമില്ലാത്ത കുന്തം വലിച്ചെറിഞ്ഞ് ഒരു വാൾ എടുത്തു. സുഹേൽദേവ് വേവലാതിയോടെ ചുറ്റും നോക്കിയപ്പോൾ മരിച്ചുകിടക്കുന്ന ഒരു സൈനികന്റെ ശരീരത്തിനടുത്ത് ഒരു കുന്തം കിടക്കുന്നത് കണ്ടു. കരീം വാൾ കൊണ്ട് കൊല്ലാനായി വെട്ടിയപ്പോൾ അയാൾ അത് വലിച്ചെടുത്ത് മുകളിലേയ്ക്ക് തള്ളി. കുന്തം തന്നിലേയ്ക്ക് വരുന്നത് കണ്ട് കരീം തല മാറ്റാൻ ശ്രമിച്ചു, പക്ഷേ വൈകിപ്പോയിരുന്നു. കുന്തം

അയാളുടെ വലതുകണ്ണിലൂടെ കയറി തലയ്ക്ക് പിന്നിലൂടെ പുറത്തുവന്നു, അയാളെ ഉടൻ കൊന്നുകൊണ്ട്.

അപ്പോഴും ഓടിക്കൊണ്ടിരുന്ന കരീമിന്റെ കുതിര സുഹേൽദേവിന്റെ നേരെ ചാടി അയാളെ താഴേയ്ക്ക് വീഴ്ത്തി. അയാൾ ശക്തിയായി തലയിടിച്ച് ഉടൻ തന്നെ ബോധരഹിതനായി. അയാൾ ബോധമില്ലാതെ കിടക്കുന്നത് കണ്ട ഒരു തുർക്കി ഉദ്യോഗസ്ഥൻ അയാളെ തീർക്കാനായി തയ്യാറെടുത്തു.

"ഒസ്ഗുർ അരുത്!" അസ്‌ലാൻ നിലവിളിച്ചു. ഒസ്ഗുർ വെട്ടാനൊരുങ്ങിയപ്പോഴേയ്ക്കും അയാൾ വാൾ കൊണ്ട് അതിനെ തടുത്തു.

ഒസ്ഗുർ ആദ്യം വീണുകിടക്കുന്ന സുഹേൽദേവിനേയും പിന്നെ അസ്‌ലാനേയും നോക്കി. അയാൾ ഘസ്നിയുടെ വിശ്വസ്തനായ ഉദ്യോഗസ്ഥൻ ആയിരുന്നു, പക്ഷേ അസ്‌ലാനോട് അതിയായ അടുപ്പവും ബഹുമാനവും ഉണ്ടായിരുന്നു – അപ്പോഴും അയാൾ പഴയ പേരിലായിരുന്നു വിളിച്ചിരുന്നത്, സലാർ മസൂദ്. സംഘർഷം അയാളുടെ മുഖത്ത് വലിയ അക്ഷരങ്ങളിൽ എഴുതിയിരുന്നു.

"അയാൾ നമ്മുടെ ശത്രുവാണ് പ്രഭോ!" ഒസ്ഗുർ അപേക്ഷിച്ചു.

"അദ്ദേഹം എന്റെ സുഹൃത്താണ്!" അസ്‌ലാൻ ഗർജ്ജിച്ചു. "നിങ്ങൾ ആദ്യം എന്നെ കൊല്ലേണ്ടി വരും."

ഒസ്ഗുർ ഒരു നിമിഷത്തേയ്ക്ക് മടിച്ചു. അത് അസ്‌ലാനിന്റെ അനുയായികൾക്ക് സഹായത്തിനായി ഓടിയെത്താനുള്ള സമയമുണ്ടായിരുന്നു. ഒസ്ഗുർ അസ്‌ലാനിൽ നിന്നും പിൻവാങ്ങി തിരിച്ചുപോയി.

അസ്‌ലാൻ ആശ്വാസത്തോടെ നെടുവീർപ്പിട്ടു. ആവശ്യമെങ്കിൽ ഒസ്ഗുറുമായി യുദ്ധം ചെയ്യാൻ അയാൾ തയ്യാറായിരുന്നു, പക്ഷേ യുദ്ധം ചെയ്യാത്തതിൽ വളരെ സന്തോഷവാനായി. പെട്ടെന്ന് താഴെയിറങ്ങി അയാൾ സുഹേൽദേവിനെ എടുത്തുയർത്തി ജീനിയിൽ കിടത്തി. അയാൾ തന്റെ അനുയായികൾക്ക് നേരെ തിരിഞ്ഞു. "രാജാവിന്റെ ആശുപത്രി തമ്പിൽ എത്തിക്കൂ. ആവശ്യമുള്ളത്ര ആളുകളെ കൊണ്ടുപോകൂ. അദ്ദേഹത്തിനെ എന്ത് വില കൊടുത്തും സുരക്ഷിതനാക്കി വയ്ക്കണം."

"രാജാവ് വീണു!"

സുഹേൽദേവിന്റെ ഒരു സൈനികന്റെ നിലവിളി കേട്ട് അസ്‌ലാൻ ചുറ്റും നോക്കി.

"രാജാവ് തിരിച്ചുവരും! യുദ്ധം തുടരൂ!" അയാൾ അലറി, പക്ഷേ അഭ്യൂഹം വേഗത്തിൽ എല്ലാവരിലേയ്ക്കും പരന്ന് ആളുകളെ നിരാശരാക്കുന്നത് അയാൾ കണ്ടു.

"വാ എന്റെ ധീരരായ യോദ്ധാക്കളേ!" അസ്‌ലാൻ ഗർജ്ജിച്ചു. "ഈ യുദ്ധം നമ്മൾ ജീവിച്ചിരിക്കുന്നത് വരെ അവസാനിക്കില്ല. അല്ലാഹു അക്ബർ!"

അയാളുടെ അനുയായികൾ ആർപ്പുവിളിച്ച് അല്ലാഹു അബ്കർ എന്ന് അലറിക്കൊണ്ട് അയാൾക്ക് ചുറ്റും നടന്നു.

"ഘാസ്സാവിദ്ദുകൾ ചാകട്ടെ!"

സ്വന്തം ആളുകൾ തുർക്കികളെ ആക്രമിക്കുന്നത് കണ്ടപ്പോൾ സുഹേൽദേവിന്റെ സൈനികരും അങ്ങോട്ടു പോയി ഹര ഹര മഹാദേവാ എന്ന അലർച്ചകളുമായി പുതിയ ആക്രമണം അഴിച്ചുവിട്ടു.

യുദ്ധത്തിന്റെ ഈ ഘട്ടത്തിൽ ഇന്ത്യാക്കാരുടെ ആക്രമണത്തിന്റെ ക്രൗര്യം ഘോഷകരിലൂടെ മഖ്സൂദിലേയ്ക്കെത്തി. കരീം ആണ് സൈന്യത്തിന്റെ ആ വിഭാഗം നയിക്കുന്നതെന്ന് അയാൾക്കറിയാമായിരുന്നു. കരീമിന് ഇന്ത്യാക്കാരെ പിടിച്ചുനിർത്താൻ കഴിഞ്ഞില്ല എന്നതിൽ അയാൾ അത്ഭുതപ്പെട്ടു. ഘോഷകർ ബുദ്ധിപൂർവ്വം കരീം മരിച്ച വിവരം മഖ്സൂദിനെ അറിയിച്ചില്ല. അത് തുർക്കി സർവ്വസേനാധിപതിയെ തകർത്തു കളയുമെന്ന് അവർക്കറിയാമായിരുന്നു.

മഖ്സൂദ് തന്റെ സൈന്യത്തിനെ ഒരുമിച്ചുകൂട്ടി അസ്‌ലാനും അനുയായികളും സംഹാരം നടത്തുന്ന ഇടത്തേയ്ക്ക് കുതിച്ചു.

കുതിരയോടിക്കുമ്പോൾ അയാൾ ഘോഷകനെ വിളിച്ച് പറഞ്ഞു, "കരീമിനോട് എന്നെ കാണാൻ പറയ്! എന്ത് ചെയ്യണമെന്ന് ഞാൻ പറയാം."

ഘോഷകൻ ഓടിക്കുന്നത് തുടർന്നു, നിശ്ശബ്ദനായി, കണ്ണുകൾ താഴ്ത്തി.

നിമിഷങ്ങൾ കഴിഞ്ഞപ്പോഴാണ് ഘോഷകനിൽ നിന്നും മറുപടി വന്നില്ലെന്ന് മഖ്സൂദ് തിരിച്ചറിഞ്ഞത്. അയാൾ ഘോഷകനെ നോക്കി. അയാളുടെ കണ്ണുകളിൽ ഉത്തരം വ്യക്തമായിരുന്നു.

കരീം മരിച്ചു...

"എവിടെയാണയാൾ? അയാളെ കൊണ്ടുവാ."

"പ്രഭോ, ദയവായി വേണ്ട," ഘോഷകൻ യാചിച്ചു.

"അയാളെ എന്റെയടുത്തേയ്ക്ക് കൊണ്ടുവാ!" മഖ്സൂദ് അലറി, ഭ്രാന്ത് പിടിച്ചതുപോലെ.

ഘോഷകൻ തല താഴ്ത്തി കരീം വീണ് കിടക്കുന്നിടത്തേയ്ക്ക് പോയി. ഒരു സംഘം തുർക്കി സൈനികർ അവരുടെ സേനാധിപതിയുടെ

ശരീരം ശത്രുക്കളുടെ കൈകൾ എത്താതിരിക്കാൻ പൊരുതുകയായിരുന്നു. കരീമിന്റെ ശരീരം ഘസ്നിയുടെ പതാക കൊണ്ട് പുതച്ചിരുന്നു, പതാകവാഹകനോടൊപ്പം വീണതായിരുന്നു അത്.

മഖ്സൂദ് മുന്നോട്ട് കുതിച്ച് താഴെയിറങ്ങി പതാകയുടെ അടുത്തെത്തി.

തുർക്കി ഘോഷകൻ അപേക്ഷിച്ചു, "പ്രഭോ, ദയവായി അരുത്! ഞാൻ യാചിക്കുകയാണ്..."

മഖ്സൂദ് അയാളെ അവഗണിച്ച് പതാക മാറ്റി, കരീമിനെ അനാവൃതനാക്കി. കരീമിന്റെ സുന്ദരമായ മുഖം കണ്ടപ്പോൾ അയാൾ വേദന കൊണ്ട് നിലവിളിച്ചു, മരണത്തിന്റെ ആഘാതത്തിൽ ഭീകരമായി തകർന്നുകൊണ്ട്. അയാൾ തന്റെ നെഞ്ചിൽ പിടിച്ച് മുട്ടുകുത്തിയിരുന്നു, മുഖത്ത് കണ്ണീർ വാർന്നൊഴുകി.

കോപവും ദുഃഖവും മഖ്സൂദിന്റെ ആത്മാവിനെ കൈയ്യടക്കി. അയാൾ കരീമിന്റെ ശരീരത്തിനെ കെട്ടിപ്പിടിച്ച് തന്റെ പ്രിയപ്പെട്ടവന്റെ ബാക്കിയുണ്ടായിരുന്ന നെറ്റിയിൽ പതുക്കെ ചുംബിച്ചു.

നിന്നെ ഞാൻ സ്വർഗത്തിൽ വച്ച് കാണും, എന്റെ പ്രിയപ്പെട്ടവനേ.

അയാൾ എന്നിട്ട് കരീമിന്റെ വികലമായ തല താഴെ വച്ചു. അയാൾ തിരിഞ്ഞ് കുതിരപ്പുറത്ത് കയറി, അയാളുടെ മുഖം ഇടിമുഴക്കം പോലെയായി.

"കാഫിറുമാരെ കൊല്ലു!" മഖ്സൂദ് തന്റെ ആളുകളോട് അലറി. "അവരെ എല്ലാവരേയും കൊല്ലു! ഒരു ജീവനെപ്പോലും വിടരുത്!"

മഖ്സൂദ് കുതിരയെ തൊഴിച്ച് യുദ്ധം തീവ്രമായിരിക്കുന്ന സ്ഥലത്തേയ്ക്ക് ഓടിച്ചു. അയാൾ അടുത്തെത്തിയപ്പോൾ തന്റെ ഇരട്ടസഹോദരനെ കണ്ടു. തന്റെ ഇരട്ട അപ്പോഴും ജീവനോടെ ഉണ്ടെന്ന് മഖ്സൂദ് കഴിഞ്ഞ ദിവസമായിരുന്നു അറിഞ്ഞത്. അയാൾ ഇന്ത്യാക്കാരുമായി സഖ്യം ചേർന്നുവെന്നും.

"മസൂദ്....!" മഖ്സൂദ് അലറി, അയാളുടെ എല്ലാ ദേഷ്യവും സങ്കടവും സഹോദരന്റെ നേരെ ഒഴുകി. "എന്നോട് യുദ്ധം ചെയ്യ്, ചതിയനായ കൊടിച്ചിപ്പട്ടി!"

അലർച്ച യുദ്ധഭൂമി മുഴുവനും മുഴങ്ങി. അസ്‌ലാൻ തലയുയർത്തി നോക്കിയപ്പോൾ മഖ്സൂദ് തന്റെ നേരെ കുതിച്ചു വരുന്നത് കണ്ടു, അയാളുടെ മുഖത്ത് വന്യമായ ഭാവം ഉണ്ടായിരുന്നു.

പെട്ടെന്ന്, ഒരു ഇന്ത്യൻ അമ്പ് മഖ്സൂദിന്റെ കുതിരയിൽ തറച്ചു. മുൻകാലിലെ പേശികളിൽത്തന്നെ. അംഗഭംഗം വന്ന കുതിര നിലത്തേയ്ക്ക് വീണു, മഖ്സൂദിന്റെ എറിഞ്ഞുകൊണ്ട്. തന്റെ ഭീമാകാര ശരീരവുമായി ശ്രദ്ധേയമായ ചുറുചുറുക്ക് പ്രദർശിപ്പിച്ച അയാൾ ഉരുണ്ടുമാറി എഴുന്നേറ്റുനിന്നു, വീണ് കിടക്കുന്ന ഒരു പട്ടാളക്കാരന്റെ വാളും പരിചയും തട്ടിയെടുത്ത്.

അസ്‌ലാൻ മടിച്ചു, എന്നിട്ട് കുതിരയെ അടക്കി. അയാൾ താഴെയിറങ്ങി സഹോദരന്റെ മുന്നിൽ നിന്നു. അയാളുടെ മുഖത്ത് ഖേദമുണ്ടായിരുന്നു, പക്ഷേ ദൃഢനിശ്ചയം കലർന്ന നോട്ടവും ഉണ്ടായിരുന്നു.

"നമ്മൾ യുദ്ധം ചെയ്യാൻ പോകുകയാണെങ്കിൽ, അത് നല്ല രീതിയിൽ ചെയ്യാം," അയാൾ പറഞ്ഞു.

മഖ്സൂദിന്റെ മുഖത്ത് കണ്ണുനീർ കൊണ്ട് പാടുകൾ വീണിരുന്നു, കണ്ണുകൾ ചുവന്നിരുന്നു. "നീ കരീമിനെ കൊന്നു!" മഖ്സൂദ് അലറി, ജീവിതത്തിൽ മറ്റൊന്നും ബാക്കിയില്ലാത്ത ഒരാളുടെ ശബ്ദമായിരുന്നു അയാൾക്ക്.

തന്റെ സഹോദരനുമായുള്ള എല്ലാ വിയോജിപ്പുകളും ഉണ്ടായിട്ടും അസ്‌ലാന് അയാളുടെ വേദനയിൽ സഹാനുഭൂതി തോന്നി. "ഞാനല്ല... അയാൾക്ക് സംഭവിച്ചതിൽ ഞാൻ ഖേദിക്കുന്നു." അയാൾ കാര്യമായി പറഞ്ഞു. അയാൾക്ക് എപ്പോഴും കരീമിനെ ഇഷ്ടമായിരുന്നു, തന്റെ സഹോദരനിൽ സ്വാധീനം ചെലുത്തിയയാൾ. കരീം അയാളുടേയും സുഹൃത്തായിരുന്നു.

മഖ്സൂദിന്റെ മുഖത്ത് വെറുപ്പ് മിന്നിമറഞ്ഞു. "ഈ വിഗ്രഹാരാധനക്കാരായ അവിശ്വാസികളായ നരകവാസികളിൽ ഒരാളെപ്പോലും വെറുതെ വിടില്ല! നിന്നിൽ നിന്നും തുടങ്ങാം!"

അസ്‌ലാൻ തോളുകൾ കറക്കി കഴുത്ത് ഞൊടിച്ച് സന്ധികളിൽ നിന്നും സമ്മർദ്ദം ഇല്ലാതാക്കാൻ ശ്രമിച്ചു. എന്നിട്ട് യുദ്ധമുറയിൽ നിന്നു, പാദങ്ങളിൽ നിലയുറപ്പിച്ച്, വാൾ ഉയർത്തി.

മനസ്സിന്റെ ആഴങ്ങളിൽ അയാൾക്ക് എപ്പോഴും തന്റെ സഹോദരനുമായി മതത്തിന്റെ പേരിൽ യുദ്ധം ചെയ്ത് മരിക്കും എന്നറിയാമായിരുന്നു.

"അള്ളാഹു അക്ബർ!" അസ്‌ലാൻ ഗർജ്ജിച്ചു. എന്നിട്ട് കൂട്ടിച്ചേർത്തു, "ഹരഹരമഹാദേവാ"

ഏതാനും ഞൊടികൾ സഹോദരന്മാർ കരുതലോടെ പരസ്പരം ചുറ്റിക്കൊണ്ടിരുന്നു. എന്നിട്ട് മഖ്സൂദ് ഒരു അലർച്ചയോടെ ആക്രമിച്ചു.

മഖ്സൂദ് അസ്‌ലാന്റെ തല ലക്ഷ്യമാക്കി വെട്ടാൻ തുടങ്ങി, അയാളത് പരിച കൊണ്ട് തടുത്തു. അസ്‌ലാന്റെ തിരിച്ചടി, മഖ്സൂദിന്റെ പരിച തടുത്തു. മഖ്സൂദ് വീണ്ടും വീശി, അസ്‌ലാൻ ഒഴിഞ്ഞുമാറി. മഖ്സൂദിന്റെ വാൾ ചുഴറ്റിക്കഴിഞ്ഞപ്പോൾ അയാൾക്ക് ഒരു നിമിഷത്തേയ്ക്ക് നിലതെറ്റി. അസ്‌ലാൻ പരിച കൊണ്ട് അടിച്ച് അയാളെ താഴെ വീഴ്ത്തി. മഖ്സൂദ് തിടുക്കത്തിൽ ഇഴഞ്ഞുമാറി എഴുന്നേറ്റു, അപ്പോഴും വാൾ പിടിച്ച്, പക്ഷേ പരിചയില്ലാതെ.

മഖ്സൂദ് ഒരു ദീർഘനിശ്വാസമെടുത്തു, സ്വയം അടക്കിക്കൊണ്ട്.

എന്നിട്ടയാൾ അസ്‌ലാന് നേരെ തുടർച്ചയായി വെട്ടി, അയാളതെല്ലാം പരിച കൊണ്ട് തടുത്തു. പൊടുന്നനെ മഖ്‌സൂദ് തന്റെ ഇരട്ടസഹോദരന്റെ മുട്ടിൽ ചവുട്ടി. അസ്‌ലാൻ ഇടറിയപ്പോൾ അയാളുടെ സഹോദരൻ അയാളുടെ പരിചയുടെ വക്കിൽ പിടിച്ച് വലിച്ച് വാളിന്റെ പിടിമുഴ കൊണ്ട് അസ്‌ലാനിന്റെ വായയിൽ ഇടിച്ചു.

ഒരു നിമിഷത്തേയ്ക്ക് സ്തബ്ധനായ അസ്‌ലാൻ കൈയ്യിൽ നിന്നും വാൾ തെറിച്ചു പോകാൻ അനുവദിച്ചു. മഖ്‌സൂദ് വിജയത്തിന്റെ അലർച്ചയോടെ അസ്‌ലാന്റെ പരിച പിടിച്ച് വലിച്ചെറിഞ്ഞു. അയാൾ മരണത്തിന്റെ വെട്ടിനായി വാൾ ഉയർത്തി, പക്ഷേ അസ്‌ലാൻ അയാളുടെ കൈത്തണ്ടയിൽ ദൃഢനിശ്ചയത്തോടെ പിടിച്ചുലുങ്ങി.

മഖ്‌സൂദ് സഹോദരന്റെ കഴുത്തിൽ പിടിച്ച് ഞെരിച്ചു, ഇരുവരും വാളിനായി ഗുസ്തി പിടിക്കുമ്പോഴും. അസ്‌ലാൻ ഗതികെട്ട് സഹോദരന്റെ കൈയ്യിൽ പിടിച്ചെങ്കിലും അത് വളരെ കരുത്തുള്ളതായിരുന്നു. ഏതാനും ഞൊടികൾക്കായുള്ള ബോധം അവശേഷിക്കേ, അയാൾ മഖ്‌സൂദിന്റെ കണ്ണുകളിൽ തന്റെ വിരലുകൾ കുത്തി.

മഖ്‌സൂദ് വേദനകൊണ്ട് നിലവിളിച്ച് തല പിന്നോട്ട് ഉലച്ചു, അസ്‌ലാനിന്റെ കഴുത്തിലെ പിടി വിട്ടുകൊണ്ട്. അസ്‌ലാൻ മഖ്‌സൂദിന്റെ കൈ തള്ളിമാറ്റി വേഗത്തിൽ പിന്നോട്ട് മാറി തന്റെ വീണുകിടക്കുന്ന വാൾ എടുത്തു.

മഖ്‌സൂദ് വാൾ കൊണ്ട് അസ്‌ലാന്റെ തലയ്ക്ക് നേരെ വന്യമായി ആക്രമിച്ചു. അസ്‌ലാൻ വെട്ട് തടുത്ത് മഖ്‌സൂദിന്റെ വായയിൽ അമർത്തി ഇടിച്ചു, അയാളുടേ അടി തെറ്റിച്ചുകൊണ്ട്.

മഖ്‌സൂദ് ഏതാനും അടികൾ പിന്നോട്ട് പോയി തല കുലുക്കി. അയാൾ രക്തം തുപ്പി, വായ തുടച്ച് ദേഷ്യം കൊണ്ട് അലറി. എന്നിട്ടയാൾ വാൾ പ്രതിരോധനിലയിൽ ഉയർത്തിപ്പിടിച്ച് തന്റെ സഹോദരനെ നോക്കി, സ്വയം ക്രമീകരിക്കാൻ ദീർഘനിശ്വാസങ്ങൾ എടുത്തുകൊണ്ട്.

അസ്‌ലാൻ തിടുക്കമില്ലാതെ മഖ്‌സൂദിന് നേരെ നീങ്ങി, എന്നിട്ട് പെട്ടെന്ന് മിന്നൽ വേഗത്തിൽ വാൾ കൊണ്ട് അയാളെ കുത്തി, അയാളെ അപ്രതീക്ഷിതമായി പിടിക്കാം എന്ന പ്രതീക്ഷയിൽ. പക്ഷേ മഖ്‌സൂദ് തയ്യാറായി കാത്തുനിൽക്കുകയായിരുന്നു. അയാൾ അസ്‌ലാന്റെ വാൾ മുകളിലേയ്ക്ക് തട്ടി മാറ്റി സഹോദരന്റെ വയറിൽ മുറിച്ചു. അസ്‌ലാൻ പെട്ടെന്ന് തന്നെ പിന്നോട്ട് മാറി.

“നമുക്ക് ഒരേ ഗുരുവാണുണ്ടായിരുന്നത് സഹോദരാ,” മഖ്‌സൂദ് ഇളിച്ചു. “ഓർക്കുന്നുണ്ടോ?”

“ഉവ്വ്, ഞാനായിരുന്നു മികച്ച വിദ്യാർഥി.”

“നീ അങ്ങിനെ കരുതുന്നു!”

“യുദ്ധത്തിന് തയ്യാറാക്,” അസ്‌ലാൻ പറഞ്ഞു, തുടർച്ചയായുള്ള വെട്ടുകളും കുത്തുകളും അഴിച്ചുവിട്ടുകൊണ്ട്. മഖ്സൂദ് അവ തടുത്തു, പക്ഷേ തന്റെ ഇരട്ടസഹോദരന്റെ കടന്നാക്രമണത്തിൽ പിന്നോട്ട് മാറ്റപ്പെട്ടു.

താൻ എവിടേയ്ക്കാണ് പോകുന്നതെന്നറിയാതെ, മഖ്സൂദ് താഴെ കിടക്കുന്ന ഒരു ശവത്തിൽ തട്ടിവീണു. അയാൾ പെട്ടെന്ന് ഒരു മുട്ടുകാലിൽ എഴുന്നേറ്റപ്പോൾ, അസ്‌ലാൻ അയാളെ ആഞ്ഞുവെട്ടി. മഖ്സൂദ് വാൾ കൊണ്ട് അയാളെ തടഞ്ഞു, പക്ഷേ അയാളുടെ പിടി അയഞ്ഞിരുന്നത് കൊണ്ട് അസ്‌ലാന്റെ വീശലിൽ അയാളുടെ ആയുധം കൈയ്യിൽ നിന്നും തെറിച്ചുപോയി.

കോപവും നിരാശയും ചേർന്നുള്ള മൃഗീയമായ നിലവിളിയുമായി മഖ്സൂദ് അരയിൽ നിന്നും ഒരു കഠാര വലിച്ചെടുത്ത് അസ്‌ലാനെ കുത്തി, ഇരട്ടസഹോദരൻ വാൾ കൊണ്ട് അയാളെ കുത്താൻ ശ്രമിക്കുമ്പോഴും. മഖ്സൂദ് അസ്‌ലാന്റെ വലതുകൈയ്യിൽ മുറുകെപ്പിടിച്ചു, അയാളെ വാൾ താഴ്ത്താൻ അനുവദിക്കാതെ. അസ്‌ലാനും മഖ്സൂദിന്റെ കൈയ്യിൽ അതു തന്നെ ചെയ്തു, കഠാര കൊണ്ട് കുത്തുന്നത് തടഞ്ഞുകൊണ്ട്. ഇരുവരും പരസ്പരം അമർത്തുമ്പോൾ സഹോദരന്മാരുടെ നെറ്റികളിൽ ഞരമ്പുകൾ പിടഞ്ഞു, ഓരോരുത്തരും തന്റെ സർവ്വശക്തിയും പുറത്തെടുത്തുകൊണ്ട്. പതിയെ മഖ്സൂദിന് അസ്‌ലാനെ തള്ളി മാറ്റാൻ സാധിച്ചു. ആദ്യം ഒരടി, പിന്നെയൊന്ന്, പിന്നെ മറ്റൊന്ന്.

അസ്‌ലാൻ പെട്ടെന്ന് തന്ത്രം മാറ്റി. മഖ്സൂദിനെ കീഴടക്കാൻ ശ്രമിക്കുന്നതിന് പകരം അയാൾ മുന്നോട്ട് ചെന്ന് മഖ്സൂദിന്റെ പിന്നിൽ കാൽ കൊണ്ട് കൊളുത്തിപ്പിടിച്ച് തള്ളി. ഞെട്ടിപ്പോയ മഖ്സൂദ് താഴെ വീണുരുണ്ടു. അസ്‌ലാൻ അയാളുടെ കൈത്തണ്ടയിൽ ആഞ്ഞുചവിട്ടി, കഠാരയെ കൈയ്യിൽ നിന്നും തെറിപ്പിച്ചുകൊണ്ട്.

ഒരിക്കൽക്കൂടി മഖ്സൂദ് തന്റെ ആകാരം അനുസരിച്ച് ശ്രദ്ധേയമായ നീക്കം നടത്തി. അയാൾ ചുരുളഴിയുന്നത് പോലെ നിലത്തുനിന്നും എഴുന്നേറ്റ് തന്റെ സഹോദരന്റെ അരയിൽ കൈകൾ ചുറ്റി താഴേയ്ക്ക് വീഴ്ത്തി. അസ്‌ലാൻ എഴുന്നേൽക്കാൻ ശ്രമിച്ചപ്പോൾ മഖ്സൂദ് ഒരു കൈ കൊണ്ട് അയാളുടെ കഴുത്തിൽ പിടിച്ച് മറ്റേ കൈകൊണ്ട് എടുത്തുയർത്തി വായുവിൽ ചുഴറ്റി.

അസ്‌ലാൻ താഴേയ്ക്ക് പതിച്ചു, അയാളുടെ ശ്വാസം മുട്ടിപ്പോയി. മുട്ടുകാലിൽ നിന്ന് കഷ്ടപ്പെട്ട് വാൾ അന്വേഷിച്ചു. മഖ്സൂദ് കൊടുങ്കാറ്റ് പോലെ വന്ന് അയാളുടെ വാരിയെല്ലുകളിൽ തൊഴിച്ചു.

അസ്‌ലാൻ വേദന കൊണ്ട് അലറി നിവർന്നു. മഖ്സൂദ് മറ്റൊരു

തൊഴിയ്ക്കായി തയ്യാറെടുത്തെങ്കിലും അസ്‌ലാൻ അയാളുടെ കാലിൽ പിടിച്ച് വലിച്ച് ആഞ്ഞുതള്ളി, അയാളുടെ നിലതെറ്റിച്ച് വീഴ്ത്തിക്കൊണ്ട്. മഖ്സൂദ് നിലത്ത് പതിച്ചപ്പോൾ അസ്‌ലാൻ അയാളുടെ മുകളിലേയ്ക്ക് ചാടി. രണ്ട് സഹോദരന്മാരും ഉരുണ്ടുമറിഞ്ഞ് കുട്ടിക്കാലത്തെ കളിയിലെന്ന പോലെ മല്ലയുദ്ധം നടത്തി. പക്ഷേ ഇപ്പോൾ, അവർ പരസ്പരം വലിച്ചുകീറാൻ മാത്രം മുറുകെപ്പിടിച്ചിരുന്നു.

ഒടുക്കം ഇരുവരും മഖ്സൂദിന്റെ പുറകിൽ അസ്‌ലാൻ പിടിച്ചിരിക്കുന്ന നിലയിലെത്തി. അവരുടെ പടത്തൊപ്പികൾ വീണുപോയി മുഖങ്ങളിൽ ചോരയൊലിച്ച് അള്ളിപ്പിടിച്ചിരുന്നിടത്തെല്ലാം നഖം കൊണ്ട് മുറിഞ്ഞിരുന്നു. അവർ പരസ്പരം മുഷ്ടിചുരുട്ടി ഇടിച്ചു, വർഷങ്ങളായി അണകെട്ടി കിടന്നിരുന്ന ദേഷ്യവും തീരാപ്പകയും അവസാനം മോചനം നേടുകയായിരുന്നു.

അസ്‌ലാൻ സഹോദരന്റെ മുഖത്ത് ശക്തിയായി ഇടിച്ചു. മഖ്സൂദിന്റെ തലയുടെ പുറകുവശം നിലത്തിടിച്ചു. ഒരു അലർച്ചയോടെ, അയാൾ ശരീരം ഉയർത്തി അസ്‌ലാനിന്റെ കവിളിൽ ആഞ്ഞിടിച്ചു. അസ്‌ലാൻ പിന്നോട്ട് വീണപ്പോൾ മഖ്സൂദ് അയാളുടെ വയറിൽ തള്ളി. അയാൾ നിലത്ത് വീണുരുണ്ടു.

കിതച്ചുകൊണ്ട് മഖ്സൂദ് എഴുന്നേറ്റ് നിന്നു. അസ്‌ലാൻ താഴെ വീണ് കിടക്കുന്നത് അവ്യക്തമായി കണ്ടു. മഖ്സൂദ് അയാൾക്ക് നേരെ നടന്നു, ഒറ്റ ചവിട്ടിന് അയാളുടെ തല തകർക്കാൻ ഉദ്ദേശിച്ചുകൊണ്ട്.

അസ്‌ലാൻ പതുക്കെ കമിഴ്ന്ന് കിടന്നു. ചെറിയ വരകൾ മാത്രമായി മാറിയ കണ്ണുകളിലൂടെ അയാൾ തന്റെ സഹോദരൻ ഉദ്ദേശ്യത്തോടെ അടുക്കുന്നത് കണ്ടു. തളർച്ചയോടെ അയാൾ കൈകൾ നിലത്തുകുത്തി സ്വയം ഉയർത്താൻ ശ്രമിച്ചു. അയാളുടെ വലതുകൈ എന്തിലോ തൊട്ടു. നോക്കിയപ്പോൾ അതൊരു വാളിന്റെ പിടിയാണെന്ന് തിരിച്ചറിഞ്ഞു.

മഖ്സൂദ് അടുത്തെത്തിയപ്പോൾ അസ്‌ലാൻ ഇടതുകൈ കുത്തി എഴുന്നേറ്റ് വാൾ ആഞ്ഞുവീശി. വാൾ മഖ്സൂദിന്റെ തുടയിലൂടെ മുറിച്ച് ആഴത്തിലുള്ള മുറിവുണ്ടാക്കി. മഖ്സൂദ് വേദനയും ഞെട്ടലും കൊണ്ട് കരഞ്ഞു. അയാൾ താഴെ വീണപ്പോൾ അസ്‌ലാൻ അയാളെ മറിച്ചിട്ട് കൈയ്യിൽ വാളുമായി നിന്നു.

“ദയവായി സഹോദരാ!” മഖ്സൂദ് മുട്ടുകാലുകളിൽ എഴുന്നേറ്റുനിന്ന് അഭ്യർഥനയോടെ കൈ ഉയർത്തി. “ദയ! ദയ!”

അസ്‌ലാൻ ഒന്നുനിന്നു, അയാളുടെ മുഖഭാവം കടുത്തു. പക്ഷേ അയാൾ എന്തെങ്കിലും ചെയ്യാൻ കഴിയുന്നതിന് മുമ്പ്, മഖ്സൂദ് വീണ്ടും സംസാരിച്ചു, മയക്കുന്ന ശബ്ദത്തിൽ.

"നമ്മുടെ മാതാപിതാക്കളെ ആലോചിക്ക്, ഞാൻ അപേക്ഷിക്കുകയാണ്! നീ അവരെ ഉപേക്ഷിച്ചു കഴിഞ്ഞു. നീ അവർക്ക് ഒരു ആൺമക്കളും ഇല്ലാതാക്കുമോ?"

അസ്‌ലാൻ തടസ്സപ്പെട്ടത് പോലെ നിന്നു. അയാളുടെ കണ്ണുകളിലെ ചോരക്കൊതി മാഞ്ഞുതുടങ്ങി, അത് അനിശ്ചിതത്വം ആയി മാറി.

"ദയവായി!" മഖ്സൂദ് വീണ്ടും അപേക്ഷിച്ചു. "എന്നെ വെറുതെ വിടൂ! ഞാൻ ഇന്ത്യയിൽ നിന്നും പൊയ്ക്കോളാം, ഒരിക്കലും തിരിച്ചുവരില്ലെന്ന് വാക്ക് തരുന്നു."

അസ്‌ലാൻ തന്റെ മൂത്ത ഇരട്ടസഹോദരനെ നോക്കി. *മഖ്സൂദിനെ ഞാൻ കൊല്ലില്ലെന്ന് കരീമിന് വാക്ക് കൊടുത്തിരുന്നതാണ്.*

കരീം ഒരിക്കൽ അസ്‌ലാനിന്റെ ജീവൻ രക്ഷിച്ചിരുന്നു, അപ്പോൾ അയാൾ സലാർ മസൂദ് ആയിരുന്നു. അസ്‌ലാൻ എപ്പോഴും കരീമിന് കടപ്പെട്ടിരിക്കുന്നതായി തോന്നിയിരുന്നു. കരീമിന്റെ മരണം അയാൾക്കും ആഘാതമായിരുന്നു.

അസ്‌ലാനിന്റെ നിൽപ്പിലെ സമ്മർദ്ദം അയഞ്ഞു. "നീ എനിക്ക് കീഴടങ്ങുമോ, സഹോദരാ?"

"ഉവ്വ് ഉവ്വ്, ഞാൻ ചെയ്യാം!" മഖ്സൂദ് ആവേശത്തോടെ പറഞ്ഞു. "ദയവായി, എന്നെ പോകാൻ അനുവദിക്കൂ. ഞാൻ എന്റെ ശിഷ്ടകാലം മെക്കയിൽ ചെലവഴിക്കും. എന്റെ ബാക്കിയുള്ള ദിവസങ്ങൾ പ്രാർഥനകളിൽ ചെലവഴിക്കും. എന്നെ കരീമിന് വേണ്ടി ദുഃഖിക്കാനായി വിടൂ, ദയവായി."

അസ്‌ലാൻ വാൾ താഴ്ത്തി. "ഞാൻ നിന്റെ കീഴടങ്ങൽ സ്വീകരിക്കുന്നു. നിന്റെ സൈന്യത്തിനോട് നിർത്താൻ പറയൂ."

"ഉവ്വ്, തീർച്ചയായും," മഖ്സൂദ് പറഞ്ഞു, കൈ ഉയർത്തിക്കൊണ്ട്. "എന്നെ എഴുന്നേൽക്കാൻ സഹായിക്കൂ, എന്റെ സഹോദരാ."

അസ്‌ലാൻ കുനിഞ്ഞ് തന്റെ ഇരട്ടസഹോദരന് കൈനീട്ടി. മഖ്സൂദ് പുഞ്ചിരിയോടെ സഹോദരന്റെ കൈ പിടിച്ചു. അസ്‌ലാൻ അയാളെ മുകളിലേയ്ക്ക് വലിച്ചു. മഖ്സൂദ് എഴുന്നേറ്റ് നിന്നപ്പോൾ അയാളുടെ പുഞ്ചിരി വിടർന്നു. എന്നിട്ട് പെട്ടെന്ന് അസ്‌ലാനിന്റെ മുടിയിൽ പിടിച്ച് ക്രൂരമായി തലകൊണ്ടിടിച്ചു.

അസ്‌ലാൻ ഏതാനും ഞൊടികൾക്ക് ബോധരഹിതനായി. അയാൾക്ക് ബോധം വന്നപ്പോൾ നിലത്ത് കിടക്കുകയായിരുന്നു. സൂര്യൻ മുഖത്തടിച്ചു. അപ്പോൾ ഒരു നിഴൽ അയാളുടെ മുകളിൽ വീണു. അയാൾ നോക്കിയപ്പോൾ അടുത്ത് മഖ്സൂദ് കൈയ്യിൽ വാളുമായി നിൽക്കുന്നത് കണ്ടു.

അസ്‌ലാൻ വെറുപ്പോടെ നോക്കി, പക്ഷേ ഒന്നും പറഞ്ഞില്ല. മഖ്സൂദ്

അസ്‌ലാൻ എന്തെങ്കിലും ചെയ്യാനായി കാത്തു. എന്തെങ്കിലും. ഒരുപക്ഷേ അയാൾ ദയവിനായി യാചിക്കും, ദേഷ്യം കൊണ്ട് ചീത്ത വിളിക്കും, അല്ലെങ്കിൽ ഭയം കൊണ്ട് നോട്ടം മാറ്റും. അസ്‌ലാൻ അതൊന്നും ചെയ്തില്ല. അയാൾ മഖ്സൂദിനെ ധൈര്യം കെടുത്തുന്ന മട്ടിൽ നോക്കിയതേയുള്ളൂ.

മഖ്സൂദ് ആയിരുന്നു മൗനം ഭേദിച്ചത്. "നരകത്തിൽ കിടന്ന് പുഴക്ക്, എന്റെ സഹോദരാ," അയാൾ പറഞ്ഞു, അയാളുടെ ശബ്ദത്തിൽ വെറുപ്പ് നിറഞ്ഞിരുന്നു.

എന്നിട്ടയാൾ അസ്‌ലാനിന്റെ കഴുത്തിന് നേരെ വാൾ വീശി. ഭീകരമായ ഒരു വെട്ടിൽ അയാളെ ശിരച്ഛേദം ചെയ്തുകൊണ്ട്. അസ്‌ലാനിന്റെ അറ്റുപോയ തല ഒരു വശത്തേയ്ക്ക് ഉരുണ്ടു. അത് നിന്നപ്പോൾ അയാളുടെ കണ്ണുകൾ മഖ്സൂദിനെ നോക്കുന്ന നിലയിലായിരുന്നു. അയാളുടെ സഹോദരനെ.

ആ കണ്ണുകളിൽ ശുദ്ധമായ വെറുപ്പുണ്ടായിരുന്നു. സലാർ മഖ്സൂദിനോടുള്ള വെറുപ്പ്.

അദ്ധ്യായം 32

വൈദ്യൻ മരുന്നിൽ മുക്കിയ തുണി മുറിവിൽ വച്ചപ്പോൾ തൊഷാനി വേദന കൊണ്ട് കരഞ്ഞു. അവളുടെ ശരീരം ചെറുതായൊന്ന് വിറയ്ക്കുകയും വീണ്ടും നിശ്ചലമാകുകയും ചെയ്തു.

"സുഹേൽ... സുഹേൽ..." അവൾ പിറുപിറുത്തു.

"ഞാൻ ഇവിടെയുണ്ട്," സുഹേൽദേവ് പറഞ്ഞു, അവളുടെ കൈയ്യിൽ മുറുകെ പിടിച്ചുകൊണ്ട്.

"അവൾ അബോധത്തിലാണ്, പ്രഭോ," വൈദ്യൻ പതിയെ പറഞ്ഞു. "അവൾ അങ്ങയെ കേൾക്കുന്നുണ്ടെന്ന് എനിക്ക് തോന്നുന്നില്ല."

സുഹേൽദേവിനെ അബോധാവസ്ഥയിൽ ആശുപത്രിയിലേയ്ക്ക് കൊണ്ടുവന്നതായിരുന്നു, പക്ഷേ പെട്ടെന്നുള്ള പരിശോധനയിൽ വീഴ്ചയിൽ നിന്നുണ്ടായ ആഘാതവും തോൾ വേദനയുമല്ലാതെ ഗൗരവമായി ഒന്നുമില്ലെന്ന് തെളിഞ്ഞു. അയാൾക്ക് വിശ്രമം ആവശ്യമാണെന്ന് വൈദ്യൻ പറഞ്ഞു. യുദ്ധം കൊടുമ്പിരികൊണ്ടിരിക്കുമ്പോൾ സുഹേൽദേവ് അതിനോട് കാര്യമായി പ്രതികരിച്ചില്ല, അതൊരു വഴിയായിരുന്നില്ല.

അയാൾ പുറപ്പെടാൻ തുടങ്ങുമ്പോഴായിരുന്നു തൊഷാനി മറ്റൊരു ആശുപത്രിയിൽ മുറിവേറ്റ് കിടക്കുന്നതായി കേട്ടത്, അയാൾ അവളെ കാണാനോടി. ഇപ്പോൾ, അയാൾ അവളുടെ കൈപ്പത്തിയിൽ പതുക്കെ തലോടി, അവളെ ആശ്വസിപ്പിക്കാൻ ശ്രമിച്ചുകൊണ്ട്.

അപ്പോൾ, ഒരു മുതിർന്ന ഉദ്യോഗസ്ഥൻ വലിയ തമ്പിലേയ്ക്ക് ഇരച്ചുകയറി. "പ്രഭോ, അസ്ലാൻ മരിച്ചു. അയാൾ സഹോദരനെ പിടികൂടിയിരുന്നു, പക്ഷേ ജീവൻ വിട്ടുകൊടുത്തു. പകരമായി, അയാളുടെ വഞ്ചകനായ സഹോദരൻ അയാളെ ചതിയിൽ കൊന്നു."

സുഹേൽദേവ് ദേഷ്യത്തോടെ എഴുന്നേറ്റു.

"പ്രഭോ, ആളുകൾ വിഭ്രാന്തരാണ്," ഉദ്യോഗസ്ഥൻ തുടർന്നു. "അവർ തകർച്ചയുടെ വക്കിലാണ്. ഒരുപക്ഷേ നമ്മൾ പിൻവലിഞ്ഞ് മറ്റൊരു ദിവസം യുദ്ധം ചെയ്യുന്നത് പരിഗണിക്കേണ്ടിയിരിക്കുന്നു."

സുഹേൽദേവ് തലയാട്ടി. "നമ്മൾ ഇപ്പോൾ ഓടിയാൽ, ബാക്കിയുള്ള ജീവിതം മുഴുവനും ഓടിക്കൊണ്ടിരിക്കും. കരുതലിൽ എത്ര പുതിയ ആളുകളുണ്ട്?"

ഉദ്യോഗസ്ഥൻ തോൾ കുലുക്കി. "കൂടിവന്നാൽ ഏതാനും വ്യൂഹങ്ങൾ. നമ്മൾ അവരെ വിന്യസിച്ചാൽ പിൻവാങ്ങലിനായി കരുതലിൽ ഒന്നുമുണ്ടാവില്ല."

ഇത്തരം യുദ്ധങ്ങൾ വലിയ രീതിയിൽ ആശ്രയിച്ചിരിക്കുന്നത് കരുതൽ പടയെ കളത്തിലെത്തിക്കുമ്പോഴാണ്.

"അവരെ ആക്രമണത്തിന് തയ്യാറാക്കൂ. ഇപ്പോൾ അല്ലെങ്കിൽ ഒരിക്കലുമില്ല."

അത് പറഞ്ഞ് സുഹേൽദേവ് തമ്പിന് പുറത്തേയ്ക്ക് പോയി.

സുഹേൽദേവിനായി പുതിയ ഒരു കുതിരയെ കൊണ്ടുവന്നിരുന്നു. രാജാവിന് വേണ്ടിയുള്ള എല്ലാ കുതിരകളേയും പോലെ ഉയരമുള്ള ഉജ്ജ്വലമായ മൃഗം യുദ്ധത്തിനായി പ്രത്യേകം പരിശീലനം ലഭിച്ചതായിരുന്നു. സുഹേൽദേവ് അതിന്റെ മുഖത്ത് പതുക്കെ തലോടി, "ഞാൻ നിന്നെ ആശ്രയിച്ചിരിക്കുന്നു, പവൻ. എന്നെ ഇന്ന് വിജയത്തിലേയ്ക്ക് നയിക്കൂ, ഞാൻ നിനക്ക് ഒന്നാന്തരം വിരമിക്കൽ നൽകാം, ചാറുള്ള പുല്ലും നീ ആഗ്രഹിക്കുന്ന സുന്ദരികളായ പെൺകുതിരകളുമായി."

എന്നിട്ടയാൾ ജീനിയിലേയ്ക്ക് ചാടിക്കയറി.

കൗമാരത്തിലേയ്ക്ക് പ്രവേശിക്കാൻ തുടങ്ങുന്ന ഒരു പയ്യൻ ശ്രാവസ്തിയുടെ പതാക പിടിച്ചിട്ടുണ്ടായിരുന്നു.

"പതാക ഉയർത്തിപ്പിടിക്ക് കുട്ടീ. എല്ലാ സൈനികരും അത് കാണട്ടെ," സുഹേൽദേവ് ആജ്ഞാപിച്ചു. എന്നിട്ട് ആളുകൾക്ക് സൂചന നൽകി. "പോകാം"

സുഹേൽദേവ് ആളുകളെ കൂട്ടക്കൊലയിലേയ്ക്ക് നയിക്കുമ്പോൾ, അയാൾ പിൻവാങ്ങുന്ന ഒരു സംഘം ഇന്ത്യൻ പട്ടാളക്കാരെ കണ്ടുമുട്ടി, അവരുടെ മുഖങ്ങളിൽ വലിയ പരിഭ്രമം കാണാമായിരുന്നു. രാജാവിനെ കണ്ടപ്പോൾ അവർ നിന്നു.

"ഒളിച്ചോട്ടുന്നവർ," ഒരു ഉദ്യോഗസ്ഥൻ മുരണ്ടു. "നമുക്കവരെ കൊന്നുകളഞ്ഞാലോ പ്രഭോ?"

"നിൽക്ക്," സുഹേൽദേവ് പറഞ്ഞു. അയാൾ അവരിലെ ഒരാളോട് സംസാരിച്ചു, ഒരു ദുർമുഖമുള്ള പട്ടാളക്കാരൻ. "നിങ്ങളെ ഞാൻ ഇന്ന്

രാവിലെ കണ്ടതായി ഓർക്കുന്ന, എന്നോടൊപ്പം അവസാനശ്വാസം വരെ നമ്മുടെ മാതൃരാജ്യത്തിനെ സംരക്ഷിക്കുമെന്ന് പ്രതിജ്ഞ ചെയ്യുന്നത്. അതൊക്കെ വെറും വാക്കുകളായിരുന്നോ? നിങ്ങൾക്ക് അഭിമാനം എന്നൊന്നില്ലേ? പിന്നെ എന്തിനാണ് നിങ്ങൾ സൈനികനായത്?"

"ഞങ്ങളോട് ക്ഷമിക്കണം, മഹാനായ രാജാവേ," നാണം പുരണ്ട മുഖവുമായി പട്ടാളക്കാരൻ പറഞ്ഞു, സുഹേൽദേവിന്റെ കണ്ണിൽ നോക്കാൻ കഴിയാതെ. "ഞങ്ങൾ കരുതി അങ്ങ് യുദ്ധത്തിൽ നിന്നും പോയെന്ന്."

സുഹേൽദേവ് എഴുന്നേറ്റ് ജീനിപ്പടിയിൽ നിന്നു. "യുദ്ധത്തിലേയ്ക്ക് തിരിച്ചുപോകൂ, എല്ലാവരും! എല്ലാവരും കേൾക്കുന്നത് പോലെ വിളിച്ചുപറയൂ. ഞാൻ ഇവിടെയുണ്ട്! ഞാൻ ഒരിക്കലും നിങ്ങളിൽ ആരെയും ഉപേക്ഷിച്ച് പോവില്ല!"

"രാജാവ് ഇവിടെയുണ്ട്!" പട്ടാളക്കാരൻ ഉറക്കെ വിളിച്ചുപറഞ്ഞു.

അത് മറ്റുള്ളവർ ഏറ്റെടുത്ത് യുദ്ധഭൂമി മുഴുവനും അലയടിച്ചു, സുഹേൽദേവിന്റെ സൈന്യങ്ങളിൽ പുതിയ പ്രതീക്ഷ പകർന്നുകൊണ്ട്.

"രാജാവ് ഇവിടെയുണ്ട്!"

"സുഹേൽദേവ് രാജാവ് ഇവിടെയുണ്ട്!"

സുഹേൽദേവ് തന്നെ പിന്തുടരുന്ന പടയ്ക്കു നേരെ തിരിഞ്ഞ് എല്ലാവരേയും ആലിംഗനം ചെയ്യുന്നത് പോലെ കൈകൾ വിടർത്തി. "എന്റെ സഹോദരന്മാരേ, എനിക്കിന്ന് കരുത്തും മനശ്ശക്തിയും വേണം. നിങ്ങൾ എന്നോടൊപ്പം വരുമോ?"

എല്ലാവരും ഒരുമിച്ച് പറഞ്ഞു. "ഉവ്വ്, പ്രഭോ"

"നിങ്ങൾ എന്നോടൊപ്പം വിജയത്തിലേയ്ക്ക് വരുമോ?"

"ഉവ്വ്, പ്രഭോ."

സുഹേൽദേവ് വാൾ ഉയർത്തി ചുഴറ്റി. "നമ്മുടെ നാടിന് വേണ്ടി പോരാടുക. ഭാരതമാതാവിന് വേണ്ടി. ഹരഹരമഹാദേവാ!"

ഗർജ്ജനം അണികൾ മുഴുവനും ഏറ്റെടുത്തു. "ഹരഹരമഹാദേവാ!"

അസ്‌ലാനിന്റെ സംഘത്തിൽ അതിജീവിച്ച ചിലർ അലറി, "അള്ളാഹു അക്ബർ!"

ധീരരായ യോദ്ധാക്കളിൽ നിന്നും ഉറക്കെയുള്ള അലർച്ച ഉയർന്നു.

"ആക്രമിക്കൂ!" സുഹേൽദേവ് അലറി, തന്റെ കുതിരയെ കുതിപ്പിച്ചുകൊണ്ട്. അണികൾ പിന്തുടർന്നു, അവരുടെ കുതിരകളുടെ കുളമ്പുകൾ ഇടിമുഴക്കങ്ങൾ ഉണ്ടാക്കി.

സുഹേൽദേവിന്റെ പുതിയ ആക്രമണം ഘസ്നി സൈന്യത്തിന്റെ വ്യൂഹത്തിലൂടെ പാഞ്ഞു, വെണ്ണയിൽ കത്തിയെന്ന പോലെ അതിന്റെ കാതലിലൂടെ മുറിച്ചുകൊണ്ട്. തുർക്കികൾ ചിതറിയപ്പോൾ, ദിവസം

മുഴുവനും പൊരുതുകയായിരുന്ന ശ്രാവസ്തിയുടെ സൈനികർ സുഹേൽ ദേവിന്റെ പിന്നാലെ ഒഴുകി, അവരുടെ തളർന്ന അവയവങ്ങളിൽ പുതിയ ഊർജ്ജം കണ്ടെത്തിക്കൊണ്ട്.

സുഹേൽദേവ് ആദ്യം ഏറ്റുമുട്ടിയ ശ്രദ്ധേയമായ പ്രതിരോധം ഇന്ത്യൻ രീതിയിലുള്ള പടക്കോപ്പുകൾ അണിഞ്ഞ ഒരു സംഘം പട്ടാളക്കാരിൽ നിന്നുമായിരുന്നു. അവരുടെ പോരാട്ടം കണ്ടപ്പോൾ അയാൾക്ക് അവരുടെ നൈപുണ്യവും മനക്കരുത്തും അമർഷത്തോടെ അംഗീകരിക്കാതിക്കാൻ കഴിഞ്ഞില്ല.

അവർ മറുവശത്ത് നിന്ന് യുദ്ധം ചെയ്യുന്നത് മോശമായിപ്പോയി.

പെട്ടെന്ന് ഒരു കുതിരക്കാരൻ വലതുവശത്ത് നിന്നും വന്ന് സുഹേൽ ദേവിന്റെ വാൾ കൊണ്ട് കുത്തി. സുഹേൽദേവ് അതിൽ നിന്നും ഒഴിഞ്ഞു മാറി ഓടിച്ചുപോയി. അപ്പോൾ സുഹേൽദേവിന് ഇടതുവശത്ത് കടുത്ത വേദന അനുഭവപ്പെട്ടു. അയാൾ വാളുകൾ കൊണ്ടുള്ള ആക്രമണങ്ങളിൽ ശ്രദ്ധതെറ്റിയപ്പോൾ, മറുവശത്ത് നിന്നും ഒരു കുന്തം ആക്രമിച്ചിരുന്നു. സുഹേൽദേവിന്റെ പടച്ചട്ട അയാളെ വീഴുന്നതിൽ നിന്നും രക്ഷിച്ചു. എങ്കിലും, കുന്തം നരകവേദന ഉണ്ടാക്കുന്ന വിധം തുളച്ചുകയറിയിരുന്നു.

കുന്തം വീണ്ടും കുത്തി. പ്രതികരിക്കാൻ ഒരു ഞൊടി മാത്രമായി സുഹേൽദേവ് ഇടതുകൈയ്യിൽ പിടിച്ചിരുന്ന കടിഞ്ഞാൺ വിട്ട് കുന്തത്തിന്റെ മുനയിൽ പിടിച്ച് തള്ളി. കുന്തക്കാരൻ വന്യമായി അലറി, പക്ഷേ അയാൾക്ക് എന്തെങ്കിലും ചെയ്യാൻ കഴിയുന്നതിന് മുമ്പ്, സുഹേൽദേവ് തന്റെ മുട്ടുകാൽ കൊണ്ട് കുതിരയെ നയിച്ചു, പവൻ, മറ്റൊരാളെ വീഴ്ത്താനുള്ള കൂട്ടിമുട്ടലിലേയ്ക്ക്.

രണ്ട് കുതിരകളും അതിശക്തിയായി കൂട്ടിയിടിച്ചു. അല്പനേരത്തേയ്ക്ക്, രണ്ട് മൃഗങ്ങളും ചാഞ്ചാടിയുലഞ്ഞു. പവൻ അതിന്റെ നില തിരിച്ചെടുത്തു, പക്ഷേ മറ്റേ കുതിര വീണു, ഓടിക്കുന്നയാളുടെ മുകളിലേയ്ക്ക്.

"മിടുക്കൻ," സുഹേൽദേവ് പറഞ്ഞു, പവനെ തട്ടിക്കൊണ്ട്.

അപ്പോൾ ആദ്യത്തെ കുതിരക്കാരൻ തിരിച്ച് യുദ്ധത്തിന് വരുന്നതായി അയാൾ കണ്ടു. വീണ്ടും സുഹേൽദേവ് അയാളുടെ വെട്ട് തടുത്തു. കുതിരക്കാരന് വീണ്ടും ആക്രമിക്കാൻ കഴിയുന്നതിന് മുമ്പ്, സുഹേൽ ദേവിന്റെ ആളുകളിൽ ഒരാൾ അയാളുടെ തലയിൽ ഒരു കോടാലി വെട്ടിയുറപ്പിച്ചു.

സുഹേൽദേവ് തന്റെ സൈനികന്റെ നേരെ തലയാട്ടി വീണ്ടും ഇടതുവശത്തേയ്ക്ക് തിരിഞ്ഞു. കുന്തക്കാരന്റെ ഒരു കാൽ ഒടിഞ്ഞെന്ന് തോന്നിക്കുമെങ്കിലും അയാൾ ദൃഢനിശ്ചയത്തോടെ സുഹേൽദേവിന്റെ നേരെ ഏന്തി നടക്കുകയായിരുന്നു. അയാൾ സുഹേൽദേവിനെ പിടിച്ച്

ജീനിയിൽ നിന്നും വലിച്ച് താഴെയിടാൻ ശ്രമിച്ചു. രാജാവ് ചവിട്ടുപടിയിൽ നിന്നും കാലുയർത്തി അയാളുടെ മുഖത്ത് തൊഴിച്ചു, അയാളെ നിലത്ത് കിടന്നുരുളാൻ വിട്ടുകൊണ്ട്. അയാൾ വീണ്ടും എഴുന്നേൽക്കാൻ ശ്രമിച്ചപ്പോൾ, പവൻ മുൻകാലുകൾ ഉയർത്തി കുളമ്പുകൾ കൊണ്ട് അയാളുടെ തലയോട്ടി തകർത്തു.

സുഹേൽദേവിന് നെഞ്ചിൽ പെരുമ്പറ കൊട്ടുന്നത് പോലെ തോന്നി ഏതാനും ദീർഘനിശ്വാസങ്ങൾ എടുത്തു, സ്വയം സമചിത്തതയിൽ എത്തിക്കാൻ ശ്രമിച്ചുകൊണ്ട്. പവനും അതേപോലെ അസ്വാസ്ഥ്യത്തിലായിരുന്നു, സുഹേൽദേവ് അവനെ പതുക്കെ തലോടി ആശ്വസിപ്പിച്ചു. അയാൾ യുദ്ധഭൂമിയ്ക്ക് ചുറ്റും നോക്കി, അവസ്ഥയെ മനസ്സിലാക്കാൻ ശ്രമിച്ചുകൊണ്ട്. എന്നിട്ടയാൾ നിന്നു, അബോധപൂർവ്വം ശ്വാസമെടുത്തുകൊണ്ട്, കനത്ത താടിയും ചുരുട്ടിയ മീശയും കൂർത്ത മൂക്കുമുള്ള ഒരാൾ തന്റെ നേരെ വരുന്നത് കണ്ടു. അയാളുടെ ആയുധം ലോഹം കൊണ്ടുള്ളതായിരുന്നു, പക്ഷേ ഒരു സ്വർണത്തിളക്കം ഉണ്ടായിരുന്നു, ഉദയസൂര്യന്റെ ചിഹ്നം അതിൽ ചിത്രണം ചെയ്തിട്ടുണ്ടായിരുന്നു.

ഇവർ അയാളുടെ കാവൽക്കാരാണ്.

"ജയ്ചന്ദ്!" സുഹേൽദേവ് അലറി.

മനോഹർഗഢിന്റെ രാജാവ് മുരണ്ടു. "സുഹേൽദേവ്!"

"നിങ്ങളുടെ ആളുകൾ നന്നായി യുദ്ധം ചെയ്യുന്നു!" സുഹേൽദേവ് ഉറക്കെപ്പറഞ്ഞു. "അവർ നിങ്ങളെപ്പോലെ ഒരു രാജാവിനേക്കാൾ മെച്ചമാണ്!"

ജയ്ചന്ദ് ദേഷ്യം കൊണ്ട് ചീറി സുഹേൽദേവിന്റെ നേരെ ഓടിച്ചു, അയാളുടെ വാൾ ഉയർത്തിപ്പിടിച്ചിരുന്നു. സുഹേൽദേവ് തന്റെ പരിച മുന്നോട്ട് പിടിച്ചു. അയാൾ അടുത്തെത്തിയപ്പോൾ ജയ്ചന്ദ് ശ്രാവസ്തിയുടെ രാജാവിനെ വാൾ കൊണ്ട് വെട്ടി, മുകളിൽ നിന്നും വെട്ടി കൊല്ലുന്ന രീതിയിൽ. സുഹേൽദേവ് വെട്ട് പരിച കൊണ്ട് തടുത്ത് സ്വന്തം വാൾ കൊണ്ട് തിരിച്ചുവെട്ടി.

സുഹേൽദേവിന്റെ വാൾ അയാളുടെ ലോഹക്കൈയുറയിൽ പതിച്ചപ്പോൾ ജയ്ചന്ദ് വേദന കൊണ്ട് ഓലിയിട്ടു. കവചം വെട്ടിന്റെ ആഘാതം കുറച്ചെല്ലാം വലിച്ചെടുത്തെങ്കിലും അത് അപ്പോഴും ജയ്ചന്ദിനെ കടുത്ത വേദനയിലാക്കി. അയാൾക്ക് ആദ്യത്തെ വെട്ടിൽ നിന്നും കരകയറാൻ കഴിയുന്നതിന് മുമ്പ് സുഹേൽദേവ് അതേ ഭാഗത്ത് വീണ്ടും വെട്ടി. ജയ്ചന്ദിന്റെ കൈ മരവിച്ചുപോയി. വാൾ അയാളുടെ സ്വാധീനം നഷ്ടപ്പെട്ട കൈയ്യിൽ നിന്നും വഴുതിപ്പോയി.

ജയ്ചന്ദിന്റെ പതറിയ നിശ്ചയദാർഢ്യം പൂർണമായും തകർന്നു.

അയാൾ തന്റെ കുതിരയെ തിരിച്ച് ഓടിരക്ഷപ്പെടാൻ ശ്രമിച്ചു. അപ്പോൾ സുഹേൽദേവ് തന്റെ വാൾ അയാളുടെ കഴുത്തിലൂടെ ഓടിച്ചപ്പോൾ അയാളുടെ കണ്ണുകൾ മുഴച്ചുവന്നു.

സുഹേൽദേവിന്റെ വാൾ തന്റെ കഴുത്തിലൂടെ പുറത്ത് വന്നപ്പോൾ ജയ്ചന്ദ് അവിശ്വാസത്തോടെ നോക്കി. അയാൾ ഒന്നു ചുമച്ചപ്പോൾ വായ നിറയെ രക്തം പുറത്തേയ്ക്കൊഴുകി. എന്നിട്ടയാൾ ജീനിയിൽ മുന്നോട്ടു ചാഞ്ഞു. മരിച്ചു.

അദ്ധ്യായം 33

ജയ്ചന്ദിന്റെ മൃതശരീരം കുതിരപ്പുറത്തു നിന്നും താഴെവീണു. അയാളുടെ കാവൽക്കാർ കീഴടങ്ങിക്കഴിഞ്ഞിരുന്നു. സുഹേൽദേവ് അവരോട് തനിക്കുവേണ്ടി യുദ്ധം ചെയ്യാൻ ആജ്ഞാപിച്ചു. ഇന്ത്യാക്കാർക്കൊപ്പം.

അപ്പോൾ പ്രക്ഷുബ്ധമായ ഒരുശബ്ദം കേട്ടു. "പ്രഭോ! പ്രഭോ!" അത് സൂര്യവീരൻ ആയിരുന്നു, ചന്ദേല സംഘത്തിന്റെ ഒരു വിഭാഗത്തിനൊപ്പം സുഹേൽദേവിന്റെ സഖ്യത്തിന്റെ കൂടെ പൊരുതാൻ അയക്കപ്പെട്ട ഒരു സേനാധിപതി.

സുഹേൽദേവ് സൂര്യവീരന്റെ നേരെ തിരിഞ്ഞു. "എന്ത് പറ്റി?"

"നമ്മുടെ ഇടതുപാർശ്വം തകർന്നു! നമുക്ക് വളയപ്പെടുന്നതിന് മുമ്പ് തിരിച്ചുപോകണം."

സുഹേൽദേവ് ശപിച്ചു. "ഗോവർദ്ധന് സന്ദേശം അയക്കൂ. അയാളോട് പാർശ്വത്തിനെ സഹായിക്കാൻ ആളുകളെ അയയ്ക്കാൻ പറയൂ."

സൂര്യവീരൻ തലകുലുക്കി. "ഗോവർദ്ധൻ ഇപ്പോൾത്തന്നെ കഴിയാവുന്നത്ര ആളുകളെ അയച്ചുകഴിഞ്ഞു. കൂടുതൽ അയച്ചാൽ അയാളുടെ വലതുപാർശ്വത്തിലെ സ്വന്തം നില ദുർബലമായി ആളില്ലാതാകും."

സുഹേൽദേവിന് മറുപടി കൊടുക്കാൻ സാധിക്കുന്നതിന് മുമ്പ്, ഇന്ത്യൻ ഭാഗങ്ങളിൽ നിന്നും കാഹളങ്ങൾ മുഴങ്ങുന്നത് കേട്ടു. ഇടതു പാർശ്വത്തിൽ നിന്നും.

എന്ത് നാശമാണ്?

അയാൾ കുതിരപ്പുറത്ത് എഴുന്നേറ്റ് നിന്ന് ദൂരേയ്ക്ക് നോക്കി, തന്റെ ഇടത് പാർശ്വത്തിലേയ്ക്ക്. അവിടെ ഏതാണ്ട് അയ്യായിരം പുതിയ കുതിരക്കാർ യുദ്ധത്തിലേയ്ക്ക് നീങ്ങുന്നുണ്ടായിരുന്നു.

ശിവഭഗവാൻ ദയ കാണിക്കട്ടെ!

സൂര്യവീരൻ ഞെട്ടിപ്പോയി. മഖ്സൂദിന് ബലം കൂട്ടാനുള്ള കുതിരപ്പട? ഏത് നരകത്തിൽ നിന്നാണ് അവർ വന്നത്?"

സുഹേൽദേവ് ഒന്നും പറഞ്ഞില്ല. പറയാനൊന്നും ഉണ്ടായിരുന്നില്ല. അയാൾ അവസാനമായി എറിയാനുള്ള കരുക്കളെല്ലാം കണക്കുകൂട്ടി. അയാൾക്ക് കരുതൽ സൈന്യങ്ങൾ ബാക്കിയുണ്ടായിരുന്നില്ല. വിധി അയാൾക്കൊരു ആശ്ചര്യം നൽകുകയും ചെയ്തു. ഒരു ക്രൂരമായ ആശ്ചര്യം.

സൂര്യവീരൻ സുഹേൽദേവിനെ നോക്കുന്നത് തുടർന്നു. അയാളും ഒന്നും പറഞ്ഞില്ല. പക്ഷേ അയാളുടെ കണ്ണുകളിലൂടെയുള്ള നിശ്ശബ്ദമായ സന്ദേശം സ്വാഭാവികമായിരുന്നു. *കഴിഞ്ഞു. നമ്മുടെ കാര്യം കഴിഞ്ഞു.*

സുഹേൽദേവ് നടുനിവർത്തി വാൾപ്പിടിയിൽ മുറുകെപ്പിടിച്ചു. "നമ്മളിന്ന് മരിച്ചേക്കാം, സേനാധിപതി സൂര്യവീരൻ. പക്ഷേ അതിന് മുമ്പ് നമ്മളവർക്ക് നരകം നൽകും."

സൂര്യവീരൻ പുഞ്ചിരിച്ചു. "അതൊരു ബഹുമതി ആയിരിക്കും, പ്രഭോ."

സുഹേൽദേവും പുഞ്ചിരിച്ചു. "താങ്കൾക്കൊപ്പം മരിക്കുന്നത് എനിക്കും ബഹുമതി ആയിരിക്കും സുഹൃത്തേ."

സൂര്യവീരൻ തന്റെ വാൾ ഉയർത്തി. "മരണം വരെ!"

"മരണം വരെ!"

ഇന്ത്യാക്കാരുടെ നേരെ നീങ്ങുകയായിരുന്ന കുതിരപ്പട വേഗം കുറച്ചു.

എന്താണ് സംഭവിക്കുന്നത്?

സുഹേൽദേവ് കാൽപ്പടിയിൽ എഴുന്നേറ്റ് ജീനിയിൽ കയറിനിന്നു. തന്റെ ഇടതുപാർശ്വത്തിന്റെ കൂടുതൽ പിന്നിലേയ്ക്ക് നോക്കാനായി. പുതിയ കുതിരക്കാർ കുന്തങ്ങൾ ഉയർത്തി യുദ്ധത്തിലേയ്ക്ക് നീങ്ങുകയായിരുന്നു. അവർ ആക്രമിക്കാനുള്ള സ്ഥാനത്തായിരുന്നില്ല, അങ്ങിനെയാണെങ്കിൽ കുന്തങ്ങൾ മുമ്പോട്ടായിരിക്കും ചൂണ്ടുക.

അപ്പോൾ ആ കുതിരപ്പടയിൽ നിന്നും പോർവിളികൾ കേട്ടു.

"വീരാ..."

"വെടി..."

സൂര്യവീരൻ ആശയക്കുഴപ്പത്തോടെ സുഹേൽദേവിനെ നോക്കി. "അവരെന്താണ് പറയുന്നത്? ആരാണവർ?"

എന്താണ് സംഭവിക്കുന്നതെന്ന് മനസ്സിലായപ്പോൾ സുഹേൽദേവിന്റെ നട്ടെല്ലിലൂടെ ഒരു മിന്നൽ പാഞ്ഞു. പോർവിളികൾ ആദ്യമായി വ്യക്തമായി കേട്ടപ്പോൾ.

"വീരവേൽ! വെടിവേൽ!"

വേൽ ഭഗവാൻ മുരുകൻ ഉപയോഗിക്കുന്നതായിരുന്നു, മഹാദേവനായ, പരമശിവന്റെ വീരനായ യോദ്ധാവായ പുത്രൻ. അജയ്യമെ

ന്ന് കരുതപ്പെടുന്ന ഒരു ശൂലം. അദ്ദേഹത്തിന്റെ പിന്നണികൾ ഈ പോർവിളിയുമായി ബഹുമാനിക്കുകയാണ്, ഇന്ത്യയുടെ പുണ്യഭൂമിയിൽ നടന്നിട്ടുള്ളതിൽ വച്ച് ഏറ്റവും മഹാനായ യോദ്ധാവിനെ ആഘോഷി ക്കുകയാണ്.

കരുത്തുള്ള വേൽ! വിജയത്തിന്റെ വേൽ!

"വീരവേൽ! വെട്ടിവേൽ!"

"വീരവേൽ! വെട്ടിവേൽ!"

"വീരവേൽ! വെട്ടിവേൽ!"

"വീരവേൽ! വെട്ടിവേൽ!"

സൂര്യവീരൻ സുഹേൽദേവിന്റെ നേരെ തിരിഞ്ഞു. "ആരാണവർ?"

"അവർ നമ്മുടെ ആളുകളാണ്!" സുഹേൽദേവ് പറഞ്ഞു, അയാളുടെ വാക്കുകൾ ആവേശം കൊണ്ട് മുറിഞ്ഞു. "അവർ നമ്മുടെ നാട്ടുകാരാണ്. ചോളന്മാർ!" സുഹേൽദേവ് തന്റെ സൈന്യത്തിന്റെ നേരെ തിരിഞ്ഞു. "നീങ്ങ്! നീങ്ങ്!"

അത് സുഹേൽദേവ് തന്റെ ആളുകളെ പരിശീലിപ്പിച്ചിരുന്ന തന്ത്രമാ യിരുന്നു. പുറകിലേയ്ക്ക് മാറാനും, സ്ഥാനങ്ങൾ വിഭജിക്കാനും, കരുതൽ സൈന്യത്തിന് യുദ്ധഭൂമിയിലേയ്ക്ക് പോകാനായി വഴിയൊരുക്കാനും.

ശ്രാവസ്തിയുടെ സൈന്യം ഉടൻ തന്നെ അവരുടെ രാജാവിനെ അനുസരിച്ചു. ചോളന്മാർക്ക് ഇടതുപാർശ്വത്തിലേയ്ക്ക് പോകാനായി വഴിയൊരുക്കി പിന്നോട്ട് മാറിക്കൊണ്ട്.

"വീരവേൽ! വെട്ടിവേൽ!"

ചോളന്മാർ വളരെ അടുത്തെത്തിയതിനാൽ അവരുടെ മുഖങ്ങൾ തിരിച്ചറിയാമായിരുന്നു. മുമ്പിൽ ഒരു അതികായനെ സുഹേൽദേവ് കണ്ടു, കുതിരയെ പായിച്ചുകൊണ്ട്. ഉയർന്ന്, ആറടിയേക്കാൾ പൊക്കം. വെളുത്ത നിറം. ചെത്തിമിനുക്കിയ രൂപം. കൈപ്പിടി മീശ. സ്വാഭാവി കമായും സേനാധിപതി തന്നെ. സുഹേൽദേവ് അയാളെ നോക്കി തലയാട്ടി. സേനാധിപതി തിരിച്ചും.

എന്നിട്ട് ചോള സേനാധിപതി കുതിരയുടെ വേഗം കൂട്ടി കുന്തം മുന്നോട്ട് താഴ്ത്തി ഉറക്കെ അലറി, "ധീരരായ ചോളന്മാരേ! അവരെയെല്ലാം കൊല്ലൂ!"

ചോള സൈന്യങ്ങൾ അവരുടെ സേനാധിപതിയെ പിന്തുടർന്നു. അവരുടെ കുന്തങ്ങൾ താഴ്ത്തിക്കൊണ്ട്. ഞെട്ടിപ്പോയ തുർക്കികൾക്ക് നേരെ ആക്രമണം അഴിച്ചുവിട്ട്.

ചോളന്മാർ തുർക്കികൾക്കു നേരെ ഇടിച്ചുകയറുന്നത് കണ്ട് സൂര്യ വീരന് ആവേശം അടക്കാനായില്ല. അവർ വഴിയിലുള്ളവരെ എല്ലാം ദയവില്ലാതെ കൊല്ലുകയായിരുന്നു.

സുഹേൽദേവ് തന്റെ സൈന്യങ്ങൾക്ക് നേരെ തിരിഞ്ഞ് ഉറക്കെ പറഞ്ഞു. "നമ്മുടെ ശത്രു ഇപ്പോൾ കാൽമുട്ടിലാണുള്ളത്. ഈ യുദ്ധം അവസാനിപ്പിച്ചേക്കൂ. തടവുകാരില്ല. ദയവില്ല. എല്ലാവരേയും കൊല്ലുക!"

"ജയ് മാ ഭാരതി!"

സുഹേൽദേവിന്റെ സൈനികർ അവരുടെ എല്ലാ വൈകാരികവും ശാരീരികവുമായ ശക്തികളും എടുത്ത് വിളിച്ചപ്പോൾ പോർവിളി യുദ്ധഭൂമിയാകെ മുഴങ്ങി. അവർ ഒരു ആക്രമണം കൂടി അഴിച്ചുവിട്ടു. നടുക്കും വലതുപാർശ്വത്തിലും സുഹേൽദേവിന്റെ സൈന്യത്തിനും ഇടത്ത് നിന്നും പുതിയതായി ആക്രമിക്കുന്ന ചോളന്മാർക്കും ഇടയിൽ, ദിവസം മുഴുവനും യുദ്ധം ചെയ്ത് തളർന്ന ഘസ്നി സൈന്യം തകർന്നു.

സുഹേൽദേവ് വെറിയോടെ വെട്ടുകയും കുത്തുകയും വീശുകയും ചെയ്തു, താൻ കൊന്നുതള്ളിയ തുർക്കികളുടെ എണ്ണം പോലും നഷ്ടപ്പെട്ടു. അയാളുടെ സൈനികരും അതേ പാത പിന്തുടർന്നു, സ്തംഭിച്ചിരുന്ന ഉൾക്കരുത്ത് അതിവേഗത്തിൽ വിജയമായി മാറുന്നത് പോലെ. യുദ്ധം ഒരു ഭാഗത്തിന്റെ മാത്രം കൂട്ടക്കൊല ആയപ്പോൾ യുദ്ധഭൂമി ചോരക്കളമായി ശവശരീരങ്ങൾ കുമിഞ്ഞുകൂടി. ഘസ്നിയുടെ ഒരുപാട് പട്ടാളക്കാർ ആയുധങ്ങൾ വലിച്ചെറിഞ്ഞ് ദയവിനായി യാചിച്ചു. പക്ഷേ ആർക്കും ലഭിച്ചില്ല.

ഘസ്നിയുടെ സൈന്യം തകർന്നു, തുർക്കി അജയ്യത എന്ന മിത്ത് ഉറക്കെ ചിതറിയെറിയപ്പെട്ടു. കുറച്ച് പട്ടാളക്കാർ തിരിഞ്ഞോടി, അവരുടെ പിന്നാലെ കൂടുതൽ ആളുകൾ. അത് ഒരു തുള്ളിയായി ആരംഭിച്ച് കുത്തൊഴുക്കായി മാറി. തുർക്കികൾ ജീവനും കൊണ്ട് ഓടിയപ്പോൾ. അവരെ മയമില്ലാതെ പിന്തുടർന്ന് വെട്ടിവീഴ്ത്തി.

ഓരോ അവസാനത്തെ തുർക്കിയും പിന്തുടരപ്പെട്ടു. ഓരോ അവസാനത്തെ തുർക്കിയും കൊല്ലപ്പെട്ടു.

ഒരാളെ രക്ഷിക്കണം.

ഒരാളെ ജീവനോടെ വയ്ക്കണം.

സുഹേൽദേവിന്റെ നീതിയ്ക്കായി.

രാത്രി വൈകിയിരുന്നു. അന്നേ ദിവസത്തെ തുർക്കി കൂട്ടക്കൊലയ്ക്കു ശേഷം, ഇന്ത്യാക്കാർ അവരുടെ താവളത്തിൽ ഒത്തുകൂടി. ആഘോഷിക്കാനായി, മുറിവുകൾ ഉണക്കാനായി, ഉറങ്ങാനായി.

വൈദ്യന്മാർ ഇന്ത്യൻ സൈനികരെ രക്ഷിക്കാനായി കഠിനാദ്ധ്വാനം ചെയ്തു. ഇന്ത്യാക്കാർക്ക് ഏതാണ്ട് പതിനയ്യായിരം പട്ടാളക്കാരെ മാത്രമേ നഷ്ടപ്പെട്ടുവെങ്കിലും, അറുപതിനായിരം വരുന്ന മൊത്തം തുർക്കി സൈന്യവും തുടച്ചുമാറ്റപ്പെട്ടു.

സമീപകാല ചരിത്രത്തിലെ ഏറ്റവും ഏകപക്ഷീയമായ കൊലയായിരുന്നു അത്. ഒരു യുദ്ധം എന്നതിനേക്കാൾ കൂട്ടക്കൊല.

സൂര്യവീരനും സഖ്യത്തിലെ മറ്റു സേനാധിപതികളും സലാർ മഖ്സൂദിനായി തിരച്ചിൽ നടത്തുകയായിരുന്നു, അയാൾ രക്ഷപ്പെട്ടിരുന്നു. സൈനികർക്കുള്ള ആജ്ഞകൾ വ്യക്തമായിരുന്നു. അസ്ലാനിനെ പോലെയുള്ള ഒരു തുർക്കിയെ തിരയുക, അയാളെ ജീവനോടെ കൊണ്ടുവരുക.

സുഹേൽദേവ് രാജകീയ തമ്പിൽ ഇരിക്കുകയായിരുന്നു, അയാളുടെ മുറിവുകൾ വച്ചുകെട്ടപ്പെട്ടിരുന്നു. അയാൾ അളക്കാനാവാത്ത വിധം തളർന്നിരുന്നു. പക്ഷേ ആവേശവും ശരീരത്തിൽ ഇരമ്പുന്ന പ്രസരിപ്പും അയാളെ ഉറങ്ങാൻ അനുവദിച്ചില്ല. തൊഷാനി സുഖം പ്രാപിച്ച് ബോധം തിരിച്ചു കിട്ടിയിരുന്നു, പക്ഷേ അവൾ ഉച്ചയ്ക്കും വൈകുന്നേരവും ഉറങ്ങിപ്പോയി. അവൾ സുഖകരമായ ഒരു കസേരയിൽ ഇരുന്നു. സുഹേൽദേവ് ഇരിക്കുന്നതിന്റെ അകലെയല്ലാതെ. ഉണർവ്വോടെ, പക്ഷേ ചാഞ്ചാട്ടത്തോടെ.

അബ്ദുളിനെ കണ്ടെത്തി. ഭാഗ്യത്തിന്, മുറിവ് അത്ര സാരമുള്ളതായിരുന്നില്ല. അയാളുടെ ഇടത്തേ കണ്ണ് നഷ്ടപ്പെട്ടിരുന്നു, പക്ഷേ അമ്പ് കൺകുഴിയിൽ തുളച്ചിരുന്നില്ല. അയാളും സുഹേൽദേവിന്റെ അടുത്ത് ഒരു കസേരയിൽ ഇരിക്കുകയായിരുന്നു. ക്ഷീണിച്ച്, പക്ഷേ ബോധത്തിലും ജാഗ്രതയിലും. ഇന്ത്യൻ വിജയത്തിൽ വളരെ സന്തോഷിച്ചും.

ഗോവർദ്ധൻ അപ്പോൾ മാത്രം തമ്പിലെത്തി തിരശ്ശീലയ്ക്ക് അരികിലുള്ള ഒരു കസേരയിൽ ഇരിക്കുന്നുണ്ടായിരുന്നു. അയാളുടെ ഇടതുകൈ കെട്ടിത്തൂക്കി വച്ചിട്ടുണ്ടായിരുന്നു, പക്ഷേ കാര്യമായ ഹാനിയില്ലാതെ.

“നിനക്കധികം കഷ്ടപ്പാടുണ്ടായില്ല,” സുഹേൽദേവ് പുഞ്ചിരിയോടെ പറഞ്ഞു.

ഗോവർദ്ധൻ പതുക്കെ ചിരിച്ചു. “സത്യത്തിൽ, എന്റെ കുറച്ച് എല്ലുകൾ പൊട്ടി. പക്ഷേ യുദ്ധം ചെയ്യാനുള്ള കൈ കേടുപറ്റിയില്ല. രാമഭഗവാന്റെ അനുഗ്രഹത്താൽ.”

“രാമഭഗവാന്റെ അനുഗ്രഹത്താൽ.”

എന്നിട്ട് സുഹേൽദേവ് ഗോവർദ്ധനന്റെ കൂടെവന്ന ഉയരമുള്ള വെളുത്ത നിറമുള്ള കൈപ്പിടി മീശയുള്ള വെട്ടിയൊതുക്കിയ താടിയു

ള്ള അപരിചിതനെ നോക്കി. അയാൾക്ക് ഗുരുതരമായ പരിക്കുകൾ ഒന്നുമില്ലായിരുന്നു. അയാൾക്ക് ഗോവർദ്ധനന്റെ അടുത്ത് നൽകിയ കസേരയിൽ ഇരിക്കുകയായിരുന്നു.

സുഹേൽദേവ് കൈകൾ കൂപ്പി നമസ്തേ കാണിച്ച് സംസ്കൃതത്തിൽ സംസാരിച്ചു, ഇന്ത്യയിലെ വിദ്യാസമ്പന്നരായ വിഭാഗക്കാർക്ക് അറിയാവുന്ന ഭാഷ. "താങ്കൾ ആരാണെന്ന് എനിക്ക് ഊഹിക്കാൻ കഴിയും, കുലീനയായ ആര്യാ. മഹാനായ രാജേന്ദ്ര ചോള ചക്രവർത്തിയ്ക്ക് എന്റെ സ്നേഹവും ആദരവും ബഹുമാനവും. താങ്കളുടെ സേവനം സമയത്ത് തന്നെ എത്തി."

അയാൾ പുഞ്ചിരിച്ച് കൈകൾ കൂപ്പി. "എന്റെ ചക്രവർത്തി, മഹാനായ രാജേന്ദ്ര ചോളൻ, അങ്ങയേയും ആര്യനായി കരുതുന്നു, കുലീനനായ സുഹേൽദേവ്. അങ്ങ് നമ്മുടെ നാടിനായും ദൈവങ്ങൾക്കായും പോരാടി. അങ്ങനെ സഹായിക്കേണ്ടത് ഞങ്ങളുടെ കടമ ആയിരുന്നു."

രാജേന്ദ്ര ചോളനുമായുള്ള കാശിനാഥിന്റെ സംഗമത്തിന് ശേഷം ചക്രവർത്തി സുഹേൽദേവിനെ യുദ്ധത്തിൽ സഹായിക്കാൻ തീരുമാനിച്ചിരുന്നു. പക്ഷേ തന്റെ മൊത്തം സൈന്യത്തിനും സമയത്തിന് ബഹ്രിച്ചിൽ എത്താൻ സാധിക്കില്ലെന്ന് അദ്ദേഹത്തിന് അറിയാമായിരുന്നു. അതുകൊണ്ട് അദ്ദേഹം തന്റെ സേനാധിപതിയെ ചോളസാമ്രാജ്യത്തിന്റെ വടക്കേ അറ്റത്തുള്ള ബംഗാളിലേക്ക് വിട്ട് പറ്റാവുന്നത്ര ചെറിയ കുതിരപ്പടയെ സ്വരുക്കൂട്ടാൻ ആജ്ഞാപിച്ചു, എന്നിട്ട് സുഹേൽദേവിനെ സഹായിക്കാനായി നദിക്കരയിലൂടെ പോകുക. എന്നുവച്ചാൽ അവർക്ക് ബഹ്രിച്ചിൽ പെട്ടെന്ന് എത്തിച്ചേരാൻ കഴിയും. എന്നാൽ വളരെ ചെറിയ അയ്യായിരം കുതിരപ്പടയാളികളുമായി മാത്രമേ വരാനും കഴിയുകയുള്ളൂ.

ഭാഗ്യത്തിന് കുതിരപ്പട ആവശ്യത്തിനുണ്ടായിരുന്നു. ആവശ്യത്തിനേക്കാൾ കൂടുതലായിരുന്നു.

"താങ്കളുടെ പേരെന്താണ്, മഹാനായ സേനാധിപതീ?" സുഹേൽദേവ് ചോദിച്ചു.

"എന്റെ പേര് നരസിംഹൻ."

സുഹേൽദേവ് പ്രയാസപ്പെട്ട് കസേരയിൽ നിന്നും എഴുന്നേറ്റു, അടുത്തുള്ള സേവകരുടെ സഹായം നിരസിച്ചുകൊണ്ട്. എന്നിട്ട് നരസിംഹന്റെ നേരെ നടന്നു, അയാളും കസേരയിൽ നിന്നും എഴുന്നേറ്റിരുന്നു.

സുഹേൽദേവ് നരസിംഹനെ ഊഷ്മളമായി ആലിംഗനം ചെയ്തു. "ശിവഭഗവാൻ താങ്കളെ അനുഗ്രഹിക്കട്ടെ, കുലീനനായ നരസിംഹൻ."

നരസിംഹൻ ശരിക്കും അത്ഭുതപ്പെട്ടുപോയി, ഒരു രാജാവിൽ നിന്നും ഊഷ്മളവും വ്യക്തിപരവുമായ പെരുമാറ്റം ഉണ്ടായപ്പോൾ. അതുകൊണ്ട്

അയാൾ പ്രതികരിക്കാൻ ഏതാനും നിമിഷങ്ങളെടുത്തു. ഊഷ്മളമായി പ്രതികരിക്കുകയും ചെയ്തു. അയാൾ തന്റെ കൈകൾ സുഹേൽദേവിന് ചുറ്റും വച്ച് പരിക്കേറ്റ രാജാവിനെ വേദനിപ്പിക്കാതിരിക്കാൻ അധികം മുറുകാതെ സൂക്ഷിച്ചു. എന്നിട്ടയാൾ പറഞ്ഞു, "ശിവഭഗവാൻ അങ്ങനെ അനുഗ്രഹിക്കുന്നത് തുടരട്ടെ, കുലീനനായ രാജാവേ. സമയം ചലിക്കുന്നത് വരെ അങ്ങയുടെ പേര് ശിവഭഗവാന്റെ ഏറ്റവും വലിയ ആരാധകരിൽ ഒരാളായി ഓർമ്മിക്കപ്പെടും, ഭാരതമാതാവിന്റെ ഏറ്റവും മികച്ച പുത്രന്മാരിൽ ഒരാളായും."

പെട്ടെന്ന് സൂര്യവീരൻ തമ്പിലേയ്ക്ക് വന്നു, വേഗത്തിൽ തിരശ്ശീലകൾ മാറ്റിക്കൊണ്ട്, അയാളുടെ പുരികങ്ങൾ ചോദ്യഭാവത്തിൽ ഉയർന്നു.

"പ്രഭോ," സൂര്യവീരൻ പറഞ്ഞു. "നമ്മൾ അയാളെ കണ്ടെത്തി. അയാൾ ഒരു ഭീരുവിനെപ്പോലെ ഒരു കുഴിയിൽ ഒളിച്ചിരിക്കുകയായിരുന്നു. പക്ഷേ ആ തന്തയില്ലാത്തവനെ നമ്മൾ കണ്ടെത്തി. അയാൾ പുറത്തുണ്ട്."

സുഹേൽദേവ് ശ്വാസമടക്കി.

സലാർ മഖ്സൂദ്.

അയാൾ തൊഷാനിയെ നോക്കി, കണ്ണുകളിൽ ഉറപ്പോടെ. അവൾ തിരിച്ച് നോക്കി തലയാട്ടി.

അല്പം കഴിഞ്ഞ്, സുഹേൽദേവിന്റെ സൈന്യത്തിലെ പ്രധാനനേതാക്കൾ രാജകീയ തമ്പിന്റെ മുന്നിലെ തുറന്ന സ്ഥലത്ത് ഒത്തുകൂടി. സുഹേൽദേവ്, തൊഷാനി, ഗോവർദ്ധൻ, അബ്ദുൾ എന്നിവർ കസേരകളിൽ ഇരിക്കുകയായിരുന്നു. ചോളസേനാധിപതി നരസിംഹനും അവർക്കൊപ്പം ഇരിക്കുന്നുണ്ടായിരുന്നു. ചന്ദേല സേനാധിപതി സൂര്യവീരനും സുഹേൽദേവിന്റെ സഖ്യത്തിലെ മറ്റുള്ളവരും ഉണ്ടായിരുന്നു. ഗുരുതരമായി പരിക്കേറ്റ സംഘമണിയെ പുറത്തേയ്ക്ക് കൊണ്ടുവന്നു. അയാൾ ചാരുകസേരയിൽ ആയിരുന്നു, തല ഉയർത്തിക്കൊണ്ട് നീതി നടപ്പാകുന്നത് കാണാനായി.

തുറന്ന സ്ഥലത്ത് ഒരുപാട് പന്തങ്ങൾ കത്തിച്ചിട്ടുണ്ടായിരുന്നു. ദൂരെ വരെ വെളിച്ചം പരത്തിക്കൊണ്ട്.

ഇന്ത്യൻ സൈനികർ പുറകിൽ അല്പം മാറി നിന്നു. അവർ വെറുക്കപ്പെട്ട തുർക്കിയ്ക്ക് നേരെ പരിഹസിക്കുകയും കൂക്കിവിളിക്കുകയും ചെയ്തു.

അയാൾ മുട്ടുകാലിൽ അവർക്കും രാജകീയ തമ്പിനും ഇടയിൽ ആയിരുന്നു.

കൈകളും കാലുകളും കൂട്ടിക്കെട്ടി, ചോരയൊലിപ്പിച്ച് മുഖം തുണി കൊണ്ട് മൂടി.

സലാർ മഖ്സൂദ്.

"മുഖാവരണം മാറ്റൂ!" സുഹേൽദേവ് ആജ്ഞാപിച്ചു. "ഘസ്നിയിലെ ഈ പട്ടിയെ ഞങ്ങളൊന്ന് കാണട്ടെ."

മഖ്സൂദിന്റെ അടുത്ത് നിൽക്കുകയായിരുന്ന രണ്ട് പട്ടാളക്കാർ അയാളെ ബലമായി പിടിച്ച് പെട്ടെന്ന് തുണിമാറ്റി.

സന്നിഹിതരായിരുന്ന ഇന്ത്യാക്കാരിലൂടെ ഞെട്ടൽ പാഞ്ഞു.

മഖ്സൂദിനെ കണ്ടാൽ മനുഷ്യൻ ആണെന്ന് പറയില്ലായിരുന്നു. ചീർത്ത ഒരു കണ്ണ് പൂർണമായും അടഞ്ഞിരുന്നു. മറ്റേത് ചുവന്ന് അകത്തെ രക്തക്കുഴലുകൾ പൊട്ടിത്തുറന്ന നിലയിൽ. അയാളുടെ മുടിയും മുഖവും ചോരയും പൊടിയും കൊണ്ട് ഒട്ടിപ്പിടിച്ചിരുന്നു. ഇടതുചെവി ഭാഗിക മായി മുറിഞ്ഞ് നേർത്ത തൊലിയുടെയും പേശിയുടേയും ബലത്തിൽ തലയിൽ തൂങ്ങിക്കിടന്നു.

പക്ഷേ ഇന്ത്യാക്കാരെ ഞെട്ടിച്ച കാഴ്ച അതല്ലായിരുന്നു. അടുത്തിടെ നിഷ്കളങ്കരായ നിരായുധരായ പൗരന്മാരെ ഒരു മൊത്തം നഗരത്തിൽ വച്ച് കൂട്ടക്കൊല ചെയ്ത ആളോട് അവർക്ക് സഹതാപം തോന്നിയില്ല.

അവരെ ഞെട്ടിച്ചത് മഖ്സൂദിന്റെ മുഖം ആയിരുന്നു. അത് ഏതാണ്ട് അസ്‌ലാനിന്റെ, അല്ലെങ്കിൽ അവർക്കറിയാവുന്ന പോലെ സലാർ മസൂദിന്റെ, തനിപ്പകർപ്പായിരുന്നു. അതേ തവിട്ട് കണ്ണുകൾ. അതേ മദ്ധ്യേഷ്യൻ വടിവുകൾ. തൊലിയുടെ നിറം. എല്ലാം. അവർ സ്നേഹിക്കു കയും വിശ്വസിക്കുകയും ചെയ്തിരുന്ന ഒരു മുഖം മറ്റൊരു ചെകുത്താനായി കണ്ടിട്ടുള്ള മനുഷ്യനിൽ കാണുന്നത് വേദനിപ്പിക്കുന്നതായിരുന്നു.

വളരെ നല്ല ഒരാൾക്കും തികച്ചും ചെകുത്താനായ ഒരാൾക്കും ഒരേ മുഖം പങ്കുവയ്ക്കുന്നതെങ്ങിനെ?

സുഹേൽദേവ് കൈ വീശി, തന്റെ സൈനികർക്ക് സൂചന കൊ ടുത്തുകൊണ്ട്.

അയാളെ എഴുന്നേൽപ്പിച്ച് നിർത്ത്.

രണ്ടുപേർ മഖ്സൂദിനെ പിടിച്ച് എഴുന്നേൽപ്പിച്ച് നിർത്തി. അയാൾ ചെറുതായൊന്ന് നിന്ന്, പിന്നെ മുരൾച്ചയോടെ മുട്ടുകാലിൽ വീണു, അയാളുടെ മുറിവേറ്റ കാലിന് ഭാരം താങ്ങാൻ കഴിയില്ലായിരുന്നു.

അയാളുടെ പടക്കവചം കഷ്ണങ്ങളായി കീറിയിരുന്നു, ഒരുപാട് രക്തം കട്ട പിടിച്ചിരുന്നെങ്കിലും ഒരുപാട് മുറിവുകളിൽ നിന്നും കുറച്ച് ഇറ്റുന്നുണ്ടായിരുന്നു. അയാളുടെ തുടയിലെ വലിയ പരിക്ക്, അസ്‌ലാൻ

നൽകിയത്, വളരെ ഗുരുതരമായിരുന്നു. മഖ്സൂദ് പഴപ്പിച്ച കത്തിയും ഒരു കഷ്ണം തുണിയും കൊണ്ട് അവിടത്തെ രക്തമൊഴുക്ക് നിർത്തിയിരുന്നു. യുദ്ധഭൂമിയിലെ പെട്ടെന്നുള്ള പ്രാഥമികശുശ്രൂഷ.

"ദയ," അയാൾ തൊണ്ടയടച്ച ശബ്ദത്തിൽ യാചിച്ചു, വരണ്ട ചുണ്ടുകൾ നക്കിക്കൊണ്ട്.

"ദയ...അതാണ്...നിങ്ങളുടെ ധർമ്മം...പറയുന്നത്."

സുഹേൽദേവ് മഖ്സൂദിനെ അവിശ്വാസത്തോടെ നോക്കി. "ദയ? ധർമ്മം? ആ അമൂല്യമായ വാക്കുകളെ നിന്റെ ശപിക്കപ്പെട്ട നാക്ക് കൊണ്ട് മലിനമാക്കരുത്."

"ഞാൻ...ന്യായമായ വിചാരണ അർഹിക്കുന്നു....എനിക്ക്...നിങ്ങളുടെ ധർമ്മം അറിയാം...ഞാൻ അർഹിക്കുന്നു..."

സുഹേൽദേവ് മഖ്സൂദിനെ തടസ്സപ്പെടുത്തി. "നീ ഒന്നും അർഹിക്കുന്നില്ല. പൊതുജനമദ്ധ്യത്തിലുള്ള വധശിക്ഷ അല്ലാതെ."

മഖ്സൂദ് സുഹേൽദേവിനെ കഷ്ടിച്ച് മറച്ചുവച്ച വെറുപ്പോടെ നോക്കി.

"നരകത്തിൽ പോ... കാഫിർ!"

സുഹേൽദേവ് കസേരയിൽ നിന്നും എഴുന്നേറ്റു. അയാൾ പരിക്കുകൾ മറന്നു. അയാളുടെ ഞരമ്പുകളിലൂടെ ഒഴുകുന്ന രോഷം അയാളുടെ ആത്മാവിൽ പിടിമുറുക്കുകയും ശരീരത്തിനെ പിടിച്ചെടുക്കുകയും ചെയ്തു.

അയാൾ പതുക്കെ മഖ്സൂദിന്റെ അടുത്തേയ്ക്ക് നടന്നു.

മഖ്സൂദ് സുഹേൽദേവിന് നേരെ തുപ്പി. പശിമയുള്ള തുപ്പൽ സുഹേൽദേവിന്റെ പാദരക്ഷകളിൽ വീണു.

"എന്നെ കൊല്ല്, കാഫിർ..."

സുഹേൽദേവ് മൗനം പാലിച്ചു. തന്റെ കോപം കലർന്ന കണ്ണുകളെ സംസാരിക്കാൻ അനുവദിച്ചുകൊണ്ട്.

മഖ്സൂദ് പെട്ടെന്ന് ഒരു ദീർഘനിശ്വാസം എടുത്ത് ശബ്ദം ഉയർത്താനുള്ള കരുത്ത് കണ്ടെത്തി. എല്ലാവർക്കും കേൾക്കാൻ വേണ്ടി. "എന്നെ കൊല്ല് കാഫിറുമാരേ! എന്തായാലും ഞാൻ സ്വർഗത്തിലേയ്ക്ക് പോകും...അള്ളാഹ എന്നെ നോക്കിക്കോളും....നിങ്ങൾ വിഗ്രഹാരാധകർ എല്ലാം നരകത്തിൽ പോകും...." എന്നിട്ട് മഖ്സൂദ് ചുറ്റും നോക്കി. "എനിക്കറിയാം... നിങ്ങളിൽ മുസ്ലീങ്ങൾ ഉണ്ടെന്ന്.... നിങ്ങൾ വിഗ്രഹാരാധകരുടെ പക്ഷം ചേർന്നു... അള്ളാഹ നിങ്ങളെ ശിക്ഷിക്കും.... നിങ്ങളെല്ലാം നരകത്തിൽ പോകും... നിങ്ങൾ ഒരിക്കലും സ്വർഗം കാണില്ല.... നരകത്തീയ്ക്കായി കാത്തിരിക്കുക!"

സുഹേൽദേവ് അബ്ദുളിനെ നോക്കി.

അബ്ദുൾ പതുക്കെ എഴുന്നേറ്റ് നിന്നു. "ഞാൻ ഒരു മുസ്ലിം ആണ്...

ഞങ്ങളുടെ രാജ്യത്തിന് വേണ്ടി പോരാടിയതിന് അള്ളാഹ ഞങ്ങളെ പ്രശംസിക്കും... പിന്നെ സ്വർഗം? ഞാൻ ഇപ്പോൾത്തന്നെ അവിടെയാണ് ജീവിക്കുന്നത്...”

“അള്ളാഹ അക്ബർ” വിളികൾ ആൾക്കൂട്ടത്തിൽ നിന്നും ഉയർന്നു. മുസ്ലിം, ഹിന്ദു ഇന്ത്യക്കാരുടെ നാവുകളിൽ നിന്നും.

മഖ്സൂദ് അബ്ദുളിനെ നോക്കി വീണ്ടും തുപ്പി. എന്നിട്ട് സുഹേൽദേവിന്റെ നേരെ തിരിഞ്ഞു. “എന്നെ കൊല്ല്... അതങ്ങ് തീർക്ക്...”

സുഹേൽദേവ് പറഞ്ഞു. “എനിക്ക് നിന്നെക്കുറിച്ച് ആശങ്കയുണ്ട് മഖ്സൂദ്. കാരണം നിനക്ക് സ്വർഗത്തിൽ പോകണമെങ്കിൽ, നിന്റെ ശരീരം ശരിയായ രീതിയിൽ ഖബറടക്കണ്ടേ?”

ആദ്യമായി, മഖ്സൂദിന്റെ മുഖത്ത് ശുദ്ധമായ ഭീതി ഇറങ്ങി. “നീ... നിനക്കത് പറ്റില്ല...”

“അതെ... ഞാൻ നിന്റെ തലയറുക്കാൻ ആലോചിക്കുകയായിരുന്നു... എന്നിട്ട് നിന്റെ ശരീരം കത്തിക്കാൻ...”

മഖ്സൂദ് വാസ്തവത്തിൽ അയാൾ പ്രഘോഷിച്ചതിൽ വിശ്വസിച്ചിരുന്നു. അയാൾക്ക് മരിക്കുന്നതിൽ ഭയമില്ലായിരുന്നു. പക്ഷേ സ്വർഗത്തിൽ എത്തുന്നത് അസാധ്യമാക്കുന്ന മരണം അയാളെ ഭയപ്പെടുത്തിയിരുന്നു, കുറഞ്ഞത് അയാളുടെ വിശ്വാസപ്രകാരമെങ്കിലും. അയാൾ അബ്ദുളിനെ നോക്കി.

“നീ ഒരു മുസ്ലിം ആണ്... നിനക്ക് മറ്റൊരു മുസ്ലിമിന് അങ്ങിനെ സംഭവിക്കുന്നത് അനുവദിക്കാൻ സാധിക്കില്ല.... എനിക്ക് ശരിയായ ഖബറടക്കം വേണം...”

അബ്ദുൾ ഉറക്കെ പറഞ്ഞു, അയാളുടെ ശബ്ദം വികാരം കൊണ്ട് വിറങ്ങലിച്ച, “നീ ഒരു മുസ്ലിം അല്ല മഖ്സൂദ്. നിഷ്കളങ്കരായ, നിരായുധരായ പൗരന്മാരെ കൊല്ലുന്നയാൾക്ക് മുസ്ലിം ആകാൻ കഴിയില്ല. നിന്റെ ശരീരത്തിന് എന്ത് സംഭവിച്ചാലും എനിക്ക് ഒരു മൈരുമില്ല.”

മരവിച്ച് പോയ മഖ്സൂദ് സുഹേൽദേവിന്റെ നേരെ തിരിഞ്ഞു. “നിനക്കത് ചെയ്യാൻ പറ്റില്ല...നീ നിന്റെ ധർമ്മത്തിനെ ആദരിക്കണം...നീ എനിക്ക് ശരിയായ ശവമടക്ക് ചടങ്ങുകൾ നൽകണം...”

സുഹേൽദേവ് പതുക്കെ വാൾ ഊരി. വാൾ, ഉറയിൽ നിന്നും പുറത്ത് വരുന്നതിന്റെ ഇരമ്പൽ, നാഗരിക രാജ്യത്തിന്റെ ക്രോധം പ്രതിഫലിപ്പിച്ച, കാടന്മാർക്കെതിരെ പോരാടി, അവർക്കറിയാവുന്ന ഒരേയൊരു ഭാഷയിൽത്തന്നെ.

മഖ്സൂദ് യാചിക്കുന്നത് തുടർന്നു. “ഞാൻ ശരിയായ ശവമടക്ക് അർഹിക്കുന്നു... നീ നിന്റെ ധർമ്മം പിന്തുടരണം...”

സുഹേൽദേവിന്റെ ചുണ്ടുകൾ ക്രൂരമായ പുഞ്ചിരിയിൽ വളഞ്ഞു, എന്നിട്ട് രഹസ്യം പറഞ്ഞു, "നിന്റെ ശരീരം കത്തിക്കും."

ശ്രാവസ്തിയുടെ രാജാവ് വാൾ വലിയൊരു കമാനത്തിൽ വീശി, സലാർ മഖ്സൂദിനെ ക്രൂരമായ വെട്ടിൽ അറുത്തുകൊണ്ട്.

മഖ്സൂദിന്റെ തലയില്ലാത്ത ശരീരം താഴെ വീണു, കടും ചുവപ്പ് നിറത്തിലുള്ള ചോര കഴുത്തിലൂടെ കുത്തിയൊലിച്ചു. അയാളുടെ തല ഒരു വശത്തേയ്ക്ക് ഉരുണ്ടു. അയാളുടെ കണ്ണുകൾ അയാൾ മലിനമാക്കാൻ സാഹസം കാണിച്ച മണ്ണിൽ പതിഞ്ഞു.

സുഹേൽദേവ് തന്റെ വാൾ തറയിലിട്ടു. അയാൾ പതുക്കെ കഴുത്തിൽ അണിഞ്ഞിരുന്ന പതക്കം വലിച്ചെടുത്തു. വർഷങ്ങൾക്ക് മുമ്പ് അയാളുടെ ജ്യേഷ്ഠൻ സമ്മാനിച്ച ശിവലിംഗത്തിന്റെ ചെറുരൂപം ആയിരുന്നു അത്.

അയാൾ തന്റെ സഹോദരനോട് സംസാരിച്ചു. അയാൾ തന്റെ മാതൃരാജ്യത്തിനോട് സംസാരിച്ചു. അയാൾ തന്റെ ദൈവത്തിനോട് സംസാരിച്ചു.

"നിങ്ങളുടെ പ്രതികാരം നിറവേറ്റിയിരിക്കുന്നു."

അദ്ധ്യായം 34

സലാർ മഖ്‌സൂദിന്റെ വധം കഴിഞ്ഞ് വെറും ഒന്നര മണിക്കൂർ മാത്രമേ ആയിരുന്നുള്ളൂ. അയാളുടെ ശിരച്ഛേദം ചെയ്യപ്പെട്ട ശരീരം അവിടെത്തന്നെ കിടക്കുന്നുണ്ടായിരുന്നു. ഗോവർദ്ധനന്റെ ഒരു സൈന്യസംഘം അതിന് കാവൽ നിന്നു.

സുഹേൽദേവ് തന്റെ രാജകീയ തമ്പിൽ തിരിച്ചെത്തി മേശയിൽ ഉത്തരവുകളിൽ ഒപ്പുവയ്ക്കുകയായിരുന്നു. തൊഷാനി കട്ടിലിൽ സുഖം പ്രാപിച്ചുവരുന്നു. രണ്ട് വൈദ്യന്മാർ എപ്പോഴും സന്നിഹിതരായിരുന്നു. സുഹേൽദേവ് അവളെ തന്റെ തമ്പിൽ കിടത്തി, അവളുടെ ആവശ്യങ്ങൾ വ്യക്തിപരമായി നോക്കാൻ വേണ്ടി. ഗോവർദ്ധനും അബ്ദുളും അപ്പോൾ മാത്രം വന്നുചേർന്നതേയുള്ളൂ.

“എന്താണ്?” സുഹേൽദേവ് ചോദിച്ചു, അവരുടെ കടന്നുവരവിൽ അത്ഭുതപ്പെട്ട്, തൂവൽ പേന താഴെ വച്ചുകൊണ്ട്.

ഗോവർദ്ധനും അബ്ദുളും നിശ്ശബ്ദരായിരുന്നു. ഗോവർദ്ധൻ വിഷമത്തിലാണെന്ന് തോന്നിച്ചു. അബ്ദുൾ ദേഷ്യത്തിലും.

“എന്താണ് എന്റെ സുഹൃത്തുക്കളേ?” സുഹേൽദേവ് ചോദിച്ചു, മൃദുവായ സ്വരത്തിൽ.

അബ്ദുൾ വ്യക്തമായും അസന്തുഷ്ടിയോടെ ഗോവർദ്ധനെ നോക്കി. സുഹേൽദേവും ഗോവർദ്ധന് നേരെ തിരിഞ്ഞ് ചോദ്യഭാവത്തിൽ പുരികമുയർത്തി.

“ഉം...എന്റെ രാജാവേ,” ഗോവർദ്ധൻ പറഞ്ഞു. “അങ്ങ് ശരിക്കും ചെയ്യാൻ പോകുകയാണോ?”

“എന്ത് ചെയ്യാൻ പോകുന്നെന്ന്?”

“സലാർ മഖ്‌സൂദിന്റെ കാര്യം.”

"മഖ്സൂദിന് എന്ത് പറ്റി?"

"അയാളുടെ ശരീരം കത്തിക്കാൻ പോകുകയാണോ?"

സുഹേൽദേവ് നെടുവീർപ്പിട്ട് കസേരയിൽ ചാഞ്ഞിരുന്നു.

അബ്ദുൾ പറഞ്ഞു. "എന്റെ പ്രഭോ, ഞാൻ എന്റെ നിലപാട് വ്യക്തമാക്കി കഴിഞ്ഞതാണ്. ഹർശരണിൽ മഖ്സൂദ് കൂട്ടക്കൊലയ്ക്ക് ആജ്ഞ കൊടുത്ത ശേഷം ഞാൻ ഒരുപാട് മൗലാനമാരുമായി സംസാരിച്ചിരുന്നു. അവർ ഒരുമിച്ച് പറഞ്ഞു. മഖ്സൂദ് അങ്ങിനെയുള്ള നീചകൃത്യങ്ങൾ ചെയ്തിട്ടുണ്ടെങ്കിൽ അയാൾ മുസ്ലിം അല്ലെന്ന്. ഞങ്ങൾക്ക് അയാളെ ഞങ്ങളിൽ ഒരാളായി അംഗീകരിക്കാൻ പറ്റില്ല. ഞങ്ങൾ അയാളുടെ മൃതദേഹം നിരസിക്കുന്നു. അങ്ങയ്ക്ക് അതിനെ ഇഷ്ടമുള്ളത് ചെയ്യാം."

"മൗലാനമാർ എന്ത് പറയുന്നു എന്നതല്ല, അബ്ദുൾ," ഗോവർദ്ധൻ പറഞ്ഞു.

"അതാണ് അവർ പറയുന്നത് ഗോവർദ്ധൻ," അബ്ദുൾ പറഞ്ഞു. "നിങ്ങൾ എന്നോട് അല്പം മുമ്പ് പറഞ്ഞത് അയാൾക്ക് ഇസ്ലാമിക രീതിയിലുള്ള ശവമടക്ക് ലഭിക്കണമെന്നാണ്. ഇന്ത്യയിലെ ഒരു മുസ്ലിം ഖബറിസ്ഥാനിലും അയാളുടെ മൃതദേഹം സ്വീകരിക്കപ്പെടില്ലെന്ന് ഞാൻ പറയുന്നു. ഞങ്ങൾ അയാളുടെ ഖബറക്കം നടത്തില്ല. അയാൾ ഞങ്ങളിൽ ഒരാളല്ല. അയാളെ ഞങ്ങളിൽ ഒരാളായി കണക്കാക്കണം എന്ന് പറയുന്നതിലൂടെ നിങ്ങൾ ഞങ്ങളെ അപമാനിക്കുകയാണ്."

"ഞാൻ അതല്ല ചെയ്യാൻ ശ്രമിക്കുന്നത് അബ്ദുൾ," ഗോവർദ്ധൻ പറഞ്ഞു, അയാളുടെ സ്വരം നിയന്ത്രിതമായിരുന്നു. "ഇന്ത്യൻ മുസ്ലീങ്ങൾ മഖ്സൂദിന്റെ ശരീരത്തിനുള്ള എന്തെങ്കിലും ചടങ്ങുകൾ നടത്തണം എന്നല്ല ഞാൻ പറയുന്നത്. ഞാൻ പറയുന്നത് എന്റെ ആളുകൾക്ക് അത് ചെയ്യാൻ സാധിക്കും എന്നാണ്. ഞങ്ങൾ അയാളുടെ ശവമടക്കം നടത്താം. ബഹുമാനത്തോടെ. അത് സലാർ മഖ്സൂദിനെ സംബന്ധിച്ചതല്ല, നമ്മെ സംബന്ധിച്ചതാണ്. നാം എങ്ങിനെ പെരുമാറുന്നു എന്നതിനെ പറ്റിയുള്ളതാണ്."

"നമ്മൾ എങ്ങിനെയാണ് പെരുമാറുന്നത് ഗോവർദ്ധൻ?" സുഹേൽദേവ് ചോദിച്ചു.

"എന്റെ പ്രഭോ, നമ്മൾ അവരുമായി യുദ്ധം ചെയ്യുമ്പോൾ ദയവില്ലാത്തവർ ആയിരിക്കണം എന്നതിൽ ഞാൻ താങ്കളോട് യോജിക്കുന്നു. പക്ഷേ തുർക്കികളും നമ്മളും തമ്മിൽ വ്യത്യാസമുണ്ട്. നമ്മൾ രാക്ഷസന്മാരല്ല. നമ്മൾ ദൈവങ്ങളുടെ അനുയായികളാണ്. ശിവഭഗവാന്റേയും രാമഭഗവാന്റേയും. സതീദേവിയുടേയും സീതാദേവിയുടേയും. ചരിത്രം നമ്മളെ നോക്കും. ധർമ്മം നമ്മളെ നോക്കും. മരിച്ചുപോയവരോട്

ബഹുമാനം കാണിക്കുന്നതിലൂടെ നമ്മൾ നമ്മുടെ വഴിയെ ബഹുമാനിക്കുന്നു. നമ്മൾ അതിനെ വൈരാഗ്യത്തിന് കൊടുക്കരുത്."

"അത് വൈരാഗ്യമാണെന്ന് നീ ശരിക്കും കരുതുന്നുണ്ടോ?" സുഹേൽദേവ് ചോദിച്ചു. "എനിക്ക് വൈരാഗ്യം ഉള്ളതുകൊണ്ടാണ് ഇത് ചെയ്യാൻ ആഗ്രഹിക്കുന്നതെന്ന് നീ വിചാരിക്കുന്നുണ്ടോ?"

ഗോവർദ്ധൻ മൗനം പാലിച്ചു.

സുഹേൽദേവ് തോഷാനിയുടെ നേരെ തിരിഞ്ഞു. അവൾ തലയാട്ടി. അയാൾ തന്റെ സുഹൃത്തുക്കളിലേയ്ക്ക് തിരിച്ചുപോയി.

"ഞാൻ ഇത് ചെയ്യാൻ ആഗ്രഹിക്കുന്നതിന്റെ കാരണം പറയാം," സുഹേൽദേവ് പറഞ്ഞു. "തുർക്കികൾക്ക് മരണത്തിനെ ഭയമില്ല. അങ്ങിനെയാണെങ്കിൽ അവർ ലോകത്തിന്റെ ഇത്രയും ഭാഗം പിടിച്ചടക്കില്ലായിരുന്നു. നമ്മൾ അവരുടെ കടന്നുകയറ്റം നടത്തിയ മൊത്തം സൈന്യത്തിനേയും കൂട്ടക്കൊല ചെയ്തെങ്കിലും അത് അവരെ തടയില്ല. വാസ്തവത്തിൽ, അത് അവരെ നമ്മളെ കൂടുതൽ ആക്രമിക്കാൻ പ്രേരിപ്പിക്കുകയേയുള്ളൂ. രക്തസാക്ഷികളാണ് അവരുടെ മതഭ്രാന്തിന്റെ ഇന്ധനം. പക്ഷേ നമ്മൾ അവരെപ്പോലെ രാക്ഷസന്മാരാണെന്ന് അവർ കരുതിയാൽ, എന്നുവച്ചാൽ നമ്മൾ അവരുടെ മൃതദേഹങ്ങൾ കത്തിക്കുമെന്ന്, അവർ ഒന്ന് ചിന്തിക്കും."

ഗോവർദ്ധന് ബോധ്യമായില്ലെന്ന് തോന്നി. "പക്ഷേ..."

"അവർ നമ്മുടെ ക്ഷേത്രങ്ങൾ ആക്രമിക്കുകയും വിഗ്രഹങ്ങൾ നശിപ്പിക്കുകയും ചെയ്യുന്നത് എന്തിനാണെന്നാണ് നീ കരുതുന്നത്?" സുഹേൽദേവ് ചോദിച്ചു. "അവർക്ക് വിഗ്രഹങ്ങൾ പിടിച്ചെടുത്ത് നമ്മളെ പണം കൊടുക്കാൻ നിർബന്ധിതരാക്കുന്നതല്ലേ അവർക്ക് കൂടുതൽ യുക്തിപരവും വിവേകവും? അവർ അത് ചെയ്യാത്തതിന്റെ കാരണം അവർ നമ്മുടെ ആത്മവീര്യത്തിനെ നശിപ്പിക്കാൻ നമ്മുടെ വിശ്വാസങ്ങളെ ഉപയോഗിക്കുകയാണ്. നമ്മുടെ ഉത്സാഹത്തിനെ നശിപ്പിക്കാൻ. കാരണം അവർ കരുതുന്നത് ആത്മവീര്യം ഇല്ലാത്ത ജനതയെ കീഴ്പ്പെടുത്തുന്നത് എളുപ്പമാണെന്നാണ്. നമുക്ക് അതേ നാണയത്തിൽ അവർക്ക് തിരിച്ചു കൊടുക്കേണ്ടതുണ്ട്. അവരുടെ വിശ്വാസങ്ങൾ അവർക്കെതിരെ ഉപയോഗിക്കേണ്ടതുണ്ട്. അവർക്ക് മരണശേഷം സ്വർഗം ആവശ്യമാണ്. അവരുടെ ശരീരങ്ങൾ കുഴിച്ചിട്ടില്ലെങ്കിൽ സ്വർഗം കിട്ടില്ലെന്ന് അവർ വിശ്വസിക്കുന്നു. അവരുടെ വിശ്വാസം ശരിയാണോ അല്ലയോ എന്നെനിക്കറിയില്ല. പക്ഷേ എനിക്കിതറിയാം, നമ്മൾ അവരുടെ വിശ്വാസത്തിനെ അവർക്കെതിരെ ഉപയോഗിക്കുകയാണെങ്കിൽ, അവർ ഇന്ത്യയിലേയ്ക്ക് തിരിച്ചുവരാൻ ധൈര്യപ്പെടില്ല. നമ്മൾ കൊല്ലുക മാത്രമല്ല,

ശരീരങ്ങൾ കത്തിക്കുകയും ചെയ്യും എന്ന് അവർ അറിഞ്ഞാൽ, അവർ നമ്മളെ അധിനിവേശപ്പെടുത്താൻ വരില്ല."

"പക്ഷേ നമ്മൾ അതെന്തിന് ചെയ്യണം? അവർ തിരിച്ചുവന്നാലും നമുക്ക് വീണ്ടും തോൽപ്പിക്കാമല്ലോ. നമ്മൾ അവരെയെല്ലാം കൊല്ലും."

"ഇനിയൊരു യുദ്ധത്തിൽ നമ്മുടെ എത്ര സൈനികർ കൂടി കൊല്ലപ്പെടും?"

"അങ്ങ് പറയുന്നത് എനിക്ക് മനസ്സിലാകുന്നുണ്ട്," ഗോവർദ്ധൻ പറഞ്ഞു. "പക്ഷേ..."

സുഹേൽദേവ് ഗോവർദ്ധനെ തടഞ്ഞു. "ഞാൻ നിന്റെ ക്ഷത്രിയ രീതിയെ ബഹുമാനിക്കുന്നില്ലെന്ന് കരുതണ്ട. യഥാർഥ ക്ഷത്രിയന്മാർ എല്ലായിപ്പോഴും രാജ്യത്തിന് വേണ്ടി മരിക്കാൻ തയ്യാറാണെന്ന് എനിക്കറിയാം. ഞാൻ എപ്പോഴും നിങ്ങളുടെ ധൈര്യത്തിനെ ബഹുമാനിച്ചിട്ടുണ്ട്."

"അല്ലല്ല, ഞാൻ അങ്ങിനെ പറഞ്ഞില്ല. അങ്ങ് ഒരിക്കലും അങ്ങിനെ കരുതില്ലെന്ന് എനിക്കറിയാം. അങ്ങ് വ്യത്യസ്ത ഇന്ത്യൻ രീതികളെ ബഹുമാനിക്കുന്നുണ്ട്. എന്തായാലും, ധർമ്മം പറയുന്നത് നമ്മൾ യുദ്ധങ്ങൾ ജയിക്കണം, പക്ഷേ ശരിയായ രീതിയിൽ എന്നല്ലേ?"

"ധർമ്മം... ലളിതമായൊരു വാക്ക്... പക്ഷേ അതിന്റെ പിന്നിൽ ഒരുപാട് കുഴഞ്ഞുമറിഞ്ഞ തത്വചിന്തകൾ ഉണ്ട്..." സുഹേൽദേവ് കസേരയിൽ നിന്നും എഴുന്നേറ്റ് ഗോവർദ്ധന്റേയും അബ്ദുളിന്റേയും അടുത്തേയ്ക്ക് മുടന്തിനീങ്ങി, അവരുടെ സഹായം നിരസിച്ചുകൊണ്ട്. എന്നിട്ട് അവരുടെ അടുത്തിരുന്നു. "എന്താണ് ധർമ്മം? നമ്മുടെ പൂർവികർ ഈ ചോദ്യത്തിന്റെ മുകളിൽ ആയിരം വർഷമായി ഉത്കണ്ഠപ്പെട്ടിരിക്കുന്നു. നമുക്കും അതിനെപ്പറ്റി ഉത്കണ്ഠപ്പെടാം. എന്താണ് ഒരു യോദ്ധാവിന്റെ ധർമ്മം?"

ഗോവർദ്ധന്റെ ഉത്തരം പെട്ടെന്നായിരുന്നു. "പോരാടി വിജയിക്കുക. പക്ഷേ തിന്മ പ്രയോഗിക്കാതെ..."

"...അയാളുടെ ആത്മാവിൽ," സുഹേൽദേവ് പറഞ്ഞു, ഗോവർദ്ധനന്റെ വാക്കുകൾ പൂർത്തീകരിച്ചുകൊണ്ട്.

"അതെ. അയാളുടെ ആത്മാവിൽ തിന്മ പ്രയോഗിക്കാതെ. ശത്രുവിനെ തോല്പിക്കുക, പക്ഷേ ആദരവോടെ. യുദ്ധം ജയിക്കുക, യഥാർഥ യോദ്ധാവിന്റെ നിയമങ്ങൾ പാലിച്ചുകൊണ്ട്."

സുഹേൽദേവ് പുഞ്ചിരിച്ചു. "അതായിരിക്കും മാതൃകാപരം അല്ലേ? ഒരു യോദ്ധാവിന് നിയമങ്ങൾ ഭേദിക്കാതെ തിന്മ ചെയ്യാതെ യുദ്ധം ജയിക്കണമെങ്കിൽ. പക്ഷേ ജീവിതം ആ അവസരം നൽകിയില്ലെങ്കിലോ?"

ഗോവർദ്ധൻ മിണ്ടാതിരുന്നു.

"ഇത് നോക്കു, ഗോവർദ്ധൻ," സുഹേൽദേവ് പറഞ്ഞു. "ജീവിതം ഒരു യോദ്ധാവിനെ പാതയിലെ ഒരു മുള്ളിൽ കൊണ്ടുപോയി, അവിടെ അയാൾക്ക് രണ്ട് തിരഞ്ഞെടുപ്പുകൾ മാത്രമേയുള്ളൂ. ഒരു പാതയിൽ അയാൾക്ക് തന്റെ ആദരവ് സൂക്ഷിച്ച് സ്വന്തം ആത്മാവിനെ തിന്മ ചെയ്യാതെ സംരക്ഷിക്കാം. അയാൾക്ക് അങ്ങിനെ ശത്രുവിനെ തിരിച്ചുവരാൻ അനുവദിക്കാം. സംരക്ഷണത്തിനായി ആശ്രയിക്കുന്ന യോദ്ധാവ് ആയിരക്കണക്കിന് നിഷ്കളങ്കരായ പൗരന്മാരുടെ മരണത്തിലേയ്ക്ക് നയിക്കുന്ന ഒന്ന്. എന്തായാലും, മറ്റേ പാതയിൽ, യോദ്ധാവ് സ്വന്തം ആത്മാവിൽ തിന്മ എടുക്കുന്നു. കർമ്മത്തിന്റെ നിയമങ്ങൾ അനുസരിച്ച്, അയാളെ ശിക്ഷിക്കപ്പെടുമെന്ന് അയാൾക്കറിയാമെങ്കിലും. ഈ ജന്മത്തിൽ അല്ലെങ്കിൽ അടുത്തതിൽ. പക്ഷേ ആ തിന്മ ചെയ്യുന്നതിലൂടെ, യോദ്ധാവ് ശത്രുക്കൾ ഒരിക്കലും തിരിച്ച് വരില്ലെന്നും അയാളുടെ ആളുകൾ മരിക്കില്ലെന്നും ഉറപ്പാക്കുന്നു. ധർമ്മം പറയുന്നതെന്താണ്? യോദ്ധാവ് എന്താണ് ചെയ്യേണ്ടത്?"

ഗോവർദ്ധൻ മൗനം പാലിച്ചു.

"പരശുരാമൻ പറഞ്ഞത് എന്താണെന്ന് ഓർക്കുന്നുണ്ടോ?"

ഗോവർദ്ധൻ തലയാട്ടി. അയാൾക്കറിയാം. എല്ലാ യോദ്ധാക്കൾക്കും അറിയാം.

പരശുരാമൻ പറഞ്ഞു യഥാർഥ യോദ്ധാവ് സ്വന്തം ആത്മാവിനേക്കാൾ രാജ്യത്തിനെ സ്നേഹിക്കുന്നു എന്ന്. അയാളുടെ ആത്മാവിൽ തിന്മ ചെയ്യുകയാണെങ്കിൽ, മോക്ഷത്തിനായുള്ള അവസരം നഷ്ടപ്പെടുത്തിക്കൊണ്ട്, അയാളെ ആശ്രയിച്ചിരിക്കുന്ന ആളുകളെ സംരക്ഷിച്ചുകൊണ്ട്, അയാളത് ചെയ്യണം എന്നാണ്. മടി കൂടാതെ."

ഗോവർദ്ധനും അബ്ദുളും തൊഷാനിയും നിശ്ശബ്ദത പാലിച്ചു.

സുഹേൽദേവ് ഒന്ന് നിർത്തി, എന്നിട്ട് വ്യക്തമായി പറഞ്ഞു. "മഖ്സൂദിന്റെ മൃതദേഹം കത്തും."

സുഹേൽദേവ് ഉണർന്ന് തമ്പിന് പുറത്തേയ്ക്ക് പോയി കുതിരാലയത്തിലൂടെ നടക്കുമ്പോൾ നേരം പുലരുന്നതേ ഉണ്ടായിരുന്നുള്ളൂ. അയാളുടെ അംഗരക്ഷകർ പെട്ടെന്ന് പിന്നാലെ ചെന്നു, ആരും ഒന്നും മിണ്ടിയില്ല.

സലാർ മഖ്സൂദിന്റെ വധശിക്ഷ കഴിഞ്ഞ് നാല് ദിവസങ്ങൾ ആയിരുന്നു. സുഹേൽദേവ് ആജ്ഞാപിച്ചത് പോലെ, മഖ്സൂദിന്റെ ശരീരം

കത്തിച്ചു. പക്ഷേ അയാളുടെ തല പ്രത്യേക രാസവസ്തുക്കൾ ഉപയോഗിച്ച് സൂക്ഷിച്ചിരുന്നു. സുഹേൽദേവിന് ഘസ്നിയിലേയ്ക്ക് ഒരു സന്ദേശം അയയ്ക്കാനുണ്ടായിരുന്നു.

ശ്രാവസ്തിയുടെ രാജാവ് സൈന്യത്താവളത്തിലെ കുതിരപ്പന്തിയിൽ എത്തിയപ്പോൾ, അവിടത്തെ പയ്യൻ എഴുന്നേറ്റുനിന്നു, കണ്ണുകളിൽ നിന്നും ഉറക്കത്തിനെ തുടച്ചുകൊണ്ട്. ഒന്നും പറയാതെ സുഹേൽദേവ് കുതിരയിൽ ജീനി കെട്ടാൻ അവനെ സഹായിച്ചു. എന്നിട്ട്, രാജാവ് കുതിരപ്പുറത്ത് കയറി ഓടിച്ചു പോയി, അംഗരക്ഷകർ പിന്നാലെയും.

താവളം യുദ്ധഭൂമിയിൽ നിന്നും അകലേയ്ക്ക് മാറ്റിയിരുന്നു, പക്ഷേ സുഹേൽദേവ് കാര്യമാക്കിയില്ല. ആ സമയത്ത്, അയാളുടെ തിരക്കുപിടിച്ച ദിവസത്തിൽ അപൂർവമായി മാത്രം ലഭിക്കുന്ന ഉന്മേഷകരമായ കാറ്റും സമാധാനാന്തരീക്ഷവും ഉണ്ടായിരുന്നു.

അയാൾ എത്തേണ്ടിടത്ത് എത്തിയപ്പോൾ, കടിഞ്ഞാൺ വലിച്ച് കുതിരയെ നിർത്തി. താഴെയിറങ്ങി അയാൾ കടിഞ്ഞാൺ ഒരു അംഗരക്ഷകനെ ഏൽപ്പിച്ചു.

കുറച്ച് ദൂരം നടന്ന് തന്റെ സുഹൃത്ത് അസ്‌ലാനിന്റെ, സലാർ മസൂദിന്റെ, ഖബറിന്റെ അടുത്തെത്തി.

അയാൾ ജീവിച്ചിരുന്നപ്പോൾ അസ്‌ലാന് തടാകത്തിനരികിലുള്ള ആ ഇടം ഇഷ്ടമായിരുന്നു, അവിടെ തിരിച്ചെത്തി ഒരു സൂഫി കേന്ദ്രം സ്ഥാപിക്കാൻ സാധിക്കുമെന്ന് ആഗ്രഹിച്ചിരുന്നു. സുഹേൽദേവിന് അത് ഓർമ്മയുണ്ടായിരുന്നു. അസ്‌ലാനിന്റെ ശരീരം യുദ്ധഭൂമിയിൽ നിന്നും കണ്ടെത്തി ഇസ്ലാമിക ശവസംസ്കാര ചടങ്ങുകൾ അനുസരിച്ച് തടാകത്തിനരികിലെ അയാളുടെ ഇഷ്ടപ്പെട്ട സ്ഥലത്ത് അടക്കം ചെയ്യണമെന്നും അയാൾ ആജ്ഞാപിച്ചിരുന്നു.

എല്ലാ ദിവസവും രാവിലെ കുഴിമാടത്തിലെത്തി കുറച്ചുനേരം അസ്‌ലാനുമായി സംസാരിച്ചിരിക്കാൻ തുടങ്ങിയിരുന്നു, അയാൾ ഇപ്പോഴും ഉണ്ടെന്നത് പോലെ.

“ഞാൻ നാളെ തിരിച്ചുപോകും, സുഹൃത്തേ,”

സുഹേൽദേവ് അസ്‌ലാനിന്റെ കുഴിമാടത്തിനോട് സൗമ്യമായി പറഞ്ഞു. “എനിക്ക് വേണ്ടി, എന്റെ മാതൃരാജ്യത്തിന് വേണ്ടി, നമ്മുടെ മാതൃരാജ്യത്തിന് വേണ്ടി ചെയ്തതിനെല്ലാം നന്ദി.” കാറ്റ് പതുക്കെ വീശി, വിതുമ്പുന്നത് പോലെ. സുഹേൽദേവ് പതുക്കെ കുഴിമാടത്തിൽ തൊട്ടു. “വിശ്രമിക്കൂ, എന്റെ സുഹൃത്തേ. നീ അത് നേടി. ഞങ്ങളാരും നിന്നെ മറക്കില്ല. അള്ളാഹുവും ശിവഭഗവാനും നിന്നെ അനുഗ്രഹിക്കുന്നത് തുടരട്ടെ.”

അയാൾ തടാകത്തിലേയ്ക്ക് നോക്കി. അസ്ലാൻ സ്നേഹിച്ചിരുന്ന ദൃശ്യത്തിലേയ്ക്ക്. എന്നിട്ട് അംഗരക്ഷകർ പൂക്കളുമായി വരുന്ന ഒരു സംഘം സ്ത്രീകളെ തടയുന്നത് കണ്ടു.

"എന്താണ്?" സുഹേൽദേവ് ചോദിച്ചു.

"ഞങ്ങൾ അസ്ലാൻ ബാബയുടെ ഖബറിൽ പ്രാർഥിക്കാൻ വന്നതാണ്," ഒരു സ്ത്രീ പറഞ്ഞു. അവൾ പരമ്പരാഗത ഹിന്ദു ബിന്ദി നെറ്റിയിൽ അണിഞ്ഞിരുന്നു. അവളക്കരികിൽ ഉണ്ടായിരുന്ന മറ്റൊരു സ്ത്രീ മുസ്ലീമിന്റെ അബായ ധരിച്ചിരുന്നു. "ഇത്തരം ഒരു വിശുദ്ധസ്ഥലത്ത് പ്രാർഥിക്കുന്നത് ഉറപ്പായും കേൾക്കപ്പെടും."

ബാബ എന്നാൽ സന്ന്യാസിയ്ക്ക് പ്രാദേശികമായി ഉപയോഗിക്കുന്ന വാക്കായിരുന്നു. ആ സ്ഥലവാസികൾ അസ്ലാൻ, അല്ലെങ്കിൽ സലാർ മസൂദ്, ഇന്ത്യയെ പ്രതിരോധിക്കുന്നതിൽ ചെയ്ത പങ്കിനെപ്പറ്റി കേട്ടിരുന്നു. അവർ അയാളെ ആദരിക്കാൻ എത്തിയതായിരുന്നു. പൂജിക്കാനും. മഹാന്മാരായ ആളുകൾ ദൈവത്തിനെ അവരവരുടെ ഉള്ളിൽത്തന്നെ കണ്ടെത്തിയവരാണ്.

"എന്ത് അസംബന്ധമായ അന്ധവിശ്വാസമാണ്," ഒരു അംഗരക്ഷകൻ പറഞ്ഞു. സുഹേൽദേവ് നോക്കിയപ്പോൾ അയാൾ പെട്ടെന്ന് ക്ഷമ ചോദിക്കുന്നത് പോലെ നിർത്തി.

"എല്ലാ അർഥത്തിലും....അത് നിങ്ങൾക്ക് സമാധാനം നൽകുമെങ്കിൽ, പോയി പ്രാർഥിക്കൂ," സുഹേൽദേവ് പറഞ്ഞു, സലാർ മസൂദിന്റെ ഖബറിലേയ്ക്ക് തിരിഞ്ഞുനോക്കിക്കൊണ്ട്.

"ഈ സ്ഥലം ശിവഭഗവാനും അള്ളാഹുവും അനുഗ്രഹിച്ചിട്ടുള്ളതായത് കൊണ്ട്."

അയാൾ അംഗരക്ഷകരോട് തന്നെ പിന്തുടരാൻ ആംഗ്യം കാണിച്ച് കുതിരപ്പുറത്തേറി ഓടിച്ചുപോയി.

ബഹ്റൈച്ചിലെ യുദ്ധം കഴിഞ്ഞ് ഒരു വർഷം കടന്നുപോയിരുന്നു.

തുർക്കികൾ നശിപ്പിച്ച ഒരുപാട് സ്ഥലങ്ങളുടെ പുനർനിർമ്മാണം ആരംഭിച്ചിരുന്നു. അതിലൊന്നായിരുന്നു ഗുജറാത്ത് തീരത്തുള്ള സോംനാഥ് ക്ഷേത്രം.

സുഹേൽദേവും സംഘവും, തുർക്കി ശല്യത്തിനെ അവസാനിപ്പിച്ചതിന്റെ ഉത്തരവാദികൾ, ദൈവങ്ങളുടെ ദൈവമായ മഹാദേവന്

ക്ഷേത്രം സമർപ്പിക്കുന്നതിനായി പ്രത്യേക അതിഥികളായി ക്ഷണിക്കപ്പെട്ടിരുന്നു.

അതിഗംഭീരമായ ശിവലിംഗം തിളങ്ങി, മുകളിൽ വീഴുന്ന സൂര്യകിരണങ്ങളെ പ്രതിഫലിപ്പിച്ചുകൊണ്ട്. സോംനാഥ് ക്ഷേത്രം പുനർനിർമ്മിക്കുമ്പോൾ അത് താൽക്കാലിക ക്ഷേത്രത്തിൽ പ്രതിഷ്ഠിച്ചിരുന്നു. പക്ഷേ ഇന്ന്, അത് പ്രധാന ക്ഷേത്രത്തിൽ അതിന്റെ ശരിയായ സ്ഥാനത്തെത്തും.

സുഹേൽദേവ് വിഗ്രഹത്തിന്റെ മുന്നിൽ വണങ്ങി. "ഇത് രാജേന്ദ്ര ചോള ചക്രവർത്തിയുടെ ശരിക്കും മനോഹരമായ സമ്മാനമാണ്," അയാൾ നരസിംഹനോട് പറഞ്ഞു. "യഥാർഥ ശിവലിംഗത്തിന് മതിപ്പുള്ള പുനഃസ്ഥാപനം."

നരസിംഹൻ ഗൂഢമായി പുഞ്ചിരിച്ചു. "അതെ...പക്ഷേ യഥാർഥമായതിന്റെ ഒരു ഭാഗം ഇന്ന് തിരിച്ചു വരുകയും ചെയ്യും എന്നറിയുക."

സുഹേൽദേവ് അയാളെ അത്ഭുതത്തോടെ നോക്കി. "എന്നുവച്ചാൽ... പക്ഷേ അത് മഹ്മൂദ്..."

നരസിംഹൻ പുഞ്ചിരിക്കുന്നത് തുടർന്നു, സുഹേൽദേവിന്റെ ആശ്ചര്യം ആസ്വദിച്ചുകൊണ്ട്. "അതൊരു വലിയ കഥയാണ്, പ്രഭോ. പക്ഷേ മഹ്മൂദ് സ്വാഭാവികമായി മരിച്ചതല്ല. നമ്മുടെ പ്രതികാരം അവിടെയും ഉണ്ടായിരുന്നു."

"പക്ഷേ എങ്ങിനെ?"

"പറയാം...ഒരുപക്ഷേ, ഒരു ദിവസം, ഏതെങ്കിലും എഴുത്തുകാരൻ ഈ കഥ എഴുതുമായിരിക്കും. മറ്റൊരു പുസ്തകത്തിൽ. ഇപ്പോൾ, നമുക്ക് ചടങ്ങുകൾ പൂർത്തിയാക്കാം."

സുഹേൽദേവ് നരസിംഹനെ തുറിച്ചുനോക്കുന്നത് തുടർന്നു, ആകാംക്ഷയിൽ നിന്നും പുറത്തുകടന്ന്. "എന്റെ സുഹൃത്തേ, ചടങ്ങ് പൂർത്തിയായ ഉടൻ തന്നെ, താങ്കൾ ആ മുഴുവൻ കഥയും പറയണം."

നരസിംഹൻ തല താഴ്ത്തി. "അങ്ങ് പറയുന്നത് പോലെ, മഹാനായ ആര്യാ."

സുഹേൽദേവ് ചിരിയോടെ നരസിംഹന്റെ കൈയ്യിൽ സൗഹാർദ്ദപരമായി പിടിച്ചു. എന്നിട്ട് അവിടെ കൂടിയിരുന്ന വലിയ ആൾക്കൂട്ടത്തിന് നേരെ തിരിഞ്ഞു.

മുമ്പിൽത്തന്നെ തൊഷാനിയും അയാളുടേ സുഹൃത്തുക്കളും ഉണ്ടായിരുന്നു, ഗോവർദ്ധൻ, അബ്ദുൾ, സംഘമണി. അയാളുടെ അമ്മയും സന്നിഹിതയായിരുന്നു. ശ്രാവസ്തിയുടെ സഖ്യത്തിലെ അംഗങ്ങളെന്ന നിലയിൽ ചന്ദേലയിലെ സേനാധിപതി സൂര്യവീരൻ, കരൺ രാജാവ്,

പിന്നെ ധീരമായി തുർക്കികളുമായി പോരാടിയ മറ്റൊരുപാടുപേരും ഉണ്ടായിരുന്നു. പിന്നെ ഇന്ത്യയിലെമ്പാടുനിന്നുമുള്ളവരും.

ഒരു പ്രസംഗം വരാൻ പോകുകയാണെന്ന് അവർക്കറിയാമായിരുന്നു. അതിന് സമയമായി. സദസ്സ് അവർ കണ്ട നായകന്റെ പേര് മന്ത്രിക്കാൻ തുടങ്ങി.

"സുഹേൽദേവ്!"

"സുഹേൽദേവ്!"

"സുഹേൽദേവ്!"

"സുഹേൽദേവ്!"

"ഈ ക്ഷേത്രത്തിന്റെ പുനർനിർമ്മാണം" സുഹേൽദേവ് പറഞ്ഞു, നിശ്ശബ്ദരായിരിക്കാൻ കൈ ഉയർത്തിക്കാണിച്ചുകൊണ്ട്, "കെട്ടിടത്തിന്റെ പുനർനിർമ്മാണം മാത്രമല്ല."

സദസ്സ് അയാളെ നിശ്ശബ്ദതയോടെ കേട്ടു.

"ഈ സ്ഥാനത്തിലേയ്ക്ക് തിരിച്ചു വരുന്നത് മഹാദേവഭഗവാൻ മാത്രമല്ല. ഒരിക്കലും പോയിട്ടില്ലാത്ത മഹാദേവൻ എങ്ങിനെയാണ് തിരിച്ചുവരുന്നത്?"

ആൾക്കൂട്ടത്തിന് ആശയക്കുഴപ്പം ആയെന്ന് തോന്നി.

സുഹേൽദേവ് വ്യക്തമാക്കി. "പ്രപഞ്ചത്തിലെ ഓരോ സുഷിരത്തിലും ശിവൻ ഉണ്ട്. നിങ്ങളും ഞാനും മാത്രമല്ല, പുഴകളിലേയും സമുദ്രങ്ങളിലേയും ഓരോ തുള്ളിയിലും, എല്ലാ വസ്തുക്കളുടേയും ഓരോ അണുവിലും, ആകാശത്തിലെ ഓരോ നക്ഷത്രത്തിലും, ശിവൻ ഉണ്ട്. ഇവിടെ നശിപ്പിക്കപ്പെട്ട ക്ഷേത്രത്തിലും ശിവൻ ഉണ്ടായിരുന്നു."

ഇന്ത്യക്കാർ നിശ്ശബ്ദരായി കേട്ടു. "ഹരഹരമഹാദേവാ" എന്ന ഒരു വിളി ഉണ്ടായി. നമ്മളെല്ലാവരും മഹാദേവന്മാരാണ്. മഹാദേവനാണ് എല്ലാം.

ഏതാണ്ട് നൈസർഗികമായി അവിടെയുള്ള എല്ലാവരും ആവർത്തിച്ചു. "ഹരഹരമഹാദേവാ!"

"പിന്നെ ഈ ക്ഷേത്രം പുനർനിർമ്മിക്കുന്നതിന്റെ കാര്യം എന്താണ്?" സുഹേൽദേവ് ചോദിച്ചു.

ശ്രാവസ്തിയുടെ രാജാവ് ചുറ്റും നോക്കി. മറുപടി ഉണ്ടായില്ല. അവരെല്ലാവരും സുഹേൽദേവ് ഉത്തരം പറയാൻ കാത്തിരിക്കുകയായിരുന്നു.

സുഹേൽദേവ് ശബ്ദം ഉയർത്തി പറഞ്ഞു, "സോംനാഥ്ജി ക്ഷേത്രത്തിന്റെ പുനർനിർമ്മാണം ഒരു പ്രസ്താവനയാണ്! ലോകത്തിനായുള്ള പ്രസ്താവന! നമ്മുടെ ഒരുപാട് പ്രാചീന സംസ്കാരങ്ങൾ ഇല്ലാതായി. റോമിലെ ആരും റോമൻ ദൈവങ്ങളിൽ ഇപ്പോൾ വിശ്വസിക്കുന്നില്ല.

ഗ്രീസിലെ ആരും ഗ്രീക്ക് ക്ഷേത്രങ്ങളിൽ പ്രാർഥിക്കുന്നില്ല. പ്രാചീന ഈജിപ്ഷ്യൻ സംസ്കാരത്തിനെ ഈജിപ്റ്റുകാർ തന്നെ മറന്നു. മെഡിറ്ററേനിയൻ കടലിന് ചുറ്റുമുള്ള എല്ലാ അജ്ഞേയവിദ്യാലയങ്ങളും ഉപേക്ഷിക്കപ്പെട്ടിരിക്കുന്നു. ലോകത്തെങ്ങും, നമുക്കൊപ്പം നാഗരികതയിലേയ്ക്കുള്ള പാതയിലുണ്ടായിരുന്നവരിൽ ഒരുപാട് പേർ അവരുടെ യാത്രകൾ അവസാനിപ്പിച്ചിരിക്കുന്നു. അവർ മരിച്ചു!" തന്റെ പിന്നിലുള്ള ക്ഷേത്രത്തിലേയ്ക്ക് ചൂണ്ടി സുഹേൽദേവ് ഗർജ്ജിച്ചു," പക്ഷേ, ശിവഭഗവാൻ നമ്മുടെ സാക്ഷിയാണ്, നമ്മുടെ ഇന്ത്യൻ സംസ്കാരം മരിക്കില്ല!"

ആൾക്കൂട്ടം ഒരുമിച്ച് ഗർജ്ജിച്ചു. അവരുടെ ആത്മാവിന്റെ ആഴങ്ങളിൽ നിന്നും. അഭിമാനത്തിന്റെ വിളി.

"ആ സംസ്കാരങ്ങൾ വിദേശികളുടെ അധിനിവേശം കൊണ്ട് മരിച്ചതല്ല. സംസ്കാരങ്ങളെ കാടന്മാർ ആക്രമിക്കാത്ത കാലമുണ്ടായിട്ടുണ്ടോ? അവ മരിച്ചത് സംസ്കാരസമ്പന്നർ അവരുടെ സംസ്കാരങ്ങളെപ്പറ്റി കരുതുന്നത് നിർത്തിയതുകൊണ്ടാണ്. പക്ഷേ ശിവഭഗവാൻ നമ്മുടെ സാക്ഷി ആയതുകൊണ്ട്, ഇന്ത്യക്കാർ കരുതൽ നിർത്തുകയില്ല!"

ആൾക്കൂട്ടം ആഹ്ലാദത്തോടെ സുഹേൽദേവിന്റെ പേര് വിളിക്കാൻ തുടങ്ങി. അവർ ഭാരതമാതാവിനെ അഭിവാദനം ചെയ്യാൻ തുടങ്ങി. സുഹേൽദേവ് കൈ ഉയർത്തി അവരെ നിശ്ശബ്ദരായിരിക്കാൻ ആവശ്യപ്പെട്ടു.

"ഒരു നാട് മരിക്കുന്നത് അതിനെ വെറുക്കുന്നവർ ഉള്ളതുകൊണ്ടല്ല. ലോകത്ത് വെറുപ്പ് ഇല്ലാതിരുന്ന ഒരു കാലം ഉണ്ടായിട്ടുണ്ടോ? ഒരു മാതൃരാജ്യം മരിക്കുന്നത് അവളുടെ സ്വന്തം മക്കൾ അതിനെ സ്നേഹിക്കുന്നത് നിർത്തുമ്പോഴാണ്! ഒരു രാജ്യം നിർമ്മിക്കപ്പെടുന്നത് അതിനെ വെറുക്കുന്നവരെക്കൊണ്ടല്ല, അതിനെ സ്നേഹിക്കുന്നവർ തോളോടുതോൾ ചേർന്നുനിന്നുകൊണ്ടാണ്!" സുഹേൽദേവ് മുഷ്ടി ചുരുട്ടി കൈ ഉയർത്തി. ശിവഭഗവാൻ നമ്മുടെ സാക്ഷി ആയതുകൊണ്ട്, നമ്മൾ ഇന്ത്യാക്കാർ ഒരിക്കലും നമ്മുടെ നാടിനെ സ്നേഹിക്കുന്നത് അവസാനിപ്പിക്കില്ല."

ചുറ്റുമുള്ള എല്ലാവരും കൈകൾ ഉയർത്തി, മുഷ്ടികൾ മുറുകെപ്പിടിച്ചു, ശരീരങ്ങൾ അഭിമാനം കൊണ്ട് മതിമറന്നു, അവരുടെ ആത്മാക്കൾ നിശ്ചയദാർഢ്യം കൊണ്ട് നിറഞ്ഞു.

ഒരു കാര്യം കൂടിയേ പറയാൻ ബാക്കിയുണ്ടായിരുന്നുള്ളൂ.

"ജയ് മാ ഭാരതി!"

"ജയ് മാ ഭാരതി!"

"ജയ് മാ ഭാരതി!"

"ജയ് മാ ഭാരതി!"

"ജയ് മാ ഭാരതി!"

സുഹേൽദേവ് നിശ്ശബ്ദരായിരിക്കാൻ കൈ ഉയർത്തി. എല്ലാവരും അനുസരിച്ചു.

എല്ലാവർക്കും ഭഗവാനെ തൊടുന്നതിന്റെ ബഹുമതി ഉണ്ടായിരിക്കും. മഹാദേവന്റെ ക്ഷേത്രത്തിനകത്ത് ശരിയായ സ്ഥാനത്ത് തിരിച്ചുകൊണ്ടുവരുന്നതിന്റെ. അദ്ദേഹത്തിന്റെ വിഗ്രഹം ചുമന്നതിന്റെ. ഇവിടെയുള്ള എല്ലാവരും, എല്ലാവരും."

അത് മതനിഷ്ഠമല്ലായിരുന്നു. പക്ഷേ ആരും മഹാനായ സുഹേൽദേവിനെ ചോദ്യം ചെയ്യാൻ ധൈര്യം കാണിച്ചില്ല.

"തുടങ്ങാം!"

സുഹേൽദേവിന്റെ ആംഗ്യത്തിൽ, തൊഷാനി മുന്നോട്ട് വന്നു. ഗോവർദ്ധനും. അബ്ദുൾ ഒരു കണ്ണിൽ കെട്ടുമായി വന്നു, മുന്നോട്ട് വന്നു. പിന്നാലെ സംഘമണി, ചോള സേനാധിപതിയായ നരസിംഹൻ, ചന്ദേല സേനാധിപതി സൂര്യസേനൻ, പിന്നെ കരൺ രാജാവ് എന്നിവരും മുന്നോട്ടുവന്നു. ഒരോരുത്തരായി, സുഹേൽദേവന്റെ നിരവധി സഖ്യങ്ങളും മുതിർന്ന ഉദ്യോഗസ്ഥരും വന്നു. അവർ ഒരുമിച്ച് കുനിഞ്ഞ് ശിവലിംഗം വച്ചിരിക്കുന്ന പീഠത്തിൽ പിടിച്ചു, പിടിമുറുക്കി.

"ഹരഹരമഹാദേവാ!" സുഹേൽദേവ് പറഞ്ഞു.

"ഹരഹരമഹാദേവാ!" എല്ലാവരിൽ നിന്നുമുള്ള മറുപടി അതായിരുന്നു.

അവർ എല്ലാവരും നിവർന്നു, പീഠത്തിനെ തോളിൽ ഏറ്റിക്കൊണ്ട്.

അവർ ശിവലിംഗത്തിനെ ക്ഷേത്രത്തിനു നേരെ അല്പം ചുമന്നപ്പോൾ ആൾക്കൂട്ടം അലറുന്നത് തുടർന്നു.

"ഹരഹരമഹാദേവാ!"

"ജയ് മാ ഭാരതി!"

ആരവം ക്ഷേത്രത്തിന് ചുറ്റും പ്രതിധ്വനിച്ചു, കടലിന്റെ ഇരമ്പത്തിനൊപ്പം അലയടിച്ചുകൊണ്ട്. ഓരോരുത്തരായി, എല്ലാവർക്കും പീഠം ചുമക്കാനുള്ള അവസരം ലഭിച്ചു. മഹാദേവ ഭഗവാനെ ചുമന്ന് പുതിയ വീട്ടിലേയ്ക്ക് എത്തിക്കുവാനായി. പുനർനിർമ്മിച്ച സോംനാഥ് ക്ഷേത്രത്തിന്റെ ഗർഭഗൃഹത്തിൽ എത്തിക്കാനായി.

വീണ്ടും വീണ്ടും ഉയരുന്ന ആരവങ്ങൾ കേട്ട് സുഹേൽദേവിന് രോമാഞ്ചമുണ്ടായി. അത് ഉച്ചസ്ഥായിയിൽ എത്തിയപ്പോൾ തീരത്തടിയ്ക്കുന്ന തിരമാലകളുടെ ശബ്ദങ്ങൾ വരെയെത്തി.

പിന്നിൽ, ക്ഷേത്രത്തിന്റെ പടിവാതിൽക്കൽ, ഒരു വൃദ്ധൻ, വർഷങ്ങൾക്ക് മുമ്പ് ഘസ്നിയിലെ മഹ്മൂദ് സോംനാഥ് ക്ഷേത്രത്തിൽ ചെയ്ത സംഹാരം കണ്ടിട്ടുള്ളയാൾ, തന്റെ ഇളയ പേരക്കുട്ടിയെ നോക്കി. "ശ്രാവസ്തിയുടെ രാജാവിനെപ്പോലെ മക്കൾ ഉള്ളപ്പോൾ ഒരു കടന്നു

കയറ്റക്കാരനും നമ്മുടെ രാജ്യത്തിലേയ്ക്ക് നോക്കാനുള്ള ധൈര്യം ഉണ്ടാവില്ല. സുഹേൽദേവിൽ നിന്നും പഠിക്കുക, എന്റെ കുഞ്ഞേ, അയാളിൽ നിന്നും പഠിക്കുക."

ഘസ്നാവിദ് തുർക്കികൾ തീർച്ചയായും അവരുടെ പാഠം പഠിച്ചു. ഇന്ത്യയിലെ അവരുടെ മൊത്തം സൈന്യവും കൂട്ടക്കൊല ചെയ്യപ്പെട്ടതുകൊണ്ട്. അവസാനത്തെയാൾ വരെ. ദശാബ്ദങ്ങളോളം അവർക്ക് തിരിച്ചുകയറാൻ പ്രയാസമാകുന്ന ഒരു നഷ്ടമായിരുന്നു അത്. സലാർ മഖ്സൂദിന്റെ മൃതശരീരം, ഓരോ തുർക്കി സൈനികന്റേതിനും ഒപ്പം, കത്തിച്ചിരുന്നു. മഖ്സൂദിന്റെ ശരീരത്തിന്റെ ചാരം ഒരു കലശത്തിലാക്കി ഘസ്നിയിലേയ്ക്ക് അയയ്ക്കപ്പെട്ടു. അതിനൊപ്പം ഒരു സന്ദേശവും ഉണ്ടായിരുന്നു. സലാർ മഖ്സൂദിന്റെ തലയിലെ നെറ്റിയിൽ കൊത്തിവച്ച ഒരു സന്ദേശം.

സന്ദേശം ലളിതമായിരുന്നു.

ഇന്ത്യയിലേയ്ക്ക് ഭക്തരായി വരുക, ഞങ്ങളുടെ മാതൃരാജ്യം നിങ്ങൾക്കായി ഹൃദയം തുടിക്കും. കടന്നുകയറ്റക്കാരായി വരാൻ ധൈര്യം കാണിക്കുക, ഞങ്ങൾ നിങ്ങളിൽ ഓരോരുത്തരേയും കത്തിക്കും.

തുർക്കികൾ പാഠം നന്നായി പഠിച്ചു. അടുത്ത നൂറ്റമ്പത് വർഷത്തേയ്ക്ക് ഇന്ത്യയിലേയ്ക്ക് കടന്നുകയറാനുള്ള ശ്രമം ഉണ്ടായില്ല.

സുഹേൽദേവിൽ നിന്നും പഠിക്കുക, എന്റെ കുഞ്ഞേ, അയാളിൽ നിന്നും പഠിക്കുക. ജയ് സുഹേൽദേവ്!"

ചെറിയ കുട്ടി അവളുടെ മുത്തച്ഛനെ നോക്കി. പിന്നെ സുഹേൽദേവിനേയും. വളരുമ്പോൾ ആരാകണമെന്ന് അവൾക്കറിയാമായിരുന്നു. അവൾക്ക് ഒരു യോദ്ധാവ് ആവണമായിരുന്നു. ഇന്ത്യയ്ക്കായുള്ള ഒരു യോദ്ധാവ്.

അവൾ ബഹുമാനത്തോടെ കൈകൾ കൂപ്പി ദൂരെ നിന്നും ശ്രാവസ്തിയുടെ രാജാവിനെ തല താഴ്ത്തി വണങ്ങി. മുത്തച്ഛന്റെ ഉച്ചത്തിലുള്ള ശബ്ദം ആവർത്തിച്ചുകൊണ്ട്. "ജയ് സുഹേൽദേവ്!"

ഓം നമഃ ശിവായ
പ്രപഞ്ചം ശിവഭഗവാനെ വണങ്ങുന്നു.
ഞാൻ ശിവഭഗവാനെ വണങ്ങുന്നു.

അമീഷിന്റെ മറ്റു പുസ്തകങ്ങൾ

ശിവത്രയം

ഇന്ത്യൻ പ്രസാധന ചരിത്രത്തിൽ ഏറ്റവും വേഗം വിൽക്കപ്പെടുന്ന പുസ്തക പരമ്പര

മെലൂഹയിലെ ചിരഞ്ജീവികൾ
(ശിവത്രയത്തിന്റെ ആദ്യഭാഗം)

ബി.സി.ഇ 1900. ജീവിച്ചിരുന്നിട്ടുള്ളവരിൽ ഏറ്റവും വലിയ ചക്രവർത്തിമാരിലൊരാളായ ശ്രീരാമദേവൻ നൂറ്റാണ്ടുകൾക്കുമുമ്പു സൃഷ്ടിച്ചതാണ് മെലൂഹാരാജ്യമെന്ന് അക്കാലത്ത് അവിടെ അധിവസിച്ചവർ തിരിച്ചറിയുന്നു. ഇപ്പോൾ, അവരുടെ പ്രധാന നദിയായ സരസ്വതി വരണ്ടുകൊണ്ടിരിക്കുയാണ്. കിഴക്കുമേഖലയിലുള്ള ശത്രുക്കളിൽ നിന്നുള്ള ഭീകരാക്രമണഭീഷണിയുമുണ്ട്. അവരുടെ ഇതിഹാസവീരനായകൻ തിന്മയെ നശിപ്പിക്കാൻ വേണ്ടി പ്രത്യക്ഷപ്പെടുമോ?

നാഗന്മാരുടെ രഹസ്യം
(ശിവത്രയത്തിന്റെ രണ്ടാം ഭാഗം)

ദുഷ്ടരൂപിയായ നാഗയോദ്ധാവ് ബൃഹസ്പതിയെ വധിച്ചുകഴിഞ്ഞു. ഇനി അയാൾ സതിയെ വേട്ടയാടിക്കൊണ്ടിരിക്കയാണ്. ദുഷ്ടസംഹാരകനെന്നു പ്രവചിക്കപ്പെട്ടിട്ടുള്ള ശിവന് തന്റെ പൈശാചിക പ്രതിയോഗിയെ കണ്ടുപിടിക്കുംവരെ വിശ്രമമില്ല. ശിവത്രയത്തിന്റെ രണ്ടാം ഭാഗമായ ഈ പുസ്തകത്തിൽ, ഘോരയുദ്ധങ്ങൾ നടക്കുകയും അവിശ്വസനീയ രഹസ്യങ്ങൾ വെളിപ്പെടുകയും ചെയ്യാൻ പോവുകയാണ്.

വായുപുത്രന്മാരുടെ ശപഥം
(ശിവത്രയത്തിന്റെ മൂന്നാം ഭാഗം)

ശിവൻ തന്റെ ശക്തി സമാഹരിച്ചുകൊണ്ടിരിക്കയാണ്. ശിവൻ നാഗരാജ്യത്തിന്റെ തലസ്ഥാനമായ പഞ്ചവടിയിലെത്തുന്നു. അവസാനം, തിന്മ പുറത്തുവരുന്നു. തന്റെ യഥാർത്ഥ ശത്രുവിനെതിരേ ഒരു വിശുദ്ധയുദ്ധത്തിനു തയ്യാറെടുക്കുന്ന നീലകണ്ഠൻ. അതിൽ വിജയിക്കുമോ? ഈ രഹസ്യങ്ങളുടെ ഉള്ളറിയാൻ ബെസ്റ്റ് സെല്ലറായ ശിവത്രയത്തിന്റെ അവസാനഭാഗമായ ഈ പുസ്തകം വായിക്കുക.

രാമചന്ദ്രപരമ്പര

ഇന്ത്യൻ പ്രസാധന ചരിത്രത്തിൽ രണ്ടാമതായി ഏറ്റവും വേഗം വിൽക്കപ്പെടുന്ന പുസ്തക പരമ്പര

രാമൻ-ഇക്ഷ്വാകു വംശത്തിന്റെ യുവരാജാവ്

(പരമ്പരയിലെ ഒന്നാം പുസ്തകം)

ബി.സി.ഇ 3400. യുദ്ധം കൊടുമ്പിരിക്കൊള്ളുകയും അയോദ്ധ്യ ദുർബ്ബലമാക്കയും ചെയ്തിരിക്കുന്നു. രാക്ഷസരാജാവായ രാവണൻ തോൽപിക്കപ്പെട്ട രാജ്യത്തിൽ തന്റെ ഭരണം അടിച്ചേൽപിക്കുന്നില്ല. മറിച്ച്, തന്റെ, വ്യാപാരം അടിച്ചേൽപിക്കുകയാണ്. സാമ്രാജ്യത്തിന്റെ ധനം മുഴുവൻ അയാൾ ഊറ്റിയെടുക്കുന്നു. യാതനകൾക്കിടയിൽ ജനങ്ങൾ തിരിച്ചറിയുന്നില്ല, ഒരു നേതാവ് തങ്ങളുടെ കൂട്ടത്തിലുണ്ടെന്ന്. സ്വയം ഒളിച്ചിരിക്കുന്ന ഒരു രാജകുമാരൻ. രാമൻ എന്ന രാജകുമാരൻ.

സീത-മിഥിലയിലെ വീരനായിക

(പരമ്പരയിലെ രണ്ടാം പുസ്തകം)

പാടത്ത് ഉപേക്ഷിക്കപ്പെട്ട നിലയിൽ ഒരു കുട്ടിയെ കണ്ടുകിട്ടുന്നു. ഏതാനും കൊലയാളിച്ചെന്നായ്ക്കളുടെ പിടിയിൽനിന്ന് ഒരു കഴുകൻ സംരക്ഷിച്ച നിലയിലായിരുന്നു ആ കുട്ടി. എല്ലാവരാലും തഴയപ്പെട്ടതും ശക്തിഹീനവുമായ മിഥില എന്ന രാജ്യത്തിലെ രാജാവ് ആ കുട്ടിയെ ദത്തെടുക്കുന്നു. ഈ കുട്ടിക്ക് ഒത്തിരി പ്രാധാന്യമുണ്ടാകുമെന്ന് ആരും വിശ്വസിക്കുന്നില്ല. പക്ഷേ, അവർക്കു തെറ്റുപറ്റി. കാരണം ഒരു സാധാരണ പെൺകുട്ടിയല്ല അവൾ. അവൾ സീതയാണ്.

രാവണൻ-ആര്യാവർത്തത്തിന്റെ ശത്രു

(പരമ്പരയിലെ മൂന്നാം പുസ്തകം)

രാവണനിൽ പാണ്ഡിത്യവും മൃഗീയമായ അക്രമവാസനയും ഉൾച്ചേർന്നിട്ടുണ്ട്. പ്രതിഫലമിച്ഛിക്കാതെ പ്രണയിക്കുന്നവനും പശ്ചാത്താപമില്ലാതെ കൊല്ലുന്നവനുമാണ് രാവണൻ. രാമചന്ദ്ര പരമ്പരയിലെ ത്രസിപ്പിക്കുന്ന ഈ മൂന്നാം പുസ്തകം ലങ്കാധിപനായ രാവണനിലാണ് വെളിച്ചം വീശുന്നത്. ആ വെളിച്ചമാകട്ടെ ഇരുളിനേക്കാൾ കാളിമയാർന്ന ഇരുളിൽ പതിയുന്നു! ചരിത്രത്തിലെ ഏറ്റവും വെറുക്കപ്പെട്ട പ്രതിനായകനാണോ അയാൾ?

ലേഖനം

അനശ്വരഭാരതം

നിശിതമായ ലേഖനങ്ങളിലൂടെയും വൈവിധ്യമുള്ള പ്രഭാഷണങ്ങളിലൂടെയും ബൗദ്ധിക സംവാദങ്ങളിലൂടെയും ഇന്ത്യയെ തൊട്ടറിയൂ. രാജ്യത്തിന്റെ കഥാകാരൻ അമീഷ് ഇന്ത്യയെ മുമ്പെങ്ങുമില്ലാത്തവിധം മനസ്സിലാക്കാൻ നിങ്ങളെ സഹായിക്കും. ഭ്രമിപ്പിക്കുന്ന ആധുനിക വീക്ഷണമുള്ള വിശാലമായ ഒരു പുരാതന സംസ്കാരത്തെ വരച്ചിടുകയാണ് “അനശ്വരഭാരത”ത്തിലൂടെ അമീഷ്.